१९ व्या शतकातील महाराष्ट्रातील हिंदू धर्म सुधारणा चळवळ

डॉ. माधुरी द. मंडलिक

डायमंड पब्लिकेशन्स

१९ व्या शतकातील महाराष्ट्रातील हिंदू धर्म सुधारणा चळवळ
डॉ. माधुरी द. मंडलिक

19vya Shatkatil Maharashtratil Hindu Dharma Sudharana Chalval
Dr. Madhuri D. Mandlik

प्रथम आवृत्ती : ऑक्टोबर २०१३

ISBN 978-81-8483-543-4

अक्षरजुळणी
डायमंड पब्लिकेशन्स, पुणे

मुखपृष्ठ
शाम भालेकर

मुद्रक
रेप्रो नॉलेज कास्ट लिमिटेड, ठाणे

प्रकाशक
डायमंड पब्लिकेशन्स
२६४/३ शनिवार पेठ, ३०२ अनुग्रह अपार्टमेंट
ओंकारेश्वर मंदिराजवळ, पुणे-४११ ०३०
☎ ०२०-२४४५२३८७, २४४६६६४२

info@diamondbookspune.com
www.diamondbookspune.com

प्रमुख वितरक
डायमंड बुक डेपो
६६१ नारायण पेठ, अप्पा बळवंत चौक
पुणे-४११ ०३० ☎ ०२०-२४४८०६७७

मनोगत

१९ व्या शतकातील महाराष्ट्रातील 'हिंदू धर्म सुधारणा चळवळ' या विषयावर मी प्रस्तुत पीएच.डी. प्रबंध पुस्तकरूपात प्रकाशित करीत आहे. या विषयाची सामान्य माहिती देशातील व विशेषतः महाराष्ट्रातील सुशिक्षितांना असते. प्रार्थनासमाज, सत्यशोधक समाज, आर्य समाज इ. संस्थांविषयीची माहिती वाचण्यात आलेली असते; परंतु त्यावरून विषयाचे गांभीर्य लक्षात येत नाही.

धर्म सुधारकांशी संबंधित व त्यांनी स्वतः लिहिलेले ग्रंथ व इतर साहित्याचे वाचन व मनन केल्यानंतर, भारतीय समाजाची त्याकाळी झालेली अधोगती व अशा समाजाच्या उन्नतीसाठी सुधारकांनी केलेले निःस्वार्थी कार्याच्या अभ्यासावरून आधुनिक भारताची निर्मिती कशी झाली याचे ज्ञान प्राप्त होते. धार्मिक सुधारणांचा प्रारंभ करणाऱ्या राजा राममोहन रॉय यांना आधुनिक भारताचा जनक संबोधले जाते. अशाचप्रकारचे कार्य महाराष्ट्रातील धर्म सुधारकांनी केले; याचे विश्लेषण या पुस्तकात करण्याचा प्रयत्न केला आहे.

सदर पुस्तक प्रकाशित करीत असताना ज्या व्यक्ती व विद्वानांमुळे हे सदर पुस्तक प्रकाशित करण्याची प्रेरणा मिळाली त्यांचे ऋणनिर्देश करणे आवश्यक आहे. सर्वप्रथम माझ्या पीएच.डी.चे संशोधन करताना मला मार्गदर्शन करणाऱ्या डॉ. रेखा रानडे (माजी इतिहास विभाग प्रमुख, पुणे विद्यापीठ) यांचे आभार मानणे माझे आद्य कर्तव्य आहे. विषय निवडीपासून ते संशोधन पूर्ण होईपर्यंत प्रत्येक टप्प्यावर त्यांनी केलेले मार्गदर्शन, सहकार्य व प्रोत्साहनामुळेच प्रस्तुत संशोधन व पुस्तक साकारत आहे.

तसेच डॉ. दीपक गायकवाड, प्राध्यापक व इतिहास विभाग प्रमुख, पुणे विद्यापीठ, डॉ. सुमित्रा कुलकर्णी, डॉ. राजा दीक्षित व डॉ. राधिका सेशन यांनी मला वेळोवेळी प्रेरणा दिली त्याबद्दल त्यांची मी मनापासून आभारी आहे.

तसेच माझी आई सौ. जिजाबाई दत्तात्रय मंडलिक हिच्याकडून मला विशेष प्रेरणा मिळाली, त्याबद्दल तिचे ऋणनिर्देश करणे माझे कर्तव्यच होय.

सप्टेंबर २०१३ **माधुरी द. मंडलिक**

अनुक्रम

१९ व्या शतकातील महाराष्ट्रातील धार्मिक स्थिती

'जशी राजसुधारणा होते तशीच धर्मसुधारणाही होते. म्हणजे धर्माची व्यवस्था करून वाईट प्रकरणे बंद करतात.'[१] अशी धर्मसुधारणेची व्याख्या लोकहितवादींनी १९ व्या शतकातील धर्म व समाजव्यवस्था पाहून केली होती. अनेक शतकांपासून हिंदू धर्मामध्ये अनिष्ट रूढी, परंपरा निर्माण झाल्या होत्या. त्यामुळे समाजात भ्रष्ट आचरणाला प्रतिष्ठा प्राप्त झाली होती.

परंतु १९ व्या शतकात इंग्रजांनी भारतात पाश्चात्त्य शिक्षण देण्यास सुरुवात केली, त्यामुळे भारतीयांना ज्ञानाचे नवीन दालन खुले झाले. त्यातून आत्मपरीक्षणाची प्रक्रिया होऊन आपल्या उणिवा प्रकर्षाने जाणवायला लागल्या. त्यांना समाजजीवनात असलेले धर्माचे नको इतके प्राबल्य दिसून आले. समाजाची प्रगतीच **कुंठित** करणारे धर्माचे प्राबल्य कमी केल्याशिवाय देशाची सर्वांगीण प्रगती अशक्य आहे. या विचारातूनच धर्मसुधारणेच्या प्रक्रियेचा प्रारंभ झाला.

हिंदू धर्माची ओळख

'धर्म' या शब्दाची व्याख्या लोकमान्य टिळकांसारख्या अनेक भारतीय विद्वानांनी केली आहे. यानुसार 'धृ' म्हणजे धारण करणे या धातूपासून धर्म हा शब्द तयार झाला आहे. काही विशिष्ट नीतिनियम घालून देऊन धर्म हा समाजाचे धारण व पोषण करीत असतो, पण मनुष्यांनी खावे, प्यावे आणि चैन करावी अशा उद्देशाने धर्म ही समाजधारणा करीत नाही. आहार, निद्रा, भय, काम, क्रोध इत्यादी विकार पशुप्रमाणेच मनुष्याला निसर्गत: प्राप्त असतात. धर्म या पशुवृत्तीला आळा घालण्यास सांगतो. प्रकृतीच्या ताब्यात न जाता या प्रकारच्या पशुवृत्तीवर ताबा मिळविण्यातच खरा पुरुषार्थ आहे, खरी आत्मोन्नती आहे ही गोष्ट धर्म शिकवितो.

मनुष्याच्या जीवनावर स्वधर्माचा विशेष प्रभाव असतो असे दिसून येते. बुद्धिप्रामाण्याचा स्वीकार करणाऱ्या समाजसुधारक गो. ग. आगरकर यांनीही धर्माचे

महत्त्व पुढीलप्रमाणे मान्य केले आहे. 'दुसऱ्या कोणत्याही वृत्तीपेक्षा या वृत्तीपासून मनुष्याच्या आचरणावर व विचारावर विशेष महत्त्वाचे परिणाम घडले आहेत.'[२] अशा या 'धर्मा'चे प्राचीन काळापासून हिंदुंच्या जीवनावर विशेष प्राबल्य राहिले आहे. कालखंडानुसार हिंदुंच्या धर्मजीवनावर वेद, उपनिषदे, बौद्ध मत, रामायण, महाभारत, भगवद्‌गीता, पुराणे व स्मृतीग्रंथे इ. चा प्रभाव दिसून येतो.

वैदिक धर्म म्हणजेच हिंदू धर्म हा ख्रिस्ती व इस्लाम या जागतिक धर्मांच्या तुलनेत प्राचीन आहे, कारण वैदिक धर्माचा कालखंड इ.स. पूर्व व ख्रिस्ती व इस्लामचा कालखंड इ.स. पासून सुरू होतो. लोकमान्य टिळक याविषयी म्हणतात, 'सृष्टी' वैभवाचा व संपत्तीचा उपभोग घेत बसणारे आर्य लोक इतर सर्व राष्ट्रांच्या पूर्वीच सुधारणेच्या उच्च पदास चढलेले होते व धर्म, नीति, ज्ञान किंवा वैभव यांत त्यांचा हात धरणारे बऱ्याच शतकांपर्यंत आसपास कोणीही निर्माण झाला नाही. बुद्ध, ख्रिस्त, महंमद वगैरे धर्मप्रवर्तक पुरुष निघून आज दोन-अडीच हजार वर्षांपेक्षा जास्त दिवस झाले नाहीत व हिंदू धर्माच्या पुरातनत्वाकडे लक्ष दिले तर हे सर्व धर्म म्हणजे अलीकडची अर्भके होत, असे म्हणण्यास कोणताही प्रत्यवाय नाही.'[३]

असा हा वैदिक धर्म प्राचीन असला तरी धर्म, नीती, तत्त्वज्ञान, जन्म, मृत्यू याविषयीची चर्चा, सामाजिक उन्नती, स्त्रियांना असलेले आदराचे स्थान, राजनीती इत्यादी बाबतीत आर्यांनी प्रगती केली होती. ते संस्कृतीच्या श्रेष्ठ, शुद्ध स्वरूपापर्यंत पोहोचले होते.

धर्म व समाजसुधारणेसाठी म्हणूनच १९ व्या शतकातील सुधारकांनी वैदिक धर्म व संस्कृती, समाजरचना यांचे पुनरुज्जीवन करण्याचा प्रयत्न केला.

हिंदू धर्म हा प्राचीन असला तरी त्याला प्राप्त झालेले 'हिंदू' हे नाव प्राचीन नसून मध्ययुगात प्राप्त झाले, असे संशोधक सांगतात. लोकमान्य टिळक यासंबंधी म्हणतात, 'हा शब्द प्रथम मुसलमानांनी म्हणजे अनार्य लोकांनी आम्हास लाविलेला आहे असे शब्दशास्त्रज्ञांचे म्हणणे आहे. 'हिंदू' हा शब्द 'सिंधू' शब्दाचा अपभ्रंश असावा आणि अनार्य लोक बाहेरून या भरतभूमीत आले. तेव्हा, त्यास सिंधू नदीला लागून त्या नदीवरच्या व पलीकडच्या लोकांस त्यांनी हिंदू नाव दिले.'[४]

विविध ज्ञानविस्तारांनीही अशाच प्रकारचे मत मांडले आहे. यात यासंबंधी असे म्हटले आहे की, इराणी लोकांनी हिंदू म्हणजे काळे लोक या अर्थाने हे नाव दिले असे म्हटले जात असले तरी हे म्हणणे निराधार वाटते. 'सिंधू' शब्दातील 'स' च्या जागी 'ह' येऊन हा शब्द उत्पन्न झाला. 'स' च्या जागी 'ह' येणे ही गोष्ट पारशांच्या इराणी व जुन्या झंद भाषेत फारच साहजिक आहे. सारांश, 'हिंदू' म्हणजे सिंधूतीरी

राहणारे हा मूळचा अर्थ व त्यापासून हिंदुस्थान असा शब्द सिद्ध झाला.'[५] अशाप्रकारे मुख्यत: 'हिंदू' या शब्दाची उत्पत्ती सांगितली जाते.

परंतु स्वातंत्र्यसैनिक, थोर देशभक्त व आर्य समाजाचे अनुयायी व कार्यकर्ते तसेच 'युगप्रवर्तक स्वामी दयानंद' या पुस्तकाचे लेखक लाला लजपतराय यांनी वरील मत खोडून काढले आहे. त्यांच्या मते 'सिंधू'चा अपभ्रंश 'हिंदू' नसून मुसलमानांनी या भूमीतील प्रजा ही मुसलमानांची दास आहे या संकल्पनेतून हे नाव दिले आहे, कारण मुस्लीम मतानुसार जे इस्लामचा स्वीकार करीत नाही ते गुलाम (दास) असतात. आपले हे विचार त्यांनी पुढील शब्दात मांडले आहेत. 'आज आपल्या देशाला हिंदुस्थान असे संबोधले जाते. हा संयुक्त शब्द दोन शब्दांनी बनलेला आहे. अर्थात हिंदू आणि स्थान याचा अर्थ हा देश हिंदुंचे निवासस्थान आहे. 'हिंदू' हा शब्द नवीन आहे असे दिसून येते, कारण मुसलमान या देशात येण्यापूर्वीच्या आपल्या देशातील साहित्यात या शब्दाचा उल्लेख कोठेही केलेला आढळत नाही. आजपर्यंतच्या संशोधनावरून असे दिसून येते की, प्राचीन संस्कृत भाषेत हा शब्द आढळत नाही. अनेक लोकांचे असे मत आहे की, 'हिंदू' हा 'सिंधू' शब्दाचा अपभ्रंश (विकृत रूप) आहे, परंतु या प्रकारचा अर्थबोध योग्य नाही, कारण सिंधू हे एखाद्या जातीचे नाव नसून एका नदीचे नाव आहे. यामुळे हाच विचार योग्य आहे की, या देशातील वास्तविक रहिवाशांना अर्थात आर्यांना 'हिंदू' हे नाव मुसलमानांनी दिले आहे. फारसी भाषेत (हिंदू) या शब्दाचा अर्थ गुलाम (दास) आहे. मुसलमानी मतानुसार जी प्रजा इस्लामचा स्वीकार करीत नाही तिला गुलाम समजले जाते, यामुळे यात काहीच आश्चर्य नाही की, मुसलमानांनी या भूमीतील लोकांना 'हिंदू' हे नाव दिले.'[६]

अशा प्रकारे लाला लजपतराय यांच्या मतानुसार हिंदू हे नाव प्राचीन नसून मध्ययुगात प्राप्त झाले आहे.

वेदांचा अभिमान बाळगणाऱ्या व वेद धर्माच्या प्रचारार्थ आयुष्य संपविणाऱ्या स्वामी दयानंद यांनी हिंदू धर्म किंवा हिंदुस्थान हा शब्द वापरला नाही. ते येथील लोकांना 'आर्य' म्हणजे श्रेष्ठ व वेदांना अपौरुषेय म्हणजे ईश्वरोक्त असे संबोधत. प्राचीन काळी संपूर्ण देशाला भरत खंड असे संबोधले जात असे व कालखंडानुसार वेद, उपनिषदे, बौद्ध धर्म, रामायण, महाभारत, भगवद्‌गीता, पुराणे व स्मृती, शास्त्रावरून 'शास्त्राज्ञा' इ. धर्म मते प्रचलित होती असे दिसून येते.

प्राचीन वैदिक धर्मात व त्यानंतर बौद्ध मतापर्यंतच्या भरतखंडातील धर्मजीवनात मूर्तिपूजा प्रचारात नव्हती, परंतु पुराणांच्या काळात मूर्तिपूजा सुरू झाली व हा देश मूर्तिपूजेवरून विशेष प्रसिद्ध झाला असे दिसून येते.

प्राचीनत्वामुळे हिंदू धर्मामध्ये अनेक धार्मिक मतांचा आणि धर्मग्रंथांचा समावेश झालेला आहे. अशा या हिंदू धर्माची व्याख्या १९ व्या शतकातील अनेक सुधारकांनी केली आहे. लोकहितवादी हिंदू धर्माची व्याख्या करताना म्हणतात, 'हिंदू धर्मात कोणतेही मत नाही. भजन करण्याचे मार्ग दुष्ट तंत्रापासून ते संन्यासापर्यंत आहेत. नानाप्रकारचे देवांचे भजन करणे हे सर्व आहे. संस्कृत भाषेत कोणताही शब्द असला तरी अर्थ करतात व कोणतेही भाषेतील शब्द असो, अक्षर असली म्हणजे अर्थ करतात. तद्वत हिंदुशास्त्र आहे.'[७] अशा प्रकारे प्राचीन वैदिक काळापासून अनेक ऋषी मुनींच्या मताच्या संग्रहापासून ते मध्ययुगीन साधुसंतांच्या मतांचा संग्रह हिंदू धर्मात झालेला आहे. असे हिंदू धर्माच्या ग्रंथांवरून दिसून येते.

हिंदू धर्मग्रंथांचा परिचय

हिंदू धर्माच्या प्राचीनत्वामुळे यात कालखंडानुसार अनेक धर्मग्रंथांचा समावेश झाला आहे. यात प्रथम वेद संहितांचा समावेश आहे. त्या अनुक्रमे ऋग्वेद, यजुर्वेद, सामवेद, अथर्ववेद या होत. वेदांना प्राचीन काळापासून अपौरुषेय म्हणजे वेद हे मनुष्यरचित नसून साक्षात ईश्वराची वाणीच (ईश्वरोक्त) आहे अशी मान्यता होती. यानंतर ब्राह्मण ग्रंथ आहेत. या ग्रंथांची संख्या अनेक असून त्यात प्रमुख दहा ग्रंथ आहेत. उदा. ऐतिरिय, तैत्तिरीय ब्राह्मण ग्रंथ इ. यानंतर अरण्यके-ही ऋषिंनी अरण्यात वाचण्याची पुस्तके आहेत.

यानंतरचे महत्त्वपूर्ण ग्रंथ म्हणजे उपनिषदे होत. आत्मा, ईश्वर, विश्व, आपण कोण? कोठून आलो? इ. मनुष्याला पडणाऱ्या गहन प्रश्नांविषयी यात चर्चा केली आहे. उदा. केन, कठ, उपनिषद इ.

यानंतरच्या काळात बौद्ध मत मोठ्या प्रमाणात प्रचलित होते असे दिसून येते. भगवान बुद्धाच्या हयातीत त्यांचे मत प्रचलित होते. जातक कथा व त्यांच्या महापरिनिर्वाणानंतर बौद्धांचे त्रिपिटके हे ग्रंथ लिहून पूर्ण करण्यात आले. त्याचप्रकारे जैन धर्माचे आगम हे ग्रंथ ही बौद्ध धर्माच्या तुलनेत संख्येने लहान असलेल्या अनुयायांमध्ये प्रसिद्ध होते.

यानंतर सर्वसामान्यांना आपलेसे वाटणारे ग्रंथ म्हणजे रामायण व महाभारत, भगवद्‌गीता हे होत. यात सर्वव्यापी ईश्वराने श्रीराम व श्रीकृष्ण या मनुष्यरूपात अवतार धारण केले. यासंबंधीच्या कथा त्यात आहेत. तसेच धर्म, नीती, नियम, व्यवहार, समाजनियम, राजकारण, तत्त्वज्ञान इ. ची शिकवणही हे ग्रंथ देतात.

वरील सर्व धर्मग्रंथ हे धर्म, तत्त्वज्ञान, ज्ञान, नीती, आत्मोन्नती, निर्दोष समाज रचना, राजकारण इ.साठी आदर्श व श्रेष्ठ मानले जातात.

परंतु त्यानंतर लिहिले गेलेले पुराणग्रंथ उदा. ब्रह्मपुराण, गणेश पुराण, विष्णूपुराण,

वायुपुराण इ. अनेक पुराणे ही अतिशयोक्तीपूर्ण अनेक कथांनी भरलेली आहेत. यात व्रत-वैकल्ये, स्थानमहात्म्ये, मूर्तिपूजा या सारख्या धार्मिक कर्मकांडांना अनाठायी महत्त्व दिले गेले आहे.

याचप्रकारे स्मृतीग्रंथे होत. मनुस्मृती, याज्ञवल्क्य स्मृती, इ. स्मृती ह्या हिंदू समाजाला कायद्याची आज्ञा करणाऱ्या आहेत. यातील अनेक स्मृतीग्रंथांमध्ये मुलीचा आठ ते दहा वयाच्या पूर्वी विवाह झाला पाहिजे, विधवा स्त्रियांनी सक्तीने विरक्त जीवन जगलेच पाहिजे, प्रथम पत्नीमध्ये दोष असल्यास पतीने दुसरा विवाह करावा, शूद्रांना असमान वागणूक द्यावी, यासारख्या सामाजिक दोष उत्पन्न करणाऱ्या 'आज्ञा' केल्या आहेत.

याच पुराणग्रंथ व स्मृतीग्रंथांचा प्रभाव १९ व्या शतकातील हिंदू समाजावर विशेष पडला होता, त्यामुळेच समाजात 'सती', बालविवाह, बालिका असली तरी विधवा विवाह प्रतिबंध, केशवपनासारखी विधवांवर केलेली सक्ती, अनेकपत्नीत्वाची चाल, स्त्री स्वातंत्र्यावर प्रतिबंध, शूद्रांची दयनीय स्थिती इत्यादी दुष्ट चाली अस्तित्वात आल्या. या सदोष सामाजिक व्यवस्थेमुळे हिंदू समाजाची १९ व्या शतकापर्यंत सामाजिक, नैतिक व राजकीयदृष्ट्या अवनती झाली.

कारण शुद्ध धर्माचे ज्ञान लोप पावून पुराणांनी सांगितलेली निरर्थक कर्मकांडं आणि स्मृतीग्रंथात सांगितलेल्या सती, बालविवाह, जातीभेद इ. सारख्या आज्ञांचे पालन करणे यालाच 'धर्म' समजले जाऊ लागले.

परंतु अर्वाचीन काळात पाश्चात्त्य ज्ञान, इंग्रजी शाळा व ख्रिस्ती मिशनरी यांच्या ज्ञानप्रसारामुळे हिंदू विचारवंतांना चिकित्सक बुद्धी लाभली. आपल्या सामाजिक, राजकीय अवनतीस हिंदू धर्मव्यवस्था, धर्म समजुती, धार्मिक अंधश्रद्धा, प्रथा इत्यादी प्रामुख्याने कारणीभूत असल्याचे त्यांना आढळून आले.

यामुळेच १९ व्या शतकात इंग्रजी शिक्षित सुधारकांनी राष्ट्राची अवनत अवस्था संपुष्टात आणण्यासाठी धर्मसुधारणा चळवळ सुरू केली. लोकहितवादी, विष्णूबुवा ब्रह्मचारी, न्या. रानडे, विष्णूशास्त्री पंडित, स्वामी दयानंद सरस्वती, डॉ. भांडारकर, लोकमान्य टिळक यांनी धर्मसुधारणेसाठी वैदिक धर्माचे पुनरुज्जीवन करण्याचा प्रयत्न केला.

तर म. फुलेंसारख्या सुधारकांनी ईश्वर व शुद्ध धर्मतत्त्व यांचे प्रतिपादन करण्यासाठी आपले स्वतंत्र विचार मांडले. १९ व्या शतकातील धर्म सुधारणा चळवळीची पार्श्वभूमी समजून घेण्यासाठी १९ व्या शतकातील महाराष्ट्रातील धार्मिक स्थिती समजून घेणे आवश्यक ठरते.

१९ व्या शतकातील महाराष्ट्रातील धार्मिक स्थिती

१९ व्या शतकापर्यंत हिंदू धर्माची स्थिती ही समाजाच्या अवनतीस कारणीभूत

ठरली होती. धर्माचा वास्तविक उद्देश ईश्वरविषयक ज्ञान प्राप्त करणे किंवा मनुष्यांनी आपली नैतिक उन्नती करून आपल्या कर्तव्याची दिशा जाणून घेणे असा आहे, परंतु १९ व्या शतकातील अनेक दुष्ट धार्मिक आचरणांमुळे, धार्मिक समजुतींमुळे समाजाचे नैतिक अध:पतन झाले होते.

धार्मिक समजुतींमुळे विद्येचा ऱ्हास, सामाजिक दुर्बलता, स्त्रियांचे पारतंत्र्य व त्यांच्या वाट्याला आलेले दु:खी जीवन, राजकीय पारतंत्र्य व त्यामुळे झालेला उद्योगधंद्यांचा ऱ्हास व प्राप्त झालेले दारिद्र्य यामुळे राष्ट्रीय जीवनालाच कमालीची मलिनता प्राप्त झाली.

ज्या ब्राह्मण वर्गाने आत्तापर्यंत हिंदुंचे धार्मिक, नैतिक, शैक्षणिक व सामाजिक नेतृत्व केले तेच अनेक दुष्ट अशा धार्मिक समजुतींनी बद्ध झाले, यामुळे समाजात बाह्य धार्मिक आचरण, अनेक प्रकारची निरर्थक कर्मकांडे, मूर्तिपूजा, 'सती', 'बालविवाह', पुनर्विवाहास प्रतिबंध, प्रथम ऋतुप्राप्तीतच गर्भादान संस्कार करणे, विधवांना केशवपन करण्याची सक्ती, विरक्त जीवन जगण्याची सक्ती, शूद्रांवर होणारे सामाजिक अन्याय यासारख्या कुप्रथांचा धर्माच्या नावाने सामाजिक जीवनात प्रवेश झाला.

यामुळे १९ व्या शतकात धार्मिक आचार आणि सामाजिक प्रथा यांची सरमिसळ झाली. यामुळे सामाजिक व धार्मिक जीवन अभेद्य झाले. यामुळेच हिंदू विचारवंतांना धार्मिक सुधारणा करणे आवश्यक वाटले. ज्या कुप्रथा समाज व धर्मजीवनात प्रतिष्ठित म्हणून मान्यता पावल्या होत्या त्या वास्तविक हिंदू धर्मग्रंथात नाहीत असे त्यांना सिद्ध करावे लागले. वास्तविक आपले धर्मग्रंथ कोणते, त्यांचा वास्तविक अर्थ काय याचा उलगडा त्यांना करावा लागला, कारण धर्मसुधारणा हाच समाजसुधारणेचा मार्ग असल्याची जाणीव त्यांना प्रकर्षाने झाली.

१९ व्या शतकातील धार्मिक स्थिती समजून घेण्यासाठी तत्कालीन बाळशास्त्री जांभेकरांनी 'दर्पण'मधील लेख, लोकहितवादींनी १८४८ ते १८५० या दरम्यान प्रसिद्ध केलेली 'शतपत्रे', माडगावकर गो. ना. लिखित 'मुंबईचे वर्णन', महात्मा फुलेकृत 'गुलामगिरी', 'शेतकऱ्यांचा आसूड' व इतर पुस्तके. त्याचप्रमाणे विष्णूशास्त्री पंडितकृत विधवा विवाह चळवळीशी संबंधित विधवा विवाह पुस्तक, न्या. रानडेंचे यासंबंधीचे निबंध इ. पुस्तकांचा प्रामुख्याने उपयोग होतो.

१९ व्या शतकातील धार्मिक स्थिती समजून घेण्यासाठी हिंदूंचे धार्मिक आचार, धार्मिक समजुती, धर्मग्रंथे व त्यांच्या आज्ञा, स्त्रियांची स्थिती, शूद्रांवर होणारे अन्याय इ. ची माहिती करून घेणे आवश्यक ठरते.

हिंदुंचे धार्मिक आचार

देवपूजा, स्नानसंध्या, अनेक आचार, देवळे व त्यासंबंधीचे नेमधर्म इ. धार्मिक

आचार तत्कालीन हिंदुंचे होते. देवपूजा व स्नानसंध्या हे हिंदुंचे धार्मिक प्रतिनिधी असलेल्या ब्राह्मण वर्गात विशेष प्रचलित होते.

देवपूजा व स्नानसंध्येसंबंधी इतके नेमधर्म होते की, संपूर्ण दिवस जरी त्यात घालविला तरी पुरणार नाही. पुण्य कमविण्याचा मार्ग म्हणजे स्नानसंध्या, देवपूजा यात दिवसाचा बराचसा वेळ 'व्यर्थ' घालविणे असा समज होता. प्रात:काळी उठल्यापासून प्रहरभर स्नानसंध्या करण्याचा नेम अनेकांचा असून, पूर्वजन्मी अशा प्रकारचे कर्म केल्यामुळेच त्याचे फळ या जन्मी मिळाले. या जन्मी अशीच अनेक घटके स्नानसंध्या, देवपूजेमध्ये घालविली म्हणजे त्याचे फळ त्याला पुढल्या जन्मी मिळेल. यात अनेक लोक रोज हातात माळ घेऊन लाख वेळा रामराम, विष्णू सहस्रनाम, गीता वाचन इ. चे नामस्मरण किंवा पोथी वाचन करीत. याचा अर्थ मात्र ते जाणून घेत नव्हते, फक्त पाठ म्हणणे. त्यासंबंधी लोकहितवादी म्हणतात जो जेवढा श्रीमंत असेल तेवढा त्याचा स्नानसंध्येचा डौल जास्त असे. यात अनेक वेळा देवावर पाणी ओतावे, तुळशीची झाडे लावावी, तुळशी सहस्रनामे इत्यादीक पूजा वाढवून वेळ खर्च करावा व अज्ञान वाढवावे. वास्तविक नीती व धर्म काय, आपले कर्तव्य काय याची समज त्यांना येत नव्हती. अशाप्रकारे वेळ व्यर्थ घालविला म्हणजे पुण्य प्राप्ती होईल व प्रारब्धात जे असेल ते होईल अशी त्यांची समजूत होती. लोकहितवादी असा वेळ व्यर्थ घालविणाऱ्या व वास्तविक धर्म न समजणाऱ्या लोकांविषयी आपला संताप व्यक्त करताना म्हणतात, 'वास्तविक धर्म सोडून व ईश्वराची भक्ती सोडून हिंदू लोक विलक्षण मार्गास लागले आहेत. ते असे की, किती एक लोक स्नानसंध्यादि कर्मे करितात. त्यास वाटते की, मोक्षाचे साधन हेच आहे. प्रात:काळी उठून स्नानसंध्या करावयास बसून, डोकीस रुद्राक्षाच्या माळा घालून, भस्म लेपन करून, ढोंग करून, चार घटका बसावे म्हणजे त्यात ईश्वराची भक्ती झाली. मग सर्व दिवस वाईट कर्मे व असत्य भाषणे करून, लोकांच्या माना मुर्गाळल्या तरी चिंता नाही, परंतु आम्हास असे वाटते की, हे स्नानसंध्या करणारे आपले आयुष्य व्यर्थ घालवितात. त्यात काही ईश्वरप्राप्ती नाही. हे बकध्यानी, मूर्ख व ढोंगी आहेत.'[८] अशा प्रकारे आपला वेळ व्यर्थ घालवून निरुद्योगीपणाच्या चाली पाडाव्या असा प्रकार होता.

स्त्रियांनाही लहानपणापासूनच अशाप्रकारे, नीती, सदाचार, इ. विषयी ज्ञान न देता, वाती लावाव्या, निरांजने लावून तूप घालावे, तीळ तांदूळ वाहावे, नाना प्रकारची मूर्खपणाची व्रते करावी व त्यासंबंधीच्या कहाण्या त्यांना शिकवीत. लोकहितवादी यासंबंधीच्या नीति अनीतिविषयी म्हणतात. 'जी स्त्री शिंदळ, लबाड असते, ती तुळशीस प्रदक्षिणा घालण्यास, वाती जाळण्यात प्रमुख असते. नदीतले पाणी दहा-

वीस घागरी देवावर ओततात, इत्यादी नेम शिंदळ स्त्रिया भक्तीने करतात आणि शिंदळकी वाईट, हे त्यांस स्वप्नातही माहीत नसते.'[९]

याचप्रमाणे काही धर्मशील स्त्रिया त्यांच्या शिकवणुकीनुसार लक्ष लक्ष तांदूळ निवडून देवावर वाहात. असे अनेक वर्षे करण्याचा नेम करीत किंवा काही जन्मभर वृद्धकाळ संपेपर्यंत करीत असत, परंतु त्यात नीती किंवा विद्याप्राप्ती किंवा धर्मप्राप्ती होण्याचा मार्ग नव्हता. याचा उपयोग फक्त वेळ, पैसा व्यर्थ जावा अशाच या पुण्य कमविण्याच्या चाली होत्या. लोकहितवादी अशा स्त्रियांच्या वृत्तीविषयी म्हणतात, 'माझे पाहण्यात कित्येक धर्मशील अशा स्त्रिया आल्या आहेत की, त्यांनी चातुर्मासांत चार महिने आपले डोळ्यांत रक्त उतरून घेऊन पाच लाख तांदूळ आणि गहू मोजले व त्यांच्या पुड्या बांधून मोठ्या प्रयत्नाने त्या देवास वाहिल्या. किती एक स्त्रिया अशा आहेत की, पाच वर्षांपर्यंत वाती करतात, रुद्रवाती, दगडवाती, धोंडेवाती, अशा प्रकारच्या कापसाच्या वाती सगळा दिवस त्यात घालून तयार करतात आणि एकेदिवशी त्याजवर दहा रुपयांचे तूप घालून देवळात जाऊन त्या जाळतात. यापलीकडे काही मूर्खपणा राहिला नाही.'[१०] यासारखी अनेक निरर्थक व तत्कालीन धर्माविषयीचे अज्ञान प्रकट करणाऱ्या व्रतांचे वर्णन लोकहितवादींनी केले आहे.

त्याचप्रमाणे वर्षातील अनेक दिवस पुण्यकाळ व व्रताचा दिवस म्हणून धर्मानुष्ठाने व गरीब आंधळ्याला दानधर्म न करता फक्त ब्राह्मणाला दानधर्म करण्याची प्रथा यामुळे त्यावर बराच व्यर्थ खर्च केला जात असे. पुराणात सांगितलेली नित्य कर्मे एवढी होती की, सगळा एक दिवस करावयास पुरणारा नव्हता. त्यात कसोटा असा घालावा, गंध असे लावावे, शौचास अमुक कोस जावे, तोंड असे धुवावे, हेच फार होते. त्याप्रमाणे प्रत्येक देवतेचा वार वेगळा व त्याचे व्रतही वेगळे. अशाप्रकारे ज्याच्याजवळ पैसा होता त्यानेही व ज्यांचेजवळ पैसा नव्हता तेही उपास, व्रते, जप, अनुष्ठाने सगळा दिवसभर करण्यात धन्यता मानत असे दिसते. वा. कृ. भावे, यासंबंधी म्हणतात, 'व्रत, दाने, अनुष्ठाने व तुला केल्याने ईश्वराचा व ग्रहादिकांचा कोप नाहीसा होऊन आलेली संकटे टळतात अशी सर्वांची श्रद्धा होती.'[११]

याप्रकारचे उपवास, पूजा व सर्व धर्मकृत्ये मजुरीने करीत म्हणजे आपण उपवास करून त्या मोबदल्यात पैसे घेऊन त्याचे पुण्य भट लोक गृहस्थांस विकत देत. तसेच निरर्थक वस्तुंचे दान देण्याची प्रथा होती. अशक्त, पंगू, आंधळ्या लोकांना दान न करता, सशक्त लोकांना दान करणे असे पुण्य कमविण्याचे इतर मार्ग समजले जात होते.

वर्षातील बरेचसे दिवस सण समारंभ व त्यासंबंधीचे धार्मिक आचार करण्यातच जात असत. गोकुळाष्टमी, पिठोरी अमावस्या, हरितालिका, गौरी-गणपती, दसरा,

रथसप्तमी, एकादशी, श्रावण, भाद्रपदातील सप्ताह, यानिमित्त भागवत, रामायण व पुराणांचे चाललेले पारायण इ. यासंबंधी 'मुंबईचे वर्णन' या पुस्तकात म्हटले आहे- 'कोठे कोठे कथा पुराणे बारामाही चाललेली असत.'[१२] अशाप्रकारे कथाकीर्तने दर महिन्यातील पुण्यकाळ किंवा अनेक ठिकाणी बारामाही चाललेली पारायणे यात पुरुष व स्त्रियांचा बराच वेळ जात असल्याचे दिसून येते.

होळीसारख्या सणानिमित्त काही दुराचार केले जात. या सणानिमित्त दुष्ट स्त्रियांना पैसे देण्याचा रिवाज होता. सणांमध्ये देवपूजेबरोबर दुष्ट प्रथांचे पालन अंधपणाने करण्याचा प्रघात होता असे दिसते.

याचप्रकारे मंदिरांचीही व्यवस्था होती. एखाद्या मंदिरात काही देवाचा उत्सव, समारंभ करावयाचा असल्यास श्रीमंत लोक नाचगाण्याचा कार्यक्रम ठेवत. या कार्यक्रमांमध्ये मग कुलीन स्त्रिया व नाचकाम करणाऱ्या बायकाही एकत्र बसत. मंदिर म्हणजे देवाच्या पूजेचे, भजनाचे स्थान. परंतु येथे अशाप्रकारे नाचगाणे करून भ्रष्ट आचाराला महत्त्व दिले जात होते. लोकहितवादी याविषयी म्हणतात, 'भगवंताचे सेवेकरिता ते स्थान तेथे लोकांनी जाऊन परलोक साधनाचा विचार करावा, म्हणून त्यांचे माहात्म्य अधिक. जर तेथे तमाशे, नाच, लावण्या म्हणावयाच्या असत्या तर देवळे बांधणे आणि गावची चावडी बांधणे सारखेच आहे.'[१३] ते असे म्हणतात की, किती एक देवळे कसबिणींकडे भाड्याने आहेत व कित्येक देवळांचा त्यामुळे दुर्लौकिक होऊन वाईट नावे पडली आहेत. त्यापैकी भांग्या मारुती, खुन्या मुरलीधर, छिनाल बालाजी इ.

त्याचप्रकारे या मंदिरांमध्ये कीर्तन व पुराणे असली म्हणजे लोक जात, परंतु कोणी मौज पाहावयास, कोणी दिवे पाहावयास, कोणी तंबाखू खाण्यासाठी, तर कोणी अर्वाच्य भाषण करण्यासाठी जात, असे तत्कालीन वर्णनावरून दिसते, कारण धर्मकृत्य म्हणजे मंदिरांमध्ये अशाप्रकारे नाच-तमाशे ठेवून देवाचा उत्सव करणे अशी प्रथा होती. बाळशास्त्री जांभेकर याविषयी आपल्या 'दर्पण' पत्रामध्ये म्हणतात, 'मुसलमान, पारशी व हिंदू यामध्ये अशी चाल पडून गेली आहे की, जर खर्च करावयास सामर्थ्य असेल, तर मोठ्या संस्कारात आणि धर्मकृत्यांतही नाच अवश्य केले पाहिजेत आणि हिंदूंमध्ये जी कार्ये मोठी धर्माची अशी सांगितली आहेत, त्यातही नाच आणि असे दुसरे तमाशे मिसळून धर्मकृत्यांत व्यवहार मिसळतात. पातकी बायकांची उघड अभद्र कृत्ये धर्मकृत्यांशी मिसळणे यापेक्षा मोठा वेडेपणा कोणता?'[१४] अशाप्रकारे मूर्ख व भ्रष्ट आचरणालाही 'धर्म' केला असा समज लोकांमध्ये होता.

मूर्तिपूजेविषयी तर वरीलप्रमाणे अज्ञान होतेच. कोणताही विशिष्ट दगड किंवा

पुतळे यांनाही देव मानून पूजा करण्याची समजूत लोकांमध्ये होती किंवा कोणत्याही दगडास शेंदूर लावला तर देव मानत, तसेच कोणत्याही कर्तबगार मनुष्यास त्याच्या मृत्यूनंतर त्याला अविचारी लोक देव मानत, यामुळे ख्रिश्चन मिशनऱ्यांना मूर्तिपूजेवर टीका करण्यास चांगलीच मुभा मिळत होती. 'मुंबईचे वर्णन' यात माडगावकरांनी यासंबंधीचे एक उत्कृष्ट उदाहरण दिले आहे. सन १८८२ मध्ये ग. ज. लॉर्ड कॉर्नवॉलिस यांचा मुंबईमध्ये एक पुतळा उभारला, परंतु गरीब मजूर लोक त्याला देव मानून नवसही करू लागले. यामुळे सरकारला हस्तक्षेप करून हे खूळ बंद करावे लागले. 'या पुतळ्यास कित्येक हमाल व दुसरे गरीब गुरीब लोक भजत व नवस बोलत व त्यासमोर नारळ, विडा, दक्षिणा ठेवून मानणूक करीत, परंतु अलीकडे सरकारने हे खूळ बंद करून टाकले आहे. आमचे लोक काय विचारता? सर्व गोष्टीत भोळे. दगडास काही आकृती दृष्टीस पडली की नारळ घेऊन त्यापुढे हात जोडण्यास धावले. विचार करावयाचे भरीस पडावयाचे नाहीत.'[१५] या उदाहरणावरून लोकांचा देवभोळेपणा व देव, धर्माविषयीचे अज्ञान दिसून येते.

मुसलमानांच्या पीर, फकीराला पूज्य मानणे, ताबुतांमध्ये सहभागी होणे यालाही ते धर्मकृत्य केले असे म्हणत. धर्माविषयी अज्ञान फार झाल्यामुळे काही मुसलमानांसारखे संस्कार करून घेऊन फकीर होत. कर्ज काढून ताबूत करीत. अडाणी लोक त्यास नवस करीत, तसेच अनेक उच्चवर्णीय व सामान्य बायकाही ताबूत निघत त्यादिवशी नवसाच्या घागरी ताबुतापुढे आणून ओतत. तसेच मुसलमानांच्या पिरांना भजन व त्यांचे नावाने उरूस, किंवा जत्रा भरवीत. महीमचे मशिदीसमोर मुगदम बाबा व त्याची आई या दोघांच्या एकमेकांच्याशेजारी कबरी आहेत. या कबरींची नित्य पूजा होते व या ठिकाणी फकीर लोक आहेत, त्यांचे हे वतनच आहे. या कबरीस कित्येक हिंदू व पारशी लोकही भजतात. या पिराच्या नावाने नवस घेतात. ह्याचा उरूस भरतो, तेव्हा दहा-पंधरा दिवसांपर्यंत याच्या कबरीवरील सबजा खंडत नसतो. भोळ्या लोकांची यावर फार भक्ती बसली आहे.'[१६] अशा पिरांच्या अनेक दंतकथा प्रसिद्ध होत्या. हिंदू लोक त्यांना इतर साधूंप्रमाणे मानून त्यांची भक्ती करीत व नवस करीत. मुस्लीम त्यांची भक्ती करीत व नवस करीत. मुस्लीम फकिरांना दान केले असता विशेष पुण्य आहे असाही त्यांचा समज होता. मोहरमसारख्या सणात ते सहभागी होऊन बराच खर्च करीत. 'मोहरम हा मुसलमानांचा सण आहे खरा. परंतु या शहरातील एक तृतीयांश हिंदू लोक हा पाळीत असतात.'[१७] अशाप्रकारे मुसलमानांचे पीर, फकीर व त्यांचे सण पाळणे यातही धर्म समजत. यावरून आपला धर्म काय व आपले कर्तव्य काय याचे ज्ञान त्यांना होते असे दिसत नाही. लोकहितवादी याविषयी म्हणतात,

'सांप्रत हिंदू लोक धर्माभिमानरहित भ्रष्ट झाले आहेत. हे त्यांचे कृतीवरून समजते. पाहा-जातीचे हिंदू लोक असून मुसलमानांचा धर्म आचरतात. हल्ली पुण्यात मुसलमानांचे डोले दहा-पाचच होतात आणि हिंदू लोकांचे शंभर होतात.'[१८] अशाप्रकारे लोक धर्मभ्रष्ट झाल्याचे लोकहितवादींनी म्हटले आहे.

तत्कालीन धार्मिक अंधश्रद्धेची अनेक उदाहरणे होती. त्यापैकी एक म्हणजे देवीसारख्या अनेक रोगांविषयी असलेली अंधश्रद्धा होय. देवीसारख्या रोगांवर औषधोपचार केल्यास देवीचा कोप होतो असा समज असल्यामुळे त्यावर औषधोपचार करीत नसत. या रोगापासून लोकांना अनेक प्रकारच्या व्याधी उत्पन्न होत. या रोगामुळे शरीरास खोडी पडे व त्यामुळे शरीर विद्रुप दिसे. या रोगाने कोणाचे डोळे जात, हात पायांवर देखील परिणाम होत असे व कोणाची वाचा देखील बंद होत असे, परंतु या रोगावर इलाज केल्यास देवीला राग येईल या भीतीमुळे इंग्रज डॉक्टरांचा इलाज ते टाळत. याविषयीची माहिती 'मुंबईचे वर्णन' या पुस्तकात याप्रमाणे दिली आहे. 'या शहरात पूर्वी देवीच्या उपद्रवाने मुले फार दगावत. हे पाहून सन १८१६-१७ च्या सुमारास कंपनी सरकारने देवी काढण्याचे एथे हपिस घातले. ते प्रथम काळबा देवीच्या अलीकडे होते. जरी देवीच्या रोगाने मनुष्याची नासाडी होत असे, तरी मुलांचे जीव वाचवण्याचा हा इंग्रज लोकांचा नवा उपाय आमच्या लोकांस फारसा आवडला नाही. टोचून देवी काढल्याने देवीस राग येईल या भीतीने कित्येक भोळे लोक मुलांस देवी काढण्याच्या भरीस पडत नसत. देवी खात्यातील शिपाई दृष्टीस पडला म्हणजे कित्येक आपली मुले दडवून ठेवीत. कित्येक त्यास घेऊन दुसऱ्या ठिकाणी जात. तथापि सरकारने लोकांच्या कल्याणाकडे लक्ष देऊन मोठ्या सहनशीलतेने हा क्रम चालविला. कधी कधी गरीब मुलांच्या आईस आठ-चार आणे बक्षीसही देत.'[१९]

ही देवी काढण्याची हिंदू पद्धत मात्र अतिशय विचित्र होती. देवी काढणारे देवीचे भक्त आहेत असे लोक मानीत व त्यांच्याकडून उपाय करूनही फारसा उपयोग होत नसे, परंतु लोक त्यांना देवाप्रमाणे मानत असत. यांस देवीचे गवळे म्हणत. हे देवी अंगात आल्याचे ढोंग करून विचित्र चाळे करीत. अशाप्रकारे देवी अंगात आली असे सांगून काही औषधोपचार करीत नसत.

या रोगाला जरीमरी देखील म्हणत असे 'ज्ञानोदया'वरून दिसून येते. यावरून देखील देवाचा क्षोभ झाला असे बोलत. कोणी म्हणत पापामुळे किंवा इंग्लिश लोक या देशात आल्यामुळे हा उपद्रव झाला व त्याचा दोष सरकारवर ठेवत. त्यावर उपाय म्हणून गावाबाहेर मरीआईच्या मंदिरात बहुत पैसा खर्च करून होम करीत. तसेच एक मांगीण स्त्री बोलावून तिला चांगले लुगडे व चोळी नेसवून गळ्यात माळा घालून आणि नैवेद्य

देऊन तिचे पूजन करीत. मग तिला गाड्यांवर बसवून वाजंत्री वगैरे वाद्ये वाजवून गावातून मिरवणूक काढीत. असा प्रसन्न करावयाचा उपाय होता. 'हिंदू धर्मातले जे लोक ते असे समजतात की, हे मरी देवीचे खेळ आहेत, म्हणून लोक गावाबाहेर एखादे बागेमध्ये जेवण करून इ.ची पूजा करितात. घोडनदीस फौजदाराने सर्व लोकांस आज्ञा दिली की, गावाबाहेर जाऊन देवीची पूजा करावी.'[२०] अशाप्रकारे देवी रोगासंबंधीचे खूळ अस्तित्वात असून सरकारने अनेक उपायोजना करून, देवीची लस शोधून ते बंद केले.

त्याचप्रमाणे खोकल्यासारखा साधारण आजार जरी झाला तरी देवीचे नवस करीत. 'मुंबईत हिंदुंची सुमारे तीनशे देवालये आहेत. माहिमास खोकला देवी आहे. कोणास खोकला झाला असता या देवीची उपासना करावी, म्हणजे तो बरा होतो, असे हिचे उपासक सांगतात.'[२१] अशा प्रकारच्या देवतांची नावे व त्यांची उपासना, त्यांच्याबद्दल असलेली अंधश्रद्धा व त्यावर विश्वास ठेवणारे हिंदू लोक यावरून तत्कालीन धार्मिक समजुतींची कल्पना येते. धार्मिक परंपरा कितीही वेडगळ व अर्थशून्य असली तरी ती परंपरा न मोडण्याकडे लोकांचा कल होता, परंतु बऱ्याच अशा मूर्ख धार्मिक समजुती व प्रथा सरकारने बंद पाडल्या. यापैकी एक प्रथा म्हणजे गणेश चतुर्थीच्या दिवशी संध्याकाळी लोक एकमेकांच्या घरांवर दगड मारीत, असे केल्याने चतुर्थीच्या चंद्रदर्शनाचा आळ जातो अशी त्यांची समजूत होती. ह्या दिवशी दिव्यात वात पडली की, द्वाड लोक घरांवर व रस्त्यांत जाणाऱ्या येणाऱ्यावर दगड मारीत, परंतु हे खूळ हल्ली सरकारने अशा लोकास दंड करून एकसारखी पाच-सहा वर्षे थाळी पिटून बंद केले आहे असे 'मुंबईचे वर्णन' या पुस्तकात नमूद केले आहे. हे चतुर्थीच्या चंद्रदर्शनाचा आळ दूर करण्याच्या निमित्ताने होत असे. लुच्चे, लबाड लोक मौजेसाठीच लोकांवर दगड मारून नासाडी करीत, म्हणून या चतुर्थीस एथले वाणी, पारशी व गुजराथी लोक ढगळा चोथ (दगड मारण्याची चतुर्थी) असे म्हणत. यासारख्या मूर्ख प्रथा सरकारने बंद पाडल्या. 'संतती रोग दूर होणे व इतर कारणांसाठी पाठीला गळ टोचून घेण्यासारखे प्रकार मूर्ख व निर्दयीपणे धार्मिक आचार करण्याची प्रथा अज्ञानी हिंदू लोकांमध्ये होती.'[२२]

तत्कालीन प्रचारात असलेले धर्मग्रंथ व ब्राह्मणांचे आचार व धर्म समजुती : हिंदुंचे धर्मग्रंथ हे संस्कृत भाषेतून होते व संस्कृत भाषा ही मोठी गहन असून त्याच्या अध्यापनाचा अधिकार फक्त ब्राह्मण वर्गाला होता. काही सामाजिक प्रश्न निर्माण झाल्यास किंवा अनेक धार्मिक आचार, लग्न, अनेक प्रकारची अनुष्ठाने व बालविवाहासारख्या सामाजिक अवगुणांना या धर्मग्रंथांचा आधार असल्याचे तत्कालीन पंडित दाखवीत.

हिंदुंचे अनेक धर्मग्रंथ होते, ज्याचे प्रमाण सामाजिक व धार्मिक नियमनासाठी प्रमाण मानले जात होते. वेद हे आद्य धर्मग्रंथ मानले जात होते, परंतु वेदांचा अर्थ त्रिकाली होऊ शकत नाही असा समज होता, म्हणून वेद फक्त पाठ केले जात, परंतु वेदांच्या मंत्रांमध्ये सामर्थ्य आहे. ब्राह्मणांनी हे मंत्र म्हटल्यास मोठी अरिष्टे शमन पावतात अशी समजूत होती, परंतु वेदांतील धर्मज्ञान कोणासही अवगत नव्हते.

यानंतर पुराणे, श्रुती व स्मृतीग्रंथातील धर्म आज्ञा व त्यासंबंधीच्या धर्मसमजुती व सामाजिक प्रथा या विशेष प्रचलित होत्या.

ग्रंथ पाठ करण्याची रीती

वेदांप्रमाणेच इतर हिंदू धर्मग्रंथांमध्ये शुद्ध धर्मतत्त्वे होती, परंतु तत्कालीन समाजात या धर्मग्रंथांतील आशयाकडे लक्ष न देता फक्त ते मंत्र पाठ करणे, रामायणाचे पारायण करणे, विष्णू सहस्रनाम घेणे, स्तोत्रे पाठ करणे इत्यादी फक्त औपचारिक रीतीने पाठांतर करण्याचीच पद्धत होती, यामुळेच धार्मिक अज्ञान पसरले होते. ज्योतिष, छंद व व्याकरणाचे सूत्र, अष्टाध्याया ग्रंथ ही पाठ म्हणत. नुसते पाठ म्हटल्यानेच पुण्यप्राप्ती होते, असा त्यांचा समज होता. लोकहितवादी म्हणतात, 'नुसते पाठ म्हणण्याने पुण्य आहे, असे समजतात. हेच सर्व धर्म बुडावयास व अज्ञानास मूळ झाले आहे. ब्राह्मण मोठा दशग्रंथी म्हणवितो, परंतु त्यास एका शब्दाचा अर्थ समजत नाही.'[२३] अशाप्रकारे अर्थावाचून पाठ करण्याची रीती असल्यामुळे तत्कालीन अनेक मूर्ख व अज्ञान पसरवणाऱ्या प्रथा व विचार प्रचलित झाले होते. पाठांतरामुळेच वेदांतील, शास्त्रातील ज्ञानाविषयी अज्ञान पसरून तो फक्त गाणे गाण्यासारखा प्रकार झाला होता असे लोकहितवादींनी म्हटले आहे. 'सांप्रतचे ब्राह्मण विद्येविषयी केवळ जनावरे आहेत. त्यास अर्थज्ञान नाही. येणेकरून धर्मावरील भाव व आस्तिक बुद्धी भ्रष्ट झाली आणि वेदशास्त्र, पुराणे ही परवचा किंवा लमाणाचे गाणे यासारखी झाली. देवाचे प्रार्थनेस बसले, म्हणजे जी मर्यादा, निष्ठा व मनाची तत्परता असावी ती नाही, कारण की, हे सर्व गुण ध्वनीपासून येत नाहीत, अर्थज्ञानापासून येतात व देवाचे महत्त्व हृदयात वागवले म्हणजे सहजच तशी वर्तणूक होते. ज्या शब्दांनी ईश्वराचे वर्णन झाले, ते शब्द जर आपल्यास कळले, तर मात्र त्यासारखी वर्तणूक उत्पन्न होईल आणि ते शब्द जर अर्थविरहित ऐकले, तर तसे होणार नाही.''[२४] वेदपाठ करावयाचा असल्यास श्रीमंत लोक वेदपाठ करणाऱ्याला त्याबद्दल पैसे देत, परंतु वेदपठण याचा अर्थ त्या यजमानाला व पंडितालाही समजत नसे.

पुराणे व तत्कालीन धार्मिक आचार

'पुराणे' व महात्म्ये यात असलेल्या अतिशयोक्तीपूर्ण वर्णनामुळे अनेक

अनावश्यक धार्मिक आचार वाढले होते, यामुळे ज्ञानप्रसार न होता व्यर्थ वेळ मात्र जात होता. पुराणांमध्ये अमुक क्षेत्री अमुक राजाने ब्राह्मणास सहस्त्रभोजन दिले किंवा अमुक अनुष्ठान केले व त्याला स्वर्गप्राप्ती झाली. तसेच तापी, गंगा, यमुना, सूर्य, चंद्र, अनेक देवदेवता यांच्या कथा अतिशयोक्तीपूर्ण लिहिलेल्या होत्या. स्वामी दयानंद सरस्वती म्हणतात, प्रत्येक पुराणामध्ये वेगवेगळ्या देवदेवतांच्या पूजेचे महत्त्व सांगितले आहे. त्या-त्या पुराणांतील देवतेने सृष्टीची निर्मिती केली असे म्हटले आहे. यावरूनच त्यांचे असत्य कथन दिसून येते असे म्हटले आहे. 'शिवपुराणामध्ये शैवांनी शिवाला परमेश्वर मानून विष्णू, ब्रह्मा, इंद्र, गणेश, सूर्य इत्यादीकांना शिवाचे दास ठरविले आहे. वैष्णवांनी आपल्या विष्णू पुराणात विष्णूला परमात्मा मानून शिवादिकांना विष्णूचे सेवक बनविले. देवी भागवतात देवीला परमेश्वरी आणि शिव, विष्णू वगैरेंना तिचे नोकर बनविण्यात आले.'[२५] अशाप्रकारे परस्परविरोधी विचार असलेल्या पुराणग्रंथामध्ये प्रत्येक देवतेसंबंधीचे अनेक धार्मिक आचार सांगितले होते.

पुराणातील सर्व गोष्टी प्रारब्धावर व देवाच्या सामर्थ्याला महत्त्व देणाऱ्या होत्या. कोणाला अमुक शाप होता, वरदान होते, म्हणून त्याने अमुक देवतेची याप्रकारे पूजा केली व त्याचे तारण झाले अशा कथा पुराणात होत्या. या कथांचे प्रवचन पुराणकर्त्यांकडून केले जाई, यामुळेच उद्योग सोडून कोणी म्हणत ईश्वर करील तेच होईल, प्रारब्धात असेल तेच मिळेल, म्हणून उद्योग करण्याची गरज नाही. 'पुराणिक व्रत सांगत बसला म्हणजे अडाणी बायका व चार पुरुष बसले असतात. त्यास व जनावरांस काही फरक नाही. यामुळे पुराणिक जे सांगतो, ते त्यास खरे वाटते.'[२६] पुराणिकाने जर सांगितले की हजार वाती करण्यात फार पुण्य आहे, तर बायका हजार वाती करण्यात आपला वेळ घालवून त्यावर अनेक रुपयांचे तूप घालून त्या वाती देवापुढे जाळण्यात धन्यता मानत. 'बायका ऐंशी वर्षांपर्यंत वाती करतात, आणि जाळतात. दुसरा काही उद्योगच नाही. हा मूर्खपणा पुराणांच्या गोष्टींनी शिरला.'[२७] पुराणे म्हणजे केवळ कवी कल्पना किंवा कथा सुरस बनविण्याचा उद्देश असावा. यात गंगा यमुनेप्रत बोलते, समुद्र यमुनेस म्हणाला, चंद्र रात्रीस म्हणाला, सूर्य अग्नीस म्हणाला, या पुराणातील वाक्यांमुळे तत्कालीन लोक त्यामागचा उद्देश न समजता या सर्व देवता आहेत व या निर्जीव पदार्थांची पूजा-अर्चा करणेच धर्म आहे असे समजत व त्यासंबंधीचे अज्ञान पुराणिक लोकांमध्ये पसरवीत. यासारख्या अनेक निर्जीव पदार्थांना जिवंत मानून कोणी उमऱ्याची पूजा, कोणी दरवाजाची, कोणी मुसळाची, कोणी जात्याची, कोणी दिव्याची अशा पूजा करीत. दसऱ्याचे दिवशी न्हावी धाकेटीची पूजा करत, नैवेद्य दाखवीत. लग्नामध्येही मडक्याची पूजा, घागरीची पूजा इत्यादी

प्रकार पुराणातील वर्णन केलेल्या पूजा-अर्चा व त्यांचे फल यामुळे निर्माण झाल्याचे लोकहितवादींनी म्हटले आहे.

यामुळेच त्यांचे भूगोल, इतिहास व इतर शास्त्रांविषयीचे अज्ञान दृढ झाले. सूर्याचा रथ रोज इतके लक्ष चालतो. तापी नदीचा उगम, पृथ्वीवर नसून पुराणात सांगितल्याप्रमाणे ती यमाची बहीण आहे, लंका कोणास सापडावयाची नाही, तिच्याभोवती सुदर्शन फिरत आहे, पृथ्वी शेषावर आहे, ग्रहणात राहू चंद्रास खातो, हिंदुस्थान एवढीच पृथ्वी, ब्राह्मण सर्व जगात श्रेष्ठ असून ते भूदेव आहेत. ज्या काही विद्या आहेत त्या शास्त्रात व पुराणांतच आहेत व शास्त्रे ब्राह्मणांखेरीज कोणी वाचू नयेत, या प्रकारचे भूगोलाविषयीचे अज्ञान पुराणांच्या पारायणामुळे निर्माण झाले होते.

धार्मिक अज्ञान वाढविण्यास पुराणांप्रमाणेच अनेक तीर्थ महात्म्ये, देवी महात्म्य इ. कारण होते. कोणी करवीर महात्म्य, कावेरी महात्म्य, शालीवाहन-चरित्र, नाशिक महात्म्य, अग्निपुराण, गणपतीपुराण, इ. चे देवांप्रमाणे वर्णने त्यात होती.

त्याचप्रमाणे अनेक व्रतमहात्म्ये यासाठी कोणी सोमवारी, कोणी मंगळवारी असा सर्वच दिवशी कोणते तरी व्रतमाहात्म्य वाचण्याची प्रथा, पुराणांमध्ये व या व्रतमहात्म्यांमध्ये अमुक एक दिवशी व्रत केल्याने अमुक प्रकारचे फळ मिळते असे वर्णन असे त्याचेच अनुकरण प्रामुख्याने बायका व त्यांना असे सांगणारे पुरुष पंडित होते.

'काही ग्रंथ एवढे निरर्थक होते की, देवपूजेच्या पद्धतीव्यतिरिक्त इतर निरुपयोगी संस्कारही वर्णन केले होते.'[२८] या ग्रंथांवरून तत्कालीन धर्मसंबंधी अज्ञानच दिसून येते.

तत्कालीन पुराणोक्त व्रत, वैकल्ये, महात्म्ये व अनुष्ठाने करण्यास पैशांची आवश्यकता होती. श्रीमंत लोक याप्रकारचे धार्मिक आचार करण्यास पात्र होते. यामुळे पैशाशिवाय ईश्वरप्राप्ती होत नाही, जे द्रव्यवान आहेत तेच धर्म करून देवाजवळ जातात असे मत प्रचलित होते.

पुराणात मंदिर बांधण्याचे फार पुण्य आहे असे सांगितले असल्यामुळे श्रीमंत लोक आपला पैसा लोकोपयोगी कामाकरिता न देता छोटी मोठी देवळे बांधून त्यात आपल्या श्रीमंतीनुसार नाचगाण्याचा कार्यक्रम ठेवत असे, यामुळे देव व त्याची भक्ती यासंबंधीचा पवित्रपणा, अंत:करणातील दयाभाव, नीती, ज्ञान नष्ट झाले होते. लोकहितवादी म्हणतात, 'हिंदू लोकांचे देवळात पाहा. कसबिणी बिराडास असतात.'[२९] अशाप्रकारे देवळांची व्यवस्था व धर्माची अवस्था होती. ईश्वर व आपले कर्तव्य विसरून आपल्या स्वार्थसाधू इच्छापूर्तीसाठी आपल्या मनास वाटेल ते आचार धर्माच्या नावाखाली गोवले गेले होते.

काही हिंदू शास्त्रांमध्ये रोग उत्पत्तीचे कारण व त्याचे निरसन याच्यासंबंधी जे लिहिले होते त्याचा विज्ञानशास्त्राशी व औषधोपचाराशी काहीच संबंध नव्हता.

'ज्ञानोदया'मध्ये 'हिंदुशास्त्रात सांगितलेली रोगोत्पत्ति होण्याची कारणे व त्यांचे निरसन कर्मविपाक' या लेखात यासंबंधीची माहिती दिली आहे. यात हिंदू धर्मशास्त्रानुसार कर्मविपाक म्हणजे पूर्वजन्मी केलेल्या पाप कर्माचे परिणामभूत दुसरे जन्मी रोग उत्पन्न होतात. त्यांचे निरसन करण्याचे काही उपाय पुढीलप्रमाणे होते- देवपूजा, शांति, जप, दान, ब्राह्मणभोजन व औषधे इ. ब्रह्महत्येने क्षयरोग होतो, त्यास मृत्युंजयाचे अनुष्ठान, शिवपूजा, तुळा, नित्य सुवर्णदान ही करावी. शिवालय मोडिले, धनधान्य हरण केले, दुसऱ्याची मानहानी केली व अन्याय नसता दंड केला तर, पंडुरोग व कावीळ होते. 'कथा श्रवण न केली तर कणीचे मुळास रोग होतो. त्यास पंचगव्य द्यावे. दुसऱ्याचे द्रव व स्त्रियांचे हरण केले व निंदा केली तर नेत्ररोग होतो. त्याने चांद्रायण प्रायश्चित्त करावे.'[३०] याप्रकारे सर्वच रोगांची कारणेही मागील किंवा या जन्मातील वाईट कर्मामुळेच सांगितली असून, त्यावर उपाय अनेक प्रकारचे दानधर्म, अनुष्ठाने, देवपूजा वगैरे शास्त्रात सांगितली होती. यावरून या रोगांची शास्त्रीय कारणे न शोधता व औषधोपचारापेक्षा या प्रकारच्या धर्म करण्यानेच रोगाचे निरसन होईल अशी अंधश्रद्धा तत्कालीन समाजात मोठ्या प्रमाणावर होती असे दिसून येते.

शास्त्राज्ञा व स्त्रियांची दुर्दशा

स्त्री पुरुषाची अर्धांगिनी असते. समाजाची उन्नत अवस्था पाहावयाची असल्यास त्यात स्त्री व पुरुष दोन्हीही सुशिक्षण, समान अधिकार, स्वतंत्रता इ. बाबतीत तुल्यबळ असले पाहिजेत. कुटुंबाची सुव्यवस्थाही पुरुषाप्रमाणे स्त्रियांवरही तेवढ्याच प्रमाणात अवलंबित असते, कारण घरातील बालकाला सुशिक्षा देण्याचे काम माताच प्रामुख्याने करीत असते. यामुळे व्यक्तीचा विकास हा तिच्या मातेने बालपणी दिलेल्या शिक्षणानेही मुख्यतः होत असतो. तात्पर्य, समाजाच्या उन्नत अवस्थेत स्त्रियांची सुस्थिती असणे आवश्यक असते.

परंतु १९ व्या शतकापर्यंत हिंदू स्त्रियांची मात्र दुर्दशा झाली होती. याला कारण तत्कालीन बालविवाहाची रूढी, सती पुनर्विवाहावर असलेला प्रतिबंध व विधवांवर लादलेली विरक्त जीवनाची सक्ती इ. प्रथा होत्या. या प्रथा प्रचलित होण्यास हिंदू धर्मातील शास्त्राज्ञा आहेत असे मानले जात होते.

सतीसारखी निर्दयी व 'क्रूरता' शब्दालाही लाजविणाऱ्या चालीचे पालन करणे म्हणजे 'धर्म' पाळणे असे समजले जात होते. ही चाल विशेषतः बंगाल प्रांतांत व महाराष्ट्रातील पुण्यासारख्या शहरात प्रामुख्याने प्रचलित होती. ब्राह्मण व क्षत्रिय वर्गात या चालीला विशेष प्रतिष्ठा होती. पतीचा मृत्यू झाल्यावर तरुण, वृद्ध सर्वच वयांतील स्त्रियांनी त्याच्या चितेवर जाळून घेणे आवश्यक होते. ती स्त्री चितेवरून पळून जर

जाण्याचा प्रयत्न करील तर तिला ओल्या बांबूंनी त्या चितेमध्ये दाबून धरले जात असे, तिच्या आर्त किंकाळ्या ऐकू जाऊ नयेत म्हणून वाद्ये वाजविली जात. काहींना दारू पाजली जात असे. अशी अघोरी प्रथा ही धार्मिक आहे असे मानले जात असे. राजा राममोहन रॉय यांनी बंगालमधील सनातन्यांशी धार्मिक वाद करून मोठा संघर्ष केला. या प्रथेला वेदांमध्ये किंवा इतर शास्त्रांमध्ये स्थान नाही. ज्या शास्त्रांमध्ये या प्रथेचा उल्लेख आहे किंवा ही प्रथा पार पाडावी असे जरी म्हटले असले तरी ती आवश्यक नसून ऐच्छिक असल्याचे त्यांनी सिद्ध केले.

इंग्रज सरकारनेही या प्रथेला पायबंद घालण्यासाठी शतकभर प्रयत्न केला, परंतु ते कायद्याने या चालीचे पूर्णपणे उच्चाटन करू शकले नाहीत, परंतु राजा राममोहन रॉय यांनी ही प्रथा धार्मिक नाही असे अनेक पत्रकांवरून, वादविवादांवरून सिद्ध केले होते, यामुळे सरकारला याचा मोठाच आधार झाला व लॉर्ड विलीयम बेंटीक यांनी ही प्रथा १८२९ मध्ये कायद्याने बंद केली.

बालविवाह

बालविवाहाची प्रथा ही स्त्रियांच्या दुर्दशेस प्रामुख्याने कारणीभूत होती. सरकारने जरी 'सती' कायद्याने प्रतिबंधित केली, तथापि बालविवाहांमुळे स्त्रियांच्या वाटेला आलेले दुर्दैव समाजाच्या अवनतीस मोठ्या प्रमाणात कारणीभूत झाले होते. बालवयात विवाह झाल्यावर बालवयातच देवी, गोवर, जरीमरी इ. रोगांनी त्यांचा पती मृत झाला तर त्यांना जन्मापर्यंत विधवा राहावे लागे व विधवांचे जीवनभर हाल हे जनावरांपेक्षाही जास्तच होते.

बालविवाह करणे ही शास्त्राज्ञा आहे असे मानत. पाराशर स्मृती, मनुस्मृती, शीघ्रबोध या सारख्या शास्त्रांमध्ये मुलीचे आठ वय हे विवाहासाठी उत्तम सांगितले होते, यामुळे आठव्या वर्षी किंवा दहा वयाच्या आत मुलीचा विवाह करणे आवश्यक बनले होते. मुलगी आई-वडिलांच्या घरीच ऋतुप्राप्त झाली तर ते नरकात जातील असा समज होता.

लोकहितवादींनी अशा अविचारी धर्मशास्त्रांच्या कायद्याविरुद्ध अनेक पत्रांमध्ये आपले विरोधी मत प्रकट केले आहे.

न्या. रानडेंनीही 'The Sutra And Smriti Texts on The Age of Hindu Marriage' या संशोधन निबंधात स्मृतीशास्त्रकारांच्या बालविवाहासंबंधी मताचे स्पष्टीकरण दिले आहे. यावरून वैदिक काळात स्त्रियांचे तरुण वयात व स्वयंवर पद्धतीने विवाह होत होते. महाभारत, रामायण काळात यानंतरही तरुण वयातच विवाह करण्याची प्रथा होती. परंतु स्मृती ग्रंथ ज्यावेळेस लिहिले गेले, त्यावेळेस मात्र

स्त्रियांच्या स्वातंत्र्यावर मर्यादा येऊन बालवयातच विवाह करण्याच्या आज्ञा काही ऋषिंनी लिहून ठेवल्या. परंतु सर्वच स्मृतीग्रंथशास्त्रांनी बालवयात विवाह करण्याची शिफारस केली नव्हती. तरीही काही स्मृतीकारांनी लिहिलेल्या आज्ञांवरून मात्र बालविवाहाची पद्धत रूढ होती. बालविवाहाच्या शिफारस करणाऱ्या शास्त्रकारांची मते काय होती, हे न्या. रानडेंनी स्पष्ट केले आहे. यावरून 'बृहस्पती या ऋषिच्या मते, तीस वर्षाच्या पुरुषाने वय वर्षे दहा असलेल्या कन्येशी विवाह करावा असे म्हटले होते.'[३१] याच ऋषिच्या ग्रंथात एके ठिकाणी वीस वर्षाच्या पुरुषाने सोळा वर्षाच्या मुलीशी विवाह करावा असेही म्हटले आहे. मनु व यम या ग्रंथकारांनी तीस वयाच्या पुरुषाने कन्येशी विवाह करावा असे म्हटले आहे. दिवाला नावाच्या शास्त्रकाराने अठरा वर्षाच्या तरुणाने सात वर्षाच्या कन्येशी विवाह करावा असे म्हटले होते.

अश्वलायन या ऋषिने पंचवीस वय असलेल्या द्विजाने आठ वर्षाच्या कन्येशी विवाह करावा. तीस वयापेक्षा कमी असलेल्या पुरुषाने 'रोहिणी' म्हणजे नऊ वर्षाच्या कन्येशी विवाह करावा आणि दहाव्या वर्षानंतर मुलगी ही 'गांधारी' म्हणून ओळखली जाते. ज्याला जास्त आयुष्य उपभोगायचे आहे त्याने अशा कन्येशी तिला ऋतुप्राप्त होण्यापूर्वी विवाह करावा असे म्हटले होते. गौतम, याज्ञवल्क्य, दक्ष इ. शास्त्रकारांनी मात्र वेदाध्ययन पूर्ण झाल्यावर म्हणजे पंचवीस वय पूर्ण झाल्यावर गृहस्थाश्रमाचा स्वीकार करण्याची आज्ञा केली होती.

अशाप्रकारे स्मृतीशास्त्रकारांनी विवाहाचा कायदा बनविताना बालवयात विवाह करण्याची व काहींनी आपले शिक्षण म्हणजे वेदाध्ययन पूर्ण झाल्यावर विवाह करण्याची शिफारस केली होती.

परंतु तत्कालीन हिंदू लोक ज्या शास्त्रांच्या आज्ञा मानत त्या म्हणजे वरीलप्रमाणे बालविवाहाची आज्ञा करणाऱ्या शास्त्रकारांच्याच होत. न्या रानडे स्मृती ग्रंथातील या आज्ञांविषयी म्हणतात, 'To come next to the Smriti texts, there is no doubt, that when these texts were written. There was a revuision of feeling, and it was generally regarded as a matter of necessity that no girl should remain unmarried, if the parent could help it, after twelve or before puberty.'[३२]

अशाप्रकारे स्मृतींचा काळ फार मागे गेला तरी हिंदू लोक अन्यायी व अनर्थ करण्याऱ्या या बालविवाहाच्या शास्त्रांनी दिलेल्या आज्ञांचा भंग करण्यास तयार नव्हते. अनेक शतकांपासून या प्रथेला ते चिकटून होते.

परंतु बालविवाहाच्या या प्रथेने स्त्री जातीचे जीवन हे अंधकारमय बनविले होते. याचा परिणाम सर्वच हिंदू समाजाला भोगावा लागत होता, परंतु लोक ही प्रथा

सोडण्यास तयार नव्हते. या प्रथेमुळे स्त्रियांचे जीवन किती दु:खी बनले होते याचे हृदयद्रावक वर्णन लोकहितवादी, म. फुले, स्वामी दयानंद सरस्वती, गो. ग. आगरकर यासारख्या अनेक सुधारकांनी आपल्या लेखांमध्ये केले आहे.

या धर्मशास्त्रांच्या आज्ञांमुळे अज्ञानी व गरीब लोक मरणासन्न पुरुषास देखील आपली नऊ-दहा वर्षाची मुलगी विवाह करून देत. 'पन्नास-साठ वर्षांचे पुरुष मरणोन्मुख व गंतुकाम झाले तरी तरुण स्त्री करावयाची इच्छा करतात व आर्जवी जोशी त्यांस सांगतात की, अमकी मुलगी करा, तिचे जातकांत वैधव्य नाही व तुमचे आयुष्य शहाण्णव वर्षे आहे असे हे जोशी नादी लावून मुलीचा घात करतात. असल्या कर्मास काय म्हणावे? त्या लग्न करणाऱ्यास, मुलींचा विक्रय करणाऱ्यास व भटास धि:कार असो.'[३३]

गरीब लोकांप्रमाणेच श्रीमंत व प्रतिष्ठित लोकांनाही रूढीमुळे आपला मुलगा किंवा मुलगी सात-आठ वर्षाचे झाल्यावर लगेच काळजी उत्पन्न होत असे की, आपल्या मुलाचे किंवा मुलीचे लग्न लवकर कसे होईल याचा विचार करून आपल्या मुलीचे सातव्या-आठव्या वर्षीच विवाह करीत. यामुळे जे विद्या शिकण्याचे, खेळण्याचे वय ते सासरी राहण्यात व हाल सोसण्यात जात असे.

गरीब लोक मोठे कर्ज काढून आपल्या मुलीचा विवाह करीत, परंतु त्यामुळे तिला सुख न मिळता दु:खच वाट्याला येत असे. म. फुले यांनी मलबारींच्या बालविवाहासंबंधी टिपणांवर आपली प्रतिक्रिया देताना लहान मुलींच्या या सासुरवासाचे वर्णन केले आहे. यानुसार विवाह काळात एखादी छोटीशी घडलेली चूक ही त्यामुळे जीवनभर छळण्यास पुरेशी होत असे. विवाहानंतर त्या मुलीच्या कुटुंबामध्ये एखादा छोटासा दोषही आढळला तरी त्या निष्पाप मुलीला घरातल्या घरात जातीबाह्य केल्यासारखे वर्तन करत असत. मुलगी जर तिच्या विवाहित पतिपेक्षा वयाने थोडी मोठी असल्यास तिला संपूर्ण जेवण, व्यवस्थित कपडे दिले जात नसत किंवा तिचे 'आई-वडील श्रीमंत असल्यास त्यांच्याकडेही राहू दिले जात नसे. सासरकडची मंडळी गरीब असल्यास त्या लहान वयातील सुनेला पुरेसे जेवणही दिले जात नसे. यामुळे तिची नैसर्गिक वाढ थांबत असे, तसेच घरातील रात्र व दिवसाचे काम तिच्यावरच पडत असे. अशाप्रकारचे काम म्हणजे अमेरिकेतील गुलामापेक्षाही जास्त असल्याचे म. फुले यांनी म्हटले आहे.'[३४]

या छळामुळे तिला आत्महत्या करण्याशिवाय दुसरा पर्याय उरत नसे. असे प्रकरण गावचा पाटील, कुलकर्णी व पोलीस यांना लाच देऊन दडपून टाकत असल्याचेही त्यांनी नमूद केले आहे. धूर्त व निर्दयी शास्त्रकारांनी या प्रकारचे दुष्ट कायद्याचे धर्मशास्त्र लिहिले असल्याचे त्यांनी अनेक ठिकाणी म्हटले आहे.

अशा प्रकारच्या बालविवाहाने सर्व देशावरच विपरीत परिणाम होतो व तो उन्नत दशेत जाऊ शकत नाही असे स्वामी दयानंदांनी बालविवाहाचा निषेध करताना म्हटले आहे. त्यांच्या मते, मुलीच्या वयाच्या सोळाव्या वर्षापासून चोविसाव्या वर्षापर्यंत आणि पुरुषाच्या पंचविसाव्या वर्षापासून अठ्ठेचाळीसाव्या वर्षापर्यंतचा काळ विवाहाच्या दृष्टीने उत्तम होय. परंतु याउलट बालविवाह केल्याने सर्वच बिघाड होत असल्याचे त्यांनी पुढील शब्दात वर्णन केले आहे. 'याउलट ज्या देशातील मुले ब्रह्मचर्याचे पालन करीत नाहीत, विद्याभ्यासाकडे लक्ष देत नाहीत आणि बालपणी व अयोग्य स्त्रीपुरुषांचे विवाह होतात तो देश दु:खात बुडून जातो, कारण ब्रह्मचर्य पालन व विद्याभ्यास केल्यानंतर लग्न करण्याची सुधारणा अमलात आल्यास सर्व गोष्टींत सुधारणा घडून येते. तसे झाले नाही तर सर्व बिघाड होत असतो.'[३५] अशाप्रकारे बालविवाहाचा कशाप्रकारे दुष्परिणाम होतो याचे वर्णन स्वामी दयानंदांनी वरीलप्रमाणे केले आहे. स्वामी दयानंदांसारख्या धर्मसुधारकांनी बालविवाहाची आज्ञा करणारे श्लोक हे काही मतलबी, धूर्त व निर्दयी ग्रंथकारांनी मागावून या स्मृतींमध्ये घातले असल्याचे सांगून बालविवाह कसे निरर्थक आहेत हेही सांगितले. सोळाव्या वर्षानंतर स्त्रीच्या गर्भाशयाची पूर्ण वाढ होते व तिचे शरीर बलवान होते आणि पुरुषाचे शरीर चोवीस वर्षानंतर सुदृढ होऊन त्याचे वीर्य परिपक्व होते, म्हणून अशा स्त्रीपुरुषांची संतती उत्तम होते. आठ वर्षे वयाच्या मुलीला संतती होणे असंभव असते, म्हणून पराशर व इतर विद्वान ऋषी आठव्या वर्षी विवाह करण्याची आज्ञा देऊ शकत नाहीत. तर त्यांच्या नावाने दुसऱ्यानेच याप्रकारे अविचारी व स्त्रियांना दु:खात टाकणारे श्लोक निर्माण केले असे स्वामी दयानंदांनी म्हटले आहे. पराशर वगैरेच्या नावांनी तुम्ही उद्‌धृत केलेले श्लोक कोणीतरी रचलेले आहेत, म्हणून असल्या श्लोकांचा आधार घेणे सोडून वेदांनाच प्रमाण माना आणि त्याप्रमाणे सर्व कामे करा. वास्तविक मनुसारख्या शास्त्रकारांनी ऋतुप्राप्तीनंतर तीन वर्षांनी विवाह केला तरी चालेल किंवा योग्य वर मिळाला नाही तर जन्मभर अविवाहित राहण्यास हरकत नाही असेही लिहिले आहे, परंतु लोक या आज्ञांकडे दुर्लक्ष करतात असेही स्वामीजींनी सांगितले आहे.

लोकहितवादींनीही तत्कालीन लोक बालविवाहाच्याच शास्त्र आज्ञेचे पालन करतात. परंतु काही शास्त्र आज्ञा प्रौढ वयातील विवाहाची शिफारस करणाऱ्या आहेत. त्या मात्र कटाक्षाने पालन करण्याचे टाळतात असे म्हटले आहे. 'पाच वर्षांपासून पंधरा वर्षांपर्यंत कन्येचा पुनर्विवाह करावा म्हणून शास्त्राज्ञा आहे, परंतु ती देखील मानत नाहीत. शास्त्राज्ञा आहे ती झाकून ठेवितात, हा केवढा अनर्थ आहे.'[३६]

बालविवाहाच्या प्रथेमुळे कुटुंबावर किती दुष्परिणाम होतो याचे वर्णन

लोकहितवादींनी शतपत्रांमध्ये केले आहे. मुलींवरच नाही तर, मुलांवरही याचा दुष्परिणाम होत असे. जो विद्या करण्याचा काळ व ज्या वयात शरीर बळकट करायचे त्या वयात पुत्र संसारी व बऱ्याच वेळा रोगीष्ट मुलाबाळांचा धनी होत असे, मग विद्याही अपूर्ण राही व शरीरात जोमही उत्पन्न होण्यास कठीण असे. त्याच वयात मुलास यौवन पूर्णपणे प्राप्त होण्याच्या आधीच तो स्त्री विषयाने लुब्ध होऊन त्यास दुर्गुण आणि अपौरुषत्व प्राप्त होत असे. यामुळे भ्रष्ट आचरणाचा एक दोष स्त्री पुरुषांमध्ये निर्माण होत असे. यामुळे नीती धर्माचे पालन करून आपल्या कुटुंबाचे पालन पोषण करणे अशक्य बनले होते.

यामुळेच तत्कालीन सुधारकांनी समाजाच्या अवनीतीस शास्त्र आज्ञेने रूढ असलेल्या बालविवाहाची प्रथाच कारणीभूत असल्याचे मानले होते. यासंबंधीचा उल्लेख विष्णूशास्त्री चिपळूणकरांनी आपल्या 'आमच्या देशाची स्थिती' या निबंधात केला आहे, 'आमच्या देशास दैन्य प्राप्त होण्याची दुसरी एक मोठी उपपत्ति पुष्कळ पंडितांच्या तोंडून अशी येते की, आमच्यात बालविवाह शास्त्रोक्त आहे हे आम्ही दुर्बळ होण्यास कारण झाले आहे.'[३७]

यावरून लोकहितवादी, म. फुले, न्या. रानडे, विष्णूशास्त्री पंडित, आगरकर, स्वामी दयानंद सरस्वती यांनी आपल्या चळवळीद्वारे बालविवाहाचा निषेध करून या प्रकारची विवाह पद्धत अशास्त्र आहे. कारण वेद हे हिंदू धर्माचे आद्य ग्रंथ असून वेदांमध्ये व वैदिक काळात या प्रकारची मूर्ख व स्त्रियांवर अन्याय करणारी पद्धत रूढ नव्हती असे वेळोवेळी प्रतिपादन करावे लागले.

पुनर्विवाहाच्या प्रतिबंधाची शास्त्राज्ञा आणि विधवांची दुर्दशा

स्त्रियांनी कायम पुरुषांच्या स्वाधीन रहावे म्हणून स्त्रियांना शिक्षण न देऊन अज्ञानात ठेवण्याचा व त्यांच्यावर अनेक बंधने टाकण्यासाठीच स्वार्थसाधूंनी अवघड शास्त्र केले असे लोकहितवादींनी म्हटले आहे. 'स्त्रीने सती जावे, नाही तर पुनर्विवाह तरी करू नये, विधवा जन्मापर्यंत असावे व विद्रूप व्हावे, अलंकारशून्य असावे व दोनदा जेवू नये. याचे तात्पर्य पाहाल, तर (एक) पुनर्विवाह करू नये. या आपले हितार्थ ब्राह्मणांनी शास्त्र केले व त्यापासून हे सर्व उत्पन्न झाले. पुन्हा लग्न करू नये म्हटले, तेव्हा अर्थातच स्त्रिया व्यभिचार करतील. पण त्यास वरण्यास कोणा पुरुषाची इच्छा होऊ नये म्हणून केस काढून बोडक्या करण्याचे शास्त्र केले.'[३८] असे विश्लेषण लोकहितवादींनी पुनर्विवाहाचा प्रतिबंध करणाऱ्या शास्त्रज्ञांना उद्देशून केले. यावरून काही धर्मशास्त्रज्ञांच्या आज्ञा ह्या पुनर्विवाहाला प्रतिबंध करणाऱ्या होत्या असे स्पष्ट दिसते.

बालविवाहाच्या प्रथेमुळे व वृद्ध-बालिका विवाह होण्याचे प्रकार होत असल्यामुळे विधवांची संख्या मोठ्या प्रमाणात होती. अनेक शास्त्रकारांनी स्त्री विधवा झाल्यास कशाप्रकारे विरक्त जीवन जगावे याचे नियम सांगितले होते.

काही स्मृती व पुराण ग्रंथांमध्ये विधवांनी कलियुगात विवाह करणे निषिद्ध आहे असे सांगितले होते. यात मनुस्मृती, क्रतु, आदि पुराण, बृहन नारदीय पुराण, आदित्य पुराण, ब्रह्म पुराण इ. होते. न्या. रानडेंनी यासंबंधीचा संदर्भ पुढीलप्रमाणे दिला आहे. 'बृहन नारदीय पुराण - एकदा विवाहित केलेल्या कन्येचा पुन्हा विवाह करून दान करणे कलियुगात निषिद्ध आहे.'[३९]

वास्तविक मनुस्मृतीत परस्परविरोधी मते पुनर्विवाहाविषयी दिली होती. त्याचप्रकारे वसिष्ठ, प्रजापती नारद, शतपथ, कात्यायन, यांनी काही अटींवर पुनर्विवाहाची आज्ञा दिली आहे. उदा. विवाह झाला असेल, परंतु तिचा पतीबरोबर कधीच समागम झाला नसेल, तिचा पतीने त्याग केला असेल, तिचा पती पतित असेल, तो परगावी गेला असता अनेक वर्षे त्याचा शोधच लागला नसेल तर अशा स्थितीत स्त्री दुसरा विवाह करू शकते. अशी आज्ञा या शास्त्रकर्त्यांची होती, परंतु तरीही त्यांच्या शास्त्र आज्ञा न मानता ज्या शास्त्रकर्त्यांनी पुनर्विवाह निषिद्ध सांगितला होता, त्यांच्याच आज्ञा पाळण्याचा तत्कालीन लोकांचा प्रघात होता.

पुनर्विवाह प्रतिबंधाची शास्त्राज्ञा किती अंधपणाने व अज्ञानाच्या जोरामुळे पाळली जात होती हे लोकहितवादी, म. फुले, ईश्वरचंद्र विद्यासागर यांनी दिलेल्या उदाहरणांवरून दिसून येते.

ईश्वरचंद्र विद्यासागर यांनी असे म्हटले आहे की, जी मुलगी अतिशय लहान बाळ आहे, तिला चालता, बोलता येत नाही अशी मुलगी विधवा झाली तरी तिला पुनर्विवाहाचा अधिकार नव्हता. या अन्यायास काय म्हणावे? अशी विधवा मुलगी पाहून तिच्या आई-वडिलांना आपल्या मुलीचे दुःख पाहून ही मेली तर चांगले होईल असेच वाटत असे, कारण विधवा म्हटले म्हणजे तिचा पुन्हा विवाह होऊ शकत नव्हता. तिला तिचे संपूर्ण आयुष्य कोणाच्या तरी आश्रयांवर काढणे भाग होते. तिला म्हणत ही रडकी मुंडकी हिला दही-तूप नकोत, अंगावर दागिने नको, अंगावर चांगले वस्त्र नको व तिने सर्व दिवसभर काम मात्र करावे, कडक उपवास करावेत व रोजचे जेवण मात्र एक वाटी आणि एक वेळीच घ्यावे.

एका विधवा बाईने विधवांचे वर्णन पुढीलप्रमाणे केले होते, 'पतीचे प्राणोत्क्रमण झाले म्हणजे त्याच्या पत्नीसही जणू काय यमाचे दूत नेण्यास आले आहेत. तिला तिच्या नातलगांपैकी कोणी स्पर्श करीत नाहीत. तिच्या अंगावरील अलंकार, भूषणे

उतरण्याकरिता न्हाव्याच्या बायका ह्या कामासाठी तयार ठेविलेल्या असतात. त्या तीन पासून सहापर्यंत असतात. नवऱ्याचा जीव गेल्याबरोबर त्या डांखिणी तिच्या अंगावर घसरून तिच्या नाका-कानातील डागिने बुचाडून काढू लागतात. अशा घाईत कधीकधी नाकाकानाच्या अस्थि तुटतात. तसेच वेणीत गोवलेले डागिने काढताना केशाचे बुचके उपटतात. जर हातात सोन्याच्या किंवा चांदीच्या बांगड्या वगैरे असल्या तर त्या एकामागून एक काढण्यापुरत्या या निर्दय बायकांस धीर नसतो, त्या तिचा हात जमिनीवर ठेवून धोंड्याने ते डागिने तुटून दोन तुकडे होतपर्यंत ठेचतात. अशा धांदलीत त्या बिचारीच्या हातास दुखापत होते. अहो! जी सहा-सात वर्षांची मुलगी, जिला नवरा म्हणजे काय हे दखील ठाऊक नसते. तिजवर प्रसंग आला असता ह्या पाषाणहृदयी बायका तिचे असे हालहाल करितात!'[४०]

अशा प्रकारे विधवेवर दुःखाचा डोंगर कोसळला असता तिच्यांवर तिचे नातेवाईक निर्दयतेने वागत. तिची सावली ते अंगावर पडू न देता तिचे दागिने मात्र न्हाव्याच्या बायकांकडून ओरबाडून काढीत. या स्त्रिया प्रेत दहनाच्या वेळी तिला ओढीत ताणीत चालवत. प्रेत दहनाच्यावेळी तिला नदीत ढकलून देत. पाणी कितीही बर्फासारखे असले तरी प्रेत जाळून राख होईपर्यंत व सर्व लोक स्नान करून आपआपली वस्त्रे सुकवीपर्यंत तेथेच पडून राहावे लागत असे. घरी आणतेवेळी तिला फरफटीत ओढीत असत. अशावेळी तिला तहान लागली तरी पाणी मागता येत नसे. तसे केल्यास तिची अब्रू जात असे, कारण जी साध्वी स्त्री असते, ती सती जाते व जी स्त्री पतीबरोबर जात नाही ती पापिनी असते. अशा स्वरूपाचे मत याज्ञवल्क्यासारख्या स्मृतीकारांनी दिले होते. ताराबाई शिंदे यांनीही आपल्या 'स्त्रीपुरुष तुलना' या पुस्तकात पुनर्विवाहावर बंदी असल्यामुळे स्त्रियांची कशाप्रकारे दुर्दशा झाली होती याचे वर्णन पुढील शब्दात केले आहे, 'कित्येक ठिकाणी सर्वच बायका बोडक्या झाल्या, त्यांचा बाजार पाहण्याला कोणीच नाही तेव्हा तुम्ही तेथे टोळासारिखे पडून सफई सत्यानास करून सोडलात. अरे, ज्यांच्या पायाला माती लागत नव्हती, अशा राजेरजवाड्यांच्या राजांगनासारख्या रूपवती होत्या; पण या तुमच्या अधाशी मतलबामुळे त्या भिकेस मिळून देशोधडी लागल्या. तेच त्यांना दुसऱ्याने लग्न करण्याची मोकळीक असती तर अशी त्यांची दुर्दशा होती का? कधी न होती.'[४१] अशाप्रकारे विधवांच्या पुनर्विवाहावर हिंदू धर्मशास्त्रांनी बंदी घातल्यामुळे त्यांचे जीवन कशाप्रकारे उद्ध्वस्त झाले होते याचे वर्णन अनेक तत्कालीन पुस्तकांमध्ये दिसून येते.

जनावरांवर देखील दया दाखविणारे हिंदू, विधवांच्या स्थितीविषयी मात्र निर्दयी बनले होते. त्यांचे जीवन व्यर्थ व दुःखी बनले होते, परंतु तत्कालीन सनातनी शास्त्री,

पंडितांना या प्रथेत बदल करून पुनर्विवाह चालू करण्याची सूचना मान्य नव्हती. असे केल्याने धर्मोल्लंघन होईल अशी त्यांची अंध समजूत होती. परंपरा, चाली, प्रथा यांचे पालन करणे हाच त्यांचा धर्म होता. असा धर्म मोडण्यास ते तयार नव्हते, म्हणून या जुन्या शास्त्री पंडितांकडून सुधारणा होणे शक्य नाही, परंतु नवीन पिढीने तरी विधवांची दयनीय स्थिती त्या गुन्हेगार नसतानाही होती, ती जाणून पुनर्विवाहाची चाल सुरू करावी असे लोकहितवादींनी आपल्या अनेक पत्रांत म्हटले आहे. विधवांची स्थिती त्यांच्या शब्दांतूनच पूर्णपणे समजू शकते.

त्यांच्यावर होणाऱ्या या अन्यायामुळे विधवांना गुलामांपेक्षाही हीन वागणूक दिली जात होती. त्यांचे आयुष्य व्यर्थ होते. हा कलंक सर्व हिंदू समाजावरच होता. त्यांचे दुर्दैव संपुष्टात आणण्यासाठीच महाराष्ट्रात व बंगालमध्ये लोकहितवादी, म. फुले, पंडित ईश्वरचंद्र विद्यासागर, विष्णूशास्त्री पंडित, न्या. रानडे, डॉ. भांडारकर, गो. ग. आगरकर यांनी धर्मसुधारणेचे विशेष प्रयत्न केले.

शूद्रांची स्थिती

१९ व्या शतकापर्यंत शूद्रांची स्थिती दयनीय झाली होती. वेदग्रंथांमध्ये शूद्र जातीचा उल्लेख नाही. ऋग्वेदाच्या शेवटच्या मंडलातील पुरुष सूक्तात चार वर्णांचा उल्लेख आहे, परंतु जातीव्यवस्था का व कशी निर्माण झाली याची निश्चित माहिती मिळत नाही.

तथापि, हिंदू धर्मग्रंथांमध्ये ईश्वराच्या मुखापासून ब्राह्मण, बाहूपासून क्षत्रिय, उदरातून वैश्य व पायांपासून शूद्र उत्पन्न झाले असे म्हटले आहे. यानुसार शूद्रांचे कर्म म्हणजे वरील तीन वर्गांची सेवा करणे.

स्मृती काळात मात्र शूद्रांवर धर्मशास्त्रांनी अनेक अन्यायकारक बंधने टाकणारे शास्त्र लिहिले. यात मनुस्मृती मुख्य होती असे दिसते. शूद्रांसाठी कोणतेही विशेष कार्य न करणाऱ्या ब्राह्म समाजाला प्रश्न विचारण्याच्या उद्देशाने म. फुले यासंबंधी 'सत्सार' अंक १ मध्ये म्हणतात, 'मुख, बाहू, जांग आणि पद यापासून ब्राह्मण, क्षत्रिय, वैश्य आणि शूद्रास जन्म देणारे ब्रह्म म्हणावे किंवा अति लाजिरवाण्या पक्षपाती ग्रंथ करणाऱ्या मनूस जन्म देणाऱ्यास ब्रह्म म्हणावे, अथवा तुमच्यातील कित्येक तर्कबाजांनी या सर्व सृष्टी उत्पन्नकर्त्या आदि कारणास दिलेले ब्रह्म नाव म्हणावे. यातून तुम्हा ब्राह्म समाजाचे खास ब्रह्म कोणते हे तरी एकदाचे कळू द्या.'[४२] यावरून मनुस्मृती व इतर धर्म ग्रंथांमध्ये शूद्रांना पशुप्रमाणे वागणूक द्यावी, इतर सामान्य माणसाप्रमाणे त्यांच्याशी वर्तन ठेवू नये. अशाप्रकारे उपदेश केलेला होता असे दिसते.

महाराष्ट्रात मांग आणि महार या अतिशूद्र जाती मानल्या गेल्या. यामुळे या जातींना धर्माच्या नावाखाली सामान्य माणसाचे अधिकार नाकारले गेले. त्यांनी फक्त

गुलामांप्रमाणे काम करावे अशी व्यवस्था होती. म. फुले त्यांच्या स्थितीविषयी म्हणतात, त्यांची व अमेरिकन गुलामांची अवस्था एकसारखीच होती. 'त्यांच्यामध्ये व वरच्या गुलामांमध्ये इतकेच अंतर आहे की, पहिल्यास भट लोकांनी जिंकून गुलाम केले व दुसऱ्यांस दुष्ट लोकांनी एकाएकी जुलमाने धरून गुलाम केले. बाकी सर्व अंशी ते त्यांच्याशी मिळतात. त्यांच्या स्थितीमध्ये व गुलामांचे स्थितीमध्ये तिळमात्र भेद नाही.'[४३]

उघडपणे जातिभेद करून शूद्रावर अन्याय करणाऱ्या व्यवस्थेत त्यांना कोणतेही धार्मिक ग्रंथ अध्ययन करण्याचा अधिकार नव्हता, यामुळे त्यांनी शिक्षण घेऊ नये अशी व्यवस्था केली होती. त्यांचा टोकाचा द्वेष केला जात असे. त्यांना अस्पृश्य मानले गेले. यामुळे त्यांना सार्वजनिक विहिरीवर पिण्याचे पाणी देखील भरण्याचा अधिकार नव्हता. त्यांना पाल, मांजर किंवा एखाद्या सरपटणाऱ्या प्राण्याएवढीच किंमत दिली जात होती. धर्मशास्त्रामध्ये यासंबंधी अशी आज्ञा होती की, एखादी मांजर, कुत्रा किंवा कावळा किंवा शूद्र मारला गेल्यास चांद्रयान नावाचे मामुली प्रायश्चित्त द्यावे.

या धर्मशास्त्रांच्या कायद्यामध्ये शूद्राने जर ब्राह्मणाची हत्या केली तर त्याचे प्रायश्चित्त म्हणजे मृत्युदंडच होता, कारण ब्राह्मण म्हणजे विश्वाचे पालक, ईश्वरासमानच म्हणून ब्राह्मण कधीही चुकीचे आचरण करू शकत नाही, राजाने म्हणून ब्राह्मणाला कधीही मृत्युदंड देऊ नये, त्यांच्यापासून कर घेऊ नये, यासारखा उच्च जातींना विशेष दर्जा राजकीय, धार्मिक व सामाजिक बाबतीत द्यावा असा दंडक धर्मशास्त्रांनी घातला होता, त्यामुळेच तत्कालीन ब्राह्मण स्वत:ला पृथ्वीवर देव समजून ते धर्माच्या नावाने अनर्थ जरी करीत होते, तरी त्यालाच धर्म समजत होते. लोकहितवादी त्यांच्याविषयी म्हणतात, 'हल्ली ब्राह्मण जातीस मोठा अभिमान आहे. त्यास असे वाटते की, आम्ही श्रेष्ठ, आमच्यासारखा कोणी पृथ्वीवर नाही. इतर लोक कसेही असले तरी आमची योग्यता पावणार नाही.'[४४]

शूद्र कितीही दीन दुबळा असला तरी त्याला दानधर्म करणे अधर्म समजत आणि फक्त ब्राह्मणांना दानधर्म करणे धर्म समजत. यामुळेच शूद्रांची अवस्था अतिशय दयनीय झाली होती. त्यांना मानवी अधिकारांपासून वंचित ठेवण्यात आले होते. यामुळेच त्यांची अवस्था ही पशुतुल्य किंवा पशुहूनही वाईट झाली होती.

त्यांची ही अवस्था पाहून लोकहितवादी, म. फुले, स्वामी दयानंद सरस्वती या सुधारकांनी लोकांचे धार्मिक अज्ञान दूर करण्याचा प्रयत्न केला. लोकहितवादी म्हणतात, पुराणात सांगितलेला वर्णसंकर हा उलट अर्थाने होत आहे. 'आता जो आहे तो वर्णसंकर खरा. जे ब्राह्मण भडवेपणा करितात, त्यास तुम्ही पंक्तीस घेता व नीतिमान शूद्रास नीच मानता, हा वर्णसंकर खरा. शास्त्राचा आधार माझे मतास पुष्कळ आहे व

तुम्ही विचार केला असता सापडेल. वेडात शिरू नका. ही धर्मसुधारणा झाल्याशिवाय तुमचा बंद मार्ग खुला होणार नाही.'[४५] असा उपदेश लोकहितवादींनी, वर्णसंकराचा मुद्दा मांडणाऱ्या ब्राह्मणांना केला.

तसेच लोकहितवादींनी मागील धर्मग्रंथांवरून शूद्र त्यांचा वंशही शूद्रच असा नियम नसल्याचे सांगितले. 'जो ब्राह्मण त्याचा वंशही ब्राह्मणच तसे जो शूद्र त्याचा वंशही शूद्रच, असा नियम स्मृतिरूप धर्मशास्त्रात आहे. परंतु ते शास्त्र लिहिण्यापूर्वी व पश्चात असा नियम चालला असेलसे वाटत नाही.''[४६] या म्हणण्याच्या पुष्टीकरणार्थ त्यांनी काही उदाहरणे दिली होती. जसे, वाल्मिक ऋषी हा प्रथम कोळी होता, नंतर तो ऋषी झाला. गाधिराजा क्षत्रिय असता ब्राह्मण झाला. पाराशर ऋषीने शूद्र स्त्री केली. हरिश्चंद्र राजाने काशीस जाऊन महाराचे कर्म पत्करले व किती एक राजे ब्राह्मणाचे क्षत्रिय झाले. यासारख्या राजांची उदाहरणे पुराणात आढळतात. यावरून वर नमूद केलेला जन्माधिष्ठित जातीचा नियम पूर्वीपासून नव्हता असे दिसते. सर्वसामान्यांच्या कथा पुराणात लिहिल्या नाहीत, परंतु राजे लोकांच्या आचरणावरून तत्कालीन कर्माधिष्ठित जाती प्रथा होती असे दिसून येत असल्याचे लोकहितवादींनी नमूद करून लोकांना विचारप्रवृत्त केले.

म. फुलेंनी हिंदुंचे धर्मग्रंथ हे बनावट आहेत. ज्या ईश्वराने सर्व मानवांना सारखेच जन्माला घातले तो भेदभाव करू शकत नाही. परंतु मतलबी लोकांनी धर्माच्या नावाने लूट करण्यासाठी व आपला पगडा शूद्रांवर बसविण्यासाठीच कृत्रिम बनावट धर्मग्रंथांची निर्मिती केली असे सांगून वेळोवेळी या ग्रंथाचा व ग्रंथकर्त्याचा धिक्कार केला.

स्वामी दयानंदांनीही, 'ईश्वराच्या मुखातून ब्राह्मण, बाहूतून क्षत्रिय, उदरातून वैश्य व पायांपासून शूद्र उत्पन्न झाले. या यजुर्वेदातील मंत्राचा अर्थ लोकांनी चुकीचा केला असे सांगितले. कारण या मंत्रातील पुरुष या शब्दाचा अर्थ ईश्वर असून ईश्वराला काही शब्दशः मुखादी अवयव नाहीत.' 'या मंत्राचा जो अर्थ तुम्ही लावला आहे तो बरोबर नाही, कारण येथे पुरुष या शब्दाची अनुवृत्ती म्हणजे निराकार, सर्वव्यापक परमात्मा असा आहे. तो निराकार असल्यामुळे त्याला मुखादी अवयव असू शकत नाहीत. ज्याला मुखादी अवयव असतील तो पुरुष अर्थात व्यापक नाही आणि जो व्यापक नसेल तो सर्वशक्तिमान जगाचा निर्माता, धारणकर्ता, प्रलयकर्ता, जिवांच्या पापपुण्याची व्यवस्था किंवा निर्णय करणारा सर्वज्ञ, जन्म मरणरहित इत्यादी विशेषणयुक्त होऊ शकत नाही.'[४७] असे स्वामी दयानंदांनी सांगून या मंत्राचा अर्थ म्हणजे जो सृष्टीमध्ये मुखाप्रमाणे सर्व अवयवांमध्ये प्रमुख याप्रमाणे उत्तम गुणयुक्त व ज्ञानी असेल तो ब्राह्मण होय. बळ व वीर्य ज्यामध्ये अधिक तो क्षत्रिय, उरू म्हणजे कमरेच्या खालचा व गुडघ्याचा वरचा भाग जो

सर्व पदार्थांच्या प्राप्तीसाठी व सर्व देशांत उरूच्या बळावर प्रवेश करतो तो वैश्य होय, पण पायाप्रमाणे खालचे अंग सदृश मुखादी गुण असणारा तो शूद्र होय. असा अर्थ स्वामी दयानंदांनी करून वरील अर्थाचा मंत्र हा लोकांनी अज्ञानामुळे केला असल्याचे म्हटले.

याप्रमाणे शूद्रांच्या दयनीय अवस्थेस धर्माचे अज्ञान कारणीभूत असल्यामुळे लोकहितवादींपासून ते स्वामी विवेकानंदांपर्यंत सर्वच सुधारकांनी जातीव्यवस्थेचा निषेध करून शूद्राविषयी असलेल्या अंधश्रद्धा नष्ट करण्याचा प्रयत्न केला. अशाप्रकारे शास्त्र आज्ञांमुळे झालेली शूद्रांची पशुवत अवस्था संपुष्टात आणण्यासाठी धर्मसुधारणा आवश्यक होती.

ख्रिस्ती मिशनरी यांचे कार्य आणि त्यांचा हिंदू सुधारकांवर झालेला परिणाम

वास्को द गामा या पोर्तुगीज खलाशाने प्रथमच १४९८ मध्ये भारतापर्यंत सागरी मार्गाने येण्यात यश प्राप्त करून संपूर्ण युरोपलाच भारताकडे येण्याचा मार्ग खुला करून दिला.

पोर्तुगीज व्यापाऱ्यांबरोबर ख्रिश्चन मिशनऱ्यांनी आपले प्रमुख ठाणे गोवा हे बनविले. या परकीय लोकांचा प्रमुख उद्देश ख्रिस्ती धर्माचा प्रसार करणे असा होता असे दिसते, कारण त्यांनी फ्रेंच इंग्रजांप्रमाणे राजकारणावर व व्यापारवृद्धीवर जास्त लक्ष न देता गोव्यात व केरळमध्ये आपले धर्मप्रसाराचे कार्य शेवटपर्यंत सुरू ठेऊन येथील मोठ्या प्रमाणातील हिंदुंना ख्रिस्ती केले. परंतु ख्रिस्ती धर्मांतरित करण्याची प्रवृत्ती ही जबरदस्तीने करण्याची होती. 'पूर्वी फिरंगी लोकांचे येथे प्राबल्य होते, त्यावेळी हजारो लोकांस जबरीने आपल्या धर्मात घेऊन त्यास पोर्तुगीझ केले. असे धर्मांतर केलेले हिंदू किरिस्ताव या नावाने मुंबईभर किंबहुना सर्व हिंदुस्थानभर पसरले आहेत.'[४८] असे 'मुंबईचे वर्णन' यात नमूद करून यामुळे खूपच नासाडी झाल्याचे म्हटले आहे. लोकहितवादींनीही हिंदुस्थानातील धर्माविषयी सांगताना गोव्यात पोर्तुगीजांनी हिंदुंना जबरीने ख्रिस्ती केल्याचे म्हटले आहे. 'पोर्टुगीझ लोक इकडे येऊन त्यांनी गोव्यात ठाणे बसविले. त्यानंतर त्यांनी गरीबगुरीब लोकांस जबरीने व द्रव्याने आपले धर्मात आणले व ते बहुतकरून युरोपीयन लोकांप्रमाणेच वागतात.'[४९] अनेक लेखकांनी पोर्तुगीजांनी गोव्यातील हिंदुंना जबरीने ख्रिस्ती केल्याचे म्हटले आहे. त्यांच्यानंतर जर्मन मिशनरी व अमेरिकन मिशनरी यांनीही आपले 'शुभ वर्तमान प्रसारा'चे कार्य सुरू केले.

१८ व्या शतकापर्यंत इंग्लिश ख्रिश्चन मिशनरीही भारतात येऊन त्यांनी आपले धर्मप्रसाराचे कार्य सुरू केले. परंतु १८ व्या शतकाच्या शेवटपर्यंत इंग्लिश ईस्ट इंडिया कंपनीने आपल्या राज्यविस्ताराच्या धोरणात व व्यापारात हिंदुंचा अडथळा येऊ नये म्हणून त्यांनी मिशनऱ्यांना आपला पाठिंबा दिला नाही व पोर्तुगीजांप्रमाणे धर्मप्रसाराचे

कार्य केले नाही. पोर्तुगीजांच्या जबरदस्तीने धर्मांतर करण्याच्या वृत्तीमुळे मुंबईत हिंदू लोकांची फारशी वस्ती नव्हती. परंतु इंग्रज राजवटीत सन १६६९-१६७७ पर्यंतच्या काळात मुंबईस जिराल्ड औंजिर नावाचा गव्हर्नर जनरल होता. त्याने ठिकठिकाणी जाहीरनामे प्रसिद्ध करून वाणी व इतर व्यापारी पेशाचे लोक यांना हरप्रकारे सुरक्षितपणाची व सहानुभूतीची आश्वासने देऊन त्यांना मुंबईस वस्ती करण्याविषयी सुचविले. 'त्यावेळी गोव्यातील (पोर्तुगीज लोकांच्या) धर्मच्छळामुळे सर्वत्र धर्मस्वातंत्र्य व मनुष्य जीवित किंवा मालमत्ता यांचा सुरक्षितपणा याबद्दल लोकांस कोठेच खात्री वाटत नसे. अशा स्थितीत सदर्हु (Gerald Aungier) मुंबईच्या गव्हर्नराने जाहीरनामे काढून लोकांस खात्रीलायक आश्वासन दिले की, तुम्ही मुंबईत येऊन राहिल्यास धर्माच्या किंवा इतर कोणत्याही बाबतीत तुम्हास बिलकुल त्रास होणार नाही.'[५०]

याप्रकारे इ.स. १६०० पासून भारतात व्यापारासाठी आलेल्या इंग्रज राज्यकर्त्यांनी दूरदृष्टीचे धोरण आखून प्रथम इंग्लंड व इतर देशांतील मिशनरींना कधीही आपला पाठिंबा दिला नाही.

'ज्ञानोदया'ने १८१२ मध्ये अमेरिकन मिशनरींना इंग्रज सरकारने कशाप्रकारे आश्रय देण्याचे नाकारले, याची इत्थंभूत माहिती दिली आहे. हे मिशनरी प्रथम कलकत्ता येथे आले. परंतु ज्या जहाजातून ते आले त्याच जहाजातून परत जाण्याचा आदेश दिला. 'परंतु तेथे पोहोचल्यानंतर त्या बिचाऱ्या उपदेशकांवर किती अरिष्टे आली ती पाहा. जहाजातून उतरले नाहीत तोच इंग्रज सरकारांनी त्यास निक्षून आज्ञा केली की, तुम्ही ज्या तारवात आला त्याच तारवात तुम्हाला परत गेले पाहिजे. इंग्रज सरकारास असे वाटले की, ह्या लोकांस जर येथे राहू दिले, तर कदाचित एतद्देशीय लोकांतून कित्येक ख्रिस्ती होतील आणि त्यामुळे कदाचित बंडे होऊन हा देश आमच्या हातातून जाईल. त्या मिशनरी लोकांनी मोठ्या आग्रहाने जरी इंग्रज सरकारची विनंती केली, तरी त्यांनी त्यास राहू दिले नाही.'[५१] हे मिशनरी या आदेशामुळे मॉरिशस व त्यानंतर मुंबई येथे आले, परंतु मुंबईलाही त्यांना उतरू दिले नाही. तरी मिशनरींनी आपली चिकाटी सोडली नाही व ते कोचीनला गेले, परंतु तेथेही त्यांना परवानगी मिळाली नाही. तरीही या मिशनरींनी कंपनी सरकारकडे आम्ही आपल्या परवानगीखेरीज कोणतेही कार्य करणार नाही. तरी आम्हास येथे राहू द्यावे अशी विनंती केली. ती १८१३ च्या चॉर्टर ॲक्ट पास झाल्यानंतर मान्य केली. आपली राजवट स्थिर होत असल्याची खात्री झाल्यावर ईस्ट इंडिया कंपनीने १८१३ च्या नवीन सनदेनुसार मिशनऱ्यांना भारतात राहण्याची रीतसर परवानगी दिली, यामुळे भारतात मिशनऱ्यांना कायदेशीर परवाना मिळून त्यांनी आपले धर्मांतराचे काम सुरू

केले. 'या कायद्यानुसार भारतातील ख्रिश्चन मिशनरींवर एक बिशप नेमला गेला.'[५२]

या बिशपचे वेतनही कंपनीने द्यावे असे ठरले. अशाप्रकारे बिशपची रीतसर नेमणूक झाली. जरी भारतातील ब्रिटिश प्रजेला धार्मिक कार्यासाठी बिशपची नेमणूक व मिशनऱ्यांना भारतात राहण्याची परवानगी दिली असल्याचे इंग्रज सरकारने नमूद केले, तरीही सर्व मिशनऱ्यांचा उद्देश हा फक्त युरोपियन समूहात ख्रिस्ती धर्माचे ज्ञान देण्यासाठी नसून हिंदुंचे धर्मांतर करणे हाच होता. 'They were sent out not by the church, but by a private and voluntory society, to preach to the non christians with a view to their conversion.'[५३]

पोर्तुगीज, जर्मन, इंग्लंड व अमेरिकन मिशनचा सर्व प्रकारचे प्रयत्न करून मूर्तिपूजक हिंदुंना ख्रिस्ती बनविणे हाच त्यांचा भारतात स्थायिक होण्याचा उद्देश होता.

परंतु तत्कालीन इंग्लंड व अमेरिकन मिशनऱ्यांना पोर्तुगीजांप्रमाणे जबरदस्तीने धर्मांतराच्या मोहिमला इंग्रज सरकारने आपल्या राजकीय धोरणाचा भाग म्हणून कधीही उघडपणे पाठिंबा दिला नाही. तथापि त्यांच्या संरक्षणार्थ व धर्मांतर झालेल्या हिंदुंच्या बाजूने त्यांनी कालांतराने अनेक कायदे पास केले.

१८१३ च्या सनदेनुसार मिशनरींना भारतात कायदेशीर राहण्याची एकदा परवानगी मिळाल्यानंतर त्यांनी आपल्या धर्मप्रसारासाठी व हिंदुंचे धर्मांतर करण्यासाठी दीर्घोद्योग आरंभिला. मुंबई, नगरसारख्या महाराष्ट्रातील शहरांमध्ये आपले धर्मप्रसाराचे केंद्र त्यांनी सुरू केले. यासाठी ते प्रथम एतद्देशीय भाषा शिकले. इंग्रजी ग्रंथांची निरनिराळ्या भाषांत भाषांतरे करून छापिले. त्यांनी बायबलचेही मराठी भाषांतर केले व त्यांनी 'ख्रिस्त पुराण' लिहिले. ही पुस्तके ते विनामूल्यही वाटत. त्याचप्रकारे त्यांनी हजारो रुपये खर्च करून शाळा, चर्च, महाविद्यालये, छापखाने इ. ची स्थापना केली. या शाळांमध्ये ते धर्मोपदेशाच्या हेतूने गरीबगुरीब लोकांनाही घेत. 'मुंबईचे वर्णन' या पुस्तकात पुढीलप्रमाणे उल्लेख आहे. 'हे लोक आल्यापासून या बेटांत किंबहुना सर्व भारत खंडात गरीबगुरीब लोकांमध्ये विद्येचा प्रसार पुष्कळ झाला व कित्येकांस आपल्या धर्माचा विचार करण्याची ईर्षा उत्पन्न झाली. त्यांनी आपल्या धर्माची पुस्तके एतद्देशीय निरनिराळ्या सोळा भाषांमधून छापून प्रसिद्ध केली आहेत आणि ती स्वस्त दराने विकतात. संस्कृतातही बैबल तयार केले आहे. त्यास उद्योग आणि निष्ठा म्हणावे, नाही तर चुलीपाशी धर्माच्या गोष्टी करून फलश्रुती काय?'[५४] त्यांनी धर्मप्रसाराच्या उद्देशाने मुंबईसहित पुणे, सुरत, नाशिक, बडोदे, कोल्हापूर, सातारा इ. महत्त्वाच्या शहरांत शाळा स्थापन केल्या. या शाळांमध्ये ख्रिस्ती शास्त्रातील विषयही शिकवले जात व त्याचा तरुणांवर कसा प्रभाव होत होता याचे वर्णन बाबा पद्मनजी

यांनी आपले आत्मचरित्र 'अरुणोदय'मध्ये केले आहे. ते म्हणतात, 'त्या काळात फ्री चर्च, विद्यालयात जे ख्रिस्ती धर्मशिक्षण मुलांस मिळत असे ते फारच उत्तम प्रकारचे होते. एक गणिताचा व रसायनशास्त्राचा वर्गखेरीज करून इतर सर्व विषयांच्या वर्गात धर्मासंबंधी चर्चा थोडी बहुत चालायचीच आणि ती अशा प्रकारची होती की, तिचा कोणास कंटाळा येत नसे. सकाळचा व संध्याकाळचा धर्मोपदेश खेरीज करून प्रत्येक वर्गात बैबल किंवा त्यासंबंधी तोंडचे धडे नित्य पूर्ण एक तास शिकवीत.'[५५] अशा शिक्षणाला बाबा पद्मनजीप्रमाणेच परिणाम होऊन ख्रिस्ती झालेले नारायण शेषाद्री हे मुंबईचे प्रसिद्ध पाद्री झाले होते. त्यांची ओळख मुंबईत 'मुंबईचा पाद्री-नारायण शेषाद्री' अशी सर्वतोमुखी झाली होती, कारण ते इतर मिशनरींबरोबर मुंबईच्या प्रमुख रस्त्यांवरून धर्मोपदेश करीत फिरत असत. अशाप्रकारे शाळांमधून व इतर मार्गांनी ते धर्मप्रसार करीत असत.

हिंदुंचा धर्मभोळेपणा जाणून ख्रिस्त हाही नवसास पावतो अशा थापा ते देत याचे उदाहरण 'मुंबईचे वर्णन' या पुस्तकात पुढीलप्रमाणे आहे. ''ही पुजारीण बाई या खुरुसाचे माहात्म्य फार सांगते. कित्येक हिंदू व पारसी देखील यास नवस करतात. हा मुले देतो. रोजगार लावितो. व्याधि हरण करतो व जे जे सांगेल ते ते करितो, असे ही बाई सांगत असते. सर्व भूती ईश्वर आहे, अशा समजुतीने लोक यास भजतात, की आपले तेहतीस कोटी देव आहेत, त्यापेक्षा यात अधिक दैवत आहे, म्हणून भजतात, हे काही समजत नाही.'[५६]

परंतु याप्रकारे फसवून किंवा चौकाचौकात उभे राहून धर्मप्रसार मोठ्या प्रमाणात होऊ शकत नाही हे लक्षात घेऊन त्यांनी छापखाने, वर्तमानपत्रे, दुष्काळातील संकटामुळे किंवा गरिबीमुळे गांजलेल्या लोकांना लालूच दाखवून आपल्या धर्मात ओढण्याचा दीर्घोद्योग आरंभिला.

यासाठी त्यांना पोर्तुगीजांप्रमाणे हिंदुंना जबरीने ख्रिस्ती करणे शक्य नव्हते. परंतु हिंदुंना ख्रिस्ती करण्याचा त्यांचा उद्देश मात्र अटळ होता. 'इंग्रज लोकांच्या मिशनरींचाही हाच मुख्य उद्देश आहे की, लोकांस आपला धर्म शिकवून त्यास ख्रिस्ती धर्माची दीक्षा द्यावी.'[५७]

त्यांना आपला उद्देश साध्य करणे शक्य होते, कारण हिंदू धर्माच्या तत्कालीन अलवचीक स्वरूपामुळे व अंधश्रध्दांमुळे एकदा धर्मांतर झालेल्या हिंदू व्यक्तीला पुन्हा हिंदू धर्मात घेण्याची प्रथा नव्हती. तसेच हिंदुंना ख्रिस्ती धर्मात आणण्यापूर्वी बाटवण्याचा प्रकारही सोपा होता. याविषयी लोकहितवादी म्हणतात, 'हिंदू लोक सोवळ्यांचे इतके छंदी झाले होते की, जेव्हा फिरंगी लोक कोकणचे बंदरावर आपली जहाजे लावून गावं

घेऊ लागले, तेव्हा कोकणापैकी बरेच भाग त्यांचे अमलाखाली आले. पुढे त्यांनी हिंदू लोकांस बाटविण्याचा प्रयत्न केला व त्यास फारसे श्रम पडले नाहीत. गावात जे तळे किंवा विहीर असेल त्यात एखाद्या पावाचा तुकडा टाकला म्हणजे तितकेच कारणाने लोक म्हणत की, 'आम्ही बाटलो' व दुसरे लोकही म्हणत की, 'अमका गाव बाटला' याप्रमाणे हजारो लोक बाटले गेले.'[५८] अशाप्रकारे पाव, बिस्किट न कळत खाल्ल्याने किंवा मिशनरींबरोबर चहा घेतल्याने देखील हिंदू मनुष्य बाटला जाऊन तो स्वधर्मापासून फेकला जात असे व त्याला पुन्हा धर्मात घेण्याची दारे मात्र बंद होती.

याचप्रकारे महार, मांग यासारख्या शूद्र समजल्या गेलेल्या जातींना हिंदू धर्म व समाजाच्या चालीरीतींमुळे जो अन्याय सहन करावा लागत असे, त्यामुळे व त्यांच्यात असलेल्या गरिबीमुळे ख्रिस्ती मिशनरींना त्यांचे धर्मांतर करणे सोपे वाटत होते. हिंदुंच्या खालच्या जातींना समाजात सर्वसामान्यांप्रमाणे अधिकार किंवा मान नव्हता, परंतु तेच लोक ख्रिस्ती झाल्यास त्यांना सर्वसामान्यांप्रमाणे मानले जात होते. लोकमान्य टिळक यासंबंधी म्हणतात, 'धर्मात भेद, फूट होऊ देणे बंद केले पाहिजे व हिंदू समाज एक राहिला पाहिजे.' मिशनरी लोक महाराला म्हणतात, 'तुला हिंदू लोक तुच्छ मानतात, तू आमच्यात ये.' तो ख्रिश्चन झाला आणि त्याने विजार घातली की आम्हाला त्याचा विटाळ होत नाही, त्याला मग काही जात नाही. तो मग साहेब झाला व 'नाविष्क: पृथिवी पति: । म्हणून आम्ही त्याचा मान करावयास तयार होतो. त्याचा बंदोबस्त झाला पाहिजे.'[५९]

स्वामी विवेकानंदांनीही या प्रकारच्या हिंदुंच्या दृष्टिकोनावर अत्यंत खेद व्यक्त केला आहे. ते यासंबंधी म्हणतात, 'आपण आज कशा हास्यास्पद स्थितीला येऊन पोहोचलो आहोत! जर एखादा भंगी एखाद्या माणसाजवळ जाऊन उभा राहिला तर तो माणूस ज्याप्रमाणे आपण प्लेगसारख्या स्पर्शजन्य रोगापासून दूर पळतो त्याप्रमाणे, त्या भंग्यापासून दूर पळतो, परंतु याच भंग्याच्या डोक्यावर पाद्र्याने पाणी शिंपडताच व थोडेसे प्रार्थनेचे शब्द उच्चारताच त्याचा मग कट्टर हिंदूही मान राखायला लागतो. त्याला ताबडतोब अत्यंत कर्मठ आणि कट्टर हिंदुंच्या घरातदेखील प्रवेश मिळतो आणि मग असा कुणीही आढळणार नाही की जो त्याला बसायला आदरपूर्वक खुर्ची देणार नाही व त्याच्याशी आनंदाने हस्तांदोलन करणार नाही! यापेक्षा अधिक विडंबन ते कोणते होऊ शकते? हे पाद्री लोक दक्षिण भारतात काय करीत आहेत ते एकदा येऊन बघा, खालच्या जातीतील लाखो लोकांना ते ख्रिस्ती बनवीत आहेत.'[६०] अशाप्रकारे हिंदुंची सदोष समाजरचना आणि धर्मशास्त्रांच्या आज्ञा यामुळे शूद्र गणल्या गेलेल्या जाती धर्मांतर करण्यास अनुकूल होत होत्या.

परंतु म. फुले, न्या. रानडे, लोकहितवादी यासारख्या सुधारकांवर जरी ख्रिस्ती मिशनरींचा कार्याचा अनुकूल परिणाम झाला होता तरी त्यांनी या लोकांना धर्मांतरापासून परावृत्त केले.

ख्रिस्ती मिशनऱ्यांच्या कार्याचा हिंदू सुधारकांवर अनुकूल परिणाम झाला.मिशनऱ्यांनी हिंदू धर्मातील अनेक अनिष्ट, भ्रष्ट चालींमुळे हिंदू धर्माचा उपहास उडविण्यास व टीका करण्यास सुरुवात केली. यामुळे हिंदू विचारवंत अंतर्मुख होऊन स्वधर्मातील दोष शोधून तो दूर करण्याचा प्रयत्न करू लागले.

परमहंस मंडळीतील सदस्यांवरही ख्रिस्ती मिशनऱ्यांच्या कार्याचा प्रभाव होता. तथापि त्यांच्या प्रभावाखाली धर्मांतर न करता स्वधर्मातील जातिभेद, मूर्तिपूजा, कर्मकांडे इ. दोष दूर करण्याचे त्यांचे ध्येय होते.

म. फुलेंनी मिशनरींच्या/निःस्वार्थी कार्यापासून प्रेरणा घेतली होती. त्यांना मिशनरींविषयी आदर आणि सहानुभूती होती. पंडिता रमाबाईंनी पक्षपाती ब्राह्मण धर्माचा धिःकार करून ख्रिस्ती धर्म स्वीकारल्याबद्दल त्यांनी पुढील ओळीत याबद्दलचा आपला आनंद व्यक्त केला.

'रमा पंडिता बरी बाटली।।
मद्य पिऊशा। आता वाटली।।' [६१]

पंडिता रमाबाई ज्यावेळेस हिंदू धर्म प्रतिपादक व्याख्याने देत होत्या त्यावेळेस मला त्यांची थोरवी वाटली नव्हती. परंतु त्यांनी हिंदू धर्माचे उत्पादकांनी स्त्री व शूद्रादी अतिशूद्र जातींवर कोणकोणते जुलमी लेख आपल्या धर्मशास्त्रात लिहून ठेवले आहेत ते बिचाऱ्या रमाबाईस माहीत नव्हते. परंतु आता हिंदू धर्माचा पक्षपातीपणा त्यांना ख्रिस्ती धर्माच्या अभ्यासावरून कळून आला आहे असे त्यांनी 'सत्सार'मधील ब्राह्मण व शूद्र यांच्यातील संवादामध्ये म्हटले आहे. 'त्यांनी विलायतेस जाऊन हिंदू व ख्रिस्ती धर्माची तुलना केल्यामुळे त्यास हिंदू धर्माचा हेकट व पक्षपातीपणा दिसून आल्याबरोबर त्यांनी हिंदू धर्माचा धिःकार करून ख्रिस्ती धर्माचा अंगीकार केला किंवा कसे? याविषयी सर्वांनी आपली खात्री करून घ्यावी, म्हणून आपण पंडिता रमाबाईस परत हिंदुस्थानात बोलावून घ्याल, तर फार लोकांचे डोळे उघडणार आहेत व अशा शोधक साध्विनीस पाहण्याची कित्येकांस फार इच्छा झाली आहे.''[६२] अशा प्रकारे ख्रिस्ती मिशनरी, ख्रिस्ती धर्म व पंडिता रमाबाईसारख्या सुशिक्षित ब्राह्मण स्त्रीने ख्रिस्ती धर्म स्वीकार केल्यामुळे हिंदू धर्मातील दोष उघड झाले आहेत, असेच त्यांना म्हणावयाचे होते.

ख्रिस्ती मिशनरींवर केलेली टीका त्यांना खपत नसे, कारण ख्रिस्ती मिशनरी हे कोणताही भेदभाव न करता गरीब, दीन, दुःखी लोकांमध्ये जाऊन मिसळतात. याविषयी त्यांना आदर होता.

त्याचप्रकारे ख्रिस्ती धर्माचे 'बायबल' हे पुस्तक ब्राह्मण हिंदू धर्माच्या ग्रंथाप्रमाणे फक्त वरिष्ठ जातींना खुले नसून सर्वांना अध्ययनास खुले होते, म्हणूनच म. फुलेंना त्यांच्याविषयी आदर होता.

तथापि त्यांनी शूद्रअतिशूद्रांना ख्रिस्ती धर्मांतर करण्यासाठी प्रोत्साहन दिले नाही. यासंबंधीची एक आठवण, 'म. फुले यांचे चरित्र' या पुस्तकात दिली आहे. 'जोतीरावांनी भोकरवाडीत महार-मांगांची शाळा काढली, त्यावेळी त्या शाळेवर एक महार पट्टेवाला ठेवला होता. तो गरिबीने फार गांजला म्हणून धर्मांतर करणार होता. ही बातमी कळताच जोतीरावांनी त्यास सदुपदेश करून त्याचे धर्मांतरापासून मन वळिवले व त्यास रा. जगन्नाथ सदाशिवजी यांचेकडून काही मदत करून त्याच्या पगारांतही महिन्याला दोन रुपयांनी वाढ केली.'[६३] या आठवणीवरून त्यांनी महार, मांग इ. शूद्र गणाच्या लोकांना धर्मांतर करण्याची शिफारस केली नाही असे दिसून येते.

याचप्रकारे बाबा पद्मनजींनीही त्यांना ख्रिस्ती धर्माचे पुष्कळ ज्ञान असल्याचे म्हटले होते. तर ज्ञानोदयाने त्यांना ख्रिस्ती धर्माचे ज्ञान असूनही त्यांनी ख्रिस्ती धर्म स्वीकारला नाही याबद्दल खंत व्यक्त केली आहे. 'येथे कामावर असता त्यांनी मिशनरी लोकांच्या सूचनेवरून ख्रिस्ती धर्माकडे विशेष लक्ष पुरविले. ते स्वर्गीय राज्याच्या अगदी जवळ पोहोचले, पण त्यांनी सत्याचा प्रकाश सर्वस्वी स्वीकारला नाही ही मोठी दु:खाची गोष्ट आहे.'[६४]

यावरून म. फुले यांनी ख्रिस्ती धर्माचा अभ्यास केला होता व धर्माविषयी त्यांना आदर होता, परंतु तो धर्म त्यांनी स्वीकारला नाही, कारण अशाप्रकारे धर्म स्वीकारून शूद्र अतिशूद्रांची उन्नती होणार नाही याची त्यांना जाणीव होती. त्यांना सत्य धर्माचे ज्ञान व त्यांचे कर्तव्य, त्यांचे ध्येय काय आहे याची जाणीव करून दिल्यावरच त्यांचा उत्कर्ष होईल असे त्यांनी जाणले होते. त्यांच्या उन्नतीचा मार्ग शिक्षण आहे व ईश्वराजवळ जाण्यासाठी दलालाची म्हणजे पुजारी इ. ची गरज नाही इ. सत्यस्थिती त्यांना पटवून देणे व त्यासाठी प्रयत्न करणे असेच त्यांनी ध्येय ठेवले होते.

परंतु शूद्र अतिशूद्रांसाठी कार्य करण्याची प्रेरणा त्यांनी प्रामुख्याने चिकाटीने, धैर्याने काम करणाऱ्या मिशनरींकडूनच घेतली होती. मनुष्यमात्रांचे अधिकार कोणते हे मला पुण्यातील स्कॉच मिशनद्वारे कळून आले, त्याबद्दल मी त्यांचा आभारी आहे अशी कृतज्ञता त्यांनी आपल्या 'गुलामगिरी' या पुस्तकात व्यक्त केली आहे. मिशनऱ्यांमुळे गरीब शेतकऱ्यांच्या मुलांना, शूद्र अतिशूद्रांना ज्ञानाचे दरवाजे खुले झाले याबद्दल त्यांनी मिशनऱ्यांचा अनेक वेळा गौरवपूर्ण उल्लेख आपल्या लेखांतून केला आहे.

अशाप्रकारे धर्म व समाजसुधारणेची प्रेरणा म. फुले यांनी प्रामुख्याने ख्रिस्ती

मिशनऱ्यांकडून घेऊन स्त्री-शूद्रांच्या उद्धाराचे कार्य न डगमगता केले.

परमहंस सभेप्रमाणेच प्रार्थना समाजाच्या सभासदांनीही मिशनरींकडून कार्य करण्याची प्रेरणा घेतली होती. न्या. रानडे, न्या. चंदावरकर यांच्या प्रार्थना समाजाच्या आरंभीच्या काळात धर्मोपदेशांमध्ये ख्रिस्ती संत, ख्रिस्ती तत्त्वज्ञान यांचा उल्लेख करत असत.

प्रार्थना समाजाचे शेवटच्या पिढीतील न्या. चंदावरकर यांनी ख्रिस्ती मिशनरींमुळेच आपल्यामध्ये जागृती निर्माण झाल्याचे अनेक ठिकाणी म्हटले आहे. त्यांनी आजपर्यंत आमच्या कल्याणासाठी उद्योग व परिश्रम केले आहेत व करीत आहेत. त्याबद्दल त्यांचे आभार न मानता त्यांची लोक हेटाळणी करतात, याबद्दल नाराजी व्यक्त केली आहे. धार्मिक बाबतीत व सामाजिक प्रकरणांत जी जागृती झाली आहे तिचे कमी-अधिक श्रेय मिशनरींनाच देणे योग्य असल्याचे त्यांनी म्हटले आहे. 'ख्रिस्ती मिशनरींनी आम्हाला शिक्षण दिले व देशी भाषांतील ग्रंथांचे पुनरुज्जीवन केले, त्यांचा उद्धार केला आणि आजपर्यंत जे पुष्कळ मिशनरी होऊन गेले, त्यांच्यापैकी डॉ. वुइल्सन, डॉ. मरे मिचल, डॉ. पोप, डॉ. किटल, डॉ. मिलर व डॉ. मरडॉक इतकी नावे जरी घेतली तरी ही नावे ज्या चळवळींच्या योगे लोकांचे हित झाले आहे, ज्या चळवळींनी बहुजन समाजास वर आणण्याचा प्रयत्न केला त्या अनेक चळवळींची व त्या चळवळींच्याद्वारे ह्या गृहस्थांची सदोदित आठवण करून देतील. परवा अहमदनगरमध्ये जो अनुभव आला, तो दृष्टीपुढे असताना ज्याला सत्याची चाड आहे, असा कोणता मनुष्य ख्रिस्ती मिशनरीने आपल्यावर जे उपकार केले आहेत, त्याबद्दल त्यांचे उपकार स्मरणार नाही बरे?'[६५] ख्रिस्ती मिशनरींनी फक्त व्याख्यानांद्वारे सुधारणांचा गवगवा न करता आपण स्वत: मेहनत घेऊन औद्योगिक शाळांसारखा उपक्रम राबवून ते आपल्याला अनेक बाबतीत मार्गदर्शक ठरत असल्याचे न्या. चंदावरकरांनी त्यांच्या अनेक व्याख्यानांमध्ये नमूद केल्याचे दिसून येते.

ते पुढे असेही म्हणतात की ख्रिस्ताचा जो धर्म, ख्रिस्ताचा जो उपदेश, त्याच्यापासून जेवढे म्हणून साहाय्य होण्यासारखे असेल तेवढे आम्ही घेऊ. यावरून प्रार्थना समाजाच्या सभासदांनी ख्रिस्ती धर्म व मिशनरी यांचे धर्मसुधारणा चळवळीतील योगदान खुल्या मनाने व उघडपणे मान्य केले.

प्रार्थना समाजाच्या सभासदांना ख्रिस्ती धर्म स्वीकारायचा, नव्हता तरी मिशनरींप्रमाणे धर्मोद्धाराद्वारे राष्ट्रकार्य करावयाचे होते. त्यांनी ख्रिस्ती धर्म व हिंदू धर्माची तुलना करून हिंदू धर्मातीलच भागवत ग्रंथामध्ये कर्मकांडे विरहित ईश्वराप्रत जाण्याचा मार्ग अस्तित्वात असल्याचे दर्शवून हिंदू धर्माकडे तत्कालीन सुशिक्षितांचे लक्ष वेधले.

प्रार्थना समाजाच्या स्थापनेपूर्वीचा काळ हा मिशनरींना अत्यंत अनुकूल होता, कारण राज्यकर्त्यांचा धर्म व तोही मिशनरींनी त्यांनी स्थापन केलेल्या शाळा कॉलेजमधून

हिंदू तरुणांना शिकविल्यामुळे तत्कालीन हिंदू तरुण ख्रिस्ती धर्माच्या प्रभावाखाली आले होते. याविषयी विविध ज्ञानविस्ताराने सांगितले आहे. 'या नव्या मंडळीला आपल्या स्वत:च्या धर्मग्रंथांची किंवा पुराण, इतिहास वगैरेंची बिलकूल माहिती नसल्याने साहेब आपल्या देशी व संस्कृत भाषेच्या तुटपुंज्या ज्ञानावर किंवा विल्सन, मिचेल वगैरे साहेबापासून मिळविलेल्या अर्ध्या कच्च्या माहितीच्या जोरावर हिंदू धर्मासंबंधाने जे काय सांगितले ते गीतावाक्याप्रमाणे ऐकून त्याला या मंडळीने मान डोलवावी. मग अर्थातच असे महापंडित गुरू व असे श्रद्धाळू शिष्य यांची जोडी जमल्यावर शुभ वर्तमानाचा प्रसार होण्यास कितीसा अवकाश लागणार? लागलीच या नव्या पिढीतल्या लोकांपैकी कित्येकांनी ख्रिस्ती धर्माची दीक्षा उघड व पुष्कळांनी चोरून घेतली.'[६६] मिशनरींनी शाळा, कॉलेज इ. संस्था स्थापन करून ख्रिस्ती धर्माचे ज्ञान देऊन त्यांना हिंदू धर्मापासून परावृत्त करण्याचा प्रयत्न केला.

याच काळात मिशनरींचा हल्ला परतावून लावण्याची विशेष कामगिरी विष्णूबुवा ब्रह्मचारी (१८२५-१८७१) यांनी केली. त्यांना वैदिक धर्माचा पूर्ण अभिमान होता. त्यांनी यासाठी 'वेदोक्त धर्म प्रकाश' हा ग्रंथ लिहिला. हिंदू धर्मावरील मिशनऱ्यांचा हल्ला पाहून त्यांनी ख्रिस्ती धर्म प्रसाराला भाषणे, मिशनऱ्यांशी वादविवाद व ग्रंथनिर्मिती याद्वारे प्रतिउत्तर देण्याचे ठरविले. मुंबईतील समुद्रकिनाऱ्यावर त्यांनी १८५७ मध्ये मिशनऱ्यांशी जाहीर वादविवाद केले. यात रेव्हरंड विल्सन, नारायण शेषाद्री इ. भाग घेत. विष्णूबुवा ब्रह्मचारींनी अशाप्रकारे मुंबईत अनेक वर्षे मिशनरींचा प्रतिकार करून त्यांचा हिंदू धर्मावरील हल्ला परतावून लावण्याचा प्रयत्न करून वैदिक धर्माविषयी जागृती घडवून आणली.

यानंतरच्या दशकात १८८० नंतर राष्ट्रवादी विचारसरणीचा उघड प्रसार करणाऱ्या विष्णूशास्त्री चिपळूणकर व लोकमान्य बाळ गंगाधर टिळक यांनी मिशनऱ्यांच्या धर्मप्रसाराच्या धोरणाचा जोरदार विरोध केला. हिंदू धर्माचा नाश म्हणजे हिंदू राष्ट्राचा नाश असा संदेश त्यांनी लोकांना देऊन मिशनऱ्यांच्या उद्योगांविषयी लोकांमध्ये जागृती निर्माण करून स्वाभिमानाची ज्योत पेटविली. यासाठी त्यांनी 'केसरी'मधून अनेक लेख लिहिले.

१८९८ मधील 'काळ' या वर्तमानपत्रानेही याविषयी लोकांना पुढीलप्रमाणे सावधानतेचा इशारा दिला.

'हिंदू धर्मातील लोकांची संख्या पुष्कळ असल्यामुळे आपल्या देशाला हिंदुस्थान हे नाव पूर्वीपासून पडलेले आहे. परंतु ख्रिस्ती लोकांनी बाटविण्याचा झपाटा जर असाच जोराने चालवला तर थोड्याच अवकाशात हिंदुस्थान त्याच्याऐवजी ख्रिस्तीस्थान

असेच नाव या देशाला देण्याचा प्रसंग येईल, कारण आपल्या धर्मावर ख्रिस्ती धर्माचे छापे चोहो बाजूंनी येऊन पडत आहेत.'[६७] लो. टिळकांच्या प्रतिक्रियेवरून १९ व्या शतकाच्या शेवटपर्यंत दुष्काळ, गरिबी, पारतंत्र्य व हिंदू धर्माविषयी पसरलेले अज्ञान याचा फायदा घेऊन मिशनरींनी अनेक मार्गांनी आपले 'शुभ वर्तमान' प्रसाराचे कार्य जोमाने सुरू ठेवले होते.

१९ व्या शतकाच्या पूर्व कालखंडापासूनच मिशनऱ्यांच्या धर्मप्रसाराच्या उद्योगाला आळा घालण्यासाठी धर्म सुधारणेसाठी बाळशास्त्री जांभेकर, परमहंस सभा, प्रार्थना समाज, आर्य समाज यांनी महाराष्ट्रात यशस्वी प्रयत्न केले.

स्वामी दयानंद सरस्वती यांनी 'बायबल'मधील असत्य, अतिशोयक्ती उघड करण्यासाठी आपल्या 'सत्यार्थ प्रकाश' या ग्रंथातील एका संपूर्ण प्रकरणात 'बायबल' उद्धृत करून टीका केली आहे.

अशाप्रकारे बाळशास्त्री जांभेकरांपासून ते बाळ गंगाधर टिळकांपर्यंतच्या हिंदू विचारवंत व सुधारकांनी मिशनऱ्यांच्या प्रयत्नांना पायबंद घालण्याचा यशस्वी प्रयत्न केला, कारण ख्रिस्ती धर्म स्वीकारणे म्हणजे स्वाभिमानशून्य होऊन परकीयांची गुलामगिरी स्वीकारण्यासारखेच आहे याची जाणीव त्यांना झाली होती. यामुळेच त्यांनी स्वधर्मातील दोष दूर करून त्यातील शुद्ध धर्मतत्त्वांना उजाळा दिला व त्यांच्यामध्ये राष्ट्राभिमान जागृत केला.

मिशनरींच्या धर्मप्रसाराचा त्यांचा उद्देश जरी हिंदू धर्माचा नाश असा असला तरी त्यांचे कार्य करण्याच्या पद्धतीने प्रभावित होऊन हिंदू विचारवंत व सुधारकांना हिंदू धर्मसुधारणेची प्रेरणा मिळाली. त्यांच्यावर खालीलप्रमाणे परिणाम घडून आले.

१. मिशनरींच्या नि:स्वार्थी, धैर्याने कार्य करण्याच्या, जातिभेद न बाळगता शूद्र, गरीब लोकांमध्ये जाऊन कार्य करण्याच्या पद्धतीचा, हिंदू विचारवंतांवर प्रभाव पडला. म. फुले, प्रार्थना समाजाचे प्रवर्तक यांनी त्यांच्यापासून प्रेरणा घेतली. ईश्वर एक असून सर्व मानव त्यांच्या दृष्टीने समान असल्याची प्रेरणा त्यांनी घेतली.

२. मिशनरींनी हिंदू धर्मावर टीका करून त्यातील दोष दाखविल्यामुळे हिंदू सुधारकांना हिंदू धर्मसुधारणा करण्याची आवश्यकता जाणवली. त्यांनी प्राचीन वैदिक धर्माचे पुनरुज्जीवन करण्यासाठी चळवळ उभी केली.

३. ख्रिस्ती धर्मापेक्षा प्राचीन काळापासून श्रेष्ठ धर्म तत्त्वज्ञानाचा ठेवा असणारा हिंदू धर्मच श्रेष्ठ असल्याचे सिद्ध करण्याच्या धर्म सुधारकांच्या प्रयत्नातूनच राष्ट्रवादाचा उदय झाला.

सारांश, ख्रिस्ती मिशनऱ्यांनी वरीलप्रमाणे दिलेली प्रेरणा हे हिंदू धर्मसुधारणा चळवळीच्या काही प्रमुख कारणांपैकी होते असे म्हणता येईल.

अशाप्रकारे हिंदू धर्मात निर्माण झालेल्या अनेक दोषांमुळे १९ व्या शतकात समाजाची अवनती सुरू झाली होती व याच परिस्थितीचा फायदा ख्रिस्ती मिशनरी घेऊ पाहात होते.

परंतु आपला धर्म व समाज याविषयी तरुणांमध्ये निर्माण झालेली अनास्था व मिशनऱ्यांचे उद्योग हे राष्ट्र उदयास, राष्ट्रवादी भावनेच्या उदयास घातक ठरले असते व हिंदू राष्ट्र हे परकीयांच्या गुलामगिरीतच कायम राहिले असते.

यामुळेच हिंदू धर्मसुधारणा करून सुदृढ, निकोप समाजाची जडणघडण करून राष्ट्रउभारणीचे कार्य होऊ शकते अशी जाणीव १९ व्या शतकातील हिंदू विचारवंतांना होऊन त्यांनी धर्मसुधारणा चळवळ सुरू केली.

संदर्भ टीपा :

१. टिकेकर श्री. रा. (संपादक), लोकहितवादी, 'शतपत्रे' , पत्र नं. १४, 'राज्यसुधारणा', २८ मे, १८४८, पृ. ५०

२. आगरकर गो. ग. (संपादक), 'केसरीतील निवडक निबंध', पृ. २१

३. समग्र टिळक खंड-५, पृ. २९१

४. 'कित्ता'

५. 'विविध ज्ञानविस्तार' अंक ६, पुस्तक-७, जून १८७५, मुंबई, पृ. ६४

६. लाला लजपतराय, 'युग प्रवर्तक स्वामी दयानंद', प्रकाशक-आर्यप्रकाश मंडल, दिल्ली, प्रथम आवृत्ती १८९८, २००६, पृ. १९

७. लोकहितवादी, 'शतपत्रे' पत्र नं. ८३, 'भक्ति, कर्म आणि ज्ञान', २५ नोव्हेंबर १८४९, पृ. २१७

८. 'कित्ता' पत्र नं. ३६, 'स्नानसंध्या', २६ नोव्हेंबर, १८४८, पृ. १७६

९. 'कित्ता', पत्र नं. ५८, 'आचार' २९ एप्रिल, १८४९, पृ. १८५

१०. 'कित्ता' पत्र नं. ४३, 'निरोद्योगीपणाच्या चाली' १४ जानेवारी १८४९, पृ. २५४-२५५

११. भावे वा. कृ. 'महाराष्ट्राचा सामाजिक इतिहास', पृ. २२४. खंड १

१२. माडगावकर गो. ना., 'मुंबईचे वर्णन', पृ. ३२२

१३. 'शतपत्रे' पत्र नं. ११, 'ब्राह्मणांचे आचार', पृ. १६७

१४. 'दर्पण' १४ सप्टेंबर १८३२, 'बाळशास्त्री जांभेकर खंड-२ रा वरून उद्धृत', पृ. ६१

१५. माडगावकर गो. ना. 'मुंबईचे वर्णन', पृ. ११०

१६. 'मुंबईचे वर्णन', पृ. ३२५

१७. 'कित्ता' ३३५
१८. 'शतपत्रे', पत्र क्र. ४२, 'डोले करण्याची चाल' ७ जाने., १८४९, पृ. २५०
१९. 'मुंबईचे वर्णन', पृ. २०२-२०३
२०. 'ज्ञानोदयाची पहिली शंभर वर्षे', पा. १७, ग्रंथ पहिला (१८७२-१८६१)
२१. 'मुंबईचे वर्णन', पृ. ३२१
२२. 'ज्ञानोदयाची पहिली शंभर वर्षे', पृ. २१
२३. 'शतपत्रे', पत्र क्र. ३३, 'अर्थशून्य ब्राह्मणविद्या!', २९ ऑक्टोबर, १८४८, पृ. ११७
२४. कित्ता, पृ. ११८
२५. स्वामी दयानंद सरस्वती, 'सत्यार्थ प्रकाश', पृ. २८८
२६. 'शतपत्रे' पत्र क्र. ५५, 'पुराणातील ज्ञान', ८ मे, १८४९, पृ. ३०१
२७. 'कित्ता', पत्र क्र. ५९, 'लोकांची समजूत', पृ. ३०४, 'पुराणादिकांचे सौरस्य', ६ मे, १८४९
२८. 'कित्ता', पत्र क्र. ६१, 'भटांनी लावून दिलेले वेड', २० मे, १८४९, पृ. ३०९
२९. 'कित्ता', पत्र क्र. ५९, 'लोकांची समजूत व पुराणादिकांचे सौरस्य', ६ मे, १८४९, पृ. ३०३
३०. 'ज्ञानोदयाची पहिली शंभर वर्षे', पृ. ७३
३१. Justice Ranade M. G. `Essays on Religious and Social Reform', P. 38
३२. Ibid., P. 37
३३. 'शतपत्रे' पत्र क्र. ७, 'छापण्याची कला आणि म्हातारपणी लग्न', पृ. ३६७
३४. Opinion from Jotteerao Govindrao Phulay on Note No. I, by Mr. B. M. Malbari on Infant Marriage in India, P. 348
३५. स्वामी दयानंद सरस्वती, 'सत्यार्थ प्रकाश', पृ. ६३
३६. 'शतपत्रे' पत्र क्र. १०, 'पुनर्विवाह', १४ मे, १८४८, पृ. ३६७
३७. चिपळूणकर वि. शा., 'आमच्या देशाची स्थिती', निबंधमाला, खंड २ रा, पृ. १४३
३८. 'शतपत्रे' पत्र क्र. १६, 'विधवा पुनर्विवाहाविषयी', ४ जून, १८४८, पृ. ३७५
३९. Justice Ranade M. G., 'Essays on Religious and Social Reform', P. 74
४०. पद्मनजी बाबा 'यमुना पर्यटन' आवृत्ती पहिली १८५७, पुणे : स्नेहवर्धन प्रकाशन, आवृत्ती ५ वी, १९९४, पृ. १०४
४१. शिंदे ताराबाई 'स्त्रीपुरुष तुलना', प्रथम आवृत्ती १८८१, खोले विलास (संपादक) पुणे : प्रतिमा प्रकाशन, १९९९
४२. महात्मा फुले, 'सत्सार अंक १', (महात्मा फुले : समग्र वाङ्मयवरून उद्धृत), पृ. ३६६
४३. महात्मा फुले, 'गुलामगिरी', १८७३, पा. १४१, (महात्मा फुले : समग्र वाङ्मयवरून उद्धृत)
४४. 'शतपत्रे', पत्र क्र. ३९, 'वर्णविचार', १० डिसें. १८४८, पृ. ४१७

४५. 'कित्ता', पत्र क्र. ६५, 'नीतिप्रशंसा', २४ जून, १८४९, पृ. ४३५

४६. 'कित्ता', पत्र क्र. २२, 'जातिविषयक विचार', पृ. ४१२

४७. स्वामी दयानंद सरस्वती 'सत्यार्थ प्रकाश', पृ. ६८

४८. 'मुंबईचे वर्णन', पृ. ३४३

४९. 'शतपत्रे' पत्र क्र. २७, 'नानापंथ', २० ऑगस्ट, १८४८, पृ. १९८

५०. कर्नाटकी श्री. ना. 'भारतगौरव ग्रंथमाला', 'नामदार न्यायमूर्ति काशिनाथ त्रिंबक तेलंग यांचे चरित्र', पृ. ३

५१. 'ज्ञानोदयाची पहिली शंभर वर्षे', पृ. ५

५२. StephenNeil, `A History of Christianity in India', 1707-1858, P. 261

५३. Ibid, P. 263

५४. 'मुंबईचे वर्णन', पृ. ३४३

५५. पद्मनजी बाबा, 'अरुणोदय', पृ. ८१-८२

५६. 'मुंबईचे वर्णन', पृ. ३१७

५७. 'कित्ता', पृ. ३४३

५८. लोकहितवादीकृत ग्रंथमाला, पृ. १४०

५९. समग्र टिळक खंड-६, पृ. ८०८

६०. रामकृष्ण मठ, नागपूर, (प्रकाशक), स्वामी विवेकानंदांची पत्रे, पृ. ५६

६१. महात्मा फुले, 'सत्सार', पा. मुखपृष्ठ (म. फुले : समग्र वाङ्मयवरून उद्धृत), 'कित्ता', पृ. ३६५

६२. 'कित्ता', पृ. ३६५

६३. पाटील पं. 'महात्मा फुले यांचे चरित्र', पृ. २१३

६४. 'ज्ञानोदय' १८ डिसेंबर १८९०, (म. फुले समग्र वाङ्मयवरून उद्धृत), पृ. ७३१

६५. 'न्या. ना. ग. चंदावरकर यांची व्याख्याने', पृ. ६८

६६. 'विविधज्ञानविस्तार', पुस्तक ३२, मार्च-एप्रिल १९०१, अंक ३-४, पृ. १०५

६७. 'काळातील निवडक निबंध' भाग पहिला, (१८९८-१९०८), पृ. ३१

धर्मसुधारक : विचार आणि कार्य

प्रस्तावना

१९ व्या शतकातील तरुण पिढीस पाश्चात्त्य इंग्रजी शिक्षणाचा लाभ मिळाला; याद्वारे त्यांना लोकशाही, व्यक्तीस्वातंत्र्य, स्त्री स्वातंत्र्य, मानवी अधिकार इ. नवीन तत्त्वांची माहिती मिळाली, परंतु आपल्या समाजात धर्म व परंपरा याच अंधपणाने पाळल्या जातात. त्यात लोकशाही, व्यक्तीस्वातंत्र्य व स्त्री शूद्रांच्या स्वातंत्र्याला स्थान नाही, त्यांना मानवी अधिकार नाहीत, ही बाब विद्वान, बहुश्रुत, नि:स्वार्थी तरुणांना प्रकर्षाने जाणवू लागली, तसेच ख्रिश्चन मिशनऱ्यांच्या नि:स्वार्थी कार्यापासूनही त्यांना प्रेरणा मिळाली. समाजामध्ये आचरणात असलेले भ्रष्ट धार्मिक आचार खरोखरीच धर्मग्रंथांमध्ये आहेत काय याचा अभ्यास काहींनी सुरू केला.

१९ व्या शतकातील प्रारंभीच्या पिढीत जन्मापासून मिळालेले धर्म व परंपरांचे शिक्षण व पाश्चात्त्य धर्तीवर असलेल्या शाळांमध्ये मिळालेले इंग्रजी शिक्षण यामुळे पाश्चात्त्य व भारतीय दोन्ही शिक्षणपद्धतींचा प्रभाव त्यांच्यावर होता. त्यांना या शिक्षणपद्धतीमुळे टीकात्मक परीक्षण करण्याचे ज्ञान अवगत झाले.

'सती' सारखी दुष्ट व अमानवी प्रथा ही धर्मात सांगितलेली नाही, हे सिद्ध करण्यासाठी राजा राममोहन रॉय यांनी सनातन्यांशी मोठा संघर्ष केला व मोठ्या जमीनदार व प्रतिष्ठित घराण्यांतील कुलीन ब्राह्मण असल्यामुळे त्यांना थोडे बळ मिळाले, तरी सनातन्यांना आपला धर्म समजावून देण्यासाठी त्यांना आपल्या धर्मग्रंथांचे बंगाली भाषेतून विवेचन करावे लागले. समाजसुधारणेसाठी धर्मसुधारणा आवश्यक आहे, ही बाब त्यांच्या प्रकर्षाने लक्षात आली, म्हणून त्यांनी वैदिक हिंदू धर्माचे ज्ञान देण्यासाठी ब्राह्मो समाजाची स्थापना केली.

याच प्रकारे बंगालमधील पंडित ईश्वरचंद्र विद्यासागर यांना विधवा पुनर्विवाह कसा सशास्त्र आहे यासाठी मोठी चळवळ करावी लागली, यामुळे बंगालमध्ये आपला धर्म व परंपरा याविषयी जोरदार विचारमंथन घडून आले.

महाराष्ट्रातही समाजात असलेल्या कुप्रथा म्हणजे 'सती', 'बालविवाहाची प्रथा', 'विधवा पुनर्विवाह प्रतिबंध', 'स्त्री शिक्षणाला प्रतिबंध', शूद्रांचा सामाजिक दर्जा व अनेक धार्मिक कर्मकांड यांना धर्मानेच प्रतिबंधित केले आहे, अनेक कर्मकांडं ही धार्मिकच आहेत असा समज होता.

परंतु महाराष्ट्रातील नि:स्वार्थी सुधारकांच्या परंपरांचा १९ व्या शतकात उदय झाला. यात बाळशास्त्री जांभेकर यांनी आपले वर्तमानपत्र 'दर्पण'द्वारे, लोकहितवादी यांनी 'प्रभाकर' या पत्रातून 'शतपत्रे' प्रसिद्ध करून, म. फुले यांनी शाळा स्थापन करून व अनेक ग्रंथांची निर्मिती करून, तर विष्णूबुवा ब्रह्मचारी यांनी मिशनऱ्यांशी वादविवाद करून व अनेक ग्रंथांची निर्मिती करून, स्वामी दयानंद यांनीही प्रत्यक्ष सनातनी पंडितांशी वादविवाद करून व 'सत्यार्थ प्रकाश' सारखे तत्कालीन धर्मावर टीका करणारे अनेक ग्रंथ लिहून व न्या. रानडे, डॉ. भांडारकरांनी अनेक वेळा आपल्या विद्वत्तेने व प्रार्थना समाजाद्वारे, तसेच आगरकरांनी 'सुधारक' तर लो. टिळकांनी 'केसरी' मधून हिंदू धर्मसुधारणेसाठी यशस्वी प्रयत्न केले.

या सर्व सुधारकांचा हेतू हा देशसेवा करण्याचा होता. राजकीय पारतंत्र्याची जाणीव करून देण्यासाठी त्यांनी आधी आपला समाज सुधारण्यासाठी, धर्म सुधारण्यासाठी आपली वाणी, लेखणी व आपल्या वैयक्तिक कार्याद्वारे धर्मसुधारणा घडवून आणली.

हिंदूंच्या जीवनात 'धर्म' ही बाब अविभाज्य झाली होती. अशा जीवनाशी अविभाज्य असलेल्या धर्माची सुधारणा करणे आवश्यकच होते. ती या महाराष्ट्रातील सुधारकांनी करून भारताला आधुनिक राष्ट्र बनविले. त्यांच्या अनेक लेखांमधून असे दिसून येते की, त्यांना याची जाणीव होती की, इंग्रज आज नाही तर उद्या भारत भूमीतून जातीलच तर हा पारतंत्र्याचा काळ आपण आपला समाज सुधारण्यासाठी वापरला पाहिजे, कारण धर्मसुधारणा केली, तरच स्वाभिमान निर्माण होऊन राष्ट्राविषयीचे विचार करण्यास लोक प्रवृत्त होतील व नंतर राजकीय हक्क व स्वातंत्र्य प्राप्त होईल.

यामुळेच या प्रकरणामध्ये धर्मसुधारकांचा परिचय, त्यांचे विचार व कार्य याचे विवेचन केले आहे.

बाळ गंगाधर शास्त्री जांभेकर

आधुनिक महाराष्ट्रातील आद्य धर्मसुधारक (१८१२-१८४६)

बाळशास्त्री जांभेकर यांचा परिचय : त्यांचा जन्म १८१२ मध्ये पोंभुर्ले, जि. रत्नागिरी येथे झाला. त्यांचे शिक्षण मुंबईत झाले. भारतीय इंग्रजी शिक्षितांच्या पहिल्या पिढीचे ते प्रतिनिधी होते. पाश्चात्त्य ज्ञान आत्मसात करून आपल्या समाज धर्माचे गुणदोष पाहणारे व देशोन्नतीसाठी आपले जीवन व्यतीत करणारे ते पहिले

महाराष्ट्रीय होते. त्यांचे पाश्चात्त्य ज्ञान विशाल आणि तेवढेच हिंदू धर्माचे ज्ञानही सखोल होते, म्हणूनच त्यांना वेदमूर्तिही म्हणत.त्यांचा मृत्यू वयाच्या ३५ व्या वर्षी झाला, तरीही त्यांनी केलेले वैयक्तिक व सार्वजनिक कर्तृत्व इतक्या अल्प वयात संपादन केलेले पाहून अचंबा वाटल्याशिवाय राहत नाही, यामुळेच त्यांनी धर्मसुधारणेसाठी केलेले कार्य पाहण्यापूर्वी त्यांचे वैयक्तिक कर्तृत्व पाहणे आवश्यक ठरते.

१८२२ मध्ये एलफिन्स्टन याने मुंबईत मुळात पाद्री लोकांनी अनाथ मुलांसाठी चालविलेल्या शिक्षण मंडळींपासून विभक्त करून 'दि बॉम्बे नेटिव्ह स्कूल बुक ॲण्ड स्कूल सोसायटी' नावाची मंडळी स्थापन केली होती. तिच्या अंतर्गत एका इंग्रजी शाळेत बाळशास्त्रींचे इंग्रजी शिक्षण पूर्ण झाले. या शाळा पाद्री लोकांनी चालविलेल्या असल्यामुळे येथे पालक मुलांना पाठविण्यास फार धजत नसत. अशा काळी बाळशास्त्रींनी आपला अभ्यास यशस्वीपणे संपन्न केला. त्यांचा अभ्यास पूर्ण झाल्यावर त्यांना १८३० मध्ये 'बॉम्बे नेटिव्ह एज्युकेशन सोसायटी'चे डेप्युटी सेक्रेटरी म्हणून नेमण्यात आले. १८३२ मध्ये त्यांना नेटिव्ह सेक्रेटरी नेमण्यात आले. याच पदावर असताना त्यांना शाळेत अध्यापनाचे काम व भाषांतर समितीतही कार्य करावे लागे, त्याचबरोबर संस्थेने त्यांच्याकडून 'नीतिकथा', 'सारसंग्रह', 'इंग्लंड देशाची बखर' भाग १ व २ ही पुस्तके तयार करून घेतली, तसेच त्यांना फ्रेंच, लॅटिनसहित अनेक भारतीय भाषाही अवगत होत्या, म्हणून त्यांना १८३१ मध्ये 'रॉयल एशियाटिक सोसायटी'च्या मुंबई शाखान्तर्गत पौरस्त्य भाषांतर समितीचे 'नेटिव्ह सेक्रेटरी' म्हणून नेमण्यात आले. यामुळे अनेक विद्वान युरोपियन लोकांशी त्यांचा संबंध जडला.

हे विविध कार्य करीत असतानाच बाळशास्त्री यांनी १८३१ मध्ये देशकार्याच्या हेतूने, म्हणजे ज्ञानप्रसार व लोकसुधारणेचे एक प्रमुख साधन म्हणून 'दर्पण' नावाचे एक मराठी व इंग्रजी वर्तमानपत्र सुरू केले. स्वदेशीय लोकांमध्ये विलायतेतील विद्येचा अभ्यास अधिक व्हावा, आणि या देशाची समृद्धी व येथील लोकांचे कल्याण या विषयी स्वतंत्रपणे व उघड रीतीने विचार करावयास स्थान व्हावे असा उद्देश त्यांनी या पत्रात प्रकट केला. मुंबईचे गव्हर्नर माऊंट स्टुअर्स एलफिन्स्टन हे १८२७ मध्ये सेवानिवृत्त होऊन विलायतेस गेल्यावर त्यांच्या स्मरणार्थ एलफिन्स्टन महाविद्यालयाची स्थापना करण्यात आली होती. १८३४ मध्ये बाळशास्त्री हे या संस्थेत पहिले असिस्टंट प्रोफेसर म्हणून रुजू झाले. ते वाङ्मय विज्ञान शिकवीत. नंतर त्यांची तेथे गणित विषयात 'ॲक्टींग प्रोफेसर' म्हणून नेमणूक झाली. गणिताचे अध्यापक दादाभाई नौरोजी यांचे ते गुरू होते. तसेच कुलाबा येथील वेधशाळेचे चालकत्वही बाळशास्त्रींनी सांभाळले होते. बोर्ड ऑफ एज्युकेशन नामक एक निमसरकारी कारभारी मंडळी

शिक्षणव्यवस्था बघत असे. त्यांनी इलाख्याचे १. मध्य २. उत्तर व ३. दक्षिण असे तीन विभाग पाडून त्यावर एक एक शाळा तपासनीस नेमला होता. त्याला 'सुपरिंटेंड' म्हणत. बाळशास्त्रींना दक्षिण विभागाचा सुपरिंटेंड नेमले होते. यात निजामपूरपर्यंतचा प्रदेश येत असे. सोलापूरच्या बाबा पद्मनजी यांनी बाळशास्त्रींचा सुपरिंटेंड म्हणून उल्लेख केला आहे. त्यांनी आपल्या आठवणीत बाळशास्त्रींविषयी लिहिले आहे. यात ते म्हणतात, बाळशास्त्री पालखीत बसल्यावर ते पुस्तक वाचीत, यावरून लोक त्यांना ते 'बायबल' वाचतात असे म्हणत. मुंबई येथे एक अध्यापक वर्ग ही १८४५ मध्ये स्थापन करण्यात आला होता. शास्त्रींना या वर्गाचे डायरेक्टर नेमण्यात आले होते. विद्यार्थ्यांच्या सोयीसाठी त्यांनी काळबा देवीतील आपल्या घराजवळ एक वाडा भाड्याने घेऊन तेथे विद्यार्थी वसतिगृह सुरू केले.

त्यांचे ग्रंथकर्तृत्वही बरेच होते. त्यांनी 'नीति सारसंग्रह', 'इंग्लंड देशाची बखर', 'भूगोल विद्या', 'गणित भाग', 'भूगोल विद्येची मूलतत्त्वे', 'शून्यलब्धी गणित' व 'मूळ परिणती गणित' व इतर अनेक तत्कालीन शालोपयोगी ग्रंथ तयार करण्यास मदत केली.

तसेच विधवा विवाहाला प्रोत्साहन देणारी व त्या विषयावर चर्चा घडवून आणणारी, 'पुनर्विवाह' नावाची पोथीही त्यांच्या साहाय्याने छापली गेली. त्यांनीच अर्वाचीन काळात 'ज्ञानेश्वरी' या ग्रंथाने प्रकाशन केले व इतर अनेक लेख 'दर्पण' मधून प्रसिद्ध केले.

१८४० मध्ये त्यांची जिऑग्रॉफिकल सोसायटीच्या मुंबई शाखेतही सदस्य म्हणून निवड झाली. त्यांनी भारतीय शिलालेख व ताम्रपट या संबंधीचे अनेक शोधनिबंध रॉयल एशियाटिक सोसायटीच्या त्रैमासिकात छापले. त्यांच्या चरित्रकारांनी यामुळेच त्यांना 'भारतीय इतिहास संशोधनाचे जनक' असे संबोधले आहे. ते म्हणतात, 'रॉयल एशियाटिक सोसायटीच्या मुंबई शाखेची पत्रिका १८४१ मध्ये प्रथमत: निघालेली असून बाळशास्त्रींच्या जीवितावधीत तिचे जे एकूण अकरा अंक प्रसिद्ध झाले त्यापैकी आठ अंकांत त्यांनी आपले शोधनिबंध प्रसिद्ध केले आहेत आणि विशेष हे की, त्या काळात अखिल भारतात अशा प्रकारचे लेख लिहून प्रसिद्ध करणारे तेच एकटे एतद्देशीय पंडित होते. अर्थात शास्त्रीबाबांना 'भारतीय इतिहास संशोधकाचे जनक' म्हणून संबोधणे उचित होईल. त्यांच्या मृत्यूमुळे ह्या संशोधनशाखेची अतिशय हानी झाल्याचा निर्देश 'पत्रिके'चे तत्कालीन संपादक प्रो. आर्लेबार यांनी मोठ्या सहृदयतेने केले आहे.'[१] अशा प्रकारे प्राच्यविद्या संशोधण्यास आरंभ करणारे ते प्रथम भारतीय होते असे म्हणता येईल.

बाळशास्त्रींना १८४० मध्ये 'दर्पण' पत्र बंद करावे लागले, परंतु त्यानंतर त्यांनी १ मे, १८४० रोजी 'दिग्दर्शन' नावाचे आद्य मराठी मासिक सुरू करून आपले ज्ञानप्रसाराचे व लोकजागृतीचे कार्य सुरूच ठेवले.

अशा प्रकारे इंग्रजी पाश्चात्त्य ज्ञान प्राप्त केलेले व तसेच 'वेदमूर्ति' ही असलेले बाळशास्त्री जांभेकर देशबांधवांच्या उन्नतीसाठी प्रयत्न करणारे महाराष्ट्राचे आद्य धर्मसुधारक होते. अनेक इंग्रज उच्च अधिकाऱ्यांच्या संपर्कात येऊनही ते ख्रिस्ती धर्म किंवा पाश्चात्त्य आचारांच्या आहारी गेले नाहीत. किंवा त्यांचे वरचेवर अनुकरण केले नाही. त्यांची स्वधर्मावर श्रद्धा होती, कारण त्यांनी हिंदू धर्मशास्त्रांचा सखोल अभ्यास केला होता, तसेच आधुनिक विचारसरणीनुसार सुधारणा कशा आवश्यक आहेत याची जाणीव त्यांना झाली होती व त्यांनी अनेक संकटे पार करून सुधारणांना प्रारंभ केला.

बाळशास्त्रींनी विधवा पुनर्विवाहाविषयी घडवून आणलेली चर्चा

१८२९ मध्ये भारत सरकारने सती बंदीचा कायदा लागू केला, तरी साताऱ्यासारख्या संस्थानांमधून सती जाण्याचे प्रकार थांबले नव्हते, कारण विधवेने सती न जाणे म्हणजे भयंकर महापाप असे समजले गेले. स्त्रियांनी 'सती' जाऊ नये म्हणून सरकार प्रयत्नशील तर होतेच, परंतु सती न गेलेल्या स्त्रियांची व्यवस्था व्हावी म्हणून सरकार 'विधवा पुनर्विवाहा'चा कायदा अस्तित्वात आणण्यासाठी प्रयत्नशील होते, असे बाळशास्त्रींच्या 'दर्पण' मधील लेखांवरून दिसून येते. बाळशास्त्रींनी आपल्या पत्रात यासंबंधीच्या धर्मआज्ञा व पुनर्विवाहाची चाल प्रचलित होण्यासाठी सुधारकांनी केलेले प्रयत्न याची चर्चा केली, ते यासंबंधी माहिती देताना आपल्या 'दर्पण' पत्रात म्हणतात, 'Among Brahmans and a few other castes, the general opinion is that remarriages cannot now take place, according to the letter of Hindoo shastras get the question whether the interdistory passages cannot be sepealed by the unanimour consent of Brahmans had frequently been agitated and discussed during the last hundred years, in the time of Jyesing the Rajpoot, Parshram Bhoo put wardhan, otherwise settled at anytime, as has been alleged by some the practical execution of the revised principle, at least, has been impended by some cause or other.'[२] अशा प्रकारे आतापर्यंत अनेक वेळा या विषयावर चर्चा झाली, परंतु त्यावर नकारार्थकच उत्तरे मिळाली. हिंदू पंडितांमध्ये यावर अनेक मते आहेत, कारण पंडितांच्या उच्च जातीला धार्मिक अडथळा आहे आणि त्या जातींमध्ये पुनर्विवाहाला धार्मिक अडथळा

नाही. तथापि हे लोक आपल्या नावाला कमीपणा येईल म्हणून पुनर्विवाह करीत नाहीत असे बाळशास्त्री म्हणतात.

तसेच ते म्हणतात की, 'पुनर्विवाहा'वर जी काही चर्चा होईल व जे पुनर्विवाहाचे समर्थन करतील त्यांना फार थोड्या लोकांचे सहकार्य मिळेल आणि बरेच लोक असेही म्हणतात की, अशा प्रकारची पुनर्विवाह बंदी पद्धत ज्या धर्माची आहे त्या धर्माचा त्याग करावा, परंतु बाळशास्त्री म्हणतात की, पुनर्विवाहाची बंदी कायम ठेवणारे पंडित शास्त्राज्ञा दडपून ठेवतात किंवा त्याच्यावर शुष्क वाद करतात.

१९ व्या शतकाच्या पूर्वार्धात 'विधवा पुनर्विवाहा'वर चर्चा करण्यावर सुद्धा लोक घाबरत असत, कारण त्यांनी शास्त्राज्ञा उल्लंघन केल्याचे पाप समजून त्यांना सामाजिक बहिष्काराची भीती वाटत असे, म्हणूनच बाळशास्त्रींच्या वेळेस दोन पंडितांनी आपले नाव लपवून एक १९२ पानांची 'पुनर्विवाह प्रकरण' नावाची पोथी तयार केली. यात एका पंडिताने आपले नाव 'तेलंगी ब्राह्मण' (सुबाजी बापू असे बॉम्बे गॅझेटने म्हटले) व दुसऱ्याने 'परशुराम क्षेत्रप ब्राह्मण' असे ठेवले. या पोथीचा काही भाग 'दर्पण'मध्ये १८३५ मध्ये प्रकाशित झाल्याचे बाळशास्त्री म्हणतात. या पोथीवर त्यांनी आपली प्रतिक्रिया 'दर्पण'मधून व्यक्त केली. यावरून त्यांची सुधारित मते प्रत्ययास येतात. ते म्हणतात की, सदर शास्त्रींनी 'पुनर्विवाहाच्या प्रश्नावर जास्त प्रकाश टाकला नाही आणि स्त्रियांची कर्तव्ये व त्यांच्या अवनतीची कारणे इ. विषयांवरच जास्त प्रकाश टाकला आणि स्वमत समर्थनार्थ या लेखकाने शास्त्राधार कोठेही दाखविला नाही. 'On the question of remarriage the learned shastree does not seem to throw much light. We are constraired to say that in all his essay he does not adduce a single authority from shastras to support his view,'[३] बाळशास्त्री म्हणतात की, या पंडितांनी, शास्त्रींनी आपल्या समर्थनार्थ शास्त्रवचन घेतले नाही, आतापर्यंत असेच झाले आहे की, पुनर्विवाहाला समर्थन करणारे त्याबद्दल शास्त्राचे संशोधन करणाऱ्या पंडितांना कोणीच पाठिंबा देत नाहीत. फक्त आपलीच स्व मते हट्टाने पुढे आणितात व पुनर्विवाहाच्या बंदीला आपले समर्थन देतात.

बाळशास्त्रींनी विधवांचे प्रमाण वाढू नये किंवा बालविधवांचे दु:खी जीवन कोणत्याही मुलीच्या वाटेला येऊ नये म्हणून १२ व्या वर्षानंतर विवाह करण्याची शिफारस केली. असे केल्यास धर्मशास्त्रानुसार मुलीला तिचे वडील ऋतुप्राप्त झाल्यावर सुद्धा योग्य वर मिळेपर्यंत आपल्या गृही ठेवू शकतात व असे केल्यास प्रायश्चित्त म्हणून एक गाय दान करावी. एवढेच शास्त्रवचन आहे, त्यामुळे १२ व्या वर्षानंतर किंवा मुली वयात आल्यानंतरही पिता आपल्या कन्येला अविवाहित ठेवल्याचे

स्पष्टीकरण करताना ते 'दर्पण'मध्ये म्हणतात : 'There would be no violation of the spirit of the Shastras, for we find in Manoo that a Man of 30 years should marry a girl of twelve and the practice of performing the ceremony about that age is partially prevalent in every part of the country. If it be therefore universally adopted, there would be no possibility of girls becoming widows from childhood to almost the age of puberty'[४] अशा प्रकारे बाळशास्त्रींनी १८८५ ते १८९१ मध्ये गाजलेले 'The Age of Consent' बिल पास होण्याआधी अनेक वर्षांपूर्वी, ज्यावेळेस सनातनी पंडितांच्यापुढे चालीरीतींच्या विरुद्ध बोलणे प्रायश्चित्तास धर्मबहिष्कृत करण्यास पुरेसे कारण होते, अशा वेळी शास्त्राधाराद्वारे पुनर्विवाहाचे समर्थन व बालविधवांवरची आपत्ती दूर करण्यासाठी मुलींचा विवाह १२ व्या वर्षी करावा अशी स्पष्ट शिफारस केली, यावरूनच पाश्चात्त्य विद्येच्या संपर्कात आल्याने आपली चालीरीतींवर आधारित धर्मव्यवस्था बदलून खऱ्या अर्थाने धर्म व बदलता काळ लक्षात घेऊन सुधारणा करण्याची आवश्यकता त्यांना वाटली. यावरूनच बंगालमधील ईश्वरचंद्र विद्यासागर यांच्या प्रयत्नाने १८५६ मध्ये विधवा पुनर्विवाहाला मान्यता देणारा कायदा पास होण्यापूर्वी किंवा सत्तरच्या दशकात महाराष्ट्रात विष्णूशास्त्री पंडित यांनी विधवांच्या विवाहासाठी जे धर्ममंथन केले त्याच्या फार पूर्वी म्हणजे १८३७ मध्येच बाळशास्त्रींच्या पुढाकाराने हा विषय त्यांनी आपल्या 'दर्पण' पत्रातून चर्चेत आणला व पंडितांना आपल्या धर्मविषयक विचारांत पुन्हा बदल करण्यास भाग पाडले. 'स्त्री शिक्षण, बालविवाह निषेध, बालविधवा पुनर्विवाह इत्यादी अनेक गोष्टींस प्रथमत: चालना मिळाली आणि त्यासंबंधी सुधारणा झाली पाहिजे असे प्रतिपादून शास्त्रशुद्ध प्रयत्न करणारे आद्य सुधारक बाळशास्त्रीच होत.'[५]

धार्मिक प्रकरणात त्यांनी फक्त लेखणी उचलली नाही, तर स्वप्रयत्नाने व स्वखर्चाने ख्रिश्चन धर्मांतर करण्यास मिशनऱ्यांना आयतेच कारण मिळू नये, म्हणून यशस्वी प्रयत्न केला. १९ व्या शतकात व त्यापूर्वीही एक शिवाजी महाराजांचे उदाहरण सोडल्यास एकदा धर्मभ्रष्ट झाल्यास स्वधर्मात परत येण्याची मुभा हिंदू धर्मात नव्हती. धर्मभ्रष्ट होण्यास परधर्मीयांच्या हातचे जेवण घेणे किंवा पाणी सुद्धा पिणे धर्मभ्रष्ट होण्यास पुरेसे कारण होत असे. श्रीपत शेषाद्री या नावाचा मुलगा पाद्री लोकांमध्ये राहून बाटला होता. त्यासंबंधी पुणे येथील धर्ममार्तंडांनी जो निर्णय घेतला होता, त्यात अनेक प्रश्न निर्माण झाले होते. त्यात पहिला प्रश्न व यावर मत असे होते, 'गोमंतक प्रांती कित्येक ब्राह्मण किरिस्तावांशी अन्नोदक व्यवहार करून बाटलेला

मुलगा पुन: शुद्ध व्हावयाचा नाही. यास्तव त्यास प्रायश्चित्त सांगणारे दोषी होतील.'[६] यावरून किचकट, धर्मांध व अंधश्रद्धाळू धर्मव्यवस्थेचे स्वरूप आपणास लक्षात येते.

नुकत्याच इंग्रजी शिकलेल्या व पाद्री लोकांमध्ये राहिलेल्या किंवा संपर्कात आलेल्या तरुण मुलांना पाद्री लोक ख्रिश्चन धर्माचे महत्त्व पटवून देण्यासाठी अनेक युक्त्या करीत. मराठीतून पुस्तके लिहीत व ती फुकट वाटत. बाबा पद्मनजींसारखी काही तरुण मुले त्यांच्या प्रभावाखाली येत व ख्रिश्चन धर्म स्वीकारीत. असेच १८३२ च्या दर्पणमध्ये गिरमाजी आप्पा जोशी व बाबू कृष्णा मोहन बानरजी यांना बापतिस्मा दिल्याचे वर्तमान लिहिले आहे. यात त्यांच्या सोयऱ्यांनी त्यांना मूर्तिपूजा सोडू नका याविषयी पुष्कळ समजावून सांगितले, परंतु ते सर्व निष्फळ झाल्याचे म्हटले आहे. तसेच बाबू बानरजी कलकत्त्यातील हिंदू 'इनक्वायरर' पत्र चालक असल्याचे म्हटले आहे. याविषयी दर्पणमध्ये पुढीलप्रमाणे लिहिले आहे. 'जो इन्क्वायर पत्राचा करणारा त्याने क्रिस्तीयन धर्म धरला आहे रें. मेस्तर डफ साहेबाने बाप्तिस्मा उघड दिला व साहेबाने क्रिस्ती धर्माविषयी जी पुस्तके केली, ती नेटिव लोकांचे तरुण मुलगे वाचीत असत आणि त्याच ग्रंथांचे योगे करून त्या गृहस्थाने नवा धर्म धरिला असे लिहिले आहे.'[७]

अशा प्रकारे हळूहळू तरुण मुले ख्रिस्ती मिशनऱ्यांनी चालविलेल्या शाळेतून शिकत असत व त्यांच्या प्रत्यक्ष संपर्कात आली असता ख्रिश्चन धर्मांतराचा धोका वाढू लागला. तत्कालीन धर्म व समाजव्यवस्थेनुसार प्रादी लोकांबरोबर किंवा यवनांबरोबर अन्नोदक व्यवहार करणे हे महापातक समजले जाई व अशा प्रकारे भ्रष्ट झालेल्या व्यक्तीला पुन: हिंदू धर्मात घेतले जात नसे, म्हणून एकदा बाटलेला पुरुष हिंदू धर्मात पुन: परत जाण्याची व्यवस्था नसल्यामुळे ख्रिश्चन मिशनऱ्यांचा, लोकांना ख्रिश्चन धर्मांतर करण्याचा उद्योग सोपा होऊन बसला होता.

अशक्य प्रकारचे एक धर्मांतरण प्रकरण बाळशास्त्रींमुळे प्रसिद्धीस आले. हे प्रकरण म्हणजे अल्पवयीन श्रीपत शेषाद्री या पाद्री लोकांच्या 'बाप्तिस्मा' न देता फक्त संपर्क होऊन बाटलेल्या मुलाला शुद्ध करून घेऊन पुन्हा स्वजातीत घेण्याची खटपट होय.

परळी येथील शेषाद्री गोविंद नामक एक गरीब देशस्थ ब्राह्मण उदरनिर्वाहासाठी मुंबई येथे येऊन राहिला होता. घरच्या गरिबीमुळे त्याने आपली दोन मुले ख्रिश्चन धर्मप्रसारकांनी चालविलेल्या 'जनरल असेंब्लीज इन्स्टिट्यूटशन' ह्या शिक्षणसंस्थेत घातली. पहिला मुलगा नारायण हा १८३८ पासून व दुसरा मुलगा श्रीपती हा १८४१ पासून या शाळेत शिकत होते. नारायणला दरमहा काही स्कॉलरशिपही मिळू लागली.

त्याचा तिथे अभ्यासक्रम पूर्ण झाल्यावर त्याच्या ख्रिश्चन आश्रयदात्यांनी त्याला त्याच शाळेत दरमहा २० रुपयांवर शिक्षक म्हणून नेमले. या शाळेचे चालक रे. नेस्बिट व रे. मरेमिचेल यांच्या प्रभावामुळे नारायण हा त्यांच्या धर्माच्या आहारी गेला व १३ सप्टेंबर १८४२ रे. नेस्बिट याने त्याला उघडपणे बाप्तिस्माही दिला, यामुळे मुंबई स्थित ब्राह्मण पंडितांत व एकूणच हिंदू समाजात मोठी खळबळ माजली.

नारायणचा धाकटा भाऊ श्रीपती हा सुद्धा नारायण सोबत रे. नेस्बिटजवळ राहण्यास गेला. याचे वय त्यावेळेस बारा वर्षांचे होते. नारायणचा प्रभाव श्रीपतीवर होता.

नारायणला बाप्तिस्मा दिल्याची बातमी बाहेर येताच मुंबईकर समस्त ब्रह्मवृंदाने दुसऱ्या दिवशी १४ सप्टेंबर १८४३ रोजी निषेध सभा भरवून मिशनरी शाळांवर बहिष्कार घातला. त्यांनी बहिष्काराचा ठराव केला. यात ते म्हणतात की, ख्रिस्ती मिशनरी या देशात येऊन अनेक प्रकारे उपदेश करतात. आपल्या धर्माची पुस्तके वाटतात व आपल्या धर्मात येण्याकरिता त्यांनी बहुत शाळाही घातल्या आहेत. या शाळांमध्ये आपली हिंदुंची मुले शिकावयास जातात, परंतु सर्वकाळ हिंदू धर्माची नालस्ती व ख्रिश्चन धर्माची स्तुती ऐकून अल्प वयातील मुलांवर परिणाम होतो. याप्रमाणे आतापर्यंत अनेक मुले बाटली व पुढेही बाटतील, यामुळेच स्वधर्मरक्षणार्थ आपल्या मुलांना या शाळांमध्ये पाठवू नये असे नियम करणे जरूर आहे. हा ठराव प्रभाकर या वर्तमानपत्रात २४ सप्टेंबर १८४३ मध्ये 'मुंबईकर ब्राह्मणांचा ख्रिस्ती मिशनरी शाळांवर बहिष्कार' या मथळ्याखाली छापला. यातील दोन ठराव याप्रमाणे होते, '१ ख्रिस्तीयन पाद्री यांच्या शाळेत धर्म शिकावयास अगर त्यांचा उपदेश ऐकण्यास कधीही कोणी ब्राह्मणांनी जाऊ नये व आपली मुले त्यांच्या शाळेत जाऊ देऊ नये व तसेच जे हिंदू असून आपल्या स्वधर्माची निंदा व त्यांच्या धर्माचा उपदेश करितात त्यांनी असे न करण्याविषयी इलाज करावा.'

२. सदरहूप्रमाणे सर्व, ब्राह्मणांनी चालावे. याप्रमाणे जो ब्राह्मण न चालेल तो ज्ञातीचा अपराधी होईल.

या ठरावाच्या बंदोबस्ताविषयी व काही कारण पडल्यास पुन्हा सर्व मंडळींची सभा करण्याविषयी प्रमुख नेमिले आहेत.

अशा प्रकारे धर्मप्रमुखांनी ठराव केला. अर्थात हा ठराव अमलात आणण्यास त्यांना यश आले, तरी तत्कालीन धर्म पुढाऱ्यांची जरब दर्शविणारी व या धर्मावर तत्काल प्रतिक्रिया दर्शविणारी ही घटना होती.

त्या काळात स्वयंनिर्णय घेण्यास धार्मिकदृष्ट्या १६ वय हे कायदेशीर होते, यामुळे नारायण शेषाद्री हा थोरला मुलगा वयात येऊन स्वखुशीने ख्रिस्ती होऊन

चुकल्यामुळे त्याला पुन: स्वधर्मात घेण्याची मुळीच आशा नव्हती, परंतु त्याच्या सोबत पाद्रीबरोबर वास्तव्यास असलेला त्याचा अल्पवयी भाऊ श्रीपती हा तरी पाद्रींच्या तावडीत सापडून ख्रिस्ती होऊ नये व अशा प्रकारे धर्मांतराला आळा बसावा म्हणून बाळशास्त्री जांभेकर, जगन्नाथ शंकरशेठ या धर्माभिमानी सुधारकांनी त्या मुलाचा कायदेशीररीत्या कब्जा घेण्याचे ठरविले.

यासाठी त्यांनी आधी श्रीपतीचे वडील शेषाद्री गोविंद याला श्रीपतीला सामोपचाराने पाद्रींकडून मागून आणावे असे सांगितले; त्यानुसार शेषाद्री आपल्या सोबत तीन चार ब्राह्मणांना घेऊन रे. नेस्बिटकडे गेला व त्याच्याकडे आपला मुलगा परत मिळावा असे सांगितले, परंतु पाद्रीने मुलाला आधीच आपल्या प्रभावाखाली आणल्याने श्रीपती आपल्या पित्याकडे जाण्यास तयार होईना. पित्यानेही आपल्या मुलाचा हात धरून घेऊन जाण्यासाठी प्रयत्न केला, परंतु पाद्रीने तसे करू देण्यास प्रतिबंध केला.

हा मुलगा अल्पवयीन असल्यामुळे तो स्वयंनिर्णय घेऊ शकत नाही, म्हणून वडिलांचा हक्क त्याच्यावर अबाधित आहे. यावरून बाळशास्त्री प्रभृतींच्या पाठिंब्यावरून शेषाद्री पंतांनी कोर्टात फिर्याद दाखल केली. न्यायाधीशांनी श्रीपतीला त्याच्या पित्याच्या स्वाधीन करण्याचे 'आज्ञापत्र' काढले. यानुसार ३ नोव्हेंबर, १८४३ रोजी मुलगा पित्याच्या ताब्यात मिळाला.

अशा रीतीने बाळशास्त्री व इतर सुधारकांच्या प्रयत्नाने त्याची पाद्रींच्या तावडीतून सुटका झाली. तत्कालीन धर्मसमजुतींनुसार त्याचा जरी बाप्तिस्मा झाला नव्हता तरी 'यवनाशी सहभोजनाचा व द्राक्षादि मद्यपानाचा अभ्यास जाहलाच. त्याने महापातक केले होते. म्हणून तो भ्रष्ट झाला होता व तो आता शुद्धही होऊ शकणार नव्हता. 'इंग्रजांचे अन्न ज्याने खाल्ले तो शुद्ध कसा होईल' अशी भूमिका पुणेकर ब्राह्मणांनी घेतली.

अशा प्रसंगी बाळशास्त्रींनी पुढाकार घेऊन त्या मुलाला शुद्ध करून घेण्याचे ठरविले, कारण त्यांना माहीत होते की, ख्रिश्चन मिशनरी या देशात लोकांना धर्मांतर करून देण्यासाठीच आलेले आहेत आणि बाप्तिस्मा न घेताही श्रीपतीप्रमाणेच जर लोक स्वधर्मापासून भ्रष्ट झाले आणि तेही फक्त सहभोजन व सहवासाने तर ख्रिश्चन मिशनऱ्यांना काही प्रयत्न न करताच लोकांचे धर्मांतर करून प्राचीन वेदधर्मापासून त्यांचा संबंध तोडून त्यांना पाश्चात्त्य वळण व धर्म देणार यामुळे देशबांधवांची हानीच होणार. यामुळेच मिशनऱ्यांच्या उद्योगाला आळा घालण्यासाठी त्याला हिंदू धर्मशास्त्रानुसार प्रायश्चित्त देऊन शुद्ध करून घेऊन पुन: स्वधर्मात परत घ्यावा असे त्यांच्या मनाने घेतले. यासाठी त्यांनी मुंबई, पुणे, नाशिक, कोकण, सातारा, इ. ठिकाणच्या पंडितांशी संपर्क साधला.

त्या काळी पुणे हे धर्ममार्तंड व सनातनी पंडितांचे माहेरघर असल्यामुळे या कामासाठी प्रथम त्यांची संमती मिळविणे आवश्यक होते. त्यांनी यासाठी पुण्याचे रामचंद्र शास्त्रीबाबा यांना १९ नोव्हेंबर, १८४३ रोजी पत्र पाठविले. या पत्रावरून त्यांनी श्रीपतीला शुद्ध करून घेण्याचा चंग का बांधला हे स्पष्ट होते. या पत्रात ते लिहितात, 'लोक त्या मुलास प्रायश्चित्ताविषयी अनुमती देण्यास अंदेशा घेतात म्हणून लिहिले. त्यास एक मूल बाटला आणि परत न आला यात ब्राह्मण ज्ञाती कमी होत्ये असे नाही, परंतु पाद्री लोक लोकांस भ्रष्ट करावे या हेतूने जे आले आहेत, त्यास मोठे लोक बहुत करून बधत नाहीत, यामुळे थोडेच बाटतात. त्यांचा डाव मुलावर अनायासाने सिद्धीस जातो. मुलाचे बुद्धीस भेद करण्यास त्यास काही श्रम पडत नाहीत. पाद्रींचे शाळेत मुले जाण्याची बंद करावी तर गरीब, निराश्रित लोकांचे मुलास विद्या होणे कठीण, सबब त्या लोकांस इजा फार होते, यामुळे तेही सिद्धीस जात नाही. परधर्मात गेलेला एक मुलगा परत आणिला म्हणजे बाटविण्याच्या उद्योगाला आळा पडून आपले धर्म संरक्षणाचा फार फायदा आहे हे जाणून लिहिले आहे, तरी याविषयी तेथील मंडळींची खात्री करावी. या कारणाशिवाय त्या मुलाची आम्हास काही गरज नाही. यास्तव तेथील मंडळीस बारीक-मोठा मजकूर सर्व समजावून आळस न घेता शास्त्राधारे पत्र घेऊन लवकर पाठविले पाहिजे.'[८]

अशा प्रकारे भविष्यातील हिंदू धर्माच्या दुर्गतीला आळा घालण्यासाठी त्यांनी हे पाऊल उचलले. या पत्रास पुण्याहून रामचंद्रशास्त्री बाबांनीही प्रतिउत्तर बाळशास्त्रींना पाठविले. या पत्रावरून असे दिसते की, रामचंद्रशास्त्रींनीही श्रीपतीला शुद्ध करून घेण्यासाठी व त्या शुद्धीपत्रकावर सर्वांच्या सह्या मिळविण्यासाठी, अनेक पंडितांची समजूत घालावी लागली व त्यासाठी त्यांना पुष्कळ खेपा घालाव्या लागल्या असे त्यांनी बाळशास्त्रींना लिहिले, तसेच पुण्याच्या ब्राह्मणवृंदानी या शुद्धीप्रकरणी शास्त्रार्थही दिला. या शास्त्रार्थात ते म्हणतात की, सदर मुलाने मांस भक्षण, यवनांशी सहभोजन, द्राक्षादी मद्यपान घेतल्याने त्याने महापापांचा समुच्चय केला, परंतु बालत्वामुळे व अल्पज्ञानामुळे त्याला प्रायश्चित्त देता येऊ शकले. त्याचे प्रायश्चित्त म्हणजे त्याने काशी प्रयाग यात्रा करून शुद्ध व्हावे असा निर्णय दिला.

त्याचप्रमाणे नाशिक येथील ब्रह्मवृंदानेही आपला शास्त्रार्थ धाडला. या शास्त्रार्थातही ते म्हणतात की, त्याला प्रायश्चित्त देऊन पुन्हा त्याची सोबत करणे योग्य नाही, हा अल्पवयी असल्याने व त्याच्या पित्याने त्याला घरी आणल्यावर त्याला पश्चात्ताप झाला असणारच, म्हणून त्याने महापातक केले असतानाही त्याला प्रायश्चित्त द्यावे, परंतु यासाठी त्यांनी अनेक प्रकारचे विधी या शास्त्रार्थात सांगितले व तसेच कोणतेही प्रकारचे वाहन न वापरता काशीयात्रा करावी असा आदेश दिला.

त्याचप्रमाणे करवीरचे (कोल्हापूरचे। श्रीत्रिगद्‌गुरू) शंकराचार्य, ज्यांचे शुद्धीपत्र कोणत्याही धार्मिक विवादात आवश्यक मानले जात असे, त्यांनीही या बाबतीत आपले प्रमाणपत्र पाठविले व त्यात म्हटले होते की, काशी प्रयाग यात्रा व श्रीरामेश्वर यात्रा करून आल्यावर उत्तरांग प्रायश्चित्त देऊन ज्ञातीत घ्यावा असे आज्ञापत्र शंकराचार्यांनी दिले.

अशा प्रकारे महाराष्ट्रातील प्रमुख तीर्थक्षेत्रांच्या येथील धर्मप्रमुख ब्रह्मवृदांची संमती मिळाल्यावर बाळशास्त्रींनी श्रीपतीला काशी यात्रेस जाण्यापूर्वी पूर्वांग प्रायश्चित्त त्यांच्या समविचारी लोकांना बरोबर घेऊन सर्व ब्राह्मण मंडळींसमोर केले, परंतु हे काशी यात्रेपूर्वीचे पूर्वांग प्रायश्चित्त मुंबई येथे केले परंतु यावरही सनातन्यांनी हरकत घेतली. मुंबई येथे न करता नाशिकसारख्या ठिकाणी करावे असे त्यांचे म्हणणे होते, परंतु बाळशास्त्रींच्या सुधारक पक्षाकडील लोकांनी समुद्रही तीर्थ आहे म्हणून वरील प्रायश्चित्त अनुचित होत नाही अशी भूमिका घेतली. या प्रायश्चित्ताच्या विधीप्रसंगी बाळशास्त्रींची भूमिका मुंबईकर सनातनी ब्राह्मणांनी मुरूडकर ब्रह्मवृंदास पाठविलेल्या पत्रावरून स्पष्ट होते. श्रीपतीला शुद्ध करून घेण्यासाठी प्रायश्चित्ताची पहिली पायरी म्हणून मुंबई येथे बाळशास्त्रींनी ब्राह्मणांची सभा घेतली व श्रीपतीला शुद्ध करून घेण्याविषयी बोलले. त्यात त्यांनी सांगितले की, अज्ञान मुलांस शुद्ध करून घ्यावा असे शास्त्र आहे व त्यासाठी क्षेत्रज्ञांची संमतीही आणिली आहे, तेव्हा त्यास शुद्ध करून घेण्यास शास्त्र उल्लंघन होत नाही, असे त्यांनी सभेत स्पष्ट केले, परंतु काही मंडळींनी बाळशास्त्रींना विरोध केला व ती शुद्ध होऊ शकत नाही असे सांगितले, परंतु बाळशास्त्रींनी ठाम भूमिका घेत, ज्याला शुद्धी करण्याची अनुमती द्यावयाची असेल त्यानेच सभेत थांबावे अथवा उठून जावे असे सांगितले. यानंतर बाळशास्त्रींच्या मताला संमत असणाऱ्या काही असामी बरोबर घेऊन काही दिवसांनी त्या मुलाचे प्रायश्चित्त केले. पुन्हा बाळशास्त्रींना विरोध झाला व विरोधी ब्राह्मणांनी सभा घेऊन बाळशास्त्रींबरोबर 'अन्नोदक' संबंध ठेवू नये असे मत मांडले. अशा प्रकारचा बहिष्कार बाळशास्त्रींवर नाशिक, कल्याण, पुणे, अलिबाग इ. ठिकाणच्या सनातनी पुढाऱ्यांनीही टाकावा अशी पत्रे पाठविली.

अशा प्रकारे बाळशास्त्रींना समर्थन देणाऱ्यांच्या व विरोध करणाऱ्यांच्या मुंबई, पुणे येथे दोन फळ्या झाल्या. विरोधी पक्षाने काशीस्थ ब्राह्मण जोपर्यंत त्या मुलास शुद्ध करीत नाहीत तोपर्यंत अन्नादि व्यवहार करू नये असे ठरले, यामुळे सुधारक पक्षाचीच बाजू घेणाऱ्या 'प्रभाकर' पक्षाने आपला संताप आपल्या १८ फेब्रुवारी, १८४४ च्या अंकात व्यक्त केला. 'या सर्व प्रकारावरून पाहिले असता या लोकांस

मुळीच धर्म नाही असे म्हटल्यास चिंता नाही. वंशपरंपरागत ज्या चाली त्यांचे नाव हिंदू धर्म. हे लोक मुसलमानांचे ताबूत आले म्हणजे नाडे घालतील, ताबूत करतील, कारण ही त्यांची चाल आहे, पिराच्या जाऊन पाया पडतील, कारण ही त्यांची चाल आहे व इंग्रज लोक असून फार दिवस हिंदुस्थानात येऊन झाले नाहीत म्हणून त्या देवळात जाऊन अद्यापि दुवा मागत नाहीत, परंतु तीहि पुढे चाल पडेल.'[९] अशा प्रकारे तत्कालीन दांभिक, कर्मकांडाचा व्यर्थ बडेजाव करणाऱ्या धर्माचा 'प्रभाकर' कर्त्याने तीव्र शब्दात निषेध केला. या लेखावरुन तत्कालीन चालीरीतीनुसार चालणाऱ्या धार्मिक पुढाऱ्यांची वृत्ती ही लक्षात येते. अशा पुढाऱ्यांनीच बाळशास्त्रींना पेचात पकडण्यासाठी बरेच प्रयत्न केले.

यानंतर बाळशास्त्रींनी पुन्हा पुण्याच्या रामशास्त्रीबाबा यांना पत्र लिहून आपली या संदर्भातील भूमिका मांडली. ते म्हणतात, त्यास तूर्त काशी यात्रेस रवाना केले आहे व तो परत आल्यावर लोकांचा आग्रह पडला तर सेतुदर्शनासाठी (रामसेतू) दक्षिणेत रवाना करता येईल. धर्मकृत्यासाठी लोकांच्या अनुमतीची गरज नाही. या भूमिकेतूनही त्यांनी हा निर्णय घेतल्याचे त्यांनी लिहिले.

त्याच प्रकारे लोकांनी दुसरा मोठा आरोप श्रीपतीवर ठेवला होता की, त्याने मद्यपान केले. या आक्षेपास उत्तर देताना बाळशास्त्रींनी सांगितले की, पाद्रीकडे औषधाशिवाय मद्य पिण्याचा प्रकार नाही.

मुंबईत जे अशा प्रकारे दोन तट पडले, त्यांनी पुणे येथेही या विषयावर वादविवाद केला. 'शिष्टमंडळींच्या अनुमतावरून मुंबई मुक्कामी संकल्पपूर्वक पूर्वांग करवून महायात्रारूप प्रायश्चित्तानुष्ठानास शास्त्री मंडळींना रवाना केले. त्यावर शास्त्री मंडळींवर वैदिक मंडळींनी दोष ठेऊन अन्नोदक व्यवहार वर्ग केला, यामुळे मुंबईस दोन तट जहाले. हल्ली त्या दोहो तटांतील बोलणारे येथे आहेत.''[१०] या वादविवादात विरोधकांनी समर्थकांना अनेक प्रश्न विचारले व त्याचे उत्तर समर्थकांनी शास्त्रोक्त दिल्याचे दिसते. यात शेवटी असा निर्णय झाला की, प्रायश्चित्तारंभ करविणाऱ्याकडे काही दोष नाही व बाळशास्त्री प्रभृतींनी त्या मुलास सन्मार्गास लाविल्याबद्दल त्यांना पुण्याचा वाटा मिळेल व गंगा स्नान, काशीगमन केल्याने त्या मुलास परलोकी उपयोग घडेल असे शास्त्राच्या विचाराने निर्विवाद दिसते, असे त्यांनी स्पष्ट केले. असा शास्त्रार्थ झाला तरी काही दांभिक आचरणाचा पुरस्कार करणाऱ्या जुन्या सनातन्यांना आपला अधिकार अशा तऱ्हेने जाऊ द्यावयाचा नव्हता, म्हणून काशीस्य पंडितांनाही पत्रे पाठवून प्रायश्चित्त कसे चुकीचे आहे याविषयीची पत्रे पाठविली व बाळशास्त्रींचा सामाजिक छळही त्यांनी आरंभिला.

यामुळे मुंबईच्या बाळशास्त्रींच्या समर्थकांनीही काशीस्थ पंडितांना यासंबंधी पत्र पाठविले. त्या पत्रात ते म्हणतात, 'वादी ब्राह्मणांस पुढे केला. निवृत्ती करून एकरूप व्हावे असे पत्र आले, ते त्यांनी मान्य न करिता कलह चालवून इकडील लटक्या गोष्टी आपल्यास लिहून कलहवृद्धीकरिता अनेक प्रकारे यत्न करीत आहेत. त्यास ब्राह्मण जातीत उगाच कलह न व्हावा याकरिता आपण त्यास निक्षून आज्ञा केली पाहिजे.'[११]

काहींनी बाळशास्त्रींवर शास्त्र उल्लंघण्याचा दोषारोप ठेवून त्यांना प्रायश्चित्त स्वरूप चार प्रजापत्ये करण्याचा आदेश दिला, परंतु हे प्रायश्चित्तही काहींना 'अर्था'चा लाभ कमी होत असल्याने बाळशास्त्री व इतरांनी १०/१२ हजार रुपये या ग्रामस्थ प्रकरणात खर्च करावे अशी भूमिका घेतली.

बाळशास्त्रींनीही त्यांनी केलेले शुद्धीकरण हे अशास्त्रीय नाही, कारण हे शुद्धीकरण प्रथम शंकराचार्यांच्या आज्ञेने व विद्वानांच्या शास्त्र संमतीने झाले, म्हणून ते अशास्त्रीय नाही असे सिद्ध केले व ब्राह्मणांच्या मर्जीखातर ब्राह्मण भोजन देऊन प्रायश्चित्तही घेतले. या त्यांच्या कार्यामुळे पुणे स्थित काही सुधारणा ब्राह्मणांनी बाळशास्त्रींचा सत्कार करावा असाही संकल्प केला. अशा प्रकारे सामाजिक छळाला व अधिकारी धर्ममार्तंडांना तोंड देत धर्मसुधारणेची सुरुवात बाळशास्त्रींनी १९ व्या शतकाच्या पूर्वार्धात केली. त्यांनी यानिमित्त ख्रिश्चन मिशनऱ्यांना व उगीच, निष्कारण धर्माच्या आड जाऊन लोकांना पेचात पकडणाऱ्या धर्ममार्तंडांना धडा शिकविला.

लोकहितवादी (रा. ब. गोपाळ हरिरावजी देशमुख, १८ फेब्रुवारी १९२५ ते ९ ऑक्टोबर १८९२,) यांनी तत्कालीन हिंदू धर्मावर केलेली टीका व धर्मसुधारणा

लोकहितवादींचा परिचय : १९ व्या शतकाच्या पूर्वार्धात 'लोकहितवादी' हे सार्थ नाव धारण करून रा. ब. गोपाळ हरि देशमुख यांनी प्रामुख्याने ब्राह्मणांच्या आचाराचे व सामान्यत: एकूण हिंदू धर्मातील आचार, विचारपद्धती, धर्मसमजुती इ.तील दोष उघड करून त्यांना सुधारण्याची प्रवृत्ती निर्माण केली.

लोकहितवादींचे वडील हरिपंत हे शेवटचा बाजीराव दुसरा यांचे वकील होते, यामुळे १८ व्या शतकातील पिढीचे विचार, आचार, धर्मसमजुती यांचा लोकहितवादींशी जवळचा संबंध होता. सुरुवातीला काही वर्षे शिक्षण घेऊन गोपाळरावांनी पुण्याच्या न्यायाधीश कचेरीत नोकरी केली, परंतु इंग्रजी भाषा येणे आवश्यक असल्याचे लक्षात आल्यावर पुन्हा इंग्रजी शाळेत नाव घालून इंग्रजी शिक्षण घेतले. तीन वर्षांत स्कूल

बोर्डाची परीक्षा देऊन इंग्रजी व इतिहास या विषयांत त्यांनी प्रावीण्य मिळविले. त्यांना लगेच सरदार एजंट कचेरीत नोकरी मिळाली. यानंतर मुन्सफीची परीक्षा दिल्यानंतर, १८५२ मध्ये त्यांना वाई येथे मुन्सफीची जागा मिळाली. यानंतर १८५६-६१ या काळात त्यांना मुंबई सरकारने 'इनाम कमिशनर'वर साहाय्यक कमिनशर म्हणून नेमले.

यानंतर मुंबई हायकोर्टाने सुरू केलेल्या हिंदू व मुसलमानी धर्मशास्त्रांच्या आचार भागांचा गोषवारा (Digest) तयार करण्याची कामगिरी सोपविली. मुंबई सरकारने त्यांची नेमणूक सिव्हिल सर्व्हिसमध्ये करावी अशी शिफारस स्टेट सेक्रेटरीकडे केली, परंतु काळा-गोरा भेद प्रशासकीय पातळीवर मानत असल्यामुळे त्यांची नेमणूक झाली नाही. १८६५ मध्ये त्यांना मुंबई येथे स्मॉल कॉज कोर्टात प्रभारी (अॅक्टिंग जज्ज) न्यायाधीश नेमण्यात आले व १८६७ साली ते गुजरातमधील अहमदाबाद येथे स्मॉल कॉज कोर्टाचे कायमचे न्यायाधीश झाले. यानंतर नाशिक, ठाणे, अलिबाग, मुंबई येथे त्यांच्या बदल्या झाल्या. १८७८ मध्ये त्यांनी पेन्शन घेतले, यानंतर ते पुण्यातच राहात. यानंतरही ते कार्य करीतच राहिले. १८८० मध्ये गव्हर्नरच्या काउन्सिलचे सभासद होण्याचा मानही त्यांना मिळाला. अशा प्रकारे त्यांच्या सरकारी नोकरीविषयीचा वृत्तांत आहे.

परंतु सरकारी नोकर असून ते फक्त सरकारच्याच उपयोगी पडले नाहीत तर आपल्याला मिळालेल्या ज्ञानाचा आणि जीवनाचा उपयोग त्यांनी लोकहितासाठी आवश्यक त्या सर्व प्रयत्नांनी जीवनाच्या अखेरपर्यंत केला.

त्यांनी केलेले प्रथम लोकहिताचे कार्य म्हणजे वयाच्या २५-२६ व्या वर्षी लिहिलेली 'शतपत्रे' होत. ही शतपत्रे त्यांनी १८४८ ते १८५० या दोन-अडीच वर्षांत लिहिली.

ही 'शतपत्रे' लिहिण्याचा त्यांचा प्रमुख उद्देश म्हणजे 'धार्मिक' समजल्या जाणाऱ्या व्यर्थ, निरर्थक, आळसाला प्रोत्साहन देणाऱ्या, वेळ व्यर्थ घालविणाऱ्या आचारांपासून हिंदू लोकांची सुटका करावी व त्यांना वास्तविक परिस्थितीचे ज्ञान देऊन उद्योगशील बनवावे हा होता. हिंदू लोकांनी आपला आळस सोडून, नशिबावर विसंबून राहण्याची वृत्ती सोडून देऊन त्यांचा खरा धर्म काय आहे, त्यांचे कर्तव्य काय आहे याची जाणीव लोकहितवादींनी 'शतपत्रा'द्वारे केली. 'नित्य काही तरी सर्व देशाचे कल्याण केल्याशिवाय एक दिवस जाऊ देऊ नका. मुख्य भजन करण्याचा मार्गच आहे की, कोणास दुःख देऊ नये.'[१२] लोकांना धर्मशील, ईश्वरतत्पर होण्याचा खरा मार्ग कोणता इ. ची जाणीव लोकहितवादींनी 'शतपत्रां'द्वारे केली.

१९ व्या शतकात धर्मसुधारणा चळवळीत लोकहितवादींनी लिहिलेल्या

'शतपत्रां'ना म्हणूनच अनन्यसाधारण महत्त्व आहे, कारण या त्यांच्या सखोल, ज्ञानवर्धक, विचार प्रवृत्त करणाऱ्या लेखांनीच धर्मसुधारणा चळवळीला बळ दिले असे म्हणणे प्राप्त होते.

'शतपत्रा'व्यतिरिक्त लोकहितवादींनी अनेक ऐतिहासिक ग्रंथ व धार्मिक ग्रंथांची निर्मिती केली. त्यांनी लिहिलेले ग्रंथ पुढीलप्रमाणे होते. 'जातिभेद' १८७७, गीतातत्त्व व सुभाषित १८७८, 'स्वाध्याय' आणि आश्वलायन गृह्यसूत्र १८८०, आगमप्रकाश, १८८४, 'आगमप्रकाश व निगम प्रकाश' असे दोन वेदवेदांगांसंबंधी ग्रंथही त्यांनी गुजराथी भाषेत लिहिले आहेत. ते गुजराथीत फार लोकप्रिय झाले होते.'[१३]

लोकहितवादींच्या विचारासारखेच विचार असणाऱ्या स्वामी दयानंदांच्या विचारांचा प्रभाव लोकहितवादींवर पडला. त्यांनी स्वामी दयानंदांवर, प्रभावित होऊन पंडित श्रीमद् स्वामी दयानंद सरस्वती यांचे चरित्र १८८४ मध्ये लिहिले. हे चरित्र त्यांनी 'लोकहितवादी' या आपल्या मासिकातून प्रसिद्ध केले.

त्याच प्रकारे ऐतिहासिक माहिती देणारी पुस्तके पुढीलप्रमाणे होती. ऐतिहासिक गोष्टी व उपयुक्त माहिती भाग-३, (१८९२ दुसरी आ.), राजस्थानचा इतिहास, (१८९२), गुजराथ देशाचा संक्षिप्त इतिहास (१८९४), लंकेचा इतिहास, पृथ्वीराज चव्हाण यांचा इतिहास, पानिपतची लढाई, उदयपूरचा इतिहास इ.

वरील मुख्य ग्रंथांखेरीज विद्या लहरी, हिंदुस्थानातील बालविवाह, एका दिवसात लिहिलेले पुस्तक, भिक्षुक, कलियुग, लाच, हिंदुस्थानास दारिद्र्य येण्याची कारणे इ. लहानमोठी पुस्तकेही त्यांनी लिहिली. याव्यतिरिक्त त्यांचा झालेला पत्रव्यवहार पोतीभर असल्याचे त्यांच्या चरित्र ग्रंथावरून समजते. त्यांच्या या ज्ञानाविषयी शतपत्राचे संपादक श्री. रा. टिकेकर म्हणतात, 'त्यांच्या सर्व ग्रंथांत माहिती खच्चून भरलेली आढळते, मग तो ग्रंथ कसलाही असो. ऐतिहासिक व भौगोलिक माहिती देण्याची वेळ आली म्हणजे त्यांच्या लेखणीला जसे काही स्फुरण चढते.' 'लंकेच्या इतिहासात अशा वर्णनात्मक माहितीची रेलचेल आढळते. आज इतकी पुस्तके, इतके विविध ज्ञानकोश व अनेक प्रवाशांचे वाटाडे (guidebooks) उपलब्ध असता आम्हास ज्ञान नाही, हे लोकहितवादींनी आपले सर्व व्यवसाय सांभाळून कुठून पैदा केले, याबद्दल कुतूहल तर वाटतेच, पण त्यांचेबद्दल आदर वाटून मस्तक नत होते.'[१४]

अशा प्रकारे लेखणीतून त्यांनी धर्म, इतिहास व त्यांच्या वास्तविक कर्तव्याची जाणीव अखंड अशा चाललेल्या लेखणीच्या कार्याने केली. याव्यतिरिक्त त्यांनी अनेक लोकोपयोगी संस्था स्थापल्या व अस्तित्वात आलेल्या संस्थांना साहाय्यच केले. त्यांच्याच प्रेरणेने पुणे येथे 'ज्ञानप्रकाश' व मुंबई येथे 'इंदुप्रकाश' ही दोन

वृत्तपत्रे सुरू झाली. १८६२ मध्ये त्यांनी विधवा विवाह प्रचारात आणण्यासाठी 'विधवा पुनर्विवाहोत्तेजक सभा' स्थापन केली. या संस्थेद्वारे पुनर्विवाह घडवून आणण्यात त्यांनी सहभाग घेतला. त्यांच्यावर यामुळे ग्रामण्यही रचण्यात आले. जुन्या निर्बुद्ध सनातन्यांवर बुद्धिवादाचा काही परिणाम होत नसल्यामुळे तात्पुरते प्रायश्चित्त त्यांनी घेतलेही. त्यांचे नेहमी सांगणे असे की, माझे विचार नव्या पिढीमध्ये विचार परिवर्तन घडवून आणण्यासाठी आहेत आणि हे जुने लोक मेल्याशिवाय सुधारणा होणार नाही.

पुण्यात डेक्कन व्हर्नाक्युलर ट्रान्सलेशन सोसायटी व अहमदाबादमध्येही याप्रमाणे सोसायटीची स्थापना केली, तसेच गुजराथमध्ये प्रेमाभाई इन्स्टिट्यूट, अहमदाबाद येथे होणाऱ्या व्याख्यानमालेत अनेक व्याख्याने त्यांनी दिली, तसेच प्रार्थना समाजाची शाखा, वक्तृत्व सभा, पुनर्विवाह मंडळ इ. संस्थांचे त्यांनी संस्थापन व चालनकार्य केले. यानंतर नाशिक येथे बदली झाल्यावर तेथेही वक्तृत्वोत्तेजक सभा व बालहत्या प्रतिबंधक गृह यांची स्थापना केली.

पेन्शन घेऊन पुणे येथे आल्यावर त्यांनी 'लोकहितवादी' नावाचे मासिक सुरू केले. त्याद्वारे राजस्थान, गुजराथ इ. देशांचे इतिहास प्रसिद्ध केले, तसेच पृथ्वीराज चव्हाण, स्वामी दयानंद सरस्वती यांचे चरित्र यासारखे अनेक लेख या मासिकातून त्यांनी प्रसिद्ध केले.

लोकहितवादी धर्मसुधारणा करणाऱ्या प्रार्थना समाज व आर्य समाजासारख्या तत्कालीन सर्वच संस्थांना आवश्यक ती मदत करीत. स्वामी दयानंदांच्या संपर्कात आल्यावर त्यांना अभिप्रेत असलेल्या धर्मसुधारणेचे विचार स्वामींमध्ये त्यांना आढळले, म्हणून त्यांनी शेवटपर्यंत आर्य समाजाचे कार्य केले. त्यांचे उतारवय झाले असतानाही त्यांनी लोकहिताचे कोणतेही कार्य सोडले नाही. विष्णूशास्त्री चिपळूणकर हे 'निबंधमाला' या त्यांच्या कर्तृत्वाविषयी लिहितात की, 'लोकहितवादी हे स्वदेशहितार्थ उद्योग करू लागल्यास आज सुमारे चाळीस वर्षे होत आली. इतक्या काळात देशस्थिती सुधारण्याच्या निमित्ताने ज्या-ज्या उलाढाली झाल्या, त्या सर्वात हे आपल्या नामाभिधानाप्रमाणे प्रमुखत्वाने वागत आले आहेत व अद्यापही त्यांचे उतारवय झाले असता व राजसेवेचा भार त्यांच्या डोईवरून उतरला असता त्यांचा लोककल्याणानिमित्तक उद्योग अव्याहत चालू आहे. जुन्या रीतीप्रमाणे म्हटले म्हणजे अशा वयात रावबहादुरांनी एखादे क्षेत्र पाहून तेथे 'हरि हरि' म्हणत कालक्षेप करायचा व आमच्या अर्वाचीन मंडळींच्या पद्धतीप्रमाणे पाहिले तर चहा, कॉफी, लायब्ररी, समाज इतक्यात काय ते सदोदित गुरफटलेले असायचे; पण त्यांचा क्रम फार वेगळ्या तऱ्हेचा आहे. दहा गेले पाच राहिले आता आपले काय उरले आहे, स्वस्थ कोठे तरी बसून राहिलेले चार दिवस

सुखासमाधानाने काढावे, संतत झाली, संपत झाली, संसार आटपला, आता आजवर कष्ट करून जोडलेले भोगावे, आता कोठे जा दगदग करायला, इत्यादी जे ना उमेदीचे व सुस्तपणाचे उद्गार चाळिशीच्या सुमारासही आमच्या देशातील मंडळींचे सामान्यत: निघू लागतात. त्यातले बिलकुल वारे ऐन साठीच्या अमलातही प्रस्तुत ग्रंथकाराचे ठिकाणी आढळत नाही. देशहितार्थ उलाढाल करण्याविषयी हव्यास, ग्रंथरचना, सभापांडित्य वगैरेविषयी हौस ही सर्व नव्या दमाच्या तरुणांतही आढळणार नाहीत अशी या वयातील पुरुषाचे ठायी आज घटकेला तरतरीत आहेत. सारांश, लोककल्याणाच्या निमित्त सतत दीर्घ काळ परिश्रम करणे व या कामाविषयी सदोदित उत्साह बाळगणे, या गोष्टींच्या संबंधाने सर्वांनी व विशेषत: आमच्या अलीकडील कमकुवत मंडळीने रावबहादुरांचा कित्ता घेणे अत्यंत उचित होय.'[१५]

लोकहितार्थ ४० वर्षे दीर्घ श्रम करणाऱ्या लोकहितवादींचा उत्साह उतारवयात शरीर थकले तरी मनाचा उत्साह, लोकांच्या कल्याणासाठी कमी झाला नव्हता. विष्णूशास्त्री चिपळूणकर त्यांच्या बरेच पुढच्या पिढीतील असले तरी लोकहितवादींचे समकालीन होते. त्यांनी प्रत्यक्ष त्यांना कार्य करताना बघितले होते, यामुळेच त्यांनी त्यांच्याविषयी दिलेल्या माहितीवरून त्यांच्या समाजसुधारणा कार्याची तळमळ स्पष्टपणे समजून येते.

एक दिवसही ही देशसेवा केल्याशिवाय स्वस्थ बसू नका, असा त्यांचा उपदेश होता. त्याप्रमाणे त्यांनी स्वत: आपले वर्तन शेवटपर्यंत ठेवले.

हिंदू धर्म सुधारणेसाठी लोकहितवादींनी प्रकट केलेले विचार

१९ व्या शतकात हिंदू समाजाच्या अधोगतीस कारणीभूत ठरलेल्या हिंदुंचे आचार, देवपूजा, देवधर्म, जीवनातील संस्कार व विचार हे पुराण ग्रंथे व स्मृती ग्रंथे यावर आधारित होते.

धार्मिक आचार-विचार, स्नान-संध्या, सहस्रनाम घेणे व वेळ व्यर्थ घालविणे इ. पुराण ग्रंथांमध्ये सांगितलेल्या विधी व त्याचे फळ यावर आधारित होते. या विधी विधानावर तत्कालीन लोक पुण्य कमविण्याचा मार्ग म्हणून दिवसाचे तासन्तास व्यर्थ घालवत व अशा प्रकारे इतर उद्योग व्यवसायांवर परिणाम होऊन, लोकांच्या व उत्पादनाच्या क्रयशक्तीवर परिणाम झालाच होता व विचारही या प्रकारच्या रूढी, रीतीरिवाज सोडण्यास तयार नव्हते, कारण तसे करणे म्हणजे धर्मोल्लंघन होते.

याच प्रकारचे स्थान स्मृतीग्रंथांचे होते. मनुस्मृतीसारख्या अनेक स्मृतींत सांगितलेल्या आज्ञा या अनुल्लंघनीय मानल्या गेल्या. या स्मृतीमध्ये बालविवाह, पहिल्या ऋतूत आवश्यक गर्भादान संस्कार, विधवांनी दु:खी कष्टी जीवन जगून

आपला अंत करावा, केशवपन, एकवेळी, एकवाढी जेवणे इ. सारखे कठोर आचार, विधवांना पुनर्विवाह करण्यास मनाई इ. संबंधीच्या कठोर आज्ञा स्मृती ग्रंथांमध्ये होत्या. बालविवाह व विधवांची दयनीय स्थिती या दोन प्रथा समाजाच्या अधोगतीस मोठ्या प्रमाणात कारणीभूत झाल्या होत्या.

अशा प्रकारचे धर्मग्रंथ त्यामुळेच कालबाह्य, निरर्थक व विचार सोडून, रूढीलाच प्राधान्य देणारे होते. अशा ग्रंथांचे वास्तविक स्वरूप, त्यांचा खरा अर्थ, कालानुरूप बदल इ. गोष्टी लोकांसमोर उघड करून सांगणे आवश्यक होते, म्हणूनच लोकहितवादींनी आपल्या 'शतपत्रा'मधून पुराणग्रंथे, स्मृती ग्रंथांमध्ये सांगितलेल्या शास्त्र आज्ञा इ. वर विश्लेषण केले.

लोकहितवादींनी केलेले पुराणग्रंथांचे विश्लेषण

पुराणग्रंथांचे संदर्भात ते म्हणतात, ज्ञानवृद्धीसाठी अनेक भाषांतील ग्रंथांचे वाचन केले पाहिजे. पूर्वीच्या काळी शोध कमी होते, यामुळे विद्या अर्धवट राहिल्या इंग्रजी ग्रंथांचेही वाचन करून अनेक प्रकारची माहिती व विचार आपण ग्रहण करून आपले ज्ञान वाढवावे.

परंतु आपला धर्म ज्या भाषेत, संस्कृतमध्ये सांगितला आहे, त्यामुळे त्या ग्रंथांचे वाचन व ज्ञान असणे आवश्यक आहे, परंतु त्यावर सर्वस्वी विश्वास ठेवणे उपयोगाचे नाही असे ते म्हणतात, 'आमचा स्वधर्म संस्कृतात आहे, याजकरिता त्याचे ज्ञान असणे जरूर आहे, परंतु तितक्यापुरतेच संस्कृत शिकावे. त्यातील शास्त्रे पाहणे किंवा त्याजवर फार विश्वास ठेवणे, उपयोगी नाही. बुद्धीस विपर्यास होतो.'[१६] बुद्धीला न पटणारी धर्मआज्ञा दुर्लक्षित करावी व जेवढे चांगले ज्ञान, धर्म संस्कृत ग्रंथात आहे, तेवढ्यापुरतेच त्याचे ग्रहण करावे असे एकूण सर्व हिंदू धर्मग्रंथांविषयीचे त्यांचे विचार होते.

पुराणांविषयी मात्र त्यांनी आपले मत व्यक्त करताना 'सणांत शिमगा आणि ग्रंथात पुराणे' असे म्हटले. शिमगा हा सण असला तरी त्यात निंदय प्रकारचे आचरण केले जाते, त्याप्रमाणेच पुराणग्रंथ असले तरी ते शिमग्याप्रमाणेच अनाचरणीय आहेत असे म्हटले. 'रावबहादुर असे म्हणतात की, पुराणे उत्पन्न झाली तेव्हा लोकांत अनेक प्रकारचे अज्ञान शिरले. यावरून आमच्या सणांत जसा शिमगा, तशी ग्रंथांत पुराणे होत.'[१७]

लोकहितवादी म्हणतात, पुराणांमध्ये थोडे श्लोक देवाच्या स्तुतीचे लिहिलेले असतात, परंतु फलश्रुति व त्यांचा न्यास, ध्यान, कवच, छंद, दगड, धोंडे असे पुष्कळ आणून जोडले आहेत. त्या काळी भूगोल, खगोल यासारख्या विद्या पुरतेपणी

वृद्धिंगत झाल्या नव्हत्या, यामुळेच यात भूगोलाविषयी अनेक चुका आहेत. पृथ्वीची वर्णने मनास येतील, तशी कवींनी केली आहेत. पृथ्वीचा अंत नाही, पृथ्वी शेषावर डोलते, उत्तर समुद्राचा ठिकाण नाही, दुधाचा व दह्याचा समुद्र आहे, पृथ्वीवरील काही देशांत घोडमुखी माणसे आहेत अशा पुराणात गोष्टी आहेत व या, पुराणिक लोकांना सांगतात व अज्ञान वाढवितात.

पुराणात अनेक काल्पनिक कथा सांगितल्या आहेत. जसे, वाती करून लावाव्या. लोकहितवादी म्हणतात, याचा वास्तविक अर्थ एवढाच, अंधेरात उजेड करावा, परंतु यासारखी सोपी गोष्ट सांगण्याकरिता, पुराण लिहिणाराने नाना प्रकारच्या गोष्टी लिहिल्या आहेत. 'जसे एक उंदीर होता, त्याचे शेपूट एक बाई वाती करीत असता, चातीस लागून, त्याने चातीस फिरून एक वात झाली. ती जेव्हा देवळात जळाली, तेव्हा त्या उंदरास न्यावयास विमान आले. त्याने पुसले 'का?' तेव्हा देवदूत म्हणाला की, तुझ्या पुच्छाचे धाग्याने एक वात झाली, ती आज देवळात जळाली, त्याचे श्रेय तुला आले. म्हणून हे विमान तुला आणले आहे. याजकरिता वाती लावतील त्यास मोक्ष होतो.'[१८] अशा कित्येक काल्पनिक गोष्टींची उदाहरणे पुराणातील ज्ञानात कशी निरर्थकता आहे हे दर्शविण्यासाठी त्यांनी दिली आहेत व त्यांचा त्यांनी वास्तविक अर्थही दिला आहे. या काल्पनिक गोष्टींसबंधी म्हणतात, वास्तविक या गोष्टींचा लोक खरा अर्थ जाणून घेत नाहीत व त्या खऱ्या आहेत असे मानून त्याप्रमाणे आचरण करितात. माझ्या पाहण्यात कित्येक धर्मशील अशा स्त्रिया पाहिल्या आहेत की, त्यांनी चातुर्मासात चार महिने आपल्या डोळ्यात रक्त उतरून घेऊन पाच लाख तांदूळ आणि गहू मोजले व त्यांच्या पुड्या बांधून मोठ्या प्रयत्नाने त्या देवास वाहिल्या. किती एक स्त्रिया अशा आहेत की, पाच वर्षांपर्यंत वाती करतात. रुद्रवाती, दगडवाती, धोंडेवाती अशा प्रकारच्या कापसाच्या वाती सगळा दिवस त्यात घालून तयार करतात आणि एके दिवशी त्याजवर दहा रुपयांचे तूप घालून देवळात जाऊन जाळतात. अशा प्रकारे व्यर्थ श्रम करून मूर्खपणा मात्र वाढवितात. 'बायका ऐंशी वर्षापर्यंत वाती करतात आणि जाळतात. दुसरा काही उद्योगच नाही. हा मूर्खपणा पुराणांचे गोष्टीने शिरला. जर पुराणे करणारांनी लावावयाच्या गोष्टी न लिहिता साधेपणाने सांगितले असते की, गरिबांस धर्म करावा, अंधेर असेल तेथे दिवा लावावा. परंतु असे न सांगता त्यांनी दर एक कलमास मोक्ष आणि स्वर्ग सांगितला.'[१९] ज्या कर्माने इहलोकांच्या सुखाच्या वृद्धीसाठी काही उपयोग नाही. फक्त पुढील जन्मी मोक्ष किंवा स्वर्ग मिळेल. या आशेवरच बायका या प्रकारचे निरर्थक कर्म करतात. पुराण सांगणारा पुराणिक अशा प्रकारचा मूर्खपणा वाढवितो. तो बायकांना सांगतो, दोन हजार वाती करून जाळल्या

असता फार पुण्य आहे. यासाठी तूप, कापूस, वाती यावर दोन महिन्यांची मेहनत त्या फुकट घालवितात. लोकहितवादी म्हणतात, पुराणिकांच्या सांगण्यावरून पूर्वी बायका नवऱ्याच्या प्रेताशी जिवंत जाळून घेत, त्या दोन-चार रुपयांच्या जिन्नस जाळावयास कमी करतील काय? याचे कारण काय म्हणाल, तर अज्ञान. स्त्रियांस फार अज्ञानात ठेविले आहे. यामुळेच पुराणिक ज्या गोष्टी सांगतो त्या त्यांना खऱ्या वाटतात. पुरुषांना असे सांगितले की, 'तुझ्या बायकोच्या प्रेताबरोबर जाळून घे' तर तो जाळून घेईल काय? नाही. कारण बायकांपेक्षा त्यांना अधिक कळते. स्त्रियांना अज्ञानात ठेवले असल्याकारणानेच पुराणातील चुका त्या जाणू शकत नाहीत.

तसेच पुराणात व्रतमाहात्म्य, क्षेत्रमाहात्म्य, सांगून प्रारब्ध व देवांचे सामर्थ्य यावर भर देऊन अनेक प्रकारचे व्यर्थ कर्मकांडास प्रोत्साहन दिले आहे, यामुळे वर्षात तीनशे साठ दिवस व त्याहून अधिक व्रते अस्तित्वात असल्याचे लोकहितवादी म्हणतात. व्रतमाहात्म्यामध्ये सोमवारी कोणी उपवास करावा, मंगळवारी कोणी करावा, शनिवारी कोणी करावा यासारखे कथन पुराणात आहे. दर एक उपवासाची, व्रताची कथा, त्याची देवता आणि त्याचप्रमाणे या व्रताप्रमाणे कोणी केले तर त्याचे अमुक कार्य होईल, असे लिहिलेले असते. प्रत्येक पुराणात त्या-त्या देवतेचा श्रेष्ठपणा इतर देवतांपेक्षा जास्त वर्णन केलेला असतो. दर एक पुराणामध्ये दर एक देवाचे वर्णन असते. त्याचे नाव, त्याने मारलेले दैत्य, तो ईश्वर, त्यास भजावे. इतरांस भजले तर नरकाचे साधन, याप्रमाणे लागलीच शेरा असतो. प्रत्येक पुराणामध्ये त्या-त्या देवतेने सृष्टी उत्पत्ती केली असे लिहिलेले असते. यावरूनच पुराणकथा या कवींची कल्पना आहेत, म्हणून लोकांनी याविषयी विचार करावा.

तर्क केल्यावाचून लोक भलतेच समजतात, यामुळे शेकडो गृहस्थ रोज गीता, विष्णू सहस्रनाम वाचतात, तुळशी सहस्रनामे घेतात व त्यासंबंधीची पूजा इत्यादी वाढवून वेळ, खर्च व अज्ञान वाढवितात. यासंबंधी अनेक आचार जे सकाळपासून संध्याकाळपर्यंत केले तरी पूर्ण होत नाहीत. अनेक ज्ञानशून्य गोष्टी करण्यात व्यर्थ वेळ वाया घालवितात. पुराणात असे सांगितले आहे की, देऊळ बांधले, तर जे श्रीमंत आहेत ते गरीब लोकांना दान करण्याचा धर्म न करता नाच-गाणे करतात व त्यालाच धर्म समजतात, यामुळे पुराणात सांगितलेल्या अनेक व्यर्थ कर्मकांडांवर त्यांनी कठोर टीका करून त्याचा खरा अर्थ काय आहे हे सांगितले आहे. पुराणातील खरा अर्थ जाणून न घेतल्यामुळेच नीति बुडाली, धर्म बुडाला व अज्ञान मात्र शिल्लक राहिलेले आहे.

पुराणातील वास्तविक इतिहास लक्षात आणत नाही. फक्त प्रारब्ध व सददी यावर विश्वास ठेवतात व उद्योग करण्याचा सोडून देतात. 'कोणी म्हणतात प्रारब्ध कोणी म्हणतात सददी, दुसरे म्हणतात, ईश्वर करील तसे होईल, म्हणून उद्योग

करण्याची गरज नाही. अशा समजुती या सर्व पुराणांतील आहेत. पुराणे यांस मूळ आहेत.'[२०] यामुळे पुराणांतल्या गोष्टी पुराणात ठेवा, भलतीच समजूत करून अज्ञान वाढवू नये.

पुराणासंबंधी वरीलप्रमाणे १८४८ मध्येच त्यांनी 'शतपत्रां'मध्ये आपले विचार प्रस्तुत केले व पुढेही त्यांचे विचार तसेच राहिले. १८७८ मध्ये त्यांनी 'ग्रंथ' या विषयावर बोलताना पुराणांचे वर्णन 'सणांत शिमगा आणि ग्रंथांत पुराणे' असे केले.

या विषयावर बोलताना ते म्हणतात की, आपणामध्ये जे अनेक विषयांवर जुने ग्रंथ आहेत ते बहुतेक फार चांगले आहेत व ते ज्ञानप्राप्तीची साधने आहेत, परंतु पुराणे उत्पन्न झाल्यानंतर मात्र लोकांमध्ये अनेक प्रकारचे अज्ञान शिरले. या पुराणकथांमुळेच आम्ही धर्म विषयांत अगदी निरभिमानी व निर्ल्लज्ज झालो आहोत. या पुराणांनीच धर्माचा शिमगा माजविला अशी तीव्र टीका लोकहितवादींनी लोकांमध्ये धर्माविषयी अज्ञान निर्माण करणाऱ्या पुराणग्रंथांवर केली.

आम्हास आमच्या ग्रंथाविषयी मोठा अभिमान आहे व असणे हे योग्य आहे. वेदांत वगैरे फार उत्तम गोष्टी आहेत व त्या आपल्याला घेण्यासारख्या आहेत, परंतु लोकांचे तिकडे लक्ष न जाता पौराणिक कथांवरच विशेष करून अवलंबून असते हे चांगले नव्हे. पुराणांमध्ये ज्या काही चांगल्या गोष्टी आहेत, त्याचे सार काढून नवीन ग्रंथ तयार करावेत अशी शिफारस तत्कालीन विद्वानांना त्यांनी केली.

लोक असे समजतात की, पुराण लिहिणारे देव होते. हा लोकांचा गैरसमज दूर करताना ते म्हणतात की, पुराणकर्ते हेही मनुष्यच होते. त्यांनी फक्त काव्य केले. जो जो संस्कृत भाषा बुडत चालली, तो तो त्यांचे स्तोम वाढत गेले, यामुळे लोक मूर्ख व सुस्त झाले आहेत, ते त्यांना कळत नाही, तरी त्यांनी पुराण ग्रंथाचा वास्तविक अर्थ जाणून आपले अज्ञान दूर करावे असा त्यांना उपदेश केला.

लोकहितवादींनी स्मृती ग्रंथांवर केलेली टीका

१९ व्या शतकात बालविवाह, विधवांची दयनीय स्थिती, विधवांच्या पुनर्विवाहावर असलेली बंदी यासारख्या अनिष्ट व समाजास घातक असणाऱ्या रूढी या मनुस्मृतीसारख्या अनेक स्मृती ग्रंथांतील स्मृतिकारांच्या वचनावर आधारित होत्या. यामुळेच लोकहितवादींनी स्मृतिशास्त्रातील काही घातक वचने असतील तर ती एकीकडे ठेवा व आपल्या बुद्धीचा वापर करा असा संदेश दिला.

बालविवाहाचा निषेध व पुनर्विवाहाचे समर्थन करताना त्यांनी स्मृतिशास्त्र वचनांचा वास्तविक किती प्रमाणात स्वीकार करावा याचा खुलासा आपल्या 'शतपत्रातील पुनर्विवाह' या लेखांमध्ये केला.

पुनर्विवाहास शास्त्राधार नाही असे काहीजण म्हणतात व काहीजण 'आहे' असे म्हणतात, त्यास लोकहितवादी म्हणतात, शास्त्र असो किंवा नसो, परंतु हित जाणून शास्त्र एकीकडे ठेवून ही रूढी घालावी. किती एक रूढी या शास्त्राविरुद्ध अस्तित्वात आहेत व त्यामुळे काही शास्त्र आज्ञा रद्दही झाल्या आहेत. जसे, मुंडन केल्यानंतर बारा वर्षांनी विवाह करावा असे शास्त्र असता बारा वर्षेपर्यंत कोण राहतो काय? त्यानुसार ज्या घातक रूढी आहेत त्या टाकून द्याव्या. ईश्वरी संकेतास अनुसरून जो शास्त्रार्थ असेल, तो आम्हास मान्य आहे, त्यास विपरीत असेल तो मान्य नाही हेच शास्त्राचे रूप आहे.

ईश्वराने जितके पुरुष तितक्या स्त्रिया निर्माण केल्या तेव्हा बालपणीच त्यांचा नवरा मेला असता त्यांना पुनर्विवाहापासून वंचित ठेवणे अशी शास्त्राज्ञा मोडली पाहिजे असे ते म्हणतात, 'मनूचे वचन असो, याज्ञवल्क्याचे असो, कोणाचेही असो, ब्रह्मदेवाचे का असेना, 'बुद्धीरेव बलीयसी' असे आहे.'[२१] शास्त्रास एकीकडे ठेवा, आपली बुद्धी चालवा, विचार करून पाहा. घातक वचनावर हरताळ लावा.

पूर्वीचे ऋषी वगैरे कायदे करणारे होते, त्यांनी मोठी चूक केली की, बालविवाहाची प्रथा त्यांनी पाडली. त्याचे दुष्परिणाम आता भोगावे लागत आहेत. ज्या शास्त्रात असे नियम सांगितले आहेत ते नियम फिरवा, कारण शास्त्रकर्ते हे देव नसून मनुष्य होते. त्यांचे शास्त्र अनेक वेळा बदलवले गेले आहे. त्यानुसार आवश्यक असलेले कायदे शहाण्या लोकांनी पुढे येऊन करावेत. आपण ऋषी होऊन यथायुक्त शास्त्राची निर्मिती करावी. असे शास्त्र आहे, मनूने मनुस्मृतीत पुनर्विवाहावर बंदी घातली आहे. यासारख्या समाजात प्रचलित असलेल्या समजुतीला उद्देशून ते म्हणतात की, मनुसारखे स्मृतिकार काही ईश्वरांश नव्हते. यासंबंधी ते पुढीलप्रमाणे, उदाहरण देऊन स्पष्ट करतात. 'मनु हा जर ईश्वरांश होता, तर त्याने अशीही सत्ता पृथ्वीवर का प्रकट केली नाही की, जर आपण असे शास्त्र केले तर असेही करू की, कोणी एकही ब्राह्मणाचे स्त्रीचा नवरा मरणार नाही? प्रथम स्त्री मरावी व नंतर नवरा मरावा.'[२२] ज्या अर्थी तो याप्रकारे पृथ्वीवर सत्ता निर्माण करू शकला नाही, त्याअर्थी तो ईश्वरांश नव्हता. जे मरावयाचे ते मरतात व जगावयाचे ते जगतात. त्याचा बंदोबस्त मनूच्याने काही होत नाही. शास्त्रे करून त्यास सांगावयास मात्र येते. जे ईश्वरोक्त नाही ते शास्त्र नियम फिरवण्यास काही चिंता नाही असे ते म्हणतात.

शास्त्रात जर पुनर्विवाह प्रतिबंध सांगितला असेल व यासारखी अनेक समाजाच्या सौख्यावर प्रतिबंध घालणारी वचने असतील, शास्त्र हे इंग्रज सरकारने ज्याप्रकारे कायदे केले आहेत, त्याप्रमाणे कायदे समजावे व जे अनहितकारक असतील ते सोडून द्यावे.

कारण या शास्त्र आज्ञेवरूनच लोक स्त्रियांबाबत निर्दय, मूर्ख आणि आंधळे झाले आहेत. स्त्रिया निर्बल, परावलंबी असतात. त्यांचा आधार जो त्यांचा पती मृत्यू पावल्यावर निराधार होतात. अशा बाल, तरुण, स्त्रियांना शास्त्र पुनर्विवाहाची परवानगी देत नाही हा शास्त्राचा अतिशय जुलूम आहे. धर्मशास्त्र हा केवळ कायदा आहे व शास्त्रे ही लोकांच्या सुखासाठी निर्माण झाली. परंतु जे खरा धर्म न सांगता अधर्म करण्यास प्रवृत्त करतात, अशा शास्त्र वचनांना हरताळ करण्यातच धर्म आहे असे ते म्हणतात.

किती एक शास्त्रार्थ लोकांनी लौकिकाकरिता बाजूला ठेवले. बारा वर्षे ब्रह्मचर्य, वेदाभ्यास, गृहस्थाश्रम याप्रमाणे सर्वकाळ नियमितपणे जीवन जगावे. असे असता तसे कोणी कालक्रमण करीत नाही. देश, काल, वर्तमान पाहून शास्त्रास मागे ठेवावे. सारासार विचार करावा. जे बुद्धीला पटत नसेल, त्याचा अंगीकार करू नये.

जसे शास्त्रात अटक, गंड व पापनाशी इतक्या नद्यांविषयी असे लिहिले आहे की, पापनाशी नदीस स्पर्श करू नये, गंडकीत चालू नये व अटक नदीपार करू नये. याविषयी लोकहितवादी म्हणतात, असे लिहिण्याचा शास्त्रकारांचा एवढाच हेतू होता की, या नद्या पार करण्यास भयंकर व अवघड आहेत. त्यात कोणी साहसी जाईल तर मृत्यू पावेल व तसे होऊ नये. त्या वेळेस असे शास्त्र लिहिले गेले. त्यावेळेस दुसरे परकीय लोक इकडे आले नव्हते, यामुळे त्यावेळच्या शास्त्राज्ञा त्या काळास अनुरूप व योग्य होत्या, परंतु आता काळ बदलला असता मूर्खपणाने अशा आज्ञा मानून स्वस्थ बसू नये. जेव्हा या प्रकारचे शास्त्रार्थ रद्द होऊन लोक परदेशात जाण्यास सिद्ध होऊन मूर्खपणाच्या कायद्यातून खुले होतील तेव्हाच त्यांचे हातून काही पराक्रम होतील.

लोकांनी या प्रकारचे शास्त्र आज्ञा न मानता पृथ्वीवर रचना कशा प्रकारची आहे, किती राष्ट्रं आहेत, किती प्रकारचे लोक आहेत, याविषयी जाणून घ्यावे. इंग्रज लोकांनी इकडे येऊन आपला सर्व व्यापार व उद्योग त्यांच्या हाती घेतला आहे, यामुळे आपला रोजगार बुडाला व दरिद्री झाला. जर आपले लोक विलायतेला जाऊन तेथील माहिती त्यांना असती तर असे न होते व इंग्रज लोकांना आता जसे भितात तसे भ्यायले नसते, यामुळेच शास्त्र फिरवावे. 'सर्व शास्त्रांचा मतलब हाच की, धर्म रक्षावा आणि म्लेंच्छांचा स्पर्श होऊ नये म्हणून आज्ञा आहे, परंतु म्लेंच्छच इकडे आले, तेव्हा आपण पलीकडे जाण्याचे कामी शास्त्र एकीकडे ठेवले तरी चिंता नाही, असे मला वाटते.'[२३] आधुनिक कालानुसार चालण्यास धर्मशास्त्रे विशेषत: स्मृती ग्रंथामधील आज्ञा आडव्या येत होत्या, म्हणून या शास्त्राज्ञा बाजूला ठेवण्याचा उपदेश लोकहितवादींनी लोकांना दिला.

परदेशगमन असो, अथवा स्त्रियांवर होणारा अन्याय असो, यास अनेक स्मृती ग्रंथांतील आज्ञाच कारणीभूत होत्या. या शास्त्राज्ञांचे उल्लंघन करणे म्हणजे धर्मबाह्यवर्तन करण्यासारखे असून असे लोक धर्मभ्रष्ट होत असत.

लोकहितवादींनी म्हटल्याप्रमाणेच १८५६ चा विधवा पुनर्विवाह कायदा, रखमाबाईचा खटला, १८९१ मधील संमती कायदा यावर देशभर चर्चा घडून आली असता या शास्त्राज्ञावरच विचार केला गेला. सुधारणेस ज्या आज्ञा अनुकूल होत्या त्या विचारात घेतल्या गेल्या व निरर्थक एकीकडे ठेवण्यात आल्या.

इतर प्राचीन धर्मग्रंथांचे केलेले विश्लेषण

लोकहितवादी म्हणतात की, तीन हजार वर्षांपूर्वी, म्हणजे प्राचीन काळी मोठे मोठे ऋषीवर्य होऊन गेले, ते मोठे विचारशील होते. त्यांनी रानात बसून ग्रंथ लिहिले, आकाशात नक्षत्रे पाहून त्यांचे नियम लक्षात आणिले, रानातील औषधे शोधून त्यांचे गुण लक्षात आणिले आणि त्याविषयी शेकडो ग्रंथ लिहिले, भाषेसंबंधी विचार करून व्याकरण लिहिले, परंतु भूगोल वगैरे विद्या विकसित झाल्या नव्हत्या, म्हणून त्यांनी चुका केल्या, परंतु शोध करता ते चुकले त्यात त्यांचा अपराध नाही.

परंतु जे पूर्वीच्या लोकांनी शोध करून ग्रंथ निर्माण केले, त्यात पुढे सुधारणा करून नवीन ग्रंथांची निर्मिती केली नाही आणि म्हणून पूर्वी ज्या ऋषिंनी ग्रंथ लिहिले ते देवच होते अशी समजतू झाली, यामुळे ज्ञान वृद्धिंगत झाले नाही. ‘त्यानंतर या लोकांस पुढे अवदशेचा पाया येणार म्हणून अशी समजूत पडली की, पहिले ऋषि जांनी हे ग्रंथ लिहिले, ते सर्व देव अवतारच होते व त्यांनी केले तसे मनुष्य जातीच्याने होणार नाही व आपला धर्म इतकाच की, पूर्वीच्यांनी जे करून ठेवले, तितके मात्र शिकावे, त्याजवर काही नवी कल्पना काढू नये. काढली तर देवांचा अपमान होतो व जे काय पाहिजे, ते त्यात सर्व आहे. अशी समजूत पडून लोक अगदी मूर्ख झाले.’[२४] अशा प्रकारची लोकांनी समजूत करणे सोडून द्यावे. पूर्वीच्या लोकांनी जो शोध केला तो परिपूर्ण नाही, हे जाणून त्यातील चुका सर्व काढून आपली शास्त्रे शुद्ध करावी, मूर्खपणाने पूर्वीच्याच शास्त्रांना चांगले म्हणून त्याचे प्रतिपादन करावे हे योग्य नाही. पूर्वीच्याच शास्त्र नियमांप्रमाणे चालल्यामुळे कुठलीही सुधारणेची आशा नसल्याचे त्यांनी म्हटले. लोकहितवादींनी हिंदू धर्मशास्त्रांचा इतिहास सांगितला तो असा होता.

त्यांच्या मते, संस्कृत विद्या जी ग्रंथांमध्ये प्रतिपादन केली आहे, त्याचा वास्तविक व्यवहारात उपयोग नाही. हे ग्रंथ त्यांनी अनुक्रमे पुढीलप्रमाणे दिले. प्रथम वेदांतील मंत्रसंहिता आहेत. त्यात अग्नी, वरुण, मित्र, यांच्या प्रार्थनेची सुक्ते आहेत. ते नाना प्रकारच्या छंदांनी रचले आहेत. पुढे ब्राह्मणे म्हणून बखरीसारखे ग्रंथ झाले.

यात मंत्रांचा उपयोग कसा करावा, या मंत्राने जनावरे मारून यज्ञ कसे करावे, इ. सांगितले आहे. या ग्रंथांच्याच आधारे ब्राह्मण मोठे योग्यतेस पावले. या मंत्राद्वारेच, रोगनाशनार्थ, शत्रु नाशनार्थ, ब्राह्मणास बोलावून अनुष्ठाने, जप, तप, मंत्रसाधने करावयास सांगत, यामुळे त्यांची प्रतिष्ठा वाढली. अशामुळे जादु प्रकरणही माजल्याचे ते म्हणतात, पुढे तो काळ जाऊन त्यात वेदान्त मत निघाले म्हणजे उपनिषदांचा काळ. त्याने पूर्वीचे ढोंग सगळे खोटे आहे असे ठरविले. अनेक देवांची अनुष्ठाने खोटी असे प्रसिद्ध केले. परमेश्वर एकच आहे व त्याचे मनन करणे हेच श्रेयस्कर असे सांगितले.

त्यानंतर बौद्ध मत झाले, त्याने तर वेदांचा अगदीच उपहास केला. त्यातील उग्र हिंसा, इ. कर्मांची निर्भर्त्सना करून दया धर्माची प्रसिद्धी केली, यामुळे वेद मत मागे पडले.

नंतर पुराणे म्हणून ग्रंथ झाले. त्यात काही वेदान्त, काही भक्ती, काही वैदिक कर्मे, काही नवीन देवता, नवीन व्रते, दाने वगैरे लिहिले. 'या पुराणकर्त्यांचा हेतू असा होता की, सर्व वाद तोडून कोणी कोणत्याही मताने वागले तरी चिंता नाही. यास्तव सर्व मतांचा संग्रह त्यांनी केला.'[२५]

त्यानंतर काही काळ गेल्यावर निबंध ग्रंथ झाले. त्याने पूर्वीचे सर्वच ग्रंथ ईश्वरी असे मानले. या ग्रंथामध्ये पुराणाप्रमाणेच कल्पित कथा भरल्या, जसे, तापी नदीचा उगम कोठे आहे? तर यात असे आहे की, यमाची बहीण आहे. त्यास हल्ली सृष्टी आहे ती वेगळीच दिसत होती. 'संक्रान्त हे सूर्याचे राशिक्रमण हे तो जाणतच नाही. एक म्हणतो ती रेड्यावर बसून दक्षिणेत जाते आहे.' इ. सारखे ज्ञान म्हणजे अलौकिक आहे व जे ज्ञान कोणास ठाऊक नाही, ते मला या पुराणांमुळे ठाऊक झाले, असा भ्रम याचे वाचन करणाऱ्यास झाला असे लोकहितवादी पुराण ग्रंथाविषयी म्हणतात.

यानंतर मंत्रशास्त्र, यामध्ये नाना प्रकारची अनुष्ठाने, नरसिंह, शरभ, वेताळ इत्यादी देवता व त्यास बोलवण्याची रीत, जप इ. हे मंत्रशास्त्र वाचून त्याचे विधी करणारे असा ताठा आणितात की, मी काय तो मोठा सामर्थ्यवान आहे. मी पाहिजे त्यास पुत्र देईन, दौलत देईन, शत्रु मारीन. वास्तविक त्याचे हाती काही नसते. हा स्वप्नासारखा भ्रमांत असतो. ते ग्रंथ वाचून त्यास भ्रम पडतो.

संस्कृत विद्येच्या दुसऱ्या भागात या ठिकाणी काय करावे, याविषयी लिहिले आहे, पशु कसे मारावे, त्यांची अंग कशी काढावी हे खाटकाचे कामाविषयी लिहिलेले असते. या याज्ञिकास असे वाटते की, यज्ञ करणारास थेट स्वर्गात नेऊन पोहोचविणारा तो मीच, असे मानतो.

याच प्रकारे इतर धर्मशास्त्रांवर ग्रंथांत अनेक निरर्थक विषयांवर वर्णन असते. श्राद्धास पदार्थ किती असावे व नसावे, दक्षिणा किती असावी, ती कोणती, काळ कोणता, तीळ किंवा तांदूळ असावे, द्रोण पालथा ठेवावा की, उताणा ठेवावा, कोणा दिशेस बसावे, गंध आधी देवास लावावा की, पितरांस लावावा इ. कवायत त्यात लिहिलेले असते व या निरर्थक गोष्टींवर या ग्रंथाचा वाचणारा वाद करीत असतो. या विषयांवर अनेक ग्रंथांची निर्मिती झाल्याचे लोकहितवादी म्हणतात. 'कोणी धर्मशास्त्र पढला, तर त्यास शंभर ग्रंथ श्राद्धाबद्दल, पन्नास ग्रंथ शौच निर्णयाबद्दल पंचवीस ग्रंथ संस्काराबद्दल, असे अनेक निरुपयोगी विषयांविषयी वाद विवाद पाहून, त्यात तो आपणास मोठा धन्य मानितो.'[२६]

याचप्रमाणे न्याय, व्याकरण मीमांसा वाचली तर या सृष्टीविषयी वाचणारा भ्रमिष्ट होतो व त्यास असे वाटते की, आळसात बसावे, प्रारब्धी आहे इ.

याचप्रमाणे ज्योतिषशास्त्राचे आहे. जो ज्योतिष शिकला तोही असे म्हणू लागतो, अमुक ग्रह आला तो पीडा करेल, अमुक ग्रहाची शांती करावयास पाहिजे. इ. या अशा प्रकारच्या ग्रंथांमुळे ज्ञान वाढण्याऐवजी भ्रमिष्टपणाच जास्त निर्माण होत असल्याचे म्हटले. 'संस्कृत विद्या निरुपयोगी व नाना प्रकारचे कुतर्क उत्पन्न करणारी व संसारावरील चित्त उडवून आळशी करणारी व निरुपयोगी कर्मे करणारी आहे. सांप्रत काळी जे ज्ञान पाहिजे, ते त्यात मुळीच नाही.'[२७]

जोपर्यंत बाहेरच्या देशांतील वर्तमान लोकांस ठाऊक नव्हते, तोपर्यंत याच ज्ञानाचा थोरपणा होता, परंतु आता बाहेरचे ज्ञान या देशात आले आहे. यामुळेच या पूर्वीच्या ज्ञानाचा पोकळपणा उघडकीस येऊन त्याचे माहात्म्य कमी झाले. तर आता थोरपणास यावयाचे असेल तर त्यांनी सांप्रतकाळचे ज्ञान मिळवावे. ज्या ज्ञानाने आपल्यावर इतर लोकांनी सरशी केली, ते ज्ञान धि:कारूनच, कारण त्याचा अनुभव आपण घेतला आहे, यामुळे सावधगिरी बाळगून, काळास ओळखून चालावे. असे न केले तर फार फजिती होऊन जी दुर्दशा झाली आहे, त्यापेक्षा अधिक होण्याचा संभव आहे, म्हणून पूर्वी ज्या ग्रंथांमध्ये अपूर्णता राहिली ती शोध करून पूर्ण करावी असे सांगतात.

याप्रमाणे विद्या वाढविली नाही तर विद्येचा अभिमान बाळगणारे उपाशी मरतील असे भाकीत लोकहितवादींनी केले.

त्याचप्रमाणे फक्त पाठ करण्याची रीती सोडून द्यावी. ग्रंथातील वाक्यांचा अर्थ समजून घ्यावा. नुसते पाठ म्हटल्याने देवाची स्तुती केली असे होत नाही व ज्ञानही मिळत नाही, यामुळेच धर्म म्हणजे काय व विद्या म्हणजे काय? हे अगदी जाणत नाही. 'मोडक्या घराचे कुजके वासे राहतात, तसे हिंदू धर्मशास्त्र व विद्या हे प्राचीन

काळचे शब्द लोकांचे तोंडांत मात्र आहेत, परंतु अर्थ ठाऊक नाही.'[२८] असे वर्णन त्यांनी हिंदू धर्मशास्त्राचे केले. या धर्मशास्त्रांमध्ये फेरफार करावयाचे ते कालानुरूप केले पाहिजेत असे त्यांनी वेळोवेळी सांगितले.

ज्या ग्रंथांनी लोकांचे सुख व ज्ञान वाढविण्याचे कार्य केले नाही त्यांचा त्याग करावा. ते म्हणतात, अज्ञानास अजरामर करण्याकरिता या पोथ्या लिहिल्या आहेत असे मला वाटते.

पुराणांसारख्या धर्मग्रंथांनी हिंदुंना धर्मच्युत केले आहे, परंतु आपण असे समाधान करून घेऊ की, हा शिमगा घेऊन जी बजबजपुरी व अमंगल व्यापार चालून जे आम्ही धर्मभ्रष्ट झाले आहोत, तो काल लवकरच जाऊन आम्ही वैदिक धर्मावर येऊ अशी आशा त्यांनी व्यक्त केली. 'ह्या पुराणांनी जो आमच्या धर्मात व्यामोह उत्पन्न करून सर्वांस भ्रांत व धर्मच्युत केले आहे. हा काल लवकरच जाऊन आपण आपल्या खऱ्या वैदिक धर्मावर येऊ ही आशा पूर्ण आहे. सुशिक्षणाचे प्रभावाने पुराणातील या सर्व गप्पा लोकांचे अंत:करणांतून जात आहेत व काही दिवसांनी लवकरच अनुमान केल्याप्रमाणे आपण त्या वर्ष प्रतिपदेच्या सणास पोहोचू ईश्वर तो सुदिन दाखवील तेव्हा खरे.'[२९]

अज्ञान, भ्रम व अनेक प्रकारच्या कुरीती, वेळखाऊ असणाऱ्या धार्मिक पंथाचा प्रसार करणाऱ्या पुराणांसारख्या हिंदू धर्मग्रंथांवर लोकहितवादींनी अतिशय वास्तववादी टीका केली. अंध होऊन या धर्मशास्त्रातील विधी निषेध, वचने पालन करू नयेत, तर त्यात आवश्यक ते बदल तत्कालीन विद्वानांनी करावे अशी सूचना त्यांनी ग्रंथांबद्दलच्या अनेक विषयांवर लिहिताना केली.

तथापि वेद व काही ज्ञानवर्धक हिंदू शास्त्रे त्यांना मान्य होती, परंतु लोक या चांगल्या ज्ञानवर्धक, जीवन, समाजास आवश्यक असणाऱ्या ग्रंथांकडे, त्यांच्या अर्थाकडे दुर्लक्ष करतात, यामुळेच वेदांमध्ये जो धर्म सांगितला आहे तो इंग्रजी ज्ञानाच्या प्रसारामुळे व वेदांतील धर्माचा योग्य अर्थ जाणून घेतल्यामुळे वेदकालीन समाजजीवन व इंग्रजी शिक्षणामुळे धर्माबाबतचा चौकसपणा पुन्हा प्राप्त होईल अशी आशा त्यांनी व्यक्त केली.

१८४८-४९ मध्ये लिहिलेल्या 'शतपत्रां'मध्ये हिंदुंच्या सर्वच धर्मग्रंथांवर त्यांनी टीका केली, परंतु त्यांच्यासारखीच टीका करणारे स्वामी दयानंद यांच्या संपर्कात आल्यावर त्यांचा वेदप्रणित धर्मावरचा विश्वास दृढ झाला व वेदकालीन धर्माची पुन: स्थापना होईल अशी दृढ आशा त्यांना निर्माण झाली.

त्यांनी वरीलप्रमाणे हिंदू धर्मशास्त्रावर टीका केल्यामुळे अनेक इंग्रजी शिक्षित व सामान्य हिंदुंनी त्यापासून बोध घेतला, यात संशय नाही.

हिंदुंच्या धार्मिक आचारांवर केलेली टीका व उपदेश

तत्कालीन धार्मिक ग्रंथ, रीतीरिवाज, रूढी, प्रथा, समजुती यामुळे जे अज्ञान पसरून समाजाची दुर्दशा होत चालली होती, ती संपुष्टात आणण्यासाठी लोकहितवादींनी हिंदू धर्मव्यवस्था व व्यवस्थापकांवर अतिशय जळजळीत टीका केली. तत्कालीन हिंदू समाजाचे धार्मिक प्रतिनिधी ब्राह्मण होते, यामुळे त्यांनी प्रामुख्याने ब्राह्मण वर्गाच्या रीतीरिवाजावरच टीका केली. यासंबंधी ते म्हणतात, 'हिंदू लोकांचे काही वर्णन लिहावयाचे असेल, तर मुख्यत्वेकरून ब्राह्मण लोकांचे लिहावे. म्हणजे त्यात सर्व लोकांच्या स्थितीचे वर्णन आले, कारण हिंदू लोकांत विद्येचे महत्त्वाचे मुख्य मालक ब्राह्मण आहेत व त्यांची मते लोकांमध्ये प्रबळ आहेत. यास्तव आम्ही बहुधा हिंदू लोकांचे वर्णन लिहावयाचे असले, म्हणजे ब्राह्मणांचेच लिहू व तेणेकरून सर्वांचे वर्णन झाले, असे समजावे.'[३०] अशा प्रकारे ब्राह्मणांचा उल्लेख जरी लोकहितवादींनी वेळोवेळी केला आहे तरी सर्वच हिंदुंना उद्देशून त्यांनी सुधारणा तत्त्वे सांगितली आहेत.

देवपूजा, स्नानसंध्या, अनेक किरकोळ धार्मिक कर्मे, त्यासंबंधी शेकडो नियम व आचार, त्यासंबंधी ढोंग, अंधश्रद्धा, तीर्थयात्रा, लाखो रुपये खर्च करून देवळे बांधणे व देवळात कलावंतिणींकडून नाचगाणे करणे इत्यादी धर्मसंबंधी भ्रष्ट आचरणांवर लोकहितवादींनी सर्व लोकांना समजेल अशी टीका करून त्यातील दोष दाखविले.

तत्कालीन श्रीमंत लोक देवळे बांधण्यात लक्षावधी रुपये खर्च करीत, कारण त्यांचा असा समज होता की, ते पुण्य करण्याचे सर्वात मोठे साधन आहे, परंतु या देवळाची पवित्रता न राखता स्वतःच्या स्वार्थासाठी मंदिरांचा दुरुपयोग होत असे. याविषयी लोकहितवादी म्हणतात, जर तेथे तमाशे, नाच, लावण्या म्हणावयाच्या तर देवळे बांधली आणि गावची चावडी बांधली सारखेच आहे. यामुळे अशा प्रकारे देवळे कसबिणींकडे देऊन अधर्म न करता श्रीमंत लोकांनी तो पैसा इतर सत्कार्याकडे लावावा. तो पैसा जे पुस्तक लिहितील व लोकांस शहाणे करण्यास मेहनत करतील व जे वर्तमानपत्रे व ग्रंथ इत्यादी उपयोगी वस्तू छापून प्रगट करतील, त्यास तुम्ही मोठे विद्वान व लोकांचे हितकर्ते समजून त्यास सत्पात्र समजून दानधर्म करावा. अशा प्रकारच्या ज्ञानवृद्धीतच पुण्य आहे असे माना. यामुळेच मरतेसमयी देऊळ बांधावयास सांगू नका, नवे छापखाने व नवी पुस्तके करण्यास सांगा. आळसाची वृद्धी करणाऱ्या सहस्रभोजने, दक्षिणा, देवळे इत्यादी दानधर्म करून आपला पैसा व्यर्थ न घालविता अज्ञानास सज्ञान करण्यास, गरिबास, आंधळ्यास, लंगड्यास अशा प्रकारे दानधर्म करण्यातच पुण्य असल्याचे त्यांनी म्हटले.

वास्तविक पुण्यात आणखी देवळे बांधण्यासारखे कोणी या जगात मूर्ख दिसत नाही. लाखो रुपये जे अशा मूर्खपणाने खर्च करितात, ते अगदी ज्ञानशून्य व अविचारी म्हणावे, परंतु या लोकांचा अविचार, वेडेपणा घालविण्याचा प्रयत्न शास्त्री पंडित करीत नाहीत. ते उलटे असे सांगतात की, अमक्या पुराणात असे लिहिले आहे की, देऊळ बांधल्याशिवाय जन्माचे सार्थक होत नाही. याचे कारण या शास्त्री पंडितांची उपजीविका त्यावरच चालत आहे. अशा निरर्थक खर्चामुळे किती हजारो गरीब लोक उपाशी मरतात, पण त्यांची दया कोणास येत नाही. याप्रमाणे देऊळ बांधणे हा मूर्खपणा असल्याचे त्यांनी म्हटले.

याच प्रकारे स्नानसंध्या, तुळशी सहस्रनाम, विष्णूसहस्रनाम, गीतापठण इत्यादी धार्मिक कर्मकांडे रोज करणाऱ्या परंतु नीति नियम न पालन करणाऱ्या ढोंगी लोकांवर त्यांनी तीव्र टीका केली. अंत:करण पवित्र नसता वरीलप्रमाणे धर्माचे ढोंग करून काही साध्य होऊ शकत नाही असे त्यांनी म्हटले.

त्याच प्रकारे पौराणिकांवर त्यांनी सांगितलेल्या व्रतमाहात्म्ये, क्षेत्र माहात्म्ये, व्रतवैकल्ये इत्यादी निरर्थक कर्मकांडामुळे स्त्रिया अज्ञानात राहिल्या किंवा त्यांनी अज्ञानात रहावे म्हणून पौराणिकांनी निरर्थक व्रतवैकल्यांचे स्तोम माजविल्याचे त्यांनी म्हटले.

'रूढी किंवा चाल म्हणजे धर्म' अशी तत्कालीन लोकांची समजूत झाली होती. लोकहितवादींनी यामुळेच लोकांना रूढी कशी निर्माण झाली व आधुनिक बदलत्या काळात त्या कशा निरुपयोगी, घातकी व निरर्थक आहेत हे दर्शविले. त्यांचा वास्तविक धर्म काय, दया-धर्म कोणास म्हणावे, पुण्य कमविण्याचे मार्ग कोणते, ईश्वरास जाणून घेण्याचा मार्ग कोणता, ईश्वरास कोणत्या कृत्याने संतोष होईल याचे विश्लेषण करून त्यांनी लोकांना अज्ञान, अंधकारातून बाहेर काढले.

लोकहितवादींनी सर्वच हिंदू धर्मग्रंथांचा अभ्यास केला होता असे दिसून येते. यामुळेच वेद, पुराण, स्मृती ग्रंथ यात काय ज्ञान आहे, त्यातील वचनांचा वास्तविक अर्थ कसा घ्यावा याविषयी त्यांनी सविस्तर व उदाहरणासहित आपल्या लिखाणाद्वारे विश्लेषण करून लोकांना विचारप्रवृत्त केले. डॉ. भांडारकर त्यांच्या अभ्यासपूर्ण उपदेशांविषयी म्हणतात, 'ग्रंथ या विषयावर रा. ब. गोपाळराव हरि देशमुख यांनी नुकतेच (सन १८७८) व्याख्यान दिले. रावबहादुरांस आमच्या पुरातन ग्रंथाविषयी माहिती पुष्कळ व त्यातील सत्य आणि हितावह गोष्टी सध्या प्रचारात याव्या अशी पूर्ण इच्छा यामुळे त्यांची असल्या विषयांवरची व्याख्याने रसभरित व त्यापासून बोध घेणारी अशी असतात.'[३१] अशा प्रकारे त्यांचा उपदेश हा सर्वच हिंदू धर्माचा अभ्यास व संशोधनावर आधारित होता.

लोकहितवादी हे प्रथम इंग्रजी सुशिक्षित तरुण पिढीचे प्रतिनिधी होते. त्यांच्यावर यामुळे पाश्चात्त्य विचारांचा प्रभाव असला तरी हिंदू धर्मग्रंथांतील चांगले विचार त्यांनी सुधारणेसाठी शुद्ध करून त्याचे विश्लेषण केले.

लोकहितवादींना अपेक्षित असलेला हिंदू धर्म

काल बदलानुसार धर्मसुधारणा करणे अतिशय आवश्यक आहे. त्याशिवाय समाजाची कुठलीही प्रगती होणार नाही असे त्यांनी अनेक वेळा प्रतिपादन केले, कारण जीवनातील प्रत्येक आचार, विचार करण्याची पद्धती, रूढी न सोडण्याची रीती, जीवनातील प्रत्येक संस्कार यांना धार्मिक रूप देण्याचा प्रयत्न १९ व्या शतकात करण्यात आला होता.

सरकार अनुकूल आहे म्हणून सुधारणेची त्वरा करावी, सुधारणेला विरोध करणारे शास्त्री पंडित काही करू शकत नाहीत. कारण मनातून सुधारणा सर्वांना आवश्यक वाटत आहे. 'कालमाहात्म्ये करून हिंदू धर्माची सुधारणा करणे जरूर आहे. त्याशिवाय या लोकांचा परिणाम लागणार नाही. चार लोक ज्यांचे मनात स्वदेशाचे कल्याण आहे, त्यांनी एकत्र होऊन धर्मसुधारणा करावयास आरंभ करावा, हे मला बरे वाटते व असे करण्यात एक मोठा लाभ आहे. तो हा की, सरकार अनुकूल आहे. तेव्हा चार टोणपे शास्त्री, पंडित यांस कशास भ्यावे.?'[३२] लोक अनिष्ट चालींना कंटाळले आहेत. ज्या धर्माने, धर्मवचनांनी अगदी बालवयातील विधवांना देखील पुनर्विवाहाचा अधिकार दिला नाही, त्या बालवयातील मुलींचे आई वडील आयुष्यभर आपल्या मुलीच्या वाटेला आलेले दुःख बघून लवकर मरण पावतात, यामुळे धर्मात फेरफार होऊन सुधारणा झाल्या तर लोकांना हव्याच आहेत. फक्त जाती बहिष्कृताचे भय त्यांना वाटते, म्हणून सुधारणा करण्यास कोणी पुढे येत नाही.

लोकहितवादी म्हणतात, परंतु जात म्हणजे काय? तर ज्या समुदायात पुष्कळ लोक जमतात, ती जात होते व एकटा असला म्हणजे तो बहिष्कृत होतो, परंतु इतिहास पाहिला असता ख्रिस्ती, शीख लोकांचा ज्यावेळेस नवीन धर्म स्थापन झाला, त्यावेळेस त्यांनाही बहिष्कृत करण्यात आले, परंतु त्यांना कालांतराने लाखो लोक येऊन मिळाले व त्यांची नवीन जात झाली, त्याप्रमाणेच जो कोणी हिंदू धर्मात सुधारणा करून सुधारित मत प्रचारात आणेल तो काही काळ बहिष्कृत होईल, परंतु त्याला अनेक लोक नंतर येऊन मिळतील, त्यामुळे जे स्वदेशाचे कल्याण इच्छितात त्यांनी धर्मसुधारणेसाठी पुढे येऊन प्रारंभ करावा असा ऐतिहासिक दाखला ते धर्मसुधारणेच्या प्रारंभीसाठी देतात.

कारण हिंदू समाजाची प्रत्येक सामाजिक चाल ही 'धार्मिक' आहे व ती

उल्लंघन करणे म्हणजे धर्मबाह्य वर्तन असा समज होता. धर्ममार्तंडांजवळ सुधारणेची गोष्ट काढण्यासाठी जाती बहिष्कृताचे शस्त्र होते, यामुळेच धर्मसुधारणेविषयी बोलणे व करणे हे मोठे धाडस, साहस, नि:स्वार्थी व त्यागी पुरुषांचेच काम होते.

म्हणूनच लोकहितवादींनी विद्वानांना धर्मसुधारणा प्रसिद्धपणे एकाच वेळी सुरू कराव्या, म्हणजे पुष्कळ लोक तुम्हास येऊन मिळतील असे सांगितले.

त्यांना या सुधारित हिंदू धर्मामध्ये खालीलप्रमाणे नियम/कलमे अपेक्षित होती.

१. सर्वांनी ईश्वराचे भजन अंत:करणापासून करीत जावे.
२. जसा आपला जीव तसा दुसऱ्याचा मानावा.
३. मुंज, लग्न, प्रेतक्रिया हे तीन संस्कार ठेऊन बाकीचे सर्व रद्द करावे.
४. जे कर्म करणे ते स्वभाषेत अर्थ समजेल असे करावे. भजन, पूजन, संस्कार सर्व ज्यांचे त्यांचे भाषेत करावे. संस्कृत भाषा पाहिजे ते शिकतील, परंतु ज्यांस येत नाही, त्यांनी संस्कृत भाषेत कोणतेही कर्म करणे जरुरी नाही.
५. प्रत्येकास आपले विचाराप्रमाणे आचार करण्याची व बोलण्या लिहिण्याची मोकळीक असावी, त्यास प्रतिबंध असू नये.
६. स्त्री-पुरुषांचे अधिकार धर्मसंबंधी कामात व संसारात एकसारखे असावे. यानुसार स्त्रियांना पुरुषांप्रमाणेच पुनर्विवाह व मोठेपणी विवाह करता येतील.
७. अर्थ समजल्याशिवाय ग्रंथांचे पाठांतर करू नये.
८. आचारापेक्षा नीति प्रमुख असावी. आचाराचे महत्त्व हल्ली आहे तसे असू नये.
९. मनुष्यमात्रास तुच्छ मानू नये. जाति-अभिमान नसावा. सर्वांशी सारखेच दयापूर्वक वर्तावे. सर्वांचे कल्याण करावे.
१०. स्वदेशाची प्रीति व त्याचे कल्याण विशेष करून मनात वागवावे.
११. ज्यास जो रोजगार करण्याची इच्छा असेल त्याने तो करावा. व्यवसाय आपल्या जातीनुसार नसावा.
१२. गुण कर्मानुसार, योग्यतेनुसार जातिभेद मानावा. कुलेकरून मानू नये.
१३. सरकारकडून प्रजेचे अधिकार आहेत व जे प्रजेच्या हिताचे कायदे आहेत, ते सरकारशी भांडून घेत जावे.
१४. राजाने जे नियम केले असतील, ते व जे ईश्वरी बुद्धिसूचित नियम आहेत ते मानावे.
१५. विद्यावृद्धीकरिता सर्वांनी मेहनत करावी. दु:खितास सुख, रोग्यास औषध, मूर्खास ज्ञान व दरिद्र्यास क्रयनुसार दान देण्यास कमी करू नये.
१६. शेवटचे कलम असे होते की, सत्याने सर्वांनी चालावे. सत्याचे विरुद्ध वर्तन करू नये. विद्येमध्ये ज्या ज्या सत्य गोष्टी आहेत, त्यांचा शोध करण्यास

आळस करू नये. सापडतील त्या सर्व विद्या प्रसिद्ध कराव्यात व विद्या व ज्ञान संपादन करण्यास सर्व सारखेच, अशी मोकळीक असावी.

याप्रमाणे कलमांवर आधारित सुधारलेला हिंदू धर्म त्यांना अपेक्षित होता. या सर्व कलमांचा आधार हिंदू धर्म असल्याचेच त्यांनी म्हटले. या दर एक कलमावर स्वतंत्र ग्रंथ करण्याचे त्यांचे मनात असल्याचेही त्यांनी सांगितले. मी सांगितलेला धर्म हा हिंदू धर्मातील ग्रंथावरूनच साररूपाने सांगितला आहे, तो कोणत्या एका ग्रंथावरून सापडणार नाही. 'इतक्या गोष्टी मी लिहिल्या आहेत, त्यास काही शास्त्र व हिंदू धर्म प्रतिकूल नाही. सर्व हिंदू धर्मातीलच आहे, परंतु त्याचा शोध मात्र केला पाहिजे. एके ठिकाणी सापडणार नाही, परंतु चोहोकडून मिळविले पाहिजे.'[३३]

हिंदू धर्मातील ज्या ग्रंथांमध्ये काळानुरूप योग्य धर्म सांगितलेला असेल तो घ्यावा. जसे, गीतेमध्ये एक ईश्वर आहे, इतर देवता भजू नयेत, अशी स्पष्ट वाक्ये पुष्कळ आहेत, ती घ्यावी. 'जातीविषयी वेदांचे मत घ्यावे. कारण की, संस्कृत भाषेत अनंत ग्रंथ आहेत. ज्या ज्या ऋषींच्या जसे जसे मनात आले तसे त्यांनी लिहिले आहे. तेव्हा त्यात एकच पुस्तक आपल्या उपयोगी सापडणार नाही, परंतु सर्वांचे ऐक्य केले तर करता येईल.'[३४] अशा प्रकारे हिंदू धर्मातील अनेक चांगली तत्त्वे एका ग्रंथात समाविष्ट करावीत. त्यात मुख्य नीतीने कसे वर्तन करावे याचे नियम लिहावेत आणि तेच पुस्तक आपले शास्त्र समजून चालावे. अशा प्रकारे एकट्या ऋषीने आपल्या अकलेने लिहिलेल्या शास्त्रापेक्षा चार ऋषींचे ग्रंथ पाहून आपण त्याचे एक शास्त्र केले तर ते सर्वांपेक्षा उत्तम होईल यात संशय नाही, असे त्यांचे म्हणणे होते.

हिंदू धर्म फार भ्रष्ट झाला आहे. त्याचे आपल्यावर दुष्परिणाम झाल्याशिवाय राहणार नाहीत. यामुळेच हा धर्म सुधारला पाहिजे अशी त्यांची तीव्र इच्छा होती. यासाठीच त्यांनी त्यांचे सर्व लिखित कार्य करून लोकांचा भ्रम दूर करण्याचा प्रयत्न केला.

त्यांना हिंदू धर्मातील वास्तविक तत्त्वे, ईश्वराचे स्वरूप, भक्ती करण्याचा मार्ग, मूर्तिपूजा, गुरू यांच्या खऱ्या स्वरूपाची जाणीव झालेली होती. ते म्हणतात की, हिंदू लोकांचा धर्म वास्तविक विचाराने पाहिला तर फक्त इतकाच आहे की, परमेश्वर जो एक, त्याचे भजन करावे आणि त्यावर भाव बसण्याकरिता काही तरी मध्यस्थासारखे दगडाची मूर्ति, गुरू किंवा नदी काही तरी घेऊन त्याचे आश्रयाने भक्ती दृढ करावी आणि ईश्वराविषयी भाव पक्का बसला, म्हणजे त्या दगडाची मूर्ति किंवा गुरू याचीही गरज नाही व कोणतेही धार्मिक कर्म करण्याची गरज नाही. कोणत्याही शास्त्र आज्ञा मानण्याची आवश्यकता मग पडत नाही.

वेदशास्त्र ईश्वरापासून निर्माण झाले असे जरी लोक मानत असले तरी व्यवहार नीट चालण्याकरिताच या शास्त्रांची निर्मिती केली गेली. 'मोक्षाचे साधन शास्त्र नाही.''[३५] मोक्षप्राप्तीचे साधन शास्त्र नाही. ज्ञान हे सर्व कर्ममार्गांहून व शास्त्रांहून अधिक आहे. ज्ञान म्हणजे मनुष्याने सारासार विचार करून परमेश्वराशी ऐक्यता पाहून राहावे, म्हणजे त्यास शास्त्राची गरज नाही. ज्ञान हे मनुष्याच्या बुद्धीने प्राप्त होते, म्हणून मोक्षप्राप्तीचे साधन बुद्धी आहे.

व्यवहार व संसार यथास्थित होण्याकरिता पूर्वापार अनुभवावरून किंवा मनुष्यांनी व्यवस्था लक्षात आणून जे नियम ठरविले ते शास्त्र आहे. धर्म म्हणजे व्यवहार व ज्ञान म्हणजे मोक्षाचे साधन.

ईश्वर, मोक्ष, चांगले, वाईट जाणून घेण्यास आपले मन हे ईश्वराने निर्माण केले आहे.

ईश्वराने जे प्राणी निर्माण केले, त्यामध्ये उत्तम प्राणी मनुष्ये आहेत, कारण की त्यास ज्ञान, बुद्धी दिली आहे, तेव्हा मनुष्याने या जन्मामध्ये वर्तणूक कशी करावी, याचा नेम ईश्वराने त्याच्या स्वभावालाच दिला आहे असे अनेक बाबतींतून आपल्या लक्षात येते.

एखादी गोष्ट किंवा कर्म वाईट असेल तर मन आपल्याला सांगते. चांगली असेल तरीही मन तसे आपल्यास सांगते. जसे 'सती' जाणेही काही निष्ठुर लोक चांगले म्हणतात, परंतु वाईट गोष्टीस चांगले जे म्हणतात, त्यांचे मन साक्षी असते. ते मनापासून म्हणत नाही. दुसऱ्या काही कारणांनी म्हणतात, 'कोणी शास्त्राचे ओढीवर जातात. कोणी रूढीवर जातात आणि त्यास ही गोष्ट वाईट असे मनात येते, तरी मनाचा ध्वनी दाबून दुष्टबुद्धि प्रेरित भाषण करतात. हे मोठे आश्चर्य आहे.'[३६] याच प्रकारे बालविवाह, विधवांची दयनीय स्थिती कोणालाही पाहवत नाही, फक्त शास्त्र व रूढीचे कारण पुढे करून अशा दुष्ट रूढी मनाविरुद्ध चालू राहतात.

म्हणून मन हेच मोठे शास्त्र व लिहिलेली शास्त्रे सर्व याचे खाली आहेत असे त्यांनी आपले मत प्रतिपादन केले.

ईश्वर आहे किंवा नाही, याचा सिद्धान्त करण्यास मन उपयोगी पडते. मनुष्यास ईश्वराने सर्व प्राण्यांहून वेगळे असे ज्ञान, बुद्धी व मन दिले. ज्यावेळेस सृष्टी उत्पन्न झाली, त्याचवेळेस मनुष्यही निर्माण झाले, परंतु जनावरांची स्थिती ही पूर्वी हजारो वर्षांपूर्वी जशी होती, तशीच आताही आहे, परंतु मनुष्यांच्या स्थितीत दररोज बदल होत असतो, कारण त्याला जनावरांहून अधिक बुद्धी ईश्वराने दिली. 'मरण, जन्म, भक्षण सर्व इतर जीवजंतूप्रमाणे आहे, तेव्हा मनुष्याचे ठायी अक्कल,

एवढीच मात्र अधिक दिसते. हे देणे ईश्वराचे आहे. येणेकरून हे जनावर आपल्या उत्पन्नकर्त्यास जाणते आणि सृष्टीकडे पाहून विचार केला तर ईश्वर आहे, हे जाणण्यास अवघड नाही.'[३७]

विश्वात होणाऱ्या अनेक घडामोडींवरून ईश्वराचे अस्तित्व लक्षात येते. ईश्वर हा अव्यक्त आहे, परंतु प्रत्यक्ष दिसत नाही. ज्ञानाने व बुद्धीने मात्र तो गम्य आहे. मनुष्यास तो अनादी आहे. याची शक्ती पाहिली तर सर्व जगाचा कारखाना त्याचा आहे. सूर्य, चंद्र, पृथ्वी, पाणी, विस्तव इतक्यांचा तो कर्ता आहे. जागोजाग त्याची युक्ती पाहता, त्याची शक्ती मनुष्याच्याने मोडवणार नाही. मनुष्यास इतकेच ज्ञान आपल्या बुद्धीने होते की, ईश्वर असून तो महान पराक्रमी आहे, त्याचे शक्तीस तुल्यबळ काही नाही.

शास्त्रामध्ये ईश्वराचे अनेक प्रकारे वर्णन केले आहे. त्यात काही सत्य व असत्यही आहेत, कारण ईश्वर सर्वत्र आहे. मनुष्याला ईश्वराने मन, बुद्धी, ज्ञान हे त्याचे स्वरूप समजून घेण्यासाठी दिली आहे, म्हणून विचारास जे योग्य वाटते ते मत मान्य करावे. जे विचारास अयोग्य वाटते ते मत मान्य करू नये.

असे दृष्टीस अगोदर ईश्वराचे स्वरूप लोकहितवादींनी वर्णन केले, त्याचबरोबर ईश्वरप्राप्तीचा मार्गही सांगितला. ते म्हणतात, हिंदू धर्मशास्त्रामध्ये मात्र ईश्वरप्राप्तीचे अनेक मार्ग लिहिले आहेत. कोणी म्हणतात, जिवास भजावे, जीव तोच शिव आहे व कोणी म्हणतो शिव अधिक श्रेष्ठ आहे, तर कोणी म्हणतात, विष्णू सर्वश्रेष्ठ आहे, तसेच अग्निसेवा, यज्ञ, इत्यादिक मार्ग आहेत. कोणी सूर्योपासक, कोणी शाक्तासारखे फार दुष्ट व अमंगल असे मार्ग पत्करणारे आहेत. लोकहितवादी म्हणतात, परंतु माझे मत खरा मार्ग असा आहे की, ईश्वर काही मनुष्यास दृष्य नाही. त्याचे अस्तित्व सृष्टीकडे पाहिल्याने मात्र समजते असे स्वरूप सर्व लोकही कबूल करतात.

तेव्हा देवाचे भजन करणे हे योग्य आहे, परंतु त्याचे भजन कसे करावे लोकांना कळत नाही. लोकहितवादी लोकांना उद्देशून म्हणतात, अशा सर्व परिपूर्ण ईश्वराला आम्ही जर फुले अर्पण केली तर पाहा बरे, त्याने पृथ्वी निर्माण केली, तेव्हा त्यास काही कमी आहे का? तसेच त्यास नैवद्य दाखवावा तर तो उपाशी आहे काय? हा मूर्खपणा आहे. कारण त्यास वास्तविक ईश्वर कळत नाही, यामुळे ते ईश्वरास बळेच सगुण करून ठेवतात. त्याचे हातात गदा, शंख, चक्र, पद्म आहे, परंतु त्याचा अर्थ असाच आहे की, तो शासन करणारा आहे. मूर्ख लोकांस ईश्वर कळण्याकरिता पूर्वीच्या ऋषींनी अशा प्रकारची वर्णने केली. 'ईश्वरास मूर्त मानणे हे मूर्खत्व आहे. ईश्वर अमूर्त आहे हे त्याचे कृत्यावरून समजते. कारण की, त्याने केलेली सृष्टी ती

देखील मापता येत नाही. तेव्हा तिचे कर्त्यास परमित जाणणे हा केवढा अपमान आहे! यास्तव ईश्वराचे वर्णन आणि भजन करावे इतकेच त्यास पुरे.'[३८] ज्या ईश्वराने पृथ्वीसहित सर्व गोष्टी मानवाच्या उपयोगासाठी निर्माण केल्या त्या ईश्वरास सगुण बनवून त्यास नैवेद्य, फुले, पाने द्यावी व नीतिमत्ता न ठेवता कुकर्म करावे, काही उद्योग न करता व्यर्थ कर्मकांडे करून, देवपूजेचे ढोंग करावे हे त्यांना मान्य नव्हते, म्हणून त्यांनी देवपूजेनिमित्त धर्माचे ढोंग करणाऱ्यांवर टीका केली.

ईश्वर केवळ मनन केल्यानेच जाणता येतो, अल्पमती मानव त्यास पाहू शकत नाही. त्याने निर्माण केलेल्या विश्वाचे मोजमाप कोणालाही करता येणे शक्य नाही. त्या ईश्वराच्या गुणांचे वर्णन करावे आणि भजन करावे, इतकेच त्यास पुरे. हृदयेची त्याचे चिंतन करावे, त्याच्या थोरपणास योग्य आहे.

ईश्वरप्राप्तीचे जे उपचार प्रचलित आहेत ते करू नये. इतर नैवेद्यादिक त्यास करू नयेत. मनुष्यास करावेत. काही देणे असल्यास देवास देऊ नये, कारण देव उणा व उघडा नाही. यास्तव मनुष्यास दिले तर देवास अधिक आहे. ईश्वराचे दर्शन होत नाही, तेव्हा त्याचे ध्यान व मनन करावे. 'दया धर्मास पात्र मनुष्य आहे, ईश्वर नाही. ईश्वर वर्णनास मात्र योग्य. जे काही अर्पण करावयाचे आहे, ते मनुष्यास करावे, देवास नको. तो सर्वत्र पूर्ण आहे.'[३९] दगडास भजन आणि नैवेद्य कशास पाहिजे? त्यापेक्षा ब्राह्मणास बरा, कारण तो प्रत्यक्ष खाणारा आहे. ईश्वराचे व्यक्त स्वरूप ही सृष्टी आहे. तेव्हा या व्यक्त स्वरूपाचे ठायी काय ते अर्पण करावे. दगड हा काही ईश्वराचे प्रत्यक्ष स्वरूप नाही. जिवंत मनुष्य सोडून दगडापुढे अन्न ठेवण्यात काय फळ आहे? एखादा गरीब अंधकारात बसला आहे, दारिद्र्याने पीडित आहे, ज्यास पैसा मिळत नाही, त्यास पैशाचे तेल आणून देऊन बसविले तर बरे किंवा देवळातील दगडाच्या मूर्तीजवळ पैशाचा कापूर नेऊन जाळावा हे बरे. ते लोकांना विचारतात, कोणत्या कृत्याने ईश्वर तृप्त होईल? लोकहितवादी म्हणतात, मला वाटते की, या निरर्थक, मूर्खपणाच्या आचाराने ईश्वरास क्षोभ येईल, कारण विचारांती असे कळून येते की, ईश्वराची इच्छा मनुष्याने मनुष्यास सांभाळावे. केवळ देवाची पूजा करावी त्याचा उपयोग काय? 'ज्याचे कर्म वाईट असते आणि ज्याने जन्मभर दगडावर पाणी ओतले आणि झाडांची फुले तोडून रास केली, तरी देव त्याजवर कृपा करील काय? नाही. सद्धर्माची मुख्य खूण होय की, मनुष्याचे कल्याणाकडे लक्ष असावे.'[४०]

देवाने सर्वदा माझे भजन करा, म्हणून मनुष्यांवर ओझे घातले नाही. तो इतकेच भजन मागतो की, जे आपले आणि आपल्या कुटुंबाचे व इतर जनाचे काम आहे, ते सर्व रीतीने करून नंतर जी वेळ सापडेल ती क्षणभर असो अगर घटकाभर

असो, स्नानसंध्येत किंवा प्रार्थनेत आणि नामस्मरणात घालावा. म्हणजे त्यातच अनंत वर्षे तपश्चर्या केल्याचे पुण्य आहे. संपूर्ण जग ईश्वराने निर्माण केले आहे व त्याची व्यवस्था होण्याकरिता सूर्य-चंद्र, रात्र-दिवस, प्रत्येक जिवाचा भक्ष्य, रोगास औषध व मनुष्यास विचार आणि थोरपणा इतकी दिली आहेत. त्याचे कारण असे की, ज्या ज्या ठिकाणी जे जे व्हावयाचे, ते यथास्थित होऊन मनुष्यांनी सर्वदा ईश्वराचे उपकार, शहाणपण, नेम व रचना यांची आश्चर्यकारक सृष्टी स्मरण करून त्याची स्तुती करून रमत असावे. सूर्य उगवला असता निद्रा करावी, किंवा रोग झाला असता औषध घेऊ नये, अगर मनुष्य असता विचार टाकून देऊन जनावरांसारखे फिरावे, असे विचारास योग वाटत नाही. यास्तव उत्तम हेच की, मनुष्याने आपले कर्म करावे हाच त्याचा मुख्य धर्म व ईश्वरप्राप्तीचा मार्ग आहे. असे लोकहितवादींनी अनेक पत्रांमध्ये आपले ईश्वर, धर्म, वास्तविक मनुष्याचे कर्तव्य, मोक्षप्राप्तीचा मार्ग, निरर्थक शास्त्र वचनांचे स्पष्टीकरण करून हिंदू धर्म सुधारणेचा यथाशक्य प्रयत्न केला.

लोकहितवादी आणि आर्यसमाज

स्वामी दयानंदांचा धर्मक्षितिजावर उदय होण्यापूर्वीच लोकहितवादींनी 'शतपत्रा'द्वारे धर्मसुधारणा चळवळीस फार मोठे बळ दिले होते.

लोकहितवादींची 'शतपत्रे' व स्वामी दयानंद यांचा 'सत्यार्थ प्रकाश' या ग्रंथावरून दोन्ही सुधारकांच्या मतात साम्यच होते असे दिसून येते. यामुळेच स्वामी दयानंदांचा प्रभाव लोकहितवादींवर पडल्यावाचून राहिला नाही. लोकहितवादींना ज्या प्रकारच्या धर्मसुधारणा, ज्या प्रकारचा हिंदू धर्म अभिप्रेत होता त्याचेच प्रतिपादन स्वामी दयानंद सरस्वती आपल्या कार्याने, व्याख्यानांनी व लिखाणाने करीत होते.

ज्या प्रकारची टीका लोकहितवादींनी हिंदुंच्या अनेक धर्मग्रंथांवर, धर्मपंथावर केली होती, त्याच प्रकारची टीका स्वामी दयानंद यांनीही केली होती.

स्वामी दयानंद सरस्वती यांनी वेदप्रणित धर्माचा प्रसार करून, वेदधर्मावर आधारितच सुधारकांना व लोकहितवादींना अपेक्षित असलेल्या सुधारणांचा प्रसार केला. तरुण वयात विवाह करणे, बालविवाहाचा निषेध, विधवा पुनर्विवाहाला मान्यता, हिंदू धर्मातील अनेक पंथांवर केलेली टीका, वेदकालीन समाजव्यवस्था पुन:स्थापन करण्याचा स्वामीजींचा आग्रह या गोष्टींचे प्रतिपादन लोकहितवादी अनेक वर्षांपासून करीत होते व त्यासाठी सुधारकांचा सनातन्यांशी दीर्घ संघर्ष चालला होता.

यामुळे लोकहितवादींना अपेक्षित असलेल्या सुधारणेचे, हिंदू धर्माचे प्रतिबिंब स्वामीजींच्या विचारात दिसून आले व म्हणून लोकहितवादींनी स्वामीजींना यथाशक्य त्यांच्या कार्यात सहकार्य केले. आर्य समाजाचे कार्य त्यांनी आपल्या आयुष्याच्या शेवटपर्यंत केले.

स्वामी दयानंद हे देशभर वेदधर्माचा प्रसार करत असताना, त्यांच्या विचारांच्या बातम्या लोकहितवादींपर्यंत पोहोचल्या. स्वामीजी १८७४ मध्ये आर्य समाज स्थापनेपूर्वी मुंबई येथे आले होते. 'परंतु लोकहितवादींनी स्वामीजींना अहमदाबाद येथे बोलवून घेतले. त्यावेळेस ते अहमदाबाद येथे न्यायाधीश होते.'[४१] अहमदाबाद येथे आल्यावर स्वामीजींनी–मूर्तिपूजेला शास्त्रामध्ये स्थान नसल्यासंबंधी–धर्मचर्चा आयोजित करण्यात आली होती. या सभेचे अध्यक्ष लोकहितवादीच होते असे दिसून येते. या सभेत अनेक पण्डित सम्मीलित झाले होते. वेदशास्त्रामध्ये मूर्तिपूजा आहे असे हे पंडित सिद्ध करू शकले नाहीत, म्हणून लोकहितवादींनी स्वामी दयानंदांना या वादविवादात विजयी घोषित केले.

अहमदाबाद येथेही लोकहितवादींचे लोकहितार्थ कार्य चालूच होते. येथे स्वामीजींचेद्वारे मूर्तिपूजा व निरर्थक कर्मकांडांवर शास्त्रार्थ घडवून आणावा, या विचारानेच त्यांनी स्वामीजींच्या विचाराने प्रभावित होऊन त्यांच्या स्वपुत्राला पाठवून बोलावून घेतले.

१८७५ मध्ये स्वामी दयानंद यांनी मुंबई येथे आर्य समाजाची स्थापना केल्यापासून लोकहितवादींचे त्यांच्या कार्याकडे लक्ष होते, परंतु सरकारी नोकरीत असल्यामुळे त्यांना त्यात प्रत्यक्ष भाग घेता आला नसावा.

१८७७ च्या जानेवारी महिन्यात दिल्ली येथे महाराणी सरकारचा चक्रवर्तिनी पदधारण समारंभ व्हाईसरॉय लॉर्ड लिटन यांनी आयोजित केला होता. त्या दरबारात स्वामी दयानंद सरस्वती, केशवचंद्रसेन यासारख्या धर्मप्रसारकांनाही बोलवण्यात आले होते. सरकार दरबारी लोकहितवादींना उच्च स्थान होते, यामुळे त्यांनाही दिल्ली येथील दरबारात निमंत्रण होते. येथे त्यांना स्वामी दयानंद सरस्वतींचा सहवास प्राप्त होऊन त्यांच्या व्याख्यानांचाही लाभ झाला. या भेटीत केशवचंद्रसेन (ख्रिश्चन मताचे अनुयायी) व स्वामी दयानंद यांच्यामध्ये जी चर्चा झाली, त्याविषयी लोकहितवादी यांनी स्वामीजींविषयी पुढीलप्रमाणे उद्‍गार काढले. 'यासमयी सुदैव योगे यामध्येही तेथे जाणे झाले असल्यामुळे त्या उभय महोपदेष्टयांच्या भेटीचा अपूर्व योग व त्यांची परस्पर संभाषणे आमच्याही पाहण्यात व ऐकण्यात आली. स्वामी दयानंदजींची मात्र भारत वर्षातील फार प्राचीन अशी वेद संहिता आपल्या उपदेशास मुख्याधारभूत आहे. यावरून दयानंदजींच्या धर्माभिमानास किती महत्त्व येते हे तेव्हाच कोणाच्या लक्षात येईल. ख्रिस्ती मताला चिकटून किंवा लगटून असणाऱ्या धर्म मताची प्रौढी विशेष अथवा मूळ वेद प्रतिपादित निर्दोष मतप्रतिपादनाचे महत्त्व विशेष याचा निर्णय आर्य बंधुजन सहज करतील.'[४३] बाबू केशवचंद्र सेनासारखे महान विचारी साधू पुरुष ख्रिस्ती मताचे अनुयायी बनून लोकांमध्ये धर्मभावनेबाबत संभ्रम निर्माण करीत होते,

परंतु वेदशास्त्रांवर आधारित धर्माचा प्रसार करून तत्कालीन समाजातील सर्व दोषांचे निराकरण करण्याचे कार्य स्वामीजींनी हाती घेतले होते. अशा स्वामीजींचा प्रभाव लोकहितवादींवर पडला होता.

अशा लोकहितार्थ धर्मसुधारणा करणाऱ्या स्वामी दयानंद यांनी मुंबई येथे जो आर्य समाज स्थापन केला होता, त्या आर्यसमाजाचे अध्यक्ष लोकहितवादी १८८२ मध्ये झाले. १८८२ पासून ते त्यांच्या मृत्यूपर्यंत म्हणजे १८९२ पर्यंत ते आर्य समाजाचे अध्यक्ष होते. '१८८२ मध्ये आर्य समाज, काकडवाडी, मुंबई येथे आर्य समाज मंदिर उभारण्यासाठी जागा विकत घेण्यात आली. ही जागा विकत घेण्यासाठी जो निधी उभारण्यात आला त्यात लोकहितवादींच्या प्रेरणेने अनेकांनी यासाठी मोठे अनुदान दिले.'[४४] आर्य समाजाच्या जमीन खरेदीच्या कागदपत्रांवर ज्या पाच विश्वस्तांचे नाव आहे त्यात प्रथम नाव गोपाळ हरि देशमुख (लोकहितवादी) यांचे आहे. यावरून स्वामी दयानंदांना लोकहितवादी हे किती विश्वासू व आर्य समाजाचे लोकोपयोगी कार्य करणारी महान व्यक्ती मिळाली होती हे दिसून येते.

आर्य समाजाच्या पाच विश्वस्तांपैकी प्रथम नाव त्यांचे होते. आर्य समाजाच्या विश्वस्तांचे, अध्यक्षपदाचे, व्यवस्थापक सभेचे सदस्य इ. कार्य त्यांनी मोठ्या निष्ठेने चालविले. एवढेच नाही, तर त्यांचा चिरंजीवही आर्य समाजाचा सभासद होता.

स्वामी दयानंद यांनी आपला मृत्यू जवळ आल्याचे जाणून, मृत्युपत्र तयार केले. या मृत्युपत्रामध्ये आपली पुस्तके व धनादी वस्तू या एकूण २३ व्यक्तींच्या नावावर करत असल्याचे म्हटले. या २३ व्यक्तींच्या समुदायालाच 'परोपकारिणी सभा' असे नाव देण्यात आले. परोपकारिणी सभेतील एकूण २३ सभासदांपैकी २१ सभासद हे उत्तर भारतीय हिंदीभाषिक होते. यात फक्त लोकहितवादी रावबहादुर प. गोपालराव हरि देशमुख, मेम्बर कौन्सिल गव्हर्नर, मुंबई आर्य समाजाचे अध्यक्ष मुंबई-पुना, व रावबहादुर महादेव गोविंद रानडे, जज, पुना या दोनच महान महाराष्ट्रीय धर्मसुधारकांची नावे होती.

या सभेचा उद्देश वेद, वेदांग शास्त्रांचा, देश आणि विदेशात प्रचार करणे, शिक्षणाच्या प्रचारार्थ मदत करणे इ. अनेक महत्त्वाचे उद्देश होते. यावरूनही स्वामी दयानंदांना लोकहितवादींविषयी किती आदर व विश्वास होता हे दिसून येते.

त्यांची विचारणा स्वामीजी करीत असल्याचे एका पत्रावरून दिसून येते. १८७८ मध्ये अमेरिकास्थित श्यामजी कृष्ण वर्मा यांना स्वामीजींनी वेदभाष्याच्या किती प्रती छापण्यात आल्या, याविषयी पत्र लिहिले होते. त्यात ते म्हणतात, 'आणि हे सुद्धा लिहून पाठवा की, रावसाहेब गोपाळराव हरि देशमुखजी कुठे आहेत आणि तुम्हाला

ते भेटले अथवा नाही.'[४५] या प्रकारे लोकहितवादींची लोकहितार्थ कार्य करण्याची तळमळ पाहून स्वामीजीही लोकहितवादींमुळे प्रभावित झाले होते व त्यांची विचारपूस कितीही दूर असले तरी ते करीत.

लोकहितवादींनी आपल्या चिरंजीवांना आर्य समाजाचे सभासद तर केलेच, परंतु स्वामींजवळ योगशास्त्राचे शिक्षण घेण्यासाठीही पाठविले होते.

लोकहितवादींची स्वामीजींवर किती श्रद्धा होती याची ग्वाही त्यांनी लिहिलेल्या लोकहितवादी या मासिकातून प्रसिद्ध केलेल्या 'पंडित स्वामी श्रीमद् दयानंद सरस्वती' या चरित्रावरून मिळते. स्वामीजींनी केलेले कार्य, त्यांचे विचार पुण्यातील सनातन्यांनी त्यांना केलेला विरोध, मूर्खपणाने केलेली त्यांची टवाळी इ. गोष्टी लोकांना समजण्यासाठी स्वामीजींच्या मृत्यूनंतर १८८४ मध्ये त्यांचे चरित्र प्रसिद्ध केले. 'शतपत्रा'प्रमाणेच तत्कालीन घडामोडींची माहिती देणारे, स्वामीजींच्या कार्याची ओळख करून देणारे स्वामीजींचे चरित्र आहे.

या स्वामीजींच्या चरित्रात त्यांनी, स्वामीजींनी पुण्याला दिलेली व्याख्याने, विष्णूशास्त्री चिपळूणकर यांनी स्वामीजींवर केलेली टीका डॉ. भांडारकर, विष्णू शास्त्री पंडित यांचे स्वामीजींविषयी मत इ. ची माहिती देऊन स्वामीजींवर विष्णूशास्त्रींनी केलेल्या टीकेचा त्यांनी तीव्र शब्दात निषेध केला आहे. 'स्वामीजींच्या गुणावगुणांचे किंवा मतभेदाचे पृथ:करण करण्याचे मालाकारात सामर्थ्य नव्हते अथवा तसे करणे त्यास इष्ट वाटले नसावे, कारण तसे केले असते तर कदाचित त्यांचे अंगावर मसलत आली असती... मत्सर आणि पोक्त विचारांचा अभाव या दोन दुष्ट गुणांनी तरुण मालाकाराचे न्यायदृष्टीवर झापड घालून त्यांच्या गुणावगुण विवेचक सद्‌बुद्धीस अत्यंत माने आणले होते, त्यामुळे त्यांस स्वामी दयानंदजींमध्ये गुणलेश सुद्धा आढळला नाही.'[४६] स्वामी दयानंदावर आपल्या निबंधमालेत टीका करून, त्यांचा उपहास करून आपल्या सुंदर लेखास जन्माचा काळिमा लावला अशी टिप्पणी लोकहितवादींनी मालाकार विष्णूशास्त्री चिपळूणकरांवर केली. मालाकार अजून जास्त दिवस जगले असते तर स्वामीजींची कीर्ती ऐकून त्यांच्या विचारात बदल झाला असता असेही या चरित्रात त्यांनी म्हटले.

स्वामी दयानंदांनी आर्य समाजाची स्थापना केली. त्या समाजाचे यश म्हणजे स्वामीजींचे निर्मल यश सिद्ध करेल, परंतु ते कार्य आता स्वामीजींचे राहिले नसून दयानंद स्वामींच्या मागे राहिलेल्या लोकांचे असल्याचे म्हटले.

अशा प्रकारे आयुष्याच्या शेवटच्या टप्प्यात लोकहितवादींची स्वामीजींशी ओळख झाली. त्यांचे कार्य व त्यांनी दिलेला संदेश सर्वत्र पसरावा म्हणून त्यांनी आर्य

समाज, मुंबईचे अध्यक्षपद १८८२ मध्येच स्वीकारले. हे कार्य त्यांनी पुणे व मुंबई या दोन्ही ठिकाणी निष्ठेने केले. त्यांच्या नि:स्पृह व स्थितप्रज्ञ अशा मनाच्या स्थितीविषयी एक घटनाही सांगितली जाते. त्यांचे एक तरुण चिरंजीव त्यांच्या देखतच मृत्यू पावले. त्यांचा अंत्यविधी लोकहितवादींनी पार पाडला व त्याच दिवसाच्या संध्याकाळी आर्य समाजात ते व्याख्यान ऐकण्यासाठी गेले.

यावरून श्रेष्ठ धर्मतत्त्वांचे सखोल ज्ञान त्यांना झाले होते हे लक्षात येते. त्याचा उपयोग लोकांना व्हावा याच इच्छेने त्यांनी सर्व जीवित कार्य केले व आर्य समाजाच्या तत्त्वांच्या प्रसाराचे कार्यही केले.

महात्मा फुले यांनी हिंदू धर्माविरुद्ध पुकारलेले बंड (१८२७-१८९१)

महात्मा जोतीराव गोविंदराव फुले यांचा परिचय

गोविंदराव व चिमणाबाई यांच्या पोटी जोतीरावांचा जन्म पुणे येथे १८२७ या साली झाला. त्यांचे वडील पुण्याजवळील एका खेड्यातील मळ्यात काम करीत तसेच त्यांचे भाजीपाल्याचे दुकान असून ते सुस्थितीत होते. वयाच्या ७ व्या वर्षी जोतीरावांना मराठी शाळेत घालण्यात आले. त्यांनी तेथे झपाट्याने ज्ञान प्राप्त केले, परंतु काही लोकांच्या सांगण्यावरून गोविंदरावांनी जोतीबांना शाळेतून काढून आपल्या बागेच्या कामात लावले.

परंतु गोविंदरावांचे बागेशेजारी 'बेग मुनसी' नावाचे मुसलमान विद्वान गृहस्थ राहात असत. त्यांनी व मि. लेजीट यांनी जोतीबांची हुशारी बघून गोविंदरावांना त्यांना शाळेत पुन्हा घालण्याचे सुचविले. त्यामुळे जोतीराव वयाच्या १४ व्या वर्षी म्हणजे १८४१ मध्ये पुन्हा शाळेत जाऊ लागले. ही शाळा स्कॉटीश मिशनरींद्वारे चालविली जाणारी इंग्रजी शाळा होती. त्यासाठी त्यांना इंग्रजी पहिल्या वर्गात बसविण्यात आले. त्यांनी इंग्रजी सात पुस्तकांपर्यंत अभ्यास पुरा केला. वयाच्या २१ व्या वर्षी शाळा सोडून ते प्रथम प्रपंचात व नंतर सार्वजनिक कार्यात पडले. त्यांनी या काळात इतिहास व अनेक निरनिराळ्या इंग्रजी ग्रंथांचे वाचन केले. त्यांनी थॉमस पेन, वॉशिंग्टन, नेपोलियन, छत्रपती शिवाजी इ. ची चरित्रे व पाश्चात्त्य लेखकांचे तत्त्वज्ञान, शास्त्रविषयक अनेक ग्रंथांचे वाचन केले. त्यापैकी थॉमस पेन यांच्या 'द राईटस् ऑफ मॅन' (मानवाचे अधिकार) या पुस्तकाचा विशेष प्रभाव पडला. या पुस्तकाने प्रेरित होऊनच त्यांनी शूद्र अतिशूद्रांना इतर मानवांच्या अधिकारांसारखे अधिकार प्राप्त करून देण्यासाठी प्रदीर्घ लढा दिला.

त्यांना जे स्कॉच मिशन व सरकारी इन्स्टिट्यूशनमधून शिक्षण मिळाले त्यांच्या योगेच मला सत्याचे ज्ञान होऊन आपले जीवित कार्य उमगल्याचे त्यांनी 'शेतकऱ्यांचा आसूड' या पुस्तकात नमूद केले आहे.

हिंदू धर्माच्या उत्पादकांनी स्त्रियांवर अन्याय करणारे अनेक जुल्मी लेख लिहून त्यांना अज्ञानात ठेवले होते याची त्यांना खात्री झाली. बालविवाहित मुली व विधवांची दयनीय अवस्था त्यांनी आपल्या डोळ्यांनी पाहिली होती. मानवतेच्या दृष्टिकोनातून त्यांची या जुल्मातून सुटका करणे हे त्यांनी आपले कर्तव्य मानले. त्यांची या सामाजिक जुलमातून सुटका करावयाची असेल तर त्यांना शिक्षण देणे अत्यंत गरजेचे असल्याची जाणीव त्यांना झाली. त्यांनी अत्यंत प्रतिकूल परिस्थितीत, अनेकांचा विरोध सहन करून १८४८ मध्ये पुणे येथे मुलींसाठी शाळा स्थापन केली. या शाळेवर स्त्री शिक्षकाची आवश्यकता जाणून आपली पत्नी सावित्रीबाई हिला शिक्षण देऊन प्रशिक्षित केले व त्यांच्या शाळेवर सावित्रीबाईंची नेमणूक केली. अशा प्रकारे मुलींसाठी पहिली भारतीय शाळा व प्रथम स्त्री शिक्षक प्रशिक्षित करणारे ते पहिलेच भारतीय बनले.

स्त्रियांप्रमाणेच धर्माच्या नावाखाली शूद्रांनाही मानवी अधिकारांपासून वंचित ठेवण्यात आले होते, म्हणून त्यांनी १८५१ मध्ये पुणे येथेच अतिशूद्र समजल्या जाणाऱ्या महार, मांगांसाठी प्रथम शाळेची स्थापना केली.

त्यांच्या या कार्याबद्दल सरकारने त्यांचा मोठा गौरव केला. त्यावेळचे बोर्ड ऑफ एज्युकेशनचे अध्यक्ष सर आर्स्कीन पेरी यांनी विश्रामबागवाड्यात एक जाहीर सभा बोलावून पुण्यातील अनेक नामवंत प्रतिष्ठित स्थानिक व युरोपियन गृहस्थांच्या उपस्थितीत रु. २००/-, शाल इ. देऊन जोतीराव व सावित्रीबाई यांचा गौरव केला. त्यांच्या शाळांना सरकारने अनुदानही दिले. अनेक वर्षांनंतर या शाळा जोतीरावांनी सरकारी शाळा खात्याच्या हवाली केल्या.

अशा प्रकारे स्त्री व शूद्रांना शिक्षण देऊन त्यांचे अज्ञान दूर करून त्यांना मानवी अधिकार देणे हे कोणत्याही नीतिमान, धार्मिक समजल्या जाणाऱ्या लोकांचे कर्तव्य आहे, याची प्रथम जाणीव करून देणारे जोतीराव फुले हेच होते.

बालपणी वैधव्य प्राप्त झाले तरी पुनर्विवाह करू नये व विधवांनी तरुणपणी किंवा बालपणीही निवृत्त जीवन जगावे असा धार्मिक प्रतिबंध हिंदू व विशेषत: ब्राह्मण विधवांना होता. या प्रतिबंधामुळे विधवांची स्थिती दयनीय होती. एखाद्या लोभी पुरुषाचे मन एखाद्या असाहाय्य विधवेवर गेले तर, तीही नैसर्गिक मोहाला बळी पडून गरोदर राहात असे, परंतु अशा अर्भकांना व विधवांना मृत्यूव्यतिरिक्त दुसरे प्रायश्चित्त नव्हते. यामुळे अशा विधवा आत्महत्या करीत किंवा नुकत्याच जन्मलेल्या अर्भकाची हत्या करीत. असे दुष्कृत्य त्यांनी करू नये व त्यांना आधार मिळावा यासाठी त्यांनी १८६३ च्या सुमारास, या निराधार विधवांनी गुप्तरीतीने येऊन बाळाला जन्म द्यावा यासाठी त्यांच्या घरातच बालहत्या प्रतिबंधगृहाची स्थापना केली. त्यांनी यासाठी

'कोणा विधवेचे अज्ञानपणाने वाकडे पाऊल पडून ती गरोदर झाली, तर तिने रा. जोतीरावांनी स्थापन केलेल्या गृहांत गुप्तपणे येऊन बाळंत होऊन जावे.' अशा मोठ्या अक्षरांतील जाहिराती पुणे शहरात भिंतीवर लावल्या. या बालहत्या प्रतिबंधगृहात अद्यापपर्यंत ३५ स्त्रिया येऊन बाळंतीण झाल्याचे मलबारींच्या टिपणांवर प्रतिक्रिया देताना म. फुलेंनी नमूद केले. या कार्यात त्यांना लोकहितवादींसारख्या सुधारकांनीही मदत केली.

अशा प्रकारे बालहत्या प्रतिबंधकगृह स्थापन करणारे म. फुले प्रथम सुधारक होते. यावरून स्त्रियांच्या दुःखावर फक्त लेखणीने त्यांनी बोलून दाखविले नाही तर शाळा व बालहत्या प्रतिबंधकगृह स्थापून स्त्रियांसाठी वास्तविक कोणते बदल समाजात करणे आवश्यक आहेत, याची जाणीव त्यांनी करून दिली हे लक्षात येते.

बेहेरामजी मलबारी यांनी १८८४ मध्ये बालविवाह व असंमत वैधव्य यावर कायद्याने प्रतिबंध करावा अशा प्रकारचे निवेदन सरकारला पाठविले. यावर सरकारने म. फुलेंची प्रतिक्रिया मागविली. फुलेंनी सरकारने वरील दोन्ही प्रथा कायद्याने बंद कराव्या यासाठी अनुकूल मत दिले.

१८८२ मध्ये हंटर शिक्षण आयोगाकडे त्यांनी साक्ष दिली. यामध्ये १२ वर्षांपर्यंत प्राथमिक शिक्षण सक्तीचे असावे, सरकार जो कर रूपाने पैसा गोळा करते, त्याचा जास्तीतजास्त विनियोग शिक्षणावर व्हावा या प्रकारच्या शिफारशी करणारी विस्तृत साक्ष त्यांनी दिली.

शूद्र अतिशूद्रांना हिंदुंच्या पक्षपाती धर्मातून मुक्त करण्यासाठी व त्यांना त्यांचा वास्तविक धर्म व त्यांचे अधिकार समजून देण्यासाठी १८७३ मध्ये 'सत्यशोधक समाजा'ची स्थापना केली.

म. फुलेंना शूद्रांनाही समान मानणाऱ्या शिवाजी महाराजांविषयी मोठा आदर होता. त्यांनी शिवाजींचे गुण गाण्यासाठी पोवाडाही रचला होता.

छत्रपती शिवाजींनी जे महान कार्य केले त्या कार्याचा, त्यांच्या विचारांचा प्रसार व्हावा म्हणून म. फुलेंनी त्यांच्या रायगडावरील समाधीचा जीर्णोद्धार करण्याचे ठरविले. यासाठी त्यांनी अवघड अशा रायगडाला भेट देऊन त्यांच्या समाधीचा शोध घेतला. रायगडावरून परत आल्यावर 'श्री शिवाजी महाराजांची समाधी मोडकळीस आली असून तीवर गवत व झुडपे वाढली आहेत आणि समाधीची फारच दुर्दशा झाली आहे.' असे वृत्त दीनबंधूमध्ये प्रकाशित करून रायगडावरील छत्रपती शिवाजींच्या समाधीचा जीर्णोद्धार करण्याची आवश्यकता असल्याकडे लोकांचे लक्ष वेधले. सत्यशोधक पुढाऱ्यांनी यासाठी 'शिवसमाधी जीर्णोद्धारक कमिटी' ही नेमली, परंतु

पैशाअभावी ते हे कार्य करू शकले नाहीत. अशा प्रकारे शिव कार्याकडे लक्ष वेधणारे ते पहिले महाराष्ट्रीय होते असे म्हणता येईल.

शूद्रांना पक्षपाती वागणूक देणाऱ्या हिंदू धर्मापासून मुक्त करण्यासाठी व सत्यधर्म प्रतिपादन करून वास्तविक धर्म व त्यांचे अधिकार समजून देण्यासाठी त्यांनी अनेक लहान-मोठे ग्रंथ व काव्य रचिले, ते पुढीलप्रमाणे होते.

१. तृतीय रत्न - १८८५
२. छत्रपती शिवाजीराजे भोसले यांचा पोवाडा - जून १८६९
३. ब्राह्मणांचे कसब - १८६९
४. गुलामगिरी - १८७३
५. शेतकऱ्यांचा आसूड १८८३
६. सत्सार अंक-१, १८८५ जून
७. सत्सार अंक-२, ऑक्टोबर १८८५
८. इशारा- ऑक्टोबर १८८५
९. सत्यशोधक समाजातील मंगलाष्टकासह सर्व पूजाविधी- (जून १८८७)
१०. सार्वजनिक सत्यधर्म पुस्तक, प्रकाशन - १८९१
११. अखंडादि काव्यरचना
१२. अस्पृश्यांची कैफियत
१३. 'दीनबंधू' नावाचे वृत्तपत्र 'सत्यशोधक समाजा'तर्फे सुरू करण्यात आले इ.

त्यांनी केलेल्या या सर्व पुस्तकांचा उद्देश धर्मानिमित्त चालणारा अधर्म, लबाडी, स्वार्थसाधूपणा उघड करणे, शूद्र अतिशूद्रांना त्यांचा धर्म व ईश्वराचे स्वरूप, त्यांचे कर्तव्य समजावून देणे असा होता.

म. फुलेंना त्यांच्या संपूर्ण आयुष्यात दलित उद्धारासाठी जेवढे कार्य करणे शक्य होते तेवढे त्यांनी शेवटपर्यंत केले. आयुष्याच्या शेवटच्या तीन वर्षांत त्यांना लकवा या आजाराने पछाडले. त्यांचा लिखाण करण्याचा उजवा हात निकामी झाला, तरीही ते स्वस्थ बसले नाहीत. त्यांनी आपल्या डाव्या हाताने आपले शेवटचे पुस्तक 'सार्वजनिक सत्यधर्म', ज्याप्रमाणे ख्रिश्चनांना बायबल व मुसलमानांना पवित्र कुराण असे धर्मपुस्तक आहे, त्याप्रमाणे दलितांनाही एक धर्मपुस्तक असावे या उद्देशाने लिहिले. या पुस्तकामध्ये ईश्वर (निर्मिक) त्याचे स्वरूप, त्याला संतोष देण्याचे मार्ग, नीती, प्रार्थना व आपले कर्तव्य काय, याचा बोध शूद्र अतिशूद्र व सर्वच मानवांना केला आहे.

अशा प्रकारे ते भारताचे पहिले दलित उद्धारक व मुलींसाठी प्रथम शाळा स्थापन करणारे महात्मा ठरले.

जोतीरावांनी गरीब, दुर्बल लोकांसाठी जे अद्वितीय कार्य केले, त्याने प्रभावित होऊन काही सुज्ञ लोकांनी जोतीरावांची आपण अल्प सेवा करावी या उद्देशाने त्यांचा सन्मान करण्यासाठी बोलाविण्यात आले. यानुसार ११ मे, १८८८ रोजी भायखळा येथील कोळीवाडा हॉलमध्ये त्यांच्या सन्मानार्थ मोठी सभा भरविण्यात आली. या सभेतच त्यांना लोकांनी 'महात्मा' ही पदवी अर्पण करून त्यांचा मोठा गौरव केला. अशा रीतीने ते आधुनिक भारताचे पहिले महात्मा झाले.

महात्मा जोतीराव फुले यांनी हिंदू धर्माविरुद्ध पुकारलेले बंड आणि धर्मसुधारणा चळवळीतील त्यांचे योगदान (१८२७–१८९०)

स्त्री–शूद्र व हिंदू धर्म : १९ व्या शतकात हिंदू समाजातील स्त्रिया आणि शूद्र यांना धार्मिक समजुतींनुसार न्याय्य मानवी अधिकारांपासून वंचित ठेवण्यात आले होते. समाजात अज्ञान, अंधकार पसरून सामाजिक, शारीरिक, मानसिक, औद्योगिक व राजकीय दुष्परिणाम १९ व्या शतकातील हिंदू समाजावर दिसून राष्ट्र दुर्बळ बनले होते. त्याचे एक प्रमुख कारण म्हणजे स्त्रियांना शिक्षण व समाजकार्यापासून वंचित ठेवून अज्ञानात ठेवणे हे होते.

स्त्रियांना त्यांचे अधिकार न देण्यामागे धार्मिक कारण होते. त्या धर्म जाणण्यास अधिकारी नाहीत. त्यांना शिक्षण दिल्यास अधर्म होईल इ. समजुती तत्कालीन हिंदुंच्या होत्या.

यामुळेच पहिल्या इंग्रजी शिक्षित पिढीला स्त्रियांवरील अन्याय दूर केल्याशिवाय देश, समाज घडू शकत नाही याची खात्री झाली, म्हणून लोकहितवादी व महात्मा फुले या सुधारकांनी बालविवाह, पुनर्विवाहास असलेला प्रतिबंध इ. विरुद्ध लोकमत तयार करण्याचे कार्य हाती घेतले. स्त्रियांना त्यांचे अधिकार देणे, त्यांच्या उन्नतीविषयी विचार करणे मात्र हिंदू लोकांना त्यांच्या धर्ममताच्या अगदी विरुद्ध वाटत होते. तसे करणे त्यांच्या स्वप्नीही नव्हते.

महात्मा फुलेंनी ज्या वेळेस मुलींसाठी शाळा सुरू केल्या, त्यावेळच्या या धर्म समजुती व त्यानुसार लोकांच्या स्त्रीविषयी कल्पना याविषयी आण्णासाहेब चिपळूणकर या गृहस्थांनी महात्मा फुलेंच्या या शाळेत खालीलप्रमाणे स्त्रियांविषयी असलेल्या समजुतीचे वर्णन केले. 'स्त्रियांस विद्या शिकवून त्यांची सुधारणा करणे, त्यास त्यांच्या योग्यतेप्रमाणे मान देणे व त्यांच्या कल्याणाची काळजी बाळगणे, हे हिंदू लोकांच्या विचारास विरुद्ध वाटेल आणि केवळ इतकेच नाही, तर असे केले असता त्यात अधर्म घडतो अशी त्यांची समजूत पडून गेली आहे. त्यांच्या मते, स्त्रियांनी निरंतर दास्यत्वात वागावे, त्यांनी विद्या शिकू नये, सुशिक्षित होऊ नये, धर्म जाणू नये, पुरुषांच्या

मंडळीत जाऊ नये, पुरुषाच्या विचारात आपले मत देऊ नये. सारांश, कोणत्याही गोष्टीत त्यांनी पुरुषाची बरोबरी करू नये आणि या मूर्ख समजुतींच्या पुष्टीकरणार्थ ते, स्त्रियांची ज्यात निंदा केली आहे, अशी आपल्या शास्त्रातील वचने काढून दाखवितात व म्हणतात की, पूर्वी मोठे मोठे विद्वान व ज्ञानसंपन्न ऋषी होऊन गेले त्यांनी जे लिहिले आहे ते खोटे की, काय? परंतु असा वृथा अभिमान बाळगल्यामुळे आपल्या देशाची अवस्था खराबीस कशी मिळाली आहे ती त्यांच्या लक्षात येत नाही त्यांच्या स्त्रिया अशिक्षित असल्यामुळे त्या किती नीचावस्थेत आहेत व आपल्यास त्याजपासून किती संकटे प्राप्त होतात हे ते पाहात नाहीत, त्यांस कोणते उपायाने सुख प्राप्त होईल व त्या सर्व सुधारलेल्या लोकांस सन्मान्य व योग्य कशा होतील या कल्पना त्यांच्या स्वप्नी देखील येत नाहीत.'[४७]

स्त्रियांविषयी १९ व्या शतकातील समाजाचे विचार कसे होते हे वरील उताऱ्यावरून स्पष्ट होते. महात्मा फुले यांच्या शाळेच्या दुसऱ्या वार्षिक परीक्षेच्या समारंभानिमित्त या प्रकारचे विचार व्यक्त करण्यात आले. यावरून व अनेक तत्कालीन ग्रंथांवरून स्त्रियांविषयीच्या धर्मसमजुती कशा होत्या हे स्पष्ट होते.

जी स्त्री बाळाला जन्म देते व त्यावर संस्कार करण्यात स्त्रीचीच जास्त भूमिका असते, अशा स्त्री वर्गाला 'धर्म'समजुतींमुळे अज्ञानात ठेवले आहे व त्याचा दुष्परिणाम सर्व समाज भोगत आहे व हा अज्ञान, अंधकार दूर करणे खऱ्या ईश्वरभक्ताचे कर्तव्य आहे. अशी जोतीराव फुले यांना जाणीव झाली. स्त्रियांवर अन्याय करणाऱ्या अशा धर्माबद्दल त्यांना मुळीच आदर राहिला नाही.

हिंदू धर्मग्रंथांनी स्त्रियांच्या पुनर्विवाहावर प्रतिबंध घातल्यामुळेच त्या नैसर्गिक मोहाला बळी पडून त्यांच्याकडून अत्यंत निर्दयपणे, नाइलाजाने भ्रूणहत्येसारखे पातक घडते अशी त्यांची खात्री होती. याविषयीचे सविस्तर वृत्त त्यांनी मलबारींच्या बालविवाह व असंमत वैधव्य या दोन टिपणांवर मत देताना दिले आहे. यात त्यांनी आर्यांच्या धर्मग्रंथांनी, आर्यांच्या धर्मव्यवस्थेने स्त्रियांच्या वाटेला अतिशय अन्यायकारक, निर्लज्जपणे जीवन आल्याचे त्यांनी म्हटले आहे. 'How abominable and degrading is the system of Aryan Institution, which compels Brahmin widows to drag their lives in so miserable and shameless ways, that even modesty Shrinks back to enter, into particular details.'[४८]

ईश्वराने स्त्री पुरुषांना समान अधिकार दिले. 'परंतु स्वार्थी व मतलबी आणि स्त्रियांविषयी निर्दयी असलेल्या हिंदू धर्मग्रंथकारांनी 'स्त्रियांच्या पुनर्विवाहावर बंदी घातली, मात्र पुरुषांच्या पुनर्विवाहावर अशा प्रकारची बंदी घातली नाही. असा

अन्यायकारक भेदभाव करून स्त्रियांना दु:खदायक जीवन जगण्याचाच आदेश दिला. यावरूनच हे धर्मशास्त्र नसून फक्त मतलबी ग्रंथकारांची मते असल्याचे म. फुलेंनी म्हटले.'[४९] याच प्रकारच्या स्वार्थी ग्रंथकारांनी बालविवाहाच्या आज्ञा दिल्या आहेत. या बालविवाहांमुळेच अतिशय बालवयात मुलींवर संसाराचा बोजा पडतो व तिचे सासू-सासरे तिचा छळ करतात.

अशा अन्यायी धर्म बंधनातून स्त्रियांची सुटका करावयाची असेल तर त्यांचे अज्ञान दूर केले पाहिजे असे त्यांनी आपले ध्येय ठरविले. यामुळेच मुलींना शिक्षण देण्यासाठी त्यांनी १८५१ मध्ये प्रथमच 'फिमेल स्कूल'ची पुण्यात स्थापना केली. त्यांना शिक्षण देऊनच त्यांच्यावर होणारा अन्याय दूर करता येईल व त्यांना मानवी अधिकार प्राप्त होतील याविषयी त्यांची खात्री झाली होती, परंतु मुलींसाठी शाळा स्थापणे म्हणजे भयंकर गुन्हा करण्यासारखेच होते, कारण असे करणे म्हणजे हिंदू धर्म समजुतींच्या अगदी विरुद्ध होते. याविषयी धनंजय कीर म्हणतात, 'जोतीबांचे शैक्षणिक कार्य हा हिंदू धर्मावर रानटी हल्ला आहे, असे पुण्यातील सनातनी ब्राह्मणांना वाटले. त्यामुळे पुण्यनगरीस एक भयंकर कलंक लागला, असे त्यांनी मानले. त्यांना त्याविषयी अमर्याद द्वेष वाटू लागला.'[५०] जोतीबांनी ह्याप्रकारे धर्मबाह्य वर्तन करून सनातन्यांना न जुमानता आपले कार्य सुरूच ठेवले. मुलींच्या शाळेवर स्त्री शिक्षक मिळणे अशक्यच होते, म्हणून आपली पत्नी सावित्रीबाई यांना शिक्षिकेचे काम शिकवून त्यांना आपण स्थापन केलेल्या शाळेत त्यांनी नेमले. याविषयी धनंजय कीर लिहितात, 'एका हिंदू बाईने शिक्षिकेचे काम केले ही त्याकाळी अत्यंत समाजद्रोही आणि धर्मद्रोही गोष्ट मानण्यात आली.'[५१] स्त्रियांना शिक्षण देणे हे धर्मद्रोह केल्यासारखे मानले गेले. हिंदू धर्मग्रंथांमध्ये अशा प्रकारे जोतीबांना स्त्रियांविषयी भेदभाव, अन्याय, अत्याचाराची शिफारस केल्याचे दिसून येत होते. यामुळेच ते त्या धर्मग्रंथांना 'कृत्रिम धर्मग्रंथ' म्हणत. या धर्मग्रंथांमधील लबाड्या उघड करून ते आपल्या शाळांमधील मुलामुलींना सांगून त्यापासून भयमुक्त करण्याचे काम त्यांनी शाळा स्थापून हाती घेतले.

अशा प्रकारे तत्कालीन लोकांच्या समजुतीनुसार जोतीबांनी मुलींसाठी शाळा स्थापून धर्मद्रोह केला.

त्यांच्या या कृत्यामुळे मुलींना अज्ञान, अंधकारात ठेवणे, त्यांना शिक्षण मुळीच न देणे हे खरेच हिंदुंच्या धर्मग्रंथांत लिहिले आहे काय याचा शोध विचारी, इंग्रजी शिक्षणाने टीकात्मक बुद्धी प्राप्त झालेल्या हिंदुंनी सुरू केला. या चिकित्सक व हिंदू ग्रंथांचा शोध करता त्यांना वेद, रामायण, महाभारत काळात स्त्रियांनाही शिक्षण दिले जात होते असे आढळून आले. या हिंदू ग्रंथांच्या शोधामुळे स्त्रियांविषयीच्या

धार्मिक समजुती १९ व्या शतकात ज्याप्रमाणे अस्तित्वात आहेत तशा, वास्तविक हिंदू धर्मात प्राचीन धर्मग्रंथांवरून पूर्वी नव्हत्या याविषयी त्यांची खात्री झाली.

अशा प्रकारे महात्मा फुलेंनी केलेल्या स्त्री शिक्षणाच्या प्रारंभामुळे स्त्रियांविषयीच्या जुनाट धर्म समजुतींमध्ये बदल होण्यास प्रारंभ झाला.

विधवा स्त्रियांना ज्याप्रमाणे 'धर्मा'ने मानवी अधिकारांपासून वंचित ठेवले, त्याप्रमाणेच 'शूद्र' समजल्या गेलेल्या लोकांनाही मानवी अधिकारांपासून वंचित ठेवले होते. आर्यांच्या खोडसाळ, मतलबी धर्मावरून धूर्त आर्यभट्ट ब्राह्मण अज्ञानी शूद्रांस तुच्छ मानतात. शूद्रांना इतर सर्वसामान्य माणसांप्रमाणे जीवन जगण्याचा अधिकार नव्हता. याला कुराण, मनुस्मृतीसारख्या, तत्कालीन समाजाने सर्वोत्तम, अनुल्लंघनीय मानलेल्या धर्म आज्ञा होत्या. त्यांना अस्पृश्य समजले गेले, त्यामुळे त्यांना आपल्या जीवनात उन्नती करण्यासारखा उद्योग व्यवसाय करणे शक्य नव्हते. सर्व खालच्या दर्जाची कामे करण्याशिवाय त्यांना पर्याय नव्हता. महात्मा फुले आपल्या गुलामगिरी या ग्रंथात म्हणतात, 'शूद्र सभासदांना भटांपेक्षा हजार वाट्याने चांगले लिहिता व वाचिता येते असे पुष्कळ अतिशूद्र सापडतील, परंतु भटांच्या मतलबी ग्रंथांच्या आधारावरून एकंदर सर्व अतिशूद्रास स्पर्श करण्याची बंदी असल्यामुळे सहजच त्या बिचाऱ्यास शूद्र सभासदांसारिखे सर्व लोकांत मिसळून श्रीमंत होण्याची सवड नसल्यामुळे त्यास अद्याप गाढवे हाकून आपली पोटे भरावी लागतात.'[५२]

हिंदुंच्या धर्मशास्त्रांनी शूद्र अतिशूद्रांना साधारण माणसाचे अधिकारही दिले नाहीत, यामुळे त्यांना सार्वजनिक ठिकाणी आपली तहान भागविण्याएवढेही पाणी मिळत नसे किंवा शहरातील मुख्य रस्त्यावर चालता येत नसे. त्यांचा स्पर्शच काय परंतु त्यांच्या सावलीचाही विटाळ मानला गेला. नदीवर कपडे धुणेही सर्वांदेखत अशक्य झाले. त्यांना एखाद्या सरपटणाऱ्या शूद्र कीटकापेक्षाही तुच्छ मानले गेले. त्याच प्रकारे हिंदू शास्त्रकारांनी अतिशय भेदभाव करणारे कायदे लिहून ठेवले. या कायद्यामुळे ब्राह्मण हा देवांइतकाच पूज्य मानला गेला व शूद्रांना फक्त तुच्छ कामे करण्याचा आदेश दिला गेला. शूद्रांना पशुपेक्षाही हीन वागणूक देण्याचे कारण, हिंदुंचे मतलबी, कृत्रिम, थापाडे ग्रंथकार यांनी निर्मित धर्मशास्त्रांच्या आज्ञाच असल्याचे ठाम मत जोतीबांचे होते, यामुळेच त्यांच्या आयुष्याचे ध्येय 'मतलबी', 'कथाड्या', 'लबाड' अशा ग्रंथकारांनी ईश्वराच्या नावाने 'धर्म' म्हणून ज्या लोकांना 'थापा' दिल्या त्या उघड करून त्यांना मानसिक व शारीरिक गुलामगिरीतून मुक्त करण्याचे त्यांनी ठरविले.

ईश्वर सर्वव्यापी व सर्व जगाचा निर्माणकर्ता असून शूद्र, ब्राह्मण, उच्च-नीच

भेदभाव सांगण्याची प्रेरणा तो ग्रंथकारांना करू शकत नाही. या मतावर त्यांचा विश्वास असल्याने त्यांनी हिंदू धर्माच्या वेद, रामायण, महाभारत, भागवत, मनुस्मृती ते ज्ञानेश्वरी इ. पर्यंतच्या एकाही धर्मग्रंथाचा आदर केला नाही. वेद वाचण्याचा ब्राह्मणांशिवाय इतर वर्णांना अधिकार नाही असे भेदभाव दर्शविणारे वेद, धर्मग्रंथ कसे काय होऊ शकतात? असा त्यांचा मार्मिक प्रश्न होता. 'वेद' हे ईश्वरोक्त आहेत. या म्हणण्याचे त्यांनी साहजिकच खंडन केले. ते ग्रंथ ईश्वराने लिहिले याविषयी काही प्रमाण नाही. 'त्याविषयी ब्राह्मणांच्या गप्पाष्टकांशिवाय दुसरे खात्रीलायक प्रमाण नाही.'[५३] ईश्वराला आकार नाही. तो निराकार परमात्मा आहे. तर निराकार परमात्म्याने चार वेद कसे तयार केले?

ईश्वराने सर्व मानव प्राण्यांच्या कल्याणासाठी चार वेद तयार केले. या उक्तीचेही त्यांनी खंडन केले. ते म्हणतात, 'ईश्वराने चार वेद सर्व मानव प्राण्यांसाठीच जर निर्माण केले तर ते संस्कृत भाषेतच का निर्माण केले? हल्ली या भूगोलावर चार खंडास हा एकंदर सर्व बेटांतील लोकांस संस्कृत भाषा येते काय? तर नाही. फारच थोड्या लोकांना या भूमंडळावर संस्कृत भाषा माहीत आहे. यावरून सर्व मानव प्राण्यांच्या उद्धाराकरिता ईश्वराने वेद तयार केले असे सिद्ध होत नाही.' या भूमंडळावर शेकडो प्रकारच्या भाषा बोलल्या जातात, या लोकांना संस्कृत भाषा मुळीच येत नाही. त्यांनी चार वेदांपासून आपला उद्धार करून घ्यावा असे कसे म्हणता येईल? असे त्यांचे म्हणणे होते.

तसेच वेदांत एवढे सर्व ज्ञान असून ते मॅक्समुलर या जर्मन विद्वानास झाले असता, त्यांनी आपल्या ख्रिस्ती धर्माचा धिक्कार करून वेद धर्माचा स्वीकार का केला नाही? मॅक्समुलर यांना पांढरा दोरा गळ्यात घालून, युरोपातील थंड देशात त्रिकाळ स्नान संध्या करीत बसण्याचे भय वाटल्यामुळे त्यांनी कदाचित वेदधर्म स्वीकारला नसावा असा शेरा त्यांनी ब्राह्मणांच्या कर्मकांडांना उद्देशून मारला.

वेद हे ईश्वराने सर्व मानव प्राण्यांच्या उद्धारासाठी निर्माण केले आहेत, तर ब्राह्मण सोडून इतर वर्णांस त्यांचे अध्ययन करण्याची मनाई का? असे ते विचारतात, 'जर ईश्वराने सर्व मानवी प्राण्यांचा उद्धार करण्यासाठी चार वेद तयार केले होते, तर भट ब्राह्मणांनी हिंदूपैकी शूद्र अतिशूद्रांस चार वेदांचे अध्ययन करण्याची मनाई केली नसती. यावरून त्यांनी ईश्वराचे आज्ञेचा भंग केल्यामुळे वेदकता उगीच कसा एकीकडे लपून बसला व त्यापासून शूद्रादि अतिशूद्र लोकांचे थोडे का नुकसान होत आहे? यास्तव त्यांनी वेदकर्त्या ईश्वरासहित चार वेदांवर भरोसा ठेवून आपल्यास हिंदू तरी कशाकरिता म्हणवून घ्यावे?'[५४] ज्या हिंदू धर्मीयांना वेदांसहित इतर ग्रंथांच्या अध्ययनाचा

अधिकार नाही त्यांनी स्वत:ला हिंदू का म्हणवून घ्यावे? ज्याप्रमाणे सर्व ख्रिस्ती धर्मीय बायबल वाचू शकतात, मुस्लीम कुराण वाचू शकतात, त्याप्रमाणेच 'हिंदू' हिंदुंचेच धर्मग्रंथ वाचू शकत नाहीत, यावरून त्यांना हिंदू का म्हणून संबोधावे असा विचार प्रवृत्त करणारा वास्तविक प्रश्नही तत्कालीन वेदांचा अभिमान बाळगणाऱ्या विचारी लोकांना ते विचारतात.

ज्या शूद्र-अतिशूद्रांना वेद अध्ययनाचा अधिकार ते नाकारतात, तेच द्रव्य लोभाने इंग्रजांना म्लेंच्छ मानले गेले तरी ते त्यांना शिकवितात. परंतु शेतकऱ्यांच्या अज्ञानी मुलांस विद्या शिकवीत नाहीत. यावर त्यांनी आपला संताप व्यक्त केला.

या धर्माचा आधार फक्त द्रव्यलोभ आहे. अज्ञानास सज्ञान करावे, असा हा धर्म व त्यांचे ग्रंथकर्ते सांगत नाहीत. म्हणून 'वेद' सारखे ग्रंथ धर्मग्रंथ होऊ शकत नाहीत असे विचार त्यांनी अनेक वेळा आपल्या लेखांमधून प्रकट केले. ज्या शूद्र अतिशूद्रांना वेद अध्ययनाचा अधिकार नाही, तर त्यांना या धर्मग्रंथांवर आधारित शास्त्री पंडितांनी सांगितलेल्या आज्ञा व सामाजिक स्थितीही मानण्याचे काही कारण नाही. त्यांनीं या मानसिक गुलामगिरीतून मुक्त व्हावे. असे स्पष्ट करून त्यांनी वेदांबद्दल व त्यांच्या व्यवस्थेबद्दल असलेले अज्ञान दूर करण्याचा प्रयत्न केला.

वेदांप्रमाणेच इतर धर्मग्रंथांनीही शूद्र अतिशूद्रांचे अज्ञान दूर केले नाही. आर्यांच्या धर्मात भट्ट ब्राह्मणांखेरीज बाकीच्या एकंदर सर्व लोकांस नीतीचा सारखा उपभोग घेण्यासारखी मोकळीक नाही, तसेच रामायण व भागवतातील एकंदर सर्व इतिहासातील नीति खरी व विश्वसनीय नाही. 'कारण रामायणातील अनेक गोष्टी जंबुकाच्या तोलाच्या असंभवनीय आहेत व भागवतातील, एकंदर सर्व गोष्टी असंभवनीय, आपल्या सर्वांच्या निर्मिकाच्या नावाला बट्टा लावण्यासारख्या आहेत.'[५५] रामायणातील काही उदाहरणे देऊन त्यांनी असे दर्शवून दिले की या प्रकारच्या अविश्वसनीय गोष्टी नीति शिकवू शकत नाहीत.

रामायणाप्रमाणेच कृष्णाविषयीच्या महाभारत, भागवतातील कथा या असंभवनीय असल्याचे त्यांनी म्हटले. रामायणाप्रमाणेच कृष्णलीलांचे वर्णन महात्मा फुलेंनी केले. त्यात ते उदाहरण देताना म्हणतात, भागवतात दुदुंभी नावाच्या राक्षसाला मनुष्याची शंभर, हत्तीची शंभर आणि घोड्याची शंभर अशी तीनशे मुखे होती व पाय मात्र दोनच होते असे वर्णन आहे. अशा दुदुंभी नावाच्या राक्षसाचा अवतारी देवबाप्पा कृष्णाजीने ठेंगू वामनासारखे ब्राह्मणाचे थेट सोंग घेऊन त्याचा निर्दयपणे कपटाने वध केला असे उदाहरण देऊन म. फुले म्हणतात, असे कपट करणे आपल्या सर्वांच्या परम दयाळू निर्मिकाच्या नावाला शोभेल काय? या उदाहरणावरून इतर मानवी धर्मातील लोकांपेक्षा

एकंदर सर्व आर्यांच्या धर्मातील ब्राह्मण लोक इतर अज्ञानी जनांबरोबर ठकबाज्या करण्याचा विधिनिषेध मानत नाहीत. दुसरे उदाहरण देताना ते म्हणतात, 'कृष्णाजीने आपल्या शेजाऱ्या पाजाऱ्यांच्या घरातील दूध, दही व लोणी चोरून खाल्ले. आता हा चोरी करण्याचा धंदा आपल्या परम न्यायी निर्मिकाच्या नावाला शोभिला काय? यावरून इतर धर्मांतील लोकांपेक्षा आर्य भट्ट ब्राह्मणांस चोऱ्यामाऱ्या करून लाच खाण्याचा विधिनिषेध वाटत नाही.'[५६] अशा दुर्गुणसंपन्न अष्टपैलू देव अवतारी कृष्णाजीने अनेक वेळा लबाडीने नाना प्रकारच्या ठकबाज्या करून अनेकांना फसविले. अशा 'सर्वोपरी काळ्या रंगाच्या कृष्णाजीने अर्जुनास गीतेमध्ये उपदेश केला आणि त्यात त्याने नीतिचा काय उजेड पाडला असेल तो असो.'[५७] अशी टीका केली.

रामायण, महाभारतातील या गप्पांपेक्षा इसापनीति बरी असे त्यांचे म्हणणे होते, कारण इसापनीतीतील कोल्ह्या कुत्र्याविषयी कल्पित गोष्टी ऐकून मानवप्राणी नीतिमान होतो, परंतु रामायण महाभारतातील दुदुंभीसारख्या गोष्टी ऐकून मानवप्राणी कुनीतीच्या ठिकाणी रत मात्र होतात.

स्वत:ला मोठे धर्मज्ञ म्हणविणारे अज्ञानी, शूद्रादि अतिशूद्रांच्या मुलांस सुशिक्षण देण्याकरिता शाळा बांधण्याच्या कामी खर्च न करिता वाई, बनारस, प्रयाग, नाशिक वगैरे ठिकाणी राम-कृष्णांची देवालये बांधण्यात अतोनात खर्च करितात. यास कोणीतरी धर्म, नीती म्हणेल काय? असे ते म्हणतात.

याप्रमाणेच 'मनुस्मृती'सारख्या कठोर व पक्षपाती ग्रंथांत ब्राह्मण व शूद्र यांच्यात भेदभाव दाखविणारी अनेक वचने असल्याचे त्यांनी म्हटले, या ग्रंथांच्या मताप्रमाणे, शूद्रास ब्राह्मणाने कोणत्याच तऱ्हेचे ज्ञान देऊ नये, इतकेच नव्हे, परंतु आपला वेदघोष शूद्राचे कानी पडू नये. यासारखी पक्षपाती व शूद्राविषयी क्रूरतेची आज्ञा देणारी अनेक वचने मनुस्मृतींसारख्या ग्रंथात असल्याचे त्यांनी दाखले दिले आहेत. यासारख्या ग्रंथांची निर्मिती ब्राह्मण मतलबी ग्रंथकारांनी आपल्या ब्राह्मण ज्ञातीचे इतर जातींवर कायम वर्चस्व राहावे यासाठीच केली. याचा वास्तविक धर्माशी किंवा ईश्वराशी काही संबंध नसल्याचे त्यांनी म्हटले.

अशा प्रकारे या मतलबी धर्मग्रंथांवरून व त्यांच्या व्यवस्थापकांकडून धर्मप्रकरणी शूद्र अतिशूद्र नागविले गेले; तथापि काही शतकांपूर्वी महमदी सरकारास त्यांची दया येऊन त्यांनी अनेकांना जबरीने मुसलमान करून या धर्माच्या गुलामगिरीतून मुक्त करून सुखी केले.

हिंदुंचा सर्वमान्य ग्रंथ गीता व त्यावर ज्ञानेश्वरांनी केलेली 'ज्ञानेश्वरी'तील टीका यावरही त्यांनी कठोर भाष्य केले. यावर भाष्य करताना ते म्हणतात की,

'महाभारतातील धूर्त आर्यभट्टांनी अज्ञानी जनांपासून आपला मतलब साधून घेण्यासाठी आपल्या सर्वांच्या निर्माणकर्त्यांच्या जागी लटकेच बाळबोध, दुर्गुणसंपन्न काळ्या कृष्णास कल्पून त्याने लोभी अर्जुनास बोध केला होता त्यास गीता म्हणतात. यानंतर पुढे काही काळाने मुसलमानांचे राज्य झाल्यावर सर्व शूद्रांना धर्माचे सत्य ज्ञान होईल व सर्व मुसलमान होतील यास्तव धूर्त ज्ञानेश्वरांनी ज्ञानेश्वरी ग्रंथ रचल्याचे महात्मा फुलेंनी म्हटले.' जेव्हा महम्मद मुसलमान लोकांचे या देशात राज्य झाले तेव्हा अज्ञानी, शूद्रादि अतिशूद्र पवित्र कुराणातील सार्वजनिक सत्य पाहून मुसलमान होऊ लागतील, या भयास्तव धूर्त देशस्थ आळंदीकर ज्ञानोबाने तो गीतेतील बोध उचलून त्याच्यावर ज्ञानेश्वरी नावाचा ग्रंथ केला. तो सर्व अक्षरश: वाचून पाहिल्याबरोबर धूर्त आर्य धर्मांचे पाचपेची आंधळे भारूड सर्व लोकांचे सहज ध्यानात येईल.'[५८] महात्मा फुलेंनी त्यांच्या वरील म्हणण्याच्या पुष्टीकरणार्थ ज्ञानेश्वरीच्या बाराव्या व तेराव्या अध्यायाचे विश्लेषण केले. ज्ञानेश्वरीमध्ये जे ईश्वराचे सर्वव्यापक, सर्वान्तर्यामी, व्यापक आणि उदास, संन्याशासारखी वृत्ती, वृक्षाप्रमाणे सर्वांना छाया देणारा, असे वर्णन केले आहे, परंतु प्रत्यक्ष कृष्णाने जी कृत्ये केली ती ईश्वराला शोभतील अशी नाहीत, कारण त्याने पांडवास मदत करून कौरवांचा नाश केला, कालीया नागाचे मर्दन केले, शिशुपालाशी लग्न होणाऱ्या रुक्मिणीला चोरून नेऊन तिजबरोबर राक्षस विवाह लावला, कालयवनाचा कपटाने वध करविला, नरकासुराच्या सात हजार पुत्रांसह त्यास मारिले, सोळा सहस्र नारींबरोबर विवाह करून, यादवाची संतती वाढविली, अशाप्रकारे कपटनीती, व अनीतीचा वापर आपला सर्वांचा निर्मिक (ईश्वर) कसा काय करू शकेल? यावरून ज्ञानेश्वरीत ज्ञानेश्वरांनी केलेले ईश्वराचे वर्णन काळे कर्म करणाऱ्या, कपट नीतींचा वापर करणाऱ्या कृष्णाला अजिबात लागू होऊ शकत नाही. ज्ञानेश्वर वगैरे श्रेष्ठ मानल्या जाणाऱ्या संतांनी शूद्रांच्या उद्धारासाठी काहीही कार्य केले नाही, म्हणून त्यांचे लिखाणही व्यर्थ वाया गेले. अशी तीव्र प्रतिक्रिया महात्मा फुलेंनी या ब्राह्मण धर्म ग्रंथकारांविषयी दिली.' मुकुंदराज, ज्ञानेश्वर वगैरे रामदासांसारखे अनेक पावलीचे पंधरा आणि अधेलीचे सोळा ब्राह्मण ग्रंथकार होऊन व्यर्थ वाया गेले, परंतु त्यातून एकानेही आपण शूद्रांच्या गळ्यातील दास्यत्वाच्या पट्ट्याला बोटसुद्धा लावून दाखविले नाही.'[५९] कारण त्यांना त्यांच्या एकंदर सर्व उरलेल्या दुष्ट कर्माचा उघड रीतीने त्याग करण्याचे धैर्य झाले नाही. या दुष्ट कर्मास त्यांनी कर्म मार्ग व नास्तिक मतास ज्ञानमार्ग असे नाव दिले. हिंदुंच्या अनेक धर्मग्रंथांत शूद्रांवर अन्याय करणारे अनेक लेख असल्यामुळे व उच्चवर्णीय लोक शूद्रांशी या धर्मग्रंथांच्या आधारानेच अन्याय करीत आले आहेत. या ग्रंथातील लेखांमुळेच शूद्रांना

पशुंपेक्षाही खालचा दर्जा देण्यात आला. त्यांच्यापासून त्यांचे मानवी अधिकार हिरावून घेण्यात आले. यामुळे शूद्रांचे जीवन दुःखमय झाले. त्यांना इतर मानवांप्रमाणे समाजात कोणतेही अधिकार नसल्यामुळे व याचे कारण हिंदू धर्मग्रंथ व त्यांचे पवित्र देवासमान मानले गेलेले मनु, ज्ञानेश्वर इ. ग्रंथकारांवर नुसती जोरदार टीकाच केली नाही तर अशा धर्म आज्ञा म्हणजे केवळ मतलब साधण्याचे कारस्थान असून, त्या उधळून देण्याचा उपदेश त्यांनी शूद्र अतिशूद्रांना केला.

हिंदू धर्मग्रंथांप्रमाणेच, हिंदुंच्या मूर्तिपूजा व त्यासंबंधीचे कर्मकांड व आचार-विचार यावरही त्यांनी कडाडून हल्ला केला. मूर्तिपूजेच्या खंडनार्थ व त्यासंबंधीचे अज्ञान दूर करण्यासाठी 'तृतीय रत्न' नावाचे नाटक त्यांनी १८५५ मध्ये लिहिले.

मूर्तिपूजेच्या आचारामुळे लोकांना देव आणि दगड यातील भेद आर्य धर्मीयांनी समजू दिला नाही. मुसलमान बादशहांनी या मूर्त्या फोडून लोकांचे अज्ञान दूर करण्याचा प्रयत्न केला. सोरटी सोमनाथसारखे मंदिर तोडून त्यांनी चांगलेच केले, त्यामुळे तरी मूर्तिपूजेनिमित्ताने अज्ञाने काही अंशी दूर झाल्याचे त्यांचे म्हणणे होते; त्याचप्रमाणे पाद्री (ख्रिश्चन) लोकही मूर्तिपूजेविषयी अज्ञान दूर करीत आहेत. या मूर्तिलाच ईश्वर मानणाऱ्या अज्ञानी लोक या मूर्तींच्या चिंध्या चिंध्या करतील व धर्माच्या नावाने कर्जबाजारी होणार नाहीत व त्यांना खरा ईश्वर कळून येईल असा ठाम विश्वास महात्मा फुलेंना होता. 'तृतीय रत्न' या नाटकातील एका संवादात मारुतीच्या मूर्तिला उद्देशून ते म्हणतात, 'या सोंगाला फोडल्याशिवाय खरा जो भगवान आहे, त्याला आम्हातील सर्व लोक तोपर्यंत ओळखू शकणारच नाहीत.'[६०] मूर्तिपूजा म्हणजे अज्ञान वाढविणे व त्यानिमित्त अनेक कर्मकांडामधून शूद्रांना धर्माच्या नावाने लुटणे असे महात्मा फुलेंना वाटत असल्यामुळे त्यांनी आपल्या 'गुलामगिरी' या १८७३ मध्ये लिहिलेल्या पुस्तकात हिंदुंच्या ईश्वर अवतार कथांचे खंडन केले. शेषशायी विष्णू व त्यापासून झालेली ब्रह्माची उत्पत्ती, मत्स्य, कच्छ, वराह, नरसिंह, परशुराम, वामन इ. अवतार वास्तविक सर्व जगाचा निर्माता जो निर्माणकर्ता निर्मिक त्याचे नसून, इराणमधून आलेल्या परकीय आर्यांचे ते सेनापती होते, परंतु या आक्रमकांनी येथील स्थानिक असलेल्या महार, मांग, कोळी (इ. नंतर संबोधल्या गेलेल्या) लोकांवर आपले वर्चस्व कायम रहावे म्हणून त्यांनी निर्मिकाचे भय मनात न बाळगता त्यांना 'ईश्वरी' अवताराचे नाव दिले, असे महात्मा फुले म्हणतात, कारण यांच्याच ग्रंथांवरून असे लक्षात येते की, या अवतारधारी पुरुषांनी अनेक क्रूर कर्मे केली.

परशुरामानेही क्षत्रियांच्या कुळांचा नाश करण्यासाठी नुकत्याच जन्मलेल्या बाळांचाही वध करून क्रूरपणाचा कळस गाठल्याचे त्यांनी वर्णन केले आहे. परशुराम

चिरंजीव आहे, त्याला मृत्यू नाही, असे ग्रंथांमध्ये लिहिले असल्याचे समजल्यावरून 'गुलामगिरी' या पुस्तकात त्यांनी चिरंजीव परशुराम ऊर्फ आदिनारायणाचा अवतार याला तू खरेच चिरंजीव असल्यास सहा महिन्यांच्या आत आमच्यासमोर हजर हो अशी नोटीस प्रसिद्ध केली व तू हजर झाल्यास आम्ही तुला खरे नारायणाचा अवतार मानू असेही म्हटले. या परशुरामाला दिलेल्या नोटिशीच्या खाली त्यांनी 'आपला खरेपणा पाहणारा' जोतीराव गोविंदराव फुले अशी सही केली आहे.

हिंदुंच्या ब्रह्मदेवाला चार तोंडे आहेत असे त्याचे वर्णन का केले जाते? याविषयी ते म्हणतात, 'ब्रह्मा या नावाचा एक पटाईत कारकून होता, तोच सर्व राज्यकारभार चालवू लागला. तो मोठा कल्पनेबाज व जशी वेळ पडेल तसे वागून आपला मतलब साधणारा होता. त्याच्या बोलण्यावर काडीमात्र विश्वास नसे, म्हणून त्यास चार तोंडाचा ब्रह्मा म्हणण्याचा प्रचार पडला असावा.'[६१] वामन मेल्यानंतर ब्रह्मा नावाच्या अतिशय दक्ष, हट्टी, धूर्त, धाडसी आणि निर्दयी अशा कारकुनाने राज्यकारभार चालविला. तसेच तो व्यभिचारी होता, कारण त्याने आपल्या सरस्वती नावाच्या कन्येशी व्यभिचार केला, त्यामुळेच त्याची पूजा करीत नाहीत असे ब्रह्मदेवाचे वर्णन त्यांनी केले.

हिंदुंच्या धर्मग्रंथांमध्ये अनेक ऋषिंनी तपश्चर्या केल्यानंतर साकार ईश्वराचे दर्शन झाल्याचे म्हटले होते. याविषयी फुले म्हणतात, 'कल्पित विष्णूच्या नाभी कमळापासून उत्पन्न झालेल्या ब्रह्मदेवास निर्माणकर्त्याने जर दर्शन दिले नाही, तर मानव प्राण्यांची काय कथा?'[६२] जो ईश्वर सर्वव्यापी, अनंत आहे त्याच्या आदी अंताचा काहीच पत्ता लागत नाही असा ईश्वर साकार मानणे म्हणजे फक्त मूढ जनावर आपला पगडा बसविण्यास लिहिले, ते थापाड्या ग्रंथकारांचे काम आहे असे ते म्हणत.

या अफाट, अमर्याद विश्वाचा कर्ता हा निराकार व निर्विकार आहे, म्हणूनच त्याच्यावर फुले, सुवासिक द्रव्ये, नैवेद्य इ. चढवणे म्हणजे व्यर्थ कर्मकांड करणे होय. या अफाट पोकळीत अनंत सूर्यमंडळासह त्यांचे ग्रह, उपग्रह, पृथ्वीवरील पुण्ये वगैरे सुवासिक पदार्थ निर्माणकर्त्याने मानवाच्या उपभोगांसाठी निर्माण केले आहेत. एकंदर सर्वच पदार्थ निर्मिकाने उत्पन्न केले आहेत तर तेच पदार्थ निर्मिकाला आपण उलट कसे देऊ शकतो? असा प्रश्न ते करतात. ईश्वराला फुले अर्पण करण्याऐवजी जे लोक स्व-परिश्रमाने आपल्या कुटुंबाचे पोषण करून रात्रंदिवस जगाच्या कल्याणासाठी झटणारे, म्हणजे अज्ञानी बांधवास आपमतलबी लोकांच्या जाळ्यातून मुक्त करणारे अशा सत्पुरुषांस फुलांच्या माळा करून नित्य ईश्वराच्या नावाने अर्पण कराव्यात. त्याच प्रकारे ईश्वराला नैवेद्य न देता, ज्या सत्पुरुषांनी जगाच्या कल्याणासाठी आपले

सर्व आयुष्य खर्ची घातले त्यास वृद्धापकाळी विपत्ती आली असता अथवा पंगू, अनाथ मुलास निर्मिकाच्या नावाने अन्नदान करावे म्हणजे निर्मिकाला नैवेद्य अर्पण केल्याचे श्रेय मिळेल. निर्माणकर्त्याचे पोकळ नामस्मरण केल्यानेही त्याला संतोष होणार नाही. दगडाच्या मूर्तीवर पुष्पे वाहून व त्याचे नामस्मरण करून तुम्हास त्यापासून काही फायदा होणार नाही. काही चांगले कर्म न करिता फक्त ढोंग करण्यासाठी ईश्वराचे नामस्मरण न करिता, मानवांनी कृतज्ञतापूर्वक व मन:पूर्वक निर्मिकाचे नामस्मरण करावे. मूर्तिपूजा व त्यासंबंधीची अनेक कर्मकांडे हा ईश्वराला संतोष देण्याचा व ईश्वराप्रत जाण्याचा मार्ग नाही असे महात्मा फुलेंचे ठाम मत होते.

महात्मा फुलेंनी ख्रिश्चन मिशनऱ्यांच्या कार्याचा केलेला गौरव

महात्मा फुलेंना स्त्री-शूद्रांच्या उद्धाराची जी जाणीव झाली ती मिशनरींनी दिलेल्या शिक्षणामुळेच झाली असे त्यांनी 'शेतकऱ्यांचा आसूड' या पुस्तकात सांगितले आहे. युरोपियन मिशनऱ्यांनी अनेक अज्ञानी शेतकऱ्यांच्या, शूद्रांच्या मुलांना आपण स्थापिलेल्या शाळेत शिक्षण देऊन उद्धार केला असल्याचे सांगून त्यांनी परोपकारच केल्याचे महात्मा फुलेंनी म्हटले.

तसेच मिशनरींद्वारे, अनेक ठिकाणी पाद्रींद्वारे ख्रिस्ती धर्माचा उपदेश करून ईश्वरासंबंधीचे सत्य त्यांनी सार्वजनिक करून शूद्रांना धर्माच्या अज्ञान, अंधकारापासून मुक्त केले, असा त्यांना ठाम विश्वास होता. ख्रिश्चन पाद्रींचा उपदेश सन्मानपूर्वक ऐकावा, कारण तेच सत्यमार्ग दाखवितात. असा उपदेश सर्वसामान्य शूद्र अतिशूद्रांना करण्यासाठीच त्यांनी आपले पहिले नाटक 'तृतीय रत्न' हे १८५५ मध्ये लिहिले. याविषयी ते 'गुलामगिरी'मध्ये लिहितात. 'भटजीशी आपल्या मतलबी धर्माच्या थापा देऊन अज्ञानी शूद्रास कसकसे फसवून खातात व ख्रिस्ती उपदेशक आपल्या नि:पक्षपाती धर्माच्या आधाराने अज्ञानी शूद्रास खरे ज्ञान सांगून त्यास कसकसे सत्य मार्गावर आणितात, या सर्व गोष्टींविषयी मी एक लहानसे नाटक करून सन १८५५ सालात दक्षणा प्राईज कमिटीस अर्पण केले.'[६३]

या नाटकात मूर्तिपूजेनिमित्त ईश्वर व धर्म याची खरी माहिती अज्ञानी शेतकऱ्यांस माहीत नसल्यामुळे तो पूजा, अनुष्ठाने इ. निमित्ताने कसा कर्जबाजारी होतो, हे दर्शवून पाद्री, दगड आणि ईश्वर यातील फरक उपदेशाद्वारे त्यांच्या निदर्शनास आणून देतो असे दर्शवून पाद्रींनी आपले उपदेशाचे काम असेच चालू ठेवावे यातच शूद्र, अज्ञानी शेतकऱ्यांचे कल्याण असल्याचे महात्मा फुलेंनी म्हटले. नाटकातील एका संवादात ते म्हणतात, हे काय या जोशास ठावें जे येशू ख्रिस्ती याच्या चार तोंडाच्या ब्रह्मदेवाला सुद्धा काही दिवसांनी बाटवावयास (शुद्ध करण्यास) कधी कमी करणार नाही. या

त्यांच्या म्हणण्यावरून सत्य ज्यावेळेस शूद्र अतिशूद्रांस समजेल, त्यावेळेस ते धर्मांतर करतील किंवा हिंदू धर्माचा तरी त्याग करतील असे भाकीत त्यांनी वर्तविले.

ख्रिस्ती धर्माचा प्रसार व्हावा व सार्वजनिक सत्य सर्व मानवांपर्यंत पोहोचविण्यासाठी ते रात्रंदिवस परिश्रम करतात. पाद्री, लोकांकरिता, बायबलची अक्षरश: भाषांतरे करून ते जगजाहीर करतात. म्हणजेच बायबल हे सार्वजनिक सत्याच्या नावाला शोभते, परधर्मी लोकांसही बायबल हे प्रांजळ बुद्धीने वाचून पाहता येते. यावरून बायबलमध्ये कोणत्याच प्रकारची फसवणूक नाही व त्याचा सर्व मानव प्राण्यांना सारखाच उपभोग घेता येतो. यामुळे त्याला धर्म पुस्तक संबोधता येते. यासारखे एकही वैशिष्ट्य हिंदूधर्मीय ग्रंथांचे नाही. वेदांसारखे ग्रंथ सर्व मानवांच्या उपयोगाचे नाहीत, कारण सर्व मानवांना वेद वाचण्याचा अधिकार हिंदू धर्मव्यवस्थापकांनी दिला नाही. 'यावरून आर्यांचे मुख्य वेद सार्वजनिक ईश्वरप्रणित सत्याच्या नावाला शोभण्याजोगे नाही.'[६४] असे विचार त्यांनी बायबलशी वेदांची तुलना करून व्यक्त केले.

ख्रिस्ती मिशनरींच्या परोपकारी कार्यामुळे त्यांना ख्रिस्ती धर्म व मिशनरींविषयी कमालीचा आदर होता. यामुळेच ख्रिस्ती धर्मावर, मिशनरींवर अथवा ख्रिस्ती धर्मांतरितांवर टीका केलेली महात्मा फुलेंना अजिबात खपत नसे.

महात्मा फुलेंचे एक सहकारी स्वामी व्यंकय्या अय्यावारू यांनी १८८७ मध्ये 'ख्रिस्ती बंधुजनास विनंती' या नावाची छोटी पुस्तिका लिहून तीत बायबल व ख्रिस्ती धर्मात असलेली विसंगती यावर टीका केली. ती फुलेंना मुळीच आवडली नाही. यावर 'ज्ञानोदया'मध्ये 'स्वामीबंधू' या टोपणनावाने स्वामी अय्यावारूवर त्यांनी जोरदार टीका केली. यात ते स्वामींना उद्देशून म्हणतात, तुझ्या जातीत कोणतीही सुधारणा नसता, दारू पिणे, खाणे पिणे या व्यतिरिक्त धर्म तुला ठाऊक नसता येशूचा उपमर्द करण्याचा तुला अधिकार नाही. येशू ख्रिस्ताने अज्ञान्यांना सत्याचे ज्ञान व्हावे यासाठी गावोगावी फिरून उपदेश केला. येशूच्या धर्मात शत्रुवरही प्रीती करण्याचा संदेश आहे. 'शत्रुप्रीति आहे येशूच्या धर्मात। ईश भजण्यात। भेद नाही।।१०।।'[६५] परंतु आर्यांच्या धर्मात बंधुप्रीती देखील नाही. त्यांच्या देवळात येण्यास म्लेंच्छांना बंदी केली, यामुळे आर्य धर्माची व ख्रिस्ती धर्माची कोणतीही बरोबरी नाही, यामुळे ते स्वामींना म्हणतात, 'आर्य वारूतील आधी काढ घाण।। मार्गावर आण मग ख्रिस्ती।।१६।। ख्रिस्ताने केली मानवाची निंदा दिला ज्याने जीव। मांगा म्हारा।।१७।।'[६६]

ख्रिस्ताने मांग, महारांप्रमाणे मानल्या गेलेल्या खालच्या थरांतील लोकांसाठी आपले प्राण देखील दिले, यामुळेच नीती तत्त्वाच्या बाबतीत बायबलच्या मागेच वेद

आहेत असे स्वामी अय्यावारूंना त्यांनी ठणकावून सांगितले. महात्मा फुलेंनी स्वामी बंधू नावाने केलेल्या तीव्र टीकेवरून त्यांचा ख्रिस्ती धर्माविषयीचा आदर स्पष्ट होतो.

ख्रिस्ती धर्मांतर केलेले बाबा पद्मनजी व पंडिता रमाबाई यांच्याविषयीही त्यांना नितांत आदर होता. बाबा पद्मनजी महात्मा फुलेंच्या मृत्यूसमयी त्यांच्याजवळ गेले असता त्यांनी ख्रिस्ती धर्मातील 'पाप पुण्याविषयी फुलेंशी चर्चा केली.' या भेटीसंबंधी बाबा पद्मनजी फुलेंविषयी लिहितात, 'त्यांस ख्रिस्ती धर्माविषयी पुष्कळ ज्ञान होते, ते त्यास त्यांचे जुने मित्र रे.जेम्स मिचेल व डॉ. मरे मिचेल व त्यांची पत्नी यांपासून प्राप्त झाले होते.'[६७] बाबा पद्मनजींप्रमाणे रमाबाईंनी धर्मांतर केले होते. पंडिता रमाबाई या जन्माने ब्राह्मण होत्या. त्या प्रथम हिंदू धर्माच्या श्रेष्ठत्वाचे प्रतिपादन करीत. हिंदू धर्माचे अशा प्रकारे प्रतिपादन करणाऱ्या स्त्रीची थोरवी अर्थातच जोतीबांना वाटली नाही असे ते 'सत्सार' या अंकात म्हणतात, कारण त्यावेळेस पंडिता रमाबाईंना हिंदू धर्माने स्त्री शूद्रांवर कशाप्रकारचा अन्याय केला आहे, हे समजत नव्हते, परंतु त्यांनी ख्रिस्ती धर्माचा अभ्यास केल्यानंतर हिंदू धर्माचा पक्षपातीपणा लगेच लक्षात येऊन त्यांनी धर्मांतर केल्याचे जोतीबा म्हणतात.

हिंदू धर्माचा पोकळपणा, स्त्री शूद्राविषयी धर्मग्रंथातून प्रकट होणारा द्वेष पंडिता रमाबाईंच्या लक्षात आल्यानेच त्यांनी ख्रिस्ती धर्माचा स्वीकार केल्याचे सांगितले. पंडिता रमाबाईसारख्या सुशिक्षित स्त्रीने ख्रिस्ती धर्माचा अभ्यास केल्यावर तिने पक्षपाती हिंदु धर्माचा त्याग केल्यामुळे जोतीबांना मतलबी आर्य धर्माचा पराभव झाल्याने अतिशय आनंद झाल्याचे त्यांनी पुढील ओळीत व्यक्त केला होता. ।।रमा पंडिता बरी बाटली ।।, ।।मद्य पिऊशी आंता वाटली ।।, ।।दे ब्रांडीची मला बाटली ।।[६८] अशाप्रकारे उपहासात्मक प्रतिक्रिया पंडिता रमाबाईंनी धर्मांतर केल्यावर जोतीबांनी दिली.

पंडिता रमाबाईसारख्या अनेकांनी ख्रिश्चन धर्माचा स्वीकार केला व त्याचप्रमाणे अनेक शूद्र अति शूद्रांनाही मिशनरींनी कोणताही भेदभाव न मानता त्यांना पोटाशी घेतले. याबद्दल जोतीबांनी मिशनरींविषयी अनेक ठिकाणी गौरव उद्गारच काढले आहेत.

महमदी धर्माचे लोक आपले पवित्र कुराण व ख्रिस्ती लोक आपले बायबल सर्व मानवांना ईश्वराविषयी ज्ञान देण्यासाठी खुले असल्याचे मानतात. ते शूद्र अतिशूद्र, उच्च-नीच भाव त्यांच्या धर्मात मानत नाहीत. त्यांच्या धर्मामध्ये ते सर्वांना समान मानतात. या दोन्ही धर्मांच्या या वैशिष्ट्यांमुळे या दोन्हीपैकी एक धर्म हिंदू धर्माने गांजलेले शूद्र अतिशूद्रांनी स्वीकारावा अशीही शिफारस जोतीबांनी केल्याचे दिसून येते. 'सत्सार'मध्ये ते म्हणतात, 'ईश्वराच्या हातात तुरी देऊन तुम्हा आर्य ब्राह्मणांची

सेवा करणे हाच का आम्हा शूद्रांचा धर्म? आमच्या सोयीकरिता पाहिजेल त्यावेळी आम्ही महंमदी अथवा ख्रिस्ती धर्माचा स्वीकार करू, नाहीतर आपण सर्वांचा निर्माण कर्ता आहे, त्यापासून उत्तम धर्म मागून घेऊ.'[६९] परंतु अनेक वर्षांच्या या धर्माच्या अभ्यासानंतर त्यांना आढळून आले की, या दोन्ही धर्मांमध्ये काही हेकटपणा आहे. दोन्ही धर्मीयांना आमचाच धर्म खरा आहे असे वाटते आणि यामुळेच त्यांनी तिसरा पर्याय म्हणजे दुसरा धर्म ईश्वराकडून मागून घेतला. त्यांना अभिप्रेत असलेला धर्म त्यांनी 'सार्वजनिक सत्यधर्म' पुस्तकात सर्वांच्या कल्याणासाठी प्रसिद्ध केला.

ज्या पोर्तुगीत व इंग्रज सरकारने ख्रिस्ती उपदेशकांना प्रोत्साहन देऊन धर्मांतर घडवून शूद्रांना हिंदुंच्या धार्मिक जाचातून मुक्त केले. त्यांचेही त्यांनी वेळोवेळी आभार मानले आहेत. पोर्तुगीजांविषयी ते म्हणतात, 'पोर्तुगीज सरकारने या देशातील हजारो शूद्रादि अति शूद्रांस व ब्राह्मणांस जुलमाने रोमन कथोलिक ख्रिस्ती करून त्यास आर्यांचे कृत्रिम धर्मापासून मुक्त करून सुखी केले.'[७०]

या प्रकारचे इंग्रज सरकारचेही 'जहामर्द इंग्रज सरकार', 'इंग्रज बहाद्दराचे राज्य', 'दयाळू सरकार', 'नीतिवान धार्मिक सरकार', 'हल्लीचे आमचे महा तत्त्वज्ञानी खऱ्या एका देवास भजणारे इंग्रज सरकार बहाद्दर' 'Enlightened English Government' अशा शब्दात सरकारचा गौरव केला. इतर सुधारकांप्रमाणेच महात्मा फुलेंचे विचारही 'ईश्वरानेच इंग्रज सरकारची भारतीयांच्या कल्याणासाठी योजना केली' असे होते.

इंग्रज सरकार ख्रिस्ती असल्यामुळेच ब्राह्मण व शूद्र यांच्यात भेदभाव मानत नाही असे ते मानीत. यामुळेच त्यांनी परकीय ख्रिस्ती इंग्रज सरकारविषयी अनेक वेळा कृतज्ञता व्यक्त करून गौरवोद्गार काढले आहेत. त्यांनी आपली कार्य करण्याची प्रेरणा ख्रिस्ती मिशनरींकडूनच घेतली. त्यांच्यासारखेच दलित उद्धारासाठी कार्य करण्याचे त्यांचे ध्येय होते.

महात्मा फुलेंनी ब्राह्मो समाज, प्रार्थना समाज व आर्य समाजावर केलेली टीका

हिंदू धर्मातीलच निर्विकार ईश्वराला दिलेल्या ब्रह्म या नावावरूनच ब्राह्मो समाजाने 'ब्राह्मो' असे नाव धारण केले असावे, परंतु पक्षपात दाखविणाऱ्या हिंदू धर्मातूनच 'ब्राह्मो' असे आपल्या धर्मसुधारक संस्थेला नाव दिल्यामुळे व यात हिंदू धर्माचीच मते प्रतिपादित असल्यामुळे जोतीराव या समाजाच्या नावाविषयी विचारतात की, 'ज्या मुख, बाहू, जांग आणि पद यापासून ब्राह्मण, क्षत्रिय, वैश्य आणि शूद्रास जन्म देणारे तुमचे ब्रह्म आहे का? किंवा अति लाजिरवाण्या पक्षपाती ग्रंथ करणाऱ्या

मनूस जन्म देणाऱ्यास ब्रह्म म्हणावे.'[७१] किंवा काही तर्कबाजांनी या सर्व सृष्टी उत्पन्नकर्त्या आदिकारणास दिलेले ब्रह्म म्हणावे. यातून तुम्हा ब्रह्म समाजाचे खास ब्रह्म कोणते? असे अनेक प्रश्न ते ब्रह्म समाजीयांना विचारतात.

ज्या ब्राह्मो समाजाची प्रेरणा हिंदू धर्म असेल त्या ब्राह्मो समाजाकडून त्यांना शूद्र अतिशूद्रांच्या उद्धाराची अपेक्षा मुळीच नव्हती. ब्राह्मो समाजी जातिभेद मानीत नाहीत असे जाहीर करीत असले तरी त्यांनी महार, मांग यांसारख्या अतिशूद्र गणल्या गेलेल्या लोकांना आपल्या ब्राह्मो समाजात सामील करून घेतले नाही. ब्राह्मो जर खरेच भेदभाव मानीत नसतील तर त्यांनी मांग, महार यांना आपले वास्तविक मानवी अधिकार समजावून त्यांस मार्गावर आणावे.

प्रार्थना समाजाचे विचार व आचार इ. ब्राह्मो समाजासारखे होते. दोन्ही समाजांनी फक्त हिंदू धर्मातीलच तत्त्वे घेतली नसून, ख्रिस्ती, महंमदी वगैरे धर्मांतील असत्याचा त्याग करून त्यातून बाकी उरलेल्या सत्याप्रमाणे वर्तन करण्याचा निश्चय केला असल्याचे ते सांगत. अशा प्रार्थना समाजाच्या सभासदांना उद्देशून ते म्हणतात, 'आपण समाज मंदिरात हमेशा गच्च डोळे झाकून परब्रह्म सनातन ब्रह्माची प्रार्थना करीत असून ते (ब्रह्म) तुम्हास मांग, महारांच्या पूर्वीच्या वास्तविक स्थितीविषयी बोध करून तुमचे डोळे का उघडत नाही?'[७२]

ब्राह्मो आणि प्रार्थना समाजाने स्त्रियांच्या शिक्षणासाठी हिंदू धर्मात लिहिलेल्या प्रतिबंधाचा धिक्कार केला आहे. या दाव्याचे जोतीबांनी खंडन केले. ते म्हणतात, ब्राह्मो आणि प्रार्थना समाजाने स्त्रियांसाठी विद्यादान देण्याचे कार्य हाती घेतले नसून तो इंग्रजी राज्याचा प्रभाव आहे.

त्यांच्या मते, ब्राह्मो आणि प्रार्थना समाज यांनी हिंदू धर्मग्रंथांपासूनच प्रेरणा घेतली असल्यामुळे ते हिंदू धर्मातील असत्याचा त्याग करू शकत नाहीत, यामुळेच स्त्री-शूद्रांच्या उद्धाराची त्यांना या समाजाकडूनही मुळीच आशा राहिलेली नाही. ते म्हणतात, 'आता आम्हाला तुमचे ब्राह्मो समाज व प्रार्थना समाज नकोत. पुरे झाले तुमचे छक्के पंजे.'[७३] या समाजांनी हिंदू धर्मातील असत्याचा त्याग करून स्वत:चे मत प्रचारार्थ एकही ग्रंथ तयार केला नाही, यामुळेच त्यांच्या तत्त्वज्ञानावर विश्वास ठेवता येत नाही. अशा स्वरूपाची टीका त्यांनी ब्राह्मो व प्रार्थना समाजावर 'सत्सार अंक-१' मध्ये केली.

महात्मा फुलेंनी ब्राह्मो व प्रार्थना समाजाप्रमाणेच आर्य समाजावरही टीका केली. त्यांच्या अनेक मतांशी साम्य असल्यामुळे स्वामीजींना जरी त्यांनी विरोध केला नाही, तरी वेद हे ईश्वरनिर्मित ग्रंथ असून ते सर्व मानवांच्या कल्याणार्थच आहे, वेदांत

सर्व ज्ञान आहे या म्हणण्याचे मात्र जोतीबांनी खंडन केले. त्यांनी स्वामी दयानंद किंवा आर्य समाज यांचे प्रत्यक्ष कोठेही नाव न घेता वेदांचा अभिमान बाळगणाऱ्यांना पुढील शब्दांत धुडकावले, 'आर्यांचे मुख्य वेद सार्वजनिक ईश्वरप्रणित सत्याच्या नावाला बिलकूल शोभण्याजोगते नाहीत.' शूद्रच काय परंतु सर्वसामान्य इतर जातींनाही वेद अध्ययनाचा अधिकारच नाकारल्यामुळे वेदांचा अभिमान बाळगणे कसे व्यर्थ आहे हे दर्शविण्यासाठी आपल्या 'सार्वजनिक सत्य धर्म पुस्तका'त 'आर्यभट ब्राह्मणांचे वेद आणि सार्वजनिक ईश्वरप्रणित सत्याची तुलना' या प्रकरणात घणाघाती टीका केली.

स्वामी दयानंदांच्या स्त्री-शूद्रांविषयी असलेल्या दृष्टिकोनामुळे महात्मा फुलेंना स्वामीजींबद्दल आदर होता, परंतु पक्षपात करणाऱ्या हिंदूंचाच वेद धर्माचा प्रसार त्यांना मुळीच आवडण्यासारखा नव्हता, परंतु स्वामीजींच्या कार्यामुळे त्यांनी ब्राह्मो व प्रार्थना समाजासारखे उघड नाव घेऊन आर्य समाजावर टीका केली नाही.

महात्मा फुलेंनी सांगितलेला सत्य धर्म

महात्मा फुलेंच्या मते, 'आपल्या सर्वांचा निर्माणकर्ता व त्याने निर्माण केलेला मानवी प्राणी याजमध्ये संबंध दाखविणारा धर्म होय.'

ज्या ईश्वराने मानव प्राण्यांसहित सर्व विश्वाची निर्मिती केली, तो सगुण असू शकत नाही. तो निर्विकार व अनंत आहे. त्याच्या शक्तीला आदि व अंत नाही या म्हणण्याच्या स्पष्टीकरणार्थ ते उदाहरण देताना म्हणतात की, 'पूर्व अथवा पश्चिम दक्षिण अथवा उत्तर इत्यादी दहा दिशांपैकी एका तरी दिशेचा आपण शोध करू लागल्यास तिचा अंत लागेल काय? तर नाही. दहा दिशांपैकी एकाही दिशेचा आम्ही शोध करू लागल्यास आम्हास थांग लागणार नाही. हजारो वर्षेसुद्धा आम्ही त्या दिशेचा शोध करू लागल्यास आम्हास तिचा थांग लागणार नाही, कारण आम्हा मानवांचे आयुष्य फार थोडेच वर्षे असते. या विश्वातील एकंदर पोकळीची लांबी, रुंदी, उंची व खोली आम्ही मोजू शकत नाही. यावरून तो जगउत्पादक निर्माता अनंत आहे याची खात्री होते.

या आपल्या अमर्याद, विस्तीर्ण पोकळीमध्ये निर्माणकर्त्याने अनंत सूर्यमंडळासह त्यांच्या ग्रहोपग्रहांसहित आपल्या पृथ्वीवरील प्राणिमात्रांसह पशू, पक्षी, वृक्ष इत्यादिकांस निर्माण केले आहे, तो कर्ता कोठे व कसा आहे, हे पाहण्याची आपण यत्किंचित मानव प्राण्यांनी इच्छा करू नये, कारण आपल्या पृथ्वी या अतिसान्निध्य ग्रहांवर काय काय आहे, हे पाहावयास जाण्याची सुद्धा आपणास शक्ती नाही. यास्तव लाचार होऊन त्या आपल्या दयानिधी निर्माणकर्त्यास आपण उभयतांनी येथूनच अनन्यभावे शरण जाऊन मोठ्या नम्रतेने साष्टांग प्रणाम करावा.

अशा या अनंत ईश्वराला काही ऋषिंनी दुर्घट तपश्चर्या करून पाहिल्याचे जे हिंदू ग्रंथात लिहिले आहे, त्यावर ते म्हणतात की, त्यांच्याच ग्रंथावरून कल्पित विष्णूच्या नाभीकमळापासून उत्पन्न झालेल्या ब्रह्मदेवास निर्माणकर्त्याने जर दर्शन दिले नाही तर मानव प्राण्यांची काय कथा? ज्या धूर्त लोकांनी अशा प्रकारच्या कल्पित कादंबऱ्या लिहिल्या आहेत त्यांचा उद्देश फक्त लोकांना फसविणे एवढाच होता.

त्याच प्रकारे अशा सर्वव्यापी, अनंत, विश्वातील सर्व वस्तुंचा निर्माता त्याला पूजा, पुष्पे, सुवासिक द्रव्ये, अनुष्ठाने इत्यादीने संतोष देता येणार नाही, तर त्याने जी सदसद्विवेक बुद्धी मानव प्राण्याला दिली आहे, तिचा उपयोग करून नीतिवान वर्तन करून त्याने निर्माण केलेल्या इतर मानव प्राण्यांना कोणतेही क्लेश देऊ नये व सर्व मानवांनी कृतज्ञतापूर्वक व मन:पूर्वक निर्मिकाचे नामस्मरण करावे असे ईश्वरासंबंधी आपले कर्तव्य त्यांनी सांगितले.

मानवांच्या सुखासाठी पृथ्वीवर व विश्वात अनेक प्रकारची व्यवस्था ज्याने केली, त्या एकमेव द्वितीयास महात्मा फुलेंनी 'निर्मिक' असे नाव दिले. या 'निर्मिका'ला त्याने आपल्यावर केलेल्या अनेक कृपादृष्टींमुळे त्याची कृतज्ञता मानून मानवाने त्याला संतोष देण्यासाठी सत्याने वर्तावे, म्हणजेच धर्माने वर्तन केल्यासारखे होते. असे सत्य वर्तन करणारे कोणास म्हणावे याविषयी त्यांनी अनेक नियम दिले. या कलमांमध्ये सर्व स्त्री-पुरुषांना, सर्व मानवांना ईश्वराने पृथ्वीवरील वस्तुंना न्यायाने, समानरीत्या उपभोग घेण्याचे अधिकारी बनविले आहे. जसे निर्मिकाने एक पृथ्वी केली, तृणवृक्ष हे फळ देणारे, छाया देणारे निर्माण केले. मानवांच्या सुखसोईसाठी रात्र-दिवस निर्माण केले. यासाठी पृथ्वी स्वत:भोवती सतत फिरत असते, सर्व प्राणी मात्रांच्या सुखासाठी पर्जन्याची निर्मिती करून, नद्यांनाही पाणी येते अशी व्यवस्था त्या 'निर्मिका'ने कोणासही भेदभाव न करिता सर्वांना सारखाच उपभोग घेता यावा म्हणून निर्माण केली, यामुळेच मानवांचा धर्मही त्या एकाच परमेश्वराला सत्य मानणारा पाहिजे. तरी ईश्वर आशेचा भंग न करिता सर्वांनी सर्व वस्तुंचा समान उपभोग घ्यावा असा उपदेश त्यांनी केला. यासंबंधी त्यांनी 'मानवांचा धर्म एक' नावाचे काव्य रचिले. ते पुढीलप्रमाणे होते.

सर्वांचा निर्मिक आहे एक धनी ।।
त्याचे भय मनी ।। धरा सर्व ।।१ ।।
न्यायाने वस्तुंचा उपभोग घ्यावा ।। आनंद करावा भांडू नये ।।२ ।।
धर्मराज्य भेद मानवा नसावे ।। सत्याने वर्तावे ईशासाठी ।।३।।
सर्व सुखी व्हावे भिक्षा मी मागतो ।। आर्यांस सांगतो जोती म्हणे ।।४ ।। (१)

निर्मिकाने जर एक पृथ्वी केली ।। वाही भार भली सर्वत्रांचा ।।१ ।।
तृणवृक्ष भार पाळी आम्हासाठी ।। फळे ती गोमटी ।। छायेसह ।।२ ।।
सुखसोयीसाठी गरगर फेरे ।। रात्रंदिन सारे ।। तीच करी ।।३ ।।
मानवांचे धर्म नसावे अनेक ।। निर्मिक तो एक ।। ज्योती म्हणे ।।४ ।।'[७४]

वरील काव्यावरून महात्मा फुलेंना कोणत्या प्रकारचा सत्यधर्म अपेक्षित होता हे स्पष्ट होते.

हिंदू धर्मग्रंथांव्यतिरिक्त जगातील सर्वच धर्मांमध्ये सत्याचा अंश आहे, म्हणून ते सर्वच धर्मांचा आदर करीत. 'या भूमंडळावर महासत्पुरुषांनी जेवढी म्हणून धर्मपुस्तके केली आहेत, त्या सर्वात त्या वेळेस अनुसरून त्यांच्या समजुतीप्रमाणे काही ना काही सत्य आहे.'[७५] यावरून कोणत्याही कुटुंबातील एका मानव स्त्रीने बौद्धधर्मी पुस्तक वाचून तिच्या मर्जीप्रमाणे पाहिजे असल्यास तिने तो धर्म स्वीकारावा व त्याच कुटुंबातील तिच्या पतीने जुना व नवा करार वाचून त्याच्या मर्जीप्रमाणे पाहिजे असल्यास ख्रिस्ती व्हावे व त्याच कुटुंबातील कन्येने पाहिजे असल्यास कुराण वाचून महमदी व्हावे, कोणी 'सत्यधर्म' पुस्तक वाचून सत्यधर्मी व्हावे. या प्रकारे एकाच कुटुंबातील व्यक्तींनी निरनिराळ्या धर्म मतांचे पालन करीत असता, आपला प्रपंच करून, कोणी कोणाच्या धर्माचा हेवा किंवा द्वेष करू नये. आपण निर्माणकर्त्याने निर्माण केलेली लेकरे असून त्याच्याच (निर्मिकाच्या) कुटुंबातील आहोत, असे समजून प्रेमाने व गोडीगुलाबीने एकमेकांशी वर्तन करावे, म्हणजे ते आपल्या सर्वांच्या निर्माणकर्त्याच्या राज्यात धन्य होतील. त्याचे मन:पूर्वक नामस्मरण करून आभार मानावे एवढेच साधे तत्त्व लोकांनी ईश्वरासंबंधी पालन करावे. अशा व्यापक धर्माची व्याख्या महात्मा फुलेंनी आपल्या मतानुसार केली. १९ व्या शतकातील सुधारकांनी प्रामुख्याने आपल्या लेखणीद्वारे वैचारिक क्रांती घडवून आणली, परंतु म. फुलेंनी समाजाच्या बहिष्कृत करण्याच्या शस्त्राला न जुमानता व आपल्या पित्याच्या आज्ञेचा भंग करून लोकसेवेसाठी फक्त आपल्या लेखणीनेच नाही तर कृतीने हिंदू परंपरेविरुद्ध बंड केले, हे त्यांचे वैशिष्ट्य होय.

त्यांनी धर्म व समाजसुधारणेच्या कार्याला प्रारंभ केल्यापासून त्यांना अनेक संकटांना तोंड द्यावे लागले, परंतु त्यांच्या लोकहिताची तळमळ पाहून अनेक गर्भ श्रीमंत लोकांनी व न्या. रानडेंसारख्या सुधारकांनी त्यांना पाठिंबा दिला. त्यांना कोणतेही आर्थिक बळ नसताना त्यांनी मुलींच्या शाळांसारख्या, बालहत्या प्रतिबंधकगृहासारख्या परोपकारी संस्था स्थापन करून लोकहितार्थ चालविल्या.

वास्तविक ईश्वर हा सर्वव्यापी आहे, त्याच्याजवळ स्त्री-पुरुष, ब्राह्मण-शूद्र

असा भेदभाव नाही. त्याच्या जवळ जाण्यासाठी ब्राह्मणाची किंवा मध्यस्थाची गरज नाही, त्याच्या जवळ जाण्यासाठी फक्त भेदभावरहित सत्य स्वरूप विचार असले पाहिजेत व आपल्या सत्य वर्तनाने ईश्वर प्रसन्न होऊ शकतो. शूद्रांची या तत्त्वांच्या आधारे उन्नती करण्यासाठी १८७५ मध्ये 'सत्यशोधक समाजा'ची स्थापना केली. सर्वसामान्यांना ईश्वर, धर्म व आपले कर्तव्य समजून देण्यासाठी त्यांनी मृत्यूपूर्वी १८९० मध्ये 'सार्वजनिक सत्यधर्म पुस्तक' लिहिले. ते त्यांच्या मानस पुत्राने १८९१ मध्ये प्रसिद्ध केले.

त्यांच्या अद्वितीय कार्यामुळेच लोकांनी त्यांना त्यांच्या हयातीत १८८८ मध्ये 'महात्मा' ही पदवी अर्पण केली. अशा प्रकारे त्यांच्या कार्यामुळे ते भारताचे पहिले 'महात्मा' बनले.

विष्णूबुवा ब्रह्मचारी (१८२५-१८७५) : ख्रिस्ती मिशनऱ्यांविरुद्ध मोहीम उघडली

विष्णूबुवा ब्रह्मचारी यांचा परिचय : विष्णूबुवांचे मूळ नाव विष्णू भिकाजी गोखले असे होते. त्यांचा जन्म १८२५ मध्ये महाडजवळ निजामपूर पेठ्यात खाडी या गावी झाला. ते कोकणस्थ ब्राह्मण होते. त्यांनी प्रथम वेदाध्ययन, लेखन, वाचन, हिशोब वगैरे व्यावहारिक शिक्षण घेतले. वयाच्या १६ व्या वर्षी त्यांना साष्टी तालुक्यात कस्टम खात्यात नोकरी मिळाली.

लहानपणापासूनच त्यांचा धार्मिक गोष्टींकडे कल होता, त्यामुळे त्यांनी लवकरच नोकरी सोडून, सर्वसंग परित्याग करून संन्यास घेतला. सद्गुरूंच्या शोधार्थ त्यांनी अनेक ठिकाणी भेटी दिल्या. शेवटी स्वत:च्या प्रयत्नाने आत्म्याचा शोध घेण्यासाठी नाशिक जिल्ह्यातील वणी येथे सप्तशृंगीच्या डोंगरावर गेले. तेथे कंदमुळे खाऊन वेदांत विचार व ध्यान धारणा करण्यात मग्न राहिले. तेथे त्यांनी अशा प्रकारे खडतर तप केले. या प्रयत्नातूनच त्यांना आत्मज्ञान प्राप्त झाले. जगाच्या कल्याणासाठी आपण उरलेले आयुष्य घालवावे अशी प्रेरणा त्यांना येथे झाली.

त्यांच्या मते वैदिक धर्म अत्यंत श्रेष्ठ होता, परंतु त्या धर्माचा लोकांना विसर पडला होता. तेव्हा 'पाखंड मताचे खंडन करून वैदिक धर्माची पुन्हा स्थापना कर असा प्रत्यक्ष परमेश्वरानेच आपणास आदेश दिला आहे, अशी त्यांची भावना होती.'[७६] या कार्यासाठी ते सप्तशृंग गडावरून प्रथम नाशिक येथील पंचवटी येथे आले व तेथून प्रचार कार्याला प्रारंभ केला. त्यांनी ज्ञानेश्वरी, एकनाथी भागवत इत्यादी मराठी पुस्तकांचा अभ्यास केला.

महाराष्ट्रातील अनेक शहरांत त्यांनी वेदांत धर्माचा प्रसार केला. वेदोक्त धर्माच्या प्रसारासाठी त्यांनी १८५९ मध्ये 'वेदोक्त धर्म प्रकाश' नावाचा ग्रंथ लिहिला,

त्याचबरोबर आपल्या विचार प्रसारासाठी त्यांनी 'भावार्थ सिंधू' (१८५९), सहजस्थितीचा निबंध (१८६८), 'सेतूबंधनी टीका', राजनीतिविषयक निबंध (१८७५), इत्यादी पुस्तके लिहिली.

विष्णूबुवा मुंबई येथे आले असता ख्रिस्ती मिशनरींचे ख्रिस्ती धर्मप्रसाराचे उद्योग पाहून त्यांना विरोध करण्याचे ठरविले. त्यांनी समुद्रकिनाऱ्यावर मिशनरींशी जाहीर वादविवाद केले, तसेच भाषणे, प्रश्न-उत्तरे, इत्यादी प्रयत्नांनी त्यांनी मिशनऱ्यांविरुद्ध मोहीम उघडली. विष्णूबुवांनी अशा प्रकारे मुंबईतील मिशनरींच्या धर्मप्रसाराच्या उद्योगाला आळा घालण्याचा यशस्वी प्रयत्न केला.

विष्णूबुवांची धर्मकल्पना व सुधारणावादी विचार

'वेदोक्त धर्म प्रकाश' या त्यांच्या पुस्तकावरून प्रामुख्याने त्यांचे धर्मविचार समजून येतात. त्यांच्या मते, 'मनुष्यमात्रांस ईश्वराने जो धर्म लाऊन दिल्हा आहे, त्या धर्माला वेदप्रतिपादय धर्म अथवा वेदोक्त धर्म अथवा वैदिक धर्म असे म्हणतात.'[७७] वेदांमध्ये जे प्रतिपादन केले आहे, म्हणजे त्याप्रमाणे वृत्तीत भावना धरून मनासहित इंद्रियांनी चांगले कर्म करणे व एका निराकार परमेश्वराची आत्मज्ञाने करून अनन्यभक्ती करणे हाच मनुष्यमात्रांचा मुख्य धर्म आहे व त्याचे ज्ञान वेदांपासूनच सर्वांस झाले, म्हणूनच त्याला वेदप्रतिपादय धर्म असे म्हणावे असे स्पष्टीकरण त्यांनी वेदोक्त धर्माचे दिले आहे. त्यांच्या मते वेदोक्त धर्माची तीन अंगे होती, ती म्हणजे कर्म, उपासना, ज्ञान ही होत. कर्माचे विवेचन करताना ते म्हणतात, आपल्या मनाने, व प्राणाने व इंद्रियांनी, मत्स्यादि जलचर, मनुष्य, पशु, पक्षी, इत्यादी जीवमात्रास म्हणजे प्राणिमात्रास दु:ख होईल असे कर्म करू नये, सुख होईल असेच करावे. अहंपण सोडून निराकार परमेश्वरावर प्रीति सार्वकाळ राहील असे उत्तम कर्म करावे, म्हणजे परमेश्वर प्राप्त्यर्थ इंद्रिये विषयलपंट न होऊ देता, स्नानदानादिक वेदप्रणित नियमित कर्मे, निष्कामपणाने मन:शुद्धार्थ करावी, हेच कर्मकांडाचे विवेचन समजावे. वेदप्रतिपादय उपासनेचे स्पष्टीकरण देताना ते म्हणतात, आपल्या अंत:करणाने निराकार परमेश्वराचे स्मरण करावे व आपल्या अंत:करणात परम्यात्माची भक्ती ठेवावी व आपल्या अंत:करणात असे मानावे की, माझ्या देहासहित सर्वच सृष्टी भासमात्र आहे व निराकार परमेश्वर तोच सत्य व उत्तम आहे. वेदप्रतिपादय धर्माचे तिसरे अंग ज्ञान. जन्ममरणरहित ईश्वराच्या अस्तित्वाचे ज्ञान प्राप्त करणे असे स्पष्टीकरण त्यांनी दिले आहे. वेदोक्त ईश्वराचे वर्णन करताना ते म्हणतात, 'निराकार परमेश्वर म्हणजे आपल्या शरीराच्या आजूबाजूला जी रिकामी जागा म्हणजे पोकळी पसरली आहे, त्या पोकळीचे आत भरलेले अचंचल व ज्ञानवान व स्वप्रकाश जे एक परब्रह्म तत्त्व आहे.'[७८] तोच परमेश्वर होय. अशा

प्रकारे विष्णूबाबांनी निराकार ईश्वराचे वर्णन 'वेदोक्त धर्म प्रकाश'मध्ये केले आहे, परंतु तरीही त्यांनी रामकृष्णादिक अवतारी पुरुषांच्या प्रतिमापूजनाचा निषेध केलेला नाही तर शिफारसच केली आहे. या महापुरुषांच्या प्रतिमापूजनाने ईश्वराचा बोध होतो, कारण असे केल्याने आपण ईश्वराचे स्मरण करून त्याचे गुण आठवतो असे त्यांचे म्हणणे होते.

ख्रिस्ती मिशनरी हिंदू धर्माचा नाश करण्यासाठी मूर्तिपूजेविरुद्ध बोलत. त्यांच्या या उद्योगाला विरोध करण्यासाठीच विष्णूबुवांनी निराकार परमेश्वराचे गुण सांगत असताना प्रतिमापूजनाचाही पुरस्कार केला असे दिसते. वेदांचा नाश कधीही होऊ शकत नाही. वेदांचा नाश करून वैदिक धर्म बुडवीन असे म्हणेल तो मूर्ख आहे, कारण ज्या ईश्वराचा वेदरूप नियम आहे, तो ईश्वर हर एक रीतीने त्या वेदरूप नियमाचे रक्षण करितो, परंतु वेदाचा नाश होऊ देत नाही असा त्यांचा ठाम विश्वास होता.

यामुळेच त्यांनी आपल्या 'वेदोक्त धर्मप्रकाश' या ग्रंथात हिंदू धर्मास क्षयाची भावना झाली आहे हे म्हणणे खोडून काढले. यासंबंधीच्या एका प्रश्नाला उत्तर देताना ते म्हणतात, वेदांतील ऱ्हस्व, दीर्घ, अर्थ काहीही क्षीण झालेले नाही. वेदांतील विचार सांगून आम्ही लोकांचे अज्ञान दूर करीत आहोत. सर्व मनुष्यांना लाऊन दिलेला वेद प्रतिपादय धर्म त्याला हिंदू धर्म हे म्लेंच्छ भाषणरूप देऊन त्याला क्षयाची भावना झाली असे म्हणणारे अज्ञानी आहेत.

वेदोक्त धर्माच्या आज्ञा स्पष्ट करताना धर्मासंबंधी अंधश्रद्धा दूर करण्याचा उपदेश दिला आहे. यात ते म्हणतात, आईबापाच्या आज्ञेचे पालन करावे, रामकृष्णादिक अवतारांचा आदर्श घ्यावा, मद्य, अफू, भांग यांचे दुष्परिणाम जाणून घेऊन त्यापासून दूर राहावे, जीवित प्राण्यांची हत्या करू नये. स्त्रीला भक्ती, ज्ञान, वैराग्य प्राप्त व्हावे आणि तिचे तारण व्हावे यासाठी प्रयत्न करावे, तिला पडद्यात ठेवू नये. पत्नीला हितकर्त्या मित्राप्रमाणे मानावे, पहिली पत्नी जिवंत असता दुसरी करण्याचा अधिकार नाही. अंगात भूत येणे, नवस करणे, मंत्र-तंत्र इत्यादींवर विश्वासू ठेवू नये.

अशा प्रकारे विष्णूबाबांनी वेदोक्त व्यवहार व धर्मसंबंधी आज्ञा स्पष्ट करून लोकांचे अज्ञान दूर करण्याचा प्रयत्न केला. विष्णूबाबांना वेदोक्त धर्माचा किती अभिमान होता यासंबंधी य. दि. फडके म्हणतात, 'वेदोक्त धर्म प्रकाश' या ग्रंथावरून त्यांना वैदिक धर्म, संस्कृत विद्या, गुण कर्माधिष्ठित चातुर्वर्ण्य पद्धती यांचा कसा जबरदस्त अभिमान वाटत होता ते दिसते.'[७९] अशा प्रकारे विष्णूबाबांना तत्कालीन धार्मिक व सामाजिक दोष दूर करण्यासाठी वेदोक्त धर्माचा प्रसार करणे आवश्यक वाटले.

तत्कालीन समाजात बालविवाहासारख्या समस्या निर्माण झाल्या होत्या. त्यांचा त्यांनी निषेध केला. स्वयंवर व्हावे ते आई-वडील व मुलगी या दोन्हींच्या संमतीने व्हावे. बालवृद्ध विवाहाचा निषेध करताना ते 'राजनीति' या निबंधात म्हणतात, 'वृद्धाने लहान मुलीबरोबर लग्न केले असता ती मुलगी परत घेऊन तिचे लग्न तिच्या वयाच्या व गुणाच्या नियमाने जो तिच्या शरीरधर्माप्रमाणे व चार वर्णांप्रमाणे पुरुष असेल, त्याजबरोबर लावून द्यावे आणि ज्या वृद्धाने असे काम केले असेल त्याला त्याच्या गुन्ह्याप्रमाणे शासन करावे.'[८०] बालिकेशी विवाह करणाऱ्यास राजाने शासन करावे असे त्यांनी म्हटले आहे.

पुनर्विवाहासंबंधी ते म्हणतात, ज्या काळात नीतिमान व दयाळू व अल्पसंतोषी अशा स्त्रिया असतील, त्या काळात मात्र एक पती मेला असता दुसरा पती याप्रमाणे सर्व आयुष्याच्या काळात विवाह करण्याची मोकळीक द्यावी. विधवा स्त्रियांची दु:खे ध्यानात आणून स्त्रियांचा शास्त्रआज्ञेनुसार पुनर्विवाह करावा असे ते आपल्या सभांमधून लोकांना सांगत असत. यासंबंधी ते म्हणतात, 'स्त्रियांचा पहिल्या विवाहाचा नवरा मेला असे आम्ही स्मरू लागलो आणि पुनर्विवाह करावा असे शास्त्र पाहिले, तेव्हापासून पुनर्विवाह खुषी असल्यास करावा व त्याला अटकाव कोणाचा नसावा अशी आमची सशास्त्र शैली आहे.'[८१] असे त्यांनी आपल्या सभांमधून अनेक वेळा सांगितले असल्याचे दिसून येते.

मुला-मुलींचे शिक्षण सक्तीचे करावे असे त्यांचे म्हणणे होते. यासंबंधी त्यांनी 'राजनीति' या निबंधात जो कोणी आपल्या कन्यापुत्रांना लेखन, वाचन, ज्ञान, नीति मानाकडून किंवा स्वत: देणार नाहीत, किंवा लेखन, वाचन, ज्ञान देणाऱ्या वेदोक्त धर्मयुक्त नीतिमानास प्रतिबंध करतील, तर तसल्या कर्माच्या कर्त्यास राजाने फटके बांधून मारावे आणि पुन: तसे करणार नाहीत असा बंदोबस्त राजाने करावा असे म्हटले आहे.

याच प्रकारे जातिव्यवस्था ही गुणकर्माधिष्ठित असावी असा त्यांचा उपदेश होता. वेदोक्त आज्ञा स्पष्ट करताना त्यांनी 'महाराची सावली अंगावर पडली तर त्यापासून दोष लागतो असा भ्रम धरू नये.' असे म्हटले आहे. तर न्यायदान करतानाही जातीवरून भेदभाव करू नयेत असे स्पष्ट करताना ते म्हणतात, 'न्यायाधीशाने अन्यायी ब्राह्मण आणि अन्यायी महार या दोघांस सारख्या मानाने उभे करून, अथवा बसवून न्याय करावा, परंतु महार दरवाजाबाहेर आणि ब्राह्मण आत असा पक्षपात करू नये.'[८२]

अशा प्रकारे विष्णूबावांनी तत्कालीन धर्म व समाजसुधारणेस आवश्यक

असे विचार प्रकट केले. त्यांच्या वरील विचारांवरून त्यांचा स्त्रियांना शिक्षण देण्यास, पुनर्विवाहास, घटस्फोट घेण्यास विरोध नव्हता. बालजरठ विवाह, जन्मजात जातिभेद यांचा त्यांनी विरोध केला. त्यांनी तत्कालीन सनातनी समाज डोळ्यांसमोर ठेवून शास्त्रा-प्रमाणे स्त्री सुधारणा सांगितल्या. मुलींचे विवाहाचे वय त्यांना १२ वर्षे अपेक्षित होते.

तथापि त्यांनी सुचविलेल्या समाजसुधारणांकडे सनातन्यांनी कशा प्रकारे दुर्लक्ष केले याविषयी य. दि. फडके म्हणतात, 'विष्णूबाबांच्या व्याख्यानांना गर्दी करणाऱ्या परंपरानिष्ठ श्रोत्यांनी, बाबांनी मिशनऱ्यांवर चढविलेला तुफानी हल्ला पाहून माना डोलावल्या असल्या तरी त्यांच्या सामाजिक सुधारणांबाबतच्या उदार मतांची बहुधा साधूपुरुषांचा विक्षिप्तपणा म्हणून उपेक्षा केली असण्याची जास्त शक्यता वाटते.'[८३] अशा प्रकारे विष्णूबाबांनी तत्कालीन धर्म व समाज सुधारणेसाठी वरीलप्रमाणे सुधारणावादी विचार प्रस्तुत केले.

धर्म व सामाजिक सुधारणेप्रमाणेच वेदोक्त धर्मानुसार न्याय, नीतीचे राज्य कशा प्रकारे असले पाहिजे हे त्यांनी आपल्या 'राजनीती' (१८५९), सुखदायक राज्यप्रकरणी निबंध (१८६७) या निबंधामध्ये त्यांनी पुढीलप्रमाणे स्पष्ट केले आहे- 'ह्या लहानशा निबंधात लिहिलेली राज्य करण्याची रीती राजांनी धरावी व प्रजेने राज्यरीतीप्रमाणे वागण्याची रीति धरावी म्हणजे, सर्व प्रापंचिक संकटे दूर होऊन निरिच्छेने परमेश्वराची भक्ती त्यांना घडेल आणि वेदांतशास्त्राचे पूर्व विचार करण्यास व योगशास्त्राचा पूर्ण अनुभव होण्यास त्यांच्या वृत्तीला स्वस्थता व अवकाश मिळेल आणि परस्पर मनुष्यात अत्यंत निरिच्छ व सत्य मैत्री राहील व दया, क्षमा, शांती ही लक्षणे मनुष्यमात्रांच्या अंगी सहज राहतील, या हेतूने हा निबंध मी विष्णूबाबा ब्रह्मचारी याने केला.'[८४] अशा प्रकारे प्रजेच्या सुखवृद्धीसाठी व वेदशास्त्रांच्या अध्ययन, मननासाठी अवकाश मिळावा यासाठी योग्य अशा राज्यपद्धतीचा उपदेश केला आहे.

विष्णूबाबांनी मिशनऱ्यांविरुद्ध उघडलेली मोहीम

१९ व्या शतकातील धर्मसुधारकांच्या यादीतील विष्णूबुवांचे कार्य गाजले ते त्यांनी मुंबई येथील मिशनऱ्यांविरुद्ध उघडलेल्या मोहिमेमुळे विष्णूबाबा आणि मिशनरी यांच्यामधील वादाची हकिकत 'समुद्रकिनारीचा वादविवाद' या पुस्तकात आढळते. त्यांनी पंधरा-सोळा वर्षे दौरे काढून ख्रिस्ती मिशनऱ्यांच्या प्रचारास उत्तर म्हणून अनेक व्याख्याने दिली. त्यांनी मिशनऱ्यांविरुद्ध मोहीम उघडताना व्याख्याने देणे, पुस्तके प्रकाशित करणे, मिशनरींशी जाहीरपणे वादविवाद करणे इत्यादी मार्गांचा अवलंब केला. मुंबईसारख्या पाश्चात्त्यांचा प्रभाव असणाऱ्या महानगरांतील हिंदू तरुणांवर

झालेला मिशनरींचा प्रभाव दूर करण्यासाठीच त्यांनी जाहीरपणे मिशनऱ्यांशी वादविवाद करून तरुण वर्गावर असलेला मिशनरींचा प्रभाव निष्प्रभ केला. जानेवारी १८५७ पासून विष्णूबाबांनी ठाकूरद्वाराच्या समुद्रकिनाऱ्यावर रेव्हरंड विल्सनसारख्या मिशनरींबरोबर जाहीर वादविवाद करण्यास सुरुवात केली. या वादविवादात ख्रिस्ती धर्मांतरित नारायण शेषाद्री व इतर प्रतिष्ठित भाग घेत. अशा प्रकारच्या त्यांनी २० सभा घेतल्या.

त्यांच्या इतर सभांना हिंदूंपेक्षा ख्रिस्ती लोकही मोठ्या प्रमाणात येत असत असे ज्ञानोदयाने पुढीलप्रमाणे नमूद केले आहे. 'सभेस सुमारे शंभर किंवा फार झाले तर सव्वाशे लोक जमत असत, त्यात पाचवा किंवा सहावा वाटा पार्शी लोकांचा असे. ते सभेची मौज पाहण्यास मात्र येत असत आणि सुमारे एक अष्टमांश तर ख्रिस्ती धर्मानुयायी लोक असत-.'[८५] विष्णूबाबांनी 'वेदोक्त धर्म प्रकाश' ग्रंथ प्रकाशित झाल्यावर त्यावर सनातन्यांनी टीका केली, यामुळे लोकांचे शंकासमाधान व्हावे म्हणून त्यांनी लोकांच्या सभा घेतल्या. या सभांमध्ये वरीलप्रमारे ख्रिस्ती धर्म अनुयायी लोकांची संख्या अधिक असल्याचे ज्ञानोदयाने नमूद केले आहे.

वेदोक्त धर्म बुडविणाऱ्यांना राजाने शिक्षा करावी असे मिशनरींच्या धर्मप्रसाराच्या उद्योगाचा बंदोबस्त व्हावा या उद्देशाने त्यांनी पुढीलप्रमाणे म्हटले आहे. 'जर कोणी वेदोक्त धर्माची निंदा करील, वेदोक्त धर्माच्या लोकांस वेदोक्त धर्म सोडण्याचा उपदेश करील, तर त्याला दुसऱ्याची मनुष्ये चोरून नेणारास व विकणारांस व घेणारास जी शिक्षा ती शिक्षा करावी आणि पुन्हा तसे न होईल असा बंदोबस्त ठेवावा.'[८६] जर कोणी कोणाकडून वेदोक्त धर्म सोडवून निधर्म करील तर उभयतांस राजाने बांधून फटके मारावे आणि देशापार करावे व पुन्हा तसे करणार नाही, याचा बंदोबस्त करावा. विष्णूबाबांचा वैदिक धर्मावर विश्वास असल्यामुळे त्यांनी ख्रिस्ती व मुस्लीम धर्ममताला नास्तिक म्हटले, तसेच खुशी असल्यास ख्रिस्ती व मुस्लीम मत-अनुयायांनी वैदिक धर्माचा स्वीकार करावा असे म्हटले आहे. ज्याप्रमाणे स्वामी दयानंदांना वेदोक्त धर्माचाच प्रसार करावयाचा होता, त्याप्रमाणेच त्यांनाही करावयाचा होता असे दिसते. सुंठणकर बी. आर. यांनी 'स्वामी दयानंद सरस्वती आणि विष्णूबाबांच्या विचारात बरेच साम्य असल्या'चे नमूद केले आहे.

अशाप्रकारे वैदिक धर्माच्या पुनरुज्जीवनाचा प्रयत्न करून विष्णूबाबा ब्रह्मचारी यांनी धर्म व समाजसुधारणेचा प्रयत्न केला व तसेच मिशनऱ्यांच्या धर्मप्रसार करण्याच्या उद्योगाला पायबंद घालण्यासाठी भरीव प्रयत्न केला.

स्वामी दयानंद सरस्वती यांनी वेद ग्रंथांवर आधारित केलेला धर्म व समाजसुधारणेचा प्रसार (वेदांकडे परत चला संदेश) (१८२४-१८८३)

स्वामी दयानंद सरस्वती यांचे संक्षिप्त चरित्र : स्वामी दयानंद सरस्वती यांचा जन्म २० सप्टेंबर, १८२४ रोजी गुजराथमधील मोरवी संस्थानात टंकारा या गावी औदीच्य ब्राह्मण कुळात झाला. त्यांचे मूळ नाव मूलशंकर करसनजी त्रिवेदी असे होते. स्वामी दयानंदांचे वडील करसनजी हे त्या गावचे जमीनदार व प्रतिष्ठित सावकार होते. सरकारच्या वतीने महसूल गोळा करण्याचा अधिकार त्यांना मिळाला होता. ते कट्टर शिवभक्त होते. तत्कालीन देवपूजेशी संबंधित सर्व प्रकारचे कर्मकांड त्यांच्या घरात निष्ठेने पार पाडीत. मूळशंकरचा अभ्यास म्हणजे संस्कृतचे अध्ययन त्यांच्या घरीच वयाच्या पाचव्या वर्षापासून सुरू केले. त्यांनी यजुर्वेद ही शिकण्यास प्रारंभ करून त्यांचे अध्ययन घरीच पूर्ण केले.मूलशंकरजींना त्यांच्या घराण्याच्या परंपरेप्रमाणे शिवरात्रीचे व्रत व ब्राह्मणी कर्मकांडांचे शिक्षण त्यांचे वडील त्यांना देऊ लागले.

दहाव्या वर्षापासून ते शिवाची पूजा करू लागले, कारण शंकराची उपासना ही सर्वात श्रेष्ठ आहे, असे त्यांचे वडील त्यांना सांगत. अशा प्रकारे वयाच्या चौदाव्या वर्षापर्यंत यजुर्वेद संहिता व इतर वेदांचा काही पाठही पूर्ण झाला होता. कोठे शिवपुराण वगैरेची कथा असली तर ती ऐकण्यासाठी वडील त्यांना बरोबर घेऊन जात व स्वत:जवळ बसवून ऐकवत.

वयाच्या १४ व्या वर्षी त्यांच्या वडिलांनी त्यांना महाशिवरात्रीचे व्रत करण्यास सांगितले. स्वामीजींनी ते व्रत करण्यास नकार दिला, परंतु त्यांना महाशिवरात्रीसंबंधी कथा ऐकवण्यात आली. ती त्यांना खूप आवडली म्हणून त्यांनी शिवरात्रीचे व्रत करण्याचे ठरविले. शिवरात्रीचे व्रत ही त्यांच्या जीवनातील क्रांतिकारक घटना ठरली.

शिवरात्रीच्या व्रतानुसार, त्या रात्री शिव मंदिरात जागरण करावयाचे होते. त्यानुसार स्वामीजी आपल्या वडिलांसोबत गावाबाहेर शिवाच्या एका मोठ्या देवळात गेले. तेथे त्या रात्री पुष्कळ लोक जमून त्यांनी पूजाअर्चाही केली. रात्रीच्या पहिल्या व दुसऱ्या प्रहराची पूजा आटोपली, मग रात्रीचे बारा वाजून गेल्यावर लोक हळूहळू जागच्या जागी झोपू लागले. खुद्द त्यांचे वडीलही झोपून गेले, परंतु आपण निजलो तर आपला उपास निष्फळ होईल व शिवशंकर आपल्याला प्रसन्न होणार नाहीत असे वाटल्याने त्यांनी आपल्या झोपेवर नियंत्रण मिळवून ते निजले नाहीत. रात्री सर्वत्र शांतता पसरल्याने देवळातल्या बिळांतून उंदीर बाहेर आले आणि शंकराच्या पिंडीवरील अक्षता, प्रसाद खाऊ लागले. ही घटना जरी साधारण होती, तरी निष्ठेने शिवाची पूजा करणाऱ्या मूळशंकराला याचा मोठा चमत्कार वाटला, कारण शिवरात्रीच्या आदल्या

दिवशी जी कथा ऐकली होती, तिच्यात शिवाचे अक्राळ-विक्राळ गण, त्याचे पाशुपतास्त्र, त्याचे वृषभ वाहन व त्याचे अद्‌भुत शौर्य याविषयी पुष्कळ श्रवण केले होते. मूळशंकर १४ वर्षीय बालकच असल्यामुळे शिवरात्रीची कथा ऐकून शिवाची प्रतिमा त्याप्रमाणेच त्यांच्या मनात होती, यामुळे शिव पिंडीवर नाचणारे उंदीर पाहून त्यांना वाटले, जो शिव आपल्या पाशुपतास्त्राने मोठमोठ्या प्रचंड दैत्यांना मारतो त्याला एवढे क्षुद्र उंदीर हाकलून देता येत नाहीत काय? याविषयी विचारण्यासाठी त्यांनी त्यांच्या वडिलांना उठविले. त्यांनी याविषयांचे वर्णन पुणे येथे सांगितलेल्या आत्मचरित्रात याप्रमाणे सांगितले, 'चूहोंके इस खेल को देखकर मेरी लडकपन बुद्धी आश्चर्य में पड गई और मैंने सोचा की, जो शिव अपने पाशुपत अस्त्र से बडे-बडे दैत्यों को मारता है, क्या वह ऐसे तुच्छ चूहों को भी अपने ऊपर से नहीं हटा सकता। इस प्रकार बहुतसी शंकायें मेरे मन में उठने लगी। मैंने पिताजी को जगाकर पूछा। ये महादेव इस छोटे से चुहे को 'क्यों' नही हटा देते। पिता ने कहा की, तेरी बुद्धी भ्रष्ट है, यह तो केवल देवता की मूर्ति है। तब मैंने निश्चय किया कि जब मै इसी त्रिशूलधारी शिव को प्रत्यक्ष देखूँगा तब ही पूजा करूँगा, अन्यथा नहीं।'[८७] या घटनेनंतर त्यांचा मूर्तिपूजेवरील विश्वास पूर्णपणे उडाला. यानंतरच्या घटना म्हणजे त्यांची बहीण व नंतर त्यांचे चुलते यांचा झालेला मृत्यू. याचा त्यांच्यावर परिणाम झाला. मृत्यूविषयीचे गूढ उकलण्याचे त्यांनी ठरविले.

विवाह बंधनात न अडकता सत्य शोधण्याचे त्यांनी ठरविले. यानुसार वयाच्या २२ व्या वर्षी १८४६ मध्ये आपल्या घरातून त्यांनी पलायन केले. पूर्णानंद सरस्वती या महाराष्ट्रीय संन्याशाकडून संन्यास घेतला व दयानंद सरस्वती हे नाव धारण केले. आपल्या ध्येयप्राप्तीसाठी ते भारतातील अनेक योग्यांना भेटले. उत्तर, पश्चिम, पूर्व, मध्य भारतातील सर्वच तीर्थक्षेत्रांना त्यांनी भेटी दिल्या. दक्षिण भारत सोडून त्यांनी संपूर्ण भारतभ्रमण केले. तेथील धार्मिक परिस्थितीचे, अंधश्रद्धा, मूर्तिपूजा व त्यासंबंधीचे ढोंगी कर्मकांड इत्यादींचे त्यांनी जवळून निरीक्षण केले. या भारतभ्रमणातच त्यांनी भारतातील अनेक पंथांचा व त्यांच्या धर्मग्रंथांचा अभ्यास केला, परंतु या सर्व पंथांमध्ये त्यांना ढोंग व असत्य आढळून आले.

शेवटी ते मथुरा येथे आले असता ते ज्या गुरूच्या शोधात होते, त्या गुरूंची प्राप्ती त्यांना येथे झाली. स्वामी विरजानंद या अंध गुरूंकडे त्यांनी वेद व इतर सत्यज्ञानाची शिक्षा प्राप्त केली. स्वामी विरजानंदांजवळ त्यांनी तीन वर्षे अध्ययन केले.

गुरुदक्षिणेच्या स्वरूपात त्यांनी, स्वामी दयानंदांकडून संपूर्ण भारतवर्षातील अनेक पंथ, आचार-विचार, निरर्थक कर्मकांड, अंधविश्वास, मूर्खपणाच्या समजुती

व खोट्या धर्मग्रंथांवर आधारित धर्मसमजुतींचा व पाखंड मतांचे खंडन करून वैदिक ज्ञानाचा दिव्य संदेश देण्याची कामगिरी स्वामी दयानंदांवर सोपविली.

अशा प्रकारची गुरुदक्षिणा देण्याचे स्वामीजींनीही तत्परतेने मान्य केले. वेद ग्रंथ म्हणजे आर्ष ग्रंथ, वेदग्रंथ हे ईश्वरोक्त आहेत, वेदांना स्वयं ईश्वरानेच निर्माण केले, यामुळे वेदांमध्येच सत्यज्ञान आहे व सर्व मानवांच्या उपयोगाचे आहे. या ज्ञानाचा उपभोग घेण्यास, शूद्र, अतिशूद्र, स्त्री, मुसलमान, ख्रिश्चन इ. कोणालाही प्रतिबंध नाही. वेदांमध्येच जगाच्या कल्याणासाठी आवश्यक असलेले ज्ञान सामावलेले आहे, म्हणून जगातील सर्वच मानवांनी वैदिक धर्माचा स्वीकार करावा व त्याचे तत्त्वज्ञान सर्वांना कळावे यासाठी त्यांनी आयुष्यभर यशस्वी प्रयत्न केले.

वेदांमध्ये मूर्तिपूजेला स्थान नाही, परंतु वैदिक ज्ञानाचा लोप होऊन पुराण व इतर ग्रंथांवर आधारित मूर्तिपूजा व त्यासंबंधीची ढोंगी, निरर्थक कर्मकांडे म्हणजेच १९ व्या शतकातील भारतातील हिंदू समाजाचा धर्म बनला होता. यामुळेच वेद हे हिंदुंचे आर्ष ग्रंथ आहेत. हिंदुंच्या धर्माचा पाया वेद आहेत आणि वेदांमध्ये मूर्तिपूजा नाही हे तत्त्व सर्व भारतवर्षात प्रसारित करण्यासाठी त्यांनी सनातनी पंडितांशी मुख्य तीर्थक्षेत्री वाद घालून त्यांना पराभूत करण्याचे ठरविले. यानुसार त्यांनी काशी, हरिद्वार, ऋषिकेश, मथुरासहित भारतातील अनेक तीर्थक्षेत्रांतील सनातनी पंडितांशी वेदांमध्ये मूर्तिपूजा आहे किंवा नाही यावर वादविवाद केला.

तत्कालीन इंग्रजी शिक्षितांचा प्रभाव असलेल्या कलकत्ता, पुणे, दिल्ली, मुंबई इ. शहरांना भेटी देऊन तेथील इंग्रजी सुशिक्षितांनाही त्यांनी वैदिक ज्ञानाची दीक्षा दिली.

१८७२ पर्यंत ते सनातनी पंडितांशी वादविवाद करताना संस्कृत भाषेचाच वापर करीत. त्यांना संस्कृत भाषाच उत्तम येत असे. सनातनी पंडितांची व धर्मग्रंथांची वेदांची भाषा संस्कृतच होती, यामुळेच ते संस्कृत भाषेतच बोलत. तसेच वैराग्याप्रमाणे अंगावर भस्म व एक लंगोटी एवढेच वस्त्र ते वापरीत, यामुळे सामान्य लोकांना, त्यांना प्राप्त झालेले वेदांचे ज्ञान समजणे कठीण होते.

१८७२ मध्ये ज्यावेळेस स्वामीजी कलकत्त्याला आले, त्यावेळी ब्राह्मो समाजाचे अध्यक्ष केशवचंद्र सेन यांची भेट घेऊन ब्राह्मो समाज अनुयायांसमोर व्याख्यानही दिले. या भेटीमध्ये केशवचंद्र सेन यांनी स्वामीजींचा संदेश सर्वसामान्य लोकांपर्यंत पोहोचविण्यासाठी हिंदी भाषेतून उपदेश देण्याची व अंगावर संपूर्ण वस्त्र वापरण्याची विनंती केली. स्वामीजींनीही ती विनंती मान्य केली. येथून पुढे ते अंगभर वस्त्र व हिंदी भाषेचा वापर आपल्या वेदज्ञान प्रसारासाठी करू लागले.

महाराष्ट्रातील प्रार्थना समाजाचे सभासद न्या. रानडे व इतरांवर त्यांचा प्रभाव पडला, यामुळेच त्यांनी स्वामीजींना १८७५ मध्ये पुणे येथे व्याख्यानासाठी आमंत्रित केले. स्वामीजींनी पुणे येथे दोन महिने मुक्काम करून मूर्तिपूजा, बालविवाह, विधवापुनर्विवाह, जातिभेद इ. वर वेदांवर आधारित आधुनिक विचार मांडले. याचा सनातनींनी विरोध दर्शविला. पुण्याचेच लोकहितवादी या आद्य महाराष्ट्रीयन सुधारकांवर स्वामीजींचा विशेष प्रभाव पडला. तेही स्वामीजींनी स्थापिलेल्या आर्य समाजाचे अध्यक्ष झाले.

प्रार्थना समाजाचे काही अनुयायी व इतर अनुयायांनी स्वामीजींचा संदेश कायमस्वरूपी जागृत रहावा यासाठी एक स्थायी संस्था स्थापन करण्याची विनंती केली, यावरून स्वामीजींनी १८७५ मध्ये प्रथम मुंबई येथे वेदांचे ज्ञान प्रसार करण्यासाठी 'आर्य समाजा'ची स्थापना केली.

यानंतर उत्तर भारतातही आर्य समाजाच्या अनेक शाखा स्थापन करण्यात आल्या.

स्वामीजींनी आपले विचार ग्रंथित करावेत यासाठी त्यांच्या अनुयायांनी त्यांना विनंती केली. यानुसार स्वामीजींनी वेदांवर आधारित समाज व धर्म कसा असला पाहिजे याचे सखोल ज्ञान देण्यासाठी १८७५ मध्ये 'सत्यार्थ प्रकाश' नावाचा प्रमुख ग्रंथ लिहिला.

'सत्यार्थ प्रकाश' या ग्रंथामधूनच स्वामीजींचे विचार प्रामुख्याने समजून येतात. या व्यतिरिक्त स्वामीजींनी अनेक ग्रंथांची निर्मिती केली. स्वामीजींनी लिहिलेले ग्रंथ पुढीलप्रमाणे आहेत.

१. सत्यार्थ प्रकाश (१८७५)
२. ऋग्वेदादिभाष्य भूमिका (१८७८)
३. ऋग्वेदभाष्य (१८७७)
४. यजुर्वेद भाष्य (१८७८)
५. संस्कार विधि(१८७७)
६. व्यवहारभानु (१८७९)
७. आर्याभिविनय (१८७९)
८. आर्योद्देश्यरत्नमाला (१८७७)
९. अष्टाध्यायी भाष्य (१८७९)
१०. भागवत खंडन अपरनाम पाखण्ड खण्डन (१८६६)
११. अद्वैतमतखण्डन (१८७०)

१२. संध्योपासनादि पंचमहायज्ञविधी (१८७५)
१३. वेदान्ति ध्वान्तनिवारण (१८७६)
१४. वेदविरुद्ध मतखण्डन (१८७५)
१५. शिक्षापत्रीध्वान्तनिवारण (१८७५)
१६. भ्रान्तिनिवारण (१८८०)
१७. संस्कृतवाक्यप्रबोध (१८७९)
१८. गौतमअहल्या की कथा (१८७९)
१९. भ्रमोच्छेदन (१८८०)
२०. गोकरुणानिधि (१८८०)
२१. वेद प्रकाश (१४ भाग) (१८७९)
२२. काशीशास्त्रार्थ (१८८०)
२३. हुगली शास्त्रार्थ (१८७३)
२४. सत्यधर्मविचार (१८८०)
२५. जालंधर शास्त्रार्थ (१८७७)
२६. सत्यासत्यविवेक बरेली शास्त्रार्थ (१८७९)
२७. चतुर्वेद विषयसूची (१८७१)
२८. वेदभाष्यम् (१८७६)
२९. पंचमहायज्ञविधि: (संशोधित, १८७७)
३०. संध्या (१८६३)

स्वामी दयानंद सरस्वती यांनी लिहिलेल्या अनेक ग्रंथांवरून त्यांनी प्रतिपादन केलेले सुधारणा-विचार समजून येतात. वेदांनी प्रतिपादन केलेल्या विचारांवर आधारित समाजरचना, त्यांचे आचार-विचार, व्यवहार मनुष्याच्या जन्मापासून मृत्यूपर्यंत कसे असावेत याचे विवेचन त्यांच्या ग्रंथांमध्ये लोकहितार्थ त्यांनी केले आहे.

वेदांचे महत्त्व

वेदांमध्ये सर्व मानवांना सर्व व्यवहारांसाठी जीवनात उपयुक्त ठरणारे अनेक प्रकारचे ज्ञान आहे, म्हणून धर्माप्रमाणे आचरण करण्यासाठी वेदोक्त रीतीनेच केले पाहिजे, कारण वेद हे साक्षात सर्वव्यापी जे परब्रह्म त्याच्यापासून उत्पन्न झाले आहेत. वेदांमध्ये ज्या ऋचा आहेत, त्या मानवांना उद्देशून केलेल्या ईश्वराच्या आज्ञाच आहेत असा त्यांचा पूर्ण विश्वास होता. वेदांच्या उत्पत्तीविषयी ते 'ऋग्वेदादिभाष्यभूमिका' या पुस्तकात म्हणतात, 'सत् जिसका कभी नाश नहीं होता, चित् जो सदा ज्ञानस्वरूप

है, जिसको अज्ञान का लोभ भी कभी नहीं होता, आनन्द जो सदा सुखस्वरूप और सबको सुख देनेवाला है, इत्यादि लक्षणों से युक्त पुरुष जो सब जगह में परिपूर्ण हो रहा है, जो सब मनुष्योंको उपासना के योग्य इष्टदेव और सब सामर्थ्य से मुक्त है, उसी परब्रह्म से (ऋच:) ऋग्वेद (यजु:), यजुर्वेद (सामानि), सामवेद और (छन्दांसि) इस शब्द से अथर्व भी, ये चारो वेद उत्पन्न हुए हैं। इसलिए सब मनुष्य को उचित है की, वेदोंका ग्रहण करे और वेदोक्त रीति से ही चले।'[८८]

विद्वान विचारशील पुरुषांनी ऋग्वेदावाचून परमेश्वराला जाणून सदैव धर्मयुक्त पुरुषार्थ केला पाहिजे. उत्तम गुणांची प्राप्ती करून, पुत्र, कन्यांना शिक्षण दिले पाहिजे. ज्यामुळे प्रबळ रोग, विघ्न इ. दूर होतील असा संदेश स्वामीजी देतात. 'विद्वान मनुष्यों को सदैव परमेश्वर और धर्मयुक्त पुरुषार्थ के आश्रय से ऋग्वेद को पढके गुण और गुणोंको ठीक-ठीक जानकर सब पदार्थों के सम्प्रयोग से पुरुषार्थ की सिद्धी के लिए अत्युत्तम क्रियाओंसे युक्त होना चाहिए कि जिससे परमेश्वर की कृपापूर्वक सब मनुष्यों को सुख और ऐश्वर्य की वृद्धी हो।'[८९]

मनुष्यांना सुखप्राप्तीचे साधन वेद विद्या आहे, म्हणून आपल्या उन्नतीसाठी मनुष्याने वेद अध्ययनाद्वारे शिक्षण प्राप्त करून आपले जीवन परिपूर्ण धर्मयुक्त जगले पाहिजे. वेद हे सर्व काळासाठी उपयुक्त आहेत म्हणजे ते 'नित्य' आहेत, वेद हे ईश्वरी विद्येनेच उत्पन्न झाले आणि ईश्वराची विद्या ही कधीच अनित्य असू शकत नाही. 'वेद ईश्वर से उत्पन्न हुए हैं, इससे वे स्वत: नित्यस्वरूप ही हैं, क्यों की ईश्वर का सब सामर्थ्य नित्य ही है।'[९०] ईश्वर नित्य आहे तसेच वेदही ईश्वरोक्त असल्यामुळे नित्य आहेत. वेदांमध्ये सत्यविद्या आणि पक्षपातरहित धर्माचे प्रतिपादन आहे, यावरून चारही वेद नित्य आहेत.

ऋग्वेदादी भाष्य भूमिका या ग्रंथांत स्वामीजींनी वेदोत्पत्ति, वेदनित्यत्वविषय, वेद विषय विचार (वेदांचा विषय), वेद संज्ञाविचार या प्रकरणांमध्ये वेदविषयक सविस्तर विवेचन केले आहे.

१९ व्या शतकातील सनातनी वेदांचा अर्थ कालत्रयी होणे शक्य नाही असे ब्रीद वापरून वेदांचा अर्थ करीत नसत व वेदोक्त रीतीने धर्मव्यवहार करण्याचा फारसा संबंध त्यामुळे नव्हता. पुराणमतवाद्यांची भिस्त पुराणग्रंथांवर, श्रृती ग्रंथांवर होती. परंतु वेदच ईश्वरोक्त आहेत, म्हणून वेदातील आज्ञांचेच पालन केले पाहिजे असे स्वामीजींचे मत असल्यामुळे ब्राह्मण ग्रंथ, इतिहास ग्रंथ, पुराण, कल्प गाथा इ. प्रमाण मानण्यास योग्य नाहीत असे ते मानत.

वेदांवर आधारित धर्माची व्याख्या करताना ते म्हणतात, 'वेदात सांगितलेल्या

ईश्वरोक्त आज्ञा पालन करणे, पक्षपातरहित न्याय सर्वांच्या हितासाठी करणे यालाच धर्म म्हणतात. 'जिसका स्वरूप ईश्वर की आज्ञा का यथावत पालन, पक्षपातरहित न्याय सर्वहित करना है, जो कि, प्रत्यक्षादि प्रमाणोंसे सुपक्षित और वेदोक्त होने से सब मनुष्यों के लिये एक और मानने योग्य है, उसको 'धर्म' कहते हैं।'[११]

१९ व्या शतकात बालविवाह, मुलीच्या १२ व्या वर्षीच प्रथम ऋतु प्राप्त झाल्यावर पंधरा दिवसांच्या आत केला जाणारा गर्भादान संस्कार, विधवा पुनर्विवाहाला प्रतिबंध, जातिभेद व त्यामुळे शूद्र अतिशूद्रांना विद्यादानापासून वंचित ठेवणे, मानवी अधिकारांपासून त्यांना वंचित ठेवणे, इ. अनेक सामाजिक दुष्प्रवृत्ती, प्रथांमुळे हिंदू समाज अधोगतीला गेला होता.

परंतु अशा दुष्ट प्रथांचे समर्थन वेदांमध्ये नाही, याउलट वेदांमध्ये युवा अवस्थेतील विवाह, २५ वयापर्यंत ब्रह्मचर्य पालन करून विद्या प्राप्त करणे, नियोग पद्धतीद्वारे विधवांनाही पुत्रप्राप्तीचा अधिकार इ. सुदृढ, निकोप समाजासाठी आवश्यक असलेले सर्व संस्कार वेदांत असल्याचे प्रतिपादन करून, १९ व्या शतकात वरील ज्या समस्या समाजाला भेडसावत होत्या आणि इंग्रजी शिक्षित सुधारकांना यासाठी लढा द्यावा लागत होता ते कार्य स्वामीजींनी हिंदुंच्या आद्य, आर्य ग्रंथांत वेदांत प्रतिपादन केले असल्याचे सांगून धर्म व समाजसुधारणेसाठी आवश्यक असे अतिशय महत्त्वपूर्ण विचार मांडले व धर्म व समाजसुधारणा चळवळीला मोठे बळ प्राप्त करून देऊन पूर्णत्वही प्रदान केले.

हिंदुंच्या व्यक्तिगत जीवनावर प्रभाव करणाऱ्या संस्कारांविषयी प्रतिपादन केलेले वेदोक्त सुधारित विचार

विवाहविषयक विचार : १९ व्या शतकात मुला-मुलींचा विवाह वयाच्या ८ व्या वर्षी किंवा १० व्या वर्षी पूर्वीच करण्याची प्रथा होती, यामुळे २५ व्या वर्षापर्यंत ब्रह्मचर्य पालन करून शरीर सुदृढ करणे व विद्या प्राप्त करणे हे जीवनास आवश्यक असलेले संस्कार मुलांवर घडत नसत.

या प्रकारे मुलींवरही बालवयातच सासू-सासऱ्यांकडे राहून प्रपंचाची जबाबदारी येत असे, यामुळे मुलींनाही शरीर सुदृढ करणे व विद्याप्राप्ती करण्यासारखे संस्कार घडत नसत, यामुळे २५ वयापूर्वीच स्त्री व पुरुष अनेक रोगिष्ट मुलांचे माता-पिता बनत, परंतु या वयात उत्पन्नाचे साधनही त्यांना माहीत नसल्याने ते आई-वडिलांवर निर्भर असत, यामुळे संसार सुखाचा न होता दु:खाचाच होत असे, यामुळे एकूणच समाज दुर्बल होऊन अधोगतीस चालला होता, यामुळे स्वामी दयानंदांनी वेदप्रणित सांगितलेल्या विवाह विषयास महत्त्व प्राप्त होते.

विवाहाविषयी सांगताना ते म्हणतात, यथायोग्य ब्रह्मचर्याचे पालन करून, आचार्यांच्या अनुकूल वागून, धर्मपूर्वक चार, तीन, दोन किंवा एका वेदाचे सांगोपांग अध्ययन करून ज्याचे ब्रह्मचर्य खंडित झाले नसेल अशा पुरुषाने अथवा स्त्रीने गृहस्थाश्रमामध्ये प्रवेश करावा. मुलीच्या वयाच्या सोळाव्या वर्षापासून चोविसाव्या वर्षापर्यंत आणि पुरुषाच्या पंचविसाच्या वर्षापासून अठ्ठेचाळीसाव्या वर्षापर्यंतचा काळ विवाहाच्या दृष्टीने उत्तम होय. 'न्यून से न्यून १६(सोलाह) वर्ष की कन्या और २५ (पच्चीस) वर्ष का पुरुष अवश्य हो, और इससे अधिक वय वाला होने से अधिक उत्तमता होती है।'[९२] ज्या देशात याप्रमाणे श्रेष्ठ विवाह होतात, ब्रह्मचर्य पालन आणि विद्याभ्यास या गोष्टी मोठ्या प्रमाणावर चालतात तो देश सुखी होतो, याउलट ज्या देशातील मुले ब्रह्मचर्याचे पालन करीत नाहीत, विद्याभ्यासाकडे लक्ष देत नाहीत आणि बालपणी व अयोग्य स्त्रीपुरुषांचे विवाह होतात तो देश दुःखात बुडून जातो, कारण ब्रह्मचर्य पालन व विद्याभ्यास केल्यानंतर लग्न करण्याची सुधारणा अमलात आल्यास सर्व गोष्टींत सुधारणा घडून येते. तसे झाले नाही तर सर्व काही बिघाड होत असतो, असे ते म्हणतात. अशा प्रकारे प्रौढ विवाहाची शिफारस करून बालविवाहाचा स्वामीजींनी निषेध केला.

गर्भादान संस्कार : दहाव्या वर्षापर्यंत मुलीचे लग्न न करता तिला रजस्वला या स्वरूपात पाहून तिचे आई-बाप व मोठा भाऊ हे तिघेही नरकात जातात. अशी वचने काही स्मृती व पुराण ग्रंथांमध्ये होती व तीच समजूत तत्कालीन लोकांची होती.

या धर्माज्ञेनुसार मुलीचा विवाह ८ व्या वर्षापूर्वी करण्याची प्रथा, तत्कालीन उच्चवर्णीय समाजात होती व १२ व्या वर्षी प्रथम वेळी ऋतु प्राप्त झाला असता गर्भादान संस्कार न केल्यास भ्रूणहत्या केल्याचे पातक लागते अशी समजूत होती. यामुळेच ८ व्या वर्षापूर्वी विवाह व १२ व्या वर्षी गर्भादान करणे आवश्यक असे संस्कार बनले होते. याचे अनेक दुष्परिणाम समाजाला भोगावे लागत होते.

स्वामीजींनी या प्रथेचे खंडन केले. 'संस्कारविधी' या पुस्तकात त्यांनी गर्भादान संस्काराविषयी सविस्तर लिहिले आहे. यात ते म्हणतात, जसे बीज आणि जमीन हे उत्तम पीक येण्यासाठी आवश्यक असतात, त्याचप्रमाणे उत्तम संतती होण्यासाठी उत्तम बलवान स्त्री-पुरुष असणे आवश्यक असते, यासाठी पूर्ण यौवन अवस्था प्राप्त होईपर्यंत ब्रह्मचर्य पालन आणि विद्याभ्यास करून ज्ञान मिळवणे आणि शरीर सुदृढ करणे आवश्यक असते. गर्भादान संस्कार म्हणजे स्त्री-पुरुष समागम यासाठी मुलीचे वय कमीतकमी १६ वर्षे व मुलाचे २५ वर्षे आवश्यक असते, कारण सोळाव्या वर्षानंतर स्त्रीच्या गर्भाशयाची पूर्ण वाढ होते व तिचे शरीर बलवान होते आणि पुरुषाचे

शरीर चोवीस वर्षानंतर सुदृढ होऊन त्याचे वीर्य परिपक्क होते, म्हणून अशा पुरुषांची संतती उत्तम होत असते. 'विना सोलहवें वर्ष के गर्भाशय में बालक के शरीर की यथावत बढ़ने के लिये अवकाश उपयुक्त और स्त्री के शरीर मे गर्भ के धारण पोषण का सामर्थ्य भी नहीं होता। और २५(पच्चीस) वर्ष के विना पुरुष का वीर्य भी उत्तम नहीं होता।''[१३]

गर्भादान संस्कार करताना वैद्यक शास्त्रांचा आधार घेतला पाहिजे. पूर्वोक्त वयाच्या पूर्वी गर्भधारणा झाली असता त्यात बिघाड होतो व रोगिष्ट संतान होते किंवा ती जास्त काळ जगत नाही, म्हणून ज्यांना आपली संतती उत्तम, दीर्घायुषी, सुशील, बुद्धिवान, पराक्रमयुक्त व विद्वान अशी पाहिजे असेल त्यांनी मुलीचा विवाह वयाच्या १६ व्या वर्षानंतर व मुलाचा वयाच्या २५ व्या वर्षानंतर करावा असा संदेश त्यांनी दिला.

बालविवाहाची आज्ञा देणाऱ्या ब्रह्मपुराण व पराशर स्मृतीतील आज्ञांविषयी ते म्हणतात की, ब्रह्मदेवाने किंवा पराशर ऋषींनी अशा प्रकारच्या आज्ञा केलेल्या नाहीत. त्या कोणी गप्पाड्या मूर्ख लोकांनी मध्येच घुसडून दिल्या आहेत, यामुळे असल्या व्यर्थ आज्ञांना प्रमाण मानण्याचे सोडून वेदांनाच प्रमाण मानावे असे त्यांनी सांगितले. 'पराशर वगैरेंच्या नावांनी तुम्ही उद्‌धृत केलेले श्लोक कोणीतरी रचलेले आहेत. म्हणून असल्या श्लोकांचा आधार घेणे सोडून वेदांनाच प्रमाण माना आणि त्याप्रमाणे सर्व कामे करा.'[१४] असा संदेश स्वामीजींनी सनातनी व सामान्यांना देऊन वेदप्रणित धर्माज्ञांचा आदर करून युवा अवस्थेत विवाह करणे योग्य असल्याचे सांगितले.

विधवा पुनर्विवाहासंबंधी (नियोगाविषयी) मार्गदर्शन

ज्या स्त्रीचा अथवा पुरुषाचा फक्त पाणिग्रहण संस्कार झाला असेल आणि त्यांचा समागम झाला नसेल तर अशी अक्षतयोनी स्त्री आणि अक्षतवीर्य पुरुष यांना वैधव्य वा विधुर अवस्था प्राप्त झाल्यास त्यांनी अन्य पुरुषांशी अथवा स्त्रीशी पुनर्विवाह केला पाहिजे.

तत्कालीन समाजात अगदी बालवयात-पाळण्यात असताना जरी मुलगी विधवा झाली तरी तिचा पुनर्विवाह निषिद्ध होता, यामुळे तरुण अवस्थेत व वृद्धावस्थेपर्यंत त्यांना मोठ्या हाल अपेष्टा व अपमानकारक जीवन जगावे लागे, यामुळेच अशा पुरुषाशी समागम न झालेल्या विधवेचा पुनर्विवाह होऊ शकतो असे स्वामीजींनी सांगितले.

परंतु क्षतयोनी म्हणजे ज्या स्त्रीचा आपल्या पतीशी समागम झाला असेल व

नंतर ती विधवा झाली असेल तर त्यांचा पुनर्विवाह होऊ नये असे सांगितले, परंतु ज्या स्त्रियांना संतानोत्पत्तीची इच्छा असेल त्यांनी नियोग पद्धतीने संतानोत्पत्ती करावी. नियोगचा अर्थ विधवा स्त्री आणि ज्या पुरुषाची पत्नी मृत्यू पावली असेल त्यांचा विधीपूर्वक नियोग केला जाऊ शकतो. 'यह नियोग शिष्ट पुरुषों की सम्मती और दोनों की प्रसन्नतासे हो सकता है।'[९५] नियोग समर्थनार्थ त्यांनी ऋग्वेदातील ऋचा उद्‌धृत केल्या आहेत. ज्याप्रमाणे नियमाने विधिवत विवाह झाल्यावर व्यभिचार म्हणत नाहीत तसा नियोग हा नियमपूर्वक केल्यामुळे त्यालाही व्यभिचार म्हणता येत नाही. 'ज्याप्रमाणे दुसऱ्याची कन्या व दुसऱ्याचा मुलगा यांचा शास्त्रोक्त विधिपूर्वक विवाह झाल्यानंतर होणाऱ्या त्यांच्या समागमामध्ये व्यभिचार, पाप अथवा लज्जा नसते, त्याप्रमाणे वेदशास्त्रोक्त नियोगामध्ये व्यभिचार, पाप अथवा लज्जा मानावयास नको.'[९६] नियोगाला विरोध करणे पाप आहे, कारण ईश्वराच्या सृष्टीक्रमानुसार स्त्री पुरुषांना स्वाभाविक व्यवहार थांबवू शकत नाही. जर अशा प्रकारचा नियोग होऊ दिला नाही तर परिणामस्वरूप भ्रूणहत्या आणि विधवा स्त्रिया व विधुर पुरुष यांच्याकडून अनेक संतापजनक कुकर्मं होतात, ती या नियोगापेक्षा अतिशय दुष्ट कर्मं आहेत हे कोणीही मान्य करेल.

जोपर्यंत स्त्री–पुरुष तरुण असतात तोपर्यंत त्यांच्या मनात प्रजोत्पादनाची इच्छा व विषय वासना असणे स्वाभाविक आहे, यामुळे गुप्तपणे होणारा व्यभिचार, कुकर्मे, भ्रूणहत्या थांबविण्याचा एकमेव मार्ग नियोग असल्याचे स्वामीजींनी वेदांतील ऋचा उद्‌धृत करून व तत्कालीन परिस्थिती लक्षात घेऊन त्याची आवश्यकता स्पष्ट केली.

तसेच वेदरीतीनुसार एका पुरुषास एकच स्त्री पत्नी असू शकते असेही प्रतिपादन केले. तत्कालीन उच्चवर्णीय समाजात अनेकपत्नीत्वाची पद्धत रूढ होती, यामुळे एक पती मृत्यू पावला असता त्याच्या अनेक बायका विधवा होत.

जातीभेद निषेध (वर्णाश्रमविषय विचार)

हिंदू समाजात अनेक जाती आहेत. यात शूद्र गणल्या गेलेल्या लोकांना सर्वसामान्य मानवी अधिकारांपासून वंचित ठेवण्यात आले, कारण हिंदूंमध्ये जन्मावर आधारित जाती मानण्यात आल्या. ज्या जातीत व्यक्तीचा जन्म होतो, तीच त्याची जात व तेच त्याचे कर्महीं अविभाज्य मानले गेले.

स्वामीजींनी अशा जन्मावर आधारित जातींचा निषेध केला. वैदिक धर्मामध्ये गुणकर्मानुसार वर्णव्यवस्था असल्याचे त्यांनी सांगितले. यानुसार धर्माप्रमाणे आचरण करून खालच्या वर्णातील माणूस आपल्याहून उत्तम वर्णात जाऊ शकतो आणि त्याच वर्णात त्याची गणना केली जावी, याचप्रमाणे अधर्माचरण करणारा उत्तम वर्णातील

मनुष्य आपल्यापेक्षा खालच्या वर्णास प्राप्त होतो आणि त्याची गणना त्याच वर्णात केली जावी. ही गुणकर्मानुसार वर्णाची व्यवस्था, मुलींच्या सोळाव्या वर्षी आणि मुलांच्या पंचविसाव्या वर्षी परीक्षा करून निश्चित केली पाहिजे आणि त्याप्रमाणे ब्राह्मण वर्णाच्या पुरुषाचा ब्राह्मण स्त्रीशी, क्षत्रिय पुरुषांचा क्षत्रिय स्त्रीशी, वैश्य पुरुषाचा वैश्य स्त्रीशी व शूद्र पुरुषाचा शूद्र स्त्रीशी विवाह करावा. वेदरीतीनुसार वास्तविक मनुष्य जातीचे दोन भेद असल्याचे ते म्हणतात, एक आर्य आणि दुसरा दस्यू आर्य म्हणजे श्रेष्ठ आणि दस्यु म्हणजे दुष्ट स्वभावयुक्त डाकू आदि मनुष्य; असे दोन भेद आहेत.

यजुर्वेदातील मंत्रानुसार ईश्वराच्या मुखातून ब्राह्मण, बाहुतून क्षत्रिय, उदरातून वैश्य व पायांपासून शूद्र झाले. या मंत्राचा अर्थ सनातनी समाज शब्दश: करत होता, परंतु या मंत्राचा अर्थ वास्तविक लोक समजतात तसा नाही. कारण परमेश्वर सर्व व्यापी, निराकार असल्यामुळे त्याला हातपायादी अवयव असू शकत नाही. यामुळे वरील मंत्राचा अर्थ लोक जसा बोध करतात तसा नाही, 'परमेश्वर निराकार असल्यामुळे त्याला मुख वगैरे अवयव असू शकत नाहीत. तेव्हा त्याच्या मुखापासून ब्राह्मण उत्पन्न होणे असंभव आहे. वेश्या स्त्रीच्या मुलाचे लग्न झाले असे म्हणण्यासारखे हे आहे.'[१७] स्वामीजी पुढे असेही स्पष्टीकरण देतात की, मुखादी अवयवांपासून ब्राह्मण उत्पन्न झाले असते तर, मुखाचा आकार गोल असता, म्हणून ब्राह्मणांचे शरीर तोंडासारखे वाटोळे असावयास हवे होते, क्षत्रियांचे शरीर बाहूंसारखे, वैश्यांचे मांडीसारखे आणि शूद्रांचे शरीर पायांसारखे असावयास हवे होते, परंतु तसे नाही. सर्व मनुष्य गर्भाशयातून जन्माला येतात. ब्राह्मणांना उद्देशून ते म्हणतात की, तुम्ही काही मुखातून उत्पन्न झाला नाहीत. म्हणून तुम्ही ब्राह्मण या संज्ञेचा अभिमान करता आहात, परंतु तो चुकीचा आहे. यजुर्वेदातील यासंबंधीच्या मंत्राचा अर्थ स्पष्ट करताना स्वामीजी म्हणतात, या मंत्रामध्ये पुरुष शब्दाचा अर्थ निराकार, सर्वव्यापक परमात्मा असा आहे. तो निराकार असल्यामुळे त्याला मुखादी अवयव असू शकत नाही. ज्याला मुखादी अवयव असतील तो पुरुष अर्थात व्यापक नाही आणि जो व्यापक नसेल तो सर्वशक्तिमान, जगाचा निर्माता, धारणकर्ता, पालनकर्ता–जिवांचा पापपुण्याची व्यवस्था किंवा निर्णय करणारा सर्वज्ञ, अजन्मा मरणरहित इत्यादी विशेषणयुक्त होऊ शकत नाही, म्हणून या मंत्राचा अर्थ असा आहे की, जो पूर्ण व्यापक परमेश्वराच्या सृष्टीमध्ये मुखाप्रमाणे सर्व अवयवांमध्ये प्रमुख व उत्तम गुणांनी युक्त असेल तो ब्राह्मण होय. बळ व वीर्य म्हणजे बाहू. ते ज्यामध्ये अधिक असते तो क्षत्रिय होय. कमरेच्या खालचा व गुडघ्याच्या वरचा जो भाग त्याला उरू म्हणतात. जो सर्व पदार्थांच्या प्राप्तीसाठी व सर्व देशात उरूच्या बळावर प्रवेश करतो, जातो व येतो तो वैश्य होय आणि जो पायाप्रमाणे तेच

अंग सदृश मूर्खत्वादि गुणवान असेल तो शूद्र होय. शतपथादी ब्राह्मण ग्रंथामध्येही या मंत्राचा असाच अर्थ दिल्याचे स्वामीजी म्हणतात.

जे रजोवीर्याच्या संयोगाने वर्णाश्रम मानतात आणि गुणकर्मानुसार मानत नाहीत, अशा लोकांना स्वामीजी विचारतात, की जो ब्राह्मण आपला वर्ण सोडून नीच, अन्त्यज किंवा ख्रिश्चन, मुसलमान झाला असेल त्यालाही तुम्ही ब्राह्मण का मानत नाही? याचे कारण तुम्ही असे द्याल की, त्याने ब्राह्मणांची कर्मे सोडून दिली. यावरून असे सिद्ध होते की, जे ब्राह्मणादी लोक उत्तम कर्म करतात, त्यांनाच ब्राह्मण समजावे, तसेच पूर्वी नीच असलेली व्यक्ती उच्चवर्णीचे गुण-कर्म-स्वभाव बाळगणारी असेल तर तिलाही उच्चवर्णीय समजावे आणि उच्चवर्णीचे लोक वर्णानुसार कर्मे करीत नसतील तर त्यांची गणना योग्य त्या वर्णात अवश्य करावी. 'ब्राह्मण, क्षत्रिय, वैश्य, शूद्र ये चार भेद गुण कर्मों से लिए गये हैं।''[९८]

अशा प्रकारे वैदिक मंत्राचा अर्थबोध करून स्वामीजींनी जन्मावर आधारित जातिभेदाचा निषेध करून गुणकर्मावर आधारित वर्णव्यवस्था पाळणे योग्य असल्याचे स्पष्ट केले.

स्त्री शिक्षणाविषयी विचार

मुलांप्रमाणेच मुलींनाही वयाच्या ८ व्या वर्षापर्यंत आई-वडिलांनी घरी सुशिक्षण द्यावे. मुले आठ वर्षांची होताच मुलांना, व मुलींना फक्त मुलींच्या शाळेत घालावे. दुराचारी शिक्षिकांकडून त्यांना शिक्षण न देवविता पूर्ण विद्यायुक्त आणि धार्मिक वृत्तीच्या स्त्री-पुरुष अध्यापकांकडून त्यांना शिक्षण मिळणे योग्य आहे.

विद्याध्ययनाचे स्थान एकांत प्रदेशात असले पाहिजे आणि मुले आणि मुली यांच्या शाळा एकमेकांपासून दोन कोस दूर असल्या पाहिजेत. मुलींच्या शाळेतील शिक्षिका, नोकर सेवकादि सर्व स्त्रिया असाव्यात. शाळेत सर्वांना समान अन्न, वस्त्र, निवारा दिले जावे. सर्वांनी या गुरुकुलांमध्ये तपस्वी बनले पाहिजे. त्यांच्या आई बापांनी आपल्या मुलांना अथवा मुलींना भेटता कामा नये. अथवा एकमेकांशी पत्रव्यवहारही करू नये. त्यामुळे सांसारिक चिंतेपासून मुक्त होऊन त्यांना आपल्या केवळ विद्याभ्यासाची काळजी करता येईल. अशी मुलींची व मुलांची गुरुकुलांमध्ये शिक्षणाची व्यवस्था करावी असे स्वामीजी सांगतात.

अशा प्रकारचे शिक्षण मुलांना व मुलींनाही सक्तीचे करावे असा सरकारने नियम करावा. वयाच्या पाचव्या अथवा आठव्या वर्षानंतर आपल्या मुलामुलींना आईबाप घरी ठेवू शकणार नाहीत असा राजनियम व लोकनियम असला पाहिजे. 'जे आई-बाप मुलांना शाळेत पाठविणार नाहीत त्यांना शिक्षा झाली पाहिजे.'[९९] अशा

प्रकारे मुलांप्रमाणेच मुलींनीही ब्रह्मचर्य व्रताचे पालन करून गुरुकुलांमध्ये संपूर्ण शिक्षण घ्यावे व सरकारनेही सक्तीचे शिक्षण करावे असे स्पष्ट मत त्यांनी स्त्रीशिक्षणाविषयी दिले.

शिक्षणाप्रमाणेच वेदाध्ययनाचा अधिकार स्त्रियांनाही असल्याचे त्यांनी स्पष्ट केले. आजकालचे जे सांप्रदायी व स्वार्थी ब्राह्मण वगैरे इतरांना विद्या व सत्संगापासून दूर ठेवतात आणि आपल्या जाळ्यात अडकवून त्यांचे तन, मन, धन नष्ट करतात आणि असे समजतात की, विद्येमुळे लोक पाखंडाच्या जाळ्यातून मुक्त होतील आणि आमचे कपट ओळखून आमचा अपमान करतील. म्हणून राजा व प्रजा यांनी ही विघ्ने दूर करून आपल्या मुलांना व मुलींना विद्वान बनविण्यासठी तन, मन, धनाने प्रयत्न करावा. सर्व शिक्षाप्राप्तीच्या या अधिकाराबरोबरच स्त्रियांनाही वेदादी शास्त्रे अध्ययनाचा व ऐकण्याचा अधिकार आहे, असा पुरावा यजुर्वेदात असल्याचे त्यांनी म्हटले.

स्मृतीग्रंथांप्रमाणे ब्राह्मण, क्षत्रिय व वैश्य यांनाच वेदाध्ययनाचा अधिकार आहे, स्त्रिया व शूद्रांना नाही या मताचे त्यांनी खंडन केले. वेदांतील ऋचा उद्‌धृत करून स्त्री व शूद्रांसाठीही परमेश्वराने वेदांचा प्रकाश केला आहे. परमेश्वरानेच सर्वांना निर्माण केले. तो स्त्री व शूद्रासंबंधी पक्षपात करू शकत नाही. 'परमेश्वर शूद्रांचे कल्याण करू इच्छित नाही काय? परमेश्वर पक्षपाती आहे काय? की द्विजांनीच वेदाध्ययन करावे आणि शूद्रांसाठी निषेध आहे? शूद्रादींनी वाचन, श्रवण करू नये अशी परमेश्वराची इच्छा असती तर त्याने त्यांच्या शरीरामध्ये वाणी व कान ही इंद्रिये कशाला निर्माण केली असती?'[१००]

ज्याप्रमाणे मुले ब्रह्मचर्याचे पालन करून पूर्ण विद्या व सुशिक्षण प्राप्त केल्यानंतर युवती, विदुषी व आपल्याला अनुकूल व प्रिय अशा स्त्रियांशी विवाह करतात, त्याप्रमाणे कन्या ब्रह्मचर्य पालन करून वेदादि शास्त्रे शिकून पूर्ण विद्या व उत्तम शिक्षण मिळवून युवती होऊन आणि पूर्ण यौवनात प्रवेश केल्यावर आपल्यासारख्या प्रिय विद्वान व पूर्ण यौवनयुक्त पुरुष प्राप्त करो असे वेदात वचन असल्याचे सांगून स्त्रियांनीही ब्रह्मचर्याचे पालन करून विद्याध्ययन अवश्य केले पाहिजे.

ऋग्वेदकाळात यज्ञामध्ये पत्नीनेही मंत्र म्हणावे असे सांगितले आहे. जर स्त्रीने वेदादी शास्त्रांचा अभ्यास केलेला नसेल तर तिला यज्ञामध्ये स्वरसहित मंत्राचे उच्चारण व संस्कृत भाषण कसे करता येईल? भारत वर्षामध्ये स्त्रियांना भूषणास्पद ठरलेल्या गार्गी वगैरे स्त्रिया वेदादी शास्त्रांचे अध्ययन करून पूर्ण विदुषी बनल्या होत्या. जर पुरुष विद्वान आणि स्त्री अडाणी किंवा स्त्री विदुषी व पुरुष अडाणी अशी स्थिती असेल तर उठल्यासुटल्या घरात देवासुर संग्राम माजून राहील व सुख लाभणार नाही, तसेच स्त्रिया शिकल्या नाहीत तर मुलींच्या शाळांमध्ये शिक्षिका मिळणार नाहीत. घरातील सर्व

कामांची जबाबदारी स्त्रीवर असते, ती स्त्री सुशिक्षित नसेल तर सुशिक्षण इत्यादि कामे तिच्याकडून चांगल्या प्रकारे कधीच होऊ शकत नाहीत.

आर्यावर्तामध्ये (भारत वर्षात) राजपुरुषांच्या स्त्रिया धनुर्वेदात म्हणजे युद्ध विद्येतही निष्णात असत. तशा त्या नसत्या तर कैकेयीसारख्या स्त्रियांस दशरथासारख्या राजाबरोबर लढाईत गेल्या नसत्या. त्या युद्ध विद्येतही निष्णात होत्या.

ज्याप्रमाणे पुरुषांनी किमान व्याकरण, धर्म, शास्त्र, वैद्यक, गणित व शिल्पविद्या अवश्य शिकून घेतली पाहिजे, त्याप्रमाणेच स्त्रियांनीही या विद्या शिकून घेतल्या पाहिजेत. 'स्त्रियांनीही व्याकरण, धर्मशास्त्र, वैद्यक, गणित व शिल्पविद्या अवश्य शिकून घेतली पाहिजेत, कारण त्यावाचून सत्यासत्याचा निर्णय, पती वगैरेशी अनुकूल वर्तन, यथायोग्य संतानोत्पत्ति, मुलांचे संगोपन, संवर्धन व सुशिक्षण, घरातील सर्व कामे योग्य प्रकारे पार पाडणे, वैद्यक शास्त्राच्या ज्ञानाच्या आधारे समतोल आहार बनविणे वगैरे गोष्टी त्यांना करता येणार नाहीत.'[१०१] अशा प्रकारे कुटुंबाचे सुख व आपल्या मुलांना सुशिक्षण देण्यासाठी स्त्रियांनीही शिक्षण घेणे आवश्यक असल्याचे स्वामीजींनी सांगितले.

स्वामीजी १८७४ मध्ये महाराष्ट्रात येण्यापूर्वी लोकहितवादी, महात्मा फुले, न्या. महादेव गोविंद रानडे, विष्णूशास्त्री पंडित, डॉ. भांडारकर यांनी बालविवाह, विधवा पुनर्विवाहास असलेली बंदी, स्त्री शिक्षणाला असलेला विरोध याविषयी त्यांच्या लिखाणातून व कृतीतून विरोध दर्शवून याविषयी जनजागृती करीत होते, परंतु अशा प्रकारचे सुधारकांनी स्त्री-सुधारणेविषयी सांगितलेले विचार हे ख्रिस्ती धर्माच्या प्रभावामुळे किंवा इंग्रजांच्या सान्निध्यात आल्यामुळेच धर्मविरुद्ध वर्तन करण्यास सुधारक सांगत आहेत असे सनातनी मानत.

परंतु स्वामी दयानंदांनी वेदांवर आधारित वेदप्रतिपादित स्त्री सुधारणेस आवश्यक असलेले विचार सनातन्यांपुढे मांडले. ज्या स्त्री सुधारणा महाराष्ट्रीयन समाजसुधारकांना अभिप्रेत होत्या, त्याच सुधारणा सनातन्यांनाही अतिश्रेष्ठ व पूज्य, ईश्वरोक्त वेदग्रंथांनी प्रतिपादन केल्या आहेत असे स्वामीजींनी वेदांतील संबंधित ऋचा व वेदमत मानणाऱ्या इतर ग्रंथांतील संदर्भ देऊन सिद्ध केले.

यामुळेच लोकहितवादी, म. फुले, न्या. रानडे इ. व अनेक सुधारक स्वामीजींच्या विचाराने प्रभावित झाले, यामुळेच पुण्यातील सनातन्यांना शह देण्यासाठी सुधारकांनी प्रसार केलेल्या स्त्री सुधारणा या हिंदू धर्मालाही मान्य आहेत हे पटवून देण्यासाठीच त्यांनी स्वामी दयानंद सरस्वती यांना, १८७५ मध्ये मुंबई येथे आर्य समाजाची स्थापना झाल्यावर सनातन्यांचे मुख्य केंद्र असलेल्या पुणे येथे आमंत्रित केले. स्वामीजींचे

कार्यच सनातन्यांच्या चुकीच्या धर्मपद्धतीचे खंडन करण्याचे होते, म्हणून स्वामीजींनीही पुण्यात २ महिने वास्तव्य करून एवढ्या अवधीत आपल्या वेदविहित असलेल्या धर्माचा व्याख्यानांद्वारे बोध केला.

स्वामी दयानंद इंग्रजी शिक्षित नसूनही फक्त वेद ग्रंथांच्या संस्कृत अध्ययनाने देखील स्त्री सुधारणा अतिशय आवश्यक असल्याचा प्रसार करून तत्कालीन महाराष्ट्रीय सुधारकांच्या कार्याला त्यांनी मोठे प्रोत्साहन दिले.

वेदविरुद्ध असल्याने स्वामीजींनी मूर्तिपूजेचे केलेले खंडन (हिंदू धर्मातील वेदविरुद्ध मतांचे, मूर्तिपूजा, तीर्थक्षेत्रे, ग्रंथ व पंथ यांचे केलेले खंडन)

'वेदांनी विहित केलेली कर्मे म्हणजे धर्म होय व निषिद्ध कर्म करणे म्हणजे अधर्म होय. वेदविहित कर्मे करणे हा धर्म आहे व वेदविरुद्ध कर्म करणे अधर्म आहे.'[१०२] अशी स्वामीजींनी आर्यावर्तीय धर्माची व्याख्या केली.

मूर्तिपूजा वेदांनी प्रतिपादन केलेली नाही व मूर्तिपूजेमुळे वास्तविक ईश्वराजवळ जाण्याचा मार्ग बंद झाला. यामुळे अनेक ढोंगी कर्मकांडे अस्तित्वात येऊन वेदधर्म लोप पावल्यामुळे स्वामीजींनी मूर्तिपूजेचा विरोध करण्यासाठी तीर्थक्षेत्री अनेक सनातनी पंडितांशी वाद घातला, लोकांसमोर व्याख्याने दिली व अनेक ग्रंथांची निर्मिती केली.

मूर्तिपूजा ही जैन लोकांच्या काळापासून सुरू झाली आणि जैन लोकांनी ती कल्पना आपल्या मूर्खपणापासून प्रत्यक्षात आणली. जैनांच्या विरोधात वैष्णवांनी ध्यानस्थ मूर्तिऐवजी शृंगारयुक्त, स्त्रीसहित, रंगराजभोग यांनी युक्त, विषयी अशा उभ्या, बसलेल्या किंवा निजलेल्या असतात. तसेच व्यासादि महर्षिंच्या नावावर लादलेल्या नवीन व स्वकपो कल्पित ग्रंथांतील गोष्टी 'पुराणे' म्हणून सांगू लागले व आपली प्रतिष्ठा वाढविण्यासाठी अनेक युक्त्या करू लागले. दगडाची मूर्ति वगैरे बनवून गुप्तपणाने पर्वतांवर किंवा दुसऱ्या कोठेतरी आधीपासून ठेवावी व नंतर आपल्या चेल्याकडून चोहोंकडून असे प्रसिद्ध करावे की, आपणास रात्री स्वप्न पडले- त्यात महादेव, राधाकृष्ण, राम, सीता, लक्ष्मी, नारायण, भैरव, हनुमान किंवा दुसरा कोणी तरी देव यांनी येऊन सांगितले की, मी अमुक ठिकाणी आहे. मला तेथून घेऊन ये, मंदिर बांध व माझा पुजारी हो. मूर्ख लोकांना या गोष्टी खऱ्या वाटतात व ते त्याप्रमाणे करतात, परंतु अशा मूर्तिमध्ये परमेश्वर आहे असे मानणे म्हणजे, परमेश्वर सर्वव्यापक असताना त्याची एका वस्तुच्या ठिकाणी भावना करणे व इतरत्र न करणे हेच मुळी अज्ञानाचे द्योतक आहे. असे परमेश्वराविषयी मत असल्यामुळे स्वामीजींनी मूर्तिशी संबंधित अवडंबरांचा, पूजा विधी इ. अवतार, कल्पना, नामस्मरण, तीर्थक्षेत्रे, शैव, वैष्णवपंथ इ. वर तीव्र टीका केली.

मूर्तिपूजेसंबंधी ते म्हणतात, परमेश्वराची भावना तो सर्वत्र आहे अशीच केली पाहिजे. कोणत्या तरी मूर्ति किंवा वस्तुमध्ये त्याची भावना करणे हे त्याचा अपमान करण्यासारखे आहे. परमेश्वर सर्वव्यापक आहे असे मानणाऱ्यांना ते अनेक विचार प्रवृत्त करणारे प्रश्न विचारतात. जर तुम्ही परमेश्वर सर्व व्यापक मानता तर झाडावरची फुले तोडून मूर्तीवर का घालता? काय त्या फुलांमध्ये व झाडांमध्ये परमेश्वर नाही? व जर तो तेथे आहे तर तेथील फुले तोडून मूर्तीवर का घालावी? हे मूळच्या फुलाच्या जागेमध्ये परमेश्वर नाही असे म्हणण्यासारखे नाही काय? चंदन उगाळून लावण्याचे काय प्रयोजन? धूप मूर्तीसाठी जाळल्याने काय होते? घंटा, झांज, टाळ, पखवाज वाजवून कोलाहल करण्याचे कारण काय? आपल्या हातात परमेश्वर असता मूर्तीला हात जोडण्याचे कारण काय? आपल्या डोक्यात परमेश्वर आहे मग मूर्तिच्या पुढे डोके वाकविता कशाला? अन्नामध्ये परमेश्वर भरलेला असताही मूर्तीला नैवेद्य कशाला अर्पण करता? पाण्यामध्ये परमेश्वर असताही मूर्तीवर पाणी घालण्याचे कारण काय? परमेश्वर अशुद्ध असतो म्हणून तुम्ही त्याला पाण्याने शुद्ध करता काय?

मूर्तिपूजेचे थोतांड मांडणाऱ्यांना असे अनेक प्रश्न विचारून मूर्ति आणि परमेश्वर यातील फरक ओळखण्यास स्वामीजी विचारप्रवृत्त करतात.

परमेश्वर सर्व पदार्थांमध्ये आहे ही भावना दृढ असून, तुम्ही व्यापकाची पूजा करता, तरीही मूर्तिवर गंधफूल चढवून लाभ मिळण्याची आशा करता, अशा प्रकारची व्यर्थ कर्मकांडे केल्याने मूर्तिमध्ये देवत्व येत नाही, यामुळे तुमचे मूर्तिला केलेले आवाहन व विसर्जन हे सर्व थोतांड असून भोळ्या लोकांना राजरोस फसविण्यासारखे आहे, कारण पाषाणादिकांची मूर्ति तयार करून तिची स्थापना करावी, व गंधफूल चढवावे असे वेदांतील एकाही ग्रंथात लिहिलेले नाही. अशा प्रकारे वेदविरुद्ध असलेल्या मूर्तिपूजेवर स्वामीजींनी जोरदार टीका केली.

मंदिर बांधणेही व्यर्थ आहे, कारण मंदिरे बांधण्यात कोट्यवधी रुपये खर्च होतात. त्या पैशांचा दुसरीकडे सदुपयोग केला तर पुष्कळांचे कल्याण होऊ शकते. देवळे ही अनेक ठिकाणी दुष्ट लोकांचे अड्डे झालेली आहेत. जर मूर्तिच्या योगाने मनुष्याच्या मनावर काही चांगला परिणाम होणे संभवनीय असते तर देवळात कोणीतरी दुष्ट कर्मे करू शकला असता काय? स्त्री-पुरुष जमा झाल्यामुळे व्यभिचार, बखेडा, दुराचार, रोगादिकांची उत्पत्ति होण्याचा संभव असतो.

मूर्तिपूजेच्या योगाने नाना प्रकारची चरित्रे व अनेक मूर्ति प्रचारात येऊन त्यांच्या उपासकांमध्ये भेदभाव वाढतो, त्यांचे ऐक्य मत कधीही होत नाही व परस्परविरुद्ध अनेक मतमतांतरे वाढून, सर्व समाज भांडखोर लोकांची मंडळी बनून सर्व देशाचाही शेवटी

त्यांच्या भांडणाने नाश होतो. अशा प्रकारचे अनेक दुष्परिणाम स्वामीजींनी सांगितले.

त्याच प्रकारे व्यभिचारासारखी अनेक दुष्कर्मे घडत असल्याचेही स्वामीजी म्हणतात. देवाच्या स्वार्थी पुजाऱ्यांना हवे त्याहून जास्त धन मिळत असल्यामुळे ते वेश्यागमन, परस्त्रीगमन, मद्यपान, मांसाहार व अनेक बखेडे करतात, त्यामुळे देणारे व घेणारे दोन्हीही दु:खी होऊन नाश पावतात.

पूजाविधीचे दुष्परिणाम वर्णन करताना म्हणतात, परमेश्वराने सुगंधीयुक्त पुष्पादिक बनविली आहेत. ती त्यांचा सुगंध हवेत पसरून हवा शुद्ध व निरोगी व्हावी म्हणून होय. फुले झाडावर राहिली तर पुष्कळ वेळपर्यंत त्यातील सुगंध पसरून हवा शुद्ध होत असते. 'परंतु पुजारी लोक ही फुले मध्येच तोडून त्यांचा नाश करतात. फुले गाभाऱ्यात पडून सडतात व दुर्गंध उत्पन्न करतात. काय परमेश्वराने दगडांवर वाहण्यासाठी फुलांसारख्या सुगंधी गोष्टी निर्माण केल्या आहेत का?'[१०३] देवावरची फुले, गंध व अक्षता पाण्यात पडून फुगतात व त्या कुजलेल्या पाण्यात हजारो जीव उत्पन्न होतात व त्यात अनेक जीव पडून मरतात, अशी काही शास्त्रीय कारणे देऊन मूर्तिपूजेत अनेक दोष असल्याचे स्वामीजींनी स्पष्ट केले. विद्वान, विचारी पुरुषांनी मूर्तिपूजेचा नाद सोडून द्यावा व वेदादि शास्त्रांच्या श्रवण, मनन, ध्यानाने आणि सत्संगाने परमेश्वराची ओळख करून घेऊन कृतकृत्य व्हावे असा संदेश स्वामीजींनी दिला.

कोणत्याही मूर्तिची पूजा करू नये, परंतु जे सजीव आहेत त्यांची पूजा, सत्कार करणे योग्य आहे असे ते म्हणतात, वेदोक्त पूजा अशी आहे, त्यात पूजनीय माता आहे. सर्व मुला-मुलींनी तन-मन-धनाने मातेची सेवा करून तिला प्रसन्न ठेवावे. दुसरा देव पिता आहे. त्याचीही सेवा करावी. तिसरा देव आचार्य विद्यादाता आहे. त्याची तन-मन-धनाने सेवा करावी. चौथा देव अतिथी जो विद्वान, धार्मिक, निष्कपटी, सर्वांचे कल्याण इच्छिणारा, जगभर भ्रमण करणारा, सत्याच्या उपदेशाने सर्वांना सुखी करणाऱ्या अशा अतिथीची सेवा करावी. पाचवा देव पत्नीसाठी पती व पतीसाठी पत्नी पूजनीय होय. हेच ते पाच मूर्ती समान देव असून यालाच वेदोक्त पंचायतन पूजा म्हणतात. त्यांच्या संगाने मनुष्य देहाची उत्पत्ति, पालन, सत्य शिक्षण, विद्या व सत्योपदेश यांची प्राप्ती होते. याच परमेश्वरप्राप्तीच्या पायऱ्या आहेत. या दैवतांची सेवा न करता जे लोक पाषणादिकांच्या मूर्तींची पूजा करतात, ते अत्यंत वेदविरोधी असल्याचे स्वामीजींनी सांगितले.

तत्कालीन समाजात पंचायतन पूजनामध्ये शिव, विष्णू, अंबिका, गणेश व सूर्य यांच्या पूजा करण्याचा प्रघात होता. त्या प्रथेला उद्देशून स्वामीजींनी वरीलप्रमाणे बोध केला.

तत्कालीन पद्धतीप्रमाणे नामस्मरण करणे हेही अवैदिक असल्याचे त्यांनी म्हटले. वैदिक पद्धतीने नामस्मरण करण्याची रीती सांगताना ते म्हणतात, 'न्यायकर्ता हे ईश्वराचे नाव आहे, कारण ईश्वर पक्षपातरहित होऊन सर्वांचा यथायोग्य न्याय करतो. हा त्या शब्दाचा अर्थ लक्षात ठेवून आपणही न्याययुक्त व्यवहारच सदासर्वदा करीत राहणे, केव्हाही अन्याय न करणे इत्यादी प्रकारे परमेश्वराच्या नावाचा अर्थ लक्षात आणून त्यातील परमेश्वराच्या गुणांचे मनन करून ते गुण अंगी आणण्याचा झटून प्रयत्न केल्यास एका नामानेही मनुष्याचे कल्याण होईल. तसे नुसते नाव तोंडाने अनेक वेळा उच्चारले तरी काही एक होणार नाही. ईश्वराचे नाव जसे न्यायकर्ता आहे तसेच ओंकार, अग्नि, इंद्र, ब्रह्मा, विष्णू, शिव या प्रकारे त्या एकाच ईश्वराची अनेक गुणवाचक नावे आहेत. या गुणांचे स्मरण करून आपल्या जीवनात ईश्वराचे गुण आणण्याचा आपण प्रयत्न करावा, यालाच वेदोक्त नामस्मरण करणे असे म्हणतात.' परंतु पुराणग्रंथांनी शिव, विष्णूसारख्या अनेक देवतांची कल्पना केली. यावरून अनेक देवता प्रचारात आल्या व त्यांची मंदिरे बांधून मूर्तिपूजा प्रचारात आली.

याच प्रकारे 'अवतार' कल्पनांचेही स्वामीजींनी खंडन केले. परमेश्वर जन्ममरण रहित व निराकार आहे असे वेदामध्ये प्रतिपादले आहे. ईश्वर अवतार घेतो असे म्हणण्यास वेदांत मुळीच आधार नाही व युक्तीनेही परमेश्वर अवतार घेतो असे म्हणणाऱ्यांचे खंडन होऊ शकते. याविषयीची युक्ती, तर्क सांगताना ते म्हणतात, 'पाहा, जो आकाशवत सर्वव्यापक आहे, अनंत असून सुखदुःखादि रहित आहे व अदृष्य आहे, तो लहानशा गर्भाशयामध्ये कसा येऊ शकेल?' असा बुद्धिवादी प्रश्न विचारून ते अवतार कल्पनांचे खंडन करतात.

आपल्या आत्मचरित्रामध्ये त्यांना अभिप्रेत असलेल्या देवपूजेचे ते असे वर्णन करतात, 'Devpuja consists in showing honour to the wise and the learned, to one's father, mother and precepetor, to preaches of truth, to a just ruler, to righteous person's to women who are devoted to their husbands, to men who are devoted to their wives. The opposite of this is called adevapuja. I hold that worship is due to these living persons and not to the inhert images of stone etc.'[१०४]

अशा प्रकारे मूर्तिपूजेमध्ये अनेक दोष असून, मूर्तिपूजा हा ईश्वराला जाणून घेण्याचा मार्ग नाही, म्हणूनच अवैदिक आहे तरी सुज्ञजणांनी मूर्तिपूजेचा नाद सोडून ईश्वराचे गुण आठवून आपण दोषरहित जीवन जगण्याचा उपदेश स्वामीजींनी दिला.

तीर्थक्षेत्रांची समीक्षा

भारतातील प्रमुख तीर्थक्षेत्र असलेल्या काशी, जगन्नाथ पुरी, सोरटी सोमनाथ, रामेश्वर, द्वारका, ज्वालामुखी, अमृतसर, हरिद्वार, बद्रीनाथ, कुरुक्षेत्र इ. शी जोडलेल्या चमत्कारांच्या गोष्टी या अंधश्रद्धा आहेत. भोळ्या लोकांना लुबाडण्यासाठी पुजाऱ्यांनी कारस्थाने करून तेथे चमत्कार होत असल्याची अफवा पसरवून हातचलाखी केली आहे असे स्वामीजी म्हणतात.

जगन्नाथ मंदिर या तीर्थक्षेत्री, जेव्हा जगन्नाथाचे शरीर बदलण्याची वेळ येते, तेव्हा चंदनाचा मोठा ओंडका समुद्रातून आपोआप वाहात येतो. या चमत्काराविषयी स्वामीजी म्हणतात, 'जेव्हा कलेवर बदलण्याची वेळ येते तेव्हा चंदनाचा ओंडका नौकेत घालून तो समुद्रात टाकला जातो. या समुद्राच्या लाटांवरून वाहात वाहात किनाऱ्याला लागतो त्याला घेऊन सुतार मूर्ती बनवितात.'[१०५] जगन्नाथ पुरीशी संबंधित सर्वच चमत्कारांचे याच प्रकारे वास्तव वर्णन करून स्वामीजींनी खंडन केले. जगन्नाथाच्या रथाच्या चाकामध्ये एक विशिष्ट प्रकारची कळ बसविलेली असते. ती कळ सुलटी फिरवली की रथ चालू लागतो. जेव्हा तो जमावाच्या मध्यभागी जाऊन पोहोचतो तेव्हा कळ उलटी फिरवली की तो उभा राहतो, हलत नाही. मग पुजारी ओरडून सांगतात की, 'भक्त जनांनो दान द्या, पुण्य करा. त्याने जगन्नाथ प्रसन्न होऊन आपला रथ चालू करील, आपल्या धर्माचे रक्षण होईल.' लोकांकडून दक्षिणा मिळत राहते तोपर्यंत ते असत्य पुकारा करीत राहतात. मग भरपूर पैसा गोळा झाल्यानंतर एक पुजारी अंगावर उत्तम कपडे घालून व शाल पांघरून रथासमोर उभा राहतो आणि हात जोडून प्रार्थना करतो की, 'हे जगन्नाथ स्वामी! कृपा करून रथ पुढे जाऊ द्या आणि आमच्या धर्माचे रक्षण करा.' अशा प्रकारची प्रार्थना करून तो रथावर चढतो. मग पुजारी ती कळ सुलटी फिरवितात आणि जगन्नाथाचा जयजयकार करीत हजारो माणसे रथाचा दोर ओढतात. रथ चालू लागतो.

देवाचे कलेवर बदलण्याच्यावेळी राजा, पंडा व सुतार या आपल्या तीन भक्तांना आपल्याबरोबर घेऊन जातो. या चमत्काराविषयी ते म्हणतात, 'रात्रीच्या शयन आरतीच्यावेळी पुजाऱ्यांनी त्या मूर्तीला विष लावून ठेवले. सकाळी त्या शाळीग्रामाला आंघोळ घालून त्याचे चरणोदक त्या तिघांना प्यायला दिले असेल ते पिऊन ते तिघे मेले असतील. मग त्या भोजन भाऊंनी असे प्रसिद्ध केले असावे की, जगन्नाथ आपले शरीर बदलण्याच्यावेळी आपल्या त्या तीन भक्तांना आपल्याबरोबर घेऊन गेला. दुसऱ्याचे धन लुबाडण्यासाठी असे कपट करून अशा अफवा नेहमीच पसरवल्या जातात, असे सांगून जगन्नाथ पुरीशी संबंधित सर्वच चमत्कारांचे त्यांनी खंडन केले.

गुजराथमधील सोरटी सोमनाथाची मूर्ति अधांतरी राहात असे; या चमत्काराविषयी स्वामीजी म्हणतात की, तेथे मूर्तिच्यावर खाली लोहचुंबक पाषाण लावून ठेवला होता. सोमनाथाच्या मंदिरावर मोहम्मद गझनीने स्वारी करून लाखो सैनिकांचा धुव्वा उडविला. त्यावेळी मंदिराचे पुजारी लढा द्यावयाचे सोडून 'या म्लेंच्छांना मारून आमचे रक्षण कर' अशी प्रार्थना करीत होते. तेथील राजांनाही त्यांनी लढू दिले नाही. देव प्रकट होईल व रक्षण करील असे त्यांना सांगितले. या फसव्या आश्वासनावर विश्वास ठेवून ते गाफील राहिले. या पुजाऱ्यांना या मुसलमान मूर्तिभंजकांनी त्यांची मूर्ति फोडून, मंदिर उद्ध्वस्त करून त्यांना लुटले व त्यांना गुलाम बनविले. अशा प्रकारे दगडाची पूजा करून सत्यानाश करून घेतला. त्यांनी खऱ्या ईश्वराची भक्ती केली असती तर म्लेंच्छांचा धुव्वा उडवून ते विजयी झाले असते. पुजाऱ्यांनी या दगडांची इतकी भक्ती केली, परंतु त्या मूर्तीपैकी एकही मूर्ती शत्रूच्या मस्तकावर जाऊन आदळली नाही.

अशा प्रकारे काशी, मथुरा, हरिद्वार, इ. अनेक तीर्थक्षेत्रांविषयी स्वार्थी पुजाऱ्यांनी चमत्कारी गोष्टी वर्णन करून तीर्थमाहात्म्य वाढविले. वास्तविक ईश्वर फक्त तीर्थक्षेत्री नसून तो सर्वत्र आहे. अनेक तीर्थक्षेत्री भाविकांना धर्माच्या नावाने लुबाडले जाते. तेथे खऱ्या अर्थाने धर्म किंवा मोक्ष प्राप्त होत नाही असे आपल्या विचारांनी त्यांनी आपल्या ग्रंथांमध्ये सिद्ध केले आहे.

सत्य शास्त्रांचे अध्ययन-अध्यापन, धर्मनिष्ठ विद्वानांचा सत्संग, सत्यभाषण, ब्रह्मचर्य, आचार्य, अतिथी, माता यांची सेवा, परमेश्वराची स्तुती व प्रार्थना, उपासना, शांती, जितेंद्रीयता, सुशीलता, धर्मयुक्त पुरुषार्थ हेच वेदांनुसार तीर्थ असल्याचे त्यांनी म्हटले.

पुराणग्रंथांवर केलेली टीका

अठरा पुराणे व्यासांनी लिहिली आहेत. इतिहास, महाभारत, अठरा पुराणे यातून वेदांचा अर्थ शिकावा, इतिहास व पुराणे यांना पाचवा वेद असे म्हणतात, पुराणविद्या ही वेदच आहे. पुराणांमध्ये मूर्तिपूजा व तीर्थयात्रा करावी असे सांगितले आहे, म्हणून मूर्तिपूजा व तीर्थयात्रा या गोष्टी पुण्यप्रद ठरतात, असे मत तत्कालीन सनातन्यांचे होते, परंतु या सर्व मतांचे स्वामीजींनी खंडन केले.

वरील मतांचे खंडन करताना स्वामीजी म्हणतात, अठरा पुराणे व्यासांनी रचली असती तर त्यात असल्या गप्पा व भाकडकथा आल्या नसत्या, कारण शारीरिक सूत्र, योगशास्त्रावरील भाष्य वगैरे व्यासोक्त ग्रंथ नजरेखालून घातल्यानंतर लक्षात येते की, व्यास हे फार मोठे विद्वान, सत्यवादी, धार्मिक व योगी होते. त्यांनी अशा भाकडकथा

कधीच लिहिल्या नसत्या. वेदशास्त्राविरुद्ध असत्यवादी लिखाण करणे हे व्यासांसारख्या विद्वानांचे काम असू शकत नाही. वेदविरोधी, स्वार्थी लोकांचे ते काम आहे. पुराणांमध्ये जी एखादी गोष्ट खरी ती वेदादी सत्यशास्त्रातून घेतलेली आहे आणि ज्या गोष्टी खोट्या आहेत, त्या भटभिक्षुकांनी रचलेल्या आहेत. जसे, शिवपुराणामध्ये शैवांनी शिवाला परमेश्वर मानून विष्णू, ब्रह्मा, इंद्र, गणेश, सूर्य इत्यादिकांना शिवाचे दास ठरविले. वैष्णवांनी आपल्या पुराणात विष्णूला परमात्मा मानून शिवादिकांना विष्णूचे सेवक बनविले. देवी भागवतात देवीला परमेश्वर आणि शिव-विष्णू वगैरेंना तिचे नोकर बनविण्यात आले. गणेश पुराणात गणपतीला ईश्वर व इतर सर्वांना त्याचे दास बनविले.

ही सारी पुराणे एकाच माणसाने (व्यासाने) रचली असती तर त्यात अशा परस्परविरोधी गोष्टी आल्या नसत्या. यापैकी एका पुराणातील गोष्ट खरी मानावी तर दुसऱ्या पुराणातील गोष्ट खोटी ठरते. अशा प्रकारे सर्वच पुराणातील गोष्टी परस्परविरोधी व खोट्या ठरतात.

या प्रकारे स्वामीजींनी शिवपुराण, भागवत पुराण व इतर पुराणांची समीक्षा केली आहे. भागवत पुराणामध्ये सृष्टीत असलेल्या मानव, दानव, पशू, पक्ष्यांच्या उत्पत्तीचे वर्णन आहे. याविषयी ते म्हणतात, 'हत्ती, उंट, सिंह, कुत्रे, गाढव, वृक्ष वगैरे प्राणी व वनस्पती स्त्रीच्या गर्भाशयात राहू तरी शकतील काय?'[१०६] अशा भाकडकथा लिहिताना या पुराणकर्त्यांना थोडीही शरम वाटली नाही. या 'साफ खोट्या गोष्टी आंधळे पुरोहित आणि आतले व बाहेरचे डोळे फुटलेले त्यांचे चेले ऐकतात व त्यावर विश्वास ठेवतात. ही केवढी आश्चर्याची गोष्ट आहे! ही माणसे आहेत की इतर कोणी? ही भागवतादी पुराणे रचणारे गर्भातच किंवा जन्मजात का नष्ट झाले नाहीत? किंवा जन्मास येतानाच का मेले नाहीत? तसे झाले असते तर आम्ही या पापापासून वाचलो असतो आणि आर्यावर्त आणि आर्यावर्त देशाची अनेक दुःखे टळली असती.'[१०७] या प्रकारचे पुराणकर्त्याविषयीचे मत सांगून स्वामीजी म्हणतात की, या भाकड व असंभव अशा गोष्टींवर लोक अजूनही विश्वास ठेवतात ही मोठी दुःखाची गोष्ट आहे.

लोकहितवादींनी 'शतपत्रां'मध्ये पुराणिकांवर मोठी टीका केली आहे. त्यांचे विचार पुराणांविषयी असे होते की, 'सणात शिमगा व ग्रंथांत पुराणे' पुराणांनीच लोकांमध्ये अज्ञान पसरविले असे त्यांनी वेळोवेळी प्रसिद्ध करून खरा धर्म कोणता हे स्पष्ट केले. लोकहितवादींच्या 'शतपत्रा'वरून पुराण माहात्म्यांमधील गोष्टींवर पुराणिक मोठा जोर देऊन पुराणांतच सर्व जगाचे ज्ञान असल्याचे दाखवीत. यामुळे तत्कालीन

लोकांची अशा प्रकारचे अज्ञान निर्माण करणाऱ्या पुराणांवर जी अंधश्रद्धा होती, ती नष्ट करण्यासाठी पुराण ग्रंथांवर, त्या ग्रंथांच्या पुराणकर्त्यावर व पुराणांतील कथांवर जोरदार टीका केली. पुराणांमध्ये भाकड कथा भरलेल्या आहेत. एकाहून एक पोरकट चमत्कार त्यात आहेत. जसे, श्रीकृष्णाचा जो इतिहास महाभारतात दिलेला आहे तो अत्यंत उत्तम आहे. त्यांचे गुण, कर्म, स्वभाव व चारित्र्य ही महापुरुषाला शोभण्यासारखी आहेत, परंतु भागवतपुराणाच्या कर्त्याने वाटेल ते दोष कृष्णाच्या माथी मारले आहेत. दूध, दही, लोणी इत्यादींची चोरी, कब्जादासीशी समागम, परस्त्रियांशी रासक्रीडा इ. खोटेच दोष श्रीकृष्णावर लादले आहेत. भागवत पुराण नसते तर श्रीकृष्णासारख्या महात्म्यांची खोटी निंदा मुळीच झाली नसती.

अशा प्रकारच्या पुराणकर्त्यांच्या सर्व थापा आहेत, तरी विद्वानांनी पुराण कथांवर आधारित धार्मिक आचार-विचारांची परंपरा सोडून देण्याचे सांगून वेदादी सत्य शास्त्रांचे अध्ययन करण्याचा संदेश दिला.

लोकहितवादी, स्वामीजींच्या 'पुराणोक्त' धर्माविषयी असलेल्या मताविषयी म्हणतात की, वेदार्थ ज्ञान लोप पावून पुराणोक्त भ्रांत मतांना आपल्या पूर्वजांच्या बुद्धिमत्तेस व ज्ञानत्वास कमीपणा आणला होता. हा अनिष्ट काळ घालविण्यासाठीच स्वामी दयानंदांचा उदय झाला. पुराणांनी जी भ्रांत मते प्रकट करून नानाविध कल्पिक कथांनी आणि गोष्टींनी चित्त बावरून टाकिले, हे सर्वांनी ओळखावे व सत्य यापासून जे आपण च्युत होऊन निकृष्ट अवस्थेत प्राप्त होत चालले आहोत त्यातून आपला बचाव आणि तारण व्हावे याकरिता त्यांनी अनेक उपदेशांचे आणि सत्यग्रंथप्रकाशनाचे काम श्रमपूर्वक आपलेकडे घेतले. 'मूर्तिपूजा ही अवैदिकी असून पुराण ग्रंथांनी ती रूढीमध्ये आणली, परंतु ती सर्वथैव अशास्त्र आणि अज्ञानसूचक आहे, म्हणून ती वर्ज्य करावी वगैरे त्यांचा उपदेश असे. वेदोक्त धर्माला अनुसरून सूत्रोत्पत्ति होईपर्यंत मात्र सर्व कर्ममार्ग यथास्थित होते, परंतु पुढे पौराणिक काळापासून वैदिक धर्माची पायमल्ली झाली वगैरे नेहमी त्यांचे प्रतिपादन असे. या संबंधाने पौराणिक कथांच्या अप्रयोजक व अयुक्तिकपणाचे वर्णन करीत असत. दयानंदजी हे पुराणरचितत्यांचा, पुराणमार्गानुयायींचा आणि पुराणमंडळाचा फार उपहास करीत. तो भट भिक्षुकांस व शास्त्री वैदिकांस अत्यंत विषम वाटून त्यांनी स्वामीजींचा द्वेष करावा व त्यास पाखंडी, नास्तिक वगैरे निंदय विशेषणे लावून लोकांमध्ये त्यांची अपूज्यता प्रसृत करावी.'[१०८]

लोकहितवादींनी, 'शतपत्रां'मधून पुराणांवर व पुराणोक्त धर्मावर अतिशय जहाल टीका केली होती. यासारखीच टीका करून लोकांना वेदोक्त धर्माचे मार्गदर्शन करण्याचा स्वामीजींचा हेतू होता.

तत्कालीन समाजाचा विशेषत: ब्राह्मण वर्गाचा दिवसाचा बराचसा वेळ पुराणात सांगितलेल्या धार्मिक आचारांमध्ये जात असे व एकादशीसारखी अनेक व्रते, पूजा, पाठ, वाती बनविणे, सहस्रनाम घेणे, प्रदक्षिणा घालणे, वेळोवेळी नेत्रस्पर्श इ. करणे असे अनेक प्रकारचे व्यर्थ आचार पुराणात सांगितले असून स्त्री व पुरुषांचा बराच वेळ या आचारांची सांगता करण्यात जात असे. त्यांना वाटत असे की, पुण्य व ज्ञान कमाविण्याचे एकमेव साधन म्हणजे पुराणांचे पारायण करणे होय. या सर्व धार्मिक आचारांमुळे भौतिक, ऐहिक व पारलौकिक प्रगती होण्याचा मार्ग बंद झाला होता, म्हणूनच स्वामीजींनी 'पुराणोक्त धर्म' हा कसा वेदविरुद्ध आहे हे आपल्या व्याख्याने व पुस्तकांद्वारे लोकांना समजावून सांगितले. वेदांचा अर्थ कोणालाही करता येणे शक्य नाही. ते अध्ययन करण्याचा अधिकार सर्वसाधारण मनुष्याला किंवा स्त्रियांना नाही असे विचार प्रचलित असल्यामुळेच 'पुराणोक्त' धर्माचा प्रभाव तत्कालीन आचार-विचारांवर होता. स्वामीजींनी पुराण व त्यासारख्या इतर धर्मग्रंथांवर टीका करून तत्कालीन मते खोडून टाकली व लोकांना धार्मिक अंधश्रद्धांपासून मुक्त केले.

त्यांनी अशा प्रकारे पुराणोक्त धार्मिक कर्मकांडाचा प्रभाव कमी करण्याचा प्रयत्न केला. त्यांना त्यात यशही आले. त्यांनी ईश्वरप्राप्ती व मुक्तीचा मार्ग पुढील शब्दांत विशद केला. 'पूर्वोक्त ईश्वराची कृपा, स्तुती, प्रार्थना आणि उपासना करणे, तथा धर्माचे आचरण आणि पुण्य करणे, सत्संग, विश्वास, तीर्थसेवन, परोपकार करणे इ. सर्व योग्य कार्य करणे आणि दुष्ट कामांपासून दूर राहणे हे सर्व 'मुक्तिचे साधन' असल्याचे त्यांनी म्हटले.'[१०९] वेदोक्त उत्तम कार्य करणे व त्या कार्याच्या सिद्धीसाठी ईश्वराला प्रार्थना करणेच योग्य आहे. इतर पुराणोक्त किंवा पंथानुसार अस्तित्वात असलेल्या कर्मकांडांची ईश्वरप्राप्तीसाठी आवश्यकता नसल्याचे त्यांनी सांगितले.

एकादशी वगैरे व्रतांसंबंधी असलेल्या अंधश्रद्धेविषयी केलेली समीक्षा

शिवपुराणात त्रयोदशी व सोमवार यांना महत्त्व आहे, त्याप्रमाणेच आदित्य पुराण, विष्णूपुराण, इ. अनेक पुराणांमध्ये एकादशी, द्वादशी, अनंत चतुर्थी इ. वेगवेगळे दिवस उपवास करण्याचे दिले आहेत. पुराणांमध्ये सर्वत्र असे लिहिले आहे की, जो कोणी या वारी व तिथींना खाणे-पिणे करील तो नरकात जाईल. स्वामीजी या विधानांना उद्देशून म्हणतात, 'तेव्हा भटजीबुवा व त्यांचे चेले यांनी कोणत्याही वारी अथवा कोणत्याही तिथीला भोजन करू नये. कारण खाणे-पिणे केल्याने ते नरकात जातील.'[११०] पुराणात जे अनेक वार व तिथी दिल्या आहेत त्या सर्वांचे पालन केले तर सतत उपाशी राहण्याचीच वेळ येईल. ज्यांनी एकादशी व्रत सुरू केले आहे त्या स्वार्थी पंडितांना कोणाविषयी दयाबुद्धी नसून त्यांचा स्वत:चाच स्वार्थ आहे.

सारी पापे एकादशीच्या दिवशी अन्नामध्ये निवास करतात असे एकादशी व्रताविषयी सांगितले जाते. याविषयी स्वामीजी म्हणतात, 'आता या भटजीबुवांना विचारले पाहिजे की, कोणाची पापे अन्नामध्ये वसतात? तुझी की तुझ्या बापजाद्यांची?'[१११] जर सगळी पापे एकादशीच्या दिवशी अन्नात जाऊन राहात असतील तर त्या दिवशी उपास करणाऱ्यास कोठलेही दुःख व्हावयास नको, परंतु तसे होत नाही. उलट उपवास करणारे भुकेने तडकतात. वास्तविक उपाशी राहणे पाप आहे. उपवासाचे व्यर्थ माहात्म्य मात्र माजविण्यात आले आहे. त्यांच्या कथा वाचून पुष्कळ लोक फसतात. पुराणात लिहिलेल्या एकादशी व्रताच्या एक भाकड कथेचा देखील स्वामीजींनी संदर्भ देऊन सांगितले की, अशा अविश्वसनीय गोष्टींवरही आंधळे लोक विश्वास ठेवतात. वर्षातील चोवीस एकादशींची वेगवेगळी नावे ठेवलेली आहेत. एकीचे नाव 'धनदा' तर दुसरीचे नाव 'कामदा' तिसरी 'पुजदा' तर चौथी 'निर्जला'.

अनेक दरिद्री, गरजू व संततीहीन लोक एकादशीचे व्रत करता करता म्हातारे झाले व मरूनही गेले, परंतु कोणालाही धनप्राप्ती झाली नाही, कोणाचीही इच्छा पूर्ण झाली नाही वा कोणालाही मूल झाले नाही.

'निर्जल' एकादशीविषयी स्वामीजी म्हणतात की, ऐन वैशाखाच्या शुक्ल पक्षात थोडा वेळ जरी पाणी मिळाले नाही, तर प्राण कंठाशी येतात. अशा वेळी एकादशीचे व्रत करणाऱ्यांना अतिशय दुःख भोगावे लागते. विशेषतः बंगालमध्ये एकादशीला विधवा स्त्रियांचे भयंकर हाल होतात. 'अशा प्रकारची एकादशी करावयास सांगणाऱ्या निर्दयी कसायांच्या मनात तसे लिहिताना थोडीही दया कशी निर्माण झाली नाही?'[११२] निर्दयी, क्रूर लोकांनीच अशा प्रकारची व्रते करण्याचे पुराणात लिहिले. वास्तविक शास्त्र सांगताना ते म्हणतात की, गर्भवती किंवा नवपरिणत स्त्रीने, लहान मुलांनी व तरुणांनी कधीही उपवास करू नये, परंतु कोणाला उपवास करावयाचा असेल तर त्याने ज्या दिवशी त्याला अजीर्ण झाले असेल व भूक लागली नसेल त्या दिवशी दूध किंवा सरबत पिऊन राहावे. जे लोक भूक लागली असता खात नाहीत आणि भूक लागली नसताना अन्न खातात, ते दोघेही रोगी होऊन दुःख भोगतात, म्हणून या मूर्ख लोकांनी लिहिलेल्या व्रतासारख्या कर्मकांडावर विश्वास ठेवू नये. असे सांगून व्रतासारखे कर्मकांड हे धार्मिक नसून मूर्ख लोकांनी अशी व्रते पुराणांसारख्या ग्रंथांत लिहिले असल्याचे सांगितले.

तत्कालीन समाजातील स्त्रिया पुराणिकांनी सांगितलेली एकादशीसारखी अनेक व्रते करून कष्ट भोगत. विशेषतः या व्रतानिमित्त विधवांचे हाल केले जात. 'निर्जल'सारख्या एकादशीच्या दिवशी त्यांना पाणी पिण्याचीही परवानगी नव्हती,

यामुळे विधवांवर अनेक वेळा उपाशी राहून तडफडण्याची वेळ येत असे, कारण वर्षातून अशा प्रकारची अनेक व्रते पुराणिक करावयास सांगत. यामुळे अज्ञानी स्त्रिया व विधवा स्त्रियांवर व्रतानिमित्त अन्याय होत असे. या प्रकारचा स्त्रियांवर होणारा अन्याय, अत्याचार दूर होण्यासाठीच एकादशीसारख्या व्रताच्या कहाण्या या भाकडकथा असून त्या दुष्ट लोकांनी लिहिल्या असल्याचे लिहून त्यासंबंधीचे अज्ञान स्वामीजींनी दूर केले.

हिंदू धर्मातील विविध पंथांवर केलेली टीका

वेदविहित कर्मांनाच स्वामीजी धर्म मानत असल्यामुळे हिंदू धर्मातील वेदकाळाच्या अवनतींवर उदयास आलेल्या जैन, बौद्ध पंथांपासून ते आधुनिक काळातील ब्राह्मो व प्रार्थना समाजापर्यंत सर्वच पंथांवर त्यांनी टीका केली. वेदविद्याविहीन लोकांचे पंथ सत्य असू शकत नाहीत. या एका मतावरच त्यांचा विश्वास असल्यामुळे त्यांनी, प्राचीन, मध्ययुगीन व आधुनिक काळातील सर्वच पंथांना असत्य मानले.

आधुनिक काळापर्यंत भारतात जैन, बौद्ध, शैव, वैष्णव, चक्रांकित वैष्णव, वाममार्ग (शाक्तपंथ), कबीर पंथ, नानक पंथ, दादू पंथ, रामस्नेही, गोकुलिया पंथ (वल्लभाचार्य संप्रदाय), स्वामी नारायण पंथ, ब्राह्मो व प्रार्थना समाज इ. अनेक पंथ अस्तित्वात आले. या पंथांनी अनेक वेगवेगळी मते, आचार, विचार, कर्मकांडे, निरनिराळे धर्ममार्ग निर्माण केले, परंतु या पंथांनी वेदादी शास्त्रांचा सत्यधर्म प्रतिपादन न करता आपली मते प्रसारित करून वास्तविक ईश्वर व धर्म याविषयी अज्ञानच प्रसारित केले असे स्वामीजींनी म्हटले.

या पंथाची समीक्षा करण्यासाठी त्यांनी प्रथम वैदिक धर्माच्या अवनतीचा इतिहास विशद केला.

वैदिक धर्माच्या अवनतीचा इतिहास

महाभारत युद्धामध्ये मोठेमोठे विद्वान पुरुष, राजे महाराजे व ऋषी-महर्षि यांचा नाश झाला, त्यामुळे विद्या व वैदिक धर्मप्रसाराचे काम बंद पडले व अर्थातच अज्ञान माजले. ईर्ष्या, द्वेष, अभिमान व दुही यांचे प्रस्थ वाढले व त्यामुळे आपआपसात कलह वाढत गेला. जो बलवान झाला, त्याने मिळेल तेवढे राज्य आपल्या ताब्यात घेण्याचा सपाटा चालविला, त्यामुळे आर्यावर्ताच्या अखंड राज्याचे तुकडे तुकडे झाले. जेव्हा या देशातील राज्यव्यवस्था अशी खंडित झाली तेव्हा इतर देशांवरील याची सत्ता नाश पावली. ब्राह्मण लोक अविद्वान होऊ लागले. यानंतर क्षत्रिय, वैश्य, शूद्रही अविद्वान होऊ लागले.

वेदादी शास्त्रे अर्थासहित पाठ करण्याची परंपरा बंद होऊन केवळ चरितार्थासाठी ब्राह्मण लोक वेदांची घोकंपट्टी करू लागले. अशा रीतीने वास्तविक गुरू असणाऱ्या ब्राह्मणांमध्ये अविद्या वाढल्यामुळे ते छल, कपट व अधर्म यांनी युक्त झाले व आपले दोष लोकांना समजू नयेत म्हणून त्यांनी क्षत्रियादिकांना वेदादि शास्त्रांचा निव्वळ पाठही शिकविण्याचे बंद केले. लोकांमध्ये अज्ञान राहिल्याशिवाय आपला बडेजाव माजणार नाही. तेव्हा क्षत्रियादिकांना विद्याध्ययन न शिकविता असा उपदेश करू लागले की, 'आम्हीच तुमचे देव व तुम्ही आमचीच पूजा केली पाहिजे. जर सेवा न कराल तर नरकात जाल.' अशा प्रकारे वेदोक्त धर्म मागे पडून थापाड्या पुराण ग्रंथांवर आधारित ब्राह्मणांचे महत्त्व, पूजापाठ, अनुष्ठाने इ. संस्कार प्रचलित होऊन अज्ञान, अंधकार माजून आर्यावर्तातील लोकांस दुःख भोगावे लागले. असा आर्य धर्माचा म्हणजे वैदिक धर्माच्या अवनतीचा इतिहास विशद करून नंतर चार्वाक जैन व बौद्ध मत प्रचारात आल्याचे स्वामीजींनी विशद केले.

शाक्त या दुराचारी पंथाची माहिती देताना स्वामीजी म्हणतात, आपण लिहिलेले कोणी मानणार नाही असे समजून दुसऱ्यांच्या नावावर आपले लेख प्रचलित करण्याचा ढोंगी लोकांनी सपाटा लावला. 'शिव उवाच। पार्वती उवाच' अशा तऱ्हेने प्रारंभ करून मग आपल्या मनाला वाटेल ते लिहावे असा क्रम ठेवला. अशा प्रकारे या धर्मद्वेष्ट्या व वेदविरुद्ध अधर्मप्रवर्तकांनी ग्रंथ लिहिले. 'सर्व दुराचरणांना या वाममार्गी लोकांनी उत्तम मानले आहे! मद्य, मांस, मीन, मुद्रा व मैथुन हे पाच प्रकार सर्व युगांत मोक्ष देणारे असतात हा यांचा पहिला सिद्धांत.'[११३] त्यांच्या तंत्र ग्रंथामध्ये बद्ध व मुक्त यांची अशी व्याख्या केली आहे की, 'लोकलज्जा, शास्त्रलज्जा, कुललज्जा, देशलज्जा, इत्यादी पाशांनी जो बद्ध असतो जो जीव जेव्हा निर्लज्ज होऊन दुराचाराची कर्मे करू लागतो तेव्हाच तो सदाशिव बनतो.' असे या वाममार्गी शाक्त पंथाचे वर्णन करून स्वामी म्हणतात की, या धूर्त शाक्तांनी मांस भक्षण, मदिरा पिणे, परस्त्रीगमन करणे, हिंसा करणे अशा नीचपणाच्या गोष्टींनी मन:कल्पित गोष्टी वैदिक व मनुस्मृतीसारख्या ग्रंथात घुसडून दिल्या आहेत.

गोमेध व अश्वमेध करून गाय व अश्व यांचे हवन करून त्यांचे मांस भक्षण करावे असे बेलाशक ऋषिमुनींच्या ग्रंथांमध्ये घालून आपले दुर्विचार सत्य वैदिक धर्मातील आचारात मिसळून दिले आहेत. वास्तविक वैदिक ब्राह्मणादि ग्रंथांमध्ये अश्वमेध, गोमेध, नरमेध, वगैरे जे शब्द येतात त्यांचा खरा अर्थ न समजल्यामुळे त्यांनी तसे लिहिले आहे.

वैदिक ग्रंथांमध्ये घोडा, गाय, मनुष्य वगैरेंना ठार मारून त्यांचा होम करावा असे लिहिले नाही. या सर्व वाममार्गी लोकांनी आपल्या मतांची घुसडाघुसड मात्र त्या

ग्रंथांमध्ये बऱ्याच ठिकाणी केलेली आहे. वास्तविक वैदिक धर्माप्रमाणे पाहता राजाने यथान्याय प्रजेचे पालन करणे, विद्यादानादि करणाऱ्या यजमानाने अग्नीमध्ये धृतादि पदार्थाचे हवन करणे हा अश्वमेध, अन्न, इंद्रिये, किरण व भूमि यांना शुद्ध राखणे हा गोमेध, मनुष्य मेल्यानंतर त्याच्या शरीराचे विधिपूर्वक दहन करणे हा नरमेध असे असताही शाक्तांनी वैदिक ग्रंथांमध्ये मांसाच्या हवनाची वाक्ये घुसडून दिली व पुढील लोकांनी ती खरी मानली!

जेव्हा या अनिष्ट शाक्तांच्या मताचा प्रसार झाला तेव्हा वैदिक धर्माच्या ज्योतीचा प्रकाश संपून चोहोकडे अज्ञान-अंधकार, विषयलोलुपता माजली. त्यांच्या मतांच्या वैदिक ग्रंथांतील घुसडाघुसडीमुळे हीच वैदिक मते आहेत असे लोक मानू लागले व त्यामुळे धर्माच्या नावाखाली राजरोस हिंसामय कृत्ये व अनाचार माजला, त्यामुळे काही स्वतंत्र विचारांच्या माणसांना वाटले की, जर खरोखरच हिंसा व अनाचार वैदिक धर्मामध्ये आहेत तर तो धर्म मनुष्यांच्या उन्नतीला उपयोगी पडणारा नसेल. या विचारसरणीच्या माणसांकडून बौद्ध व जैन मताचा प्रचार झाला. चार्वाकाचे नास्तिक मतही प्रचारात आले.

याप्रमाणे शाक्तांच्या व जैन बुद्धादिकांच्या मतांचा वैदिक धर्मावर पगडा बसून शुद्ध वैदिक धर्मात भेसळ झाली. सर्वव्यापी परमेश्वराची मानमान्यता कमी होऊन पाषाणादि मूर्तिवर पुष्पफुलादि योग चढविण्यालाच धर्म समजला गेला, त्यामुळे आर्यावर्तातील लोकांची आध्यात्मिक अवनती झाली. अशा प्रकारे स्वामीजींनी वैदिक धर्माच्या नावावर चाललेल्या अनाचारामुळेच जैन व बौद्ध प्रचलित झाले व वैदिक धर्माची ज्योत मालवल्याचे विश्लेषण केले.

यानंतर स्वामीजींनी वैदिक धर्माची पताका पुन्हा फडकवणाऱ्या आद्य शंकराचार्यांच्या कार्याचे महत्त्व सांगितले. शाक्तांच्या अनाचार व बौद्ध मताची प्रसिद्धी ही स्थिती जवळजवळ अडीच हजार वर्षे होती. अशा कठीण स्थितीत द्रविड देशातील ब्राह्मण कुलातील शंकराचार्यांनी वैदिक मत स्थापन केले. बौद्ध व जैन धर्मीयांचा वादात पराभव केला. शंकराचार्यांनी शैव व वैष्णव मतांचेही खंडन केले. वैदिक मताचा पुन्हा झपाट्याने प्रसार झाला, परंतु शंकराचार्यांनंतर आलेल्या त्यांच्या अधिकाऱ्यांची चैन व अधिकार गाजविण्याकडे प्रवृत्ती झाली. जरी वैदिक धर्माची पुनर्स्थापना झाली तरी शाक्तांनी व शैवांनी शंकराचार्यांना शिवाचा अवतार मानले व याच दोन मतवाल्यांनी लिंग पूजा सुरू केली. यांना त्यात निर्लज्जपणा मुळीच वाटला नाही. 'नंतर वाममार्गी व शैवांनी संगनमताने योनिलिंगाची स्थापना केली. ज्यास जलधारी व उपस्थ म्हणतात आणि त्यांची पूजा करू लागले. त्या बेशर्मांना थोडीही लाज वाटली नाही की, हे दुष्कर्म आपण का करीत आहोत.'[११४]

यानंतर मार्कंड पुराण, शिवपुराण रचले जाऊन ऋषी मुनींच्या नावावर अनेक भ्रष्ट आचार घुसडून वैदिक धर्मविहीन होऊन भ्रष्ट झाले. अशा प्रकारे वैदिक धर्माचा ऱ्हास व शाक्त व शैव पंथांची उत्पत्ती विशद करून लोक धर्मभ्रष्ट झाले असल्याचे स्वामीजींनी वरीलप्रमाणे वर्णन केले. शैवांनी योनिलिंग पूजा करणे, भस्म, रुद्राक्ष इ. धारण करणे इ. कर्मकांडांची प्रथा सुरू केली.

याचप्रमाणे वैष्णवांनी टिळा, गंध लावणे, शंख, चक्र, गदा व पद्म ही चिन्हे असणाऱ्या मुद्रा अग्नीमध्ये तापवून वैष्णव आपल्या दंडावर डाग देऊन स्वत:ला वैष्णव समजू लागली व हाच मुक्तीचा मार्ग आहे असा प्रचार ते करू लागले.

अशा प्रकारे हे महाभारत युद्धामध्ये वैदिक धर्माचे अनुयायी ऋषी, मुनी, राजे महाराजे मृत्यू पावल्यामुळे वैदिक धर्माचा प्रसार बंद होऊन शाक्त, बौद्ध, जैन, शैव, वैष्णव सारखे पंथ अस्तित्वात येऊन त्यांनी वेदांच्या नावाखाली आपलीच भ्रष्ट मते प्रसारित करून धार्मिक अनाचार समाजात घडविला.

याप्रमाणेच भारतात कबीर पंथ, नानक पंथ, दादू पंथ, रामस्नेही मत, गोकुलिया पंथ, स्वामी नारायण मत, रामानुज, लिंगायत सारखे अनेक पंथ निर्माण केले, परंतु त्यांनी वैदिक मताचा प्रचार न करता आपला स्वकपोलकल्पित वेदविरुद्ध मत प्रचारात आणून त्यालाच धर्म असे नाव दिले.

या अशा अनेक वेदविरुद्ध पंथांमुळे आर्यवर्तातील लोक वेदप्रतिपादित सत्य धर्मापासून भ्रष्ट झाले, यामुळेच आर्यावर्तातील लोकांची धार्मिक, सामाजिक व राजकीय अवनती झाल्याचे स्वामीजींनी स्पष्ट केले.

यामुळेच स्वामीजींनी तत्कालीन वल्लभाचार्य, स्वामी नारायण, शैव व वैष्णव पंथावर जोरदार टीका करून लोकांना या धार्मिक अज्ञानापासून दूर केले.

ब्राह्मो समाज व प्रार्थना समाज यांचे धर्मसुधारणा चळवळीतील केलेल्या योगदानाचे स्वामीजींनी केलेले मूल्यमापन

या समाजांविषयी स्वामीजी म्हणतात, या दोन्ही समाजांनी काही गोष्टी चांगल्या केल्या असल्या तरी त्यांच्या धर्म समाजांचा आधार वेद नाहीत, यामुळे त्यांचे तत्त्व संपूर्णता सत्य असू शकत नाही असे म्हणून स्वामीजींनी ब्राह्मो समाज व प्रार्थना समाजांनी जी चांगली कार्ये केली त्याबद्दल त्यांची प्रशंसा करून त्यांच्या इतर दोषांबद्दल टीका केली. या समाजाविषयी स्वामीजी म्हणतात, 'वेदविद्याविहीन लोकांची कल्पना पूर्णपणे सत्य कशी असू शकेल?'[११५]

ब्राह्मो समाज व प्रार्थना समाज यांच्यामुळे ख्रिस्ती पंथात जाणारी माणसे बाटली नाहीत आणि त्यांनी मूर्तिपूजेचे प्रस्थ थोडेफार कमी केले. इतर ग्रंथांच्या

भ्रमजाळातून काही थोड्या लोकांना त्यांनी वाचविले. अशी त्यांनी केलेल्या कार्याची स्वामी दयानंदांनी प्रशंसा केली, परंतु वेदांना प्रमाण न मानता इतर धर्मपंथ व धर्मग्रंथांतील तत्त्वज्ञानाचा आपल्या पंथाला त्यांनी आधार घेतल्यामुळे स्वामीजींनी या समाजाचे खालीलप्रमाणे दोष सांगितले.

१. या लोकांमध्ये देशभक्ती फार कमी आहे, कारण त्यांनी ख्रिस्ती धर्म व लोकांचे पुष्कळ आचार-विचार आत्मसात केले आहेत.

२. आपल्या देशाचा किंवा पूर्वजांचा मोठेपणा व प्रशंसा सांगत नाही, उलट त्यांची यथेच्छ निंदा करतात. आपल्या व्याख्यानांमध्ये हे लोक ख्रिस्ती, इंग्रज वगैरे लोकांची तोंडभर स्तुती करतात.उलट ते असे सांगतात की, जगामध्ये इंग्रजांसारखे विद्वान इतरत्र कोठे झाले नाहीत व आर्यावर्तातील लोक अनादी काळापासून अडाणीच राहिले आहेत. त्यांची उन्नती कधीच झाली नाही.

३. वेद व शास्त्रे यांचा सन्मान करणे दूरच राहिले, उलट त्यांची भरपूर निंदा ते करतात. ब्राह्मो समाजाच्या उद्दिष्टांची माहिती देणाऱ्या पुस्तिकेत साधु-संतांची जी नावे दिली आहेत, त्यात येशू, मोझेस, मुहम्मद, नानक व चैतन्य यांचा उल्लेख आहे. त्यात कोणत्याही ऋषीचे अथवा महर्षीचे नाव नाही. यावरून ज्यांची नावे उद्धृत केली आहेत त्यांच्या मतांसारखीच या लोकांची मते असणार हे उघड आहे. पुढे ते असेही म्हणतात, हे लोक ज्या देशात जन्मले आहेत त्याच देशाचे अन्न खातात व पाणी पितात. त्याच अन्न-पाण्यावर ते लहानाचे मोठे झाले. अशा स्थितीत आपले आई, बाप व पूर्वज यांचा मार्ग सोडून परकीयांच्या मताकडे झुकणे, ब्राह्मो समाजी व प्रार्थना समाजी लोकांनी एतद्देशीय संस्कृत विद्या न शिकता स्वत:ला विद्वान समजणे, इंग्रजी शिकून पांडित्याच्या अहंकाराने झटपट एक नवा पंथ सुरू करण्यास प्रवृत्त होणे, या सर्व गोष्टी मानव जातीला स्थिर व उन्नत बनविण्यास कशा साहाय्यभूत होतील? वास्तविक युरोपिन लोकांचे वरवर अनुकरण करणे बरोबर नाही. ते लोक बूट, कोट पाटलोण घालतात आणि हॉटेलात सर्वांबरोबर खातात, यामुळे त्यांची प्रगती झालेली नाही. असे असते तर मुसलमान व अंत्यजांचीही प्रगती झाली असती.

त्यांच्या प्रगतीची कारणे सांगताना स्वामीजी म्हणतात की, युरोपियन लोकांमध्ये बालविवाह होत नाहीत. मुले व मुली शिक्षण घेऊन सुशिक्षित बनतात. त्यांच्यात स्वयंवराची प्रथा आहे. भोंदू लोकांच्या उपदेशांकडे ते लक्ष देत नाहीत. ते चांगले सुशिक्षित असल्यामुळे कुणाच्याही जाळ्यात अडकत नाहीत. ते काही करावयाचे ते

सभेमध्ये निर्णय घेऊन करतात, आपल्या देशाच्या व वंशाच्या उन्नतीसाठी ते तनमनधन अर्पण करतात. आळस झटकून ते उद्योग करतात. (इंग्रज) युरोपियन लोकांच्या देशभक्तीचे उदाहरण देताना स्वामीजी सांगतात की, ते लोक आपल्या देशात बनविलेल्या बुटांना कार्यालयात व न्यायालयात जाऊ देतात, परंतु इथल्या देशी पादत्राणांना तेथे प्रवेश करू देत नाहीत. यावरूनच लक्षात घ्या की, ते लोक आपल्या देशात तयार झालेल्या पादत्राणांचीही केवढी प्रतिष्ठा ठेवतात. तेवढी प्रतिष्ठा ते इतर देशांतल्या माणसांचीही ठेवत नाहीत. या देशात युरोपीय लोक आल्याला शंभर वर्षांहून अधिक काळ लोटला आहे. तरीदेखील ते आपल्या देशात जसे जाड कपडे वापरीत असत तसेच येथेही वापरतात. येथील हिंदू लोकांचे अनुकरण करून त्यांनी आपले देशी रीतीरिवाज मुळीच सोडले नाहीत.

परंतु ब्राह्मो व प्रार्थना समाजी त्यांचा धर्म व आचारविचारांचे अनुकरण करतात. त्यांच्यावरील गुणांमुळे त्यांची प्रगती झाली आहे. बूट, कोट, पाटलोण, हॉटेलात खाणे-पिणे इत्यादी सामान्य व वाईट गोष्टीमुळे त्यांची उन्नती झालेली नाही.

अशा प्रकारे ख्रिस्ती धर्माचे तत्त्वज्ञान सत्य आहे असे सांगणाऱ्या व त्यांचे आचार-विचार आत्मसात करणाऱ्या ब्राह्मो व प्रार्थना समाजाच्या सदस्यांना त्यांनी ज्या युरोपियन ख्रिस्ती लोकांचे अनुकरण करतात त्यांच्या देशभक्तीची व उन्नतीची कारणे स्वामीजींनी विशद केली.

इंग्रजी ख्रिस्ती धर्मीयांचे अनुकरण केल्याने ब्राह्मो समाज अथवा प्रार्थना समाज धर्मउन्नती किंवा समाजउन्नती करू शकत नाही असे सांगून स्वामीजी म्हणतात, आतापर्यंत जे तुम्ही केले ते विसरून जा व वेदोक्त धर्माचे अनुकरण करा. वेदोक्त धर्माचा प्रसार करणाऱ्या आर्य समाजात तुम्ही सामील झाला, तरच तुमचा देशोन्नतीचा हेतू साध्य होईल; असे या दोन्ही समाजांना उद्देशून स्वामीजींनी सांगितले. 'या देशाची उन्नती व्हावी असे तुम्हाला वाटत असेल तर तुम्ही 'आर्य समाजा'शी सहकार्य करून त्यांच्या उद्दिष्टानुसार आचरण करण्यास सुरुवात करा, नाहीतर तुम्ही काहीही करू शकणार नाही. ज्या देशातील पदार्थांनी तुमची-आमची शरीरे बनली आहेत, आज त्यांचे पालनपोषण होत आहे व यापुढे होणार आहे. त्यांची आपण सर्वजण मिळून तनमन धनाने व प्रेमाने उन्नती करूया. आर्यावर्ताची उन्नती करण्यास 'आर्यसमाज' जसा समर्थ आहे तसा दुसरा कोणताही समाज, संस्था अथवा संघटना नाही. या समाजाला तुम्ही यथोचित साहाय्य कराल तर ती फार चांगली गोष्ट होईल, कारण समाजाला भाग्यशाली बनविणे हे समुदायाचे काम असते. ते एकट्या दुकट्याचे काम नसते.'[११६]

तत्कालीन ब्राह्मो समाजाचे अध्यक्ष केशवचंद्र सेन हे येशू ख्रिस्ताला आदर्श मानून ख्रिस्ती धर्माचेच तत्त्व ब्राह्मो समाजामध्ये प्रसारित करीत होते. त्यांच्यावर पूर्णपणे ख्रिस्ती धर्माचा प्रभाव होता.

याच प्रकारे प्रार्थना समाजाच्या संस्थापकांनीही उघड उघड येशू ख्रिस्त व ख्रिस्त संतांचे संदेश ही इतर हिंदू संतांप्रमाणेच सत्य असल्याचे प्रतिपादन केले, तसेच या समाजाचे अनुयायी इंग्रजी शिक्षित असल्यामुळे इंग्रजांच्या आचार विचारांचा प्रभावही त्यांच्यावर होता. प्रार्थना समाजातील बैठक व्यवस्था बाके, टेबल इ. तसेच प्रार्थना म्हणण्याचे स्वरूप हे चर्चप्रमाणेच होते, यामुळे ख्रिस्ती धर्माचा प्रभाव असणाऱ्या या समाजांकडून खऱ्या अर्थाने देशाची उन्नती होऊ शकत नाही, म्हणून या समाजाच्या अनुयायांनी त्यांचे पूर्वीचे तत्त्वज्ञान सोडून देऊन आर्य समाजात सामील व्हावे व देशउन्नती करावी असा संदेश त्यांनी या समाजाच्या सदस्यांना देऊन देशभक्तीचे महत्त्व त्यांना वेदोक्त धर्माच्या आधारे पटवून दिले.

बायबलवर केलेली टीका :

१४ व्या शतकाच्या शेवटी भारतात पदार्पण करणाऱ्या पोर्तुगीजांपासून ते १९ व्या शतकातील इंग्रज सरकारच्या पाठिंब्याने मिशनऱ्यांनी अनेक प्रकारच्या उपाययोजनांनी भारतात ख्रिश्चन धर्माचा प्रसार करून अनेकांना धर्मांतरित केले होते.

हिंदू धर्मातील अनेक दुर्विचारांनी व दुष्ट आचरणाचा प्रसार करणाऱ्या पंथांनी सत्य, ज्ञान, वेदोक्त ज्ञानाची ज्योत मालवून टाकली होती, याचप्रमाणे परदेशातून आलेल्या ख्रिस्ती व मुसलमान आक्रमकांनी येथील आर्य लोकांना जबरीने किंवा पद्धतशीरपणे धर्मांतरित केले होते, यामुळे राज्यकर्त्यांचा पाठिंबा असलेल्या मिशनऱ्यांपासून वेदप्रणित धर्माला खरा धोका होता.

मिशनरी 'बायबल' हे ईश्वरोक्त आहे; यातील ज्ञानानेच मनुष्याला ईश्वराप्रत जाता येईल असा प्रचार करीत होते. यातील असत्यता उघड करण्यासाठी स्वामीजींनी 'बायबल'मधील प्रत्येक ओळ उद्धृत करून त्याची समीक्षा केली. 'आता आम्ही ख्रिस्ती लोकांच्या पंथाविषयी लिहितो. त्यावरून त्यांचा पंथ निर्दोष आणि मतग्रंथ बायबल ईश्वरकृत आहे किंवा नाही?' हे सहज सिद्ध करण्यासाठी त्यांनी बायबलमधील आकाश, पृथ्वी आणि सृष्टी उत्पत्तिसंबंधीची पुढील ओळ उद्धृत केली.

१. 'आरंभी ईश्वराने आकाश व पृथ्वी उत्पन्न केली. पृथ्वी सपाट व उजाड होती. सखोल पाण्यावर अंधार होता आणि ईश्वराचा आत्मा पाण्याच्या पृष्ठ भागावर डोलत होता. 'उत्पत्ती अध्याय-१, ओवी १, २. 'बायबलातील या ओवीची समीक्षा करताना स्वामीजी, ख्रिस्तांना उद्देशून म्हणतात, 'ईश्वर सर्वज्ञ आहे, म्हणून त्याचे

कोणतेही काम, कृती बेडौल असू शकत नाही. बायबलमध्ये ईश्वराची सृष्टी बेडौल असे लिहिले आहे, म्हणून ते पुस्तक ईश्वरकृत असू शकत नाही. प्रथम हे सांगा की, ईश्वराचा आत्मा काय पदार्थ आहे?'[११७]

बायबलातील 'देवाचा आत्मा' जलावर डोलत होता याविषयी ते म्हणतात, 'ईश्वराचा आत्मा हा काय पदार्थ आहे?' तो निराकार आणि सर्वव्यापी असल्यामुळे त्याला पाण्यावर डोलताना कोणी पाहिले? ईश्वर जर सर्वव्यापक आहे तर पाण्यावर तो कधी डोलू शकत नाही. बरे, ईश्वराचा आत्मा पाण्यावर होता. तेव्हा देव कोठे होता? यावरून हेच सिद्ध होते की, ईश्वराचे शरीर कोठेतरी असेल अथवा आपल्या आत्म्याचा एखादा तुकडा पाण्यावर हलवीत असेल! असा बायबलमध्ये वर्णन केलेला देव सर्वज्ञ कधी होऊ शकत नाही. यावरून ख्रिस्त्यांचे बायबलही ईश्वरोक्त नाही, कारण ईश्वर हा सर्वव्यापक, अनंत गुण कर्म, स्वभावयुक्त, सच्चिदानंदस्वरूप, नित्य, शुद्ध , बुद्ध, मुक्तस्वभाव, अनादी, अनंत इत्यादी लक्षणांनी युक्त आहे असे वेदांत सांगितले आहे. 'त्यालाच तुम्ही मानाल तर तुमचे कल्याण होईल, नाहीतर नाही असे स्वामीजींनी ख्रिस्त अनुयायांना उद्देशून म्हटले.' या प्रकारे बायबलमधील जुना करार व नवा करारमधील अनेक ओव्या उद्धृत करून हिंदुंच्या 'पुराणां' मधील भाकड कथांनाही बायबलमधील कथा मागे टाकणाऱ्या असल्याचे स्वामींनी म्हटले आहे. 'हिंदुंच्या पुराणातील भाकड कथांना मागे टाकणाऱ्या अशा या ख्रिस्त्यांच्या शुभ वर्तनांनी मिथ्या लीला होते.'[११८]

स्वामीजींनी बायबलमधील अनेक कथा उद्धृत करून त्या कशा असंभाव्य व असत्य आहेत असे दर्शवून ईश्वरोक्त नाही व ईश्वराविषयी असत्य वर्णन करणारे आहे असे सांगितले.

स्वामीजींनी बायबलवरील केलेली टीका लक्षात घेण्यासाठी त्यांनी बायबलमधील उद्धृत केलेल्या काही ओळी व त्यावर केलेली समीक्षा बघणे योग्य ठरेल.

१०. आणि मग असे झाले की, जेव्हा माणसे पृथ्वीवर वाढू लागली आणि त्यांना मुली झाल्या तेव्हा ईश्वराच्या पुत्रांनी मानवाच्या कन्या पाहिल्या. त्या सुंदर आहेत असे पाहून त्यांच्यापैकी त्यांना ज्या पसंत पडल्या त्यांच्याशी त्यांनी लग्ने केली. ओ. १,२, ४-८ स्वामीजी या ओवीवर म्हणतात, 'ख्रिश्चनांना विचारले पाहिजे की, 'ईश्वराचे पुत्र कोण आहेत?' आणि ईश्वराची बायको , सासू, सासरा, मेहुणा आणि नातेवाईक कोण आहेत? कारण ईश्वराच्या पुत्रांनी मानवांच्या कन्यांशी विवाह केल्यामुळे ईश्वर त्यांचा व्याही झाला आणि त्यांच्यापासून झालेली मुले ही ईश्वराची नातवंडे झाली. अशा गोष्टी ईश्वराच्या बाबतीत खऱ्या असू शकतात

काय? आणि ईश्वरी ग्रंथात त्यांना स्थान असू शकते काय? यावरून हेच सिद्ध होते की, अशा जंगली लोकांनी बायबल रचले आहे. जो सर्वज्ञ नाही व ज्याला भविष्यकाळाचे ज्ञान नाही तो ईश्वर असूच शकत नाही.'[११९] याचप्रमाणे कालवृत्तांत १, अ. २१, ओ. १४ असे म्हटले होते की, म्हणून परमेश्वराने इस्राइलवर मरी (रोगराई) धाडली आणि इस्राइलमधील सत्तर हजार माणसे मेली. या ओळीवर स्वामीजी म्हणतात, 'ही पाहिलीत इस्राइलच्या ख्रिस्त्यांच्या ईश्वराची लीला? ज्या इस्राइलच्या वंशाला ईश्वराने पुष्कळ वर दिले होते आणि ज्यांच्या पालनपोषणासाठी तो अहोरात्र धडपडत होता, त्याच ईश्वराने आता रागाच्या सपाट्यात मरी घालून सत्तर हजार माणसे मारून टाकली.' यावरून जसा एखादा माणूस क्षणात प्रसन्न तर क्षणात अप्रसन्न होतो म्हणजे ज्याची वृत्ती क्षणाक्षणाला बदलते त्याची प्रसन्नताही भयंकर असते, तशीच ही ख्रिस्त्यांच्या ईश्वराची विचित्र लीला आहे. अर्थातच असा राग, द्वेष, प्रसन्नता दाखविणारा ईश्वर कसा असू शकेल? असे स्वामीजींनी आपले मत व्यक्त केले. अशा प्रकारे जुन्या करारातील अनेक कथा त्यासंबंधीच्या ओव्या उद्‌धृत करून स्वामीजींनी या कथा असंभाव्य व भोळ्या लोकांना जाळ्यात ओढण्यासाठी जंगली लोकांनी लिहिल्याचे म्हटले आहे.

याच प्रकारे बायबलच्या नव्या करारातील येशू ख्रिस्ताचा जन्म कुमारी मातेपासून झाला व ती पवित्र आत्म्यापासून गरोदर झाली; याविषयी स्वामीजी म्हणतात, 'या गोष्टी प्रत्यक्षादीप्रमाणे आणि सृष्टीक्रम यांच्याविरुद्ध असल्यामुळे त्या कोणीही विद्वान मान्य करू शकणार नाही. या गोष्टीवर मूर्ख आणि जंगली माणसेच विश्वास ठेवतील. सभ्य विद्वान त्या कधी मानणार नाही.'[१२०] बायबलमधील कथानक अशा असत्य गोष्टींनी भरले आहे. यामुळेच येशूने ज्यांना याच प्रकारचे ज्ञान दिले ते लोक अडाणी व जंगली होते, यामुळेच त्यांना या गोष्टी खऱ्या वाटल्या व त्यांनी बायबलवर विश्वास ठेवला. अशा बायबलवर आधारित ख्रिस्ती धर्माचा प्रसार करणाऱ्या व हिंदू धर्मावर सतत टीका करणाऱ्या मिशनऱ्यांना उद्देशून स्वामीजी म्हणतात, 'ख्रिस्तांनो! अद्याप तरी तुम्ही हिंदुंच्या पुराणांना हसू नका, कारण हे तुमचे 'शुभ वर्तमान' पुराणांचा बाप आहे.'[१२१]

बायबलमधील या गप्पा किंवा ख्रिस्ताचे अगाध ज्ञान पाश्चात्त्यांनाही कळून चुकले आहे. तथापि व्यवहार व खोटा देशाभिमान, धर्माभिमान वगैरे दुराग्रहांत ते फसले आहेत एवढेच. पाश्चात्त्यांनी हट्टास न पेटता सत्य अशा वेदमार्गाचा अवलंब करून भौतिक उन्नतिबरोबर आध्यात्मिक उन्नती करावी. थोडा भाग सोडून दिला तर लबाडीचा बाजारच बायबलमध्ये आहे. अशा प्रकारे बायबलमध्ये सत्य ईश्वरी ज्ञान

नसून फक्त गप्पा मारल्या आहेत. अशा असत्य ग्रंथाला धर्मग्रंथ न मानता इंग्रजांनी व सर्व युरोपियनांनी वेदोक्त धर्माचा स्वीकार करावा. असा संदेश मिशनऱ्यांना पाठिंबा देणाऱ्या युरोपियन सरकार व समाजाला स्वामीजींनी दिला.

१९ व्या शतकात इंग्रज विजेते असल्यामुळे त्यांचा धर्म व समाज आचार-विचार श्रेष्ठ असल्याचा समज तत्कालीन सुशिक्षित लोकांचा झाला होता.त्यांचा हा समज दूर करून वेदोक्त धर्माचा अर्थबोध करून आर्यांच्या वेद धर्माची माहिती करून देणे आवश्यक होते.

यामुळेच स्वामीजींनी संपूर्ण बायबलची समीक्षा करून, लबाड व अविद्वान, स्वार्थी लोकांनी ज्याप्रमाणे हिंदुंच्या 'पुराण' ग्रंथात भाकड कथा लिहून अज्ञानी लोकांवर आपले वर्चस्व निर्माण केले; त्याचप्रमाणे बायबलमध्येही असत्य, असंभाव्य अशा भाकड कथा असून त्यात थोडेच सत्य आहे, बाकी सगळा लबाडीचा बाजार असल्याचे स्वामीजींनी उघड केले.

यवनमतविषय (कुराण ग्रंथाची) केलेली समीक्षा

मुस्लीमधर्मीय फक्त कुराणांवरच विश्वास ठेवतात, म्हणून 'कुराण' या त्यांच्या धर्मपुस्तकाचीच समीक्षा केली असल्याचे स्वामीजींनी म्हटले आहे.

मूळ 'कुराण' अरबी भाषेत असून त्यावर मौलवींनी त्याचा उर्दू अर्थ लिहिला आहे. या उर्दूतील कुराणांचे मौलवी साहेबांकडून हिंदी भाषेत भाषांतर करून मगच कुराणाची समीक्षा केल्याचे स्वामीजींनी म्हटले आहे. 'ज्याला मी केलेल्या समीक्षेचे खंडन करावयाचे असेल त्याने प्रथम मौलवी साहेबांनी केलेल्या तर्जुमांचे खंडन करावे व नंतर माझ्या समीक्षेवर टीका करावी' असेही आवाहन या समीक्षेच्या प्रस्तावनेत स्वामीजींनी नमूद केले आहे.

ही समीक्षा करताना कोणाची स्तुती किंवा निंदा करायचा उद्देश नसून फक्त सत्य प्रकाशित करणे एवढाच उद्देश असल्याचे स्वामीजींनी म्हटले आहे. 'क्योंकी यह लेख केवल मनुष्योंकी उन्नती और सत्याऽसत्य के निर्णय के लिए (है, अर्थात) सब मतों के विषयोंका थोडा थोडा ज्ञान होना। इससे मनुष्योंको परस्पर विचार करने का समय मिले और एक दूसरे के दोषों का खण्डन कर गुणों का ग्रहण करे। न किसी अन्य मत पर, न इस मत पर झूठ मूठ बुराई वा भलाई लगाने का प्रयोजन है। किन्तु जो जो भलाई है, वही भलाई और जो बुराई है, वही बुराई सबको विहित होवे। न कोई किसी पर झूठ चलाचल और न सत्य को रोक सके और सत्याऽसत्य विषय प्रकाशित किये पर भी जिसकी इच्छा हो वह न माने वा माने, किसी पर बलात्कार नहीं किया जाता॥'' [१२३]

ख्रिस्ती लोकांप्रमाणेच, मुसलमान लोकही कुराण हे ईश्वराचे आहे व तेच खरे ईश्वरोक्त आहे, त्यात जे सांगितले आहे तेच सत्य आहे. इतर धर्मग्रंथ असत्य आहेत असे मानतात. तर 'कुराण'मध्ये सांगितलेल्या आज्ञांची वास्तविक सत्य-असत्यता किती आहे हे दर्शविण्यासाठी स्वामीजींनी मुसलमानांच्या 'कुराण' या धर्मग्रंथांची खालीलप्रमाणे समीक्षा केली.

१. परम दयाळू (आणि) कृपाळू परमेश्वराच्या नावाने (मी आरंभ करतो) मंजिल व सिपारा ।।१।। सूरत १ (कुराण)

या कुराणोक्त वाक्याविषयी स्वामीजी असे म्हणतात, 'मुसलमान लोक असे म्हणतात की, कुराण हे ईश्वराचे आहे, परंतु या वचनावरून असे दिसून येते की, हे रचणारा दुसरा कोणीतरी आहे, कारण जर परमेश्वराने कुराण रचले असते तर 'परमेश्वराच्या नावाने मी आरंभ करतो.' असे न म्हणता त्याने 'मानवांना उपदेश देण्यासाठी मी आरंभ करतो असे म्हटले असते.'[१२४]

कुराणातील, 'जो मुसलमान नसेल तो जेथे सापडेल तेथे त्याला ठार मारा आणि मुसलमानांना मारू नका' यावर स्वामीजी म्हणतात, 'असला उपदेश कचऱ्याच्या टोपलीत टाकला पाहिजे. असले मतग्रंथ, असले पैगंबर, असले ईश्वर आणि असले पंथ नसणेच चांगले. असल्या प्रमादसह पंथापासून चार हात दूर राहून शहाण्या लोकांनी 'वेदोक्त धर्मा'चा स्वीकार केला पाहिजे, कारण त्यात किंचितही असत्य नाही.'[१२५]

ज्या धर्मग्रंथामध्ये पशू, पक्षी व गैर मुसलमान यांना मारण्याच्या आज्ञा आहेत त्या क्रूर व मूर्खतापूर्ण आहेत, यामुळेच असले कल्पित पंथ सोडून देऊन वेदोक्त मताचा स्वीकार करणे हेच सर्व मानवांना उचित होय. वेदोक्त धर्म सर्वोत्तम आहे, त्यानुसार आर्य मार्गावरून म्हणजे श्रेष्ठ पुरुषांच्या मार्गावरून चालावे आणि दस्यूंच्या म्हणजे दुष्ट लोकांच्या मार्गापासून दूर राहावे असा संदेश यवनमताचे परीक्षण केल्यावर स्वामीजींनी दिला.

'बायबल'मध्ये ज्याप्रमाणे भाकड कथा आहेत, त्याचप्रमाणे 'कुराणा'मध्येही क्रूर, अन्यायी, पक्षपाती अशा आशा ईश्वराने मुसलमानांना केल्याचे म्हटले आहे. सर्व विश्व बनविणारा ईश्वर मुसलमान व गैर मुसलमान असा भेदभाव कसा काय करू शकतो? यावरून कुराण ही खुदाची रचना नसून कोणी पक्षपाती, स्वार्थी माणसाची रचना असल्याचे स्वामीजींनी स्पष्ट केले.

१९ व्या शतकात ब्राह्मो, प्रार्थना, सत्यशोधक समाज हे ख्रिश्चन व मुस्लीम (एकेश्वरी पंथ) धर्म तत्त्वज्ञानाने प्रभावित झाले होते. हिंदू धर्म सोडून इतर धर्म पुस्तकातच सत्य आहे असा त्यांचा समज झाला होता. तसे होणे स्वाभाविक होते, कारण वेदांचा अर्थ कधी होऊ शकत नाही, असा सर्वत्र समज होता.

परंतु स्वामीजींनी वेदांचा अर्थ सविस्तर स्पष्ट करून त्याचा प्रसार केला. वेदांतच सत्य ज्ञान आहे व ते सर्व मानवांना उपयोगी आहे असे त्यांनी आपल्या लिखाणाद्वारे व भारतभ्रमण करून लोकांना समजावून दिले.

इतर धर्मांतील असत्य व असंभाव्य गोष्टी उघड करून दाखविणे व वेदांचा अर्थ सांगून हिंदू लोकांना सन्मार्गावर आणणे असे त्यांनी आपले कर्तव्य समजले. या दृष्टिकोनातूनच हिंदुंच्या पुराण, तंत्र ग्रंथ इ. तसेच अनेक धर्मपंथांवर जोरदार टीका केली, याचप्रमाणे ख्रिस्ती व यवन मताच्या धर्म पुस्तकातील असत्य उघड करून वेदोक्त धर्मात कोठल्याही प्रकारचे असत्य नसून ईश्वरोक्त सत्य असल्याचे त्यांनी स्पष्ट केले.

स्वामी दयानंदांनी मुंबई येथे आर्य समाजाची केलेली स्थापना व पुणे भेट (१८७५)

स्वामीजींनी पश्चिमेत गुजराथपासून ते पूर्वेत कलकत्ता, बिहारपर्यंत, उत्तरेला हिमालयापासून दक्षिणेत महाराष्ट्रातील सातारा शहरापर्यंत देशभ्रमण केले. भारताच्या या सर्वच भागांतील प्रमुख शहरांना स्वामीजींनी भेट देऊन तेथील पंडितांशी वादविवाद करून वेद धर्माचा प्रसार केला.

स्वामीजींनी सत्य शोधण्यासाठी आपल्या घरातून पलायन केले. यानंतर त्यांनी महाराष्ट्रीयन दण्डी पूर्णानंद या योगींकडून संन्यासदीक्षा घेतली. वयाच्या चोविसाच्या वर्षी स्वामी दयानंदांनी अशा प्रकारे संन्यास दीक्षा प्राप्त करून आपल्या मूलशंकर नावाचा त्याग करून स्वामी दयानंद सरस्वती असे नाव धारण केले, यानंतर स्वामीजींनी मथुरा येथील विरजानंद या अंध पंडितांकडून संपूर्ण ज्ञानप्राप्ती केली.

यानंतर स्वामीजींनी भारतभ्रमण केले. शेवटी त्यांच्या विचारांनी प्रभावित झाल्यामुळे मुंबईतील काही गुजराथी व्यापारी व समाजसुधारकांनी स्वामीजींना १८७४ मध्ये मुंबई येथे येण्याचे आमंत्रण दिले.

महाराष्ट्रात मुंबईला येण्यापूर्वी स्वामीजींनी महाराष्ट्रातील धार्मिक तीर्थक्षेत्र असलेल्या नाशिक शहराला भेट दिली. तेथे त्यांनी चार दिवस मुक्काम केला. नाशिक येथे राम-सीता वनवासात राहिले असल्याने त्या क्षेत्राला राम-सीतेची पवित्र भूमी म्हणून विशेष स्थान आहे. नाशिक हे काळाराम मंदिर व इतर तीर्थक्षेत्रांसाठी प्रसिद्ध आहे. तेथे गोदावरी नदीला गंगेप्रमाणेच स्थान आहे. असे या शहराचे महत्त्व लक्षात घेऊन स्वामीजींनी काळाराम मंदिरात एक व्याख्यान दिले. यात त्यांनी म्हटले की, नाशिक येथे श्रीरामाच्या निवासामुळे ऐतिहासिक महत्त्व प्राप्त झाले आहे, परंतु येथे येऊन फक्त गोदावरीत स्नान केल्याने सारी पापे धुतली जातात, हा समज मात्र साफ

खोटा आहे. तेथील पंडितांनाही त्यांनी शास्त्रार्थासाठी आवाहन केले, परंतु कोणीही पुढे आले नाही.

याच सुमारास मुंबईच्या 'इंदुप्रकाश' या पत्राने स्वामीजींच्या विचारांची दखल घेणारा एक उत्तम लेख प्रकाशित केला. यामध्ये त्यांचा सुधारणावादी दृष्टिकोन सांगितला होता.

मुंबईमध्ये इतर समाजांप्रमाणेच गुजराथी समुदायही व्यापारानिमित्त मोठ्या प्रमाणावर होता, याचप्रमाणे पाश्चात्त्य सत्तेचे ते एक महत्त्वपूर्ण केंद्र होते. पाश्चात्त्य संस्कृतीचा प्रभाव मुंबईवर होणे, महाराष्ट्रातील पुण्याप्रमाणेच मुंबईतही समाजसुधारणा, धर्मसुधारणा चळवळीचे एक केंद्र होते. प्रार्थना समाजाचे सभासद मोठ्या प्रमाणात येथीलच होते. प्रार्थना समाज मंदिर गिरगाव, मुंबई येथे होते.

येथे गुजराथी समुदायातील भाटीया लोक हे वल्लभ संप्रदायाचे अनुयायी होते. वल्लभ पंथ म्हणजे धर्माच्या नावाखाली अनाचार, विषयलोलुपता इ. अवगुणांचा प्रसार करीत होते. श्रीकृष्णाच्या नावाने या पंथाचे महाराज स्वत:च शृंगार व विलास करीत. भाटीया समाज हा अतिशय श्रीमंत असल्यामुळे त्यांच्याकडून या पंथाच्या महाराजांना भरपूर पैसा मिळत असे. या महाराजांना स्त्रियांनी तन, मन, धन अर्पण करावे अशी सक्ती होती. भाटीया समाजाचे लोक असा भ्रष्टाचार अंधपणाने आचरीत असत.

परंतु तत्कालीन पाश्चात्त्य भारतीय समाजसुधारणा विचारांचा प्रभाव या भाटीया समाजाच्या काही लोकांवर पडल्याशिवाय राहिला नाही. करसनदास मुळजी या वल्लभ संप्रदायी सुधारकाने 'सत्यप्रकाश' नावाच्या नियतकालिकात लेख लिहून या भ्रष्ट संप्रदायाचा व्यभिचार चव्हाट्यावर आणला. त्याबद्दल १८६१ मध्ये या संप्रदायाच्या महाराजांनी करसनदास मूळजींवर अब्रूनुकसानीचा दावा दाखल केला. १८७४ च्या सुमारास या दाव्याचा निकाल लागून सुधारक करसनदास मूळजींचा विजय झाला.

या संप्रदायाचा कायमचा बंदोबस्त करावा असे भाटीया सुधारक लक्ष्मीदास खीमजी व त्यांचे बंधू धरमसी खीमजी तसेच शांकर वेदांताचे अनुयायी जयकृष्ण जीवन दास राम यांनी अशा भ्रष्ट संप्रदायांचे जोरदार खंडन करणाऱ्या स्वामी दयानंद सरस्वती, जे जन्माने गुजराथी होते, यांना आमंत्रण दिले. स्वामीजींच्या कार्याचा हेतूच भ्रष्ट पंथाचे असत्य उघड करणे व वेदोक्त धर्माचा प्रकाश करणे असा होता. यानुसार स्वामीजी नोव्हेंबर १८७४ मध्ये मुंबईला आले. या प्रथम भेटीत त्यांनी वल्लभ संप्रदायावर जोरदार हल्ला चढविला. त्यांनी अनेक व्याख्याने देऊन त्यांचा भ्रष्टाचार उघड केला, यामुळे या लोकांनी स्वामीजींवर विषप्रयोग करण्याचा प्रयत्न केला व गुंडांकरवी मारपीट करवून त्यांना पळवून लावण्याचाही प्रयत्न केला, परंतु त्यात ते यशस्वी झाले नाहीत.

याचवेळी गुजराथमधील अहमदनगर येथे असलेल्या लोकहितवादी यांनी स्वामीजींना तेथे मूर्तिपूजा खंडनार्थ तेथील पंडितांशी वादविवाद करण्याकरिता बोलावून घेतले.

गुजराथमधील कार्य संपवून ते पुन्हा जानेवारी १८७५ मध्ये मुंबई येथे आले. यावेळी त्यांच्या अनुयायांनी स्वामीजींनी त्यांच्या मतप्रचाराची स्थायी स्वरूपाची व्यवस्था व्हावी म्हणून एक संस्था स्थापन करण्याची विनंती केली; यानुसार स्वामीजींनी तत्कालीन अनेक समाजसुधारकांशी चर्चा करून १८७५ मध्ये मुंबईतच प्रथम 'आर्य समाजा'ची स्थापना केली. हिंदू लोकांना हिंदू म्हणणे त्यांना मान्य नव्हते, कारण मूळ 'आर्य' म्हणजे 'श्रेष्ठ' लोकांना परकीय मुसलमानांनी त्यांच्या काळ्या रंगावरून हिंदू नाव दिले असे त्यांचे म्हणणे होते. 'स्वामीजींचा हिंदू जाती न लिहिता आर्य जातीच लिहिण्याचा मुख्य हेतू हा होता की, हिंदुस्थानातले वैदिक धर्मानुयायी हे आर्य असून त्याच्या कृष्णवर्णावरून मुसलमानांनी त्यास हिंदू असे म्हटले आहे, तेव्हा हिंदू म्हटले असता केवळ शब्दार्थाने शरीरवर्णाचा काय तो भेद कळतो, परंतु आर्य शब्दाने धर्म व वास्तव्य याच्या भेदाची श्रेष्ठ जाति असा वाद होऊन सरकारच्या इष्ट हेतूला आर्य शब्दाचीच योजना 'जातिभेदाचे सदरात योग्य होती' असे ते म्हणत.'[१२६] अशा प्रकारे वेद धर्म प्रचारार्थ प्रथमच महाराष्ट्रात मुंबई येथे आर्य समाजाची स्थापना केली.

मुंबई मुक्कामात स्वामीजींनी **'वेदान्तिध्वान्तनिवारण'**, 'वेदविरुद्धमतखण्डन', **'शिक्षापत्रीध्वन्त निवारण'**, 'संस्कारविधी', 'पंचमहायज्ञविधी', 'आर्याभिविनय' इ. ग्रंथांची निर्मिती केली.

येथे स्वामीजींचा वाढता प्रभाव पाहून वल्लभ मतानुयायी मंडळींनी शास्त्रार्थामध्ये त्यांचा पराभव करण्याचे ठरविले, त्यासाठी त्यांनी पंडित गट्टूलाल या महापंडिताचा वापर करण्याचे योजिले. या शास्त्रार्थासाठी स्वामीजींनी चार अटी सुचविल्या–

१. वल्लभ संप्रदाय वेदशास्त्रांना अनुरूप आहे असे गट्टूलाल यांनी सिद्ध करावे.
२. शास्त्रार्थाची लेखी नोंद ठेवण्यात यावी व तिच्यावर दोन्ही विद्वानांनी सह्या कराव्यात.
३. षटशास्त्रार्थवेत्ता पंडितांनी सभेत उपस्थित राहावे.
४. शास्त्रार्थाचे संपूर्ण विवरण पुस्तकरूपाने प्रकाशित करावे.

परंतु या अटी पंडित गट्टूलाल यांनी मान्य केल्या नाहीत, त्यामुळे हा शास्त्रार्थ रद्द झाला. याप्रकारे वल्लभ अनुयायांचा बेत फसला.

ज्या ठिकाणी गिरगावस्थित गोशालेत स्वामीजींनी आर्य समाजाची स्थापना केली, त्याच्यापासूनच अगदी जवळ प्रार्थना समाज मंदिर होते, यामुळे प्रार्थना समाजाचे

अनुयायी न्या. रानडे, डॉ. भांडारकर व विष्णूशास्त्री पंडित यांनी स्वामीजींचे विचार ऐकून त्यांची भेट घेतली. त्यांच्या विचारांशी प्रथम डॉ. भांडारकर व विष्णूशास्त्री पंडित हे सहमत झाले नाहीत, तरी कालांतराने त्यांनी स्वामीजींच्या मतांची व कार्याची प्रशंसाच केली.

यापैकी न्या. रानडे व विष्णू मोरेश्वर कुंटे यांना स्वामीजींच्या समाजसुधारणा-विषयक विचारांचा प्रभाव पडल्याशिवाय राहिला नाही. ज्या सुधारणांचा पुरस्कार करून सनातन्यांचा विरोध पत्करून ज्यांनी स्त्री सुधारणा, एकेश्वर पंथाचा प्रसार चालविला होता त्या न्या. रानडे व इतर अनुयायांवर स्वामीजींच्या विचारांचा प्रभाव पडल्यावाचून राहिला नाही.

सनातनी परंपरांना न सोडणाऱ्या पुण्यातील ब्रह्मवृंदाकडून न्या. रानडे व त्यांनी पुरस्कृत केलेल्या प्रार्थना समाजावर सतत टीका होत होती. प्रार्थना समाजीय ख्रिश्चन धर्माचे व पाश्चात्त्यांच्या आचार-विचारांचे अनुकरण करतात, तरी ते धर्मबाह्य आहे असे आक्षेप त्यांच्यावर पुण्यातील सनातनी करीत होते; तथापि प्रार्थना समाजाचे विचार हे प्राचीन हिंदू धर्मावरच आधारित आहेत असे प्रार्थना समाजाचे अनुयायी सांगत, परंतु सनातनी त्यांच्यावर वरीलप्रमाणे टीका करीत.

यासाठीच या सनातन्यांना प्रार्थना समाजाचे विचार हे वेदकालीन समाजव्यवस्थेनुसारच आहेत हे दर्शविण्यासाठी त्यांनी स्वामीजींना पुण्याला पाचारण करण्याचे ठरविले, कारण स्वामीजींचे प्रगत विचार तत्कालीन धर्ममार्तंडांनाही मान्य नव्हते, परंतु स्वामीजींनी दीर्घकाळ वेदग्रंथांचा व इतर ग्रंथांचा अभ्यास केल्यामुळे वेदार्थ ज्ञान देण्याची त्यांच्याजवळ ज्ञानसाधना होती, ती तत्कालीन भारतात कोणाजवळही नव्हती, यामुळे कोणालाही त्यांना शास्त्रार्थामध्ये विरोध करता येत नसे. 'दयानंदजींचा वैदिक धर्माविषयी कट्टर व गाढा अभिमान आणि तो अभिमान सत्य आहे असे दर्शविण्याचा प्रयत्न इतका काही प्रशंसनीय होता की, त्यात त्यांचा कच्चेपणा कोणत्याही बाजूने इवलसा देखील कधीही कोणास आढळला नाही. वैदिक ग्रंथांचा अभ्यास आणि त्यावरील इतर शतश: टीकाविषयक पुस्तकांचे अवलोकन यामधील ते जणू काही किडा बनले होते.'[१२७]

स्वामीजींनी पुण्यातील सनातन्यांप्रमाणे देशातील अनेकांना तीर्थक्षेत्री भेटून त्यांच्याशी वादविवाद केला होता. याप्रमाणेच पुण्यातील परंपरावादी, 'प्रथा' हाच धर्म मानणाऱ्या सनातन्यांची रीत होती, यामुळेच ते प्रार्थना समाजियांना ख्रिस्ती धर्माचे अनुकरण करणारे असा उघडउघड आरोप करीत. त्यांना शह देण्यासाठीच न्या. रानडे व इतर सुधारकांनी स्वामीजींच्या व्याख्यानांचे पुणे येथे १८७५ मध्ये आयोजन केले.

याविषयी निबंधमालाकार यांनी दिलेल्या त्यांच्या मतावरून प्रार्थना समाजाच्या चालकांनी स्वामीजींना का आमंत्रण दिले हे सिद्ध होते. मालाकार विष्णूशास्त्री चिपळूणकरांनी प्रार्थना समाजामध्ये टेबले, खुर्च्या ठेवून, नव्या पद्धतीची मंदिरे बांधून, प्रार्थना संगीत वाजवून, जुन्या हिंदू धर्मग्रंथांची निंदा करून, जे ख्रिस्ती धर्माप्रमाणे उपदेश करतात, त्यांच्या कार्यालाच उत्तेजन देणाऱ्या स्वामी दयानंदांचा उदय झाला ही गोष्ट त्यांच्या पथ्यावरच पडल्याचे त्यांनी म्हटले आहे. प्रार्थना समाजाचे अशा प्रकारचे वर्णन करून त्यांच्या हेतूविषयी विष्णूशास्त्री चिपळूणकर म्हणतात, 'अशा प्रकारचा उपदेश मिशनरी लोक व त्यांच्याच मतांचे थोडेसे रूपांतर करून देशास नवा धर्म देऊ पाहणारे आमचे नवीन पंडित हे आज वर्षानुवर्षे करीत आले, पण त्यांच्या इतक्या दिवसांच्या उपदेशाने, इतक्या व्याख्यानांनी, इतक्या मासिक, पुस्तकांनी व इतक्या ग्रंथांनी तेहतीस कोटीतला एकही देव कमी झाला नाही किंवा एकही मूर्ति भंगली नाही! तेव्हा अशा संधीस प्रस्तुत परमहंसाचा जो उदय झाला, तो त्यास किती अभिनंदनीय होय हे सर्वांस सहज समजेल!'' अशा प्रकारे स्वामी दयानंदांचे विचार प्रार्थना समाजाशीच साम्य दर्शविणारे होते, परंतु आपल्यावर होणाऱ्या टीकेला प्रतिउत्तर देण्यासाठीच स्वामी दयानंदांना पुण्याला येण्याचे आमंत्रण देण्यात आले, परंतु स्वामीजींना प्रार्थना समाजियांचा अंतस्थ हेतू समजला नाही असेही विष्णूशास्त्री चिपळूणकरांनी पुढीलप्रमाणे नमूद केले. 'प्रार्थना समाजाच्या धुरंधरांनी पुढे पुढे करून आपली जी एवढी मिजास चालविली आहे व मंडळीचा थाट जमवून ते आपणास हातावर झेलीत आहेत, याचे गुप्तबीज काय? याचा विचार स्वामी महाराज आपली विशाल बुद्धी अमंगळ खर्च करून जर करते, तर त्यांची खात्री झाली असती की, ज्यांचा जन्म वेदशास्त्रादिकांचा निव्वळ अज्ञानाने व दुराग्रहाने उपहास करण्यात गेला, ज्यांस या देशात नुसते बरे म्हणण्याजोगतेही आजपर्यंत काहीच दिसले नाही, वैदिक मार्गाचा उत्कर्ष करण्याची ज्यांची इच्छा तर अशी प्रबळ आहे की, तो सगळा एकीकडे गुंडाळून ठेवून किंबहुना त्याचा उच्छेद करून डोळे मिळण्याचा व गाणे बजावणे करण्याचा धर्म चोहोकडे फैलावयाचा ज्यांचा यत्न सतत चालू आहे, ते आपल्या चरणी एवढे लीन जे झाले आहेत ते आपले अज्ञान नाहीसे करून घेऊन आपला मूर्खपणा पदरी घेण्याकरिता झाले असतील असे नाही!'[१२८]

परंतु स्वामीजींची रोजरोज मिजास ठेवल्यामुळे स्वामीजी त्यांच्या चांदीस भुलून गेल्यामुळेच प्रार्थना समाजियांचा हेतू लक्षात आला नाही असे आपले मत स्वामीजींच्या पुणे निमंत्रणासंबंधी तत्कालीन पुणे भेटीचे एक साक्षीदार असलेल्या विष्णूशास्त्री चिपळूणकरांनी दिले आहे. विष्णूशास्त्रींच्या टिपणात तथ्य असले तरी प्रार्थना समाजियांचा हेतू धर्म व समाजसुधारणा करण्याचा होता हे निश्चित.

अशा प्रकारे न्या. रानडे, महादेव मोरेश्वर कुंटे या प्रार्थना समाजाच्या सभासदांना ज्या धर्म समाजसुधारणा अभिप्रेत होत्या, स्वामी दयानंदांनी वेदप्रतिपादित आहेत व त्यांचा प्रसारही केला होता, त्याच सुधारणांचे प्रतिपादन व्याख्यानांद्वारे धार्मिक कर्मकांडांचा गड असलेल्या पुणे शहरात स्वामीजींनी करावे यासाठी विनंतीपूर्वक पाचारण केले.

यानुसार स्वामीजी जून-जुलै १८७५ मध्ये पुण्याला आले. त्यांचा मुक्काम पुणे येथे दोन ते अडीच महिन्यांचा होता. त्यांच्या निवासाची व्यवस्था प्रसिद्ध श्रीमंत शंकरशेट यांच्या वाड्यावर केली होती. लोकहितवादी म्हणतात, 'पंडित स्वामी दयानंद सरस्वती हे इ.स. १८७५ च्या जून-जुलै महिन्यात येथे येऊन गेले व त्यांची येथे सुमारे पंधरा सोळा व्याख्याने झाली असे वाटते. त्यातील कित्येक व्याख्याने त्यावेळी कोणी उद्योगी पुरुषांनी प्रसिद्ध केली आहेत.'[१२९] लोकहितवादी स्वामीजी पुण्यात असताना ते अहमदनगर येथे त्यांच्या नोकरीच्या ठिकाणी असावेत. त्यांनी १८८४ मध्ये स्वामी दयानंदांचे चरित्र प्रसिद्ध केले, यामुळे त्यांनी स्मरण करून १५-१६ व्याख्याने झाल्याचे नमूद केले आहेत.

वास्तविक स्वामी दयानंदांची येथे दोन-अडीच महिन्यांच्या काळात एकूण पन्नास व्याख्याने झाली. 'इस नगर में उन्होंने लगभग ५० व्याख्यान दिये, जिनमेंसे प्रन्द्रह को प्रथम मराठी मे लेखबद्ध किया गया और बाद में 'पूना प्रवचन' अथवा 'उपदेश मंजरी' शीर्षक से हिन्दी तथा अन्य भाषाओंमें अनुवाद कर प्रकाशित किया गया।'[१३०]

अशा प्रकारे न्या. रानडे यांच्या आमंत्रणावरून स्वामीजी पुणे येथे दोन ते अडीच महिने वास्तव्य करून धर्मसुधारणेस येथील लोकांच्या मूढ समजुती सोडून देण्यास आवश्यक असे वेद प्रतिपादित विचार प्रकट केले.

स्वामीजींनी पुण्याला आल्यावर त्यांच्या शास्त्रार्थ व आपल्या मतप्रचाराच्या पद्धतीनुसार, जे ग्रंथ त्यांना प्रमाण होते त्या ग्रंथांची व जे ग्रंथ ते प्रमाण मानीत नसत त्या ग्रंथांची सूची त्यांनी प्रकाशित केली. याचे कारण ही सूची वाचून ज्या पंडितांना शास्त्रार्थ करावयाचा असेल ते स्वामीजींबरोबर करू शकतील. स्वामीजींना वेद ग्रंथच प्रमाण होते व जे इतर ग्रंथ वेदांनाच प्रमाण मानत त्या ग्रंथांचे मत स्वामीजी विचारात घेत. याउलट मूर्तिपूजा, कर्मकांडांना धर्म मानणाऱ्या सनातन्यांना प्रमाण ग्रंथ म्हणजे पुराणे व इतर ग्रंथ मान्य असत. यावरच आधारित स्वामीजी शास्त्रार्थ करीत. ज्यांना वेद मान्य असूनही जे मूर्तिपूजेचे समर्थन करीत, त्यांना स्वामीजी आवाहन करून वेदांत मूर्ति असल्याचे सिद्ध करून देण्याचे सांगत. अशा प्रकारे पुण्यातील पंडितांनाही त्यांनी आवाहन केले, परंतु शास्त्रार्थासाठी कोणी पुढे आल्याचे दिसून येत नाही.

आपल्या या दीर्घ वास्तव्यात स्वामीजींची व्याख्याने दररोज संध्याकाळच्या सुमारास दोन अडीच तास चालत. याची व्यवस्था स्वत: न्या. रानडेंनी आपल्याकडे घेतली होती. याविषयी त्यांच्या पत्नी श्रीमती रमाबाई रानडे म्हणतात, 'लाहोरहून स्वामीजी पुण्यास आल्यापासून त्यांची बुधवारात बेलबागेसमोर भिडे यांच्या दिवाणखान्यात दररोज व्याख्याने होत असत. स्वत: (न्या. रानडे) चे संध्याकाळचे दोन अडीच तास ही व्याख्याने ऐकण्यात व तेथील व्यवस्था करण्यात जात.'[१३१]

स्वामीजींनी येथील वास्तव्यात कोणत्या विषयांवर व्याख्यान दिले याची माहिती विष्णूशास्त्री चिपळूणकर यांच्या निबंधमालेवरून व स्वामीजींची जी पंधरा व्याख्याने पुस्तकरूपाने 'उपदेश मंजिरी' या शीर्षकाने प्रकाशित झाली आहेत त्यावरून होते.

स्वामीजींनी येथे मूर्तिपूजेवर व मूर्तिपूजेच्या कर्मकांडांचे प्रतिपादन करणाऱ्या ग्रंथांवर व लोकांवर टीका केली. विष्णूशास्त्री चिपळूणकर स्वामीजींचा उपहास करण्यासाठी त्यांनी प्रतिपादन केलेल्या व्याख्यानांच्या विषयासंबंधी पुढीलप्रमाणे भाष्य करतात, 'मूर्तिपूजेवर व तदनुषंगेकरून तट प्रतिपादक ग्रंथांवर व लोकांवर स्वामींनी आपल्या व्याख्यानात जो पांडित्याचा भयंकर कहर उसळवून दिला आहे, त्यात तथ्य कितपत आहे, प्रस्तुत मार्गास वेदांत आधार आहे की नाही, स्वामींच्या व्याख्यानात यज्ञाविषयी, हवा शुद्ध होण्याविषयी, विमानांविषयी, तारायंत्राविषयी वगैरे जो मजकूर आहे तो प्रमाणसे, जुक्तीसे, अनुमानसे, कितपत खरा ठरेल, की सारा 'गोलाकार'च होय. तसेच निरनिराळ्या शास्त्रांतील वगैरे जे आधार दाखविले आहेत ते अगदी यथार्थ असून पंडितजींची अखिल शास्त्रपारंगतता सत्य आहे की, त्यांच्या भाविक शिष्य वर्गाची ती केवळ प्रेमाची उकळी आहे वगैरे गोष्टींविषयी जर यथास्थित निरूपण करू म्हटले तर बराच ग्रंथ माजेल.'[१३२]

चिपळूणकरांच्या वरील भाष्यावरून स्वामीजींनी मूर्तिपूजा व त्यासंबंधीच्या कर्मकांडाविरुद्ध वेदप्रतिपादित सत्य तर सांगितलेच, परंतु त्याव्यतिरिक्त, यज्ञ करण्याने हवा शुद्ध होऊन निरोगी वातावरण निर्माण होण्यासारखी शास्त्रीय कारणे, वेदकाळातही विमान व तारायंत्रांसारखी यंत्रे असण्याची शक्यता सांगून त्याकाळी शास्त्रज्ञान प्रगत असल्याचे सांगितले, तसेच त्यांनी विशद केलेल्या वेदार्थाच्या अर्थाच्या समर्थनार्थ व इतर ऋषींनी ग्रंथांमध्ये दिलेली प्रमाणे इ. विषयांवर त्यांनी व्याख्यान दिल्याचे दिसून येते. पुराणग्रंथांवर, तुकाराम, तुळशीदासांसारख्या संतांवर, कवि कालिदासासारख्या साहित्यिकावर ही स्वामीजींनी टीका केल्याचे चिपळूणकरांनी म्हटले आहे. 'इसापनीतीतील खोपटावर चढलेल्या करडाप्रमाणे त्यास महदाश्रयाने उन्नति जर प्राप्त होती तर भटांवर, ज्योतिष्यांवर, देवांवर, मूर्तीवर, पुराणांवर, फार तर काय, पण

तुकाराम, तुळशीदास यावर व बिचाऱ्या कालिदासावरही हे बडे वक्ते जसे यथास्थित घसरले तसे त्यांस घसरायास न सापडते.'[१३३]

वेदविरुद्ध कर्मकांडांचा प्रसार करणाऱ्या भटांवर पुराण ग्रंथ व कालिदासासारख्या लेखकांवरही स्वामीजींनी आपल्या व्याख्यानांमध्ये टीका केल्याचे दिसून येते.

'उपदेश मंजरी' नामक शीर्षक असलेल्या पुस्तकात स्वामीजींच्या एकूण १५ व्याख्यानांचा संग्रह आहे. यावरून एकूण ५० व्याख्यान्यांच्या विषयांपैकी उपलब्ध असलेल्या १५ व्याख्यानांचा विषय समजून येतो. श्री गणेश जनार्दन आगाशे (१८५२-१९१९) यांनी ही व्याख्याने तात्काळ मराठीत अनुवादित करून लिपीबद्ध केली व याच व्याख्यानांचे नंतरच्या काळात हिंदी व इतर भाषांत भाषांतर केले गेले. याविषयी विष्णूशास्त्री चिपळूणकरांनी पुढील शब्दांत वर्णन केले आहे. 'हिंदु क्लबमध्ये व्याख्यानसमयी जो थाट नजरेस पडे तो तर काही अवर्णनीय! श्रीमत्परमहंस परिव्राजकाचार्य उंच व्यासपीठावर खुर्चीवर बसलेले, त्यांच्या सरस्वतीच्या ओघाचा थेंब न् थेंब टिपून घेण्यास लेखक मंडळी जवळ बसलेली...'[१३४] अशा प्रकारे स्वामीजींचे विचार सर्वत्र कायमस्वरूपी प्रकाशित होऊन सर्वांना उपयोगी पडावेत यासाठी विद्वान मंडळींनी न्या. रानडे यांच्या निर्देशावरूनच लिखित स्वरूपात संग्रहित करून प्रकाशित केले असावेत.

या व्याख्यानांचे हिंदी संपादक राजपाल सिंह शास्त्री या व्याख्यानांविषयी म्हणतात, 'इन प्रवचनोंमें जहाँ ईश्वर, मोक्ष, धर्म, भक्ती, वेद एवं यज्ञादी के सत्यस्वरूप, पुनर्जन्म, वर्णाश्रम, धर्म और संस्कारों का विशेष प्रतिपादन भी सप्रमाण किया है।'[१३५] वेदांत ईश्वराचे जे वर्णन केले आहे ते वर्णन मूर्तिला लागू होत नाही. रावणादि राक्षसांना मारण्यासाठी ईश्वराने अवतार धारण केला होता व त्या अवतारांचीच मूर्ति करून लोक पूजा करतात. या प्रकारच्या मताविषयी स्वामीजी म्हणतात की, ईश्वर सर्वशक्तिमान आहे, यामुळे त्याला अवतार घेण्याची आवश्यकता पडू शकत नाही. तो इच्छामात्रे आपला हेतू पूर्ण करू शकतो.

उपासना करण्यासाठी ईश्वराचा आकार करणे आवश्यक असते, या आक्षेपावर स्वामीजी म्हणतात की, असे म्हणणे ठीक होऊ शकत नाही, कारण आपल्या शरीरात जो जीव आहे तोही आकाररहित आहे, तरीही आपण एक दुसऱ्यांना ओळखतो. याप्रकारे मनाला आकार नाही. या मनाद्वारे आपण ईश्वराला ओळखू शकतो.

श्रीराम, श्रीकृष्ण यांना परमेश्वराचा अवतार मानले जाते. वास्तविक ते ईश्वरी अवतार नसून ते श्रेष्ठ पुरुष होते. श्रीकृष्ण हे श्रेष्ठ पुरुष होते. महाभारतात त्यांचे उत्तम वर्णन आहे, परंतु भागवत पुराणांनी सर्व प्रकारचे दुर्गुण दोष लावले व ईश्वराचा

अवतार म्हटले. याच प्रकारे ईश्वराचा पुत्र येथे ईश्वराचा दूत पैगंबर या प्रकारच्या म्हणण्याचेही त्यांनी खंडन केले. 'कोई कोई कहते हैं की, ईश्वरने अपना बेटा पाप मोचनार्थ जगत् में भेजा, कोई कहते हैं की, पैगम्बर को उपदेशार्थ भेजा, सो यह सब कुछ करने को परमेश्वर को कुछ भी आवश्यकता न थी, क्यों की वह सर्वशक्तिमान है।'[१३६]

अशा प्रकारे मूर्तिपूजेचा निषेध करून इतर ग्रंथांचे यासंबंधीचे संदर्भही त्यांनी दिले आहेत व मूर्तिपूजा प्राचीन ग्रंथांनी सांगितलेली नसून जैनांपासून ती हिंदुंनी घेतली असल्याचे स्पष्ट केले. या प्रकारचे ईश्वर व मूर्तिपूजेसंबंधीचे त्यांनी प्रथम विचार प्रवचन 'ईश्वरीसिद्धी' या विषयावर, दुसरे प्रवचन ईश्वर सिद्धी विषयपर शंका समाधान, तिसरे प्रवचन धर्माधर्म विषयक, चौथे प्रवचन धर्माधर्मविषयक या प्रवचनांमध्ये व्यक्त केले आहे.

पाचव्या उपदेशात (वेदविषयक) त्यांनी वेदांची उत्पत्ती कशी झाली, वेदांचा कर्ता कोण, वेदांचे प्रयोजन काय- यासंबंधीची चर्चा केली. 'परेश्वर वेदोंका कर्ता है। वेद अर्थात ज्ञान, वेद अर्थात विद्या।'[१३७] ज्ञान हे सर्व सृष्टीत उत्तम आहे. ज्ञानच सुखाचे कारण आहे. ज्ञान नसेल तर सुखकारक पदार्थही दुःखकारक होतो, कारण ज्ञान नसेल तर पदार्थाची योग्य योजना आपण करू शकत नाही असे त्यांनी स्पष्ट केले. वेदांत पक्षपात नाही. वेदांना सर्व मनुष्यमात्रांच्या उपभोगासाठी निर्माण केले असल्याचे त्यांनी म्हटले. 'ईश्वर सर्वज्ञ है इसलिए उसने वेद में सभी विद्याओं का वर्णन किया है।'[१३८] सर्व ज्ञान वेदांतच असल्यामुळे मनुष्यमात्रांना वेदच सर्वस्वी उपयोगी आहेत. इतर धर्मग्रंथांनी दुसऱ्याविषयी पक्षपात कठोरता दर्शविली आहे. असत्य कथन केले आहे, तसे वेदांमध्ये नाही, कारण ईश्वराने त्याला प्रकट केले आहे.

सहाव्या प्रवचनांमध्ये (जन्म) स्वामीजींनी जन्म व मृत्यूचे विश्लेषण केले. पुनर्जन्म होतो असे त्यांनी यात म्हटले. पाप भोगण्यासाठी जन्म मिळतो, परंतु मनुष्याने चांगले कर्म केले तर तो परमात्म्याला प्राप्त करू शकतो असे स्पष्ट केले. सातवा उपदेश 'यज्ञ और संस्कारविषय' यावर दिला. यात त्यांनी यज्ञ करण्याची शास्त्रीय कारणे देऊन त्याची उपयुक्तता सांगितली. या व्याख्यानात त्यांनी यज्ञाचा अर्थ काय, यज्ञाचे साधन काय, यज्ञ का करावा, यज्ञाचे फल कोणते यासंबंधीची वेद व तर्क, उपयुक्तता याच्या आधारे, यज्ञ पद्धतीवर घेतल्या जाणाऱ्या आक्षेपांचे, शंका कुशंकांचे निरसन केले आहे. देवालयाचा अर्थ यज्ञशाला असा आहे. अत्यन्त प्रीतिपूर्वक, देवता व ध्यान, देवतेचा विचार किंवा सत्पुरुषांचा संग यालाही यज्ञ असे म्हणतात.

यज्ञावर आक्षेप घेतले जात. या व्याख्यानावर पुण्यातील विद्वानांनी पुढीलप्रमाणे शंका व्यक्त केली होती. यज्ञात व्यर्थ लाकडे, तूप, सुगंधी द्रव्ये इ. चा जाळून नाश

होण्यात काय फल? वायू शुद्धीसाठी यज्ञ असेल तर त्यात वेदमन्त्र म्हणण्याची काय आवश्यकता? वेदामध्ये यज्ञांविषयी अश्लील कथा आहेत, वेदात अश्वमेध, नरमेध म्हणजे अश्वाची, मनुष्याची हत्या करणे अशा क्रूर गोष्टी आहेत. ग्रामस्वच्छता, ग्रामपंचायतीद्वारा केली जात असता होम करून दुर्गन्धी दूर करण्याची काय आवश्यकता? आगगाडी व स्वयंपाकघरातून धूर निघत असताना बाष्पीभवनास मदत होते, मग होमाची काय आवश्यकता? यासारख्या प्रश्नांची उत्तरे स्वामीजी व्याख्यानात सांगतात, सुवृष्टी आणि वायुशुद्धीसाठी होमहवन करणे आवश्यक आहे, कारण त्यापासूनच उत्तम आरोग्य प्राप्त होत असल्याचे म्हटले. आपण जो श्वास घेतो, त्याद्वारे शरीराचे व्यापार योग्य प्रकारे चालतात, यामुळेच बाहेरच्या ब्रह्मांडातील वायु शुद्ध असण्याची आवश्यकता असते. उदा. पंढरपूर, हरिद्वार यासारख्या ठिकाणी हवा अशुद्ध होऊन तेथे अनेक प्रकारच्या रोगांचा फैलाव होतो, यामुळेच ब्रह्मांडातील वायू शुद्ध करण्यासाठी यज्ञकुंडात घृत आदी पुष्टीकारक, कस्तुरी, केशरादी सुगन्धित द्रव्यांचे हवन केले पाहिजे. यासारख्या सुगन्धित पदार्थांच्या हवनामुळे ब्रह्मांडातील दुर्गन्धाचा नाश होऊन आरोग्य प्राप्त होते.

सुगन्धित पदार्थ जाळल्याने दुर्गन्धीचा नाश होतो याला प्रत्यक्ष प्रमाण आहे. अग्निचे परमाणु अत्यंत सूक्ष्म असून ते मेघमण्डलात पसरून वायु शुद्ध होतो. एक ठिकाणीच होम केल्याने अमेरिकेपर्यंत वायु शुद्धी कशी काय होऊ शकते? यावर उत्तर देताना स्वामीजी म्हणतात की, सर्वांनी आपल्या आपल्या घरात होम केल्याने वरील प्रश्नाचे उत्तर मिळेल. आर्य लोक पूर्वी प्रात:कालीन स्नान करून आहुती देत, कारण प्रात:कालीन मल-मूत्रादिने जी दुर्गन्धी पसरते ती दूर व्हावी हा उद्देश असे. याच प्रकारे दिवसभर वायुमध्ये जमा झालेली दुर्गन्धी दूर करण्यासाठी ते सायंकाळीही यज्ञ करीत. त्यामुळे रात्रभरही वायु शुद्ध होऊन वाहात असे. अमावस्या व पौर्णिमेच्या दिवशी संपूर्ण भारत खंडात होम होत असे. वायु शुद्ध राहिल्यामुळे वृष्टीने होणारा जलवर्षाव ही शुद्धच राहात असे.

जल व वायु स्वच्छ राहिल्याने सर्व वृक्षांचे फळ, फूल, रस हे ही शुद्ध आणि पुष्टीकारक होत असे. या प्रकारचे अन्नादी द्रव्यही शुद्ध आणि पुष्टीकारक बनत. यामुळेच शरीरालाही सुख होऊन बलप्रदान करणो अन्न उत्पन्न होत असे. अशा प्रकारे सर्वत्र शुद्धतेमुळे माणसाच्या सुखातही वाढ झाली होती. यज्ञामध्ये हवन देताना वेदमन्त्र यासाठी म्हणत की, वेदांमध्ये ईश्वराचे गुणगान केले आहे. 'मुख्य तत्त्व से वेदमन्त्र के पठन से ईश्वर का सत्कार होता है। इसलिए प्राचीन आर्य लोगों ने होम के स्थल में मन्त्रों की योजना की है। इसी तरह यज्ञशाला को देवायतन अथवा देवालय कहा है।'[१३९] वेदमन्त्र उच्चार करण्यामागे वेदांची रक्षा करण्याचाच हेतू होता.

त्याच प्रकारे वेदांमध्ये अश्लील, बीभत्स असे काही नसून भाष्यकाराच्या बीभत्स बुद्धींचा दोष असल्याचे स्वामीजींनी म्हटले. त्याच प्रकारे अडीच हजार वर्षांपूर्वी बौद्धांनी जे जे ग्रन्थ निर्माण केले, त्यामध्ये अनेक बीभत्स कथा घालून ब्राह्मणांची निंदा करणे हा त्यांचा उद्देश सफल करणे हा हेतू होता.

वेदांमध्ये यज्ञात अश्व किंवा मनुष्याचा होम करण्यास सांगितलेला नाही, कारण वेद हे ईश्वरोक्त आहेत, त्यामुळे ईश्वर अशा प्रकारचा निंदनीय आदेश वेदांत देऊ शकत नाही असे सिद्ध होते. परमेश्वराच्या व्यवस्थेत अन्याय नाही, तो न्यायकारी आहे, यामुळे परोपकारी पशुंना मारून लोकांची हानी करण्याची आज्ञा ईश्वर देऊ शकत नाही असे त्यांनी स्पष्ट केले.

त्याच प्रकारे आगगाडीने व स्वयंपाकघरातून निघालेला धूर हा दुर्गन्धीयुक्त व दूषित असतो, यामुळे वायु शुद्ध होत नाही.

अशा प्रकारे वेदात सांगितलेल्या यज्ञाची उपयुक्तता स्वामीजींनी येथे स्पष्ट करून सांगितली.

या प्रकारेच मनुष्याचे जीवन उत्तम बनण्यासाठी प्राचीन आर्यांनी सोळा संस्कारांची योजना केल्याचे स्वामीजींनी सांगितले. यात त्यांनी स्त्रियांना विद्यारंभ करण्यासाठी व्रतबन्ध (यज्ञोपवीत) संस्कार आवश्यक असल्याचे सांगितले. याच प्रकारे विवाह, इ. संस्कारांच्या वेळेस ग्रह, राशीच्या अवडंबरांचा निषेध केला. यासारखे विवाहात अवडंबरापूर्वीच आर्य लोक करीत नव्हते. त्यांनी विवाहासाठी स्वयंवराची व्यवस्था ठेवली होती.

इतिहासविषयक व्याख्यानांमध्ये स्वामीजींनी, सृष्टीच्या उत्पत्तीपासून प्रारंभ करून महाभारत, बौद्ध काळ इ. समाज, धर्म, राजे इ. ची चर्चा केली आहे.

स्वामीजींनी 'इतिहास'विषयक बाराव्या प्रवचनामध्ये समाजसुधारणेस आवश्यक विधवा विवाह, स्त्री शिक्षण, सतीप्रथा इ. विषयी सांगितले. त्यांनी याविषयी स्पष्टीकरण देताना म्हटले की, महाभारत काळात धृतराष्ट्र, पाण्डु, युधिष्ठरादि नियोग पद्धतीनेच जन्माला आले होते. विधवा विवाह शूद्रांमध्ये प्रचलित होता आणि नियोग हा ब्राह्मण क्षत्रिय व वैश्य या वर्णांमध्ये, प्रचलित होता. त्याच प्रकारे प्राचीन काळात गार्गी, मैत्रेयी, इ. स्त्रिया विदुषी असून स्त्री शिक्षण प्रचलित होते, परंतु आजकाल स्त्रियांना शिक्षणाचा अधिकार नसून त्यांना शूद्राप्रमाणे मानले गेले आहे. यावरही खेद व्यक्त केला.

याबरोबर स्वामीजींनी बालविवाहाचाही निषेध केला, त्याचबरोबर स्वयंवर अर्थात कन्येने स्वत: आपल्या पसंतीनुसार विवाह करावा असे प्राचीन आर्यांच्या इतिहासावरून दिसून येते.

विधवाविवाह व तत्कालीन विधवा विवाहास असलेला प्रतिबन्ध याविषयी स्वामीजी म्हणतात, 'ईश्वर के समीप स्त्री पुरुष दोनों बराबर हैं, क्योंकी वह न्यायकारी है, उसमें पक्षपात का लेश नहीं हैं, क्योंकी जब पुरुषों को पुनर्विवाह करने की आज्ञा दी जावे तो स्त्रियों को दूसरे विवाह से क्यो रोका जावे? प्राचीन आर्य लोग ज्ञानी, विचारशील और न्यायी होते थे। आजकल उनकी सन्तान अनार्थ हो गई। पुरुष अपनी इच्छानुसार जितनी चाहे उतनी स्त्रिया कर सकता है। देश, काल, पात्र और शास्त्र का कोई बन्धन नहीं रहा। क्या यह अन्याय नहीं? क्या यह अधर्म नहीं?''[१४०] अशा प्रकारे वेदोक्त धर्म न मानता स्त्रियांच्या शिक्षणावर, पुनर्विवाहावर बंदी, अनेक स्त्रिया करण्याची प्रथा प्रचारात आणून स्त्रियांवर अन्याय व अधर्म माजला आहे. अशी स्वामीजींनी तत्कालीन परंपरेचे, प्रथेचे समर्थन करणाऱ्या सनातन्यांवर टीका केली. तसेच 'सती' प्रथाही वेदविरुद्ध असल्याचे त्यांनी म्हटले.

त्याच प्रकारे स्वामीजींनी 'इतिहासविषयक' व्याख्यानांमध्ये अनेक प्राचीन ग्रंथांसंबंधीही चर्चा केली. 'मनुस्मृती'मध्ये अनेक दुष्ट वर्तन करावयास लावणारे श्लोक आहेत, परंतु ते मनुचे नसून दुसऱ्या कोणीतरी आपला दुष्ट हेतू साध्य करण्याकरता नंतर घुसवले आहेत. स्वामीजींनी अशा प्रकारे अनेक प्राचीन ग्रंथांचे आपल्या मताप्रमाणे विश्लेषण केले आहे.

स्वामीजींनी पुणे येथील शेवटच्या व्याख्यानात आपले आत्मवृत्त कथन केले आहे. या आत्मकथेच्या शेवटी त्यांनी अशी प्रार्थना केली आहे की, सर्वत्र आर्य समाजाची स्थापना होऊन मूर्तिपूजादी दुराचार दूर होवोत, वेद शास्त्रांचा सत्य अर्थ सर्वांना समजावा आणि वेदोक्त धर्मानुसार सर्वांनी आचरण करून त्यांची उन्नती होवो. मला अशी आशा आहे की, आपल्या साहायतेने माझी इच्छा पूर्ण होईल.

अशा प्रकारे स्वामीजींनी समाज व धर्म सुधारणेस आवश्यक असे विचार आपल्या पुणे येथील दोन महिन्यांच्या वास्तव्यात विद्वानांसमोर व सनातन्यांसमोर प्रस्तुत केले. यात त्यांनी मूर्तिपूजा, पुराणोक्त कर्मकांडे, जातिभेद, बालविवाह निषेध, विधवांसाठी नियोग पद्धती, स्त्री शिक्षण, 'सती' प्रथा इ. वेदविरुद्ध असल्याचे सांगून तत्कालीन प्रथा या अधर्म पसरवणाऱ्या आहेत, तरी लोकांनी वेदोक्त धर्माचा पुरस्कार करून आपले सामाजिक दोष दूर करावेत व आपली उन्नती करावी असा संदेश येथे दिला.

अशा प्रकारचे सुधारणावादी विचार प्रार्थना समाजाच्या विरोधात असणाऱ्या सनातन्यांना मान्य होणे शक्यच नव्हते, म्हणून स्वामीजींचा कोणत्या प्रकारे अपमान करता येईल याची संधी ते शोधत राहिले.

सनातन्यांचा जरी विरोध होत होता, तरीही तत्कालीन विद्वान मंडळी त्यांच्या व्याख्यानांना आवर्जून हजर राहात. यापैकी महात्मा फुलेंना वेद किंवा हिंदुंचे कोणतेही धर्मग्रंथ मान्य नव्हते, परंतु तरीही स्वामीजी तत्कालीन ब्राह्मणप्रणित फक्त कर्मकांडावर आधारलेला धर्म व जातिभेद यावर कडक टीका करीत असल्यामुळे त्यांनी आपली हजेरी स्वामीजींच्या व्याख्यानांना लावली. महात्मा फुलेंविषयी चिपळूणकरांनी वर्णन केले आहे, याच प्रकारे बडेबडे विद्वानही स्वामींची व्याख्याने ऐकण्यास येत. त्याविषयी चिपळूणकर म्हणतात, 'बडे बडे विद्वानही शिंगे मोडून वासरात शिरून पोरासोरांबरोबर मोठी भक्तिपुरस्सर ऐकत होते.'[१४१] पुण्यातील प्रतिष्ठित मंडळी या व्याख्यानांचे श्रवण करण्यास येत होते, कारण 'सुधारणा' म्हटल्या की, त्या इंग्रजी शिक्षित, धर्मभ्रष्ट झालेल्या किंवा ख्रिस्ती धर्माकडे अनुकरणाला झोक असेलेले अर्धशिक्षित 'विद्वान'च सांगतात असा तत्कालीन समाजात समज रूढ झाला होता. 'सुधारक' म्हणजे 'बिघडलेला' असा अर्थ केला जात असे.

परंतु स्वामीजी इंग्रजी शिक्षित नव्हते किंवा ख्रिस्ती धर्माचे अनुकरण करणारे नव्हते, तर ज्या वेदांचा अर्थ अद्याप कोणाला विश्वासाने करता आला नव्हता, त्या अतिश्रेष्ठ अपौरुषेय वेदांच्या आधारावर तत्कालीन समाजात रूढ असलेल्या धर्मव्यवस्थेविरुद्ध विचार व्यक्त करणाऱ्या स्वामीजींचे विचार ऐकण्याचे कौतुहल तत्कालीन विचारी लोकांना वाटल्यावाचून राहिले नाही, यामुळे स्वामीजींच्या पुणे येथील दोन-अडीच महिन्यांचे वास्तव्य मोठे गाजून परिणामकारक ठरले. चिपळूणकर म्हणतात, महाराष्ट्रात स्वामीजींच्या भक्तांनी त्यांना मुंबई, अहमदाबाद, नाशिक, सातारा वगैरे ठिकाणी पाचारण करून त्यांचे अमूल्य विचार ऐकले, परंतु पुण्यात त्यांचा ज्या प्रकारे सत्कार झाला तसा कोठेही झाला नसावा. 'पुण्यास जसा थाट उडाला तसा कोठेही नाही. गेल्या जुलाई व ऑगस्ट महिनाभर स्वामीजींच्या नावावर सगळे शहर जसे काय झुलत होते. दररोज रात्री दिवसा स्वामींच्याभोवती ज्ञानेच्छु मंडळींची सारखी झिंगड! फार तर काय, परत सगळ्या लोकांत ज्ञानाच्या संबंधाने केवळ श्रेष्ठ म्हणून मिरवणाऱ्या अशा पुण्याच्या पुढारी लोकांसही स्वामींनी असे अंकित करून सोडले होते की, त्यांच्या सेवेव्यतिरिक्त त्यास काही दुसरे सुचेनासेच झाले!'[१४२]

अशा प्रकारे सर्व पुणे शहरच स्वामीजींच्या नावाने व विचाराने भारले गेले होते. स्वामीजींच्या आदर सत्काराचे वर्णन लोकहितवादींनीही केले आहे. लोकहितवादी म्हणतात, त्यांचा येथे विद्वान व ज्ञात्या गृहस्थ मंडळींकडून मोठा सन्मान झाला. लोक मोठ्या प्रेमाने त्यांची व्याख्याने आणि उपदेश श्रवण करण्यास जात. 'स्वामीजींना जो

सन्मान मिळावयाचा तो बहुतांश विद्वान व समंजस अशा उदार प्रकृतीच्या गृहस्थांकडूनच, मात्सर्थ दोषन्वित शास्त्री, पंडित, भिक्षुक यांजकडून स्वामीजीस मान व आदर मिळण्याची आशाच नव्हती. ह्याप्रमाणे त्यांची येथे मोठी वाहवा झाली. त्यांचे निर्भीड, स्पष्ट आणि किंतुविरहित भाषण सर्वांना प्रिय व्हावे व त्यांचे व्याख्यान ऐकण्यास श्रोतृजनांची अगदी झुंबड उडावी. ह्याप्रमाणे स्वामीजींचा काळ येथे फार चांगल्या प्रकारे गेला व पुणेकर विद्वान गृहस्थांनी त्याचा फार योग्य प्रकारे परामर्श घेतला, पण हे मत्सरी व हलकट बुद्धीच्या भिक्षुकास आणि गृहस्थास न आवडून त्यांनी स्वामीजींची फजिती करण्याचा निश्चय केला.'[१४३]

विष्णूशास्त्री चिपळूणकर, राम दीक्षित, आपटे यासारख्या परंपरानिष्ठ सनातनी पंडित व इतर मत्सरी लोकांना स्वामीजींची फजिती करावी असे वाटत होते, कारण विष्णूशास्त्रींच्या मते, स्वामीजी म्हणजे केवळ अहंकाराचे वसतिस्थान. त्यांच्या मते, स्वामीजींची पुण्यात एवढी वाहवा करण्यात त्यांचे ज्ञान किंवा वक्तृत्व नसून त्यांनी हिंदू धर्माची, मूर्तिपूजेची केलेली कुचेष्टा होय. आधुनिक सुधारक हे हिंदू धर्माची जेथे चेष्टा, कुचेष्टा चालत असेल तेथे आवर्जून जातात. जेथे ब्राह्मण, भटांची फजिती ऐकवण्यात येत असेल तेथे जाणे यांना सुधारणा वाटते व आपली प्रतिष्ठा जपल्यासारखे यांना वाटते, यामुळेच स्वामीजींनी हिंदू धर्माची चालवलेली कुचेष्टा ऐकण्यासाठीच ही सुधारक मंडळी जमा होत होती, असेही विष्णूशास्त्रींनी म्हटले, 'ही विटंबना आज चांगली वीस-पंचवीस वर्षे चालली आहे. नव्या विद्वान मंडळांत वरील उपहासाचे सुख ज्याने घेतले नाही असा कदाचित एकही पंडित सापडणार नाही. असो, तेव्हा असा मौजेचा विषय असल्यावर व आमच्या स्वामींसारखे रंगेल, नकले असल्यावर मग ती बहार काय विचारावी!'[१४४] या प्रकारे वर्णन करून स्वामीजींची व्याख्याने म्हणजे बड्या प्रतिष्ठित विद्वानांच्या मेळ्यात तमाशातली मौज पाहण्यासरखे असून, फुकटाफाकट पुण्य कमवण्यासारखे आहे, कारण स्वामीजी परिव्राजक आहेत.'

यावरून स्वामीजींनी लोकहितवादी, महात्मा फुले यांच्याप्रमाणेच तत्कालीन धर्मावर, पद्धतीवर वेदविरुद्ध अंधश्रद्धा, रीतीरिवाजांवर जोरदार हल्ला चढविला होता व तशा प्रकारचा हल्ला खुद्द पुणे शहरात सहन करणे सनातन्यांना शक्य नव्हते, यामुळेच स्वामीजींचा व त्यांना पाचारण करणाऱ्या सुधारकांचा अपमान व फजिती करण्याची संधी ते शोधत होते. अशी संधी त्यांना स्वामीजींच्या समारोपानिमित्त सत्कार करण्यासाठी सुधारकांनी त्यांची जी हत्तीवरून मिरवूणक काढली होती त्यानिमित्ताने मिळाली.

या मिरवणुकीची हकिकत खुद्द विष्णूशास्त्री चिपळूणकरांनी आपल्या मालेत दिली आहे, तसेच लोकहितवादींनीही या मिरवणुकीचा व त्यात झालेल्या दांडगाईचा

उल्लेख केला आहे, त्याचप्रमाणे रमाबाई रानडेंनीही वर्णन केले आहे. विष्णूशास्त्रींनी दिलेल्या हकिकतीवरून या मिरवुणकीची विस्तृत माहिती पुढीलप्रमाणे मिळते. स्वामीजींच्या सुधारक भक्तांनी त्यांच्या व्याख्यानांची समाप्ती झाल्यावर त्यांना निरोप देण्याआधी पुणे शहरात हत्तीवरून मिरवूणक काढल्याचे ठरविले व तसे प्रसिद्धही करण्यात आले. रमाबाई रानडे याविषयी म्हणतात, 'व्याख्याने संपल्यावर दयानंदजी स्वामींनी जाण्याचे पूर्वी सन्मान करण्याकरिता त्यांची मिरवूणक काढावी, असा एक दिवस आमच्या घरी मंडळी जमून विचार ठरला व हे दोन-दोन दिवस आधी प्रसिद्धही झाले. ते कळल्यावर विरुद्ध पक्षात बरीच चळवळ उडाली. यावेळी विरुद्ध पक्ष म्हणजे राम दीक्षित, आपटे हे शास्त्र्यांपैकी मुख्य असून त्यांच्या बरोबर इतर गावगुंड पुष्कळ होते व याच संधीचा फायदा घेऊन आजपर्यंत धर्म म्हणजे काय, ह्याबद्दल नुसता विचारही ज्यांच्या मनाला शिवला नाही, अशी काही मंडळी यावेळी विरुद्ध पक्षात मिळून दयानंदजींची व त्यांच्या पक्षाची मानहानी व विटंबना कोणत्या रीतीने होईल, ह्याबद्दल खलबते करू लागले. शेवटी त्यांच्या बुद्धीप्रमाणे अशी एक शकुनी मामासारखी युक्ती सुचली की, ती युक्ती एकदम सर्वांना पसंत होऊन ती दुसरे दिवशी अमलात आणावयाची असा सर्वांचा निश्चय झाला.'[१४५] सनातन्यांचे पुढारी राम दीक्षित, आपटे यांच्या नेतृत्वाखाली दयानंदजींची फजिती करण्याची उत्तम युक्ती सुचल्यामुळे या मंडळींच्या पोटात हर्षाने गुदगुल्या झाल्या असाव्यात आणि उद्या केव्हा उजाडते व आम्ही ही युक्ती अमलात केव्हा आणतो असे त्यांना होऊन गेले. इकडे स्वामीजींच्याअनुयायांनी मिरवणुकीचा कार्यक्रम कसा करावयाचा हे ठरविण्यात आले. चिपळूणकरांनी असे म्हटले आहे की, 'स्वामी'ची एखाद्या नव्या नवऱ्याप्रमाणे मोठ्या थाटाची मिरवणूक निघणार आहे असे कोणाला खरेही वाटले नाही, परंतु सर्वांची लवकरच भ्रांती फिटली असे नमूद केले आहे.

रमाबाई रानडेंनी वर्णन केल्याप्रमाणे मिरवणुकीच्या दिवशी सहा वाजण्याच्या पूर्वीच बरोबर बँड व पाच पंचवीस गावगुंड मंडळींच्या थाटांसह उत्तम तऱ्हेने शृंगारलेली गर्दभानंदाचार्यांची (गाढव) स्वारी शहरात संचारात निघाली. जिकडे तिकडे हशा व मजा सुरू झाली. ही बातमी सकाळी सात वाजण्याच्या सुमारास न्या. रानडेंना व स्वामीजींच्या इतर अनुयायांना कळली, यामुळे या विरोधकांना स्वामीजींना व मिरवणुकीला प्रतिबंध करून दंगा करावयाचा आहे हे लक्षात आले, यामुळे सत्यशोधक, महात्मा फुलेंचे अनुयायी गंगाराम भाऊ म्हसके यांनी न्या. रानडेंनी स्वामी दयानंदांना धक्का न लागेल असा अधिक पोलीस बंदोबस्त ठेवला पाहिजे असे सुचविले. ही सूचना लक्षात घेऊन न्या. रानडेंनी पोलीस सुपरिंटेंडंटांना पत्र लिहून मिरवणुकीसाठी बंदोबस्त मागिवला.

इकडे विरोधक सनातन्यांनी काढलेली गर्दभानंदांची मिरवूणक जी सकाळी सहापासून निघाली होती, ती संध्याकाळी सहा वाजेपर्यंत आळोआळी व रस्तोरस्ती चालली होती. या गर्दभानंदांबरोबर असलेली विरोधक मंडळी 'गर्दभानंद स्वामीजीकी जय' अशा मोठ्याने घोषणा देत होते. या गाढवाला या कुटाळ लोकांनी सकाळ ते संध्याकाळपर्यंत एवढे त्रस्त केले की, ते दुसरे दिवशी मेले असावे असे रमाबाई रानडे म्हणतात, 'हा संचार ह्या गर्दभानंदांना कितपत मानवला असेल कोण जाणे! दुसरे दिवशी त्यांनी आसन घातले की, समाधीत बसून निजधामाला गेले ते कळले नाही!'

अशा रीतीने गाढवाची सकाळपासून विरोधकांनी वरात काढली. संध्याकाळचे साडेचार वाजले. सर्व मंडळी भिड्यांच्या वाड्यात नित्याप्रमाणे व्याख्यानाला जमली. त्यांचे व्याख्यान रसाळ व श्रवणीय असल्यामुळे असंख्य विद्वान मंडळी त्यांच्या व्याख्यानासाठी गर्दी करीत. या शेवटच्या व्याख्यानातही त्यांनी समारोपाचे नेहमीप्रमाणे मोठे अलंकारिक व विनोदपूर्ण भाषण करून इतके दिवस त्यांचा उपदेश ऐकल्याबद्दल श्रोत्यांचे आभार मानले. मग स्वामींना शिष्टाचार म्हणून पानसुपारी फुले वगैरे वस्तू स्वामींना अर्पण केल्यावर स्वामींसह सर्व मंडळी उतरून खाली आली. रस्त्यावर त्यांच्यासाठी हत्ती व वेदग्रंथांसाठी पालखी वगैरे व्यवस्था आधीच केली होती.

पालखीमध्ये वेदग्रंथ ठेवण्यात आले व स्वामीजींना हत्तीवर बसविण्यात आले. ही मिरवणूक चालू झाली, त्याचबरोबर विरोधक मंडळी या मिरवणुकीच्या समारंभात घुसून व अद्वातव्दा बडबडण्यास व ओरडण्यास आरंभ केला. जे सभ्य म्हणवणारे सनातनी होते, ते दूर उभे राहून गावगुंडांना दंगा करण्यास प्रोत्साहन देत होते. 'या पक्षाला प्रोत्साहन देणारी कुत्सित व कुटाळ मंडळी सभ्यपणाचे कातडे पांघरून थोड्या अंतरावर ठिकठिकाणी उभी होती व आपल्या पक्षाला दंगा करण्याबद्दल प्रोत्साहन देत होती.'[१४६]

तथापि सुधारक मंडळींनी दंग्याला न जुमानता किंवा कोणत्याही प्रकारे गर्दभाचार्यांच्या अनुयायांना प्रतिकार न करता धीमेपणाने मिरवणूक सुरूच ठेवली. गुंडांना या मिरवणुकीत स्वामीजींना संरक्षण देण्यासाठी महात्मा फुले आपल्या महार, मांग, अनुयायांसहित हजर होते. विष्णूशास्त्री चिपळूणकर या मिरवणुकीतील महात्मा फुलेंचे व त्यांच्या अनुयायांचे वर्णन करताना म्हणतात, 'महारापोरांनी व कामाठ्यांनी मशाली व दिवट्या धरल्या आहेत. परमहंस गजेंद्रावर आरूढ झाले आहेत, पुढे बाजांचे ताफे चालले आहेत व लबाड आणि दुष्ट ब्राह्मणांच्या चिरकालिक दास्यातून विमुक्त झालेले असे त्यांचे शिष्य मोठी कृतकृत्यता मानून आपल्या सद्‌गुरूंचा पार्श्वभाग सुशोभित करीत आहेत.'[१४७] स्वामीजींच्या सुरक्षेसाठी न्या. रानडेंनीच महात्मा फुलेंना पाचारण केले होते.

अशा प्रकारे अनेक विद्वान मंडळी या स्वामीजींच्या मिरवणुकीत सामील झालेली व मिरवणूक शांतपणे गावगुंडांना न जुमानता चाललेली पाहून त्यांना अतिशय चीड आली. त्या दिवशी पाऊस पडल्यामुळे रस्त्यात चिखलही झाला होता. जागोजागी उभे असलेल्या त्यांच्या पाठीराख्यांनी त्यांना चिथावणी दिली, यामुळे त्यांनी त्यांच्या हातात जे लागेल ते मिरवणुकीत चाललेल्या स्वामीजींच्या अनुयायांवर फेकण्यास सुरुवात केली. ज्यांच्या हातात काही नव्हते त्यांनी रस्त्यावरील चिखल मिरवणुकीतील मंडळींवर भराभर मारण्यास सुरुवात केली. रमाबाई म्हणतात की, न्या. रानडेंनी आयोजन केलेल्या या मिरवणुकीत जरी अशा प्रकारे चिखलाचे गोळे त्यांच्यावर फेकण्यात आले तरी ते शांतपणेच चालले होते. 'मिरवणुकीतील आमच्या पक्षाची मंडळी इतकी धीमेपणाने चालली होती की, चिखलाचे गोळे पाठीवर पडत असूनही वळूनही पाहिले नाही. त्याची परवा न करता मंडळी शांतपणे चालली होती.'[१४८]

पोलिसांची कुमकही मिरवणुकीबरोबर चालत होती, परंतु तिला अशी ताकीद दिली होती की, आम्ही सुचविल्याशिवाय तुम्ही यात पडू नये. अशा प्रकारे मिरवणुकीत या दंगेखोरांनी घुसखोरी करून सुधारकांना त्रस्त करून सळो की पळो करून सोडण्याचा प्रयत्न केला, परंतु तरीही मिरवणूक बुधवार पेठेत भिडेवाड्यात येऊन पोहोचली. याविषयीचे वर्णन चिपळूणकरांनी उपहासात्मक शब्दात अशाप्रकारे केले आहे. 'स्वारी ब्राह्मणांचे नाक ठेचीतच शहरात प्रवेश करती झाली. शेवटी बुधवारात दाखल होऊन त्या ठिकाणाहून दयेचे व आनंदाचे शुभवर्तमान चोहोकडे फैलावले. त्या पवित्र जागी सगळे वऱ्हाडी येऊन दाखल झाले. श्रीमंत सिंहासनावर चढले, मग सद्धर्माच्या प्रीत्यर्थ एवढी खटाटोप करून थकली भागलेली अशी शिष्यमंडळी मोठी कृतकृत्य होत्साती जागजागी बसली, नंतर एका दोघा सच्छिाष्यांनी सुरस भाषणे करून एका पंडिताकडून जगद्गुरुंचा स्तुतिपाठ करविला.'[१४९] अशा प्रकारे दोन-अडीच महिने चाललेल्या व्याख्यानांचा शेवट चांगला झाला असे वाटत असतानाच मिरवणुकीतील बाहेर थांबलेल्या लोकांवर दंगेखोरांनी हल्ला केला. त्यांनी चिखल, काठी, दगडफेक सुरू केली. या दगडफेकीत मुख्य मंडळींना जरी इजा झाली नाही, तरी काही गरीब लोकांना चांगला मार लागून जखमाही झाल्या, यामुळे पोलिसांना या गुडांना पकडण्यासाठी मध्ये यावे लागले, परंतु त्यांनी तेथून पळ काढला. जखमी लोकांना इस्पितळात दाखल करावे लागले. या दांडगाईचे चिपळूणकरांनी स्वामीजींची व सुधारकांची कशी फजिती झाली, याविषयीचे थट्टेखोर वर्णन केले आहे, यावरून नेमके काय झाले हे समजून येते. विष्णूशास्त्री वर्णन करताना म्हणतात, ज्या गजेंद्राने स्वामींची वरात सुशोभित करून आपले जीवित धन्य करून घेतले त्याची कोणी शेपूट

ओढून, कोणी सोंड ओढून व माहूतास तिसऱ्या ठिकाणी फुकटाफाकट प्रायश्चित्त मिळून पुण्याच्या दुष्ट व दांडग्या ब्राह्मणांनी गाढवासारखा पार पळवून लावला. ज्या दीपिका या शहरातील शंभर दीडशे वर्षे साचलेल्या मूर्तिजन्य अंधकारासच जणो काय दूर करीत होत्या, त्याही एकदम मालवून दिवट्यास पलायन करण्यातच निभावणूक दिसली. बाजेवाल्यांनी व तासेवाल्यांनी तोच मुक्तीचा मार्ग पसंत केला. इतक्यात पोलिसांचे शिपाई धावत आले. त्यांचाही चार-पाच हजार लोकांच्या गर्दीत मोठ्या मारामारीने रिघाव होऊन मग त्यांनी जो दांडक्यांचा व वाद्यांचा मार सुरू केला तो मोठा कठीण! शेकडो लोकांस स्वामींचे वक्तृत्व व त्यांच्या सच्छिष्यांची प्रेमळ भक्ती ही फळास आली. कोणाच्या वाटेस दांडकी, कोणाच्या चाबूक, कोणाच्या धोंडे, निदान चिखलाचे लपके तरी असा प्रसाद सर्वांस पंक्तीभेद न होता भरपूर वाटला गेला. या वर्णनावरून स्वामीजींच्या समारोप समारंभात कशा प्रकारे दंगा घडवून आणण्यात आला हे स्पष्ट होते. हा समारोप ५ सप्टेंबर, १८७५ या तारखेला झाला. अशा प्रकारे सनातन्यांनी स्वामीजींच्या समारोप समारंभात दंगल घडवून आणली. शेवटी स्वामीजींना ४०-५० पोलिसांचे संरक्षण देऊन त्यांच्या स्वस्थानी जयघोष करूनच रवाना केले.

अशा प्रकारे तत्कालीन धर्म व व्यर्थ रूढी, रीतीरिवाज जातिभेद, कर्मकांडे, स्त्री शिक्षण, बालविवाह निषेध, सतीविरोध, विधवा पुनर्विवाह, स्वयंवर इ. सुधारित विचार स्वामीजींनी वेद प्रतिपादित असल्याचे सांगितले, परंतु तेथील सनातन्यांना धर्माविरुद्ध बोलणाऱ्या प्रार्थना समाज व आर्य समाजाचे संस्थापक यांचे विचार मान्य होणे शक्यच नव्हते, म्हणून त्यांना संधी मिळताच त्यांनी वरीलप्रमाणे स्वामीजींच्या व न्या. रानडेंसारख्या सुधारकांचा निषेध केला.

लोकहितवादींनी स्वामीजींना विरोध करणाऱ्या सनातनी व मालाकार विष्णूशास्त्री चिपळूणकर यांच्यावर केलेली टीका

स्वामी दयानंदांनी आपल्या देशबांधवांच्या उन्नतीसाठीच धर्मसुधारणा चळवळ सुरू केली. त्यांनी हिंदू धर्मातील निंदय आचारविचार, ग्रंथ इत्यादींवर हल्ला चढविला. लोकांनी आपली सुधारण करून उन्नत स्थान व सुखी जीवन जगावे यासाठी त्यांनी वेदांचा अर्थबोध केला. हजारो वर्षांपासून वेदांचा अर्थ कालत्रयी शक्य नाही असा समज होता, त्यामुळे धार्मिक अज्ञान पसरले होती. हिंदुंचे हे अज्ञान स्वामी दयानंदांनी वेदांचा अर्थ सांगून दूर केले. याविषयी लोकहितवादी म्हणतात, ‘वेदार्थ ज्ञानाविषयी अलीकडे हजारो वर्षांत जे घोर अज्ञानतिमिर पसरले आहे, त्यामध्ये सर्व पंडित आपल्या पूर्वजांचे बुद्धिमत्तेस आणि ज्ञानत्वास अगदी ओळखेनासे झाले. हा अनिष्ट काळ घालविण्याकरिताच जणू काय श्रीमद्दयानंद सरस्वती स्वामी हे या आर्यमातेच्या उदरी सत्पुत्र निर्माण झाले.’[१५०]

लोकहितवादींना अपेक्षित असलेली धर्म व समाजसुधारणाच स्वामीजींनी प्रतिपादित केली होती. स्वामीजी शंकराचार्यासारखे वेदपारंगत असूनही त्यांचा पुण्यासारख्या ठिकाणी अपमान करण्यात आला. हा पुणेकरांकडून मोठा प्रमाद घडला. स्वामीजींच्या पोक्त व स्वतंत्र विचारांची आणि तर्कशक्तीची कमाल आहे असे त्यांच्या पुण्यातील व्याख्यानांवरून दिसून येते, परंतु त्यांना पुण्यास जेवढा सन्मान मिळावयास पाहिजे होता तेवढा मिळाला नाही. दयानंदजींच्या विद्वत्तेस, त्यांच्या व्याख्यानास आणि त्यांच्या सत्यधर्मप्रसार हेतूस पुणेकरांकडून फार उत्तम मान मिळेल असे वाटले होते, परंतु तसे काही घडले नाही. याबद्दल त्यांनी खेद व्यक्त केला. 'पुण्यामध्ये विद्वत् समाज चांगला असून तेथे विद्वानांच्या विद्वत्तेचे चीज होईल म्हणून दूरदूरचे लोक तेथे येतात, परंतु दयानंदजींच्या संबंधाचा वरील प्रसंग अगदी असंभावितपणाचा झाला व त्यावेळी पुणेकरांनी जे आपले अश्लाघ्य व अश्लील वर्तन दाखविले त्यावरून त्यांनी आपल्या कीर्तीस मोठा काळिमा लावला यात संशय नाही.'[१५१] दयानंदांच्या कीर्तीस शोभणारा मान सन्मान त्यांना पुण्याला मिळाला नाही. येथील चटोर लोकांनी त्यांचा विनाकारण छळ व अपमान करून आपलेच हसू करून घेतले. या लोकांनी स्वामीजींवर अत्यंत मत्सरभाव दाखविणारी अनेक अपमानकारक कृत्ये केली हे त्यांनी फार निंदय केले.

ज्याप्रमाणे अडाणी, अप्रबुद्ध व कूपमंडूक अशा प्रवृत्तीचे खेड्यात राहणारे जे शेतकरी असतात, त्यांना मुंबई येथे नेऊन तेथील यंत्रे, आगगाडी दाखविली तर ज्याप्रमाणे त्यांची बुद्धी गांगरून जाते, त्याप्रमाणेच पुण्यातील अल्पज्ञ, अस्वतंत्र विचारांच्या शास्त्री लोकांची बुद्धी स्वामीजींचे प्रचंड विद्यातंत्र बघून गांगरून गेली अशी खोचक टीका लोकहितवादींनी तत्कालीन स्वामीजींना विरोध करणाऱ्या लोकांवर केली. स्वामीजींचा त्या समयी इतका अपमान झाला तरी त्या धीरोदात्त पुरुषाचे गांभीर्य लव मात्रही कचरले नाही, अशी स्वामीजींची त्यांनी प्रशंसा केली.

पुढे ते असेही म्हणतात की, जुन्या मताचा अभिमान असणाऱ्याकडून नवीन मतप्रतिपादकांचा छळ झाल्याची इतिहासात अनेक उदाहरणे आहेत. परंपरागत रूढींमध्ये आणि लोकांत दृढमत झालेल्या धर्माचार विचारांमध्ये लक्ष घालून जो कोणी फेरफार करू इच्छील त्याच्याशी लोक विरोधी राहतील, त्यांची फजिती करतीलच हे इतिहासावरून सिद्धच असल्याचे लोकहितवादी नमूद करतात. स्वामीजींचा येथे जो अपमान झाला तसा व्हावयास नको होता असे त्यावेळी बहुत विद्वानांना वाटून त्याबद्दल त्यांनी स्वामीजींच्याजवळ खेदही दर्शविला असेही त्यांनी नमूद केले आहे.

स्वामीजींची निंदा करणाऱ्यामध्ये पुण्यातील 'निबंधकार' हे ही प्रमुख होते. त्यांनी आपल्या 'निबंधमाले'तील, 'वक्तृत्व' विषयावरील निबंधात स्वामीजींचे निंदात्मक

वर्णन केले. विष्णूशास्त्री चिपळूणकर, डॉ. भांडारकर व विष्णूशास्त्री पंडित यांनीही स्वामीजींवर टीका केली असे लोकहितवादींनी म्हटले आहे.

डॉ. भांडारकरांनी स्वामीजींवर जे आक्षेप घेतले होते ते त्यांच्यापुरतेच सीमित होते. त्यांनी त्यांना जगजाहीर केले नाही किंवा वृत्तपत्रातून त्यांच्याविरोधी प्रचार केला नाही, 'प्रोफेसर भांडारकर वगैरेंचा आक्षेप आणि शंका नुसत्या तोंडी वाग्विवादातच निघाल्या होत्या व त्याचे दयानंदजींच्या संबंधाने जे मत झाले असेल ते त्यांच्याजवळ राहिले असावे.'[१५२] त्यामुळे लोकहितवादींनी स्वामीजींच्या मृत्यूनंतर १८८४ मध्ये 'पंडित स्वामी श्रीमद् दयानंद सरस्वती' या आपल्या 'लोकहितवादी' या मासिकातून प्रसिद्ध केलेल्या स्वामीजींच्या चरित्रात डॉ. भांडारकरांवर टीका केली नाही.

स्वामीजींचे महाराष्ट्रातील दुसरे आक्षेपक विष्णूशास्त्री पंडित हे होते. स्वामी दयानंदांच्या पहिल्या मुंबई भेटीविषयी एकदा विरुद्ध लेख लिहिला होता, परंतु त्यांना स्वामीजींची विद्वत्ता आणि तपोबल समजून आल्यामुळे त्यांचा गैरसमज दूर झाला व त्यानंतर त्यांनी स्वामीजींविषयी अवाक्षरही काढले नाही. इतकेच काय, परंतु इंदूप्रकाशात पुढे अहमदाबाद वगैरे ठिकाणी स्वामीजींच्या स्तुतीपर आणि लौकिक वाढविणारे अनेक मजकूर त्यांनी लिहिले. त्यांच्या तोंडून आम्ही स्वामीजींची अनेक वेळा स्तुति ऐकली होती, यावरून त्यांचा दयानंदाजीविषयी अनुकूल समज झाला होता असे समजण्यास सबळ कारण असल्याचे लोकहितवादींनी विधवा पुनर्विवाहाचे प्रवर्तक विष्णूशास्त्री पंडित यांचे स्वामीजींविषयी असलेल्या मतासंबंधी लिहिले आहे. दयानंदजी हे कोणत्या प्रकारचे होते याची ओळख मात्र आमच्या विद्वान प्रोफेसर रामकृष्ण गोपाळ भांडारकरास किंवा कै. वा. विष्णूशास्त्री चिपळूणकर यांना झाली नाही. यामुळेच त्यांनी स्वामी दयानंदांच्या चरित्रात चिपळूणकरांवर मोठी टीका केली आहे. 'दयानंदजींच्या संबंधाने चिपळूणकरांनी घेतलेल्या आक्षेपाविषयी आणि केलेल्या अनिर्वाच्य निंदेविषयीही आम्ही उदासीन अथवा तिऱ्हाईत रहावे हे आम्हास प्रशस्त दिसत नाही.''[१५३]

लोकहितवादी हे स्वामीजींच्या समाजसुधारणा करण्यास आवश्यक असलेल्या विचारांनी भारावून गेले होते. त्यांच्याठायी स्वामीजींविषयी अनन्य आदरभाव वसत होता. स्वामीजींच्या हयातीत त्यांना त्यांच्या धर्मप्रसाराच्या कार्यात जेवढे साहाय्य करता आले तेवढे त्यांनी केले होते. लोकहितवादी मुंबई आर्य समाजाचे ट्रस्टी, आर्य समाजाचे अध्यक्ष परोपकारिणी सभेचे एक महाराष्ट्रीयन सदस्य होते.

यामुळेच स्वामीजींसारख्या परोपकारी संन्यासी सत्पुरुषावर विष्णूशास्त्री चिपळूणकरांनी केलेल्या टीकेवर आपण उदासीन रहावे असे त्यांना योग्य वाटले नाही.

१८८४ मध्ये लोकहितवादींनी 'लोकहितवादी' या आपल्या मासिकामध्ये दयानंदांचे चरित्र प्रसिद्ध करून चिपळूणकरांवर जी टीका केली त्यावेळेस चिपळूणकर व स्वामीजी दोघेही हयात नव्हते. याविषयी लोकहितवादी आपला अभिप्राय लिहिण्यापूर्वी टीकाकार आणि टीकाविषयक हे दोघेही पुरुष आज पंचतत्त्वाला मिळून त्या उभयतांच्या कीर्ती आणि लेख हेच आता राहिले आहेत. तेव्हा त्या उभयतांच्या लेखांचे संबंधाने अनुकूल अभिप्राय आणि टीका लिहिण्यास सर्वांना एकसारखाच अधिकार आहे व त्याप्रमाणे त्या अधिकाराचा थोडासा भागवाटा आम्हीही घेणार आहोत असे वाचकांना उद्देशून त्यांनी म्हटले आहे. मालाकार चिपळूणकर यांच्याविषयी ते म्हणतात, 'स्वामीजींच्या गुणावगुणांचे किंवा मतभेदाचे पृथःकरण करण्याचे मालाकारांत सामर्थ्य नव्हते अथवा तसे करणे त्यास इष्ट वाटले नसावे, कारण तसे केले असते तर कदाचित त्यांचे अंगावरच मसलत आली असती.' ज्या विद्वान पुरुषाची अनेक व्याख्याने येथे झाली, त्या व्याख्यानांमध्ये मालाकारांस दुधाची चरवी रिचविण्यापेक्षा काहीच गुण दिसला नाही. ही सर्वात आश्चर्याची गोष्ट आहे अथवा आश्चर्य ते कसले? 'मत्सर आणि पोक्त विचारांचा अभाव या दोन दुष्ट गुणांनी तरुण मालाकाराचे न्याय दृष्टीवर झापड घालून त्यांच्या गुणावगुण विवेचक सद्‌बुद्धीस अत्यंत माने आणले होते, त्यामुळे त्यांस स्वामी दयानंदजींमध्ये गुणलेश सुद्धा आढळला नाही.'[१५४]

मनुष्य अभिमानाला पेटून त्याजकडून कधीकधी किती अश्लाघ्य वर्तन घडते याचे प्रत्यक्ष उदाहरण आमच्या मराठी लेखकांत ह्या प्रसिद्ध मालाकाराचे मालाकारांसारखे जे सभ्य म्हणून म्हटले जातात, तेच कधी कधी दुराग्रहाला पेटून निंदय कर्म करतात हे फार वाईट. कोणताही लेख आणि कोणताही आक्षेप प्रसिद्ध करणे, तो विचारपूर्वक लिहिले असता त्यापासून एखाद्याविषयी लोकांचे भ्रष्ट मत आणि प्रतिकूल अभिप्राय होण्याची भीति नसते व हे धोरण सर्व लेखकांनी लक्षात ठेविले पाहिजे, असा सल्ला लेखकांना लोकहितवादींनी यानिमित्त दिला आहे.

पुण्यात ज्याप्रकारे दयानंदजींचा अपमान करून निंदा करण्याच्या अत्यंत हीन कृत्याबद्दल आमच्या निबंध मालाकारास यत्किंचितही विषाद किंवा खेद वाटला नाही ही फार आश्चर्याची आणि दुःखाची गोष्ट होय, असा खेद लोकहितवादींनी चिपळूणकरांविषयी पुन्हा पुन्हा व्यक्त केला आहे व स्वामीजींचा वर घोडा मिरवला त्याबरोबर पुण्याच्या असंभावित आणि कुटाळ लोकांनी गाढवाचा छबिना काढून सभ्य लोकांमध्ये आपले हसे करून घेतले. यापेक्षा जास्त काही झाले नाही, परंतु त्यात अत्यंत खेदाची गोष्ट ही होय की, त्या असंभावित लोकांमध्ये आमचे मालाकारही मिळून त्यांनी आपल्या सवंगड्यांची पाठ थोपटली. झाली ही गोष्ट अत्यंत इष्ट झाली

अशा प्रकारचा गौरव आपल्या पुस्तकात प्रसिद्ध करून जन्माचा आपल्या सुंदर लेखास काळिमा लाविला ही गोष्ट चांगली झाली नाही.

मालाकारांस जर स्वामीजींच्या देहावसनापर्यंत जीवित लाभले असते तर, स्वामीजींची जी अलीकडे पाच-सात वर्षांत सर्वत्र कीर्ति पसरून सहस्रावधी लोक त्यांच्या भजनी लागले होते ते त्यांनी पाहिले असते, तर त्यावरून तरी त्यांची पूर्वीची स्वामीविषयींची सर्व कुत्सित मते फिरून मालाकारांनीच स्वतंत्र त्यांचे गुणानुवाद गायले असते, अशी आमची खात्री आहे असे मतही लोकहितवादींनी दिले आहे.

मालाकारांना स्वामीजींच्या मतावर आणि त्यांनी केलेल्या ग्रंथावर शांतपणे विचार करण्यास अवकाश झाला नाही व त्यांनी स्वामीजींविषयी आपला अभिप्राय देण्याची फार घाई केली, त्यामुळे त्यांच्या हातून दयानंदजींविषयी निंदापर लेख लिहिला जाऊन तोच काय तो त्यांच्या मागे कायम राहिला याबद्दल वाईट वाटते. दयानंदजींची जी पुण्यातील मूर्ख लोकांनी निंदा केली आणि मालाकारांनी त्यांचा जो उपहास केला त्या निंदेला आणि त्या उपहासाला स्वामीजी किती अंशांनी पात्र होते याचा विचार आमचे वाचकच करतील असे त्यांनी आपले मत व्यक्त केले आहे.

चिपळूणकरांनी आपल्या निबंधमालेच्या २३ व्या अंकातून 'वक्तृत्व' या निबंधात (नोव्हेंबर १८७५) स्वामीजींवर, स्वामीजींच्या व्याख्यानांवर अनेक बाजूंनी टीका केली.

स्वामीजींचे वक्तृत्व जर प्रभावी असते तर त्याचा प्रभाव मुंबईसारख्या ठिकाणीही पडला असता. त्यांचा आर्य समाज अनेक वेळा मोडकळीस आला, त्यांचे विचार हे ख्रिस्ती लोकांसारखे असून ते 'ख्रिस्त्यांचे शुभवर्तमान' फैलावण्यासारखे आहेत. फरक एवढाच की, ते संन्यासी असून भगवे कपडे घालतात, म्हणून लोक त्यांना मान देतात. 'दयानंदजींची कशी मौज आहे? ते परिव्राजक असल्यामुळे विरक्त, धर्मशील वगैरे तर झालेच.'[१५५] त्यांची भाषणे बघण्यासाठी आलेली गर्दी म्हणजे तमाशातील मौज पाहण्यासारखेच, कारण स्वामीजी म्हणजे 'रंगेल नकले', त्यांच्या भाषणांना व्याख्यान म्हणण्याची देखील लायकी नाही, परंतु 'व्याख्यान' असे त्यांच्या मतलबी पुरस्कर्त्यांनीच संबोधले आहे, दररोज ते येथे घी शक्कर खातात, यामुळे त्यांची येथे चांगलीच मौज त्यांच्या मतलबी पुरस्कर्त्यांनी ठेवली आहे. आधुनिक बिघडलेल्या सुधारकांना स्वामी मूर्तिपूजा व इतर हिंदू धर्मातील परंपरांची निंदा करतात, म्हणूनच ते अत्यंत प्रिय झाले आहेत. वास्तविक स्वामीजींची योग्यता संन्याशाची नसून ते गर्विष्ठ व नाटकी आहेत असे अनेक 'दोष' त्यांच्यातील दाखवून त्यांच्यावर उपहासात्मक टीका केली आहे. स्वामीजींचे वर्णन 'परमहंसांचा स्निग्ध, गंभीर आवाज, ती भव्य फुगीर मुद्रा, भगवी कफनी, मुकटा डोक्यास गुंडाळून ती झोकदार सोडलेली फल्ले व

डौलाचे नाटकी हावभाव, उंच आसन, वगैरे सर्व सामग्री ध्यानात आणली असता वक्तृत्वाचा परिपाक इतका उत्कृष्ट उतरला याचे कोणासही आश्चर्य वाटणार नाही!'[१५६] या प्रकारे स्वामीजींच्या विचारांचा अर्थ व त्यांच्या कार्याचा उद्देश नीट न समजून घेतल्यामुळे तत्कालीन सनातन्यांचे समर्थन करणाऱ्या चिपळूणकरांनी आपल्या निबंधमालेत निंदा केली. लोकहितवादींनी यामुळेच मालाकारांमध्ये पोक्त विचारांचा अभाव व स्वामीजींविषयी असलेल्या मत्सरामुळेच त्यांनी त्या प्रकारे स्वामीजींची निंदा करून, टवाळी, कुचेष्टा केल्याचे म्हटले आहे.

दयानंदजींची निंदा आणि उपहास पुणेकरांनी आणि त्यांचे बांधव मालाकार यांनी केली, तथापि सर्व भारत वर्ष आणि त्यातील लेखक, काही पुणेकर आणि मालाकार यांच्याप्रमाणेच असंभवित आणि कुत्सित नाहीत. जगामध्ये गुणावगुण परीक्षणाचे आज अनाकर्षण होऊन त्याचा सर्वत्र दुष्काळ पडला आहे अशी काही गोष्ट नाही. पुण्यातील लोकांनी आपल्या अश्लील वर्तनाने स्वामीजींचा अपमान आणि दुलौकिक करण्याची खटपट केली, परंतु सर्व आर्यावर्त पुण्यासारखे अश्लीलवर्ती झालेले नाही. अशी संतप्त प्रतिक्रियाही स्वामीजींच्या मिरवणुकीत दंगा करणाऱ्या पुण्यातील धर्माभिमानी कुटाळ लोकांवर व मालाकारांवर लोकहितवादींनी व्यक्त केली.

स्वामीजींचा व्हावयाचा त्या प्रकारे सर्वत्र सन्मान व बडेजाव होऊन, ते मृत्यू पावल्यावरही त्यांना मिळावा तसा लोकांकडून फार मोठा सन्मान मिळाला व त्यांच्या विद्वत्तेचे, सद्गुणांचे आणि तपोनिष्ठतेचे सार्थक झाले असे सांगून त्यांनी समाधान व्यक्त केले. गजेंद्ररूढ चक्रवर्ती राजाची स्वारी नगरीतून चालली असता गजेन्द्राचा मोर्चा फिरला म्हणजे ग्रामसिंहाची त्याचे मागे पुष्कळ ओरड चालते, तद्वत या सद्गुणी स्वामीजींवर या जगातील कित्येक ग्रामसिंह भोकले किंवा त्यांनी त्यांच्या कुचेष्टा केल्या तरी तो गंभीर वृत्तीचा पुरुष डगमगणारा नव्हता व त्याप्रमाणे तो कोठेही डगमगला नाही. स्वामीजींस सर्वत्र अनुकूलता लाभून त्यांचा यथोचित गौरव झाला. 'स्वामीजीस अनुकूल असणारी सर्वत्र भारतभूमि आणि त्यांची निंदा व उपहास करणारे पुणेनगर आणि त्यात अधिवास करणारे मालाकार हे एकीकडे ही जोड जमवावी तरी कशी?'[१५७] यानिमित्त पुणेकरांना सल्ला देताना लोकहितवादी म्हणतात, पुढे तरी सदसद्विचारपूर्वक वर्तनक्रम ठेवावा हाच या सर्वभूत गोष्टींचा भावार्थ आहे असे सांगून विष्णूशास्त्री चिपळूणकर व दयानंदांना विरोध करणाऱ्या पुणेकरांवर लोकहितवादींनी आपल्या टीकेला पूर्णविराम दिला आहे.

लोकहितवादींनी स्वामी दयांनदांच्या कार्याचा केलेला गौरव

लोकहितवादींनी स्वामीजींचा सद्हेतू, त्यासाठी त्यांनी केलेले कार्य, त्यांना त्यात मिळालेले यश, त्यांनी आपल्या पूज्य देशाच्या उन्नतीसाठी घेतलेले परिश्रम याविषयीची माहिती देण्यासाठीच 'पंडित स्वामी श्रीमद्‌दयानंद सरस्वती' या नावाचे त्यांचे चरित्र स्वामीजींच्या मृत्यूनंतर १८८४ मध्ये प्रसिद्ध केले. आपणही त्यांच्या ऋणातून मुक्त व्हावे व आपल्याला स्वामीजींविषयी असलेला आदरभाव व्यक्त करण्यासाठीच व अद्यापपर्यंत केलेल्या लोकहितार्थ लिखाणाप्रमाणे स्वामीजींचे चरित्र थोडक्यात परंतु स्वामीजींच्या कार्याचे ऐतिहासिक दृष्ट्या महत्त्वपूर्ण असे वर्णन केले आहे.

ते म्हणतात की, दयानंद स्वामीसारखी माणसे या देशाचे दुर्भाग्याने फारच थोडी होतात व त्यांच्या सारखी जी कोणी विरळ मनुष्यरत्ने जन्मतात त्यास आयुर्मर्यादा फारच थोडी असते, हे आपल्या देशाचे अत्यंत दुर्दैव होय, कारण स्वामीजींमध्ये अनेक गुणांचा समुच्चय होता. 'वक्तृत्व, पांडित्य, ज्ञानत्व, देशकल्याण, कनिष्ठा, उद्योगिता, श्रमसाहकता, धार्मिकता, औदार्य, सदाचार, निरभिलाषिता, निगर्विता आणि प्रसंगानुभवर्तित्व हे गुण स्वामीजींमध्ये पूर्ण वसत होते व या गुणांचा उच्चार त्यांचे मृत्यूनंतर देशी व विदेशी सर्व पत्रकर्त्यांनी आणि मासिकादि पुस्तककर्त्यांनी आपापल्या लेखांतून केला आहे.'[१५८] या सर्व गुणांमुळे स्वामी दयानंद हे अद्वितीय पुरुष होते.

दयानंदजींचे जे आम्ही वर्णन करतो, त्यात अतिशयोक्तीचा भाग यत्किंचितही नाही. जो लोकांकडून त्यास सन्मान मिळत असे, त्याला अनुसरून हे त्यांच्या गुणांचे व वैभवाचे साधारण वर्णन असल्याचेही लोकहितवादींनी नमूद केले.

आजपर्यंत जे साधू व महर्षि या भारत भूमीवर अवतरून गेले, त्यांच्या मालेमध्ये परिगणन करण्यास दयानंद स्वामी सरस्वती हे सत्पुरुष सर्वांशांनी पात्र आहेत, कारण त्यांचा आयुष्यक्रम लोकहितार्थ झटण्यात आणि देशाचे उन्नत्यर्थ अश्रांत परिश्रम करण्यातच गेला. त्यांची जाडी विद्वत्ता, वैदिक धर्माविषयीचा कट्टर अभिमान आणि ज्ञाते व श्रीमान लोकांचे साध्य व अनुकूलता यामुळे हिंदुस्थानच्या चतुर्थांश भागावर तरी त्यांचा प्रभाव पडला आहे. राजस्थान, वायव्य प्रांत आणि पंजाब इतक्या मुलखात राजापासून रंकापर्यंत सर्व जातींचे लोक स्वामीजींचे अनुयायी बनले.

वेदसंहिता याच फक्त ईश्वरनिर्मित आहेत व त्या सर्व इहपरज्ञानाने परिपूर्ण आहेत असा त्यांचा विश्वास होता, म्हणून वैदिक धर्माविषयी विलक्षण अभिमान असून तो अभिमान यथार्थ असल्याविषयी लोकांची समजूत व खात्री करून देण्यास ते

सर्वदा सिद्ध असत. त्यांच्या वेदपारंगत्वाविषयी लोकहितवादी म्हणतात, 'वैदिक धर्मातील सत्य शोधनाचा महाप्रयत्न स्वामी दयानंदजींसारखा अलीकडील काळात कोणाकडून झाला असेल असे वाटत नाही व यामुळे त्यांजकडून वैदिक व्यासंग जितका झाला होता तितका इतर कोणाकडूनही झाला नाही.' त्यांनी वेदार्थाची फोड जितक्या उत्तम व बालबोध रीतीने केली, तितकी आजपर्यंत कोणाकडूनही झाली नाही. ईश्वरभक्त, सदाचारी, योगवृत्तीचे परोपकारी साधुपुरुष पूर्वी होऊन गेले. दयानंजींच्या काळी होते आणि आता त्यांच्यापुढेही होतील, परंतु दयानंदजींची प्रतिभा त्यामध्ये निर्माण होण्यास फार काळ लागेल. अवघा हाच एक पुरुष सद्धर्मोपदेष्टा होऊन गेला. संसारसुखावर पाणी सोडून निव्वळ परोपकार बुद्धीने सद्धर्म स्थापण्यासाठी त्यांनी काया, वाचा, मने करून वाहून घेतले होते. या देशामध्ये अलीकडील काळात हाच पुरुष होऊन गेला असे भाग्यशाली सत्पुरुष या जगततिलावर फारच थोडे होऊन गेले असतील की, त्यांच्या अस्तित्वात आणि नंतरही सर्व लोकांकडून त्यास एकसारखाच मान मिळत गेला.

स्वामी दयानंदांनी वेदार्थाचा प्रकाश करून धर्माला अज्ञान, अंधकारातून बाहेर काढले. पौराणिक काळापासून वैदिक धर्माची पायमल्ली झाली व त्यामुळेच या देशातील लोकांना निकृष्ट अवस्था प्राप्त झाली तरी अशा निकृष्ट अवस्थेतून आर्य समाजाला बाहेर काढणे आपले कर्तव्य आहे असे समजून त्यांनी जीवनभर त्यासाठी कार्य केले. याप्रमाणे भारतवर्षाला अज्ञान, अंधकारातून बाहेर काढण्याचे कार्य स्वामीजींनी केले. तसे पूर्वी कोणी केले असेल तर असेलही, परंतु स्वामीजींएवढी विद्वत्ता व कार्यतत्परता फारशी त्यांच्याजवळ नव्हती व अद्याप कोणाजवळ नाही असे गौरवोद्‌गार लोकहितवादींनी स्वामी दयानंदांविषयी त्यांच्या चरित्रात पानोपानी काढले आहेत.

स्वामीजींची पुणे भेट व महात्मा फुले

स्वामी दयांनदांचा वेद संहितांवर त्या ईश्वरोक्त आहेत आणि त्यातच इहपरलोकांचे सर्व ज्ञान सामावलेले आहे असा विश्वास होता, म्हणून त्यांनी पुराणग्रंथ व इतर ग्रंथांवर, पंथावर जोरदार टीका केली, त्याप्रमाणेच महात्मा फुलेंचा हिंदुंच्या (आर्य भटांच्या) कोणत्याही धर्मग्रंथांवर विश्वास नव्हता, मात्र दोन्ही सत्पुरुषांमध्ये एक साम्य होते. ते म्हणजे त्यांनी कोणाचीही पर्वा न करता, किन्तुविरहित हिंदुंच्या धर्मग्रंथांवर व धार्मिक आचार-विचारांवर जोरदार टीका केली. महात्मा फुलेंचे ध्येय दलित व स्त्रियांना मानवी अधिकार मिळवून देणे हे होते, तर स्वामीजींना समस्त भारत वर्षातील आर्यांना पुराणोक्त व धार्मिक अज्ञान-अंधकारातून बाहेर काढून वेदोक्त धर्माचा प्रकाश पाडावयाचा होता.

वेद हे ईश्वरनिर्मित आहेत व ईश्वर हा न्यायकारी असून तो मनुष्यमात्राविषयी भेदभाव करू शकत नाही. जातिभेद हे ईश्वरनिर्मित नसून मनुष्यनिर्मित आहेत, यामुळे वेद समजून घेण्याची ज्यास बुद्धी असेल तो कोणत्याही जातीचा असला तरी वेदाध्ययन करू शकतो असे विचार त्यांनी पुणे येथील व्याख्यानात मांडले, यामुळेच त्यांची निंदा व उपहास करण्याचे ब्राह्मणांनी ठरविले असे लोकहितवादींच्या म्हणण्यावरून दिसून येते. आज दोन हजार वर्षांपासून ब्राह्मणांनी जे घोकून ठेवले आहे की, वेद व शास्त्र हे आपले गुप्तधन असून त्याकडे आपल्यावाचून कोणी ढुंकून बघूही नये, त्याविरुद्ध स्वामीजींचे मत असे की ज्या जिवाला बुद्धिमत्ता आहे त्याने खुशाल वेदशास्त्रांचा अभ्यास करावा. ते त्यांचे सांगणे सर्वांस विषम वाटून सर्व ब्राह्मण मंडळींनी त्यावर आपल्या रागाची आग पाखडली यात मोठेसे नवल नव्हतेच.

एका ब्राह्मण संन्याशाने सनातन्यांच्या शहरात या प्रकारचे विचार उघडपणे मांडल्यामुळे त्यांचे विचार स्वत: ऐकून घेण्याचा मोह महात्मा फुलेंना आवरला नसेल. ज्याप्रमाणे फुलेंनी मतलबी धर्मग्रंथांवर व आचारविचारांवर आपल्या पुस्तकांमधून व लेखणीने, कृत्याने अनेक वेळा जहरी टीका केली होती, त्याच प्रकारची टीका स्वामीजी अलंकारिक व विनोदपूर्ण व्याख्यानांनी करत, यामुळेच महात्मा फुले या व्याख्यानांना हजर राहात असल्याचे विष्णूशास्त्री चिपळणूकरांनी पुढील उपहासात्मक शब्दात वर्णन केले आहे. 'कबीर-तुळशीदास, तुकाराम, वगैरे आजपर्यंत थोर व पुण्यातील मानलेल्या महामूर्ख व महादुष्ट लोकांची तेजोहानि करून महार मांगप्रभृति शूद्र जातींचा अभ्युदय करणारे तेज तेथे उदय पावले. हे या आर्य भूमीवर तिच्या मोठ्या सुदैवाने आज चाळीस वर्षे झळकत असून अलीकडे दोन-तीन वर्षांपर्यंत ते जागच्या जागीच दडून कसे राहिले याचा आम्हास मोठा चमत्कार वाटतो व चित्तास अत्यंत विषाद होतो! प्रस्तुत भद्र पुरुष हे आपल्या देशबंधूच्या पारलौकिक हिताची एवढी कळकळ बाळगीत असता आज निदान वीस वर्षे तरी मूर्तिपूजेच्या घोर पाप मार्गास अनुसरल्याने कोट्यवधी लोकांच्या आत्म्यांचे जे आज अक्षय नुकसान झाले ते त्यांच्याने खुशालपणी कसे पाहवले कोण जाणे! त्यांचे कित्येक महाविद्वान शिष्य तर त्यास ल्यूथरची उपमा देतात व सकृत्दर्शनी निदान बहिरंगदृष्ट्या तरी तिजवर कोणीही आक्षेप घेईलसे वाटत नाही.'[१५९] अशा प्रकारे भारताचे मार्टीन ल्यूथर किंग संबोधले जाणारे महात्मा फुले या व्याख्यानांना हजर राहात हे विष्णूशास्त्री चिपळूणकरांच्या वरील वर्णनावरून दिसून येते. त्याच प्रकारे त्यांचे चरित्रकार पंढरीनाथ पाटील यांनीही महात्मा फुले स्वामीजींच्या व्याख्यानास अगदी दररोज नाही तरी मधूनमधून हजर राहात असल्याचे नमूद केले आहे. 'दिवस पावसाळ्याचे असल्यामुळे जोतीरावांना

स्वामीजींच्या व्याख्यानास हजर राहता आले नाही तरी ते मधून मधून त्यांची व्याख्याने ऐकावयास जात.'[१६०]

महात्मा फुलेंनी लिहिलेल्या साहित्यावरून असे दिसून येईल की, तत्कालीन धार्मिक आचार, विचार व धर्मग्रंथांबद्दल त्यांनी कोठेही गौरवउद्गार काढलेले नाहीत. यामुळेच स्वामीजींनी जर तत्कालीन धर्माबद्दल, जातिभेद, बालविवाह, स्त्री-शिक्षण, पुनर्विवाह यांचा जर गौरवच व्यक्त केला असता, हीन सामाजिक रीतींचे समर्थनच केले आहे असे एखाद्या व्याख्यानात फुलेंना आढळले असते, तर त्यांनी एकाही व्याख्यानाला हजेरी लावली नसती किंवा त्यांच्या सन्मानार्थ काढलेल्या मिरवणुकीत सहभागही घेतला नसता. जोतीराव मिरवणुकीत सामील झाल्याचे वर्णन 'लबाड आणि दुष्ट ब्राह्मणांच्या चिरकालिक दास्यातून विमुक्त झालेले त्यांचे शिष्य' असे केले आहे. या मिरवणुकीत फुलेंबरोबर त्यांचे महार, मांग अनुयायी हे सनातनी विरोधक दंगा करतील असे माहीत असल्यामुळे त्यांच्या प्रतिकारासाठीच सामील झाले होते. विष्णूशास्त्री चिपळूणकरांनी या निवडणुकीत स्वामीजींच्या अनुयायांना दगड, धोंडे, दांडुक्यांचा प्रसाद मिळाला असल्याचे महात्मा फुलेंचे चरित्रकार पं. पाटील यांनी आपल्या पुस्तकात म्हटले आहे. 'शास्त्री बोवांनी विकारवश मनाने स्वामीजींविषयी जी हकिकत दिली आहे, तीत स्वामीजींच्या गमनाविषयी तर बिलकूल अतिशयोक्ती केली. खरे पाहता यावेळी जोतीरावांच्या महार मांगांनी व कामठ्या मोमीणांनी, ब्राह्मण, गुंडाचा चांगला प्रतिकार केला व सत्यशोधक समाजाच्या आणि प्रार्थना समाजाच्या सुधारक मंडळीने स्वामीजींना मोठ्या थाटाने पुण्यातून रवाना केले.'[१६१] स्वामीजींविषयी असलेल्या आदरामुळेच जोतीराव प्रार्थना समाजियांच्या मदतीने धावून आले होते.

महात्मा फुलेंनी 'सत्सार' या छोट्या पुस्तकात प्रार्थना समाज व ब्राह्मो समाज यावर नाव घेऊन टीका केली आहे, परंतु स्वामीजींवर टीका त्यांच्या लेखात आलेली दिसत नाही. जोतीरावांनी वेदाध्ययनाचा अधिकार ज्या धर्मग्रंथांनी, धर्माने, धर्मव्यवस्थेने शूद्रांना दिला नाही त्यावर टीका केली आहे.

स्वामीजींच्या, वेद हे ईश्वरनिर्मित आहेत, या मताचा स्वीकार महात्मा फुलेंनी जरी केला नाही, तरी स्वामीजींच्या इतर सुधारक विचारांचा प्रभाव महात्मा फुलेंवर खात्रीने पडला असणार हे निश्चितपणे त्यांच्या 'गुलामगिरी' इ. पुस्तकांतील भाषेवरून कळू शकते.

स्वामी दयानंद सरस्वती यांच्या कार्याचे मूल्यमापन

वेदांचा अर्थ अद्यापपर्यंत कोणालाही आत्मविश्वासाने सांगता आला नव्हता व त्यांनी सांगितलेले विचार वेदांवर म्हणजेच हिंदू धर्मातील असूनही सुधारणेस अनुकूल

आहेत व स्वामी दयानंदांसारख्या भगवे वस्त्र धारण करणाऱ्या नि:स्पृह व लोककल्याणार्थ झटणाऱ्या संन्याशाने प्रतिपादन केलेले पाहून त्यांना भारतीय समाज व धर्मजीवनात विशेष महत्त्व प्राप्त झाले. भारतीय उच्च विद्याविभूषित व सामान्य भारतीयही त्यांच्या विचारांनी भारावून गेले. वेदांमध्ये सर्व ज्ञान आहे, त्यामुळे ख्रिस्ती धर्माकडे जाण्याची आवश्यकता नाही. हा संदेश तत्कालीन पिढीला त्यांनी दिला.

यासाठी त्यांनी 'बायबल' व 'कुराण' या ग्रंथांची समीक्षा केली. या ग्रंथांमधील काही सत्यांश सोडला तर सर्व ग्रंथ आपल्याकडील पुराणांपेक्षा भाकड कथांनी भरले आहेत, यामुळेच हे ग्रंथ ईश्वरोक्त नाहीत असे प्रतिपादन केले.

त्यांनी तत्कालीन हिंदू धर्मातील दोष उघड करण्यासाठी व वेदोक्त धर्माचे प्रतिपादन करण्यासाठी 'सत्यार्थ प्रकाश' नावाचा प्रमुख ग्रंथ त्यांच्या शिष्यांच्या विनंतीवरून लिहिला. त्या प्रकारे वेदांवर भाष्य करणारे वेदभाष्यही लिहिले. इतर अनेक लहान-मोठे ग्रंथ, वेदोक्त धर्म, सामाजिक, वैयक्तिक आचार विचार सांगण्यासाठी त्यांनी लिहून आपले विचार अमर करून ठेवले. त्यांचे ग्रंथ नसते तर आपल्याला त्यांचे विचार समजूनच आले नसते. त्यांच्या ग्रंथातील विचारांवरून त्यांनी केलेले धर्मसुधारणेचे कार्य आपल्याला इत्थंभूत समजून येते.

त्यांच्या अनुयायांच्या विनंतीवरूनच कायमस्वरूपी वैदिक धर्माच्या प्रसारासाठी त्यांनी प्रथम १८७५ मध्ये मुंबईत व नंतर उत्तर भारतात 'आर्य' समाजाची स्थापना केली.

त्याच प्रकारे मॅक्समुलर व इतर पाश्चात्त्यांच्या वेदांवरील टीका समजून घेऊन त्यांच्यावर भाष्यही त्यांनी केले. अशा प्रकारे स्वामी दयानंद सरस्वती हे इंग्रजी शिक्षित नसूनही तत्कालीन धर्म व समाजसुधारणेस आवश्यक असे विचार त्यांनी आपल्या लेखणीने व वाणीने प्रसृत केले.

त्यांच्या या सुधारणा विचारांचा आधार फक्त वेद संहिताच होत्या. वेद हे साक्षात ईश्वराच्या आज्ञा आहेत आणि त्या सर्व मानवजातीने पाळल्या पाहिजेत, कारण त्यातच सर्वांचे कल्याण आहे असे आग्रही प्रतिपादन ते करीत. हिंदूच नाही तर ख्रिस्ती व मुस्लीम धर्मीयांनीही वैदिक धर्माचा स्वीकार करावा असेही त्यांनी सांगितले.

अशा प्रकारे तत्कालीन हिंदू धर्मातील आचार-विचार, पंथ, ग्रंथ इत्यादींवर तीव्र टीका करून त्यांनी हिंदू धर्मात वेदांवर आधारित सुधारणांचे प्रतिपादन केले.

स्वामी दयानंद हे भगवे वस्त्र धारण करणारे व हिंदुंना पूज्य असणाऱ्या वेदांचे प्रतिपादन केल्यामुळे त्यांच्या विचारांना विशेष महत्त्व प्राप्त झाले. त्यांच्या वेदप्रतिपादित सुधारित विचारांमुळे महाराष्ट्रातील सुधारकांना मोठेच पाठबळ मिळाले. अद्यापपर्यंत

महाराष्ट्रात 'सुधारलेला' म्हणजे धर्मभ्रष्ट, बिघडलेला असे समजले जात असे, परंतु स्वामी दयानंदांच्या विचारांमुळे त्यांचे सुधारलेले विचार हे वैदिक धर्मास अनुसरूनच आहेत असे त्यांना सिद्ध करता आले. यामुळेच न्या. रानडे व इतर सुधारकांनी स्वामी दयानंदांना सुधारणेस अनुकूल असणाऱ्या विचारांच्या प्रसारासाठी १८७५ मध्ये पुण्यास पाचारण केले. येथे दोन ते अडीच महिने मुक्काम करून व तेथे धर्मपर व्याख्याने देऊन सनातन्यांच्या कर्मठ धर्मविचारांवर जोरदार हल्ला चढविला तसेच वैदिक धर्माचे शुद्ध स्वरूप प्रतिपादन केले.

अशा प्रकारे स्वामी दयानंदांच्या प्रखर वैदिक ज्ञानाने धर्मसुधारणा करून हिंदूंमध्ये राष्ट्राभिमान निर्माण केला.

डॉ. रामकृष्ण गोपाळ भांडारकर यांचे धर्मविचार व धर्मसुधारणा चळवळीतील त्यांचे कार्य (१८३७–१९२०)

डॉ. रा. गो. भांडारकर यांचा परिचय : डॉ. भांडारकरांचा जन्म ६ जुलै, १८३७ रोजी रत्नागिरी जिल्ह्यातील मालवण येथे झाला. त्यांचे वडील गोपाळ भांडारकर हे मालवण येथे प्रथम कारकून होते. यानंतर गोपाळरावांची बदली राजापूर येथे मामलेदारीच्या जागेवर झाली. ते राजापुरास असताना रामकृष्णपंतांचे मराठी शिक्षण मालवण येथेच झाले. यानंतर गोपाळरावांची बदली रत्नागिरी येथे झाली. रत्नागिरीस येताच रामकृष्णांना इंग्रजी शिक्षणाचा लाभ झाला.

मुंबईस दादाभाई नौरोजी हे आपला सुस्वभाव व विद्वत्ता ह्यामुळे एल्फिन्स्टन इन्स्टिट्यूटमध्ये सर्वांचे आवडते होते. रत्नागिरीच्याच शाळेतील सर्व अभ्यासक्रम संपवून विश्वनाथ नारायण मंडलिक व माधवराव बरवे मुंबईत एलफिन्स्टनमध्ये पुढला अभ्यासक्रम चालू ठेवण्यासाठी आले होते व त्यांच्या हुषारीविषयी बरीच चर्चा चालू असे, त्यामुळे आपणही इंग्रजी शिक्षणाचा लाभ करून घ्यावा असे वाटून रामकृष्णपंत मोठ्या उमेदीने अभ्यासास लागले. रामकृष्णांचा मुंबईस जाण्याचा दृढ निश्चय बघून त्यांच्या वडिलांनी त्यांना परवानगी दिली. रामकृष्ण अशा प्रकारे वयाच्या १५ व्या वर्षी १८५३ मध्ये मुंबईस आले. त्यांनी एलफिन्स्टन हायस्कूलमध्ये प्रवेश घेऊन एका वर्षात हायस्कूलचा अभ्यास पूर्ण केला, यामुळे १८५४ मध्ये त्यांना एलफिन्स्टन कॉलेजमध्ये प्रवेश मिळाला. त्यात त्यांना बऱ्याचशा शिष्यवृत्ती मिळाल्या, त्यामुळे त्यांच्या शिक्षणास बरीच मदत झाली. त्यांचे गणित, इंग्रजी, इतिहास व शास्त्रीय विषय आवडीचे होते. १८५९ मध्ये त्यांनी आपला कॉलेजमधील शिक्षणक्रम संपविला. याच वर्षी त्यांना दक्षिणा फेलो नेमण्यात आले. रामकृष्ण पंत हे पाहिले दक्षिणा फेलो होते.

प्रथम त्यांची नेमणूक मुंबईस झाली. १८६० साली त्यांची बदली पुण्याच्या डेक्कन कॉलेजमध्ये झाली. रामकृष्ण पंत एकंदरीत साडेपाच वर्षे फेलो होते. एवढ्या अवधीत त्यांनी संस्कृत विषयात विशेष प्रावीण्य मिळविले.

वास्तविक त्यांच्यावेळी कॉलेजात संस्कृत शिकविले जात नव्हते. फेलो असताना त्यांच्या हे लक्षात आले की, लोक संस्कृत भाषेला पूज्य मानतात, परंतु त्याचा शोधक बुद्धीने अभ्यास करण्याचे कार्य पाश्चात्त्य करीत आहेत, हिंदू नाहीत यामुळे ते इतर पंडितांच्या साहाय्याने संस्कृत शिकले. संस्कृतचे महत्त्व लक्षात घेऊन त्यांनी न्याय, व्याकरण, वेदांत यासारख्या गहन विषयांवरील ग्रंथांचे स्वत:च अध्ययन केले.

त्यांना शिक्षण घेत असताना गणित विषय आवडत असे तसेच पाश्चात्त्य इंग्रजी शिक्षणाचा प्रभावही त्यांच्यावर होता. इंग्रजी शिक्षणामुळे त्यांना शोधक व चिकित्सक बुद्धी लाभली होती. त्या दृष्टिकोनातूनच त्यांनी संस्कृत ग्रंथाचा शोधक चिकित्सक पद्धतीने अभ्यास केला.

फेलो असलेल्या विद्यार्थ्यांना युनिव्हर्सिटीची परीक्षा पास होणे आवश्यक होते, त्यामुळे त्यांनी १८५९ साली युनिव्हर्सिटीची परीक्षा दिली. १८६१ मध्ये ते एफ.ए.ची परीक्षा पास झाले. १८६२ मध्ये ते बी. ए. झाले. १८६३ मध्ये त्यांनी एम. ए.चा अभ्यास पूर्ण केला. एम.ए.ची परीक्षा त्यांनी संस्कृत विषय घेऊन दिली.

डेक्कन कॉलेजमध्ये असताना त्यांनी इंग्रजी, लॉजिक व भाषाशास्त्र हे विषय शिकविण्याचे काम केले.

१८६४ मध्ये त्यांना सिंध प्रांतातील हैद्राबाद येथील शाळेत हेडमास्तर म्हणून नेमण्यात आले, परंतु तेथील जागेचा त्यांनी राजीनामा दिला. त्यांची १८६५ मध्ये रत्नागिरीच्या हायस्कूलच्या हेडमास्तरच्या जागेवर नेमणूक करण्यात आली. रत्नागिरी येथे येताच मोठ्या आस्थेने काम करून शाळेला सुस्थिती प्राप्त करून दिली. या काळात त्यांनी संस्कृत अध्ययनास साहाय्यभूत ठरतील अशी दोन पुस्तके प्रसिद्ध केली. रत्नागिरीस हेडमास्तर असतानाच त्यांना १८६६ मध्ये प्रथमच संस्कृत एम. ए. साठी परीक्षक नेमण्यात आले. हे काम त्यांनी १८९९ पर्यंत केले.

१८६८ साली त्यांना काही काळासाठी एलफिन्स्टन कॉलेजमध्ये संस्कृतचे अध्यापक म्हणून नेमण्यात आले. १८७२ पर्यंत ते या जागेवर कार्यरत होते. १८७२ साली मुंबई सरकारने ही जागा बाहेरचा कोणीतरी मनुष्य आणून भरण्याचा विचार चालविला. लोकांना हा विचार पसंत पडला नाही, तसेच कॉलेजचे प्रिन्सिपल मि. चॅटफिल्ड हे होते. त्यांना रामकृष्णांची विद्वत्ता व शिकवण्याची उत्कृष्ट हातोटी माहीत असल्यामुळे त्यांना रामकृष्णांविषयी आदर होता. त्यांनी रामकृष्णास असिस्टंट

प्रोफेसरच्या जागी नेमले. १८७३ ते १८८२ या काळात ते मदतनीस प्रोफेसरच्या जागी होते. मध्यंतरी त्यांनी १८७९-८० या काळात पुण्याच्या डेक्कन कॉलेजात संस्कृतचे अध्यापन कार्यही केले होते.

१८८२ साली डेक्कन कॉलेजचे संस्कृतचे प्रोफेसर डॉ. किलहान यांनी पेन्शन घेतले. त्यांच्या जागेवर सरकार जर्मन प्रोफेसरची नेमणूक करणार होते, परंतु अनेक विद्वानांनी सरकारवर दबाव आणून सरकारला आपला हट्ट सोडून देण्यास भाग पाडले व अशा रीतीने डॉ. भांडारकरांची डेक्कन कॉलेजमध्ये कायमस्वरूपी प्रोफेसर पदावर नेमणूक झाली. १८९३ पर्यंत त्यांनी या कॉलेजमध्ये संस्कृत अध्यापनाचे कार्य करून पेन्शन घेतले.

प्राच्यविद्या विद्या संशोधक म्हणून कार्य

त्यांचा संस्कृतकडे कल असला तरी, एका आकस्मिक प्रसंगामुळे ते प्राच्यविद्या संशोधनाकडे वळल्याचे त्यांचे चरित्रकार वैद्य यांनी म्हटले आहे. त्याची हकिकत अशी- १८७० साली डॉ. मणिकजी आदरजी नावाच्या एका पारशी गृहस्थास जमिनीत पुरलेला एक ताम्रपट सापडला. तो त्यांनी डॉ. भांडारकरांना आणून दिला. त्या ताम्रपटावर जुन्या देवनागरी भाषेत लिहिलेले होते. रामकृष्णास ही अक्षरे मुळीच माहिती नव्हती. त्यासंबंधीचे वाचन कसे करावे यासाठी त्यांनी प्रिन्सेस वगैरेंची पुस्तके वाचून जुनी लिपी समजून घेतली व ताम्रपटावरील लेख वाचण्यात त्यांना यश आले. यावर त्यांनी संशोधनपूर्ण निबंध लिहून तो एशियाटिक सोसायटीच्या शाखेपुढे वाचला. तेव्हापासून त्यांचे प्राच्यविद्या संशोधनाकडे विशेष लक्ष लागले.

Indian Antiquary मासिकात त्यांचे बरेच संशोधित निबंध प्रसिद्ध झाले. यामुळे त्यांची प्राच्यविद्या संशोधक म्हणून प्रसिद्धी होऊ लागली. १८७४ मध्ये लंडन येथे International Congress of Orientalists जी भरली होती, त्यासाठी रामकृष्णांना आमंत्रण पाठविले होते, परंतु ते काही कारणास्तव हजर राहू शकले नाहीत. तथापि नाशिक येथील शिलालेखांवरून उत्तम निबंध लिहून पाठविला. त्यात त्यांची दिसून आलेली विद्वत्ता व शोधक बुद्धी पाहून त्यांची खूपच स्तुती करण्यात आली. १८७५ साली 'रॉयल एशियाटीक सोसायटी ऑफ ग्रेट ब्रिटन आणि आयर्लंड' या संस्थेने त्यास आपल्या संस्थेचे सन्मान्य (Honorary) सभासद नेमले. नंतर जर्मन ओरिएण्टल सोसायटी, अमेरिकन ओरिएंटल सोसायटी, इटालियन एशियाटीक सोसायटी या संस्थांनी त्यास सन्मान्य सभासद निवडले, त्याचप्रमाणे फ्रेंच इन्स्टिट्यूट आणि सेंट पीटरबर्ग येथील इंपिरियल ॲकॅडमीचे करस्पाँडींग मेंबर व रॉयल बोहिमीयन सोसायटी ऑफ सायन्सेसचे 'फॉरेन मेंबर' म्हणूनही त्यांनी कार्य केले. १८७७ साली विल्सन

फायलॉलॉजिकल लेक्चररविषयी स्थापना झाली होती. त्यात प्रथम व्याख्यानमाला सुरू करण्याचे कार्य डॉ. भांडारकरांनीच केले.

१८७९ साली सरकारने पुरातन संस्कृत लेखांचे संशोधनाचे काम त्यांचेकडे सोपविले. यावरून त्यांची या विषयातील पारंगतता दिसून येते. त्यांची शोधक बुद्धी व विद्वत्ता बुद्धी पाहून जर्मनीच्या गॉटींजन युनिव्हर्सिटी नेत्यांना पीएच.डी. ही बहुमानाची पदवी बहाल केली. त्यांना पीएच.डी. ही पदवी प्राप्त झाल्यापासून अमेरिका व युरोपमधील अनेक संस्थांनी त्यांना आपापल्या संस्थांचे सन्मान्य सभासद नेमले. १८९१ साली सरकारने त्यांना C.I.E. ही बहुमानाची पदवी बहाल केली. १९९३ साली त्यांची मुंबई युनिव्हर्सिटीच्या कुलगुरूपदाच्या जागेवर नेमणूक केली. १९०४ साली मुंबईच्या युनिव्हर्सिटीने त्यांना एल. एल. डी. ही दुर्मीळ पदवी तर १९०८ साली कलकत्त्याच्या युनिव्हर्सिटीने त्यांना पीएच.डी. ही पदवी अर्पण केली. त्यांनी संशोधनक्षेत्रातील केलेले विशेष कार्य म्हणजे त्यांनी लिहिलेला An early History of The Deccan हा ग्रंथ होय.

त्यांच्या चिकित्सक व शोधक बुद्धी व त्या संगाचा फायदा त्यांनी धर्मसुधारणेसाठी करून दिला. ते प्रारंभीपासूनच प्रार्थना समाजाचे सभासद व धर्मप्रवर्तक होते. त्यांच्या धर्मपर लेख व व्याख्यानांवरून त्यांची धर्मविषयक सखोल दृष्टी व ज्ञान दिसून येते. स्त्री सुधारणेसाठीही त्यांनी मौलिक योगदान दिले.

डॉ. भांडारकरांचे स्त्री सुधारणा चळवळीतील योगदान

१९ व्या शतकातील स्त्रियांच्या अवनत स्थितीचे एक कारण म्हणजे त्यांना शिक्षणापासून वंचित ठेवले होते. शिक्षणाकडे लक्ष दिल्याशिवाय समाजाची सुधारणा होऊ शकत नाही ही बाब महात्मा फुले , लोकहितवादी व इतर सुधारकांनी निदर्शनास आणून दिली होती. विद्वानांनी स्त्री शिक्षणाची आवश्यकता मान्यही केली होती, तरीही कर्मठ समाज स्त्री शिक्षणाला अजून पूर्णतः अनुकूल झाला नव्हता. अशा समाजाला धर्मग्रंथांचे संदर्भ देणे व स्त्री-शिक्षणाची आवश्यकता हे इंग्रजांचे अनुकरण नसून प्राचीन कालापासूनची प्रथा आहे हे समजावून सांगणे आवश्यक होते. ते कार्य डॉ. भांडारकरांनी केले. ते यासंबंधी वैदिक काळाचा संदर्भ देताना म्हणतात, 'About the education of women there is no question that in the very olden times, they were not debarred from the highest education. In the list of teachers which a Rugved Brahamn has to repeat in connection with a daily cermoney called the Brahman Yajna, there are the names of three women – Gargi Vachakneyi, Sulabha Maitryui and Vadava Pratithegi.'[१६२] या स्त्रिया

काल्पनिक नसून ऐतिहासिक पात्र असल्याचे नमूद केले, त्याचप्रमाणे उपनिषद काळातही विश्वातील अनेक गूढ प्रश्नांच्या चर्चेत स्त्रियाही सहभागी होत असलेला उल्लेख आहे, त्याचप्रमाणे रामायण महाभारतातील संदर्भांवरूनही मुलींना सर्व शिक्षण दिले जात असे. बौद्ध वाङ्मयावरूनही गौतम बुद्धांना धर्मसुधारणा करण्याच्या कार्यात मदत करत असल्याचे दिसून येते, परंतु नंतरच्या काळात परकीय आक्रमणांमुळे स्त्रियांवर बंधने घालण्यात आली असा इतिहास त्यांनी नमूद केला. 'The Seclusion of women and their ignorance is, therefore a custom that was introduced in later times, and the Mussalaman domination contributed to render it very rigid.'[१६३] अशा प्रकारे स्त्रियांना शिक्षणापासून वंचित ठेवणे हा आपला धर्म व संस्कृती नसून तसे करणे उलट मुसलमानासारख्या अनेक आक्रमकांचे अनुकरण करणे असल्याचे त्यांनी म्हटले. स्त्रियांना स्त्री शिक्षणापासून वंचित ठेवले होते, त्याचप्रमाणे विधवांना, बालविधवांना देखील पुनर्विवाहाचा अधिकार दिलेला नव्हता. सर्व आयुष्य बालविधवांना घरातील आश्रितासारखे दुःखी, कष्टी होऊन काढावे लागे आणि असा प्रतिबंध धर्मशास्त्रांनी घातला असल्याचे कर्मठ पंडित सांगत, परंतु असा प्रतिबंध पूर्वी धर्मग्रंथांनी घातलेला नव्हता. असे त्यांच्या संशोधनाने त्यांनी अनेक वेळा आपल्या लेखांद्वारे व सामाजिक परिषद व इतर परिषदांमध्ये आवर्जून सांगितले होते. यासाठी त्यांनी ऐतेरिय ब्राह्मण ग्रंथ, ऋग्वेद संहिता, तैतरिय अरण्यके, अथर्ववेद वेदांत पुनर्विवाहाचे उल्लेख आहेत, परंतु मनूच्या काळात बालविधवांनाही पुनर्विवाहाचा अधिकार नाकारण्यात आला-, परंतु तरीही देशाच्या काही भागांत पुनर्विवाहाची चाल अस्तित्वात होती असेही त्यांनी नमूद केले.

'सती' सारखी प्रथा ऋग्वेदकाळात नव्हती. 'Now in the Rugveda samhita there is no trace whatever of the existence of this practice.' परंतु नंतरच्या काळात आर्य जमाती या परदेशातील दुसऱ्या आर्य टोळ्यांच्या संपर्कात आल्या. त्यानंतर त्यांनी सती प्रथेचे अनुकरण केले असे डॉ. भांडारकरांनी 'सती' प्रथेबद्दल म्हटले.

१८९१ मध्ये संमती वयाच्या चळवळीने सर्व महाराष्ट्रात खळबळ उडवून दिली. स्त्रीबरोबर संभोग करण्याची वयाची अट ही १२ वर्षे असली पाहिजे व त्याविषयी सरकारने कायदा करावा असा अर्ज सुधारकांनी सरकारकडे केला होता, परंतु लोकमान्य टिळकांसारख्या सनातनी वर्गाचे प्रतिनिधित्व करणाऱ्या पुढाऱ्यांनी असा कायदा लादणे म्हणजे धर्मबाह्य वर्तन करावयास प्रवृत्त करणे होय, असे म्हटले, कारण हिंदू धर्मशास्त्रानुसार पहिलाच ऋतुकाल संभोग झालाच पाहिजे आणि कित्येक मुलींना ऋतुकाल हा १२ वर्षे वयाच्या आतच येतो, यामुळे सुधारकांनी हीच सबब

पुढे करून संमती वयाच्या बिलाला मोठा विरोध केला, त्यामुळे कायदा पास होतो की नाही असा प्रश्न सुधारकांपुढे निर्माण झाला. अशावेळी टिळकांसारख्या संस्कृततज्ज्ञ पुढाऱ्यांना तोडीचे म्हणजे डॉ. भांडारकर हेच होते, म्हणून सुधारकांच्या विनंतीवरून धर्मशास्त्र संमती वयाच्या बिलाला कसे बाधक नाही याचे विवेचन करणारा दीर्घ लेख त्यांनी प्रसिद्ध केला. याविषयी त्यांचे चरित्रकार द्वा. गो. वैद्य म्हणतात, 'त्यावेळी महाराष्ट्रात व इतरत्रही धर्माभिमानी म्हणविणाऱ्यांनी मोठा कल्होळ मांडला होता. धर्मबाह्य असणारी गोष्ट ही कायद्यानुसार लोकांवर लादली जाणार आहे असा टाहो फोडला जात होता. बायका, पोरे, कोळी, माळी, विद्यार्थी, अज्ञानी अशा सर्वांच्या कशातरी बिलाविरुद्ध अर्जावर सह्या घेण्यात येत होत्या आणि शास्त्रार्थासंबंधीने तर फारसा निश्चितपणा नव्हता. अशा ऐन आणीबाणीच्यावेळी डॉ. भांडारकर आपल्या शास्त्राधारांसह पुढे आले आणि त्यांनी सिद्ध करून दाखविले की, कायद्याने जी वयाची अट संभोग कालासंबंधाने घालण्याची घातक वाटत होती, त्यापेक्षाही कितीतरी जास्त वयाची अट खुद्द शास्त्रात आहे.'[१६४] अशा प्रकारे शास्त्रआधारे डॉ. भांडारकरांनी संमती वयाच्या बिलाच्या चळवळीत सुधारकांचे पारडे जड केले व त्या संमती बिलाचे कायद्यात रूपांतर करण्यास त्यामुळे सरकारलाही सबळ कारण मिळाले.

अशा प्रकारे डॉ. भांडारकरांनी स्त्री सुधारणेच्या चळवळीला यश प्राप्त करून देण्यासाठी आपल्याला असलेल्या संस्कृत ज्ञानाचा व धर्मशास्त्रात पारंगत असल्याचा फायदा सुधारकांना करून दिला. त्यांनी लेखनाद्वारे व अनेक सामाजिक परिषदांमध्ये या प्रकारच्या धर्मशास्त्रावर आधारित संशोधनपूर्ण अभ्यासावर व्याख्याने देऊन धर्म व समाजसुधारणा चळवळीला बळकटीच दिली. विधवा विवाहावर लेखन व व्याख्यान देऊनच ते थांबले नाहीत, तर आपल्या विधवा झालेल्या कन्येचा पुनर्विवाह करून दिला व समाजापुढे एक आदर्श उदाहरण स्वत:च्या आचरणाने निर्माण केले.

त्याच प्रकारे त्यांनी शिक्षणक्षेत्रालाही आपले योगदान दिले. त्यांच्या शैक्षणिक क्षेत्रातील कार्यामुळेच त्यांना १८९४ मध्ये मुंबईच्या युनिव्हर्सिटीचे व्हाईस चॅन्सलरपदी नेमण्यात आले.

धर्मसुधारणा चळवळीत त्यांनी आपल्या हिंदू धर्मशास्त्रावर आधारित संशोधक दृष्टिकोनातूनच शुद्ध धर्माचे प्रतिपादन केले. त्यांनी यासाठी १८६९ मध्ये प्रार्थना समाजाचे सभासदत्व पत्करून या समाजाच्या मंदिरातील वेदीवरून धर्मपर उपदेश तरुणांना दिले व आपला धर्म व आपली जबाबदारी याची जाणीव त्यांनी तरुणांना करून दिली. प्रार्थना समाजाची सेवा त्यांनी शेवटपर्यंत करून धर्मसुधारणा करून देशोन्नती करण्याचे कार्य केले.

प्रार्थना समाज आणि डॉ. भांडारकरांचे धर्मविचार

१८६७ मध्ये ज्यावेळेस प्रार्थना समाजाची स्थापना मुंबईत झाली, त्यावेळेस डॉ. भांडारकर हे रत्नागिरी येथे हेडमास्तर होते. १८६९ साली ते मुंबईस आले व त्याच वर्षी ते प्रार्थना समाजाचे सभासद झाले.

ईश्वर एकच असून तो निराकार आहे. त्याचे मनन, चिंतन करणेच योग्य आहे. मूर्तिपूजा करणे म्हणजे ईश्वराचा अपमान करण्यासारखेच आहे. प्रार्थना समाजाची यासारखी मूलभूत तत्त्वे होती, परंतु ही तत्त्वे आपले मत समजून देण्यास पुरेशी नाहीत असे प्रार्थना समाजाच्या प्रवर्तकांना वाटू लागल्यामुळे या तत्त्वांना नवीन शब्दात व व्यवस्थित स्वरूप देण्यासाठी त्यांची चर्चा झाली. या तत्त्वांना नवीन उदार व जास्त विस्तारित स्वरूपात तयार करण्याचे बरेचसे कार्य डॉ. भांडारकरांवर सोपविण्यात आले. यानुसार १८७३ मध्ये प्रार्थना समाजाची तत्त्वे, उद्देश व प्रतिज्ञा नवीन स्वरूपात मांडण्याचे कार्य डॉ. भांडारकरांनीच केले व हीच तत्त्वे व उद्देश प्रार्थना समाजासाठी पुढे मार्गदर्शक ठरली.

या तत्त्वांवर आधारितच प्रार्थना समाजाने धर्मप्रसाराचे कार्य केले. या तत्त्वांचे पालन डॉ. भांडारकर व प्रार्थना समाजाच्या सभासदांनी त्यांच्या जीवनभर केले. डॉ. भांडारकरांनी प्रार्थना समाजाद्वारे जे कार्य केले, त्याबद्दल त्यांचेविषयी गौरवोद्गार काढताना त्यांचे चरित्रकार मा. गो. वैद्य म्हणतात, 'प्रार्थना समाज हा सर्व हिंदू धर्मीय लोकांनीच मूळ स्थापन केला व हिंदू लोकांचीच धार्मिक सुधारणा करण्याच्या हेतूने तो स्थापित केला. या गोष्टी स्पष्ट आहेत. त्या अर्थी त्यांची तत्त्वे हिंदू लोकांनाच प्रस्तुत ग्राह्य होतील असा प्रयत्न करणे हे प्रार्थना समाजाच्या सभासदांचे कर्तव्य होते. ते कर्तव्य उत्तम रीतीने प्रथमपासून अखेरपर्यंत जर कोणी अविश्रांत श्रम करून बजावले असेल तर ते खचित डॉ. भांडारकरांनीच बजावले असे म्हणण्यात यत्किंचितही अतिशयोक्ती होणार नाही. अशा थोर कामांकरिता आवश्यक असणारे सर्व गुण, विद्वत्ता, विषयाची पूर्ण माहिती, उदारबुद्धी, अत्यंत उदार विचारसरणी, शंभर नंबरी शुद्ध आचरण वगैरे यांचे परमेश्वर कृपेने डॉ. भांडारकरांच्या ठिकाणी वास्तव्य असल्यामुळे ते धर्मप्रसाराच्या कामाला सर्वथैव लायक होते.'[१६५]

अशा प्रकारे आपल्या शुद्ध आचरणाने व विवेक बुद्धीने प्रार्थना समाजाच्याद्वारे त्यांनी जवळजवळ चाळीस दीर्घ वर्षे धर्मप्रसाराचे कार्य केले. अगदी तरुण वयापासूनच आपण प्रार्थना समाजाचे प्रचारक आहोत ही गोष्ट आपल्या मनात बिंबविली होती व त्याप्रमाणेच त्यांनी हयातभर आपल्या विचारांप्रमाणेच आचरण ठेवले. त्यांच्या एकंदर आचरणाचा, त्यांच्या तेजस्वी शीलाचा परिणाम समाजावर अत्यंत इष्ट झालेला आहे.

समाजाच्या धर्ममताचा प्रसार करणे हे आपले कर्तव्य आहे असे समजून सतत चाळीस वर्षे धर्मप्रसार करून लोकांना ईश्वरविषयक ज्ञानाविषयी व कर्तव्याविषयी जागृत केले.

डॉ. रा. गो. भांडारकरांचे धर्म विचार

डॉ. भांडारकरांनी प्रार्थना समाजाला मान्य असणाऱ्या धर्मतत्त्वांच्या आधारावर धर्मप्रचार करण्याचे कार्य प्रार्थना मंदिरातील व्यासपीठावरून व्याख्यानांद्वारे केले व तसेच 'सुबोधपत्रिके'त धर्मपर लेखही लिहिले.

त्यांच्या मते, धर्म म्हणजे परमेश्वराविषयीचे ज्ञान जाणून घेणे. सत्य व सदसद्विवेकबुद्धीने आचरण करून अंत:करणाची शुद्धी करून समाजउपयोगी कार्य करणे होय. 'धर्म म्हणजे ईश्वर, भाविक लोक, आचरण इत्यादी गोष्टींविषयी एक मतसमूह असे नव्हे, तर उत्तरोत्तर अंत:करणाची उन्नती होणे, सत्याविषयी व आपल्या कर्तव्याविषयी सतत पूज्यबुद्धी हृदयात वागवणे, विषयाची खरी योग्यता जाणणे, उदारबुद्धी उत्पन्न होणे, आपल्या अंत:करणाची नेहमी परीक्षा करणे. पापाविषयी ही जी आपली आसक्ती ती कमी होऊन कामक्रोधादिक दुर्वृत्तीचे आकलन करता येणे, विवेक हृदयात स्थिर होणे, परमेश्वराचा साक्षात्कार होऊन प्रपंचातील सर्व संकटे तुच्छ मानणे इत्यादी गोष्टींचे साधन हे धर्माचे मुख्य अंग आहे.'[१६८] या प्रकारे धर्मज्ञान प्राप्त करण्याचा व धर्मपालन करण्याचा उद्देश असल्याचे डॉ. भांडारकरांचे मत होते.

परंतु १९ व्या शतकातील धर्म हा अंत:करणाची शुद्धी करण्यासाठी नसून त्याचे स्वरूप बाह्य अवडंबरे, पूजा, अनुष्ठाने यावर आधारलेले होता, यामुळे स्त्रियांना, शूद्रांना गुलामगिरीत ठेवणे हे नैतिकतेविरुद्ध असूनही ती धार्मिक प्रथा आहे असे मानले जात होते, यामुळेच डॉ. भांडारकर, न्या. रानडे यासारख्या सुधारकांनी ईश्वराचे स्वरूप व आपले कर्तव्य यासंबंधीची जागृती करण्याच्या उद्देशाने सर्व धर्मांतील सत्य तत्त्वांचा प्रसार करण्याचे योजिले.

परंतु डॉ. भांडारकरांचे धर्मपर लेख व व्याख्यानांचे अवलोकन केले असता त्यांचे धर्मविचार हे उपनिषदे व महाराष्ट्रीय साधू-संतांच्या विचारांपासून प्रेरित झाले असल्याचे दिसून येते.

'ईश्वरविषयक ज्ञान' या लेखावरून त्यांची सखोल व गंभीर अशी धर्मविषयक दृष्टी दिसून येते. 'उपनिषदा'मध्ये असलेल्या ब्रह्मज्ञानाचा संदर्भ देऊन ईश्वराविषयीचे ज्ञान त्यांच्या शब्दात त्यांनी स्पष्ट करून सांगितले आहे.

ज्यावेळेस मानवाच्या उत्पत्तीनंतर, मनुष्यांच्या अंगी हे विश्व आणि त्याचे कारण काय याविषयी जिज्ञासा निर्माण झाली, त्यानुसार काहींनी असे सांगितले की, काल हेच कारण, जे चालले आहे ते सर्व आपल्या स्वभावानेच चालले आहे, तर

कोणी म्हणतात की, जीवात्मा हेच कारण आहे. उपनिषदांमध्ये या प्रश्नाचे उत्तर दिले आहे. यावरून डॉ. भांडारकर म्हणतात की, ध्यान लावून, आत्मचिंतन केले असता, देवरूप जो आत्मा त्याचे बाह्य व अंतर्गत व्यापार प्राचीन ऋषींना कळून आले. यानुसार आपले मन इतर गोष्टींमध्ये निमग्न झाले असता त्याचे मूळ सामर्थ्य नाहीसे होऊन त्या गोष्टींच्या योगे भलतेच संस्कार त्याजवर उमटतात. क्षुद्र विषयांमध्ये लंपट झाल्यामुळे अंत:करणावर कामक्रोधादि विकारांचा दाट लेप येऊन बसतो. यास्तव अनंत जो परमेश्वर त्याचे प्रतिबिंब मलिन झालेल्या अंत:करणरूप आरशामध्ये उमटत नाही. ईश्वराचे ज्ञान होण्याचे जे स्वाभाविक सामर्थ्य ते लुप्त होऊन जाते, मग मनुष्य नाना प्रकारचे कुतर्क करावयास लागतो व तो ईश्वराचे स्वरूप जाणू शकत नाही व या विश्वाचा शासित कोणी नाही असे म्हणतो, परंतु विषय व कामक्रोधादि दुर्वृति यांचा लेप धुवून टाकून जर मनुष्य ह्या समग्र विश्वाकडे पाहील तर अवश्यमेव परमेश्वराचे उन्नत स्वरूप त्याच्या अंत:करणापुढे उभे राहील.

उपनिषदातील सर्व विश्वाचा कर्ता महान आत्मा देव मनुष्यांच्या अंत:करणामध्ये सदास्थित आहे. या वचनावर त्यांचा ठाम विश्वास होता व प्रार्थना समाजाचेही तेच धर्म मत होते. सर्व विश्वाचा कर्ता हा मनुष्याच्या अंत:करणात स्थित आहे, म्हणून बाह्य विश्वातील कोणत्याही पदार्थाचे किंवा एखाद्या आध्यात्मिक विषयाचे ज्ञान झाले असता त्याच्याबरोबर परमेश्वराचेही ज्ञान होते. हे सिद्ध करण्यासाठी त्यांनी विश्वात घडणाऱ्या व अस्तित्वात असणाऱ्या अनेक नैसर्गिक घडामोडींचे वर्णन केले आहे. ते म्हणतात, ‘जगामध्ये असा काही पदार्थ नाही की, तेणेकरून परमेश्वराच्या ठायी जी स्वाभाविक श्रद्धा ती अभिव्यक्त होऊन प्रत्ययास येणार नाही. सर्वांमध्ये विलक्षण रचना, विलक्षण योजना, विलक्षण सौंदर्य दृष्टीस पडते. एखादे रमणीय पुष्प पाहिले तरी किती गंभीर विचार मनामध्ये उत्पन्न होतात.’[१६८] त्याचप्रमाणे अलीकडे पृथ्वीच्या पूर्वस्थितीविषयी व आकाशातील ताऱ्यांविषयी जे ज्ञान मनुष्यास प्राप्त झाले आहे, त्यावरून तर ईश्वराचे सामर्थ्य पाहून मनुष्याची बुद्धी थक्क होऊन जाते. विश्वातील अनेक थक्क करून सोडणाऱ्या व बुद्धीस आकलन न होणाऱ्या घडामोडी पाहून परमेश्वराविषयी श्रद्धा, विस्मय व पूज्यत्वबुद्धी, ही अंत:करणामध्ये स्थिर होतात आणि मानवाचा अभिमान सर्वथा पोकळ व मिथ्या असा दृढ प्रत्यय येतो असा हा सर्वत्र विराजमान व सर्वशक्तिमान ईश्वर मनुष्याच्या हृदयामध्ये वास करितो.

मनुष्याच्या अंतर्यामी जी निर्मल बुद्धी असते, तिच्यायोगे मनुष्याला चांगल्या वाईट गोष्टींचे ज्ञान होत असते. काही एक गोष्ट मनुष्य करावयास लागला असता ती गोष्ट योग्य असल्यास करणे आपले कर्तव्य, वाईट असल्यास तिला वर्ज्य करणे,

तिजपासून दूर राहणे अशा रीतीने बुद्धी आपल्याला सुचवीत असते. हीच धर्माधर्म विवेचक सात्त्विक बुद्धी होय किंवा यालाच विवेक असेही म्हणतात. या विषयाच्या ठायी लंपट होऊन परमेश्वरास सोडून जरी आम्ही वागतो, तथापि परमेश्वर आमच्या हृदयात वास करितो आणि आमची पापपुण्यं नित्य पाहून 'तू हे बरे केलेस तू हे वाईट करीत आहेस' या प्रकारची आपली वाणी विवेकद्वारा प्रगट करितो. अशा प्रकारे ईश्वर हा मनुष्याच्या अंत:करणात स्थित असतो हे सिद्ध होते असे डॉ. भांडारकर म्हणतात.

यापुढेही ते सर्वत्र वास करणाऱ्या परमेश्वराचे वर्णन करण्यासाठी 'मंडूकोपनिषदा'तील संदर्भ देऊन सांगतात, 'चक्षूच्या योगे परमेश्वराचे ज्ञान होत नाही, वाणीच्या योगे नाही, दुसऱ्या इंद्रियांच्या योगे नाही, तपाच्या किंवा कर्माच्या योगे नाही, परंतु अंतर्यामी ज्ञान निर्माण झाले, म्हणजे प्रपंचापासून उत्पन्न होणारे जे मलिन संस्कार त्यापासून आत्मा मुक्त झाला आणि रज व तम या पापजनक गुणांचा निरास होऊन केवळ सत्त्वगुण अथवा सात्त्विक भाव हृदयात उदित झाला, म्हणजे मनुष्य ध्यान करावयास लागला असता, सर्व प्रकारे परिपूर्ण असा जो परमेश्वर त्याला पाहतो.' बरे-वाईट, योग्य-अयोग्य, मंगल-अमंगल, पुण्य-पाप ह्यांचे विवेचन करणारा जो विवेक तद्द्वारा मंगलमय परमेश्वर आपली वाणीच मनुष्यांच्या अंत:करणात उदित करतो, परंतु एवढेच नाही तर ह्या विवेकरूप बुद्धीच्याद्वारा परमेश्वर आमच्या हृदयात आपले मंगलमय व विशुद्ध स्वरूपच प्रकट करितो, परंतु आपली वृत्ती व आचरण सर्व प्रकारे शुद्ध, मंगलमय, पुण्यमय अथवा योग्य आहे असे कोणाही मनुष्याच्या प्रत्ययास येत नाही. यद्यपि आपले हृदय मलिन, पापी आणि दुष्ट वासनांनी परिपूर्ण आहे असे सर्वांच्या ध्यानी येते, तथापि परिपूर्ण मंगल, विमल, सर्व प्रकारच्या दोषांपासून मुक्त अशा शुद्ध अंत:करणाच्या मनुष्यास परमेश्वराचे स्वरूप समजून येते.

सारांश, मनुष्याच्या अंत:करणात विवेक म्हणून जे तत्त्व आहे, त्याच्या योगे, कर्तव्य काय, अकर्तव्य काय ह्याचे, म्हणजे परमेश्वराच्या इच्छेचे आणि त्याच्या परिपूर्ण मंगल स्वरूपाचे ज्ञान होते आणि तो विवेक पापमलाने कलंकित न होता शुद्ध राहिला आणि तद्नुरूप आपली वृत्ति व आचरण झाले म्हणजे परमेश्वराचा साक्षात्कार होतो.

जे चांगले ते परमेश्वराची इच्छा असे आपल्या विवेकाने गृहीत धरले आहे. तस्मात बऱ्याचा जर अशाप्रकारे जय होत आहे, वाईटापासूनही बरे उत्पन्न होत आहे तर परमेश्वराच्या इच्छेचाच जय होत आहे आणि ह्या सकल जगाचे राज्य परमेश्वर करीत आहे असे जगाचा इतिहास व आपल्या डोळ्यासमोर घडणाऱ्या घटनांवरून या सकल जगाचा शासिता तोच एक परमेश्वर आहे असे डॉ. भांडारकरांनी उपनिषदांच्या संदर्भावरून विस्तृतपणे 'ईश्वरविषयक' ज्ञान या लेखात स्पष्ट केले आहे.

परमेश्वराचे अस्तित्व त्यांनी या विश्वातील अनेक सूक्ष्म व अवाढव्य वस्तुंचे उदाहरण देऊन स्पष्ट केले आहे. 'हे सर्व विश्व परमेश्वराने व्यवस्थित ठेवले आहे. त्याने लावून दिलेल्या नियमाने चंद्र, सूर्य, पृथ्वी, आकाश, वायू, अग्नि, पर्जन्य आणि मृत्यू ही आपआपली कार्ये करून विश्वाची रहाटी चालवीत आहेत.'[१६९] असा हा विश्वाचा शासिता जो परमेश्वर देदीप्यमान, ज्योतिस्वरूप आहे, चोहीकडे आम्ही प्रकाश पाहतो, तो त्याचाच, त्याच्या ठायी अज्ञान, अंधकार नाही. तो विनाशरहित, तो विकाररहित, शाश्वत, परातत्पर, परमात्मा त्याजवर काळाची सत्ता चालत नाही. हे सर्व विश्व त्याजवर अवलंबून राहिले आहे. त्याच्याच नियमनाने आपण बद्ध होऊन चाललो आहे. त्याच्याच आश्रयाने स्थितीत आहे. सर्व त्याने व्यापले आहे, त्याची सत्ता जेथे नाही, असे ठिकाण नाही. तो केवळ आत्मस्वरूप, तो कालाचाही कर्ता, तो सर्वज्ञ, तो मंगलस्वरूप, तो शुद्ध, तो आनंदमय यासारख्या गुणांनी विशिष्ट आहे. परमेश्वरापेक्षा दुसरा कोणीही मोठा नाही.

अशा या सर्वव्यापी ईश्वरास प्राप्त करण्याचा किंवा जाणून घेण्याचा एकच उपाय आहे, तो म्हणजे परमेश्वरावर परिपूर्ण भाव ठेवून, त्याच्या इच्छेवर निर्भर करून, जर आपण शरण गेलो तरच उत्तरोत्तर आपणास बळ प्राप्त होऊन विषय लंपटता निवृत्त होत जाईल आणि विवेक स्थिर होऊन अंत:करणामध्ये शुद्धी अथवा मंगलभाव प्रविष्ट होऊन ईश्वराचे स्वरूप जाणून घेता येईल. जगदाता आम्हा सर्वांचा वत्सल पिता, आणि परम प्रेमळ आहे. मनुष्याचे अंत:करण केवळ प्रपंचाचेच सतत ध्यान करिते म्हणून या गोष्टीविषयी दृढ विश्वास त्याजमध्ये वागत नाही, परंतु योग्य विचार आणि सतत अभ्यास यांच्यामागे हा विश्वास दृढतेप्रत नेला म्हणजे प्रंपचातील दु:खे नाहीशी होतात.

जर दृढ निग्रह करून विवेकाप्रमाणे वागून ह्या असत्य गोष्टींचा आम्ही त्याग केला तर आपल्या स्वार्थी इच्छेने पक्षपाती न होता सत्याचे पक्षपाती होऊ. लोभाचे, क्रोधाचे दास न होता परमेश्वराचे दास होऊ. परमेश्वराच्या प्राप्तीसाठी, योग्य कार्यासाठी काया-वाचा-मने करून सतत प्रयत्न करणे, एखाद्या अधम कृत्याच्या योगाने कोट्यवधी धन आपणास प्राप्त होणार आहे. तथापि ते झिडकारून त्या कृत्यापासून दूर राहणे, क्रोधादि विकारास विवेकाच्या अधीन ठेवणे, योग्य जे आहे ते करण्याविषयी झटणे, परोपकारासारख्या उन्नत गोष्टींमध्ये सर्व भाव रत असणे, एकांत स्थळी बसून अंत:करण स्वस्थ, विनम्र व शुद्ध करून, परमेश्वराचे नियमाने प्रत्यही ध्यान करणे आणि त्या प्रयत्नामध्ये नाना प्रकारची कष्टे प्राप्त झाली तरी ती धैर्याने सोसणे याचेच नाव तप आणि असे तप करणारा जो त्यास परमेश्वर आपल्या आत्म्याच्या ठायी आणि सर्व विश्वाच्या ठायी साक्षात दिसेल आणि तो पुरुष सुखी होईल.

अशा प्रकारे डॉ. भांडारकरांनी सर्वव्यापक परमेश्वराचे स्वरूप वर्णन करून आपल्या अंत:करणालाही व्यापून राहिलेल्या परमेश्वरप्राप्तीचा उपाय म्हणजे दुष्ट कर्मांचा त्याग करून सद्‌विवेकाने आचरण करण्याचा उपदेश लोकांना दिला.

अशा सर्वव्यापी परमेश्वराला जाणून घेण्यासाठी विनम्र भावाने त्याचे स्तवन आणि त्याची प्रार्थना करणे, आपले आद्य कर्तव्य असल्याचे डॉ. भांडारकरांनी म्हटले आहे. ईश्वर व त्याचे स्वरूप, त्याला जाणून घेण्यासाठी आवश्यक असलेले मनन, चिंतन व प्रार्थना हे अनेक वेळा विस्तृत स्वरूप सांगून डॉ. भांडारकरांनी प्रार्थना समाजाला मान्य असलेले धर्मतत्त्वच अनेक वेळा विशद करून सांगितले आहे.

डॉ. भांडारकर परमेश्वराच्या ज्ञानप्राप्तीचा उपाय म्हणजे पुन्हा म्हणतात की, अंत:करणात परमेश्वराविषयी जिज्ञासू असणारा भावच आहे. 'परमेश्वराचे ज्ञान करून घ्यावयाचे असेल तर तर्कवितर्कांचा काही उपयोग नाही, त्याने उगीच शीण मात्र होणार, अंत:करणात भावच असला पाहिजे असे म्हटले आहे. तेव्हा येथे भाव शब्दाचा अर्थ अंत:करणाचाच एक धर्म, की ज्याच्या योगे परमेश्वराचे ज्ञान व साक्षात दर्शन साहजिकपणे होते.'[१७०]

सारांश, 'उपनिषदा'त प्रतिपादन केलेले 'अहं: ब्रह्मास्मि' अर्थात परमात्मा आपल्या ह्रदयात स्थित आहे. त्याला प्राप्त करण्यासाठी कोठे मंदिरात जाऊन अथवा पूजा, अनुष्ठान करून अवडंबर करण्याचे कारण नाही, तर आपल्या अंत:करणापासून परमेश्वराचे स्तवन व प्रार्थना करून त्या परमेश्वराला जाणून घेता येते हे प्रार्थना समाजाने स्वीकार केलेले तत्त्वच डॉ. भांडारकरांनी अनेक वेळा विशद करून सांगितले आहे.

अशा सर्वव्यापी, निराकार असलेल्या परमेश्वराचे स्वरूप जाणून असणाऱ्या डॉ. भांडारकरांना मूर्तिपूजा किंवा हिंदू धर्मातील अवतार कल्पना मान्य होणे शक्यच नव्हते. मूर्तिपूजेविषयी आपले विचार सांगताना त्यांनी भगवद्‌गीतेतील 'ज्याची जशी श्रद्धा असेल त्या प्रकारचा तो मनुष्य होतो.' हे वचन उद्‌धृत केले आहे. त्यानुसार तुमचा देव जर क्रूर, रक्ताचा घोट घेणारा अभिलाषी असला तर तुम्हीही क्रूर, दुसऱ्याच्या रक्ताचा घोट घेणारे असे असता म्हणून लोकांची व आपली जर उन्नत दशा करून घेणे आहे, तर अशा प्रकारच्या देवतांचे भजनपूजन वर्ज्य केले पाहिजे. म्हणजे म्हसोबा, बहिरोबा इत्यादी देवतांवरील विश्वास नष्ट केला पाहिजे.

देव शब्दाने 'सर्वव्यापी' ईश्वराचा बोध होत नाही, परंतु देव म्हणजे मनुष्याहून श्रेष्ठ, तथापि बहुत करून मनुष्यासारखेच जीवात्मे आहेत व त्यांच्या भजन-पूजनाने मनुष्यास उन्नत दिशा प्राप्त होणार नाही असे मूर्तिपूजेविषयी डॉ. भांडारकरांनी म्हटले आहे. 'प्राचीन स्कंद, विशाख आणि हल्लीचे गणपती, मारुति इत्यादी देव किंवा राम,

कृष्ण इत्यादी अवतारी पुरुष याप्रकारचे देव जाणावे. अशा प्रकारच्या देवांच्या भजनानेही मनुष्यास उन्नत दशा प्राप्त व्हावयाची नाही. खरी उन्नत दशा सर्वज्ञ, सर्वसमर्थ विशुद्ध, आनंदमय, सत्यस्वरूप अशा प्रकारचा वर्णिलेला जो परमात्मा त्याच्याच आराधनाने प्राप्त व्हावयाची आहे.'[१७१] मनुष्याची असंस्कृत अथवा रानटी दशा असते तेव्हाच या प्रकारच्या असंख्य देवतांविषयीची श्रद्धा उपजते. जसजसा जनसमाज संस्कृत दशेप्रत येतो, तसतशी ही अनेक देवतांविषयीची श्रद्धा आणि देवतांच्या क्रूरत्वादि दोषांविषयीचा समज नष्ट होतो. वेदांमध्ये अनेक देवतांविषयीचे जे लेख आहेत ते आर्यांच्या प्राचीन दशेचे दर्शक आहेत. जसजशी त्यांची स्थिती उन्नत झाली तसतसे त्यांचे अनेक देवतांविषयीचे विचार बदलून, परमेश्वर हा सर्वव्यापी, सत्यस्वरूप, मंगलस्वरूप, मंगलस्वभाव असा आहे हे त्यांनी जाणले.

मूर्तीचे स्वरूप ज्या प्रकारे संकुचित तसेच त्या मनुष्याची परमेश्वराविषयी असलेली वृत्तीही संकुचित होते असे डॉ. भांडारकरांनी म्हटले आहे. 'मनुष्य किंवा पशु किंवा वृक्ष यांचा आकार त्या समर्थ सर्वव्यापी परमात्म्यास अर्पिणे म्हणजे त्यास अत्यंत लघुता आणणे असे आहे. त्या मूर्तिची पूजा करणे म्हणजे अनादी, अनन्त, सर्वव्यापी, मंगलस्वरूप, आनंदमय परमेश्वराची पूजा करणे असे सर्वथा होत नाही.' जो ईश्वर सर्वत्र व्यापून राहिला आहे त्याचे स्वरूप एका पाषाण मूर्तिकडे बघून आपल्या वृत्तीस उन्नत भाव प्राप्त व्हावयाचा नाही.

याच प्रकारे त्यांनी सर्व धर्मांत सांगितलेल्या अवतार कल्पनांचे खंडन केले आहे. उपनिषदात वर्णन केल्याप्रमाणे जो अनादी, अनंत, सर्वव्यापी, सर्वज्ञ, आनंदमय, परम पवित्र परमात्मा जन्मास कसा यावा, त्याचा अंत कसा व्हावा, यत्किंचित देशच व्यापून तो कसा रहावा, सुखदुःखमिश्रित अशी स्थिती त्याजला कशी प्राप्त व्हावी आणि अपवित्रतेचा त्याला स्पर्श कसा व्हावा याची कल्पना येत नाही आणि मनुष्याच्या किंवा दुसऱ्या प्राण्याच्या रूपाने अवतार घेणे म्हणजे अशा हीन स्थितीमध्ये येणे असेच आहे. 'अमुक मनुष्य परमेश्वराचे अवतार या रूपाने जे प्रसिद्धीस आले आहेत, त्यांच्यामध्ये सर्वज्ञता, सर्वव्यापिता, केवळ आनंदमयत्व आणि परमपवित्रता हे गुण वागत होते असे सर्वथा दिसून येत नाही.' मनुष्याची धर्मोन्नती व्हावयास अशा पूर्ण अवताराची कल्पना आवश्यक नाही, इतकेच नव्हे तर ती काही अंशी बाधकच होते.

भगवद्‌गीतेतील, 'जेव्हा जेव्हा मनुष्यांमध्ये धर्मास मंदता प्राप्त होते आणि अधर्म ऊर्जित दशेस येतो, तेव्हा मी आपणास उत्पन्न करतो.' या वचनामध्ये तथ्यांश असल्याचे सांगून डॉ. भांडारकर म्हणतात, परंतु त्याचा अवतार आपण ज्याप्रकारे ईश्वराच्या अवताराचे बोध करतो तसा नाही. त्याविषयीचे स्पष्टीकरण करताना ते

म्हणतात की, मनुष्यांच्या इतिहासामध्ये अशी गोष्ट आढळून येते की, कधी कधी सदाचार नाहीसा होऊन दुराचार वाढतो. मनुष्ये पाप करतात, परस्परांशी कलह करितात, प्रेम नाहीसे होते, विश्वासघात बळावतो, खऱ्या धर्माचा लोप होतो, दांभिकपणा मात्र धर्माच्या नावाने माजतो आणि मनुष्यास मात्रास शोचनीय स्थिती प्राप्त होते. तेव्हा काही मनुष्याच्या अंत:करणात धर्मज्योती विशेष प्रदीप्त होऊन त्यास दैवी तत्त्वांचा साक्षात्कार होतो व ते लोकांना मोठ्या आस्थेने धर्मोपदेश करतात. अशा रीतीने ज्यांच्या अंत:करणात धर्मज्योती प्रदीप्त झाली त्यांना तेवढ्यापुरते परमेश्वराचे अवतार समजावे. इतक्या योग्यतेचे पुरुष असतात म्हणून ते लोकांस आदरणीय होतात, हे योग्यच आहे. भारतखंडात प्राचीन काळी शुक, सनक, इत्यादी ऋषि, बुद्धी, महावीर धर्मसंस्थापक व अनेक संत होऊन गेले. हे सर्व पुरुष परम आदरणीय आणि पूज्य असे आहेत, तथापि ते सर्वव्यापी, अनंत, सर्वज्ञ ईश्वराचे अवतार नव्हते. त्यांचा आदर्श मात्र मनुष्याने आपल्यासमोर ठेवून धर्मोन्नती करावी हे आपले कर्तव्य आहे असा गीतेतील वरील वचनाचा ईश्वराच्या अवतारासंबंधीचा बोध होतो असे विचार डॉ. भांडारकरांनी मांडले आहेत.

डॉ. भांडारकरांनी प्रार्थना समाजावर झालेल्या टीकेवर दिलेले प्रतिउत्तर :

प्रार्थना समाजावर नीलकंठ जनार्दने, विष्णूशास्त्री चिपळूणकर, लो. टिळक यासारख्या अनेक पुराणमताभिमानी पुढाऱ्यांनी टीका केली. या टीकांना समर्पक उत्तर देण्याचे काम डॉ. भांडारकरांनी केले.

रा. ब. नीलकंठ जनार्दन कीर्तने यांनी १२ मे, १८९१ मध्ये 'हिंदू धर्म आणि त्याचा प्रसार' या विषयावर पुणे येथे हिराबागेत भाषण दिले, यात त्यांचा उद्देश प्रार्थना समाजाची काही आवश्यकता नाही हे पटवून देण्याचा होता. यासाठी त्यांनी अनेक मुद्दे सांगितले. यात ते म्हणतात, की हिंदू धर्मापेक्षा अधिक चांगला धर्म जगामध्ये दुसरा नाही. प्राचीन काळी हा सर्वोत्तम सर्व प्रकारे खरा असा होता, परंतु कालपरत्वे खोट्या समजुतींचा यात प्रवेश होऊन त्यास जरा प्राप्त झाली आहे. त्या खोट्या समजुती अशा की, गणपती, कृष्ण इत्यादी परमेश्वरांच्या गुणांची रूपके अशा स्वरूपाने प्रथमत: कल्पिली होती, परंतु त्यांचे स्वरूप विसरून जाऊन हे कोणी खरेच स्वतंत्र देव आहेत असे समजू लागले. ह्या प्रकारच्या खोट्या समजुती नाहीशा करून हिंदू धर्मास सोज्ज्वळ दशेत आणिले म्हणजे झाले. त्याच्या सुधारण्यासाठी प्रार्थना समाजासारखे नवीन धर्म स्थापन करण्याची आवश्यकता नाही आणि त्या खोट्या समजुती, विद्येचा प्रसार झाला म्हणजे लोकांच्या सहज लक्षात येतील. त्या घालविण्यासाठी आम्हाला स्वतंत्र यत्न करण्याची गरज नाही. आम्हामध्ये प्रथमच

धर्म पंथ पुष्कळ आहेत, त्यात आणखी एक नवीन पंथ सुरू करणे हे प्रशस्त नाही. अशा प्रकारचे भाषण प्रार्थना समाजाला उद्देशून रा. ब. कीर्तने यांनी केले.

याला प्रतिउत्तर देताना डॉ. भांडारकरांनी वल्लभ संप्रदायासारख्या अनेक ढोंगी धर्माचार्यांनी धर्माच्या नावाखाली जो अनाचार माजवला होता, त्याचे उदाहरण देऊन सांगितले की, विषयात गुंग होऊन लोक पशुसारखे आचरण करतात. एखाद्या नास्तिक पंथाचे आचरण करतात व केवळ ऐहिक साधनाच्या मार्गास लागले, तरी या लोकांना चालतील, परंतु प्रार्थना समाज नको असेच हे लोक म्हणत आहेत. त्याचप्रकारे विद्या प्राप्त झाल्यावर लोक सुधारतील याविषयी ते म्हणतात की, विद्या प्राप्त झाली असतानाही समाजासाठी आपले काही कर्तव्य आहे असे किती लोकांना वाटते? किती शिक्षित अधिकारी लोकांच्या हिताच्या गोष्टीसाठी तत्पर असतात? मोठे पद प्राप्त झाल्यावर जातीचा अभिमान न बाळगिता सर्व जातींच्या लोकांचे योग्यतेस अनुसरून मी कल्याण केले असे निष्कपटपणे किती सुशिक्षितांच्याने म्हणवेल? असे प्रश्न जनार्दनेंना विचारून डॉ. भांडारकर म्हणतात, सारांश, विद्येच्या योगे खोट्या समजुती जातील याचा इतकाच अर्थ दिसतो. पूर्वीचा देवभोळेपणा नाहीसा होऊन दुसरा विश्वास काही एक न उपजता लोक देव नाही असा समज करून नास्तिक होतील व त्यांना नीती धर्म राहणार नाही.

धर्म म्हणजे ईश्वर, भावी लोक, आचरण इत्यादी संबंधीचा मतसमूह नव्हे तर उत्तरोत्तर अंत:करणाची उन्नति होणे, आपल्या कर्तव्याविषयी पूज्यबुद्धी असणे, उदारबुद्धी उत्पन्न होणे, पापाविषयीची आसक्ती कमी होणे, परमेश्वराच्या अनादी, अनंतत्वाविषयी साक्षात्कार होणे इ. गोष्टींचे साधन हे धर्माचे मुख्य अंग आहे. हे साधन प्राप्त करणे प्रार्थना समाजाचे उद्दिष्ट असल्याचे त्यांनी म्हटले, 'एकदा धर्मसंघ, म्हणजे धर्माकारणे मंडळी व त्या संघाच्या संबंधाने नेहमी ईश्वराचे भजन, आपल्या अंत:करणाचे परीक्षण, आपल्या अंत:करणापुढे नेहमी अत्यंत मंगल आणि उन्नत असे वृत्तीय चित्र ठेवणे आणि त्या चित्राप्रमाणे स्थिती होण्याकरिता विनम्रभावे परमेश्वरास शरण जाणे आणि त्याची करुणा भाकणे, ह्याशिवाय ते अंग आपणास साध्य कसे होईल? तस्मात प्रार्थना समाजाचा एक मुख्य उद्देश हा की, अशा उपायांच्या योगाने धर्माचे मुख्य जे अंग ते साधण्याविषयी यत्न करणे. अशा प्रकारचा यत्न करू नये असे कोण म्हणेल?'[१७३] या शब्दात प्रार्थना समाजाची आवश्यकता डॉ. भांडारकरांनी असल्याचे स्पष्ट केले.

तसेच प्रार्थना समाज हा हिंदू धर्माविरुद्ध एक नवीन पंथ आहे हा आरोपही त्यांनी खोडून काढला. याविषयी प्रतिउत्तर देताना ते म्हणतात, 'हिंदुस्थानमध्ये आजपर्यंत जो धर्मसंबंधी विलक्षण प्रकारचा विचारप्रवाह चालत आला त्यातील सर्व जी मूलतत्त्वे

ती त्यातील खोट्या समजुती टाकून प्रार्थना समाज ग्रहण करितो.' प्रार्थना समाजाला वेद, उपनिषदे, स्मृती, पुराणे मान्य व गीता परम मान्य; त्याचप्रकारे बौद्धांचे, जैनांचे व प्राकृत ग्रंथही मान्य आहेत. इतकेच मात्र की, रा. ब. कीर्तने यांनी म्हटल्याप्रमाणे या सर्व ग्रंथांतील खोट्या समजुती गाळून मान्य असल्याचे त्यांनी सांगितले, यामुळेच प्रार्थना समाज हा नवीन धर्मपंथ नाही असे त्यांनी स्पष्ट केले.

त्यांनी हिंदू धर्म ग्रंथातील त्याज्य गोष्टी दाखवून दिल्या. त्यासंबंधी ते उदाहरण देताना म्हणतात की, दररोज शेकडो बोकडे मारून, सोमरस काढून निरनिराळ्या देवतांस म्हणजे अग्नी किंवा इंद्र यासारख्या देवतांना देतात, त्या धर्माला शुद्ध कसा म्हणता येईल? त्याच प्रकारे नंतरच्या हिंदू धर्मव्यवस्थेनुसार शूद्रांना अतिशय नीच मानीत. संहिता, ब्राह्मण ग्रंथामध्ये, स्मृती, पुराणांमध्ये सर्वत्र अशा त्याज्य गोष्टी असल्याचे सांगून डॉ. भांडारकर म्हणतात की, या त्याज्य गोष्टी गाळून प्रार्थना समाजाला हिंदू धर्म मान्य आहे. प्रार्थना समाजाचा धर्म नवीन नाही. त्याच प्रकारे ते असेही म्हणतात की, ईश्वरच फार प्राचीन काळापासून ईश्वर, परलोक व मनुष्य यासंबंधीचे ज्ञान करून देत आहे. तोच एक गुरू आहे. त्याप्रमाणे परमेश्वराने जी प्रेरणा आम्हाला दिली आहे, त्यानुसारच प्रार्थना समाज परमेश्वराला शरण जाऊन सत्य धर्माचा प्रसार करीत असल्याचे त्यांनी म्हटले.

धर्म व मानवजात प्रथमपासूनच अस्तित्वात आहे. सर्व मानवजात ही ज्या सर्वशक्तिमान ईश्वराने निर्माण केली, त्याच्याविषयी आदर बाळगत असते, म्हणूनच मानवजातीत धर्माचे अनन्यसाधारण महत्त्व आहे असे ते म्हणतात, 'Religion is inseparable from humanity. Man has always believed in some Invisible power from which all that is visible has sprung, in some thing infinite on which all that is finite rests, in a power on which he is dependent and which is beneficial and has felt reverence for that power and worshipped it.'[१७४] अशा प्रकारे धर्माचे मानवी जीवनातील महत्त्व ओळखून हिंदुंच्या धार्मिक उन्नतीकडे त्यांनी विशेष लक्ष पुरविले. हिंदुंच्या जीवनात धर्माला विशेष स्थान होते. परंतु १९ व्या शतकातील हिंदू धर्माची स्थिती बघून त्यात त्यांना सुधारणा करणे आवश्यक वाटले. प्रार्थना समाजाचे प्रथमपासूनच सभासदत्व पत्करून त्यांनी न्यायमूर्ती रानडेंप्रमाणेच प्रार्थना समाज मंदिरातून शुद्ध धर्मतत्त्वांचे प्रतिपादन केले. आयुष्याची एकूण चाळीस वर्षे त्यांनी अशा प्रकारे धर्मप्रसाराचे कार्य केले. त्यांच्याविषयी न्या. चंदावरकर हे प्रार्थना समाजाचे सभासद म्हणतात, 'हे माझ्या अखिल जीवनाचे आनंदस्थान आहेत, त्याचप्रमाणे त्यांचे उपदेश व त्यांचे उदाहरण ही ज्यांना स्फूर्तिजनक होत आहेत त्यासही आहेत. मला अत्यंत प्रिय असलेल्या प्रार्थना समाजाच्या मंदिरातील

त्यांनी केलेले उपदेश व त्यांच्या प्रार्थना गेली चाळीस वर्षे मी ऐकत आहे आणि त्यांचे भक्तीरसाने व दृढ श्रद्धात्मक भावाने ओथंबलेले अत्यंत कळकळीचे उपदेश माझ्या कर्णरंध्रांमध्ये एखाद्या मंजुळ गायनाप्रमाणे गुणगुणत आहेत.'[१७५] तसेच त्यांच्या धर्मपर व्याख्यान संपादित केलेल्या पुस्तकाला माझ्या शिफारशीची काही जरूर नाही असे आदरपूर्वक त्यांनी डॉ. भांडारकरांविषयी म्हटले आहे.

अशा प्रकारे डॉ. भांडारकरांनी हिंदू धर्मग्रंथावर आधारित शुद्ध धर्म प्रतिपादन करण्याचे कार्य न थांबता दीर्घ काळ चाळीस वर्षेपर्यंत केले. त्यांच्यासारख्या उच्च विद्याविभूषित अनेक नामाभिमाने प्राप्त झालेल्या व देशविदेशातून त्यांच्या विद्वत्तेला मान्यता लाभलेल्या व्यक्तीने धर्मतत्त्वे प्रतिपादन केले त्याला विशेष असे महत्त्व तत्कालीन समाजात प्राप्त झाले व त्याचा योग्य तोच परिणाम उच्चशिक्षित हिंदू तरुणांवर घडून आला.

न्या. महादेव गोविंद रानडे आणि धर्मसुधारणा (सुशिक्षितांवर असलेला ख्रिश्चन धर्माचा प्रभाव दूर केला.) (१८४२–१९०१)

न्या. महादेव गोविंद रानडे यांचा परिचय : यांचे वडील निफाड (नाशिक जिल्हा) येथे नोकरीवर होते. सन १८४२ चे सुमारास ते कोल्हापुरास जबाबनिशीच्या कामावर गेले. पुढे मामलेदारीपर्यंत त्यांची बढती झाली.

माधवरावांचा (महादेव) जन्म १८ जानेवारी, १८४२ रोजी निफाड येथे झाला. त्यांचे प्राथमिक शिक्षण कोल्हापूर येथे झाले. येथील शिक्षण पूर्ण झाल्यावर १८५४ मध्ये पुढील शिक्षणासाठी ते मुंबईत दाखल झाले. याच वर्षी त्यांचा विवाह दांडेकरांच्या घराण्यातील सखू नावाच्या मुलीशी झाला. याच सुमारास त्यांच्या आईचा मृत्यू होऊन ते आईच्या सुखास मुकले.

मुंबईत त्यांनी एलफिन्स्टन हायस्कूलमध्ये प्रवेश घेतला. एका वर्षात माधवरावांनी हायस्कूलचा अभ्यास संपविला आणि १८५८ साली ते एल्फिन्स्टन कॉलेजात प्रविष्ट झाले. १८५९ साली ते विद्यापीठाची पहिली मॅट्रिक्युलेशनची परीक्षा पास झाले. १८६१ साली त्यांना सिनियर स्कॉलरशिप मिळू लागली. १८६१ सालापासून त्यांच्यावर अध्यापनाची जबाबदारी टाकण्यात आली. १८६२ मध्ये ते बी. ए. ची परीक्षा पास झाले. यानंतर १८६५ साली त्यांनी कायद्याची परीक्षा दिली. १८६४ साली त्यांनी एम.ए. ची परीक्षा दिली. १८६६ मध्ये त्यांना कायद्याची पदवी प्राप्त झाली. (L.L.B.)

विद्यार्थीदशेतच त्यांचेवर अध्यापकाचे काम पडल्यामुळे त्यांनी त्याचा उपयोग आपले ज्ञान वाढविण्यासाठी करून घेतला. संस्कृतची परीक्षा त्यांनी दिली नव्हती, तरी स्वयंस्फूर्तीने त्यांनी संस्कृतचा अभ्यास केला व ती भाषाही आत्मसात केली.

१८६१ सालापासून फेलो या नात्याने त्यांची कॉलेजात नेमणूक झाली होती. यात त्यांनी मॅट्रिकसारख्या कनिष्ठ वर्गांना शिकविण्याचे काम केले.

१८६८ मध्ये त्यांची इंग्रजी भाषा व इतिहास या दोन विषयांचे प्रोफेसर म्हणून एल्फिन्स्टन कॉलेजात नेमणूक झाली. ते काम सांभाळून त्यांनी अॅडव्होकेटची परीक्षा दिली. याप्रमाणे माधवराव एम. ए. एल. एल.बी., अॅडव्होकेट होऊन त्यांचे शिक्षण १८७१ मध्ये पूर्ण झाले.

अॅडव्होकेटची परीक्षा झाल्यावर माधवरावांस न्याय खात्यात नोकरी मिळाली. सन १८७१ चे प्रारंभी मुंबईस पोलीस मॅजिस्ट्रेट व नंतर स्मॉल कॉज कोर्टाचे न्यायाधीय ही कामे त्यांनी केली. त्याच सालाचे अखेरीस पुण्यास त्यांची फर्स्ट क्लास फर्स्ट ग्रेड सबॉर्डिनेट जज म्हणून नेमणूक झाली. सरकारी नोकरी करीत असतानाच त्यांनी अखेरपर्यंत समाजसेवाही केली.

न्या. रानडे यांनी प्रार्थना समाजाच्या व्यासपीठावरून धर्मप्रसाराचे कार्य केले. तरीही त्यांनी जे समाजसुधारणेसाठी कार्य केले, त्यावरून त्यांना सर्वांगीण सुधारणेचे प्रणेते संबोधले जाते.जे सुधारक व संस्था, समाज, धर्म सुधारणेसाठी पुढाकार घेत त्याला न्या. रानडे हे आवर्जून मदत करीत.

पुणे सार्वजनिक सभेशीही त्यांचे घनिष्ट संबंध होते. लोकहितवादींच्या पुढाकारामुळेच व न्या. रानडेंनी केलेल्या सहकार्यामुळेच अहमदाबाद, गुजराथ येथे प्रार्थना समाजाची शाखा सुरू झाली होती, तसेच म. फुले यांनी स्थापन केलेल्या सत्यशोधक समाजाच्या वार्षिक उत्सवात भाग घेणे किंवा त्यांनी आमंत्रण केल्यावरून व्याख्यान देण्याचे सहकार्य ते करीत. महात्मा फुलेंच्या समाजसेवेच्या कार्यामुळेही त्यांचे फुलेंशी मैत्रीपूर्ण संबंध होते.

तसेच स्वामी दयानंदांसारख्या धर्मसुधारकाच्या ज्ञानाचा फायदा पुण्यातील पंडितांना व्हावा यासाठी त्यांनी पुण्याला स्वामीजींना आमंत्रण देऊन दोन ते अडीच महिने त्यांच्या मुक्कामाची व व्याख्यानांची व्यवस्था केली व एवढेच नाही तर त्यांची व्याख्याने हिंदीतून मराठीत भाषांतरित करून प्रकाशितही केली.

त्यांनी विधवा विवाह कसा सशास्त्र आहे किंवा हिंदू धर्म तत्त्वांच्या विरुद्ध नाही हे सिद्ध करण्यासाठी १८७१ मध्ये 'Widow Remarriages in Rigvedic Age' या मथळ्याचा संशोधनपूर्ण निबंध लिहिला व वेद, श्रुती, पुराण या हिंदू ग्रंथांवरून ते सिद्ध केले.

परंतु त्यांनी त्यांच्या प्रथम पत्नीच्या मृत्यूनंतर विधवेशी विवाह केला नाही. म्हणून त्यांच्यावर सुधारकांनी व सनातन्यांनी तीव्र टीका केली, परंतु त्याबद्दल खेद वाटून न घेता त्यांनी आपले कार्य शांतपणे चालूच ठेवले.

त्यांच्या प्रयत्नातूनच स्त्री शिक्षणासाठी १८८२ मध्ये हुजूरपागा ही मुलींची शाळा स्थापन झाली, तसेच त्यांनी प्रथम पंडिता रमाबाई यांच्या विधवा स्त्री शिक्षणाच्या संस्थेला मदत केली.

राष्ट्रीय सभेप्रमाणेच समाजसुधारणेच्या कार्यासाठी राष्ट्रीय सामाजिक परिषद (National Social Conference) ची त्यांनी स्थापना केली. राष्ट्रीय सभा जेथे ज्या मंडपात भरेल त्याच मंडपात समाजसुधारणेच्या प्रश्नांवर चर्चा करण्यासाठी सभा भरवण्याचा प्रघात त्यांनी पाडला. म्हणजे राजकीय राष्ट्रीय प्रश्नांप्रमाणेच सामाजिक प्रश्नांकडेही तेवढेच गांभीर्याने पाहावे असा त्यांचा हेतू होता. राजकीय व सामाजिक सुधारणा ह्या बरोबरीनेच केल्या पाहिजेत असे त्यांचे मत होते.

त्याच प्रकारे लोकांनी उद्योगधंद्यांकडेही तेवढेच लक्ष द्यावे यासाठी त्यांनी औद्योगिक परिषदेची स्थापना केली होती. १८९० मध्ये त्यांनी 'Industrial Association of Western India' 'पश्चिम हिंदुस्थानातील औद्योगिक संघ' स्थापन केला. या परिषदेचा हेतू औद्योगिक चळवळीसाठी चर्चा घडवून आणावी, व्यापार, उद्योगाची आवश्यकता तसेच हिंदुस्थानच्या दारिद्र्याची कारणे या प्रकारच्या अनेक आर्थिक बाबींवर चर्चा घडवून त्यांनी देशाच्या विकासासाठी आवश्यक असलेल्या या बाबींकडेही विद्वानांचे लक्ष वेधून घेतले.

अशा प्रकारे धार्मिक, सामाजिक व आर्थिक उन्नतीसंबंधीची विचारक्रांती न्या. रानडेंनी महाराष्ट्रात घडवून आणली, यामुळेच त्यांना सर्वांगीण सुधारणेचे जनक असे संबोधले जाते.

न्या. रानडे यांचे धर्म तत्त्वज्ञान व न्या. रानडे आणि प्रार्थना समाज

१९ व्या शतकाच्या पूर्वार्धात ख्रिस्ती उपदेशकांना धर्मप्रसाराची कायदेशीर परवानगी मिळाली, यामुळे सरकारचा अंत:स्थ पाठिंबाही मिशनऱ्यांना या कार्यासाठी लाभला, यामुळे त्यांनी धर्मप्रसाराचे कार्य अतिशय विश्वासाने चालू ठेवले. ख्रिस्ती मिशनऱ्यांना साहाय्यकारी असे अनेक कायदे १८६७ आधीच पास झाले होते.त्यांनी अनेक शाळा स्थापून विद्यार्थ्यांच्या मनावर ख्रिस्ती धर्माचा प्रभाव पाडण्यास सुरुवात केली. न. र. फाटक याविषयी म्हणतात, 'सामान्य इंग्रजी विद्येबरोबरच हिंदी बालकांत आपल्या धर्मविचारांचे बालकडू पाजण्याकरिता त्यांनी जागजागी शाळा स्थापन केल्या होत्या, वर्तमानपत्रे काढली होती आणि धर्मसंबंधी निर्भेळ तात्त्विक व वादविवादात्मक अशी विविध पुस्तके छापून ती स्वस्त किमतीत मोफत वाटण्याचा धडाका लावला होता.'[१७६] याच काळात इंग्रजी शिक्षितांची पहिली पिढी घडली होती. या पिढीतील अनेकजण मिशनऱ्यांच्या शाळेत शिकलेले होते. मिशनऱ्यांनी चालविलेल्या शाळेत

कोणत्या प्रकारचा ख्रिश्चन धर्मतत्त्वज्ञान सांगणारा अभ्यासक्रम होता व त्याचा विद्यार्थ्यांवर कसा परिणाम होत असे याचे उत्कृष्ट उदाहरण म्हणजे बाबा पद्मनजी होय. या अभ्यासक्रमाचा परिणाम त्यांचेवर कसा झाला व त्यांनी धर्मांतर कसे व का केले याविषयीचे आत्मकथन त्यांनी आपल्या आत्मचरित्रात-'अरुणोदय'-मध्ये केले आहे.

या प्रकारच्या सुशिक्षितांच्या पिढीतील तरुणांनीच 'परमहंस सभे'ची स्थापना १८४० च्या सुमारास मुंबई येथे केली होती. या सभेचे एक सभासद बाबा पद्मनजीही होते. या संस्था उत्पादकाविषयी वासुदेव वामन ठाकूर हे म्हणतात, 'आपणा एतद्देशीयांचा उत्कर्ष व्हावयाचा असेल तर पाश्चात्त्यांचे अनुकरण करावे, आपले असेल नसेल ते झुगारून द्यावे अशा विचाराने तरुणांच्या संस्था अस्तित्वात येऊ लागल्या. अशा संस्थांपैकीच 'परमहंस' ही एक संस्था होती.'[१७७] या लोकांना सामाजिक सुधारणा करावयाची होती. त्यात आध्यात्मिक असे काही विशेष नव्हते असे वरील लेखकाने नमूद केले आहे. '१८२० ते १८६० या चाळीस वर्षांचे अवधीत 'एतद्देशीय'चे विचार-उच्चार-आचारात संक्रमण चालले होते, ते वाहात चालले होते, पण त्यास बूड असे काही नव्हते.'[१७८]

सारांश, नवीन इंग्रजीशिक्षित पिढीवर निश्चितपणे ख्रिश्चन धर्माचा व त्यांच्या सामाजिक आचार-विचारांचा प्रभाव होत होता.

आपला हिंदू धर्म, आपले सामाजिक आचार-विचार, साधुसंत, धर्मपुस्तके, ज्ञान, तत्त्वज्ञान सर्व वाईट व तुच्छ आहे व आपल्यावर राज्य करणाऱ्यांचा धर्म, आचार-विचार श्रेष्ठ आहेत असा त्यांचा समज झाला. असा समज होणे म्हणजे राष्ट्राला घातक होते. वरील विचारसरणीचा संबंध राष्ट्रवादाशी होता.

आपला समाज, धर्म यांना उन्नत अवस्था प्राप्त व्हावी या हेतूनेच इंग्रजी शिक्षितांच्या पहिल्या पिढीनेच १८६७ मध्ये मुंबईत 'प्रार्थना समाजा'ची स्थापना केली. प्रार्थना समाजाच्या सभासदांवर देखील ख्रिश्चन धर्माचा, त्यांच्या प्रार्थना, सभांचा प्रभाव पडलेला होता. प्रारंभीच्या प्रार्थना समाजाच्या प्रवचनांमध्ये ख्रिस्ताचे उपदेश, ख्रिस्त संत यांचा संदर्भ दिला जात असे. १८६७ मध्ये प्रार्थना समाजाच्या प्रथम सभेत जरी न्या. रानडे हजर नव्हते, तरी त्यांचा त्याच्या स्थापनेला मनापासून पाठिंबा होता असे दिसून येते, कारण त्यांनी यासंबंधी 'आपण केवळ शरीराने दूर होतो, मनाने स्थापनाकर्त्यांच्या संदर्भात होतो.'[१७९] असे उद्गार काढले आहेत. या समाजाचा हेतू अर्थातच ख्रिश्चन धर्माचा प्रसार करण्याचा नसून फक्त ईश्वराचे स्वरूप जाणून त्याविषयी कृतज्ञता मानणे, त्याने आपल्यावर जे उपकार केले आहेत, त्याविषयी

त्याचे आभार मानणे यासाठी त्याची स्तुति करून प्रार्थना करणे हा होता. त्यासाठी हिंदू धर्मग्रंथांची आवश्यकता नव्हती.

प्रार्थना समाजाच्या सभासदांना ख्रिस्ती धर्म स्वीकारावयाचा नव्हता, तरी त्या धर्माचा प्रभाव त्यांच्यावर होता, परंतु काही काळानंतर ज्यावेळेस न्या. रानडे व डॉ. भांडारकरांसारखे प्रार्थना समाजाचे उपदेशक झाले त्यावेळेस त्यांनी वरील प्रभाव नष्ट करण्याचा प्रयत्न केला. याविषयी न. र. फाटक म्हणतात, 'प्रार्थना समाजातल्या पुष्कळांच्या मनात ब्राह्मो समाजाप्रमाणे हिंदू धर्माच्या गोतावळ्यातून बाहेर निघण्याचा विचार होता. माधवरावांनी या विचारास अत्यंत कसून विरोध केला. प्रार्थना समाज हे एक स्वदेश बांधवांच्या धार्मिक उद्धाराचे साधन आहे, अशी माधवरावांची समजूत होती. प्रार्थना समाजिस्टांची नवीन जात झाल्यास धार्मिक उद्धाराच्या साधनांतनू त्या समाजाचे उच्चाटन होईल व मग त्यात मूळ उद्देश सिद्धीस नेणारी व्यापक कार्यक्षमता राहणार नाही असे माधवरावांचे मत होते.'[१८०]

प्रार्थना समाजाने प्रथम ब्राह्मो समाजाप्रमाणेच कार्य करण्याचे ठरविले होते. प्रार्थना समाजाचे नाव ब्राह्मो समाज ठेवावे, याविषयीही विचारविनिमय झाला होता, परंतु रानडेंनी त्याला विरोध केला. बंगालमध्ये ब्राह्मो समाजियांना हिंदू धर्माबाहेर समजत, कारण केशवचंद्रांनी धर्मप्रचारासाठी ख्रिस्ती मताचाच आधार घेतला होता, यामुळे सर्वसामान्य लोकांना ब्राह्मो समाजापासून आध्यात्मिक लाभ होत नव्हता.

न्या. रानडेंनी जरी प्रारंभीच्या काळात बायबलमधील काही संदर्भ घेतले तरी सुद्धा केशवचंद्रकृत ब्राह्मो समाजासारखी स्थिती प्रार्थना समाजाची होऊ नये म्हणून त्यांनी नंतरच्या काळात आपल्या धर्मोपदेशासाठी प्रामुख्याने उपनिषदे, महाभारत व भागवत धर्माचे प्रवर्तक अनेक महाष्ट्रीयन संतांनी दिलेल्या उपदेशाचे स्पष्टीकरण केले.

प्रारंभीस प्रार्थना समाजास 'एकेश्वर मंडळ' देखील म्हणत असत, कारण ईश्वर एकच आहे, तो अनेक मूर्तींमध्ये नाही असे तत्त्वज्ञान या समाजाचे होते. 'A Theist's Confession of Faith' या आपल्या निबंधात रानडेंनी 'एक' ईश्वराला मानणाऱ्या प्रार्थना समाजाचे तत्त्व पुढीलप्रमाणे उत्तम रीतीने स्पष्ट केले आहे. 'The Theist believes that the object and scope of religion is to teach man to regard God as the absolute object of revence faith and love to incalculate voluntary and self conscious obedience to the law of God as discovered by our instinct, reason, conscience and religious emotions. To teach man partially to attain to God's goodness in his nature here, to realize his relation to God and to fit himself for a highter existence.'[१८१] एकेश्वर मंडळाचे

तत्त्वज्ञान म्हणजे मानवाने एक ईश्वरच स्तुतीस, प्रेमास व विश्वासास पात्र आहे असा दृढ विश्वास बाळगणे व ईश्वराच्या प्रेमास पात्र होण्यास त्याच्या कृपादृष्टीचे संपादन करण्यासाठी सत्कर्म करणे असे आहे. याच तत्त्वाचा अंगीकार न्या. रानडेंनी आपल्या वैयक्तिक जीवनात व प्रार्थना समाजाचे तत्त्वज्ञानाचा प्रसार करण्याकरिता केला.

त्यांच्या मते, जगातील प्रस्थापित धर्मांनी सर्वच बुद्धिजीवी मनुष्यांचे आत्मिक समाधान केले नाही, म्हणून जगात प्रार्थना समाजासारखे एका ईश्वराला मानणारे व मानव प्राण्यांना बंधू मानणारे एकेश्वर पंथ उदयास आले. हिंदू धर्मामध्ये अनेक भ्रष्ट आचार निर्माण झाल्यामुळे शुद्ध धर्माच्या शोधासाठीच प्रार्थना समाजाचा उदय झाल्याचे त्यांचे म्हणणे होते.

ईश्वरच मानव प्राण्यांना शुद्ध धर्माच्या तत्त्वज्ञानाची प्रेरणा देत असतो. तशीच प्रेरणा ईश्वराने प्रार्थना समाजाच्या संस्थापकांनाही दिली असा त्यांचा ठाम विश्वास होता.

त्यांच्या मते, या समाजाचे तत्त्व म्हणजे मनुष्याच्या शक्तीला मर्यादा असल्यामुळे तो या जगाची उत्पत्ती, मनुष्याची उत्पत्ती, ईश्वर आणि विश्वाचा संबंध, आत्मा किंवा मन इ. विषयीचे गुण जाणू शकत नाही. जगातील अनेक नैसर्गिक घडामोडींचे ज्ञान त्याला होऊ शकत नाही. मनुष्य त्याच्या बुद्धीने विश्वातील गूढ उकलू शकत नाही, परंतु या विश्वातील प्रचंड घडामोडी बघून या विश्वाचा चालक व कर्ता कोणीतरी अदृश्य शक्ती आहे असा त्याचा ठाम विश्वास वाटतो. त्या अदृश्य शक्तीचे अस्तित्व त्याच्या लक्षात येते. ती शक्ती म्हणजेच सर्वांचा पिता, या विश्वाचा कर्ता, जो अद्वितीय आहे, त्याच्यापेक्षा श्रेष्ठ दुसरा कोणी नाही. असा तो सर्वव्यापी ईश्वर होय असे लक्षात आल्यावरच तो ईश्वरावर विश्वास ठेवतो. 'The idea of God thus discovered is – that God exists, a living being or spirit, exists as one supreme being, cause of all causes unconditioned in time, or space, supreme ruler of the universe which is regulated by his providence, pre-emient in power, wisdom, goodness, love, justice, and holiness, lord, father, judge and moral Governor of all human souls.'[१८२] जो सर्वज्ञ, या जगाचा कर्ता, न्यायदाता असा जो ईश्वर तो अद्वितीय असल्यामुळे त्याची मूर्ति किंवा अवतार अशक्य आहे. तो सर्वज्ञ व सर्वशक्तिमान असल्यामुळे त्याला अवतार घेण्याची आवश्यकता नाही. यामुळेच एक ईश्वराला मानणारे, मूर्तिपूजा किंवा ईश्वराच्या मानवी अवतारावर विश्वास ठेवत नाहीत. स्वर्ग नरकही मानत नाहीत. फक्त ईश्वराची कृपा संपादन करण्यासाठी किंवा त्याने आपल्यावर केलेल्या दयादृष्टीसाठी त्याचे

कृतज्ञ भावनेने आभार मानणे व त्याची स्तुती-प्रार्थना करणे यावर विश्वास ठेवतात असे एकेश्वराला मानणाऱ्या एकेश्वर पंथाचे म्हणजे थोडक्यात प्रार्थना समाजाला मान्य असणारे तत्त्व न्या. रानडेंनी १८७२ मध्ये 'A Theists Confession of Faith' या निबंधात विस्तारपूर्वक वर्णन केले आहे. याच तत्त्वज्ञानाचा आधार घेऊन प्रार्थना समाजाद्वारे त्यांनी त्यांना मान्य असलेल्या धर्मतत्त्वाचा प्रसार केला. याविषयी य. दि. फडके म्हणतात, 'प्रार्थना समाजात १८७० सालानंतर वेळोवेळी केलेल्या भाषणांत माधवरावांनी एकेश्वरनिष्ठांच्या कैफियतीतले सूत्रमय विचार अधिक विशद करून श्रोत्यांच्या मनावर ठसविण्याचा यत्न केला आहे.'

अशा प्रकारे विश्वाची रचना, उत्पत्ति व स्थितीविषयीच्या गूढाची चर्चा न करता, त्यांचा कर्ता सर्वशक्तिमान ईश्वराचे अस्तित्व जाणून त्याचे कृतज्ञ भावनेने आभार मानणे, त्यासाठी त्याची स्तुती व प्रार्थना करणे व मानवाच्या आत्मिक व भौतिक उन्नतीसाठी सत्कर्म करून प्रयत्न करणे या तत्त्वाच्या आधारावर न्या. रानडेंनी प्रार्थना समाजाच्या वेदींवरून धर्मप्रसार केला.

न्या. रानडे यांचे एक चरित्रकार पर्वते यांनी रानडे ह्यांच्या एक ईश्वराला मानणाऱ्या विचारावरून त्यांना 'Confirmed Theist' असे म्हटले आहे. ईश्वरावर त्यांचा पूर्ण विश्वास होता व तो विश्वास कधीही डळमळला नाही. त्यांच्या प्रत्यक्ष जीवनात व धर्मप्रसार करताना आपल्या मनामध्ये एक तत्त्व बाळगले होते, ते म्हणजे आपण ईश्वराच्या सान्निध्यात आहोत व त्याने प्रेरित केलेले सत्कर्म करणे. याविषयी त्यांचे चरित्रकार म्हणतात, 'Not only in all the theological but also other writings and speeches of Ranade, one does not come across any passage anywhere, where his firm faith in God has swerved even a little. His mind is very conveniently and comfortably adjusted to the Infinite and absolute.'[१८३] प्रत्येक युगामध्ये ईश्वर प्रेरित झालेले धर्मसुधारक या भारतभूमीत होऊन गेले. त्यांनी आवश्यक त्या धर्मसुधारणा करून ईश्वराला प्रिय असेच कार्य केले असे ते जाणून होते. याच प्रकारची ईश्वरी इच्छा पूर्ण करण्याचे कार्य प्रार्थना समाजाच्या सभासदांनीही करण्याचे योजिले आहे असा त्यांचा ठाम विश्वास होता.

न्या. रानडेंनी ऐतिहासिकदृष्ट्या हिंदू धर्माचा अभ्यास केला होता. वैदिक ग्रंथ, उपनिषदे, अनेक स्मृती ग्रंथ, पुराणे व भागवत पंथातील साधुसंतांचे साहित्य, विचार यांचा अभ्यास केला होता. यावरून त्यांना हिंदू धर्माचा ऐतिहासिकदृष्ट्या झालेला विकास, त्याची मौलिक तत्त्वे यांची चांगली माहिती होती. हिंदू धर्मग्रंथांनी अद्वितीय असलेल्या ईश्वराचे गुण-गान अनेक स्वरूपांत वर्णन केले आहे. अशा

धर्माचा त्याग करण्याचे प्रार्थना समाज सांगत नसून फक्त या धर्मात कालानुरूप जे प्रतिकूल बदल झाले आहेत, त्याला काढून टाकून सर्वसामान्य जनांना ईश्वराप्रत नेणारा मार्ग सोप्या भाषेत सांगण्याचे कार्य प्रार्थना समाज करीत आहे असे त्यांचे प्रार्थना समाजाच्या आवश्यकतेसंबंधी म्हणणे होते.

त्यांच्या मते, हिंदू धर्मातील योगमार्ग व ज्ञानमार्ग हे सामान्य व स्त्री, शूद्रांना अवलंबण्यास दुष्कर मार्ग आहेत, म्हणून महाराष्ट्रीय संत ज्ञानेश्वर, एकनाथ, नामदेव, तुकाराम, रामदास यांनी सांगितलेले भागवत किंवा भक्तीमार्ग हा सर्व मनुष्यांना समजण्यास व आचरण करण्यास सोपा आहे असा त्यांचा ठाम विश्वास होता.

प्रार्थना समाजाच्या प्रारंभीच्या प्रवचनांमध्ये न्या. रानडेंचे विचार हे ख्रिश्चन धर्मात सांगितलेला ईश्वर, उपनिषदांत, भगवद्गीतेत सांगितलेला ईश्वर यावर त्यांचे विचार विशेष रीतीने प्रकट होत. प्रारंभीचे विचार उपलब्ध नसले तरी त्यांनी लिहिलेले 'A Theists Confession of Faith philosophy of India Theism' यावरून एक ईश्वर व सन्मार्ग यास धरून असत. त्याच प्रकारे उपनिषदात वर्णन केलेल्या ब्रह्माचे स्वरूपही ते वर्णन करीत, परंतु १८९० नंतरच्या पुणे व मुंबई येथील प्रार्थना समाजाच्या वेदीवरून दिलेल्या धर्मपर व्याख्यानांमध्ये त्यांनी मराठा साधू संतांनी विशद केलेल्या भक्तीमार्गाचेच स्वरूप लोकांना सोप्या भाषेत सांगितल्याचे दिसून येते.

भागवत धर्माचे निरूपण करण्याचे कारण म्हणजे, जरी एकोणिसाव्या शतकात ते वावरत होते, तरी हिंदू समाजाची धार्मिक व सामाजिक स्थिती ही युरोपियनांप्रमाणे कालानुरूप बदललेली नसून सोळाव्या शतकाप्रमाणेच आहे असे त्यांचे मत होते. 'एकनाथ बाबा सोळाव्या शतकात होऊन गेले त्यावेळची आपल्या भाषेची व समाजाची स्थिती पाहता आपणही हल्ली त्यांच्याच काळातील आहोत, असे म्हटले असता, प्रमाद होणार नाही. अलीकडे राजकीय प्रकरणात जशी उद्योग व चळवळ दिसत आहे, तितकीच किंबहुना अधिक धर्मसंबंधाने निराशा व उदासीनता दिसून येते. त्यामुळे धर्माच्या खऱ्या स्वरूपाची समजूत लोकास करून देण्याविषयी व्हावा तसा यत्न होत नाही, म्हणून आपणा सर्वांस मान्य अशा साधूपुरुषांचे या अत्यंत महत्त्वाच्या बाबतीत काय विचार होते हे माहीत करून घेणे आवश्यक आहे.'[१८४] त्याच प्रकारे मूर्तिपूजा न मानणाऱ्या प्रार्थना समाजाने मूर्तिपूजा मानणाऱ्या साधू संतांचे संदर्भ घेतले याविषयी स्पष्टीकरण देताना न्या. रानडे म्हणतात, त्या साधू पुरुषांच्या ग्रंथात व आचार-विचारात त्या काळच्या आचार-विचारांचा प्रभाव असला तरी त्यांचे आध्यात्मिक विचार श्रेष्ठ दर्जाचे असून सर्वसामान्य जनांना खरा साक्षात्कार करून देणारे होते. सुदैवाने या भारतभूमीत भक्तीमार्गाचा प्रसार करणारे उपदेशक सर्वच

काळात होऊन गेले व त्यांनी भक्तीमार्गाचे श्रेष्ठत्व प्रतिपादन केले, असेही त्यांनी स्पष्ट केले. 'केवळ योगमार्ग, अगर ज्ञानमार्ग, अथवा कर्ममार्ग स्वीकारून चालण्याचे मनात आले तरी व्यवहारात तदनुरूप वर्तन करणे थोडक्यात साधते, म्हणून ईश्वरकृपेने भक्तीमार्गाचे उपदेशक व आचार्य प्रत्येक युगात होऊन गेले. भक्तीमार्ग हा सार्वत्रिक आहे. शुक्राचार्य, नारद व प्रल्हादादि वैष्णव व साधूंनी उपर्दिष्ट जो भागवतधर्म अथवा भक्तीमार्ग हा सर्व कालांची व सर्व देशांची एकवाक्यता करणारा धर्म आहे.'[१८५] अशा शब्दांत भागवत धर्माचे महत्त्व त्यांनी सांगितले. यावरूनच भागवत धर्माचे महत्त्व त्यांना का वाटत होते हे लक्षात येते.

भागवत धर्माच्या अनेक लक्षणांची, स्वरूपाची व श्रेष्ठतेची महती त्यांनी अनेक ठिकाणी वर्णन केली आहे, यासाठी त्यांनी 'ज्ञानेश्वर, एकनाथ तुकाराम यांच्या साहित्यातील अभंगांचे संदर्भ दिले आहेत. यावरून त्यांनी भगवत्प्राप्तीचा मार्ग विशद केला.' योगमार्ग, म्हणजे इंद्रियांचे संपूर्ण दमन करून त्यांचा नाश करणे, हा भगवत्प्राप्तीचा मार्ग असला तरी तो दु:साध्य आहे, म्हणून वेदांनी हरिभक्तीचा उपदेश केला आहे, कारण इंद्रिये व विषय ही दोन्ही दुर्जय आहेत, तरी त्यास हरिभक्तीकडे वळवून परमेश्वराला अर्पण केले असता अलपायासाने भक्तांस भगवत्प्राप्ति कशी होते, हे एकनाथ महाराजांसारख्या संतांनी उत्तम रीतीने विशद केले आहे. त्याचे निरूपण करताना न्या. रानडे म्हणतात, इंद्रिये आपणास आडमार्गाने नेतात, तर त्यास मार्गावर आणण्याच्या ऐवजी त्यास कृश व लंगडी करून टाकण्याचा प्रयत्न करणे हे केवळ साहस आहे व त्यापासून अंती त्रासाच्या व खटपटीच्या मानाने फायदा होणे कठीण आहे. योगमार्गाचा अवलंब म्हणजे सर्वसामान्यांस दुष्कर, जसे, ऐन थंडीच्यावेळी गार पाण्यात एकसारखे तासांचे तास बसणे, प्रखर उन्हाळ्यात ऐन दुपारी चोहोबाजूस अग्नी पेटवून पंचग्निसाधन करणे, अगर आसन घालून समाधी लावणे वगैरे जे तपाचे मार्ग आहेत त्यांनी इंद्रियांची अवहेलना मात्र होते. अशा प्रकारच्या तीव्र तपाने इंद्रियदमन न होता प्रसंगविषयी गडबड उडून जाते. ह्या गोष्टीची अनेक उदाहरणे विश्वामित्राचे उग्र तप कशा प्रकारे भंग झाले, यावरून सर्वास अवगत आहेत. तर अशा दुष्कर तपाच्या भानगडीत न पडता आपले पापहरण होण्यास परमेश्वराची एकनिष्ठेने व मनोभावाने भक्ती करणे, हाच मार्ग सुगम असून सर्व लोकांस मान्य होण्यासारखा आहे.

योगमार्ग म्हणजे तपाचा खडतर मार्ग. ज्यास तो साध्य असेल त्याने त्याचा अवलंब करावा. त्याची निंदा करण्याचा उद्देश नसला तरी सामान्य जनांस तो दुर्गम आहे.

भगवत्प्राप्तीचा मार्ग सर्वास सोपा असला पाहिजे. भगवत्प्राप्तीसाठी इंद्रिय निरोध

मुळी नको असे आमचे म्हणणे नाही, परंतु ईश्वराने निर्माण केलेल्या अतिसुंदर सृष्टीतील सर्व पदार्थांकडे ते आपणास संसारबद्ध करतील म्हणून डोळे घट्ट झाकून न पाहणे, अथवा मुळीच त्यांचे सेवन न करणे, हा भगवत्प्राप्तीचा मार्ग नव्हे असे सांगून भगवत्प्राप्तीच्या भागवत धर्माने हा प्राप्त झालेला मार्ग पुढील शब्दांत वर्णन केला आहे. 'तर अत्यंत रम्य व सुखकारक असा जो परमेश्वर तोच युक्तिप्रयुक्तीने आपल्या इंद्रियांचा मुख्य विषय होईल असे करणे म्हणजे कानांनी त्याचे स्तवन ऐकणे, डोळ्यांनी अगणित तारांगण, अफाट महासागर, उंच पर्वत, स्वच्छ विस्तृत उदकप्रवाह, खोल दऱ्या वगैरे पाहून त्याच्या अपार सामर्थ्याचे व अगाध लीलेचे प्रतिबिंब आपल्या मनावर चांगले ठसवून घेणे, तोंडाने त्याचे गुणानुवाद गाणे, पायांनी देवालयात जाणे, हे करण्यात इंद्रिये रममाण झाली म्हणजे, त्यांचे खरे दमन व वशीकरण होते. ईश्वराच्या पवित्र इच्छेस अनुसरून निर्मिलेल्या पदार्थाचा मितपणाने उपभोग घेऊन त्यांचा दाता व उत्पन्नकर्ता जो परमेश्वर त्याची विस्मृति पडण्याइतके त्यांच्या भोगांत गढून न जाणे, याच्या पलीकडे विषय त्यागाची जरूरी नाही हे लक्षात ठेवून इंद्रियांस चांगले वळण देणे व त्यास परमेश्वर सेवेस लावणे, हेच इंद्रियांचे खरे वशीकरण व हीच भागवत धर्माची पहिली पायरी होय.'[१८६] अशा प्रकारचा मार्ग हा सर्वांस मनन करण्यास इष्ट व श्रेयस्कर असल्याचे त्यांनी म्हटले.

अशा प्रकारे योगमार्गातील खडतर व दुष्प्राप्य अशा मार्गाचे वर्णन करून भागवत संतांनी सांगितलेला भागवत धर्म श्रेष्ठ व श्रेयस्कर कसा आहे हे न्या. रानडेंनी प्रार्थना समाजातील व्याख्यानांत याप्रमाणे अनेक वेळा स्पष्ट केल्याचे दिसून येते, याचप्रमाणे त्यांनी ज्ञानमार्ग सर्वसामान्यांस कसा खडतर व भागवत धर्म कसा श्रेयस्कर आहे हे स्पष्ट केले.

योगमार्गी प्राचीन काळी होते, तसेच आताही आहेत, त्याचप्रमाणे ज्ञानमार्गी पूर्वीप्रमाणेच प्रस्तुत आहेत. योग हाच केवळ परमेश्वरप्राप्तीचा मार्ग आहे, असे जरी मान्य नाही, तथापि त्याचे साधन जे तप अथवा इंद्रिय निरोध त्याचे अवलंबन केल्याने जी काही फले प्राप्त होतात, त्याकडे सर्वथैव दुर्लक्ष करता येत नाही. योगमार्ग दुष्कर आहे, म्हणून इंद्रियास सर्वस्वी मोकळे सोडत नसे. त्यांचा योग्य प्रसंगी निरोध केलाच पाहिजे, त्यास यथेच्छ वागण्यास मोकळीक दिली असता आपण पशुवत् होतो. त्यांचा समूळ नाश करणे शक्य नाही. त्यास युक्ती-प्रयुक्तीने चांगले वळण लावून वश करून घेतले पाहिजे, त्याचप्रमाणे ज्ञानाची गोष्ट आहे. ईश्वराच्या भक्तीसाठी ज्ञानाची जरुरी नाही असे नाही, तरी जसा योगमार्ग दुष्कर तसा ज्ञानमार्गही दुष्कर त्यामुळेच सर्वांस तो साध्य नाही असे सांगून त्याची कारणे त्यांनी पुढीलप्रमाणे सांगितली आहेत.

जुन्या हिंदू लोकांच्या समजुतीप्रमाणे ज्ञानप्राप्ती म्हणजे चार वेद, सहा शास्त्रे, द्वैतमत, अद्वैत मताची भाष्ये ज्ञात असली पाहिजेत, परंतु सांप्रतच्या काळी एवढ्यानेही ज्ञानप्राप्ती होत नाही, तर त्यासाठी इंग्रजी, लॅथटीन ग्रीक वगैरे पाश्चिमात्य भाषांतील तत्त्वज्ञानविषयक ग्रंथ वाचून ज्ञानाची पूर्तता करणे आवश्यक असते, परंतु इतके करता मध्येच आयुष्याची मर्यादा संपते व ब्रह्मप्राप्ती दूरच राहते. अशा प्रकारे ज्ञान मिळविणेही दुष्कर असते.

विशेषत: हिंदू समाजातील स्त्री व शूद्र यांना वेदाध्ययनाचा व इतर शास्त्रे अध्ययनाचाही अधिकार नाही, यामुळे ज्ञानप्राप्तीस आवश्यक असलेला ग्रंथ ते अध्ययन करू शकत नाहीत. याचा अर्थ हिंदू समजुतीप्रमाणे ते ज्ञानमार्गाने भगवत्प्राप्ती कधीच करू शकत नाहीत. 'शूद्र व स्त्रिया यांस वेदशास्त्राध्ययनाचा अधिकार नाही अशी समजूत असल्यामुळे, त्यास ब्रह्मप्राप्ती होणे शक्य नाही. शूद्र व स्त्रिया हे केवळ अज्ञानदर्शक शब्द आहेत व त्यामध्ये आपल्यासारख्या बहुतेकांची गणना होते.'[१८७] यामुळेच योगमार्ग व ज्ञानमार्ग हे दोन्ही खरे असले, तरी त्यांचा उपयोग फार थोड्या निवडक लोकांस मात्र होण्याचा संभव आहे, परंतु आमच्यासारख्या लंगड्या, अज्ञानी, पांगळ्या, आंधळ्या लोकांना त्याचा लाभ होऊ शकत नाही, म्हणून एकनाथ महाराज म्हणतात, त्याप्रमाणे परमेश्वर प्राप्त्यर्थ दुष्कर योगाची अथवा दुर्लभ ज्ञानाची बिलकूल जरूरी नाही. ज्ञानमार्गाने ब्रह्मप्राप्ती करून घेण्यास शंभर वर्षांचे आयुष्य पुरेल किंवा नाही, याचा संशयच आहे. शिवाय मी शंभर वर्षे वाचेन व चार वेद, सहा शास्त्रे, सर्व मतांची भाष्ये वाचून मी पारंगत होईन व मला ब्रह्मप्राप्ती होईल असे खात्रीने कोणी म्हणू शकत नाही. वस्तुस्थिती पाहिली असता बहुतेकांचे आयुष्य पन्नास वर्षांच्या आतच संपुष्टात येते असे जर आम्ही अल्पायुषी व अनेक बाबतीत लंगडे असता ज्ञानमार्गाने भगवत्प्राप्ती करणे कसे अशक्य आहे हे समजून येते.

ज्यांना संस्कृत भाषा येते त्यांनाही वेदादि गहन ग्रंथ समजण्याची शक्ती नसते, यामुळे आपल्यासारख्या भोक्ता, अज्ञानी व विशेषत: स्त्री, शूद्रांनी परमेश्वरप्राप्तीसाठी तिष्ठत बसावे का असा प्रश्न रानडे विचारतात, कारण हिंदू समजुतीप्रमाणे ज्ञानमार्गाने ईश्वरप्राप्तीसाठी स्त्रीला पुरुषांचा जन्म व शूद्रांना ब्राह्मण जन्मात येण्याची वाट पाहावी लागेल. या जन्मात उद्धार करून घेण्याचा मार्गच नाही. यावरून ईश्वराला शरण जाण्यासाठी भक्तीचा, भागवत धर्माचा आश्रय करणे श्रेयस्कर असल्याचे त्यांनी म्हटले, 'ज्ञान व योग या दोहोंपेक्षा भक्तिमार्ग अथवा भागवतधर्म श्रेष्ठ मानण्याचे मुख्य कारण हेच की, तो सर्वांस मोकळा व साध्य आहे. मग तो पुरुष असो, ब्राह्मण असो वा शूद्र असो. अशी ज्या धर्माची, अगर मार्गाची तत्त्वे उदार आहेत, तोच सामान्य जनांस

उपयोगी व साध्य व त्यालाच भागवत धर्म म्हणावे, नाहीतर स्त्रियांना भगवत्प्राप्ती नाही व शूद्रांनाही नाही, त्यांनी खुशाल बुचकळ्या मारीत रहावे, असे म्हणणे म्हणजे मानव प्राण्यांपैकी बहुतेकांस परमार्थ दुष्प्राप्य आहे, असे म्हणण्यासारखे होते.'[१८८]

अशा प्रकारे भागवतधर्मीय साधुसंतांनी सांगितलेला भागवत धर्म हा श्रीकृष्णाने गीतेत सांगितल्याप्रमाणे असल्याचे सांगितले, कारण कर्मफल त्याग करून भक्तिपुरस्सर देवावर विश्वास ठेवणे हा जो भक्तीमार्ग, त्याची योग्यता सर्वांहून श्रेष्ठ वर्णिली असल्याचे रानडेंनी म्हटले आहे. या भगवद्भक्तीचा महिमाच असा आहे की, ती वाढता वाढत तिचा परमावधि झाला म्हणजे भगवंताचा हेतू तोच आपला हेतू, त्याची इच्छा तीच आपली इच्छा बनून जाते असेही त्यांनी पुढे सांगिले.

अशा प्रकारे न्या. रानडेंनी योगमार्ग, ज्ञानमार्ग व कर्ममार्ग या तिन्हीपेक्षा भागवतधर्म अथवा भक्तीमार्ग हाच सर्वसामान्यांचा उद्धाराचा मार्ग असल्याचे प्रार्थना समाजातील अनेक व्याख्यानांत स्पष्ट करून सांगितले.

या प्राचीन आर्य धर्मात अनेक मतप्रवाह येऊन मिळाले व त्याची अनंत कालपर्यंत वाढ आहे. या आर्य धर्मात मात्र भागवत धर्मरूपी अत्यंत उपयुक्त व सहजसाध्य रूपी प्रवाह श्रेष्ठ असल्याचे त्यांनी म्हटले व याच भागवत धर्माचा प्रसार व अवलंब प्रार्थना समाजाने केल्याचे त्यांनी पुढील शब्दांत म्हटले आहे, 'परमेश्वराच्या पायांपासून वाहात असलेल्या या धर्मगंगेचा ओघ प्रेमाचा असून त्याने प्रफुल्लित झालेल्या वृक्षावरील भागवतधर्म हे अत्यंत सुवासिक फूल व मधुर फल आहे असे आपणास दिसून येईल व बारकाईने विचार करून पाहणारास प्रार्थना समाजाचे व भागवतधर्माचे लक्षणांच्या संबंधाने साहचर्य अत्यंत आहे, हे त्यातील सभासदांचे पोषक बसणे, उठणे कसेही असले तरी, सहज समजेल.'[१८९] कारण भक्तीचा मार्ग सर्वांना खुला असून प्रार्थना समाजाचे कार्य ईश्वरप्राप्तीच्या या सहज सोप्या मार्गाचा प्रसार करण्याचे असल्याचे त्यांनी सांगितले. 'सर्व मानव बंधुंशी प्रेमाने वागावे, हीच त्यातील मुख्य आज्ञा वर सांगितलेल्या लक्षणांवरून भागवत धर्माचे व प्रार्थना समाजाचे साहचर्य आहे व त्या धर्माचा या व्यासपीठावरून उपदेश करण्यास काही प्रत्यवाय नाही असे स्पष्टीकरण ते देते.' अशा प्रकारे न्या. रानडेंनी भागवत धर्माचे निरूपण प्रार्थना समाज मंदिरातून केले.

भागवत धर्माच्या आधारे त्यांनी मनुष्याला जे आध्यात्मिक समाधान, शांती व ज्या मोक्षाविषयी तो अपरिचित परंतु त्याला त्याविषयी उत्सुकता असते त्या मोक्षाचे वर्णन त्यांनी पुढीलप्रमाणे केले आहे. ते म्हणतात, 'मरणोत्तर प्राप्त होणारी मोक्ष ही वस्तु अथवा स्थिती नसून, ती याच जन्मी स्वत: साध्य करून घेण्यासारखी आहे.

सर्वदा सत्यसंकल्प व सुविचार मनात उत्पन्न होणे आणि विकल्पांस व कुवासनांस त्यात रिघावण्यास न मिळणे, तसेच सदाचरणाविषयी दृढनिश्चय ढळू न देणे व सदुपयोगाविषयी तत्परता शिथिल न होणे याच मुक्तीच्या निरनिराळ्या पायऱ्या असल्याचे त्यांनी म्हटले. खरी सिद्धी किंवा मोक्षप्राप्तीचे साधन हे सत्कर्मातच असल्याचेही त्यांनी सांगितले. सन्मार्गाकडे अश्रृंखल प्रवृत्ती असणे व असद्विचाराची स्फूर्ति मनात कधी न होणे, हाच आम्ही मोक्ष समजतो.'

सर्व काल सत्कर्माकडे प्रवृत्ती ठेवल्यानेच फलप्राप्तीची आशा करू शकतो अन्यथा नाही असेच त्यांना म्हणावयाचे होते.

ईश्वरप्राप्तीचा उपाय सांगताना ते म्हणतात, की ब्रह्मरूप होण्यापेक्षा भगवंताचे गुणगान, भजन व कीर्तन वगैरे करण्यात अधिक आनंद व समाधान आहे. प्रार्थना समाजाचे विचार याच तत्त्वाला धरून आहेत.

आत्म्याला शुद्ध, बुद्ध व मुक्त असे स्वरूप प्राप्त होण्याला उपाय म्हणजे देवाविषयी प्रेम व भक्ति यांची अंत:करणात वृद्धी होणे हाच होय. परमेश्वराची प्रेम पुर:स्सर भक्ति करणे, हाच खरा पुरुषार्थ आणि प्रेम व भक्ती वाढण्यानेच आपण कृतकृत्य होऊ शकतो, कारण देवाविषयी प्रेम व भक्ती अंत:करणात वृद्धिंगत झाली असता सत्कर्माविषयी अढळ आवड आणि असत्कृतीची अप्रीति उत्पन्न होते. या धर्मानुसार एक जन्मी नाही, तर अन्य जन्मी उन्नती व्हावयाचीच. कोणताही आत्मा कधी नष्टप्राय होऊ नये, असा ईश्वरी संकेत आहे आणि तो तसा नष्ट होतही नाही. आत्म्याच्या अंगच्या गुणांचा अनेक कारणांनी लोप होऊन त्याला दुर्बलता आली असता, त्याची नैसर्गिक योग्यता गेली असता त्याला पुन्हा सामर्थ्य व उत्तरोत्तर योग्यता येणे याच मोक्षाच्या पायऱ्या असल्याचे त्यांनी म्हटले.

स्वर्ग नरकाच्या कल्पनेविषयी ते म्हणतात की, स्वर्गवास व तेथील भोग हा केलेल्या कर्माकरिता मोबदला मिळणारा ठेवा, ही कल्पना चुकीची असून स्वर्ग, नरक याच लोकी आहेत. ज्या कुटुंबातील मनुष्ये परस्परांवर प्रेम करितात, एकोप्याने वागतात आणि एकमेकांशी कधी भांडत नाहीत तेथे स्वर्गच आहे, असे समजावयाचे आणि ज्या कुटुंबात दुराचाराकडेच प्रवृत्ति असून कोणी कोणाचे ऐकत नाही तेथे नरकवासच होय. त्याच प्रकारे काम, क्रोध व लोभ ही तीन नरकाची द्वारे होत. भगवद्‌गीतेत आत्म्याचा नाश म्हणजे अधम गती असे म्हटले आहे. यावरून अधम गती म्हणजे नरकच होय. म्हणजे आत्म्याचा नाश हाच नरक आणि आत्म्याची उन्नति अथवा त्याचे कल्याण हाच स्वर्ग. आत्म्याचा शरीराबरोबर नाश होत नाही आणि आत्म्याला गती आहे ही समजूत सर्व संप्रदायांत आहे, एवढेच नाही तर आर्य

धर्माच्या मुळाशीही हेच तत्त्व आहे. म्हणूनच आत्म्याला उत्तम गती प्राप्त करून देण्यासाठी सत्कर्मे आवश्यक आहेत.

आत्म्याचा शरीराबरोबर नाश होत नसून, त्याला गती आहे आणि त्याची उन्नती हा स्वर्ग व अवनती अथवा नाश हा नरक अशी स्पष्टीकरणे त्यांनी स्वर्ग व नरकाची केली. अशा स्वर्ग व नरकाची कल्पना म्हणजे या जीवनात उत्तम व अधम कर्मांनाच म्हटले असून, मनुष्यापासून ते दूर नसून याच जीवनात असल्याचे सांगून धर्म म्हणजे सत्कर्म करणे असा संदेश या निमित्ताने त्यांनी दिला.

उपनिषदांच्या संदर्भावरूनही आत्मा आणि परमात्मा यातील अंतर व आपले कर्तव्य काय याविषयीही त्यांनी वर्णन केले आहे.

आत्म्याचा नाश होत नाही. आत्मा हा अविनाशी आहे आणि या आत्म्याचा आधारभूत परमात्मा आहे. सर्वांचे आत्मे हे त्याचे रश्मि आहेत. (सूर्याच्या किरणांप्रमाणे) मनुष्य या रश्मिचाच अंश असे तत्त्वज्ञान उपनिषदांनी दिले. जो आत्मा पापाने अलिप्त, जरारहित, मरणरहित, शोकरहित, भूक व तहान नसलेला, सत्यमनोरथ, सत्यसंकल्प असा आहे त्याचे ज्ञान करून घेण्याची इच्छा बाळगली पाहिजे. जो त्या आत्म्यास शोधितो व त्याचे ज्ञान करून घेतो त्याला परमेश्वरविषयक ज्ञानाची जाणीव होते.

न्या. रानडे म्हणतात की, उपनिषदे होण्यापूर्वी कर्म मार्गाची प्रसिद्धी होती. पुण्यकर्मे करण्यामागे पुत्र, धन इ. प्राप्ती करण्याचा हेतू असे, परंतु उपनिषदे झाल्यानंतर यापेक्षा खोल विचारात लोक गेले. धन कितीही प्राप्त झाले तरी ते थोडेच, ज्ञान वाढले तरी त्याला मर्यादा आहेच, आयुष्य किती वाढले तरी त्याचा अंत आहेच, यात चित्ताची शांती नाही. यापासून खरे समाधान प्राप्त होत नाही. असा विचार होताहोता असे दिसून आले की, माझ्या ठिकाणी जसा आत्मा आहे, तसा सृष्टीच्या ठिकाणी परमात्मा आहे. त्याच्याशी सर्वांचा संबंध! त्याचे आम्ही दास. त्याची आपण छाया आहोत. त्याचा अंश आपल्या ठिकाणी असला पाहिजे असा होतो. सर्वांच्या ठिकाणी अंतरात्म्याची एकता आहे असे मानले. म्हणून आपल्या ठायी वास्तव करणारा जो आत्मा त्याचा दिवसेंदिवस उत्कर्ष व्हावा, तो उन्नत दशेपर्यंत जावा, या हेतूने आपण सर्व गोष्टी करीत असले पाहिजे असा संदेश उपनिषदांनी दिल्याचे त्यांनी म्हटले आहे.

ख्रिस्ती धर्मात धर्मानुशासन करणाऱ्या ज्याप्रमाणे दहा आज्ञा आहेत, तशा हिंदू धर्मात नाहीत असा आरोप केला गेला. त्यावेळेस रानडेंनी उपनिषदात आत्मा परमात्मा यातील संबंध दर्शवून आत्म्याला उन्नत अवस्थेत स्थित करण्यासाठी तैत्तरीय उपनिषदांप्रमाणे इतर उपनिषदांत ज्या धर्माज्ञा सांगितल्या आहेत त्यांचे विवेचन केले.

या आज्ञा त्यांनी पुढीलप्रमाणे सांगितल्या आहेत. गुरू शिष्याला वेद शिकवून मग उपदेश करतो, तू खरे भाषण कर. धर्माप्रमाणे वाग. स्वाध्यायाच्या कामी कधीही हेळसांड करू नकोस, गुरूला दक्षिणा देऊन त्याची आज्ञा घे, आपल्या वंशाला छेद करू नकोस, धर्माविषयी कधीही हेळसांड करू नकोस, सत्य सोडू नकोस, अध्ययन करणे व शिष्यास पढविणे हे कर्तव्य विसरू नकोस, याप्रमाणेच देव व पितर यांच्यासंबंधीचे कर्तव्यास चुकू नकोस. आई, पिता, गुरू अतिथी यांना देवाप्रमाणे पूज्य मान. जी वंदय कर्मे आहेत ती करणे, वडीलधाऱ्या माणसांच्या योग्य आचरणाप्रमाणे वागण्याचा उपदेश उपनिषदांनी केला आहे. यावरून या धर्म आज्ञाच आहेत. म्हणजे धर्माने वर्तन केल्याने आपले कल्याण आहे. मनुष्याचे सुख, कल्याण, ज्यात आहेत त्या आज्ञा उपनिषदांनी केल्या आहेत.

उपनिषदांनी कल्याणकारक जे असेल ते करावे, आयुष्य ज्याच्यायोगे वाढेल ते करावे, ऐश्वर्य संपादनाचा असा उपदेश दिल्यामुळे यात वैराग्य फार आहे असे दिसत नाही. असा उपदेश ख्रिस्ती धर्मांशी तुलना करणाऱ्या तत्कालीन तरुणांना त्यांनी दिला. आत्मविचार म्हणजे आत्मा आणि परमात्मा यांचा विचार व मनुष्याने आपले कल्याण कसे आहे हे ओळखून उपनिषदांत सांगितलेल्या धर्माज्ञांचे पालन करून मनुष्याने स्वत:बरोबर इतरांनाही सुखकारक वर्तन करावे असा संदेश उपनिषदांनी दिल्याचे रानडेंनी म्हटले.

तत्कालीन समाजात पुण्य कमविण्याचे जे मार्ग कथा, कीर्तने, पुराणे वाचणे व व्रत वैकल्ये करणे इ. व खेद व्यक्त करून रानडे म्हणतात की, उपनिषदांनी सांगितलेला हा मार्ग नाही. उपनिषदांनी अर्वाचीन काळापासून धर्मविचारांची परंपरा दिली आहे. अशी परंपरा सोडून देणे चुकीचे आहे. उपनिषदांनी सांगितलेला धर्माचा प्रसार कीर्तनात, पुराणात सांगितला गेला तर धर्मसुधारणा होईल. असाही विश्वास त्यांनी व्यक्त केला. 'उपनिषदांतील उन्नत विचारांची परंपरा जर कीर्तनात, पुराणात मंदिरात सुरू होईल, तर आज जी दुष्ट विचाराची किटे वाढली आहेत, ती सहज नाहीशी होतील.'[१९०] उपनिषदांनी कर्मकांडाचा निषेध करून जो आत्मविचार सांगितला त्याच्यात मनुष्याचे कल्याण आहे व तोच सुखकारक आहे. त्याचे पालन केले असता तत्कालीन धर्मातील भ्रष्ट आचरण दूर होऊन धर्माविषयी असलेली उदासीनता दूर होईल व सत्य धर्माचा प्रकाश पडेल असे न्या. रानडेंचे म्हणणे होते.

न्या. रानडेंनी केलेले प्रार्थना समाजाच्या धर्माचे विवेचन

पूर्वीच्या शुद्धतम अशा धर्माच्या स्वरूपास अनेक उपाधींच्या योगे हल्ली जो काळिमा आला आहे, तो धुवून टाकण्याविषयी ब्राह्मो समाज व आर्य समाज या संस्थांचा जसा प्रयत्न चालला आहे, तसाच प्रयत्न प्रार्थना समाजाचा आहे असे त्यांनी प्रार्थना समाजाच्या उद्देशासंबंधी सांगितले.

परहितासारखे दुसरे स्वहित नाही असे समाजाचे सभासद मानतात. या आपल्या समजुतीप्रमाणे ते इतरांसही परमेश्वराच्या चरणांपाशी नेण्याचा प्रयत्न करीत असतात. परमेश्वराचे ज्ञान लोकांस करून द्यावयाचे, देवाच्या सेवेस इतरांस लावावयाचे, असा ज्यांचा निर्धार, त्यांचा दोष न पाहता दैवी अंश पाहावा. प्रार्थना समाज मंदिर म्हणजे भजनालय आहे. ईश्वराच्या आराधनेचे गृह आहे. येथे आत्म्याची उन्नती करणे व त्याद्वारे परमेश्वराचे स्वरूप जाणून घेणे व तरुण मंडळीचे धर्मसंबंधी प्रश्नांचे निरसन करणे हा समाजाचा उद्देश आहे. 'धर्मविषयक विचार जागृती करणे, हाच या मंदिरात होणाऱ्या उपदेशांचा मुख्य उद्देश असल्याकारणाने वर सांगितलेला आक्षेप घेण्यात आला हे मी उपदेशाचे भाग्यच समजतो.'[१९१]

समाज मंदिरात येऊन परमेश्वरप्राप्त्यर्थ साधन कोणते आहे याचेविषयी ते इतर साधकांप्रमाणे सांगत की, परमेश्वराच्या ठायी बुद्धीचा लय झाला पाहिजे, अनन्यभाव झाला पाहिजे, हा अनन्यभाव इतका होणे अवश्य आहे की, परमेश्वराच्या व आपल्या इच्छेत काहीच अंतर राहता कामा नये, म्हणजे परमेश्वराची इच्छा तीच आपली होऊन राहिली पाहिजे. अशा बुद्धीने व अंत:करणाने परमेश्वराचे भजन केले असता, परमेश्वराला जाणून घेण्यासाठी मध्यस्थाची आवश्यकता नसते. परमेश्वराची जाणीव अंत:करणापासून त्याचे मनन व प्रार्थना केल्यानेच होते, कारण उपनिषदांत म्हटल्याप्रमाणे, 'ईश्वराचे वर्णन कसे करावे याविषयी निराश होऊन वाणीमागे फिरते. मनुष्याच्या मनाला त्याचे आकलन होऊ शकत नाही. ईश्वराची उपासना भक्ती, भाव व प्रेम यांनीच होऊ शकते.' असा संदेश न्या. रानडेंनी प्रार्थना समाजाद्वारे दिला.

भागवत संतांनी म्हटल्याप्रमाणे, ब्रह्मरूप होण्यापेक्षा भगवंताचे गुणगान, भजन व कीर्तन वगैरे करण्यात अधिक आनंद व समाधान आहे, कारण देवाविषयी प्रेम व भक्ती अंत:करणात वृद्धिंगत झाली असता आपल्या कर्तव्याची जाणीव होऊन सत्कर्माविषयी अढळ अशी आवड निर्माण होते. याच विचाराचे प्रार्थना समाजातले लोक आहेत. त्यांचा मार्ग म्हणूनच भागवत संतांनी दाखविलेल्या मार्गाहून भिन्न नाही.

योगमार्ग, ज्ञानमार्गापेक्षा प्रार्थना समाज भक्तीमार्गाचा अवलंब करतो, म्हणूनच प्रार्थना मंदिरात अंत:करणपूर्वक गुणगान करून प्रार्थना करणे याला महत्त्वाचे स्थान असल्याचे त्यांनी म्हटले, यामुळेच प्रार्थनेचे महत्त्व सांगताना ते म्हणतात, 'इंद्रिय व मनोवृत्ती परमेश्वराकडे वळवून त्याच्यामध्येच रममाण होतील व कृती व हृदय ईश्वरमय होतील असे करण्यास सर्वोत्तम साधन प्रार्थना होय. उपासनेत प्रार्थनेला मुख्य जागा देण्याच्या संबंधाने सर्व धर्मांची एकवाक्यता आहे. यावरून ईश्वरप्राप्तीच्या व ईश्वर भजनाच्या सर्व साधनांत प्रार्थना आहे असे सिद्ध होते. उपासना म्हणजे ओत:प्रोत

प्रार्थनेने युक्त असते.'[१९२] अशी प्रार्थना करण्यासाठी इतर कर्मकांडांची आवश्यकता नसते. यातून परमेश्वराचा व भक्ताचा साक्षात संबंध येतो. प्रार्थना समाजात जरी प्रार्थना म्हणण्यासाठी वाद्यांचा वापर, तऱ्हेतऱ्हेचे पोषक, खुर्च्यांवर बसणे, रविवारी उपासना करणे इ. बाबी पारंपरिक नसल्या तरी प्रार्थना समाज हा भागवत धर्माचे निरूपण करतो असा रानडेंचा ठाम विश्वास होता. 'प्रार्थना समाज हिंदू धर्माचा फाटा नसल्यामुळे या मंदिरात भागवत धर्माचे निरूपण करणे हा प्रमाद होय. या आक्षेपाला विशेष स्थान आहे असे नाही.'[१९३]

प्रार्थना समाज हा हिंदू धर्माच्या विरुद्ध प्रतिपादन करीत असून, ख्रिस्ती धर्माचे अनुकरण करतो असा आरोप अनेक सनातनी पंडितांनी केला होता. त्यावेळी न्या. रानडेंनी अनेक वेळा वरीलप्रमाणे भाष्य करून प्रार्थना समाजाचा उद्देश हा हिंदू धर्माला फाटा देण्याचा नसून हिंदू धर्मातील गौतम बुद्धापासूनच्या काळापासून जी धर्मसुधारकांची परंपरा चालत आली तीच पुढे चालवत आहे. प्रार्थना समाजाचा उद्देश केवळ धर्मास आलेली मलीनता आपल्या अल्प स्वल्प प्रयत्नांनी दूर करणे व शुद्ध धर्मतत्त्वाचे प्रतिपादन करून लोकांनी नीतिमार्गाने चालण्याचा उपदेश करण्याचा आहे असे त्यांनी वेळोवेळी प्रार्थना समाजातील धर्मपर व्याख्यानात स्पष्ट केले.

डॉ. रामकृष्ण गो. भांडारकर याविषयी म्हणतात, 'आपल्या समाजामध्ये पूर्वीपासून चालत आलेले जे धर्मपंथ त्यातील ग्राह्यांशाचा आपण अवश्य संग्रह करावा असा कटाक्ष ठेवूनही रा. ब. माधवरावांनी काही व्याख्याने दिली होती आणि या पुस्तकांतही त्या प्रकारची व्याख्याने आहेत, विचारी पुरुषांसह मत पूर्णपणे मान्य आहे.'[१९४]

प्रार्थना समाजाला कोणत्या धर्माची, धर्मपंथाची, धर्मउपदेशकाची अथवा धर्मपुस्तकाची निंदा करावयाची नाही, तर त्यांना योग्य तो सन्मान देऊन त्यातील योग्य गुणांचे ग्रहण करावे, कारण परमेश्वराचा हेतूच तसा असल्याचा विश्वास त्यांना होता. ज्याप्रमाणे १९ व्या शतकातील सर्वच सुधारकांचा विश्वास होता की इंग्रजी राज्य हे ईश्वराचीच योजना; त्याप्रमाणेच न्या. रानडेंचा विश्वास होता. यामुळेच कोणत्याही धर्माची निंदा न करता ग्राह्यांश तेवढा घेऊन आपली आत्मोन्नती करावी हाच हेतू होता.

अशा प्रकारे हिंदू धर्मतत्त्वे मुख्य मानून त्यासोबत इतर धर्मांतील योग्य त्या धर्मतत्त्वाचा अवलंब करण्यास प्रार्थना समाजाची हरकत नाही असे त्यांचे प्रतिपादन असे. प्रार्थना समाजाने हिंदू, ख्रिश्चन व इतर धर्मांतील उदाहरणे सांगून सत्कर्माचे मार्गदर्शन तरुणांना न्या. रानडेंसारख्या पारंपरिक हिंदू धर्म व ख्रिस्ती धर्म समजून घेणाऱ्या प्रगल्भ विचारांच्या धर्मसुधारक हिंदू धर्माची महती सांगून त्याचे रक्षणच केले.

शेवटी प्रार्थनेचा उद्देश सांगताना ते म्हणतात, 'आपल्या प्रार्थनेचा, आराधनेचा नेहमी उद्देश हा असतो की, परमेश्वराच्या कृपेखाली आपण सदा असावे.'

अशा रीतीने न्या. रानडेंनी प्रार्थना समाजाचा उद्देश हा हिंदू धर्मातील भ्रष्ट, अनिष्ट आचार-विचारांना नष्ट करून भक्तीमार्गाद्वारे शुद्धतम धर्माची वाढ करण्याचा असल्याचे सांगितले.

न्या. रानडेंनी केलेली हिंदू धर्माची समीक्षा व प्रार्थना समाजावर घेतलेल्या आक्षेपांचे निरसन

हिंदू धर्माच्या इतिहासाच्या अभ्यासावरून त्यांचा असा विश्वास होता की, जेव्हा जेव्हा धर्मासंबंधी संकटे येतात, तेव्हा तेव्हा ईश्वराने प्रेरणा दिल्यामुळे धर्मावरील संकटे दूर होऊन धर्माची व्यवस्था झाली.

यामुळेच हल्लीच्या काळी तो परमेश्वर आपणास सोडून चालता झाला व आपली त्यास काही काळजी वाटत नाही असे मानणे चुकीचे आहे. या काळात ख्रिस्ती धर्माचा जो प्रभाव तत्कालीन तरुणांवर पडत चालला होता तो दूर करण्यासाठीच त्यांनी ऐतिहासिक दाखले दिले. कलियुगाचा हा काळ यावेळी धर्मात व समाजात अव्यवस्था व अनाचार व्हावयाचाच अशी दृढ समजूत करून घेऊन उदासीन होण्याचे कारण नाही असे सूक्ष्म रीतीने दिसून येईल असे त्यांनी सांगितले, कारण सर्व देशभर धर्म व हिंदू आचारविचारांचा जो विचार होत आहे, यावरून धर्मरूपी वृक्षाला अंकुरच फुटत आहे असे दिसून येते. या वृक्षरूपी हिंदू धर्माचे वर्णन त्यांनी पुढील शब्दात केले आहे. 'आपण वरील पापुद्रा जरा एकीकडे केला व या पुरातन धर्म व आचार वृक्षाचा गाभा पाहिला, तर त्यात तेज आहे, रस आहे, जीवन आहे व तो वठून गेला आहे असा जो भास होतो, तो चुकीचा आहे, असे आपणास दिसेल. हालचाल चालू आहे. राष्ट्रातील प्रत्येक भागात विचार होत आहे, व्यक्तिश: काही तरी संकल्पाच्या रूपाने प्रयत्न चालू आहे असे आपणास कळून येईल. राजकीय गोष्टींच्याच विचाराकडे या देशातील सर्वस्वी कल आहे व धर्म आणि आचार याविषयी काही विचार चालू नाही असे जे कित्येकांच्या म्हणण्यात येते, ते सर्वांशी बरोबर नाही, असे सूक्ष्म विचारांती दिसेल.'[१९५]

धर्मासंबंधी तरुणांची उदासीनता घालविण्यासाठी न्या. रानडेंनी १९ व्या शतकातील धर्मस्थितीचे वरीलप्रमाणे विवेचन केले. धर्म आणि आचार यांत सुधारणा झाली पाहिजे असे प्रत्येक विचारी हिंदू मनुष्याला वाटत असल्याचे त्यांनी सांगितले.

परमेश्वर संकटकाळी आपले रक्षण, पोषण आणि पालन करण्यास सिद्ध आहे हे मनात वागवून आपण आपले आचरण शुद्ध ठेवावे. आपला देश फार पुरातन व

आपला धर्मही अनादी कालचा आहे. इतर देशांचा इतिहास हा पाचशे, सातशे, हजार वर्षांचा जुना आहे, परंतु आपल्या या देशाची गोष्ट तशी नाही. तेव्हा हा मजबूत धर्मवृक्ष अगदी वठून जाईल असे नाही.

या पुरातन धर्मरूपी प्रवाहाला अनेक साधू संतांनी आपल्या विचारप्रवाहांनी सतत जिवंतच ठेवले आहे. अनेक पंथांनी या धर्माला नवजीवनच दिले आहे. याच प्रकारे प्रार्थना समाजाचेही कार्य असल्याचे त्यांनी स्पष्ट केले.

हिंदू धर्माचे स्वरूप समजून सांगण्यासाठी त्यांनी हिंदू धर्माला गंगानदी, केळीचा खुंट, वटवृक्ष याचे रूपक वापरले आहे. ते म्हणतात, 'हिंदू धर्म हा गंगा नदीप्रमाणे आहे. गंगा नदी मूळ उगमापाशी अतिशय लहान असता, मुखापाशी एखाद्या समुद्राप्रमाणे विस्तीर्ण झाली आहे. मुखाचे अंगास तिचे पात्र पाहिले असता लोकांत तिजविषयी जी पूज्यबुद्धी आहे ती व्यर्थ आहे, असे म्हणता येत नाही. पण, गंगेस जे एवढे महत्त्व आले ते कशाने आले?' तिच्या मूळच्या प्रवाहापासून नव्हे तर तिला वाटेत अनेक नद्या-नाले मिळाले असा दृष्टांत देऊन न्या. रानडे पुढे म्हणतात की, अशा प्रकारे अनेक प्रवाह जर गंगेला मिळाले नसते तर आज ज्याप्रकारे सरस्वती नदी लुप्त झाली त्याप्रमाणेच गंगाही झाली असती. हिंदू धर्माची स्थितीही गंगेप्रमाणेच आहे. त्याच्यात जर अनेक पंथांच्या निरनिराळ्या विचारांची भर पडली नसती तर त्याला आज आहे एवढे सामर्थ्य कधीही आले नसते. सूक्ष्म दृष्टीने पाहणारास हिंदू धर्मात मुसलमानी धर्माचाही अंश मिळाल्याचे दिसून येईल. वैदिक धर्मानंतर जो जबर प्रवाह या देशात आला, त्यालाही हिंदू धर्माने आपल्या प्रवाहात सामील करून घेतले. यात बौद्ध मतापासून भागवत धर्माचा समावेश होत असल्याचे त्यांनी म्हटले.

प्रार्थना समाजाची आवश्यकता काय? असा प्रश्न विचारणाऱ्यांना ते वरील संदर्भ देऊन म्हणतात, 'ज्या कोणास आपल्या धर्माचा अभिमान असेल त्यांनी हा धर्म विचाराचा ओघ सतत वृद्धी पावेल, असाच यत्न केला पाहिजे. ज्यास त्याची अवस्था सरस्वती नदीसारखी करणे असेल, त्यांनी पाहिजे तर ती खुशाल करावी, पण ते धर्मरक्षक व प्रसारक न होता धर्मविध्वंसक मात्र होतील.'

यानंतर त्यांनी हिंदू धर्मातील केळीच्या झाडाचा दृष्टांत दिला आहे. यात ते म्हणतात की, केळीचा खुंट लावला असता त्यास प्रथम एक पान येते. प्रत्येक पान पूर्वीच्यापेक्षा अधिक मोठे आले तरच झाड चांगल्या स्थितीत आहे असे समजावे कोणीतरी या विस्ताराचा कंटाळा करून एकच पान असले तरी समाधान मानून स्वस्थ राहिला तर त्याला समंजस म्हणता येणार नाही, त्याचप्रमाणे हिंदू धर्माची वाढ वैदिक

काळापासून आजपर्यंत केळीच्या झाडाप्रमाणे उत्तरोत्तर होत आली आहे व ती होणे आपणास इष्टच आहे.

यानंतर तिसरा दृष्टांत त्यांनी वटवृक्षाचा दिला आहे. वटवृक्षास नव्या नव्या पारंब्या फुटून त्या जमिनीत जाऊन त्यांचीच पुढे मोठमोठाली खोडे होतात व तोच त्या वृक्षास आधारभूत होतो. नव्या खोडांच्या आधाराशिवाय एवढा मोठा वृक्ष कधीही उभा राहू शकत नाही. याप्रमाणेच हिंदू धर्मातील प्रार्थना समाजासारखे धर्मपंथ हे मुख्य धर्माला आधार देणारेच आहेत असा दृष्टांत त्यांनी दिला. 'जसा मुख्य वटवृक्षाचा व त्यास फुटणाऱ्या नव्या पारंब्यांचा संबंध, तसाच हिंदू धर्माचा व ह्या नवीन दिसणाऱ्या पंथांचा आहे. तेव्हा मुख्य मुद्दा जो प्रार्थना अगर ब्राह्म समाजाचा पंथ का निघत नाही, याचे उत्तर या पूर्व विवेचनावरून उघडच निघत आहे. ते हे की, धर्मव्यवस्था सतत वृद्धी पावत रहावी, म्हणून या पंथाचा उद्भव होत आहे.'[११६]

असा प्रार्थना समाज हा हिंदू धर्माच्याविरुद्ध नसून हिंदू धर्माला उभारी देण्यासाठी त्याची स्थापना झाली आहे.

प्रार्थना समाजावर असाही आक्षेप घेण्यात येत होता की, हिंदू धर्मात नवीन भर घालण्यासारखे साधू संत नाहीत. या आक्षेपास उत्तर देताना न्या. रानडे म्हणतात, 'जुन्या धर्मव्यवस्थेचे स्वरूप बदलून नवी व्यवस्था अमलात आणावी, असे जरी सामर्थ्य आम्हामध्ये नसले, तरी जे काही अल्पविचार आमच्या मनात आले आहेत, ते जागृत ठेवणे, हे आमचे कर्तव्य असल्याचे त्यांनी म्हटले आहे. या कर्तव्यास जागूनच प्रार्थना समाजाद्वारे आम्ही धर्मजागृती करत असल्याचे सांगितले.'

प्रार्थना समाजाच्या सभासदांवर हे उतावीळ सुधारक आहेत. या दोषाचेही त्यांनी निरसन केले. वास्तविक विचार केला असता समाजावर घेतले जाणारे आक्षेप हे गैरसमजामुळे आहेत. समाज त्या आक्षेपाला मुळीच पात्र नाही असे त्यांनी म्हटले.

विष्णूशास्त्री चिपळूणकर व लो. टिळक यांनी प्रार्थना समाज म्हणजे ख्रिस्ती धर्माचे केवळ अनुकरण होय असा आरोप केला होता.

या आरोपाला उत्तर देताना ते म्हणतात की, अशी नवीन धर्मव्यवस्था आज या समाजानेच फक्त केली आहे काय? किंवा इंग्रज लोक या देशात येण्यापूर्वी कोणताही धर्मपंथ निघाला नव्हता का? किंवा यापूर्वी धर्मसुधारणेसाठी प्रयत्न केले नव्हते का? उदाहरण देताना ते सांगतात की, गुजराथमध्ये स्वामी नारायण पंथ, पुष्कळ फैलावत चालला आहे तो 'अनुकरण' करण्याकरिताच काढणाऱ्याने काढीला काय? असे म्हणणे म्हणजे मोठा प्रमाद होय.

वरीलप्रमाणे ऐतिहासिक विवरण देऊन ते प्रार्थना समाजाच्या स्थापनेच्या

कारणासंबंधी म्हणतात, अशी योग्य कारणे इतर पंथांच्या लोकांस दिसली, तशीच योग्य कारणे या समाजाच्या संस्थापकांस दिसली, म्हणून या समाजाची चोहोंकडे स्थापना होत आहे. प्रचारात असलेल्या व्यवस्थेत विशेष न्यूनता दिसून तिजमुळे चित्तास शांती प्राप्ती होईनाशी झाली, म्हणजे नवीन पंथाची स्थापना होत असते, तशाच कारणांनी प्रार्थना व ब्राह्मो समाजाची स्थापना झालेली आहे.

प्रार्थना समाजाचे सभासद इंग्रजांचे सर्व प्रकारचे अनुकरण करतात व त्यांचा धर्मपंथही ख्रिश्चन धर्म व मिशनरींचे अनुकरण करतो. अनेक देवळे, अनेक पंथ व अनेक उपदेशक असताना प्रार्थना समाजाची आवश्यकता काय? या प्रकारे आक्षेप प्रार्थना समाजावर घेतले जात. त्याला वरीलप्रमाणे उत्तर देऊन न्या. रानडेंनी स्पष्ट केले की, प्रार्थना समाज हा हिंदू धर्माचा काटा नसून, त्या विश्वाला वटवृक्षाची एक शाखाच आहे व ती मुख्य वटवृक्षरूपी हिंदू धर्मास मजबुती देणारीच आहे.

हिंदू धर्माचा बागुलबोवा पुढे करून परंपरा न सोडणाऱ्या सुधारकांचा आमचा वर्ग नाही, कारण परंपरा धरून जर कार्यभाग होत नसेल तर आम्ही ही परंपरा मानत नाही. हिंदू धर्मात ज्या अनेक अनिष्ट परंपरा समाविष्ट झाल्या आहेत, जसे समुद्रप्रवास करू नये. केल्याने धर्मोल्लंघन होईल. परंतु समुद्रातून प्रयाण केल्याने आम्ही एखादे पातक केले असे जोपर्यंत आमची मनोदेवता सांगत नाही, तोपर्यंत आम्ही अशा धार्मिक परंपरा मानू शकत नाही; असे प्रार्थना समाजावर परंपरा सोडून वागण्याचा आरोप करणाऱ्यांना न्या. रानडेंनी निक्षून सांगितलेले दिसून येते. 'प्राचीन परंपरेत जे ग्राह्य असेल, ते घेण्यास आम्ही तयार आहोत, परंतु ज्या गोष्टी सदसद्विवेकास सोडून आहेत, त्या मात्र आम्ही टाकणार व आमच्या मनोदेवतेस योग्य दिसेल असे आचरण ठेवणार. प्रार्थना समाज, ब्राह्म समाज वगैरे संस्था या तिसऱ्या वर्गाचे निदर्शक होते.' असे सुधारकांच्या वर्गासंबंधी व प्रार्थना समाजावर परंपरा तोडल्याचा आरोप करणाऱ्यांना त्यांनी सांगितले. विवेकाने योग्य दिसणाऱ्या गोष्टी केल्या पाहिजेत व तसा आग्रह लोककल्याणाकरिता लोकांना केलाच पाहिजे, त्याशिवाय समाजातील अनिष्ट प्रथा नष्ट होणार नाहीत असा त्यांचा ठाम विश्वास होता.

प्रार्थना समाजाच्या बाह्य स्वरूपावर म्हणजे सभासदांचे इंग्रज समाजाप्रमाणे पोषाख, आचार करण्याची तऱ्हा इ.चे परीक्षण करून त्यांच्या अंतर्गुणासंबंधी तर्क बांधणे बरोबर नव्हे. यासाठी प्रार्थना समाजाच्या सहवासाशिवाय प्रार्थना समाज हिंदू धर्माबाहेर नाही हे लक्षात येईल. 'समाजाच्या भोवती घिरट्या घालणाऱ्यास, अथवा सभासदांचे हरतऱ्हेचे पोषाख, खुर्च्यांवर बसणे, फक्त रविवारी ख्रिस्ती लोकांप्रमाणे उपासनेस जमणे वगैरे वरवरचे प्रकार पाहाणारांस या संस्थेच्या खऱ्या स्वरूपाची

ओळख होत नाही. तर तुम्ही हिच्या संबंधाने ओळख म्हणून जो विशेष भाग आहे त्याचा लाभ करून घ्या.'[१९७] असे प्रार्थना समाजावर टीका करणाऱ्यांना त्यांनी सांगितले.

आर्य धर्म हा सर्वव्यापी असून त्यात एकेकाळी, एका पुरुषाला ईश्वराने दृष्टांत दिला व सर्वत्र अंधार ठेवला किंवा अमुक एका ग्रंथाची महती गायली असे याचे स्वरूप नसून प्रत्येक काळी हिंदू धर्मसुधारकांनी हिंदू धर्म तत्त्वज्ञान अनेक स्वरूपांत विशद केल्याचे त्यांनी नमूद केले.

ख्रिस्ती मताच्या प्रभावाखाली येण्यापासून तरुणांना परावृत्त केले

मुंबई शहरात शिक्षणानिमित्त आलेल्या तरुण पिढीवर ख्रिश्चन धर्म मताचा व ख्रिश्चन मिशनऱ्यांचा प्रभाव पडत चालला होता. पुण्यासारख्या विद्वानांच्या शहरांवरही मिशनऱ्यांच्या कार्याचा प्रभाव पडत चालला होता. यात महात्मा फुले, बाबा पद्मनजी व प्रार्थना समाजाच्या संस्थापकांवरही ख्रिश्चन धर्माचा प्रभाव पडला होता. न्या. रानडेंनी ख्रिस्ती धर्माच्या प्रभावाविषयी पुढीलप्रमाणे भाष्य केले आहे. 'ख्रिस्ताच्या धर्माचे संस्कार आपल्या मनावर होत आहेत. एकत्र जमून काम करण्याचे सामर्थ्य, याविषयी तिरस्कार, अन्याय वगैरे हे चालावयाचेच. अशा प्रकारे औदासीन्य जाऊन अन्यायाचा द्वेष, स्त्री-पुरुषांच्या वास्तविक योग्यतेचे ज्ञान, औदार्य आणि बंधुप्रेम, आचारविचार स्वातंत्र्य हे सारे जे ख्रिस्त्याच्या धर्माचे गुण आहेत ते आपल्या राष्ट्राच्या अंग स्वभावात सामील करणे, हे सध्याच्या कालाचे आपले कर्तव्य आहे आणि ते काम सर्व देशभर चालू आहे.'[१९८] अशा प्रकारे विद्वानांनी ख्रिस्ती धर्म व मिशनऱ्यांपासून चांगले गुण आत्मसात करणे योग्यच होते, परंतु स्वधर्म सोडून परधर्मात जाणे म्हणजे राष्ट्रवादाची प्रतारणा करण्यासारखेच होते.

इंग्रज हे जेते म्हणून श्रेष्ठ व त्यांची प्रत्येक गोष्ट, धर्म, विचार अनुकरणीय या प्रकारची विचारसरणी इंग्रजी शिक्षितांमध्ये विकसित होत होती. यामुळे ख्रिस्ती धर्मात जाण्याचा धोका वाढला होता. जर मिशनऱ्यांच्या प्रभावाखाली जाऊन तरुणांनी ख्रिस्ती धर्म स्वीकारण्याची परंपरा सुरू केली असती तर आपला समाज, धर्म व पर्यायाने राष्ट्रच निकृष्ट दर्जाचे आहे व इंग्रज श्रेष्ठ वंशाचे, धर्माचे आहेत असा समज होऊन आपल्या राष्ट्राबद्दल न्यूनगंड तरुणांमध्ये निर्माण झाला असता हा धोका तत्कालीन हिंदू सुधारकांनी ओळखला होता.

तसाच तो न्या. रानडेंनीही ओळखला होता, असे त्यांच्या धर्मपर व्याख्यानांवरून दिसून येते. तरुणांच्या मनांमधील हिंदू धर्माबद्दल झालेली हीन भावना व ख्रिस्ती धर्माबद्दल असलेले आकर्षण दूर करण्यासाठीच त्यांनी ख्रिस्ती धर्मीयांची व हिंदू धर्म तत्त्वांची अनेक वेळा तुलना करून हिंदू धर्माची श्रेष्ठता प्रतिपादन केली.

ख्रिस्ती धर्मातील काही श्रेष्ठ धर्मतत्त्वे आपणांस मान्य आहेत असे सांगून प्रार्थना समाज कोणत्याही धर्माला अथवा धर्म उपदेशकांना नीच समजत नसून त्यांना योग्य तो मान देत असल्याचे त्यांनी प्रतिपादन केले. 'आमच्या प्रार्थना समाज पंथाचा विशेष गुण हाच आहे की, सर्व धर्मगुरू, सर्व धर्मपुस्तके आम्हास पूज्य आहेत व सर्वात जे चांगले असेल ते ग्राह्य करण्यास आमची हरकत नाही.'[१९९] अशा प्रकारे ख्रिस्ती धर्मातील काही तत्त्वेही उच्च आहेत, तथापि त्यासारखी धर्मतत्त्वे स्व-धर्मातही असल्याचे त्यांनी अनेकदा स्पष्ट केले.

ख्रिस्ती धर्मानुयायांकडून हिंदू धर्मावर अशा प्रकारे दोषारोप केला जात असे की, ख्रिस्ती धर्मात संयमन, आचरणासाठी बंधनकारक व पापनाशासाठी धर्म आज्ञा आहेत व त्यामुळे ख्रिस्ती मनुष्यावर ज्याप्रमाणे नीतीने आचरण करण्याचे बंधन पडते तसे बंधन हिंदू धर्म अनुयायांवर पडत नाही, यामुळेच अनुशासनरहित अशा हिंदू धर्मापेक्षा धर्मानुशासनाने चालणारा धर्म स्वीकारण्याची परंपरा सुरू केली असती तर आपला समाज, धर्म व पर्यायाने राष्ट्रच निकृष्ट दर्जाचे आहे व इंग्रज श्रेष्ठ वंशाचे, धर्माचे आहेत असा समज होऊन आपल्या राष्ट्राबद्दल न्यूनगंड तरुणांमध्ये निर्माण झाला असता हा धोका तत्कालीन हिंदू सुधारकांनी ओळखला होता. तसाच तो न्या. रानडेंनीही ओळखला होता. असे त्यांच्या धर्मपर व्याख्यानांवरून दिसून येते. तरुणांच्या मनांमधील हिंदू धर्माबद्दल झालेली हीन भावना व ख्रिस्ती धर्माबद्दल असलेले आकर्षण दूर करण्यासाठीच त्यांनी ख्रिस्ती धर्माची व हिंदू धर्मतत्त्वांची अनेकवेळा तुलना करून हिंदू धर्माची श्रेष्ठता प्रतिपादन केली.

ख्रिस्ती धर्मातील काही श्रेष्ठ धर्मतत्त्वे आपणास मान्य आहेत असे सांगून प्रार्थना समाज कोणत्याही धर्माला अथवा धर्मउपदेशकांना नीच समजत नसून त्यांना योग्य तो मान देत असल्याचे त्यांनी प्रतिपादन केले. 'आमच्या प्रार्थना समाज पंथाचा विशेष गुण हाच आहे की, सर्व धर्मगुरू, सर्व धर्मपुस्तके आम्हास पूज्य आहेत व सर्वात जे चांगले असेल ते ग्राह्य करण्यास आमची हरकत नाही.'[२००] अशा प्रकारे ख्रिस्ती धर्मातील काही तत्त्वेही उच्च आहेत, तथापि त्यासारखी धर्मतत्त्वे स्व-धर्मातही असल्याचे त्यांनी अनेकदा स्पष्ट केले.

ख्रिस्ती धर्मानुयायांकडून हिंदू धर्मावर अशा प्रकारे दोषारोप केला जात असे की, ख्रिस्ती धर्मात संयमन, आचरणासाठी बंधनकारक व पापनाशासाठी धर्म आज्ञा आहेत व त्यामुळे ख्रिस्ती मनुष्यावर ज्याप्रमाणे नीतीने आचरण करण्याचे बंधन पडते तसे बंधन हिंदू धर्म अनुयायांवर पडत नाही, यामुळेच अनुशासनरहित अशा हिंदू धर्मापेक्षा धर्मानुशासनाने चालणारा ख्रिस्ती धर्मच श्रेष्ठ असा प्रचार ते करीत.

न्या. रानडे यावर म्हणतात की, ख्रिस्ती धर्मात अनुशासन ठरविण्यास ज्या दहा आज्ञा सांगितल्या आहेत, त्या प्रकारच्या आज्ञा तैत्तिरीय उपनिषदांसारख्या ग्रंथात गुरूने शिष्याला आज्ञा दिल्याचे सांगितले. त्या आज्ञा पुढीलप्रमाणे असल्याचे ते म्हणतात, 'खरे भाषण कर, धर्माप्रमाणे वाग, गुरूला दक्षिणा देऊन त्याची आज्ञा घे, आपल्या वंशाला छेद करू नकोस, अध्ययन करणे व पढविणे ही आपले कर्तव्ये विसरू नकोस, माता-पिता, अतिथी यांचा आदर कर, अनुचित कर्मे करू नकोस, श्रद्धेने दान कर, आपल्या वर्तनाविषयी संशय प्राप्त झाला असता, विचारवान, दयाळू, धर्मनिष्ठ असे जे ब्राह्मण असतील त्यांचेप्रमाणे वागत जा.'

पूर्वी वेद पठणासाठी शिष्य गुरुगृही राहात असत. अध्ययन पूर्ण झाल्यानंतर संसारात प्रवेश करतेवेळी व नंतर शिष्याने कसे वागावे, अशाविषयी गुरू शिष्यांस उपदेश करीत असे. 'वर जी उपनिषदांतील अनुशासने दिली आहेत त्यात ख्रिस्ती धर्मात ज्याप्रमाणे याच स्पष्ट धर्माज्ञा आहेत त्याप्रमाणे काही स्पष्ट अनुशासने का केली नाहीत, अशी शंका येथे केल्याचा संभव आहे. ख्रिस्ती धर्मातील आज्ञांत माझ्याशिवाय दुसरा देव नाही. मी मोठा चिडखोर देव आहे... वगैरे वाक्ये आहेत. तसा प्रकार उपनिषदातील अनुशासनात नाही.' असे सांगून त्याचे स्पष्टीकरणही त्यांनी दिले आहे. ते पुढे असेही म्हणतात की, 'ख्रिस्ती धर्मातील उपनिषदांतील नीतीच्या आज्ञा बहुतेक सारख्याच आहेत.' तत्कालीन पिढीला अशा प्रकारे तुलना करून दाखविणे आवश्यक होते. हिंदू धर्मातील दोष व गुण दाखविणे आवश्यक होते. जे गुण ख्रिस्ती धर्मात आहेत, ते गुण हिंदू धर्मातही आहेत, फक्त त्या धर्मग्रंथांचे अध्ययन करून त्या नियमांचे पालन केले पाहिजे. यासाठी धर्मांतर करण्याची आवश्यकता नाही असे प्रतिपादन केले.

ख्रिस्ती धर्माचा व हिंदू धर्माचा भेद दाखविताना त्यांनी म्हटले की, ख्रिस्ती धर्म हा बांधून गेला आहे. तशी स्थिती हिंदू धर्माची नाही, कारण ख्रिस्ती लोकांनी काउन्सिल भरून धर्माच्या मर्यादा अगदी ठरवून टाकल्या आहेत, त्याचप्रमाणे आपल्या बौद्ध धर्माचीही अनेक काउन्सिले भरून (सभा) त्या धर्माचाही असाच प्रकार झालेला आहे. महमदी धर्माची व्यवस्थाही अशीच आहे, परंतु हिंदू धर्माची स्थिती तशी नाही. त्याची काउन्सिले भरून त्याला नियमबद्ध केलेले नाही. तो धर्म प्राचीन काळापासून विकसित होत जाणारा धर्म आहे, पण हिंदू धर्माची वाढ सदा सुरू आहे. महाभूतांची पूजा, मूर्तींची पूजा, अनेक देवतांची पूजा, एकेश्वरीमत असा सुधारणेचा क्रम सतत चालू आहे. आमच्या इकडे सर्व मते आहेत. असे सांगून त्यांनी प्रचलित हिंदू धर्मातील अनेक पंथांची वैशिष्ट्ये वर्णन करून हिंदू धर्मातील रहस्याचा उलगडा

केला. देशाच्या कोणत्याही भागात गेलो, तरी धर्मसंबंधाने परकीयपणा वाटत नाही, सहज ऐक्य होते. हा एक हिंदू धर्मात फार उत्तम गुण आहे. आमच्या धर्मामध्ये कोणत्या एका तत्त्वाविषयी हट्टीपणा नाही. ख्रिस्ती लोक इतर लोकांस अनंत काळच्या नरकात लोटतात, पण हिंदू धर्म तसे करीत नाही.

हिंदू धर्माला कोणते एखादे पुस्तक नाही किंवा फक्त एक उपदेशक नाही किंवा कोणा एका उपदेशकाचे उपदेश मानणे बंधनकारक नाही. धर्मपुस्तके मर्यादित नाहीत. त्याचा ओघ सतत वाहात आहे. श्रृती, स्मृती, पुराणे, यापासून तो हल्लीच्या प्राकृत ग्रंथांपर्यंत हा ओघ चालू असून, तो पुढेही खुंटून राहणार नाही, तो सतत चालू राहील, यामुळे देशात हिंदू धर्माच्या मुख्य वैशिष्ट्यास धरूनच अनेक धार्मिक मते उदयास आली. त्यामुळे त्यांच्याबद्दल परकेपणा वाटत नाही व धार्मिक ऐक्य साधले जाते. या विविध गुणांनी संपन्न असलेल्या हिंदू धर्माचा त्याग ज्ञानीजन करू शकत नाहीत, असेही त्यांनी तरुणांना उद्देशून म्हटले. 'देशाच्या कोणत्याही भागात गेले, तरी धर्मसंबंधाने परकीपणा वाटत नाही, सहज ऐक्य होते. हा एक हिंदू धर्मात फार उत्तम गुण आहे. ज्या आमच्या लोकांस या धर्माचे रहस्य कळले आहे ते कधी तरी धर्माचा त्याग करतील, असे कोणास वाटेल, तर ती याची मोठी चूक होणार आहे.'[२०१] अशा प्रकारे हिंदू धर्माची ख्रिस्ती धर्माशी तुलना करून हिंदू धर्माच्या अनेक वैशिष्ट्यांमुळे हिंदू धर्माची श्रेष्ठता कशात आहे ते दर्शवून धर्म त्यागापासून परावृत्त करण्याचा यशस्वी प्रयत्न त्यांनी केला.

हिंदू धर्मात मूर्तिपूजा, जातिभेद, स्पर्शास्पर्श, यासारख्या दोषांवर मिशनरी बोट ठेवत व तत्कालीन सुशिक्षितांना ते पटतही असे. परंतु न्या. रानडे म्हणत की, अशापैकी कोणतीही गोष्ट खऱ्या हिंदुत्वास आवश्यक नाही.

आमच्या धर्मात अनेक दोष निर्माण झाले असले तरी शुद्ध धर्म तत्त्वज्ञानाचा प्रसार केल्याने ते दूर होतीलच, कारण धर्माचा पाया शुद्ध धर्मतत्त्वावरच आधारित आहे व प्रार्थना समाजाची खटपट ही या धर्मतत्त्वाचा प्रसार करण्याचीच असल्याचे सांगितले. त्यांचा हा उद्योग सत्य मार्गानेच चालला आहे व त्यात यश येईलच असा त्यांना ठाम विश्वास होता.

त्यांनी भागवत धर्म व ख्रिस्ती धर्म यांची तुलना केली. भागवत धर्मात व ख्रिस्ती धर्मात पुष्कळ गोष्टींत साम्य आहे. परमात्मा चैतन्यरूप सागर असून त्याचेच ठिकाणी आपले जीवन आहे हे तत्त्व दोन्ही धर्मांना मान्य आहे. दोनही धर्मात अवतार आहेत. भेद इतकाच की, अनेक अवतार आहेत. या प्रकारचे इतर साम्य सांगून त्यांनी भागवत धर्म ख्रिस्ती धर्मापेक्षा कसा निराळा आहे हे दाखविताना सांगितले की,

भागवत धर्म हा ऐतिहासिक (ख्रिस्ती धर्माप्रमाणे) मर्यादित नाही. सर्व साधूंच्या उपदेशांना त्यात स्थान आहे. अमकाच एक ग्रंथ प्रमाण नाही. त्याच्या धर्मविचारांचा ओघ सतत वाढत जाणार आहे. तो कधी कुंठित व्हावयाचा नाही. एकाच जन्मात जी काय आत्म्याची उन्नती होईल तीच तेवढी सार्थकता, असे त्याचे मत नाही. या धर्मात विश्व ही ईश्वराची कृती एवढीच समजूत नाही, तर ईश्वर हा विश्वाचा आत्मा व तो त्यास चेतना देतो अशी भावना आहे, यामुळेच परधर्म सहिष्णुता, स्वार्थत्याग, मनुष्याविषयीचे प्रेमच नव्हे, तर सर्व जीवमात्राविषयी प्रेम याविषयीचे शिक्षण भागवत धर्म देतो, यामुळेच ख्रिस्ती धर्मात जाण्याची आवश्यकता नाही असे त्यांनी प्रतिपादन केले. 'धर्मांतर न करिता सर्व धर्मांतून चांगले तेच घ्यावे. हाच श्रेयस्कर मार्ग होय व हाच ईश्वरास पसंत आहे. आपलेही त्याच संबंधाने श्रेय चालले आहेत. तेच सदोदित चालवावे, हेच आपले कर्तव्य होय.'[२०२]

डॉ. मिलर नावाच्या ख्रिस्ती उपदेशकाने ख्रिस्ती लोकांना जो उपदेश केला आहे त्याचा संदर्भ त्यांनी हिंदू धर्माची श्रेष्ठता दर्शविण्यासाठी केला आहे. हा उपदेश असा होता की, प्रोटेस्टंट किंवा कॅथलिक धर्मोपदेशकाने हिंदुस्थानात पाय ठेवण्यापूर्वीही या देशावर ईश्वराचे प्रेम होते व हिंदू धर्मात जरी दोष असले, तरी त्यात उत्तम धर्मतत्त्वे आहेत, हे ख्रिस्त्यांनी नेहमी ध्यानात ठेवावे. हा संदर्भ देऊन न्या. रानडेंना सांगावयाचे होते की, ख्रिस्ती जगतानेही हिंदू धर्माचे श्रेष्ठत्व मान्य केले आहे, यामुळे कितीही ख्रिस्ती संस्था येथे आल्या तरी हिंदुस्थान आपली धर्मविचार पद्धती सोडणार नाही. असा मला विश्वास आहे असे मत त्यांनी व्यक्त केले.

न्या. रानडेंनी तरुणांमधील ख्रिस्ती धर्माचे आकर्षण दूर करण्यासाठी जी ख्रिस्ती व हिंदू धर्माची तुलना केली त्याविषयी विविध ज्ञानविस्ताराने त्यांच्यावर यथार्थ भाष्य केले आहे. ते असे की, इंग्रजी शिक्षणाच्या व मिशनरी लोकांच्याद्वारे आमच्या लोकांस पाश्चिमात्य तत्त्वज्ञान व ख्रिस्ती अध्यात्मविद्या यांची माहिती होऊ लागली आणि इकडे मॅक्समुलर साहेबांच्या ग्रंथाच्याद्वारे आपले संस्कृत ज्ञानभांडार खुले होऊन स्वत:च्या धर्मविचाराची बुजलेली ओळख पुन्हा होऊ लागली. अशावेळी या परस्परविरोधी भासणाऱ्या तत्त्वांच्या झगड्यात सापडून कोणाचेही मन गोंधळून जाणे अगदी साहजिक होते. अशावेळी ज्याने दोन्ही तत्त्वांचा पूर्ण अभ्यास करून त्यांचे पूर्ण चिंतन केले आहे अशा गुरूची फार आवश्यकता होती आणि महाराष्ट्राच्या सुदैवाने असा गुरू त्याला लवकरच भेटला. 'माधवरावजी रानडे यांनी ज्याप्रमाणे आपल्या षड्दर्शनांचा त्याचप्रमाणे पाश्चिमात्य तत्त्वज्ञानाचाही यथार्थ रीतीने अभ्यास करून या दोघांचा खरा विरोध व खरे साम्य कोठे व किती आहे व या दोघांची सांगड कोणत्या

रीतीने घालता येईल याविषयी फार खोल विचार केला होता, इतकेच नाही तर आपल्या इकडे उपनिषद धर्म किंवा श्रीभगवद्गीतेत प्रतिपादिलेला धर्म यास सर्वोत्कृष्ट मानतात ते का, या धर्माचा चांगुलपणा कशात आहे, ख्रिस्ती लोक जे त्याची निंदा करीत असतात, त्यात वास्तविक तथ्य किती आहे, उपनिषद धर्मात आणि पुढे साधुसंतांनी प्रतिपादिलेल्या भागवत धर्मात किती अंतर आहे व हल्लीच्या मन्वंतरांत कोणती धर्मतत्त्वे लोकांस मान्य होण्याजोगी आहेत व कोणती नाहीत, वगैरे बारीकसारीक पण महत्त्वाच्या गोष्टींबद्दलही खोल विचार केला होता व आपल्या विचारांचा लाभ ते प्रार्थना समाजातल्या व्यासपीठांवरून व्याख्यानांच्या व उपदेशांच्याद्वारे तरुण जनांस करून देत असत.'[२०३] विविध ज्ञानविस्तारात न्या. रानडेंच्या या कार्यासंबंधी पुढे असेही भाष्य केले आहे की, प्रार्थना समाज ख्रिस्ती धर्माचे अनुकरण करतो, असा गैरसमज लोकांमध्ये असल्यामुळे, जरी बहिष्काराच्या भीतीने किंवा लोकलज्जेमुळे अनेक लोक उघडपणे रानडेंचे अनुयायी बनले नाहीत, तरी त्यांच्या उपदेशांमुळे आपला आर्य धर्म व ख्रिस्ती धर्म यांची तुलना करण्याची सवय त्यांना हळूहळू लागली. त्यामुळेच हिंदू धर्मातील श्रेष्ठ तत्त्वज्ञानाची त्यांना जाणीव होऊन धर्मांतर करण्याचा विचार त्यांनी सोडला. 'पूर्वीप्रमाणे डोळे मिटून ख्रिस्ती बनत. ख्रिस्ती धर्मात आपले धर्मापेक्षा अधिक काय आहे ते पाहण्याविषयी त्यांचे ठायी जिज्ञासा उत्पन्न झाली. पूर्वीच्या पिढीसारखे परधर्माला विनाकारण नावे ठेवणारे किंवा अंधभावाने धर्मांतर करणारे लोक सुशिक्षित तरुणांत विरळा दिसू लागले. अशा रीतीने न्या. रानडेंच्या उपदेशामुळे तत्कालीन इंग्रजीशिक्षित तरुणांमुळे धर्मजागृती घडून येऊन स्वधर्माचा अभिमान निर्माण झाला.'[२०४]

न्या. रानडेंनी केलेल्या कार्याचे मूल्यमापन

न्या. रानडे हे स्वत: उच्चशिक्षित असून, त्यांच्या समकालीन तरुणांमध्ये धर्मसंबंधी कोणत्या प्रकारची चलबिचल चालली आहे याविषयी ते जाणून होते. तत्कालीन हिंदू धर्मातील स्त्री-शूद्रांवर अन्याय करणारे व कर्मकांडांनाच धर्म मानणारे लोक व त्यातील दोष त्यांना उघडपणे दिसत होते. तुलनेने ख्रिस्ती धर्म व ख्रिस्ती मिशनरींचे सुव्यवस्थित, संघटित असे परोपकारी कार्य यामुळे ते ख्रिस्ती मत व मिशनरी यांच्याकडे आकर्षिले जात होते किंवा परकीयांनी ज्यावेळेस हिंदू धर्माची महती सांगितली त्यावेळेस दोन्हींपैकी श्रेष्ठ धर्म कोणता याविषयी त्यांच्यात अनेक शंका निर्माण झाल्या होत्या. ही मानसिकता ओळखून त्यांनी धर्मजागृती केली. यासाठी त्यांनी उपनिषद, भागवद्गीता, भागवतधर्मीय साधूसंतांचा उपदेश व बायबलातील काही सत्यप्रतिपादन करणाऱ्या तत्त्वांच्या आधारेही सत्य धर्माचे प्रतिपादन केले. याविषयी विविध ज्ञानविस्तार म्हणतो, 'माधवरावजी रानडे यांची सत्यान्वेषणाविषयीची

आतुरता व मनाचा थोरपणा इतका होता की, सत्य कोठेही असो, ते प्राप्त करून घेण्याविषयी त्यांचा प्रयत्न नेहमी सुरू असे. चांगला धार्मिक उपदेश बैबलांत असो, उपनिषदांत असो किंवा अन्यत्र कोठे असो, त्याचा मनात संग्रह करून ठेवावयाचा क्रम त्यांच्या अंगी स्वधर्माभिमान शून्यतेचा दोष कित्येक लावू पाहतात, परंतु रानडे हे सत्याभिमानी होते, पक्षाभिमानी नव्हते, ही गोष्ट टीकाकार विसरतात.'[२०५]

हिंदू धर्मातील अनेक अनिष्ट प्रथा त्यांना मान्य नव्हत्या, परंतु ज्या हिंदू धर्म ग्रंथांमध्ये त्यांना सत्यांश दिसून आला त्याचा आग्रह लोकांना त्यांनी केला. या त्यांच्या तत्त्वास अनुसरूनच त्यांनी सत्यधर्माचा प्रसार करणाऱ्या महात्मा फुलेंच्या सत्यशोधक समाजाला पाठिंबा दिला. सत्यशोधक समाजाच्या उत्सवात ते भाग घेत असल्याचे उल्लेख असून सुधारणा चळवळीतील योगदानावरून त्यांचा मैत्रीपूर्ण संबंध महात्मा फुलेंशी होता.

त्याच प्रकारे प्रार्थना समाजाला अभिप्रेत असलेल्या आर्य धर्माचे प्रतिपादन करणाऱ्या स्वामी दयानंद सरस्वती यांना पुण्यासारख्या परंपरावादी व सनातनी पंडितांच्या शहरात त्यांनी पाचारण करून जवळजवळ दोन ते अडीच महिनेपर्यंत स्वामींच्या व्याख्यानांची व्यवस्था करून त्याचा लाभ त्यांनी पुणेकरांना देऊन अजरामर असे कार्य केले. त्यांच्या धर्मसुधारणेची कळकळ ओळखूनच स्वामी दयानंदांनी आपल्यानंतरचे कार्य चालविण्यासाठी स्थापन केलेल्या परोपकारणी सभेचे एक त्यांना सभासद केले होते.

त्यांनी केलेले महत्त्वाचे कार्य म्हणजे भक्तीमार्गाची शिकवण देणाऱ्या भागवत धर्माचे पुनरुज्जीवन होय. भक्तीच्या माध्यमाने परमेश्वर व भक्त यांचा साक्षात संबंध येतो. त्यासाठी मध्यस्थाची किंवा पुजाऱ्याची आवश्यकता नाही किंवा कर्मकांडाचीही आवश्यकता नाही हे तत्त्ववेत्त्यांनी प्रतिपादन केले. विविध ज्ञानविस्तार म्हणतो, 'महाराष्ट्रातील साधु-संत ज्यांची रसाळ आणि प्रासादिक वाणी लोकांची धर्मग्लानि दूर करून त्यांच्या अंगी प्रखर धर्म तंत्र प्रकट करण्यास मागे अनेकवेळा कारणीभूत झाली, त्या संतांचा आम्हा महाराष्ट्रीयांस विसर पडत चालला होता, त्यांच्या वाणीचे भलभलते अर्थ प्रचारात येऊ पाहात होते. अशावेळी त्या संतांचे स्मरण आम्हां लोकांस एकवार करून देऊन व त्यांच्या उपदेशामृताचे घोट लोकांस पाजून भागवत धर्माचे रहस्य समजावून देण्याचे श्रेय माधवरावजींनीच घेतले.'[२०६]

भागवत धर्मानेच सर्वसामान्यजन व स्त्री-शूद्र यांचा उद्धार होऊ शकतो असा विश्वास त्यांना होता. म्हणूनच न. र. फाटक म्हणतात, ज्यावेळेस प्रार्थना समाजाचे नाव बदलून ब्राह्म समाज करावे असा एक विचार पुढे आला, त्या वेळेस विरोध

करताना न्या. रानडे म्हटले की, 'प्रार्थना' या साधन नामामुळे त्यात सर्व जातींच्या आणि धर्मांच्या लोकांना प्रवेश करण्यास सवड आहे. समाजातील सर्वच थरांतील स्त्री व पुरुषांना प्रार्थना समाजाद्वारे सांगितलेल्या आध्यात्म उन्नतीच्या मार्गाचा लाभ व्हावा हीच त्यांची भूमिका होती, यासाठी महाराष्ट्रीय साधुसंतांनी दाखविलेल्या मार्गाने गेल्यास भक्तीच्या सर्वांना आचरणीय अशा मार्गाने सर्वांना अध्यात्म उन्नती व आपले कर्तव्य काय आहे याची जाणीव होईल असे त्यांचे मत होते.

प्रथम उच्चशिक्षितांचे लक्ष ख्रिस्ती धर्मावरून हिंदू धर्माकडे वळविणे आवश्यक होते व नंतर टीकाकारांकडे लक्ष देणे त्यांना योग्य वाटले असावे, यामुळेच त्यांनी प्रारंभीच्या काळात बायबलमधील वचने घेऊन एक ईश्वराचे सामर्थ्य सांगितले, परंतु यामुळे त्यांचेवर व प्रार्थना समाजावर लो. टिळकांसारख्या हिंदू धर्मरक्षकांनी टीकेची झोड उठविली. न. र. फाटक यासंबंधी म्हणतात, 'प्रार्थना समाजात व्याख्याने देताना प्रथम कित्येक वर्षेपर्यंत माधवराव बायबलांतली वचने घेऊन धर्माचे प्रवचन करीत असत. मुंबईच्या प्रवचनांतून त्यांनी एकनाथी भागवत, तुकाराम महाराजांची गाथा आणि उपनिषदे यातल्या वचनांच्या आधाराने आपले विचार सांगितले आहेत. बायबलांतल्या वचनांबद्दल त्यांना हिंदू वृत्तपत्रे नावे ठेवीत होती.'[२०७]

न्या. रानडेंचा प्रथमपासूनचा उद्देश हा ख्रिस्ती धर्माचे सबळीकरण किंवा समर्थन नसून प्रार्थनेद्वारे, ईश्वराच्या भजन व प्रवचनाद्वारे त्याच्याजवळ पोहोचणे व इतरांना मार्गदर्शन करण्याचा होता. हिंदू धर्मातील अनिष्ट कर्मकांडे मान्य नसली तरी हिंदू धर्माचा त्याग करून नवीन धर्मपंथ स्थापण्याचा नव्हता, तर धर्मविचाराने साशंक झालेल्या तरुणांना मार्गदर्शन करण्याचा होता.

त्यांच्यावर टीका झाल्यापासून त्यांनी अनेकवेळा स्पष्ट केले की, प्रार्थना समाज कोणत्याही धर्मपुस्तकांतील सत्यांशाची निंदा करीत नाही. ग्राह्यअंश घेण्यास समाजाची हरकत नाही. प्रार्थना समाजाचा उद्देश नवीन धर्म स्थापण्याचा नसून हिंदू धर्मसुधारकांची प्राचीन परंपरा पुढे नेण्याचा असल्याचे सांगितले.

भविष्यात प्रार्थना समाज ख्रिस्ती धर्माचा स्वीकार उघडपणे करील अशी आशा मिशनरींना होती, म्हणून ज्या वेळेस न्या. रानडे उपनिषदातील तत्त्वज्ञान व भागवत धर्माचे प्रतिपादन करू लागले, त्यावेळेस ख्रिस्ती मिशनरी त्यांच्यावर टीकेचे तीक्ष्ण शरसंधान करू लागली. न्या. रानडेंनी हिंदू व ख्रिस्ती दोन्ही वृत्तपत्रांना अनेक वेळा प्रतिउत्तर देऊन आपले स्वधर्म जागृती व सुधारणेचे कार्य आमरण सुरूच ठेवले.

त्यांच्या या कार्यामुळेच मिशनऱ्यांच्या हेतूंना पायबंद बसला असे त्यांचे चरित्रकारही मान्य करतात. त्यांचे चरित्रकार वा. वामन ठाकूर हे म्हणतात, 'मिशनऱ्यांच्या 'बाटवण्याच्या' हेतूला पायबंद पडला.'

अशा प्रकारे न्या. रानडे ह्यांनी डॉ. रा. गो. भांडारकर, न्या. चंदावरकर यासारख्या अनेक प्रार्थना समाजाच्या सभासदांबरोबर हिंदू धर्मसुधारणेचे कार्य प्रार्थना समाज मंदिरातील व्याख्यानांद्वारे, लेखनांद्वारे व स्वत:च्या कृतीतूनही शेवटपर्यंत चालविले. त्यांच्या या धार्मिक विचारांचा प्रभाव त्यांच्या सर्वच जीवित कार्यावर पडला होता. ज्या हिंदू धर्माने नीतीचा उपदेश केला होता, तो उपदेश आपल्या प्रत्यक्ष जीवनात आणून, त्याचे पालन करून, लोकांच्या कल्याणासाठी जेवढे झटणे आवश्यक होते, तेवढे श्रम त्यांच्या समजुतीप्रमाणे करून मध्ययुगीन महाराष्ट्रीय संतांची भूमिका त्यांनी धर्मसुधारणेसाठी केली असे म्हणणे योग्य दिसते.

न्या. रानडेप्रणित प्रार्थना समाज व धर्म तत्त्वज्ञान याला विरोध करणाऱ्या लो. टिळकांनी, न्या. रानडेंनी सुधारणेसाठी हिंदू धर्मालाच आधारभूत मानले होते असे म्हटले आहे. 'न्या. रानडे हे ही अखेरीस सामाजिक सुधारणेत हिंदुत्व कायम राहिले पाहिजे या मताकडे वळले होते.'[२०८] असे गौरव उद्‍गार त्यांनी काढले.

आपल्या धर्मपर व्याख्यानात धर्मप्रसार करण्यासाठी व समाजसुधारणेसाठी त्यांनी अशा प्रकारे हिंदू धर्म तत्त्वज्ञानाचा वापर करून आपला धर्म व समाज यांच्याविषयी स्वाभिमानच जागृत केला असे दिसून येते.

लोकमान्य टिळकांनी बजावलेली हिंदू धर्मरक्षकाची भूमिका (१९५६ ते १९२०)

लोकहितवादींच्या काळातील धार्मिक स्थिती व लोकमान्य टिळक यांच्या काळातील धार्मिक स्थिती यात बराच मोठा फरक पडला होता. इंग्रजी शिक्षितांच्या पहिल्या पिढीने स्थापन केलेल्या परमहंस सभा, प्रार्थना समाज स्थापण्यामागचा हेतू हिंदू धर्म सुधारणेचा होता. हिंदू धर्मातील अनिष्ट प्रथांमुळे समाजाची अधोगती होत चालली होती. पाश्चात्त्य विचारांमुळे नवीन दृष्टी प्रकर्षाने जाणवून ते दोष दूर करून समाजाची अधोगती थांबवून त्याच्या निकोप वाढीसाठी प्रयत्न करणे आवश्यक वाटले. त्यांच्या समजुतीप्रमाणे त्यांनी धर्म व समाजसुधारणा केली. अशी सुधारणा करीत असताना लोकहितवादी, महात्मा फुले, न्या. रानडे यासारख्या सुधारकांनी हिंदू धर्माचे दोष उघड करून सांगितले व तसे करणे त्यांनी आवश्यक समजले.

परंतु लोकमान्य टिळकांच्या कार्यकाळात मात्र प्राच्यविद्या संशोधनामुळे हिंदू धर्माला कमी लेखण्याचे दिवस राहिले नाहीत. मॅक्समुलरसारख्या अनेक पाश्चात्त्य अभ्यासकांनी हिंदू धर्माची महती सांगितली. विष्णूबुवा ब्रह्मचारी, विष्णूशास्त्री चिपळूणकर, विष्णूशास्त्री पंडित, स्वामी दयानंद सरस्वती या हिंदू धर्म अभ्यासकांनीही प्राचीन हिंदू धर्माची श्रेष्ठता प्रतिपादन केली. याचा परिणाम स्वरूप लोकमान्य टिळकांसारखे परंपरा जपणाऱ्या हिंदू धर्मरक्षकांचा उदय झाला.

हिंदू धर्मसुधारकांनी तत्कालीन हिंदू धर्मावर टीका करून हिंदू धर्माची सुधारणा करण्याचे कार्य चालविले होते.

लोकमान्य टिळकांनी मात्र हिंदू धर्मावर टीका न करिता हिंदू धर्मशास्त्रांचा आधार घेऊन सुधारकांना परंपरागत धर्म सुधारलेले आर्य लोक व त्यांचा समाज, त्यांची धर्म ग्रंथसंपदा इत्यादींकडे लक्ष वेधले.

समाजसुधारणा चळवळ आणि लोकमान्य टिळकांची धर्मविषयक मते

लोकमान्य टिळकांनी न्या. रानडे, आगरकर, डॉ. भांडारकर व यासारख्या अनेक सुधारकांशी वैचारिक वाद केले. त्यांच्या मते, या सुधारकांनी हिंदू धर्माला महत्त्व न देता केवळ पाश्चात्त्य व ख्रिस्ती विचारसरणी, आचार विचारांनाच महत्त्व दिले आहे, कारण यांचे शिक्षणच मुळात इंग्रजी शाळेत झाले आहे व यांना धर्माबद्दल अनास्था आहे. ते या सुधारक वर्गाविषयी म्हणतात, हल्लीच्या सुधारक वर्गाच्या समजुती निराळ्या आहेत. धर्मासंबंधी त्यांना अनास्था आहे. आमच्या प्राचीन धर्म-ग्रंथांचे कधीही अवलोकन त्यांनी केलेले नसल्यामुळे व लहानपणापासून सर्व शिक्षण व्यावहारिक रीतीने झालेले असल्यामुळे इंग्रजी शाळेतून तयार झालेल्या मनुष्यास धर्म म्हणजे काय, तो कशाकरिता पाहिजे, राष्ट्राच्या उन्नतीस त्याची काही आवश्यकता आहे किंवा नाही, याबद्दल त्यांना काही एक माहीत नसते. समाजात प्रचलित असलेल्या काही सामाजिक किंवा धार्मिक रीती हे वरपांगी पाळत असतात, परंतु त्यावरील त्यांची श्रद्धा बहुतेक समूळ नाहीशी झाली असल्यामुळे या रीतीभाती जरा कोठे नडू लागल्या की, हे राजश्री त्या झुगारून देण्यास एका पायावर तयार असतात आणि अशावेळी जर का त्यास कोणी काही बोलले की, मिल, स्पेन्सर किंवा बेकन यांच्या जोरावर बरेच वाक्पांडित्य करून ते यास विरोध करितात. धार्मिक किंवा सामाजिक रीत्या आपला विशिष्टपणा कायम राखण्याकरिता काही प्रसंगी अडचणीही सोसाव्या लागतात व अशा प्रकारच्या अडचणी सोसण्यास लोकांस तयार करणे हे धर्म शिक्षणाचे एक अंग आहे ही कल्पनाही त्यांच्या मनात नसते असे वर्णन त्यांनी तत्कालीन समाजसुधारकांचे केले.

या सुधारकांच्या धार्मिक औदासीन्याविषयी ते म्हणतात की, मिशनरी लोकांनी जागोजाग ख्रिस्ती संस्था स्थापन करून हिंदू लोकांस ख्रिस्ताच्या कळपात ओढण्यासाठी ते जारीने प्रयत्न करीत आहेत व दुष्काळ हा आकाशातील बापाने हिंदुस्थानात पाठविला, असेही कृतीने व काहींनी कंठाने जगास जाहीर केले. ही स्थिती हिंदू धर्माच्या दृष्टीने शोचनीय होय. पण सुधारक मंडळी विधवा विवाहाकरिता जेवढी ओरड करितात तितकी ओरड या बाबतीत मिशनरींविरुद्ध ते करीत नाहीत.

उलट सर्व देश ख्रिस्ती झाला तर बरेच झाले असे मानणारे हल्लीच्या सुधारक वर्गातले पुढारी लोक आहेत. याच कारणांवरून आम्ही सुधारणा या धर्माच्या पायावर करा असे सांगतो.

हे सुधारक जन्मत: व वरपांगी हिंदू आहेत खरे, पण विचाराने आणि शिक्षणाने हे धर्मदृष्ट्या बहुतेक परकीयच बनले आहेत; असे लोक यांना समजतात आणि लोकांचा हा समज पुष्कळ अंशी साधार आणि खराही आहे. अशा स्थितीत समाजाची सुधारणा होणे शक्य नाही, इतकेच नव्हे तर यांनी केलेली सुधारणा झाली तर ती अनिष्टकारकच होईल.

तसेच सुधारक लोक मिशनऱ्यांच्या धर्माचे व समाजाचे अनुकरण करीत असले तरी मिशनरींप्रमाणे गरीब लोकांत मिसळून सुधारणा करू इच्छित नाहीत. असे सांगून मिशनरी व सुधारकांची तुलना करताना ते म्हणतात, धर्माकरिता संकट सोसणे किंवा प्रसंगी विशेषी त्याच्या प्रसाराकरिता किंवा रक्षणाकरिता जीव देणे याही गोष्टींचा धर्मश्रद्धेत अंतर्भाव होतो व त्यामुळे ख्रिस्ती मिशनरी लोक इंग्रजी विद्येत पारंगत असताही शेतकरी, कुणबी, माळी वगैरे गरीब प्रतीच्या लोकांतही मिळून मिसळून आपल्या धर्माचा प्रसार करण्यास उद्युक्त झालेले आढळून येतात, परंतु आमच्या सुधारक वर्गात एकही इसम अशा प्रकारे उद्योग करिताना आढळत नाही.

हिंदुस्थानातील तीस कोटी प्रजेस एकत्र करण्यास हिंदुत्वाखेरीज दुसरीही काही साधने पाहिली पाहिजेत हे खरे आहे, पण त्याचबरोबर हे ही लक्षात ठेविले पाहिजे की, तीस कोटींपैकी वीस कोटी प्रजा हिंदुत्वाने एकत्र झालेली आहे व त्याचे बंधन कायम ठेवणे हेच राष्ट्रीय दृष्ट्या अधिक सोयीचे व शक्य आणि जरूर आहे. यामुळेच कोणतीही समाजसुधारणा करणे झाल्यास हे राष्ट्रीयत्वाचे धोरण लक्षात ठेवूनच झाली पाहिजे.

शास्त्र्यास नवीन परिस्थिती कळत नाही, तर इंग्रजी शिकलेल्या विद्वानांस धर्मश्रद्धा किंवा धर्माबद्दल कळकळ व लोकांत मिळून मिसळून राहून त्यांच्याकरिता एकनिष्ठपणाने उद्योग करण्याची बुद्धी ही बिलकूल अवगत नसते. समाजसुधारणेबद्दल नुसत्या बडबडीपेक्षा काही होत नाही. यातील इंगित हेच होय, अशी कानउघाडणी त्यांनी सुधारकांची केली.

ते सुधारकांना उद्देशून हिंदू धर्माच्या महत्तेबद्दल म्हणतात, 'हिंदू धर्मातील तत्त्वे सुधारणेस प्रतिकूल आहेत असे नाही. तसे असते तर आजपर्यंत हिंदू धर्माने टिकावच धरला नसता व हिंदू राष्ट्रही कायम राहिले नसते, परंतु सामाजिक सुधारणेचा प्रश्न हल्ली ज्या लोकांनी पुढे आणलेला आहे, त्यास हिंदू धर्माचा अभिमान नाही. हिंदुत्व

म्हणून काही विशिष्टपणा पाहिजे असे त्यांचे म्हणणे नाही व हिंदू धर्मातील तत्त्वे समजून घेण्याचा त्यांनी कधी प्रयत्न केलेला नाही. केवळ समाजाच्या चालीरीतीत अमुक अमुक फरक झाले म्हणजे सुधारणा होते असे नाही. कोणत्याही सुधारणेचा मुख्य उद्देश म्हटला म्हणजे विशिष्ट राष्ट्रीयत्व अभिमान जागृत करणे हा होय. अर्थात तो अभिमान म्हणजे हिंदुत्वाचाच अभिमान होय. आम्हाला धर्माची काही एक परंपरा आहे, त्या परंपरेत जे ज्ञान आहे ते इतर धर्मांतील ज्ञानापेक्षा श्रेष्ठ आहे आणि ही परंपरा जर आम्ही सोडून दिली तर आमचे असे म्हणण्यासारखे होईल की आम्हास सामान्य बंधन काहीच नाही.

यामुळेच सुधारकांचा समाजसुधारणेचा उद्देश हा राष्ट्रउभारणी असला पाहिजे व राष्ट्रउभारणी ही हिंदू धर्माची अहवेलना करून होणार नाही, तर त्याच्या प्रसारानेच होईल असे त्यांचे मत त्यांनी अनेकदा सुधारकांना उद्देशून प्रकट केले.

प्रार्थना समाजावर त्यांनी वरील कारणांवरूनच अनेक वेळा आक्षेप घेतले. प्रार्थना समाजाला उद्देशून ते म्हणतात, हिंदू धर्मावर पूर्ण विश्वास असून त्यातल्यात्यात देश कालानुरूप फेरफार करण्यास झटणे निराळे, हे सुधारक व त्यांचे अग्रणी यांनी ध्यानात ठेवले पाहिजे. हिंदू धर्मात किंवा रीतीरिवाजात ज्यांस सुधारणा करावयाची असेल त्यास मी हिंदू आहे व मला हिंदू रहावयाचे असा पहिल्याने अभिमान पाहिजे. लुथर वगैरे सुधारक अशाच प्रकारचे होते. त्यांचा स्वधर्मावर पूर्ण विश्वास होता.

कोणत्याही देशास किंवा राष्ट्रास ऊर्जित दशेस येण्यास एक प्रकारचे कायमचे धार्मिक किंवा सामाजिक वळण लागते, परंतु सुधारक हे या प्रकारचे वळण सोडून तरुण पिढीला अनावृत्त होण्यास उत्तेजन देत आहेत.

धर्मनिष्ठ जे आहेत, त्यांना त्यांचा धर्म जीवित्वापेक्षाही अधिक प्रिय असतो, त्यांना त्यांच्या धर्माला कोणी यत्किंचितही दोष दिला तर मोठा संताप उत्पन्न होतो, हे फार स्वाभाविक आहे. न. चिं. केळकर हे लो. टिळकांची धर्मविषयक मते, या पुस्तकात प्रार्थना समाजावर ख्रिस्ती धर्माचा प्रभाव होता हे सांगताना म्हणतात, 'या समाजांच्या उत्पादकांचा उद्देश, बंगाल्यातल्याप्रमाणे नवीन पंथ स्थापवयाचा नसून, हिंदू धर्मातच राहून त्याची राष्ट्रीय धर्म या दृष्टीने सुधारणा करण्याचा होता. याप्रमाणे सुधारणेच्या खऱ्या मार्गांपैकी एक अंग त्यांनी आपल्यात जास्त आणले होते, तरीही धर्मस्थापना करताना त्यांनी हिंदू धर्माच्या परंपरेकडे लक्ष दिले नाही, त्यामुळे हिंदू धर्माच्या सुधारणेला त्याचा फारसा उपयोग झाला नाही. या समाजावर बंगाल्यांतील ब्राह्म समाजाप्रमाणेच प्रोटेस्टंट ख्रिस्ती धर्म मताची धार्मिक आचार व तत्त्वज्ञान या दोन्ही बाबतीत छाप पडली आहे.'[२०९] वरीलप्रमाणे लो. टिळकांचा दृष्टिकोन प्रार्थना

समाजाविषयी होता असे न. चिं. केळकरांनी नमूद केले आहे.

यासंबंधी टिळकांनी 'केसरी'मध्ये प्रार्थना समाज ख्रिस्ती धर्माचे कोणत्या प्रकारचे अनुकरण करीत होता हे दर्शविणारा 'अनुकरण' नावाचा लेखच लिहिला होता.

वास्तविक ही मंडळी प्रथम पाश्चात्त्य ज्ञानाने इतकी दिपून गेली की, त्यांना हिंदू धर्माचे तत्त्वज्ञान नीरस वाटू लागले. एकदम पाश्चात्त्य विचारांकडे धाव घेतली. आपला धर्म, तत्त्वज्ञान काय, आपले ग्रंथ कोणते याचा विचार न करिता या मंडळींनी आधुनिक निराकार ईश्वराच्या प्रार्थनेसाठी नाना पंथ काढले अशी टीका त्यांनी प्रार्थना समाजाचे नाव न घेता अनेक लेखांत केली आहे.

प्रार्थना समाजाचे सभासद, ख्रिस्ती धर्म व त्यांच्या चर्चमधील प्रार्थनापद्धतीने प्रभावित झाले असल्यानेच त्यांनी त्यांच्याप्रमाणे प्रार्थना समाजाची स्थापना केली. हिंदू धर्माचे तत्त्वज्ञान व हिंदू धर्मग्रंथ यांचे कधी त्यांनी अवलोकन केले नाही व त्यांना त्यामुळे हिंदू धर्माविषयी आदर नाही अशी टीका केली.

त्याचबरोबर एकदम ख्रिस्ती धर्मात जाऊ इच्छिणाऱ्यांना प्रार्थना समाजाने रोखले असेही त्यांनी कबूल केले. ते म्हणतात, 'अलीकडे ज्या प्रकारच्या सुधारणेची प्रवृत्ती पडत चालली आहे, तिला अनुकूल असा हा नवीन पंथ आहे हे आम्ही प्रांजलपणे कबूल करतो.' हिंदू धर्माचा कंटाळा येऊन एकदम ख्रिस्ती धर्मात धाव घेणाऱ्याला मध्यन्तरावर काही अंशी हिंदू धर्माच्या बाजूलाच हे एक चर्च आहे याच्या योगाने आर्यत्वाचे संरक्षण होईल यात संशय नाही असेही त्यांनी प्रार्थना समाजाचे महत्त्व हिंदू धर्मरक्षणासाठी कबूल केले.

याच प्रकारे त्यांनी 'ग्रामण्य', 'फिमेल हायस्कूलचा वाद', 'पंडिता रमाबाई व विधवांचे शिक्षण', 'संमती वयाचा कायदा', रखमाबाईचा खटला इ. प्रकरणांमध्ये धर्माच्या मुद्यावरून सुधारकांशी वैचारिक संघर्ष केला.

लो. टिळकांनी सामाजिक सुधारणेसंबंधी सुधारक हे हिंदू धर्माची व परंपरांची प्रतारणा करतात अशी सतत टीका केली, परंतु १८९० मध्ये 'चहा ग्रामण्य किंवा पंचहौद मिशन चहा प्रकरणा'त सनातन्यांविरुद्धच त्यांचा संघर्ष घडून आला. यांनाही टिळकांनी धर्मात शास्त्रांचे अनेक दाखले देऊन असले लोक स्वधर्माची उन्नती किंवा रक्षा कशी काय करू शकतात, या संबंधीचे अनेक लेख 'केसरी'तून प्रसिद्ध केले.

१४ ऑक्टोबर १८९० रोजी सेण्टमेरीज कॉनव्हेंटमध्ये एक समारंभ होता. (पंचहौद मिशन) त्यासंबंधाने शहरातील अनेक प्रतिष्ठित हिंदूंना त्यांनी आमंत्रण दिले होते. यात न्या. रानडे, लो. टिळकांसारखे प्रतिष्ठित व्यक्ती होत्या. या समारंभात मिशनऱ्याच्या हातचा चहा घेण्यात आला असे वृत्त गोपाळ जोशी

(आनंदीबाई गोपाळ यांचे पती) यांनी यासंबंधी 'पुणे वैभव' मध्ये दिले, की, या लोकांनी मिशनऱ्यांच्या हातचा चहा पिऊन धर्मबाह्य वर्तन केले. हे वृत्त ऐकून पुण्यातील सनातन्यांचे प्रतिष्ठित पुढारी श्री. बळवंत रामचंद्र नातू, यांनी या कामी पुढाकार घेऊन श्री शंकराचार्यांकडे तक्रार केली. यानुसार या मंडळींवर मिशनऱ्यांच्या हातचा चहा प्यायला म्हणून बहिष्कार टाकण्यात आला. यात लोकमान्य टिळकांचाही समावेश होता.

यामुळे टिळकांनी या वेळेस सुधारकांच्या बाजूने व सनातन्यांच्याविरुद्ध आपले धर्मशास्त्राचे शस्त्र उभारून त्यांना चीत करण्याचा प्रयत्न केला. बहिष्कृतांची वकिली करण्याची जबाबदारी लो. टिळकांनी आपल्याकडे घेतली. लो. टिळकांनी त्यांच्याविरुद्ध फिर्याद करणाऱ्या व टोकाला गेलेल्या सनातन्यांचा उपहास उडविणारे अनेक लेख प्रसिद्ध करून त्यांची बाजू लंगडी केली. ते या लेखांमध्ये म्हणतात, वादी धर्मशास्त्रात प्रवीण नसल्यामुळे व साहेब लोकांच्या हातचा चहा घेणारांस कितपत प्रायश्चित्त आहे याची त्यास ओळख नसल्यामुळे आपल्या अर्जाचा विचार करण्याचे काम त्यांनी श्रींच्या अधिकाऱ्यांवर सोपवून दिले.

चहा पिण्यास शास्त्रात जे प्रायश्चित्त असेल ते देऊन हा बखेडा मिटवावा, परंतु वादींना फिर्याद करून अभियोग चालवावयाचा होता व त्यांनी त्यासाठी असा आरोप केला की, ही मंडळी मुद्दाम जाती मोडण्यासाठी चहा घ्यावयास गेली. सनातन्यांनी काही चहा घेणाऱ्यांना प्रायश्चित्त दिले व काहींना वाळीत टाकले होते. यासंबंधी टिळक म्हणतात, 'चहा पिणारांबरोबर संसर्ग केलेल्या लोकांस ज्या गृहस्थांनी सक्षौर प्रायश्चित्त दिले, अमक्यास वाळीत टाकले व तमक्यास पतित ठरविले, त्यांनी आपल्या कृत्यांस आधारभूत असे एक तरी श्रुति-स्मृति पुराणातले वाक्य काढून दाखवावयाचे होते.'[२१०] कारण अर्जात फिर्याद करणाऱ्यांनी श्रुति-स्मृति पुराण, रूढींविरुद्ध आचरण केल्याचा त्याजवर आरोप आणला होता व प्रतिवादीस जातिबाह्य ठरवावे असे म्हटले होते. अशा लोकांना धर्मापेक्षा दुराग्रहाने ग्रासले असल्याचे टिळकांनी म्हटले. अशा आचरणानेच ही मंडळी जानव्याचा व श्रींचा मान राखून स्वधर्मोन्नती करणार! अशी खोचक टीका त्यांचेवर टिळकांनी केली.

न्या. रानडेंनी या खटल्यात प्रायश्चित्त घेऊन स्वत:ची सुटका करून घेतली. परंतु याबद्दल सुधारकांनी त्यांची हे श्री शंकराचार्यांचे व जुन्या अडाणी लोकांचे होऊन राहतील अशी टीका केली. त्यावेळेस टिळकांनी रानडेंची बाजू घेऊन त्यांनी कोणतेही गैरवर्तन केले नाही. ज्यास समाजात राहणे आहे, त्याने काही वेळेस समाजास ग्राह्य असलेली कृत्ये केली पाहिजेत व तसेच सर्वचजण संसारी असल्यामुळे समाजास प्रिय

असे वर्तन केले पाहिजे व तसे करणे गैर नाही. अशी न्या. रानडेंच्या वतीने बाजू मांडली.

यानिमित्त त्यांनी हिंदू धर्माची व प्रायश्चित्ताची योजना कशी झाली, त्यामुळे वैदिक धर्माचे वैशिष्ट्य कसे कायम राहिले हे सांगितले. यात त्यांनी धर्मशास्त्रांमध्ये सांगितलेले 'प्रायश्चित्ता'चे सशास्त्र विवेचन केले. त्यात ते म्हणतात, पातक आणि प्रायश्चित्त यांची सामान्य लोकांच्या मनातून जी सांगड बसली आहे, त्यास शास्त्रात आधार नाही. त्यांना वाटते की त्यातच धर्म आहे.

पापाकरिता प्रायश्चित्त आहे, दुसऱ्या कोणत्याही कारणांकरिता नाही असे ग्रंथातून कोठे सांगितलेले आढळत नाही. याज्ञवल्क्य स्मृतीतील वचनांनुसार, विहित कर्मं केली नसता, गर निषिद्ध कर्म केली असता, इंद्रियांचा निग्रह झाला नसल्यास तिन्ही ठिकाणी प्रायश्चित्ताची प्राप्ती होते. शिळे अन्न खाणाऱ्यास, वैश्य वृत्तीने राहणाऱ्यास अथवा योजनोत्तर वमन झाल्यास ग्रंथातून जी प्रायश्चित्ते सांगितली आहेत ती याच आशयाची होत. यावरून प्रायश्चित्ताची स्मृतिग्रंथांतून जी योजना झाली आहे त्यात सदैव पापाचा संबंध असतोच असे नाही. लो. टिळकांनी स्मृती ग्रंथातील प्रायश्चित्ताची योजना ही पाप निवारण्यासाठीच आहे असे नसून वरील कारणासाठीही आहे असे स्पष्ट केले. नित्यकर्माची हेळसांड केली असता शास्त्रात प्रायश्चित्त आहे यावरून तो गुन्हा नाही असे त्यांना सांगावयाचे होते.

या फिर्याद करणाऱ्या व विनाकारण धर्माच्या आड लपून अनेकांना बहिष्काराच्या पेचात पकडणाऱ्यांना ते म्हणतात, आपल्या धर्माचे रक्षण करण्यासाठी देशकालानुरूप बदल झाले पाहिजेत व आपण जुन्याच चालीरीतींना धरून ठेवले असते तर चिनी लोकांप्रमाणे आपण सर्वच बुद्धधर्मी बनून राहिलो असतो; असे उदाहरण देऊन त्यांनी ऐतिहासिक दाखले दिले व असे सिद्ध करून सांगितले की, वैदिक काळापासून हिंदू धर्माने कालानुरूप अनेक बदल करून सुधारणा घडवून आणल्या आहेत. त्याचा बोध फिर्यादकर्त्यांनी घ्यावा.

अशा प्रकारे धर्माचे नाव घेऊन टोकाला जाणाऱ्या व अनेकांना त्रस्त करून सोडणाऱ्या सनातन्यांना धर्मशास्त्रांचे विवेचन करून त्यांनी कोणती सुधारणा अवलंबिली पाहिजे व धर्माचे रक्षण केले पाहिजे याचा खुलासा केला.

'ग्रामण्य' करणाऱ्यांवर पुन्हा टीकेची झोड उठविण्यासाठी त्यांनी 'धर्मातील बेबंदशाही' या शीर्षकाचा लेख लिहिला. त्यांनी पुन्हा रिकामटेकड्या धर्माभिमान्यांना यात सुनावले. ते म्हणतात, मिशनऱ्यांच्या घरी चहा प्यायल्याने मोठीशी सुधारणा होते असे आमचे मत नाही किंवा अस्पर्श पदार्थ सेवनाने घडलेल्या यत्किंचित पापाची अल्पस्वल्प प्रायश्चित्ताने निष्कृती केली. एवढ्यानेच आज हिंदू धर्म ठार बुडाला

असेही आम्हास वाटत नाही. ते याबाबत आपली भूमिका मांडताना म्हणतात, "खुद्द 'केसरी'स प्रायश्चित्तही नाही व पापही नाही.'[२११]

कारण फिर्यादकर्ते हे धर्माभिमानाचे कातडे पांघरून खाजगी द्वेषाचा सूड उगवू पाहणाऱ्या शास्त्रशून्य ब्राह्मण वृंदाचा डाव आहे, धार्मिकपणाचे ढोंग माजवून गरीब बिचाऱ्या लोकांना त्रस्त करावयाचे हाच त्यांचा दुष्ट हेतू आहे, यांना शंकराचार्य व त्यांचे अधिकारी यांचा निर्णयही मान्य नाही, कारण ते 'मन:पूतं समाचरेत' या मंत्राचे भक्त आहेत. अशी घणाघाती टीका टिळकांनी धर्माच्या आडून आपला स्वार्थ साधणाऱ्या सनातन्यांवर केली व खरी धर्मसंरक्षणाची जबाबदारी या अल्प स्वल्प पापाने प्रायश्चित्त देऊन होत नाही असे सुनावले.

'ग्रामण्या'च्या निमित्ताने कोणतेही निमित्त काढून धर्मबाह्य वर्तन केल्याचा आरोप ठेवून तत्कालीन समाजातील लोकांना वेठीस धरणाऱ्या व धर्माचे रक्षणकर्ते समजणाऱ्या धर्मगुरूंना चांगलेच अडचणीत आणण्याचा प्रयत्न त्यांनी केला व धर्म रक्षण व धर्मसुधारणा कोणत्या प्रकारे होऊ शकते याचे अनेक शास्त्रोक्त दाखले देऊन विवेचन केले.

टिळकांचे स्त्री-स्वातंत्र्य, स्त्री-शिक्षण व विवाहविषयक विचार हे काही स्मृती ग्रंथातील वचनांना धरूनच होते. स्त्री स्वातंत्र्यविषयक त्यांनी 'न स्त्री स्वातंत्र्यमर्हति' अर्थात स्त्रीला कोणतेही स्वातंत्र्य नाही या मनुवचनाचा स्वीकार केला होता.

यानुसारच त्यांनी १८८६ मध्ये 'रखमाबाईचा खटला' या प्रकरणात पतिपासून विभक्त होण्याची न्यायालयात मागणी करणाऱ्या रखमाबाईविरुद्ध व तिला समर्थन देणाऱ्या न्या. रानडे, आगरकर व इतर सुधारकांविरुद्ध आवाज उठविला. हिंदू धर्मशास्त्रां-मध्ये स्त्रियांना स्वातंत्र्य द्यावे असे कोठेही लिहिले नसल्याचे त्यांनी सांगितले. तिने आपल्या पित्याच्या व पतिच्या नंतर पुत्राच्या आज्ञेत असले पाहिजे असे सांगितले. ते म्हणतात, 'वेद वाक्यातून आगगाडी किंवा तारायंत्र काढण्याचा प्रयत्न जितका असमंजस आहे, तितकाच स्मृति ग्रंथातून स्त्री स्वातंत्र्यावर वचने काढण्याचा होय.'[२१२] स्त्रियांनी पतीची अवज्ञा केल्यास कोणत्या प्रकारचे दंड आहे याचे विस्तृत विश्लेषण केले.

जर सुधारकांच्या पुढाकाराने न्यायालयाने रखमाबाईस पतिपासून विभक्त राहण्याचा निर्णय दिला तर हिंदू समाजपद्धती मोडकळीस येईल, हिंदू धर्म आज्ञांचे उल्लंघन होईल व पाश्चात्त्य संस्कृतीचे आपण अनुकरण करू असे वाटल्यावरून टिळकांनी सुधारकांना तीव्र विरोध केला. सुधारक हे हिंदू शास्त्र आज्ञांचे कशा प्रकारे उल्लंघन करीत आहेत, याच्याविषयी त्यांनी विस्तृत लेख लिहिले, यामुळे लोकांमध्ये धर्म व समाजाची अवस्था याविषयी विचारमंथन घडून आले.

१८८४ ते १९८१ या दरम्यान संमती वय व लादलेले वैधव्य यासंबंधी सरकारने कायदा करावा यासाठी मलबारी शेठ व सुधारकांनी मोठी धार्मिक चळवळ घडवून आणली. कायद्याने प्रतिबंध केल्याशिवाय बालविवाह व विधवांवर केशवपनासारख्या अन्यायकारक चालीरीती संपुष्टात येणार नाहीत असा त्यांचा मुद्दा होता. यासाठी सरकारने कायदा करावा यासाठी सुधारकांनी मोठी चळवळ घडवून आणली. या चळवळीचे मुख्य विरोधक लो. टिळक हे होते. त्यांनी धार्मिक मुद्यांच्या आधारावर सुधारकांच्यात मोठा विरोध घडवून आणला.

त्यांनी वेळोवेळी सुधारकांना व सरकारला असा कायदा पास केल्याने धर्मोल्लंघन कसे होणार आहे याचे अनेक दाखले दिले. सरकारने १८५८ मध्ये व त्याआधीही सरकार हिंदुंच्या सामाजिक व धार्मिक बाबतीत हस्तक्षेप करणार नाही असे अभिवचन दिले आहे असे अनेक वेळा सांगितले आहे. ते विवाह धर्माचे संस्थापन या १८८७ मधील लेखात म्हणतात, 'हिंदू लोकांच्या सामाजिक व धर्मासंबंधी कृत्यांत सरकारने हात घालू नये ही गोष्ट हिंदुस्थानातील इंग्रजी राज्यपद्धतीचा जणू काय पायाच आहे असे म्हटले तरी चालेल व त्याप्रमाणे शेकडो वेळा सरकारकडून लोकांस आश्वासनेही मिळाली आहेत.'[२१३]

या कायद्याला विरोध करण्यासाठी टिळकांनी सरकारला त्यांच्या धोरणाची आठवण तर करून दिलीच, परंतु हिंदू सुधारकांना विरोध करण्यासाठी अनेक स्मृती ग्रंथातील दाखले दिले.

यामुळे सुधारकांनीही कायदा मागण्याच्या अर्जात यम, पराशर वगैरे संस्कृत धर्मग्रंथ व सुश्रुतादि वैद्यक ग्रंथ हे कायद्याला अनुकूल असल्याचा मुद्दा नमूद केला होता.

परंतु टिळक म्हणतात, यम व पराशर हे शोधून पाहता त्यात तर आम्हास कायद्याच्या मसुद्यात लिहिल्याप्रमाणे काही वचन आढळले नाही. धर्मशास्त्र किंवा धर्मसमजूत याविरुद्ध जाऊन सुधारणा करणे म्हणजे धर्मोल्लंघन होते, यामुळे ज्या काही सुधारणा करावयाच्या त्या धर्मशास्त्राचे उल्लंघन न करिता झाल्या पाहिजेत अशी भूमिका त्यांनी या कायद्याच्या व सुधारकांच्या विरोधात घेतली होती. ते यासंबंधी म्हणतात, 'आपल्या धर्मशास्त्रात अनुसरून कार्याकार्य, गोष्टीस विधी, विकल्प व निषेध अशा रीतीने बंधने घालता येतील. यात ज्या गोष्टी निषिद्ध मानल्या आहेत, त्या मुळीच करावयाच्या नाहीत, परंतु ज्याविषयी विधान आहे अथवा प्रायश्चित्त आहे त्या करण्यास जातिभ्रंशाचा प्रत्यवाय येऊ शकणार नाही व ते धर्म समजुतीच्या उलट जाणेही होणार नाही. असा विचार करून धर्मशास्त्राचे उल्लंघन न करिता ज्या

गोष्टी आपणांस करता येतील त्या आपण पुढे मांडाव्या व त्यांचा आपण विचार करून त्यासंबंधाने काही निकाल होत असल्यास पाहावा.'[२१४]

ऋतू प्राप्त होण्यापूर्वी मुलींचा विवाह झाला पाहिजे अशी वचने काही ग्रंथांमध्ये होती. विवाह काल किंवा संभोग वयाची मर्यादा १२ वय वर्षे (बारा) एवढी ठेवल्यास धर्मशास्त्राचे उल्लंघन होणार आहे असा मुद्दा त्यांनी सरकापुढे उपस्थित केला.

यामुळे सुधारकांनीही प्राचीन वेद कालापासून बालविवाहास धर्मशास्त्र व हिंदूंचे वैद्यशास्त्र कशी संमती देत नाही हे सरकारला सिद्ध करून दाखवावे लागले.

परंतु लो. टिळकांनी सोशिअल कॉन्फरन्समधील मंडळी धर्मसंबंधात व सामाजिक कृत्यांत आमची पुढारी नाही असे रोखठोक बजावले.

कोणत्याही सुधारणेचा उद्देश हा राष्ट्रीयत्वाचा अभिमान जागृत करणे होय व असा अभिमान जागृत करणे म्हणजे हिंदू धर्माविषयी अभिमान बाळगणे होय, परंतु सुधारक हे हिंदू धर्मातील दोष दाखवून हिंदू धर्म व संस्कृती यांच्याविषयी चुकीचा समज प्रस्तुत करीत आहे असे त्यांनी म्हटले.

हिंदू धर्माची सुधारणा ही हिंदू धर्म शास्त्रांमध्ये सांगितलेल्या तत्त्वानुसारच झाली पाहिजे, परंतु सुधारक हे हिंदू धर्माचे अभिमानी नसून केवळ उपयुक्ततावादी आहेत असा आरोप त्यांनी सुधारकांवर केला. 'ज्याप्रमाणे राजकीय बाबतीत आम्ही कॉन्स्टिटय़ूशनल किंवा कायदेशीर चळवळ करतो, तशी सामाजिक बाबतीतही शास्त्रोक्त चळवळ झाली पाहिजे. ल्यूशरने युरोपात धर्मक्रांती केली म्हणून सुधारक आपल्या तर्फेचे एक मोठे उदाहरण देत असतात, परंतु ल्यूथर हा बायबलवर पूर्ण विश्वास ठेवणारा श्रद्धावान ख्रिस्ती होता. आमच्या सुधारकांची तशी स्थिती नाही, ते केवळ उपयुक्ततावादी आहेत, धर्मशील उपयुक्ततावादी नाहीत; याचा परिणाम असा झाला आहे की, यांनी प्रचलित केलेल्या सुधारणेस समाजातील लोक विधर्मी समजतात.'[२१५]

अशा प्रकारे लो. टिळकांनी धर्माचा मुद्दा पुढे उपस्थित करून सुधारकांना जेरीस आणले.

परंतु लो. टिळकांच्या कायदाविरोधी चळवळीचा परिणाम हा सनातनी व सुधारक यांच्या धर्मविचारांचे मंथन घडवून आणण्यात झाला. आपल्या धर्मात सामाजिक बाबतीत अंध परंपरांचे पालन करणाऱ्या हिंदू समाजाला आपल्या धर्मग्रंथातील योग्य व अयोग्य तत्त्वांची ओळख झाली.

शेवटी सुधारकांनी धर्मशास्त्र सुधारणा कायद्यास अनुकूल आहे असे सिद्ध केल्यावरच अनेक वर्षांच्या धर्म मंथनानंतरच १८९१ मध्ये संमती वयाचा कायदा पास केला.

या चळवळीत लो. टिळक विशेष प्रसिद्धीस आले. त्यांनी सनातन्यांची बाजू घेऊन धर्मोल्लंघन करणे कसे अयोग्य आहे हे सशास्त्र पटवून देण्याचा प्रयत्न केला.

लो. टिळकांचे धोरण हे पारंपरिक धर्मव्यवस्थेला बळकट करण्याचे होते. याचे एक उदाहरण म्हणजे १८९९ मध्ये उद्‌भवलेले 'वेदोक्त प्रकरण' होय.

या प्रकरणात कोल्हापूरचे छत्रपती श्री शाहू महाराज हे क्षत्रिय आहेत व त्यांना वेदोक्त मंत्राने धार्मिक विधी करण्याचे अधिकार नाहीत, असे सांगितले.

या प्रकरणांपूर्वी महाराजही कर्मठ होते, तेही वर्णव्यवस्था मानीत व रीतीरिवाज पाळीत असत, परंतु आपण क्षत्रिय असूनही व धर्मशास्त्रानुसार क्षत्रियांनाही वेदोक्ताचा अधिकार असताना आपल्याला तो प्राप्त होत नाही, तर इतर खालच्या शूद्र गणल्या गेलेल्या जातींना कोणत्या प्रकारे कर्मठ सनातन्यांशी तोंड द्यावे लागत असेल याची जाणीव त्यांना झाली. त्यांनी वेदोक्त अधिकार नाकारणाऱ्या पुरोहितांची वतने बर्खास्त केली.

या प्रकरणात लो. टिळकांनी महाराजांना विरोध करणाऱ्या कर्मठ ब्राह्मणांची बाजू घेतली. हा अन्याय आहे असे 'केसरी'त प्रसिद्ध करून ज्यांच्या नेमणुका व वतने रद्द झाल्या आहेत त्यांनी न्यायालयात धाव घ्यावी असा सल्ला दिला.

वेदोक्त प्रकरणात शाहू महाराजांना विरोध करणाऱ्या ब्राह्मण पुरोहितांचा एक सिद्धान्त होता, तो म्हणजे 'कलियुगात ब्राह्मण आणि शूद्र हे दोनच वर्ण अस्तित्वात राहिले आहेत' व याच तत्त्वाचे समर्थन टिळकांनी केले; ते म्हणतात, 'जाती धर्माप्रमाणे पाहता ब्राह्मण, क्षत्रिय, वैश्य, यांस जे गृह्य संस्कार सांगितलेले आहेत ते वेदोक्त मंत्राने करावे अशी स्मृतीतून वचने आहेत. परंतु धर्मशास्त्रावरील जे प्रसिद्ध व सर्वसामान्य ग्रंथकार आहेत, त्यांच्या मते खऱ्या क्षत्रिय व वैश्य या जाती हल्ली नाहीशा झालेल्या आहेत व ब्राह्मण आणि शूद्र यांच्या दरम्यान ज्या जाती आहेत, त्यांचे जे संस्कार करणे ते वरील तारतम्य लक्षात आणून केले पाहिजेत असे त्यांचे मत आहे.'[२१६] अशी भूमिका त्यांनी घेतली.

वास्तविक छत्रपती शिवाजी महाराजांच्या वेळीच वेदोक्ताचा निकाल लागला होता. परंतु छत्रपती शिवाजी महाराजांनी हिंदू धर्मरक्षणाची जबाबदारी पार पाडली, यामुळेच शास्त्राने व लोकांनी त्यांना वेदोक्त मंत्र म्हणण्याचा अधिकार दिला होता असे शाहू महाराजांना उद्देशून म्हटले, 'हल्ली ज्या काही मराठे लोकांनी वेदोक्ताचे खूळ मागविले आहे ते आपल्यास शिवाजी महाराजांपेक्षा ज्ञातीने अधिक श्रेष्ठ समजत असतील असे आम्हाला वाटत नाही. तसेच त्या काळातील भोसले कुळावर महाराष्ट्रातील सर्व अबालवृद्ध, स्त्री-पुरुष हिंदू धर्माचे संरक्षण करणाऱ्या पुरुषास

व्यवहाराने व शास्त्राने ज्या काही सवलती देण्यासारख्या असतील, त्या सर्व किंवा त्याहूनही हौसेने आणि कृतज्ञता बुद्धीने तयार होते तसा आता कोणत्याही मराठ्यांचा अधिकार राहिलेला नाही.'[२१७]

कर्मठ धर्मपरंपरेनुसार कलियुगात ब्राह्मणांखेरीज इतरांना वेदोक्त कर्मे करण्याचा किंवा मंत्र म्हणण्याचा अधिकार नाही असे तत्त्व होते. परंतु शिवाजी महाराज हे हिंदू धर्मरक्षक होते, म्हणून त्यांना शास्त्राने व लोकांनी वेदोक्त कर्मे करण्याचा अधिकार दिला होता अशी सबब त्यांनी सांगितले.

वास्तविक शाहू महाराजांच्या निमित्ताने सर्वच ब्राह्मणेतरांना वेदोक्त कर्मे करण्याचा व धर्म परंपरेच्याविरुद्ध जाण्याचा अधिकार दिला तर पारंपरिक धर्मव्यवस्था धोक्यात येईल अशी भीती त्यांना वाटत होती व पारंपरिक धर्मरक्षकाची भूमिका त्यांनी घेतली होती, म्हणूनच वेदोक्त प्रकरणात महाराजांसारख्या प्रतिष्ठित व्यक्तीशी त्यांचा वैचारिक संघर्ष घडून आला.

अशा प्रकारे लो. टिळकांनी प्रार्थना समाज, स्त्री स्वातंत्र्य, स्त्रियांचा विवाह काळ, वेदोक्ताचा अधिकार इ. सामाजिक सुधारणांच्या बाबतीत धर्माचा मुद्दा पुढे करून विरोध केला. त्यांच्या मते १९ व्या शतकातील सुधारकांनी हिंदू धर्माचे महत्त्व जाणून न घेता हिंदू धर्माची प्रतारणा केली. कोणतीही सुधारणा म्हटली म्हणजे तिचा पाया धर्मावर आधारित असला पाहिजे. ज्या सुधारणेचा उद्देश धर्माची उन्नती नाही, त्याच्याने समाजाची सुधारणा न होता उलट परिणाम मात्र होईल असे त्यांचे मत होते, कारण 'कोणत्याही देशास किंवा राष्ट्रास ऊर्जित दशेस येण्यास एक प्रकारचे कायमचे धार्मिक किंवा सामाजिक वळण लागते.'[२१८] आपले हिंदुस्थानचे वैशिष्ट्य म्हणजे आपला हिंदू धर्म व परंपरा होय. त्याला सोडून सुधारणा करणे म्हणजे हिंदू राष्ट्राचे नाव इतिहासजमा होणेसारखे आहे असे त्यांनी सुधारकांना बजावले. याचा योग्य तोच परिणाम सुधारकांवर घडून आला. प्रार्थना समाजाच्या प्रार्थनेमध्ये ख्रिस्ती मत सोडून हिंदू धर्मग्रंथावरच जास्त भर देण्यात आला.

सुधारकांनी केलेला विरोध हा काही अंशी अयोग्य असला तरी धर्म विचारांना पुनर्जीवित व राष्ट्राच्या दृष्टीने धर्माचे महत्त्व नवीन पिढीला समजून देण्याचे कार्य लो. टिळकांच्या विचारांनी केले असे म्हणता येईल.

लोकमान्य टिळकांनी ख्रिस्ती मिशनऱ्यांनी चालविलेल्या धर्मांतराच्या कारवायांसंबंधी केलेली जागृती

पंडिता रमाबाईने ख्रिस्ती धर्म स्वीकारल्यापासून तसेच दुष्काळाने पीडित असलेल्या गरीब लोकांच्या मुलांना ख्रिस्ती करण्याचा उद्योग लो. टिळकांना प्रकर्षाने

जाणवल्यामुळे त्यांनी मिशनऱ्यांच्या उद्योगाकडे लोकांचे लक्ष वेधले. मिशनऱ्यांच्या व रमाबाईसारख्या बाटलेल्या पाद्रीण बाईच्या तावडीत आपल्या अज्ञात मुलामुलींना सोडून हिंदू धर्माचे रक्षण करणे हे आपले सर्वांचे कर्तव्य असल्याचे त्यांनी अनेक लेखांत नमूद केले.

या धर्माचा धोका काय आहे याचेविषयी वर्णन करताना ते म्हणतात, 'ख्रिस्ती धर्माचा हल्ला आपल्या देशावर आला आहे. हा हल्ला बौद्ध धर्म किंवा महमदी धर्म यांच्या प्राचीन काळी आलेल्या हल्ल्यापेक्षा महाभयंकर आहे. बुद्ध धर्माचे अनुयायी आपल्या धर्माचे श्रेष्ठत्व दाखविण्यासाठी वादविवाद करीत व जो हरेल त्यास आपला धर्म स्वीकारावयास लावीत. मुसलमानी धर्माचा प्रसार तर तलवारीच्या जोरावर होत होता, पण हा ख्रिस्ती धर्म दुष्काळाने गांजलेल्या व अन्नासाठी मरणाऱ्या लोकांच्या गळ्यात त्यांच्या इच्छेविरुद्ध बांधला जात आहे. अशावेळी सामर्थ्य असेल तर अनाथगृहे काढून गरिबांस मिशनरी लोकांपासून रक्षण करणे चांगले.'[२१९]

बुद्धाचे अनुयायी हे आपलेच धर्मबंधू आहेत व त्यांनी आर्य धर्मातील अनावश्यक असे पशू यज्ञ बंद करून आर्य तत्त्वज्ञानाचे पुनरुज्जीवन केले, एवढेच नाही तर त्यांनी आर्य संस्कृतीचा प्रसार भारताबाहेर केला. याच प्रकारे जैन, शीख धर्माने हिंदुस्थानात धर्मक्रांत्या केल्या. हे सर्व धर्म हिंदुस्थानातील असून, हिंदू धर्माच्याच शाखा आहेत असे त्यांनी म्हटले.

बौद्ध, जैन, शीख या धर्मांनी केलेल्या धर्मांतराची व ख्रिस्ती मिशनरींच्या उद्योगाशी तुलना करताना टिळक म्हणतात, ख्रिस्ती मिशनरी ज्याप्रमाणे अजाणत्या पोराबाळांवर झडप घालून आपल्या धर्माची बुद्धी करून पाहतात, त्याप्रमाणे बौद्ध किंवा जैन धर्माचे लोकांनी कधीही केले नाही. धर्मगुरूस गाळून त्याचा वादात पराभव करणे हे धर्मसंस्थापकांचे कर्तव्य होय. श्री शंकराचार्यांनी असेच केले. त्यांचे पोर फितवून नाही. ख्रिस्ती उपदेशकांनी त्यास नीतिमत्तेचा काही अभिमान असल्यास हाच मार्ग स्वीकारला पाहिजे असे मिशनरींना उद्देशून म्हटले.

मुसलमान लोक धर्मांतर करावयाचे ते उघडपणे करतात, त्यात ते कावेबाजपणा करीत नाहीत. 'मुसलमान लोक हिंदू लोकांवर जो हल्ला करतात तो उघड व दांडगाईचा असतो, हा त्यांच्यातील काही अंशी मोठा गुण आहे असे म्हटले तरी चालेल. ख्रिस्ती लोकांचे धर्मवेड मुसलमान लोकांपेक्षा कमी आहे असे नाही, परंतु लोकांस बाटविण्यास तलवारीचा अगर काठ्यांचा उपयोग न करता ते काम सुतानेच पार पाडतात.'[२२०] एका हातात तलवार व दुसऱ्या हातात कुराण हा मुसलमान लोकांचा मार्ग आहे व एका हातात बायबल व दुसऱ्या हातात खाऊ हा ख्रिस्ती लोकांचा कावा आहे, असेही

वर्णन त्यांनी ख्रिस्ती मिशनऱ्यांच्या कावेबाजीचे केले आहे.या दोन्ही धर्मांचे मार्ग आपणास अग्राह्य आहेत. या दोन्ही धर्मअनुयायांशी आपण मोठ्या सावधगिरीने व जपून वागले पाहिजे असा सल्ला त्यांनी हिंदुंना दिला.

१८९५ मध्ये एका ब्राह्मण मुलास ख्रिस्ती करण्याचा प्रयत्न केला गेला. त्याची टिळकांनी चौकशी केली. कोणाचा मुलगा अडाणी निघाला तर त्यावर ख्रिस्ती भटांनी झडप घालण्यास हरकत नाही असा यांचा समज आहे असे टिळकांनी म्हटले.

या प्रसंगावरून त्यांनी मुलांस फितवून नेणारे ख्रिस्ती उपदेशक हे डाकेखोर आहेत असे म्हटले. लोकांच्या घरातील संपत्ती लुटून नेणाऱ्यास जर डाकेखोर म्हणतात, तर संपत्तीपेक्षा-किंबहुना प्राणांपेक्षा-अधिक प्रिय जी मुले त्यास फितवून त्यांच्या ज्ञातीतून अगर बांधवातून त्यांची अजिबात उठावणी करणाऱ्या ख्रिस्ती उपदेशकांस डाकेखोर हा शब्द शतपट लागू पडतो असे पोर फितविणाऱ्या मिशनरींचे वर्णन त्यांनी केले.

कारण त्यांनी वर्णन केलेल्या हकिकतीत, पुण्यासारख्या शहरात मिशनरींनी कायद्याची चर्चा न ठेवता एका बारा-तेरा वर्षांच्या मुलास त्याच्या पालकांची चौकशी न करता ख्रिस्त भक्त बनविण्याचा उद्योग केला. इतकेच नव्हे तर तो मुलगा घरी परत आला असता त्यास पुन: काही तरी देऊन आपल्या कळपात ओढून घेतले. अशा प्रकारे अज्ञानी लोकांची पोरे संधी पाहून मिशनरी आपल्या कळपात ओढत... आणि दुष्काळासारखी आपत्ती तर या कामासाठी त्यांना परवणीच असे. १९०१ मध्ये पडलेल्या दुष्काळात पंचवीस हजार मुले मिशनरींच्या हातात पडल्याची माहिती टिळकांनी दिली आहे. त्यात ते म्हणतात, अमेरिकन लोकांनी दुष्काळात आमचे जीव बचावण्याकरिता जे पैसे पाठविले त्याचा विनियोग आमच्या दुर्दैवाने आमच्या धर्मास मारण्याच्या कामी झालेला आहे. दुर्दैवाने हे दुष्काळ आमच्या पाठीस लागतील आणि दर हर दुष्काळात अशीच संधी साधून मिशनरी जर आपल्या स्व-धर्मीयांना बाटवत राहिले तर ते राष्ट्रावर मोठे संकट असेल असा इशारा त्यांनी दिला. 'दुष्काळाने केवळ आमच्या द्रव्याची व शरीराचीच खराबी होते असे नाही, तर दर एक दुष्काळाच्या प्रसंगी आमच्या धर्मासही मोठा चट्टा बसू लागला आहे. हे एका दुष्काळात या इलाख्यात मिशनरी लोकांजवळ पंचवीस हजार अनाथ पोरे जमली आहेत, यावरून कोणाच्याही लक्षात येईल ही स्थिती तुम्ही किती दिवस चालू ठेवणार, यांस काही तोड आहे किंवा नाही व असल्यास त्याप्रमाणे उद्योगास तुम्ही कधी लागणार हे प्रश्न वाचकांपुढे मांडण्याचा आमचा इरादा आहे. हे काही लहान-सहान प्रश्न नव्हेत.'[२२१] अशा प्रकारे हजारो मुले या धर्मात गेली तर अखेर काय परिणाम होईल याचा सर्वांनी विचार करावा असा इशारा त्यांनी दिला.

यावर उपाय सांगताना ते म्हणतात की, आम्ही कंगाल तर खरेच! तथापि दुष्काळातून रक्षण करण्याकरिता दरसाल थोडा थोडा कर देऊन दुष्काळ निवारण फंड साचविण्यास सरकारांस आम्ही मदत केली आहे, शिवाय दुष्काळाच्या प्रसंगी देशातील काही उदार गृहस्थांनी मोठमोठ्या वर्गण्याही भरल्या आहेत. परदेशातील लोकांनी आमच्या जीवित रक्षणासाठी जी आम्हास मदत पाठविली आहे, तिचा आभारपूर्वक स्वीकार करणे आमचे कर्तव्य होय, पण त्या रकमेचा आमच्या धर्मनाशाकडे जर उपयोग होऊ लागला तर तो बंद करून त्याऐवजी आमचे जीवित व धर्म मिळून दोघांचेही आम्ही भरलेल्या दुष्काळ फंडातून व वर्गण्यांतून संरक्षण करणे आमच्या राज्यकर्त्यांचे कर्तव्य होय, परंतु द्विधर्मी ख्रिस्ती सरकार आपले कर्तव्य बजावत नाही, म्हणून हिंदुस्थानातील व विशेषत: महाराष्ट्रातील लोकांनी या गोष्टीकडे दुर्लक्ष न करिता आपआपल्या प्रांतात हे संकट निवारण्यासाठी काय तजवीज कराव्या याचा अवश्य विचार करून त्याप्रमाणे उद्योगास लागावे. अशी आमची त्यास अगत्यपूर्वक विनंती आहे, असे हिंदू विद्वानांना उद्देशून त्यांनी म्हटले. अद्यापपर्यंत आलेल्या धोक्यापेक्षा मिशनरींचा धोका हे सर्वांत भयंकर संकट होय, यामुळे हिंदुत्वाचे रक्षण करण्यासठी सर्वांनी प्रयत्न केले पाहिजेत, असा सूचनावजा इशारा त्यांनी पुढील शब्दांत दिला. 'हिंदू धर्माच्या अंगी जाण आहे, जीव आहे व मुसलमान लोकांच्या समशेरीच्या तडाख्यातूनही तो बचावला आहे ही गोष्ट खरी आहे, पण आजचा जो प्रसंग आहे तो याहीपेक्षा भयंकर होय.'[२२२]

कारण इंग्रजांचे राज्य जरी कायद्याचे असले तरी, मिशनऱ्यांविरुद्ध लढण्यास कायदा पाठिंबा देत नाही. कोणीही हिंदू किंवा मुसलमान बालकास मिशनरींनी बलात्काराने अथवा लोभाने बाटविले, तर त्यात सध्याच्या कायद्याप्रमाणे काही गुन्हा होत नाही, पण सदर मुलाचे पालक असल्यास त्यास आपले पालकाचे हक्क बजावण्याकरिता कोर्टात दावा आणता येतो, पण पालक याला मिशनरींच्या ताब्यातून काढण्याची जी व्याख्या आहे, ती मिशनरीतर्फेच आहे, यामुळे या कायद्याचा आपल्याला फायदा होत नाही.

यामुळेच स्वधर्मरक्षणाचे काम समाजातील सुशिक्षित विद्वान वर्गाने केले पाहिजे, परंतु नवीन पद्धतीने शिकलेली पिढी उदासीन किंवा पाखंडी आहे अशी खंत त्यांनी व्यक्त केली.

हिंदू धर्मातील दोष व त्यावर मिशनरींनी केलेले आरोप यासंबंधी ते म्हणतात, 'सोने कितीही चांगले असले तरी त्यास वारंवार उजाळा देऊन ते ज्याप्रमाणे देदीप्यमान ठेवावे लागते, त्याप्रमाणेच धर्मतत्त्वांची स्थिती होय. परकीयांनी स्व-धर्मावर केलेल्या

आक्षेपांचे निराकरण करून आपल्या धर्मतत्त्वांची योग्यता स्थापन करणे हे देशातील विद्वानांच्या कर्तव्यांपैकीच एक कर्तव्य होय, अशी जाणीव त्यांनी हिंदू विद्वानांना करून दिली. आमचा राजाश्रय तुटलेला आहे. कायद्याचे आम्हाला साहाय्य नाही आणि आमचे प्रतिपक्षी द्रव्याच्या, सत्तेच्या व मनुष्य बलाच्या जोरावर आमचा पाडाव करण्यास नेहमी एका पायावर तयार आहेत.'

वास्तविक पाहता ख्रिस्ती धर्मातील तत्त्वे आमच्या धर्मातील तत्त्वांपेक्षा उज्ज्वल किंवा उदात्त आहेत असे आम्हास वाटत नाही, इतकेच नव्हे तर, काही युरोपियन तत्त्वज्ञांचीही समजूत आमच्यासारखीच झालेली आहे. शिवाय भूगर्भशास्त्र, पदार्थविज्ञानशास्त्र वगैरे शास्त्रांतून जे अर्वाचीन शोध झालेले आहेत, त्यांच्या योगाने ख्रिस्ती धर्माचा पाया जे बायबल त्यातील काही सिद्धांत अगदी लटपटीत होऊन गेले आहेत. आधिभौतिक शास्त्रांच्या प्रसाराने युरोपियन विद्वानांची ख्रिस्ती धर्मावरील श्रद्धा डळमळू लागली आहे. पण मिशनरी मंडळ्यास ख्रिस्ती राष्ट्रातील खालच्या वर्गाच्या लोकांचे द्रव्यसाहाय्य असल्यामुळे आणि इंग्लंड देशाचा अंमल पृथ्वीच्या बऱ्याच भागावर पसरला असल्यामुळे या धंदेवाल्या मिशनरी लोकांचा सुळसुळाट चोहोंकडे बराच माजला आहे, अशी वस्तुस्थिती त्यांनी विशद केली.

परंतु या मिशनऱ्यांना पायबंद घालण्यासाठी राजाश्रय, कायदा, द्रव्य याचे कसलेही साहाय्य नाही. म्हणून 'परित्राणाय साधूंना विनाशाय च दृष्कृतां! धर्मसंस्थापनार्थाय संभावामि युगे युगे' दुष्टांचा नाश करण्यास आणि धर्मसंस्थापनासाठी मी युगे युगे जन्म घेईन अशी जरी गीतेमध्ये ईश्वराची वाणी असली तरी एवढ्यावर भिस्त ठेवून स्वस्थ बसू नये, तर मिशनऱ्यांना पायबंद कसा घालता येईल याचा सर्वांनी विचार करावा अशी सूचना त्यांनी केली.

मिशनरींवर अंकुश ठेवण्यासाठी त्यांनी काँग्रेसमध्ये ठराव पास करून सरकारला सादर करावा अशी सूचना त्यांनी १९०१ मध्ये लाहोर काँग्रेसमध्ये मांडली. दुष्काळात मिशनरी अनेक अनाथ बायका-पोरांना ख्रिस्ती बनवीत यावर सरकारने मज्जाव करावा असा ठराव पास करण्याकरिता त्यांनी काँग्रेसचा विषय समितीपुढे प्रयत्न केला. यावर वृत्त प्रकाशित करताना 'केसरी' म्हणतो, 'Speaking on the subject Mr. Tilak exhibited great feeling, It is fair that after receiving our taxes and our charity, our children should be made over to Christian missionaries.'[२२३]

या प्रकारचा मुद्दा त्यांनी काँग्रेसपुढे मांडला, परंतु त्यांच्या मुद्याला जास्त सभासदांचा पाठिंबा मिळाला नाही, म्हणून लाहोर काँग्रेसने धार्मिक विषयांवर चर्चा करण्यास नकार दिला. अशा प्रकारे त्यांनी कायदेशीर दृष्ट्या मिशनऱ्यांच्या दुष्काळात

चालणाऱ्या धर्मांतराच्या उद्योगावर पायबंद घालता येईल याचाही प्रयत्न करून पाहिला.

शूद्र अतिशूद्रांना दिलेल्या वर्तणुकीमुळे त्यांना ख्रिस्ती धर्मात जाण्याची भीती मोठी होती. या संदर्भात ते म्हणतात, अनेक जाती आपल्या धर्मात असल्या तरी महार मांगापासून ते ब्रह्मवाद्यांपर्यंत एकाच हिंदू धर्मात गणले जातात. 'हिंदुतील जाती या एका पुरुषाचे अवयव होत हे कोणी कबूल करणार नाही, असे वाटत नाही. चातुर्वर्ण्यातील हर एक वर्णाचे गुण व कर्तव्ये निराळी असली तरी ते वर्ण एका धर्माचे, एका पुरुषाचे, नवीन दृष्टीनेही अवयव आहेत हे विसरता कामा नये.'[२२४] यामुळेच हिंदू धर्मात फूट होऊ देणे बंद केले पाहिजे व हिंदू समाज एक राहिला पाहिजे असा प्रयत्न आपण केला पाहिजे असे सांगून ते पुढे म्हणतात की, मिशनरी लोक महाराला म्हणतात, तुला हिंदू लोक तुच्छ मानतात, तू आमच्यात ये, तो ख्रिश्चन झाला आणि त्याने विजार घातली की, आम्हाला त्याचा विटाळ होत नाही. तर हा दृष्टिकोन आपण सोडला पाहिजे. मगच मिशनऱ्यांचा बंदोबस्त होऊन कनिष्ठ जातीच्या धर्मांतराला आळा बसून धर्मात फूट होणार नाही, असा बंदोबस्त लोकांनी पुढाकार घेऊन करावा अशी शिफारस त्यांनी केली.

जन्माने ब्राह्मण असलेल्या, परंतु नंतर ख्रिस्ती धर्म स्वीकारलेल्या व मिशनऱ्यांप्रमाणेच उद्योग करणाऱ्या पंडिता रमाबाईंवर त्यांनी ही बाटलेली पाद्रीणबाई असा शब्दांचा मारा करून तिच्या धर्मांतराच्या उद्योगावर त्यांनी आपल्या टीकेद्वारे बराच वचक बसविला.

पंडिता रमाबाईंच्या ख्रिस्ती धर्मांतरणाच्या मोहिमेला लो. टिळकांनी केलेला विरोध

पंडिता रमाबाई नावाच्या एका शिक्षित ब्राह्मण स्त्रीने ख्रिस्ती धर्माची दीक्षा घेतली होती. त्यांनी इंग्लंड व अमेरिका येथे जाऊन शिक्षण घेतले. तेथेच त्यांनी ख्रिस्ती धर्माची दीक्षा घेतली. १८८८ मध्ये भारतात परत आल्यावर त्यांनी लवकरच मुंबई येथे 'शारदा सदन' नावाची संस्था विधवांना शिक्षण देण्यासाठी काढली.

ही संस्था काढली त्यावेळी आपण ख्रिस्ती आहोत ही बाब त्यांनी लपवून ठेवली नव्हती, त्याचबरोबर कोणाच्या इच्छेविरुद्ध आपण कोणालाही ख्रिस्ती करणार नाही असे आश्वासन त्यांनी दिले होते.

पुढे जागेच्या व खर्चाच्या सोयीसाठी शारदा सदन पुण्यात आणण्यात आले. यावेळी स्त्रियांच्या उन्नतीविषयी कळकळ असणाऱ्या न्या. रानडे, रामकृष्ण भांडारकर यासारख्या सुधारकांनी त्यांना पाठिंबा दिला. त्यांना सक्रिय पाठिंबा देण्यासाठी त्यांनी एक साहाय्यकारी समिती बनविली.

परंतु १८९१ मध्ये ही साहाय्यकारी मंडळी संपुष्टात आली. न्या. रानडे, डॉ. भांडारकर यांनी राजीनामा दिला.

ही मंडळी पंडिता रमाबाईनेच संपुष्टात आणली, कारण तिचा हेतू धर्मप्रसाराचा असून तिच्यावर आता कोणाचाही वचक राहिला नाही. आता पंडिता धर्मप्रसार करण्यास मोकळी झाली आहे असा निषेध नोंदविणारे व या संस्थेची, या कावेबाजीची माहिती देणारे अनेक लेख त्यांनी 'केसरी'तून प्रसिद्ध केले.

त्यांनी संस्थेची बारकाईने चौकशी केली व त्यावर खालील आक्षेप घेतले.

१. साहाय्यकारी मंडळी संपुष्टात आणली.
२. एकाधिकार स्थापन केला, हवी तशी व्यवस्था करण्यास मोकळीक मिळाली.
३. पंडिता रमाबाई, मुलींस ख्रिस्ती धर्माच्या मार्गास लावण्याचा प्रयत्न करितात. उदा. त्यास ख्रिस्ती देवळात नेणे, जातिभेद व सोवळे ओवळे झुगारून देण्यास प्रवृत्त करणे
४. अमेरिकन लोकांनी केवळ लोकहिताच्याच दृष्टीने या सदनास पैसे दिले नाहीत, त्यात धर्माचा काही तरी भाग असावा.

'पंडिता रमाबाईसारख्या उच्छृंखल व धर्मांतर केलेल्या बाईच्याच हाती याची सर्व व्यवस्था राहिली तर यापासून आम्हा हिंदूंना काही फायदा व्हावयाचा नाही. ही एक शुभ वर्तमानाच्या प्रसाराचीच शाळा समजली पाहिजे व ज्याप्रमाणे मिशनरी लोकांबरोबर आम्ही वर्तन ठेवितो त्याचप्रमाणे पंडितेशी ठेविले पाहिजे.''[२२५]

त्यांनी न्या. रानडेंना उद्देशून आपल्या लेखात असे म्हटले की, सदनाच्या व्यवस्थेत हात घालण्याचा रावबहादुरास अधिकार राहिला आहे किंवा नाही याचा लोकांनी खुलासा करावा.

सदनाची व्यवस्था पुढे अमुक रीतीने राहिली व तेथे ख्रिस्ती धर्मशिक्षण दिले जाणार नाही. याचा जिम्मा घेण्यास रावबहादूर तयार आहेत काय? त्यांनी पुढे असेही म्हटले की, सदनातील धार्मिक व व्यावहारिक स्थितीचे खरे स्वरूप कळून मग जर लोक आपल्या स्त्रिया तेथे पाठवतील तर खुशाल पाठवावेत. पंडिता रमाबाईचा हेतू जर शुद्ध लोकहिताचा असेल तर आम्ही तिला पाठिंबाच देऊ असेही या लेखात त्यांनी शेवटी म्हटले. 'निरिच्छ बुद्धीने जर ती आमच्या हिताकरिता झटेल तर अहिल्याबाईप्रमाणे तिलाही पूज्य मानू.'[२२६]

परंतु रमाबाईंनी काही मुलींना ख्रिस्ती केल्याचे खात्रीलायक वृत्त समजल्याबरोबर त्यांनी रमाबाई व तिला पाठिंबा देणाऱ्या सुधारकांवर शरसंधान साधले.

त्यांनी जे आरोप केले त्याला काही पुरावा नसल्याचे आगरकरांसारख्या

सुधारकांनी म्हटल्यावर ताबडतोब प्रतिउत्तर म्हणून टिळकांनी 'पुराव्याचे माप घ्या' या मथळ्याचा लेख लिहून अमेरिकेतील वृत्तपत्राचा व रमाबाईंनी लिहिलेल्या 'High Caste Hindu Women' या पुस्तकातील संदर्भ व तसेच स्वत:चे बातमीदार इत्यादींचे पुरावे सादर करून, शारदा सदन काढण्याचा हेतू निव्वळ बायकांना, अनाथ विधवांना ख्रिश्चन करण्याचाच आहे. पैसे मिळविण्यासाठी त्यांना काही मुलींना ख्रिस्ती करणे आवश्यक आहे. म्हणून त्या फूस लावून आपल्या विधवांना ख्रिस्ती करीत आहेत असे पुराव्यानिशी सांगितले व रमाबाईच्या पाठीराख्यांना प्रतिउत्तर दिले.

यानंतरच्या 'पंडिता रमाबाई' या लेखात ते म्हणतात, पंडिता रमाबाईचे विधवा मिशनगृह ही संस्था मिशनरी शाळेपेक्षाही फार वाईट आहे. सरकारी शाळांतून धर्माबद्दल कडकडीत औदासीन्य पाळले जाते व ज्याला त्याला ज्याचे त्याचे धर्माप्रमाणे चालण्यास पूर्ण मोकळीक असते. मिशनरी शाळांतून ख्रिस्ती धर्मशिक्षण थोडे बहुत देण्यात येते, परंतु मिशनरी मंडळींचा हेतू लोकांस उघडपणे ठाऊक असल्यामुळे तेथे कोणीही फसण्याचा संभव नसतो, परंतु पंडिता रमाबाईंच्या सदनाची स्थिती या दोहोंकडूनही अत्यंत भिन्न आहे. यात व्यावहारिक शिक्षणाचे ढोंग करून अंतस्थ हेतू निराळाच आहे असे खुद्द रमाबाईच्याच कबुलीवरून स्पष्ट झाले आहे. 'तेव्हा अशा संस्थेपासून लोकांस विशेष भय आहे. खेरीज या संस्थेस बोर्डींग जोडल्यामुळे खाण्यापिण्याची व्यवस्थाही पंडिता रमाबाईच्याच ताब्यात असते, त्यामुळे पोटातील हेतू तडीस नेण्यास पंडिता रमाबाईस जास्तच साधने मिळते. असली संस्था मिशनरी शाळांपेक्षाही जास्त भयंकर आहे हे कोणासही सांगावयास नको.'[२२७]

अशा प्रकारे वरील शब्दात लो. टिळकांनी रमाबाईंची संस्था ही मिशनरी व सरकारी शाळांपेक्षा कशी घातक आहे हे लोकांस स्पष्ट केले.

तसेच व्यवस्थापक मंडळी आता मोडली असल्यामुळे पालक आता आपली मुले उघड्या डोळ्यांनीच पाठवतील असेही लोकांना सावध केले.

एखाद्या व्यक्तीचे धर्मांतर होणे म्हणजे त्याचा खून होणे असेच आहे असे त्यांनी 'पुण्यातील धर्मवेडाचा दंगा आणि खून होण्याचा संभव' या १८९३ च्या लेखात म्हटले. 'मुंबईस हिंदू मुसलमानांचा दंगा होऊन शेसव्वाशे लोक बळी पडले व सात आठशे लोक तुरुंगात पडले, परंतु आमच्या पुण्यातच हिंदू-ख्रिस्ती लोकांचा जो मोठा भयंकर दंगा चालू आहे व ज्यात पुरुषांचे नव्हे तर स्त्रियांचेच खून पडण्याचा संभव आहे, ज्यास हिंदुस्थानातल्या ख्रिस्त्यांचीच काय पण अमेरिकेतल्या ख्रिस्त्यांचीही मदत आहे.'[२२८]

अशा प्रकारे अमेरिकन मिशनकडून जी आर्थिक मदत रमाबाईच्या साधनाला

मिळत होती तिचा उपयोग बायकांना स्वधर्मापासून दूर करून त्यांचा एक प्रकारे खूनच करीत आहे असे त्यांनी तीव्र शब्दात सांगितले.

'शारदा सदन' म्हणजे एक निव्वळ मायेचा बाजार अथवा दुकान आहे. मेंढ्याचे कातडे पांघरून ही विदुषी आमच्या भोळ्या बालविधवांच्या कळपात शिरू पाहात आहे, करिता लोकांनी सावध राहून वेळीच योग्य तजवीज करावी, तसेच विद्वत्तेबरोबरच इतर गुणांचाही समावेश झाला असल्यामुळे पंडिता रमाबाई आम्हांस अत्यंत टाकाऊ झाल्या आहेत; इतकेच नव्हे तर त्यांच्या हल्लीच्या वृत्तावरून 'महाराष्ट्र देशावर ही एक मोठी घोरपडच आली आहे' असे रमाबाईंचे वर्णन टिळकांनी केले.

टिळकांच्या आरोपांवर उत्तर म्हणून पंडिता रमाबाईंनी 'मी होऊन कोणास ख्रिस्ती करीत नाही. ज्या मुलींच्या पालकांची खुशी असेल त्यासच मी प्रार्थनेस येऊ देते, इतरांस आपआपल्या धर्माप्रमाणे वर्तन करण्याची माझ्याकडून पूर्ण मोकळीक आहे' असा खुलासा केला.

यावर प्रतिक्रिया देताना टिळक म्हणाले, 'परंतु सत्यस्थिती अशी आहे की, प्रार्थनेस रमाबाईच मुलींना नेतात, हिंदू धर्माविषयी किंवा साधू संतांविषयी एकही शब्द त्यांच्या कानावर पडू देत नाहीत, यामुळेच शारदा सदन ही उघड ख्रिस्ती संस्था आहे, मुलीस ख्रिस्ती करणे हा आमचा धंदा आहे असे रमाबाईने प्रसिद्ध करावे' असे सांगून टिळकांनी मुलींच्या पालकास उपदेशही केला की, शारदा सदन म्हणजे हिंदू स्त्रियांस बाटविण्याचे दुकान असे आता उघड झाले आहे. करिता सदनात ज्यांच्या मुली गेल्या असतील त्यांनी वेळीच या गोष्टीचा विचार करून तजवीज करणे असेल ती करावी. ज्यास आपल्या मुली ख्रिस्ती झाल्या तरी चालतील असे वाटत असेल त्यांनी खुशाल आपल्या मुली सदनात पाठवाव्या, बाकीच्यांनी विश्वास ठेवू नये. सदनात विद्याभ्यास फार होतो असे नाही. मुलींचे कमाल शिक्षण येथील फीमेल हायस्कुलात अगर फीमेल ट्रेनिंग कॉलेजात सहज मिळू शकेल. शिक्षणाचीच सोय पाहिजे असल्यास शारदा सदनाखेरीज अन्यत्रही होण्यासारखी आहे. मुलीस फुकट जेवावयास, शिकवण्यास मिळते म्हणून ख्रिस्ती झाल्या तरी चालतील असे लोक आमच्यात असतील असे वाटत नाही.

निव्वळ गरिबीमुळे ख्रिश्चन धर्मात गेले असते तर आज येशू ख्रिस्ताचे कळप हिंदुस्थानात हजार नजरेस पडले असते. 'तुम्हांस मुलींस जर पोसवत नसेल तर त्यास विहिरीत ढकलून द्या, पण ख्रिस्ती होऊ देऊ नका,' असे आपल्याकडील लोकांचे विचार असल्याचे सांगून, 'मिशनरी शाळांतून जो प्रकार गेल्या पन्नास वर्षांत घडून आला नाही तो पंडितेच्या सदनात ५ वर्षांत घडून येऊ शकतो. या ख्रिस्ती संस्थेपासून लोकांनी अलिप्त राहावे' ही विनंतीही त्यांनी केली.

कारण हिंदुंचे ख्रिस्ती होणे म्हणजे एक प्रकारचे मरणच आहे व शारदा सदनमधील प्रकार लक्षात आणला म्हणजे तेथे जो धर्मांतराचा प्रकार होतो त्यास खून म्हटले तरी चालेल अशा शब्दात त्यांनी रमाबाईंच्या कृत्यांचा तीव्र शब्दात निषेध केला.

याचा परिणाम म्हणून अनेक पालकांनी आपल्या मुली या संस्थेतून काढून घेतल्या, परंतु तरीही या सदनात दुष्काळाने पीडित स्त्रियांना दाखल करून घेण्यात आले होते व त्यांनाही ख्रिस्तीच करण्यात येईल याची टिळकांना जाणीव असल्यामुळे 'शारदा सदन अथवा विधवा मिशनगृह' या मथळ्याचा लेख लिहून याविषयी त्यांनी आपली खंत व्यक्त केली. यात ते म्हणतात, 'देशबांधवांच्या सनातन धर्मास परकीयांच्या मदतीने आग लावण्याचे जे साहस या पाद्रणी बाई करीत आहेत, त्याचे खरे स्वरूप परिणाम जर आमच्या पूर्णपणे लक्षात आले नाही तर आम्ही पुरे हतभाग्य झाले आहोत असेच समजले पाहिजे.'

हिंदू धर्मीय लोकांची बुद्धी उदार असल्यामुळेच अशा धर्मद्रोह्यांना शिक्षा झाली नाही. या सदनात कोणत्याही मुलीला सदन सोडून जाण्याची परवानगी नसते, यामुळे त्यांना हिंदू धर्माची तत्त्वे ऐकण्याची सोय नसते.

यामुळे येथील अनाथ मुलींना सर्वांनी मदत करून त्यांची सुटका केली पाहिजे. असे आवाहन त्यांनी केले. हे अरिष्ट रोखण्यासाठी आमच्या बड्या मंडळींनी खटपट केली तर त्यांची सोय होईल. अमेरिकन लोक जर हजारो रुपये खर्चून कित्येक वर्षे आमच्या मुली बाटविण्यास तयार झाले आहेत तर काही मुली बाटू नयेत म्हणून आम्ही थोडेही पैसे खर्च करू नये? आपल्या मुली ख्रिस्ताला बळी देऊ नयेत अशी विनंती त्यांनी येथे केली.

१८९९ मध्ये पंडिता रमाबाई आपल्या शारदा सदनास मदत मिळावी म्हणून दुसऱ्यांदा अमेरिकेत गेल्या. यावर प्रतिक्रिया म्हणून 'पंडिता रमाबाईंची दुसरी मोहीम' या मथळ्याचा लेख लिहिला.

त्यात ते म्हणतात, 'रमाबाई हुशार आहे, दीर्घोद्योगी आहे वगैरे तिचे गुण आम्हास मान्य आहेत, पण हिंदू लोकांस बाटविण्याचा जो तिचा उद्योग चालू आहे व ज्याकरिता स्त्री शिक्षणाचे सोंग तिने पुढे आणिले आहे त्यामुळे नाइलाजास्तव तिच्याविरुद्ध त्यावेळी आम्हास आमची लेखणी उचलावी लागली.' 'हिंदू लोकांमध्ये जर कोणत्याही गोष्टीबद्दल पूज्यभाव असला तर तो त्यांच्या धर्माबद्दल होय. त्यावर घाला घालून दुसऱ्या कोणत्या प्रकारे आमचे थोडे बहुत कल्याण करण्याची जर कोणाची बुद्धी असेल तर ती आम्हास नको आहे. तर अशा प्रकारे आमच्या कल्याणाचे आमिष दाखवून आमचे हिंदुत्व नष्ट करणारे पुरुष अथवा स्त्रिया आमच्या राष्ट्राच्या शत्रू

आहेत असे आम्ही समजतो.'[२२९] रमाबाई हिंदू धर्मनाशाचे कार्य करीत आहे व असे लोक म्हणजे राष्ट्राचे शत्रूच आहेत असे त्यांनी स्पष्ट केले.

या मोहिमेविषयी ते पुढे म्हणतात, १८८८ साली अमेरिकेत पंडिता रमाबाईने जाऊन तेथील लोकांची हिंदुस्थानातील विधवांस शिक्षण देऊन ख्रिस्ती करण्यास मदत मागितली होती व त्यानंतर येथे येऊन तिने शारदा सदन स्थापन केले. या सदनास दहा वर्षांपर्यंत मदत देण्याचे अमेरिकन लोकांनी कबूल केले होते. ही मदत १८९८ साली संपली. तेव्हा पुन: अमेरिकेवर पंडिता रमाबाईने दुसरी मोहीम करून हिंदू लोकांस बाटविण्यासाठी मदत मागितली.

या दहा वर्षांत मात्र हिंदू लोकांबद्दल अमेरिकन लोकांस पूर्वीपेक्षा जास्त माहिती मिळाली होती. स्वामी विवेकानंद व त्यांचे अनुयायी यांची व्याख्याने अमेरिकन लोकांनी ऐकिली असून त्यांच्या उद्योगाने कित्येक अमेरिकन स्त्रियांची वेदांत मार्गाकडे प्रवृत्ती झाली, परंतु मिशनरी लोकांच्या मदतीने तिने हे साहस केले व हिंदू लोकांची निंदा नालस्ती केली. सारे हिंदू लोक अगदी अडाणी, दुराचारी आणि मूर्ख आहेत. त्यांच्यामध्ये नीतीचे बंधन इतके शिथिल आहे की, त्यांच्या घरात कोणत्याही कुमारिकेस राहणे धोक्याचे आहे. त्यांचा धर्म अगदी गचाळ आणि मूर्खपणाचा आहे, अशी खोटी नाटी आमच्या लोकांची अमेरिकेत नालस्ती करूनच या बाईने १८९८ मध्ये आपल्या पैशाची तुंबडी भरण्याचा प्रयत्न केला.

हिंदुस्थानात जन्मलेल्या कोणत्याही मनुष्यास हिंदू लोकांबद्दल अशा तऱ्हेने खोटे नाटे नालस्तीचे उद्‌गार काढण्यास लाज वाटली पाहिजे, पण लाज टाकून देऊन, सर्वत्र विजयी होण्याचा पंडितेचा संकल्प असल्यामुळे तिला हिंदू लोकांची अमेरिकेत मनसोक्त नालस्ती करण्यास काहीच वाटले नाही, परंतु अमेरिकेत जी हिंदू लोकांची नालस्ती या बाईने केली आहे तिची सविस्तर माहिती लोकांस मिळाली तर ते तिला कोर्टात खेचल्याशिवाय राहणार नाहीत असा विश्वास त्यांनी व्यक्त केला.

वास्तविक तिची हिंदू धर्माबद्दलची माहिती थोडी, वेदांतादी ग्रंथांचा अभ्यास अपुरा व त्याचप्रमाणे संस्कृतचा अभ्यास केलेल्या स्त्रिया फार आढळत नाहीत, यामुळेच रमाबाईस महत्त्व मिळाले होते. अशा तोडक्या संस्कृतच्या ज्ञानाच्या जोरावर अमेरिकेत वेदांतात काही अर्थ नाही असे सांगणे म्हणजे पैशासाठी सत्याचा अपलाप करणे होय.

परंतु या मायावी व साहसी बाईने पैशासाठी अशी खोटी नालस्ती करून पुन्हा १० वर्षांपर्यंत मदत मिळविली आहे असे स्पष्टीकरण रमाबाईच्या दुसऱ्या मोहिमेविषयी टिळकांनी दिले. सुदैवाने अमेरिकन लोकांची ही गैरसमजूत दूर करण्याचा प्रयत्न कित्येक लोक करीत आहेत आणि आमची अशी उमेद आहे की, त्यांच्या प्रयत्नास

यश येऊन अमेरिकन लोकांची उदार बुद्धी आम्हास बाटविण्याचा प्रयत्न करिता अन्य रीतीने आमच्या विपन्न देशास ऊर्जितावस्थेत आणण्याचा प्रयत्न करतील असा विश्वास त्यांनी व्यक्त केला.

रमाबाईंनी १८९१ मध्ये 'शारदा सदनाची साहाय्यकारी मंडळी मोडकळीस आणल्यानंतर व न्या. रानडे व डॉ. भांडारकरांनी या मंडळींचा राजीनामा दिल्यानंतर रमाबाईंवर कोठलाही वचक राहणार नाही व सदनातील हिंदू विधवांना ख्रिस्ती करण्याचा मार्ग मोकळा झाला असे लक्षात आल्यावर लो. टिळकांनी या सदनावर व तेथील व्यवस्थेवर बारकाईने नजर ठेवून त्याचे वृत्त सतत प्रसिद्ध करून लोकांनी या सदनापासून सावध राहावे, कारण हे सदन म्हणजे आपल्या विधवांना आश्रय व विद्यादान देण्यासाठी नसून शुभवर्तमान पसरविण्यासाठीच त्याचा वापर होत आहे. एकवेळेस मिशनरींच्या शाळा चांगल्या, कारण त्यांचा हेतू उघड असतो, त्यामुळे लोक आधीच सावध असतात, परंतु रमाबाईचे तसे नसून तिचा छुपा कावा आपल्या विधवांना ख्रिस्ती करण्याचा आहे, कारण तिने तसे केले नाही तर अमेरिकन खालच्या दर्जाचे ख्रिस्ती तिला पैशाची मदत देणार नाहीत.'

अशा प्रकारे धर्मद्रोह करणाऱ्या स्त्रिया या राष्ट्राच्या शत्रूच आहेत व या देशद्रोहींना कोर्टात खेचल्याशिवाय व उचित दंड दिल्याशिवाय हिंदू लोकांनी शांत राहू नये असा सल्ला त्यांनी हिंदू विद्वानांना दिला. ख्रिस्ती मिशनऱ्यांचा धंदाच धर्मांतर करण्याचा आहे व त्यांच्या उद्योग तोच असतो, परंतु आपल्याच देशातील अन्न खाऊन आपल्या धर्माचा व देशाचा द्रोह करणाऱ्या रमाबाईशी कोणत्याही विद्वान व धर्माभिमानी, देशाभिमानी व्यक्तीने तिच्याशी संबंध ठेवू नये असेही त्यांनी सांगितले.

अशा प्रकारे ख्रिस्ती धर्माचा प्रसार करणाऱ्या रमाबाईंवर अंकुश ठेवण्याचा प्रयत्न त्यांनी 'केसरी'तून लिहिलेल्या कडक लेखांद्वारे केला. हिंदू धर्मापेक्षा कोणत्याही धर्मात उच्च आध्यात्मिक तत्त्वांचा समावेश नाही असा लोकमान्य टिळकांचा ठाम विश्वास होता, म्हणून ते मिशनऱ्यांना व पंडिता रमाबाईसारख्या ख्रिस्ती उपदेशकांना उद्देशून म्हणतात, 'आम्ही ख्रिस्ती होऊ इच्छित नाही. जोपर्यंत आम्हाला धर्मांतर करण्याची जरुरी नाही; उलट आमची अशी समजूत आहे की, ज्याप्रमाणे जैन आणि बौद्ध धर्माचा प्रभाव होऊन वैदिक धर्माचाच अखेरीस प्रसार झाला त्याप्रमाणे आता राज्यकर्त्यांचा धर्म जाऊन हिंदुस्थान पुन्हा वैदिक धर्मानुयायी होईल. हिंदुस्थानातील ब्राह्मणांनी बौद्ध धर्माशी टक्कर दिली आहे, तर त्याहून कमी दर्जाच्या ख्रिस्ती धर्माशी ते वाग्युद्ध करण्यास हटणार नाहीत' असा विश्वास त्यांना होता.

ख्रिस्ती लोकांशी आमचे वाकडे नाही. हिंदुस्थान ही ज्यांची जन्मभूमी आहे व

तिचा उत्कर्ष व्हावा अशी ज्यांची मनापासून इच्छा आहे ते सर्व आमचे बंधू होत असेही त्यांनी रमाबाईसारख्या ख्रिस्त्यांना उद्देशून म्हटले.

हिंदुस्थान हे हिंदू राष्ट्र आहे व त्याला हे नाव त्याच्या धर्मामुळेच प्राप्त झाले आहे. हा धर्म सर्वश्रेष्ठ असून त्याचे पालन व त्याचा उद्धार करणे, त्याचे मिशनऱ्यांपासून रक्षण करणे हे सर्व हिंदुंचे कर्तव्य असल्याचा संदेश त्यांनी 'केसरी'मधून अनेक वेळा दिला व त्याचा उचित परिणाम घडून आला.

१९३१ मधील 'केसरी' टिळकांच्या या धार्मिक कार्याविषयी म्हणतो, 'अव्वल इंग्रजीत राजकीयदृष्ट्या हिंदुस्थान जिंकून झाल्यावर ते धार्मिक व सामाजिकदृष्ट्या जिंकण्याचा उद्योग सुरू झाला. या उद्योगात मिशनरी लोक पुढे आले. त्यांना इंग्रज अधिकाऱ्यांचा भरपूर पाठिंबा मिळणे स्वाभाविक होते. पैसा व सत्ता यांच्या जोरावर गरीब व अडाणी लोकांत मिशनऱ्यांचा धुमाकूळ सुरू झाला. त्यातच काही हुशार पाद्री साहेबांनी सुशिक्षित वर्गाला देखील भारण्यास सुरुवात केली. इंग्रजी विद्येत निष्णात झालेल्या प्रारंभीच्या सुशिक्षितांना आपला धर्म, समाज अगदीच गचाळ व टाकाऊ वाटू लागला. असल्या सुशिक्षितांपैकी काही मेंढरे पाद्र्यांच्या कळपात ओढली गेली. कित्येकांनी पाद्र्यांच्या कळपात न जाता बाहेर राहूनच त्यांच्या कामास हातभार लावण्यास सुरुवात केली. इंग्रजांचा हा धार्मिक हल्ला १८७० पर्यंत बराच यशस्वी झाला असे म्हणण्यास हरकत नाही. १८८० पासून केसरीची गर्जना सुरू झाली नसती तर मिशनऱ्यांच्यामार्फत चढवलेला हिंदू धर्मावरील हा हल्ला पूर्ण यशस्वी झाला असता असा तर्क करण्यास हरकत नाही.'[२३०]

अशा प्रकारे लो. टिळकांनी मिशनऱ्यांच्या उद्योगाचा हेतू ओळखून लोकांना त्यांच्या कारवायांसंबंधी जागृत केले. मिशनरींनी आपला उद्योग असाच चालू ठेवला तर हिंदू राष्ट्र अस्तित्वातच राहू शकत नाही. वैदिक धर्माचा नाश म्हणजे राष्ट्राचा नाश असे त्यांनी सांगितले. धर्माचा संबंध राष्ट्राशी आहे म्हणून मिशनऱ्यांच्या उद्योगाला पायबंद घालून धर्माचे पालन व त्याचे रक्षण केले पाहिजे असा संदेश त्यांनी दिला.

राष्ट्रवाद :

व्यक्तीची अगर राष्ट्राची राजकीय, सामाजिक अगर कसलीही उन्नती धर्माशिवाय होणे शक्य नाही असा लो. टिळकांचा ठाम सिद्धान्त होता. 'धर्माचा नायनाट करून व सर्व समाज धर्मशून्य बनल्यामुळे राष्ट्रैक्य किंवा राष्ट्रोन्नति झाल्याचे जगात एकही उदाहरण नाही.'[२३१] असे त्यांचे अध्ययन सांगत होते.

लो. टिळक हे वेदांचे व सर्व हिंदू धर्मशास्त्रांचे अध्ययनकर्ते होते. समाजसुधारणा या हिंदू धर्माच्या चौकटीतच झाल्या पाहिजेत असा त्यांचा आग्रह असे. भारताचा

प्राचीन इतिहास हा आर्यांचा धर्म व संस्कृती याच्या श्रेष्ठता दर्शवितात. सृष्टी वैभवाचा व संपत्तीचा उपभोग घेत बसणारे आर्य लोक इतर सर्व राष्ट्रांच्या पूर्वीच सुधारणेच्या उच्च पदास पोहोचले होते.

हिंदुंचा वैदिक धर्म हा सर्वांहून प्राचीन आहे, इतकेच नव्हे तर, मनुष्याच्या आत्म्यास कोणत्या उपायांनी मुक्ती मिळेल याबद्दलच्या विचारांमध्येही आर्य धर्मासच श्रेष्ठपणा द्यावा लागतो. किंबहुना आत्मनात्म विचाराचे हिंदू धर्म हे माहेरघर आहे, असे म्हणण्यास हरकत नाही व आज इतर धर्मांच्या तडाख्यातून परकीय राजांच्या अमलाखालीही वैदिक धर्माने जो आपला बचाव केला आहे, त्याचे मुख्य कारण सदर धर्मात असलेली आध्यात्मिक व तद्धर्मानुसार दिलेली ईश्वरप्राप्तीच्या मार्गांची व साधनांची स्वतंत्रता हे होय.

अशा या आमच्या पुरातन हिंदू धर्माचे आमचे आम्हीच रक्षण केले पाहिजे, कारण मिशनरी या धर्माचा ऱ्हास करू इच्छित होते व तसे करणे म्हणजे हिंदू राष्ट्राचा नाशच असे त्यांचे म्हणणे होते. दुष्काळाचे निमित्त साधून मिशनरी गोरगरिबांना ख्रिस्ती बनवीत. त्याविषयी लो. टिळक म्हणतात, 'हिंदुस्थानातील समाजापैकी बऱ्याच मोठ्या भागात जर काही सामान्य एकीचे लक्षण असेल तर ते धर्मच होय. त्याचा जर अशा प्रकारे दर दुष्काळाच्या प्रसंगी ऱ्हास होऊ लागला तर काही वर्षांनी हिंदू राष्ट्राचे नावच काढावयास नको अशी स्थिती येण्याचा संभव आहे. याकरिता हिंदुस्थानातील सर्वच हिंदुंनी या प्रकारचे संकट निवारण करण्यासाठी उद्योगास लागावे' अशी अगत्याची विनंती त्यांनी केली.

१९ व्या शतकातील पिढी इंग्रजी रीतीरिवाज, ख्रिस्ती धर्म यांच्यामुळे कमालीची प्रभावित झाली होती. याविषयी टिळक म्हणतात की, आजचा काळच असा आहे की, ज्यांच्या हातात सत्ता असते, जे जगामध्ये मान्यतेस व अधिकारास चढलेले असतात, त्यांचेच आचार-विचाराचे अनुकरण झाल्याखेरीज आपणास त्यांची पदवी प्राप्त होणार नाही असा स्वभावत:च समज होतो. धर्मासंबंधाने स्थितीही अशीच आहे. प्रार्थना समाजासारखे समाज हा याचाच एक परिणाम आहे असे त्यांचे म्हणणे होते.

लोकांना उद्देशून ते म्हणतात, संकटसमयी ज्याने मदत केली असा स्नेही जो आपला धर्म त्याला आपण तसाच टाकू तर राष्ट्राला व आपल्या सर्व लोकांना केवढे लांच्छन येईल! याचा आपण विचार करावा. सांप्रत युरोपियन राष्ट्रे आपल्यावर राज्य करीत. परंतु सर्वांना श्रेष्ठ प्रकारचे धर्म-विचार व तत्त्वज्ञान शिकविण्याचा आशिया खंडाला व विशेषत: हिंदुस्थानाला उपजत अधिकार आहे ही गोष्ट कोणाला नाकबूल करता येणार नाही. ज्याप्रमाणे ग्रीक लोकांना रोमन लोकांनी जिंकले, परंतु ग्रीक

तत्त्वज्ञानाचा त्यावर पगडा बसून त्यांच्या नेतेपणाला कसा कमीपणा आला. हे इतिहासावरून उघड कळणारे आहे, त्याचप्रमाणे आपल्या धर्म व संस्कृतीचे आहे. स्वामी विवेकानंदांची जी मान्यता झाली व त्यांचे पाश्चिमात्य देशात जे अनेक अनुयायी झाले त्यावरून आपल्या धर्मविचारांची योग्यता उघड ठरत आहे, असे लो. टिळकांनी म्हटले. पुढे हिंदू राष्ट्र श्रेष्ठता सांगताना म्हणतात, हिंदुस्थान या नावाच्या अर्थाकडे लक्ष दिल्यास भ्रांती पडेल अशी जरी आजच्या हिंदुस्थानाची स्थिती आहे, तथापि संस्कृतीच्या दृष्टीने हिंदुस्थान हे हिंदूंचेच स्थान आहे हे निर्विवाद ठरेल. प्रत्येक राष्ट्राचे काही वैशिष्ट्य असते. तसे भारत खंडाचे वैशिष्ट्य म्हणजे वैदिक संस्कृती होय व या वैदिक संस्कृतीचे व धर्माचे रक्षण करणे म्हणजे राष्ट्राचे रक्षण करणे होय. 'ज्या वैदिक संस्कृतीतून निष्फळ झालेले तत्त्वज्ञान जिवाला ब्रह्मपदास पोहोचविण्यास समर्थ असून धर्म जगाला उपयुक्त अशा शौर्य, वाणिज्य, सेवा या वस्तुंशी सुद्धा संबद्ध आहे व कोठेही व केव्हाही आचरिता येईल, इतक्या व्यापकपणाने जगाच्या अभ्युदयाबरोबर नि:श्रेयसाचीही प्राप्ती करून देण्यास उपयुक्त आहे, अशा वैदिक संस्कृतीकडे वैदिक धर्मानुयायी म्हणविणाऱ्या हिंदूंनी तरी दुर्लक्ष करिता कामा नये. वैदिक संस्कृतीचा नारा म्हणजेच हिंदुस्थानचा नारा व तिचे रक्षण म्हणजेच राष्ट्राचे रक्षण होय.'[२३२] हिंदू धर्माची महती हिंदू विद्वानांनीच जाणली आहे असे नाही तर प्रो. मॅक्समुलर, डॉ. ॲनी बेझंट व इतर अनेक पाश्चात्त्य अभ्यासकांनी हिंदू धर्माची श्रेष्ठता मान्य केल्याचे म्हटले आहे. प्रो. मॅक्समुलर यांनी इंग्लंडमध्ये हिंदू धर्मावर व्याख्याने दिली. त्यासंबंधी टिळकांनी त्याची माहिती देणारे व वैदिक धर्माची श्रेष्ठता सांगणारे लेख प्रसिद्ध केले. मॅक्समुलर यांना 'मोक्षमुल्लर' असे संबोधीत असत. प्रो. मॅक्समुलर किंवा डॉ. ॲनी बेझंट यांच्याविषयी ते म्हणत की, यांच्याकडून जे आमच्या धर्मास सर्टिफिकेट मिळत आहे ते आमच्या धर्मातील तत्त्वांच्या प्रसारास यश आहे, ते योग्यच होय.

डॉ. ॲनी बेझंट या हिंदू धर्माचे रक्षण करण्याचा उपदेश करीत. यामुळेच लो. टिळकांना त्यांचा विशेष आदर होता. थिऑसॉफिने हिंदू धर्मापासून पराङ्मुख झालेल्या पुष्कळ सुशिक्षितांस पुन: हिंदू धर्माकडे वळविले, असे ते म्हणत. यामुळेच त्यांनी डॉ. ॲनी बेझंट यांचे कार्य व त्यांचे विचार प्रस्तुत करणारे अनेक लेख 'केसरी'मधून प्रसिद्ध केले.

प्रो. मॅक्समुलर व डॉ. ॲनी बेझंट यांच्या उदाहरणावरून ते म्हणतात की, आमच्या सनातन धर्माचे स्वरूप लोकांपुढे मांडण्याची जी प्राचीन पद्धत आहे, तीत काहीतरी सुधारणा करून हिंदू धर्माची मांडणी हल्लीचा काळ लक्षात आणता, निराळ्या

तऱ्हेने करणे जरुरीचे आहे असे आमचे मत आहे. हिरा जरी खरा आणि मौल्यवान असला तरी ज्याप्रमाणे निरनिराळ्या काळी प्रवृत्त असलेल्या रुचीप्रमाणे त्यास निरनिराळे कोंदण करावे लागले, तसाच धर्माचाही प्रकार आहे असे त्यांनी म्हटले.

हिंदू धर्माची श्रेष्ठता सिद्ध करणाऱ्या स्वामी विवेकानंदांविषयी विशेष आदर त्यांना होता. स्वामी विवेकानंद अमेरिकेत जाण्यापूर्वी अज्ञातवासात असताना टिळकांना पुणे येथे भेटले होते व काही दिवस त्यांचा मुक्काम टिळकांच्या घरी होता व त्यानंतर त्यांनी कलकत्ता येथेही स्वामीजींची भेट घेतली होती. स्वामीजींच्या कार्यामुळे लो. टिळकांना त्यांच्याबद्दल अतिशय आदर होता. तो त्यांनी स्वामीजींच्या मृत्युलेखात नमूद केला आहे.

तसेच हिंदू धर्माचे वेदांचे आधारे पुनरुत्थान करणाऱ्या आर्य समाज व स्वामी दयानंद सरस्वती यांचे कार्याविषयी त्यांना विशेष आदर होता. जे लोक वेदांना आपल्या धर्माचे मूलभूत आणि प्रमाणभूत ग्रंथ मानतात, त्यांनाच हिंदू समजले पाहिजे, यामुळेच प्रार्थना समाजासारखे धर्म समाज हे हिंदू धर्मात नाहीत, तर हिंदू धर्माचे लक्षण पाहिले असता फक्त आर्य समाजाचाच हिंदू धर्मात समावेश करता येतो असे त्यांनी म्हटले.

धार्मिक उत्सवांनीच लोक एकत्र येतात व राष्ट्रवादास पोषक वातावरण मिळते. यामुळेच त्यांनी गणपती उत्सव सुरू केला. ते या उत्सवाविषयी म्हणतात, 'ह्या गणपतीउत्सवाला अलीकडे जे नवीन वळण लागले आहे, त्याचा राष्ट्रीयदृष्ट्या फार उपयोग आहे. सध्या आमच्या लोकांत धर्मग्लानी आली आहे, पण आम्ही धर्माचा विचार करतो. या दृष्टीने पाहिले म्हणजे गणपत्युत्सवाचे महत्त्व आपल्या लक्षात येईल.'[२३३] अशा प्रकारे त्यांनी धर्म व राष्ट्र याचा संबंध सांगितला.

या उत्सवानिमित्त ते असेही म्हणाले की, 'या उत्सवाच्या निमित्ताने मला कोणत्याही धर्माची निंदा करावयाची नाही, पण हल्लीची वेळच अशी आहे की, निरनिराळ्या धर्मांहून आपल्या धर्मामध्ये विशेष काय आहे हे पाहून त्याच्या रक्षणार्थ आपण प्रयत्न केला नाही, तर आपल्या धर्मास त्यापासून कमीपणा येण्याचा संभव आहे. कोणत्याही धर्माची महती कायम राखण्यास त्या-त्या धर्मातील विद्वान लोकांनी त्याचा नीट ऊहापोह करून त्याचे रक्षण केले पाहिजे. आमच्या जुन्या ग्रंथकारांनी हाच क्रम स्वीकारला होता. आमचा धर्म जुना असून त्यात सांगितलेल्या मुख्य गोष्टी दुसऱ्या कोणत्याही धर्मातील गोष्टींपेक्षा अधिक सयुक्तिक आहेत अशी माझी खात्री आहे. पण नुसती माझी खात्री असून उपयोग नाही, याबद्दल चर्चा होऊन सर्वांची खात्री झाली पाहिजे आणि तशा प्रकारचे उद्योग होण्यास गणपती उत्सवांसारखे

उत्सवच योग्य प्रसंग होत, कारण काही विधर्मी लोक आमचा उपहासही करू लागले आहेत. हिंदू धर्म म्हणजे अठरा जातींचे व अठरा धान्यांचे कडबोळे, त्यास धड शेंडा ना बुड अशी त्याची स्थिती आहे असे काही लोक उघड म्हणू लागले आहेत, यामुळे आमच्यातील काही लोक फसून जाण्याची शक्यता आहे, यामुळेच आपल्या धर्माचे उज्ज्वल स्वरूप सर्वांसमोर मांडणे आपले कर्तव्य आहे' असे त्यांनी विद्वानांना उद्देशून म्हटले, 'हिंदू धर्माचा अभिमान धरा. हिंदुस्थान हे नाव या देशाला आपल्यामुळे मिळाले आहे, जमिनीला नाही, हे लक्षात धरून आपल्या खऱ्या धर्माचे उज्ज्वल स्वरूप लोकांपुढे मांडण्याचा प्रत्येकाने प्रयत्न करावा.'[२३४] असा संदेश लोकांना देऊन आपल्या धर्म व राष्ट्राविषयी जागृत केले.

या देशात अनेक धर्म प्रचलित असून हिंदू धर्माचा राष्ट्रवादासाठी उपयोग होऊ शकत नाही, असा आक्षेप घेणाऱ्यांना उद्देशून ते म्हणतात, हिंदुस्थानात हल्लीच्या काळी तीन-चार धर्म प्रचलित आहेत, म्हणून हिंदू धर्मास राष्ट्रीयत्व नाही हे म्हणणे चुकीचे आहे. केवळ लोकसंख्येच्या मानाने पाहिले तरीही हिंदूंचाच समुदाय मोठा आहे ते हिंदुत्व हेच होय. हे बंधन मोडून टाकणे किंवा त्याची उपेक्षा करून दृढ न राखणे म्हणजे हिंदुस्थानातील दोन तृतीयांश प्रजा वाळूच्या कणांप्रमाणे सैरावैरा मोकळी सोडणे होय. अशा रीतीने हिंदुत्व मोडल्याने राष्ट्रीयदृष्ट्या पुढे चांगले परिणाम होतील असे जर कोणास वाटत असेल तर तो निव्वळ भ्रम होय. 'हिंदुस्थानातील तीस कोटी प्रजेस एकत्र करण्यास हिंदुत्वाखेरीज दुसरीही काही साधने पाहिजेत हे खरे आहे, पण त्याचबरोबर हे ही लक्षात ठेविले पाहिजे की, तीस कोटीपैकी वीस कोटी प्रजा हिंदुत्वाने एकत्र झालेली आहे व त्याचे बंधन कायम ठेवणे हेच राष्ट्रीयदृष्ट्या अधिक सोयीचे व शक्य आणि जरुरीचे आहे.'[२३५] यामुळेच कोणतीही समाजसुधारणा करणे झाल्यास हे राष्ट्रीयत्वाचे धोरण लक्षात ठेवूनच झाली पाहिजे अशी शिफारस त्यांनी सुधारकांना केली.

त्यांच्या मते हिंदू धर्मासारखा उन्नत, उदार व सहिष्णु धर्म जगात दुसरा कोणताही नाही. आमच्या समाजात अनेक जाती असल्या तरी व कमी-जास्त दर्जा असला तरी महारमांगापासून ब्रह्मवाद्यांपर्यंत सारे हिंदूत येतात.

यामुळे 'आपल्या धर्माचा अभिमान बाळगूनच आपले राष्ट्र कार्य आपण केले पाहिजे. 'हिंदू' हा शब्द उच्चारल्याबरोबर त्यातील सर्वांना एक प्रकारची ईर्षा, एक प्रकारचा आवेश, एक प्रकारचा उत्साह उत्पन्न झाला पाहिजे. धर्माचे खरे रहस्य हेच आहे. आपण हिंदू आहोत तर हिंदू धर्माची ध्वजा उभारली पाहिजे व त्या धर्माकरिता झगडण्यास आपण सर्वांनी एकदिलाने झटले पाहिजे' असा संदेश त्यांनी दिला.

लो. टिळकांचे धर्मशिक्षणविषयक विचार

लो. टिळकांच्या मते शिक्षणात धर्मशिक्षणाचा अभाव असल्यामुळे हल्लीची पिढी स्वधर्माभिमान शून्य झाली असून, राष्ट्र उभारणीस घातक अशी ही शिक्षण पद्धती आहे. हल्लीच्या सुधारक वर्गाच्या समजुती निराळ्या आहेत. धर्मसंबंधी त्यांना अनास्था आहे. आमच्या प्राचीन धर्मग्रंथांचे कधीही यांनी अवलोकन केले नाही, कारण लहानपणापासून सर्व शिक्षण हे व्यावहारिक रीतीने झालेले असल्यामुळे इंग्रजी शाळेतून तयार झालेल्या मनुष्यास धर्म म्हणजे काय, तो कशाकरिता पाहिजे, राष्ट्राच्या उन्नतीस त्याची काही आवश्यकता आहे की नाही, त्याबद्दल त्यास काही एक माहीत नसते. समाजात प्रचलित असलेल्या काही सामाजिक किंवा धार्मिक रीतीभाती तो वरपांगी पाळीत असतो, पण त्यावरील त्याची श्रद्धा बहुतेक समूळ नाहीशी झालेली असते. धर्मशिक्षणामुळे एक प्रकारचे मानसिक धैर्य येते, परंतु सुधारकांच्या नवीन पिढीला धर्मशिक्षण मुळीच न मिळाल्यामुळे यांच्या अंगी मानसिक धैर्य नाही व धर्माचा अभिमान नाही.

शास्त्र्यास नवीन परिस्थिती कळत नाही, तर इंग्रजी शिकलेल्या विद्वानांस धर्मश्रद्धा किंवा धर्माबद्दल कळकळ व लोकांत मिळून मिसळून राहून त्यांच्याकरिता एकनिष्ठपणाने उद्योग करण्याची बुद्धी ही बिलकूल अवगत नसते, यामुळेच हल्लीच्या शिक्षणक्रमात काही फरक झाल्याखेरीज किंवा दुसऱ्या रीतीने त्याला काही पुरवणी जोडल्याखेरीज स्थिती कधीही सुधारणार नाही असे सांगितले. या संदर्भात ते म्हणतात, 'इंग्रजी शिकलेल्या लोकांत जो एकांगीपणा आहे तो हाच होय. लोकांकरिता खरी कळकळ, लोकांमध्ये मिळून मिसळून त्यांच्या उन्नतीकरिता स्वार्थत्यागपूर्वक सतत उद्योग करण्याची इच्छा आणि स्व-धर्मावर निष्ठा ठेवून ती कायम ठेवण्याची बुद्धी हे गुण आमच्या इंग्रजी शिकलेल्या वर्गाच्या अंगात अद्याप आलेले नाहीत. त्यांचा दोष नाही तो शिक्षणाचा आहे.''[२३६]

धार्मिक शिक्षण देण्यास स्वतंत्र संस्था समाजातील लोकांनी निर्माण करण्यास काही हरकत नव्हती, पण तसा प्रयत्न कोणी केला नसल्याने सुशिक्षित वर्गाची प्रत्येक पिढी अधिकाधिक व्यावहारिक व उपयुक्ततावादी होत चालली आहे. परिणाम राजाच्या किंवा मिशनरींच्या दृष्टीने कदाचित इष्ट असेल, पण राष्ट्रीय दृष्ट्या देशातील सुशिक्षित वर्ग आणि सामान्य लोक यांच्या विचारात अशा प्रकारचा भेद होऊन दोघांमधील अंतर अधिकाधिक वाढावे हे अत्यंत अपमानकारक होय अशी खंत त्यांनी व्यक्त केली.

धर्मशिक्षणाच्याविरुद्ध मत प्रदर्शन करणाऱ्या फर्ग्युसन महाविद्यालयाच्या प्राचार्यांना त्यांनी या संदर्भात चांगलेच धारेवर धरले. यासाठी त्यांनी 'विवेकभ्रष्टांना भवति

विनिपात' मनुष्याचा विवेक भ्रष्ट झाला म्हणजे त्यास कशी अवनती प्राप्त होते या अर्थाचा संस्कृत श्लोक त्यांनी प्रि. रँग्लर परांजपे यांना उद्देशून म्हटला होता व त्या मथळ्याचा लेख त्यांनी लिहिला.

फर्ग्युसन कॉलेजचे प्राचार्य रँग्लर परांजपे यांनी 'ईस्ट आणि वेस्ट' नावाचा निबंध लिहिला होता व त्यात त्यांनी पुढीलप्रमाणे सिद्धान्त मांडले होते.

१. शाळांत धर्म शिक्षण दिल्याने राष्ट्रीयत्वाची हानी होईल.
२. धर्म हा नीतीचा पाया नसून नीती हा धर्माचा पाया आहे.
३. धर्मवेड माजले म्हणजे ते कधीही आवरणार नाही.
४. धर्म म्हणजे केवळ वेडगळ समजुतींचा व आचारांचा एक भाग असून तो नवीन सुधारलेल्या विचारांपुढे कायमचा टिकविणे अशक्य आहे.
५. सदर आचार नव्हे तर सर्व धर्माची तत्त्वेच चुकीची असल्यामुळे देशोन्नती व्हावयाची नाही.

यावर टिळकांनी जोरदार प्रतिक्रिया व्यक्त केली. ते म्हणतात, आमच्या मते हे सर्व सिद्धान्त चुकीचे व अविचाराचे आहेत.

कारण हल्ली आमच्या शाळांतून व कॉलेजांमधून जो धर्मशिक्षणाचा पूर्ण अभाव आहे व त्यातून जी तरुण व हुशार मंडळी बाहेर पडतील ती प्राय: असल्यास आचरट विचारांची असतील व तीच स्थिती प्रि. परांजपे यांची झाली आहे. हा दोष तरुण मंडळींचा नसून तो त्यांस मिळत असलेल्या शिक्षणाचा आहे असे त्यांनी म्हटले.

धर्मशिक्षण हे राष्ट्रीयत्वाच्या दृष्टीने विघातक आहे असे परांजपे यांनी म्हटले होते. त्यास उत्तर म्हणून टिळक म्हणतात, 'हिंदू धर्मातील सर्व शाखांचे एकीकरण करण्याचे सामर्थ्य वेदांत मतात आहे.'

'तसेच धर्मशिक्षण शाळांत न दिल्याने हिंदू-मुसलमान ख्रिस्ती किंवा पारशी यांच्यामधील धर्मविरोध नाहीसा होईल ही प्रि. परांजपे यांची कल्पना अगदी वेडेपणाची आहे' असेही त्यांनी म्हटले. हिंदू धर्माची महती सांगताना ते म्हणतात, हिंदू धर्माइतका आग्रहशून्य धर्म दुसरा कोणताच नाही. ज्याने त्याने आपआपल्या धर्मात राहून आत्म्याचे कल्याण करावे असे हिंदू लोक समजतात आणि असे आहे तर मग शाळांत हिंदू धर्म शिक्षण दिल्याने राष्ट्रीयत्वाची हानी होईल असे मानणे असमंजसपणाचे लक्षण होय.'

जीव आणि परमेश्वर यांचा संबंध काय, तो संबंध कायम राखण्याकरिता जिवाचे कर्तव्य कोणते आणि जिवाची उन्नती होण्यास काय उपाय करावे इत्यादी धर्माचे जे गहन विचार आहेत आणि त्यांचे हिंदू धर्म ग्रंथापेक्षा दुसऱ्या कोणत्याही धर्माच्या ग्रंथात अधिक उदात्त विवेचन केलेले आढळत नाहीत. ते धर्मविचार व ती

धर्मतत्त्वे यांचा प्रि. परांजपे यांच्या मनावर बिलकूल संस्कार झालेला नसल्यामुळे धर्म म्हणजे काही वेड्या समजुतींचा भाग यापलीकडे त्यांची समजूत गेलेली नाही, यामुळेच या आचरटपणाचा वेळीच निषेध करणे आम्ही आमचे कर्तव्य समजतो असे म्हटले. प्रि. रँ. परांजपे यांना ते म्हणतात, 'रँग्लर झाल्याने धर्माच्या बाबतीत ढवळाढवळ करण्याचा अधिकार मिळतो असे आम्हास वाटत नाही. गणिताप्रमाणेच धर्म हे एक स्वतंत्र शास्त्र आहे व त्याला एक विशिष्ट प्रकारच्या मनोवृत्तीची आवश्यकता असून अध्ययन ग्रंथावलोकन आणि मनन यांचीही गणितशास्त्राइतकी, किंबहुना अधिक आवश्यकता आहे.' असे म्हणून धर्मशिक्षणाला विरोध करणाऱ्या रँग्लर परांजपे यांचा विवेक भ्रष्ट झाला आहे असे त्यांनी लेखात म्हटले.

महाराष्ट्रात लोकाश्रयाने वाढलेल्या एका प्रमुख शिक्षणसंस्थेचे मुख्याध्यापक असलेल्या गृहस्थाच्या लेखणीतून जेव्हा असले अविचारी आणि आचरट, राष्ट्रविघातक विचार बाहेर पडले म्हणून महाराष्ट्रातील लोकांस इशारा देणे भाग पडले असल्याचे त्यांनी म्हटले. तसेच त्यांनी स्वत:चे सिद्धान्त सशास्त्र व सप्रमाण सिद्ध करावेत असे आव्हानही रँ. परांजपे यांना केले. अशा प्रकारे एका प्रमुख शिक्षणसंस्थेच्या प्राचार्याने धर्मशिक्षणविरोधात आपले मत नोंदविल्याने लो. टिळकांनी अशा व्यक्तीला वेळीच खडसावून समाजातील अशा प्रवृत्ती नष्ट झाल्या पाहिजेत व धर्मशिक्षणाचे महत्त्व कशा प्रकारचे आहे याचे महत्त्व त्यांना विशद केले.

डॉ. ॲनी बेंझट या बनारस हिंदू कॉलेजमध्ये हिंदू धर्म शिकवीत होत्या. हे कॉलेज सर्वथैव हिंदुंनी चालविलेले आहे किंवा असे कॉलेज जर कोणी काढील तर विद्यार्थ्यांनी तिकडेच जावे अशी शिफारस आम्ही करू असे त्यांनी म्हटले. 'मिशनरी कॉलेजात हिंदुंनी आपली मुले पाठविण्याची किंवा धर्मशिक्षणाचा ज्या संस्थांमधून पूर्ण अभाव आहे, किंबहुना शास्त्रीय नास्तिक मतांचे ज्या ठिकाणी अप्रत्यक्ष वर्चस्व आहे, अशा कॉलेजात हिंदू विद्यार्थी पाठविण्यापेक्षा सेंट्रल हिंदू कॉलेजात पाठविणे शतपट श्रेयस्कर होय. अशी आमची समजूत आहे.'[२३७]

अशा रीतीने बनारस हिंदू कॉलेजमध्ये हिंदू धर्माचे शिक्षण दिले जात आहे व तेही डॉ. बेझंट सारख्या धर्मशील स्त्रीकडून अशा कॉलेजांची निर्मिती व्हावी, अशा महाविद्यालयांमध्ये हिंदू विद्यार्थ्यांनी शिक्षण घ्यावे अशी शिफारस त्यांनी केली. व्यावहारिक इंग्रजी शिक्षण हेच मनुष्याच्या जीवनाच्या उपयोगी पडू शकते अशी फक्त उपयुक्ततावादी विचारसरणी तत्कालीन सुशिक्षित वर्गात निर्माण होत होती, परंतु अशी विचारसरणी राष्ट्रीय विचारासाठी योग्य नव्हती, म्हणून धर्मशिक्षणाचे महत्त्व लो. टिळकांनी सांगितले.

लो. टिळकांनी सांगितलेले महाभारत ग्रंथाचे राष्ट्रीयदृष्ट्या महत्त्व व श्रीमद्‌भगवद्‌गीतारहस्य

लो. टिळकांना वेद, स्मृतीग्रंथे, रामायण, महाभारत व इतर हिंदू धर्मग्रंथांचा विशेष अभिमान होता व त्यांचे ते अभ्यासकच होते. सर्व हिंदुस्थानात कोठेही गेलो तरी, जरी तेथील आचार, भाषा, संस्कृती निरनिराळी असली तरी या धर्मग्रंथांना सर्वच पूज्य मानतात, यामुळे हिंदू समाजाला जोडणारा दुवा म्हणजे हिंदू ग्रंथ व त्यांचा धर्मच होय असे ते मानत.

१९०५ मध्ये चिंतामण विनायक वैद्य यांनी मराठीतून महाभारताचे **भाषांतर** केले. यावर त्यांनी लेखमालेतून भाष्य केले. त्यात ते म्हणतात, धर्म, अर्थ, काम आणि मोक्ष असे जे चार पुरुषार्थ आमच्या शास्त्रकर्त्यांनी सांगितले आहेत, त्या सर्वांचे विवेचन महाभारत या महाकाव्यात आहे. महाभारत म्हणजे भारतवर्षातील लोकांचे जीवितच होय, कारण आर्य धर्मातील आचार विचारांची सर्व मूलतत्त्वे यात ग्रंथित केलेली आहेत.

त्यात नीति आहे, धर्म आहे व व्यवहारात प्रत्येक मनुष्यास जे अनेक तऱ्हेचे प्रसंग येतात, यांचे त्यात वर्णन असून, त्याप्रसंगी प्रत्येकाने आपले वर्तन कसे ठेवावे, त्याचाही सशास्त्र विचार केला आहे. प्राचीन भूगोल, प्राचीन तत्त्वज्ञान आणि धर्माचे रहस्य ही सर्व त्यात आहे, यामुळेच हा ग्रंथराज सर्वांना प्रिय होऊन निरनिराळ्या प्राकृत भाषांत त्याची शेकडो भाषांतरे झाली आहेत. राष्ट्रीय दृष्ट्या या ग्रंथाचे महत्त्व सांगताना ते म्हणतात, 'हिमालयापासून सेतु बंधापर्यंत निरनिराळ्या प्रांतांतील हिंदू लोकांच्या आचारात किंवा विचारात जे काही साम्य आहे ते महाभारत किंवा रामायण या महाकाव्यामुळेच उत्पन्न झाले आहे व आजमितीस जागृत आहे. यातील कथा उपकथा, सर्व प्रांतांत श्रवणीय असून त्या भारतभूमीच्या राष्ट्रीय ऐक्याची साक्ष देतात.' अशा प्रकारे रामायण, महाभारत व इतर धर्मग्रंथांचे व विशेषत: महाभारत काव्याचे राष्ट्रीयदृष्ट्या महत्त्व त्यांनी 'केसरी'तील अनेक लेखमालांमध्ये सांगितले आहे.

१९ व्या शतकात हिंदू व पाश्चात्त्य विद्वानांनी हिंदू धर्मग्रंथांचा आधुनिक दृष्टिकोनातून अभ्यास केला होता. पाश्चात्त्य व हिंदू अभ्यासकांनी हिंदू धर्मग्रंथ व त्याचे तत्त्वज्ञान यांची श्रेष्ठता मान्य केली होती; तथापि हे तत्त्वज्ञान व्यावहारिक जगात प्रवृत्तीपर नसून निवृत्तीपर आहे, म्हणून व्यवहारात त्याचा उपयोग नाही. अशी टीका या ग्रंथांवर होत असे. त्याच प्रकारची टीका भगवद्‌गीतेवरही विशेष होत असे.

लो. टिळकांनी ही टीका खोडून काढण्यासाठी व आधुनिक पाश्चात्त्य तत्त्वज्ञान्यांच्या तुलनेत गीता व तत्त्वज्ञान कसे श्रेष्ठ आहे हे दर्शविण्यासाठी व तरुणांचे

त्याकडे लक्ष वेधण्यासाठी श्रीमद्‌भगवद्‌गीता रहस्य अथवा कर्मयोगशास्त्र या ग्रंथाची निर्मिती केली असे दिसून येते. या ग्रंथात त्यांनी अनेक वेळा मूळ गीता निवृत्तीपर नसून कर्मयोगपर आहे, कर्ममार्ग सांगणारी आहे, याचे विवेचन केले; किंबहुना गीतेत 'योग' हा एकेरी शब्दच कर्मयोग या अर्थी योजलेला आहे असा बोध होतो असे म्हटले आहे. गीतेला सांगितलेला 'योग' हा कर्ममार्ग सुचवीत असल्याचे त्यांचे म्हणणे होते. यात गृहस्थाश्रमाचे महत्त्व सांगितलेले असून ते तरुण वयातच समजून घेतले पाहिजे असे ते म्हणतात. गीतेत सांगितलेल्या 'निष्काम बुद्धीच्या तत्त्वांवर टीका करणाऱ्यांना उद्देशून ते म्हणतात, 'केल्याविण काही होत नाही' हा सृष्टीचा नियम लक्षात आणून तुम्ही मात्र निष्काम बुद्धीने कर्ते व्हा म्हणजे झाले. निव्वळ स्वार्थपरायण बुद्धीने संसार करून थकल्या भागल्या लोकांच्या कालक्रमणार्थ किंवा संसार सोडून देण्याची तयारी म्हणूनही गीता सांगितलेली नसून संसारच मोक्षदृष्ट्या कसा केला पाहिजे व मनुष्यमात्राचे संसारातले खरे कर्तव्य काय याचा तात्त्विकदृष्ट्या उपदेश करण्यासाठी गीताशास्त्राची प्रवृत्ति झाली आहे, म्हणून पूर्वपंथातच गृहस्थाश्रमाचे किंवा संसाराचे हे प्राचीन शास्त्र जितक्या लवकर समजून घेणे शक्य असेल तितक्या लवकर प्रत्येकाने समजून घेतल्याखेरीज राहू नये. एवढीच आमची शेवटची विनंती आहे.'[२३८] अशीही टीकाकारांना व नवशिक्षित तरुणांना उद्देशून विनंती त्यांना केली आहे.

कर्मे करीत असताना अध्यात्म विचाराने किंवा भक्तीने सर्वात्मैक्यरूप साम्यबुद्धी पूर्णपणे संपादन करणे व ती प्राप्त झाल्यावरही संन्यास घेण्याच्या भरीस न पडता संसारात शाश्वत: प्राप्त झालेली सर्व कर्मे केवळ कर्तव्य म्हणून नेहमी करीत राहणे हाच या जगात मनुष्याचा परम पुरुषार्थ किंवा आयुष्य कमवण्याचा उत्तम मार्ग होय. असा गीतेचा संदेश असल्याचे त्यांनी सांगितले.

हिंदू धर्माचे तत्त्वज्ञान समजून घेणे असल्याचे त्याने गीता शास्त्राचे अध्ययन करावे अशी शिफारस त्यांनी केली. 'हिंदू धर्म व नीतिशास्त्र यांच्या मूळ तत्त्वाची ज्यास ओळख करून घ्यावयाची असेल त्यांनी या अपूर्व ग्रंथांचे प्रथम अध्ययन करावे असे आमचे त्यास सविनय पण आग्रहपूर्वक सांगणे आहे.'[२३९] कारण यात सांख्य, न्याय, मीमांसा, उपनिषदे, वेदान्त वगैरे ग्रंथांचे सार या शास्त्रात आहे, तसेच हल्ली प्रचलित असलेल्या वैदिक धर्माचे जे मूल आहे, तेच गीतेत प्रतिपादिलेले असल्यामुळे संक्षेपाने पण नि:संदिग्ध रीतीने सांप्रतच्या हिंदू धर्माची तत्त्वे समजावून देणारा गीतेसारखा दुसरा ग्रंथच संस्कृत वाङ्मयात नाही असे रहस्य त्यांनी गीतेचे सांगितले. गीतेतील या श्रेष्ठ ज्ञानामुळेच हिंदू लोकांनी कोणत्याही धर्माकडे पाहण्याची गरज नाही असे गीतेच्या तत्त्वज्ञानासंबंधी त्यांनी म्हटले, 'हिंदू लोकांस या बाबतीत दुसऱ्या कोणत्याही

ग्रंथांकडे, धर्मांकडे किंवा मताकडे पाहण्याची अपेक्षा भगवंतांनी ठेविलेली नाही, असे दिसून येईल.'[२४०] गीताशास्त्रामध्ये कर्ममार्गाचे मार्गदर्शन केले असून, हिंदू धर्माचे श्रेष्ठ तत्त्वज्ञान त्या एका ग्रंथात समाविष्ट झाले असल्यामुळे हिंदू धर्म तत्त्वज्ञान या ग्रंथामुळे समजून येते व यातील श्रेष्ठ तत्त्वज्ञानामुळे हिंदू धर्मीयांना इतर धर्ममतांकडे पाहण्याची आवश्यकता नाही असे सांगितले.

तत्कालीन भारतीय तरुण विद्वान पाश्चात्त्य धर्म, नीती, तत्त्वज्ञानाने प्रभावित झाले होते, परंतु पाश्चात्त्य तत्त्वज्ञांनी सांगितलेले तत्त्वज्ञान गीतेत आधीच अस्तित्वात होते, एवढेच नाही तर पाश्चात्त्य तत्त्वज्ञानापेक्षा हिंदू धर्म तत्त्वज्ञान श्रेष्ठ आहे हे दर्शविण्याकरिता अनेक उदाहरणे गीतेच्या प्रस्तावनेत व 'गीतेचे बहिरंग परीक्षण' या प्रकरणांमध्ये दिले आहे. यात ते म्हणतात, गीतार्थ प्रतिपादन करणे हेच आमचे मुख्य काम असल्यामुळे गीतेतील सिद्धान्त प्रमाण धरून मग पाश्चिमात्य मतांचा अनुवाद केला आहे व तोही अशा बेताने केलेला आहे की, सामान्य मराठी वाचकांस त्यातील मतलब लक्षात येण्यास कठीण पडू नये. असे प्रस्तावनेत त्यांनी म्हटले आहे. पाश्चात्त्य तत्त्वज्ञानांशी तुलना करताना ते म्हणतात, 'कर्माकर्मविवेक किंवा नीतिशास्त्र यावर पहिला पद्धतशीर ग्रंथ ॲरिस्टॉटल नावाच्या ग्रीक तत्त्वज्ञान्याने लिहिला असे पाश्चिमात्य विद्वानांचे म्हणणे आहे, पण आमच्या मते ॲरिस्टॉटलच्याही पूर्वी त्याच्यापेक्षा अधिक व्यापक व तात्त्विकदृष्ट्या या प्रश्नांचा विचार महाभारतात व गीतेत केलेला असून, अध्यात्मदृष्ट्या गीतेत प्रतिपादन केलेल्या नीतितत्त्वापेक्षा दुसरे निराळे नीतितत्त्व अद्याप निघालेले नाही.'[२४१]

भारतीय प्राचीन तत्त्वज्ञान्यांपेक्षा ॲरिस्टॉटलसारख्या पाश्चात्त्य तत्त्वज्ञान्याला आद्य नीतिशास्त्रज्ञ मानणाऱ्यांना त्यांनी वरीलप्रमाणे गीता ग्रंथाचा संदर्भ दिला.

पाश्चात्त्यांच्या हिंदू धर्म तत्त्वज्ञानाविषयीच्या दृष्टिकोनाविषयी ते म्हणतात, 'गीतेतील कर्ममार्गास पारलौकिक दृष्टीनेच महत्त्वाचे किंवा गौण मानणारे पाश्चात्त्य पंडित सद्वर्तनशास्त्र, सदाचारशास्त्र, नीतिशास्त्र, नीतिमीमांसा, नीतिशास्त्राची मूलतत्त्वे, कर्तव्यशास्त्र किंवा समाजधारणाशास्त्र अशी निरनिराळी केवळ लौकिक नावे देत असतात व नीती मीमांसेची त्यांची पद्धतही लौकिक असते, यामुळे असल्या पाश्चात्त्य पंडितांचे ग्रंथ ज्यांनी वाचिले आहेत, त्यापैकी पुष्कळांची अशी समजूत होते की, संस्कृत वाङ्मयात सदाचरणाचा किंवा नीतीच्या मूलतत्त्वांचा कोणीही ऊहापोह केलेला नाही, परंतु महाभारताचा किंवा गीतेचा लक्षपूर्वक अभ्यास केल्यास ही समजूत दूर होण्यासारखी आहे' असे पाश्चात्त्य तत्त्वज्ञानाने प्रभावित झालेल्या इंग्रजी शिक्षितांना उद्देशून त्यांनी म्हटले. त्यांचा गीतारहस्य लिहिण्याचा उद्देश गीतेतील तत्त्वज्ञान व्यावहारिक

जगात कसे उपयुक्त आहे हे दर्शवून पाश्चात्त्य तत्त्वज्ञानाचा तरुणांवर असलेला प्रभाव दूर करणे हा होता, यामुळेच ते म्हणतात, 'गीतेत वर्णिलेल्या कर्माकर्माच्या आध्यात्मिक मूलतत्त्वांशी पाश्चिमात्य पंडितांनी प्रतिपादिलेली नीतीची मूलतत्त्वे कितपत जुळतात याची तुलना केल्याखेरीज गीताधर्माचे हे निरूपण पूर्ण झाले असे वरील वाक्यावरून म्हणता येत नाही.'[२४२] पाश्चात्त्य श्रेष्ठ गणल्या जाणाऱ्या ग्रंथांशी व तत्त्वज्ञानाशी गीतेतील तत्त्वज्ञानाची तुलना करून गीतेतील तत्त्वज्ञानाची म्हणजेच हिंदू धर्माची श्रेष्ठता त्यांना आधुनिक जगात प्रस्थापित करावयाची होती व यासाठीच त्यांनी 'गीता रहस्य' हा ग्रंथ आवर्जून लिहिला असे दिसून येते.

याचप्रमाणे त्याचे महत्त्व सांगताना ते म्हणतात की, दौलताबादचे हिंदू राज्य मुसलमानांनी बुडविण्यापूर्वी काही वर्षे आमच्या सुदैवाने श्री ज्ञानेश्वरांनी भगवद्‌गीतेला देशी भाषेत सत्कार करून ब्रह्मविद्येचा सुकाळ केला, त्यामुळेच हिंदू धर्माचा या मुसलमानांच्या आक्रमणापुढे टिकाव लागला असेही त्यांनी नमूद केले, कारण वैराग्यमुक्त व भक्तीरूपाने या गीताधर्माच्या निरूपणाने यवन-ब्राह्मण व चांडाळा विकास सम आणि ज्ञानमूलक मानून गीता धर्माचा उपदेश चोहोकडे सतत चालू राहिल्याने हिंदू धर्माचा पुरा ऱ्हास होण्याचे भय नाहीसे झाले.

अशा प्रकारे हिंदू धर्माचे खरे रहस्य हे भगवद्‌गीतेच्या अध्ययनाने सर्वांनाच समजेल. गीता म्हणजे वृद्ध वयात वैराग्य, योग वृत्तीचेच फक्त ज्ञान देणारा नसून तो कर्ममार्ग सांगणारा म्हणून पूर्ण वयातच समजून घेण्यासारखा ग्रंथ आहे व त्याचे वाचन सर्वांनी तरुण वयातच करून कर्ममार्गाचा अवलंब करावा अशी विनंती त्यांनी या ग्रंथाद्वारे केली.

तसेच त्यांनी लिहिलेला गीता रहस्य हा ग्रंथ म्हणजे पाश्चात्त्य ऐतिहासिक व तत्त्व विवेचनात्मक, चिकित्सक दृष्टीनेही लिहिला आहे व त्याचा उद्देश पाश्चात्त्य जगाला व पाश्चात्त्य ज्ञान व संस्कृतीने भारावलेल्या हिंदू तरुणांना जागृत करण्यासाठी होतो असे दिसून येते.

लो. टिळकांचे जैन व बौद्ध धर्माविषयीचे मत

जैन व बौद्ध धर्म हे आपले धर्मबंधूच आहेत असे त्यांचे या दोन्ही धर्मांविषयी मत होते. त्यांनी 'हिंदू धर्मग्रंथांची सामान्य माहिती या मथळ्याखाली वेद, संहिता, ब्राह्मणे, उपनिषदे, रामायण, महाभारत या ग्रंथांच्या सूचीबरोबर बौद्ध, पाली ग्रंथांचाही समावेश केला आहे. त्यात अमिता युसूत्तपुत्र, उपान, चुल्लवग्ग, तारानाथ विज्जसुत्त, थेरगाथा, दशरथजातक, दीपवंस, धम्मपद, ब्रह्मजालसुत्त, महापरिनिष्पात सुत्त, महावंस, महावग्ग, मिलिंदप्रश्न, वथ्युगाथा, सद्धर्मपुंडरिक सुत्तनिपात, सब्बास वसुत्त इ. पाली ग्रंथांचाही

समावेश आहे. अशा प्रकारे बौद्ध धर्माला हिंदू धर्माचीच एक शाखा त्यांनी मानले; याप्रमाणेच ते जैन धर्मालाही मानत.' 'जैन धर्माप्रमाणे बौद्ध धर्मही वैदिक धर्म रूप आपल्या पित्यापासून आपल्याला पाहिजे त्या संपत्तीचा वाटा घेऊन, काही कारणांसाठी वेगळा निघालेला मुलगा आहे, अर्थात तो परकी नसून तत्पूर्वीच्या ब्राह्मण धर्माची येथेच उत्पन्न झालेली एक शाखा आहे, ही गोष्ट आता नि:संशय सिद्ध झाली आहे.'[२४३] श्री शंकराचार्यांनी जरी जैन मताचे खंडन केले, तरी जैन लोकांच्या अहिंसादि आचारांची छाप आज ब्राह्मण धर्मावर पूर्णपणे बसलेली आहे. दोन्ही धर्म एकाच शरीराचा उजवा व डावा हात आहेत असे विचार त्यांनी बौद्ध धर्माप्रमाणे जैन धर्माविषयीही व्यक्त केले.

श्री शंकराचार्यांना कित्येकांनी प्रच्छन्न बौद्ध म्हटलेले आहे, म्हणजे बौद्धाच्याच काही संतांचे हिंदुत्वाच्या दृष्टीने समर्थन करून आचार्यांनी त्याचा स्वीकार केला आहे असे कित्येकांचे म्हणणे आहे आणि ते एका दृष्टीने खरेही आहे, असे मत व्यक्त करून ते पुढे म्हणतात, तथापि शंकराचार्य हे वैदिकमार्ग प्रवर्तक व बुद्ध वैदिक मार्ग विध्वंसक होता असे सर्वांचे मत आहे. असे सांगून त्यांनी अनेक ठिकाणी जैन व बौद्ध धर्मामुळे हिंदू धर्मातील अनावश्यक असे पशुयज्ञासारखे कर्मकांड बंद झाले व वैदिक धर्माचे शुद्धीकरण होऊन त्याचे पुनरुज्जीवनच केले. एवढेच नाही, तर वैदिक धर्माचा प्रसारही केला. 'शाक्य मुनीने इतर हिंदुस्थानात एके काळी दोन हजार भिक्षू तयार केले होते व त्यांनी आर्य तत्त्वज्ञानाचे सर्वत्र पुनरुज्जीवन केले.'[२४४] अशा प्रकारे भारतभूमीत जन्माला आलेल्या व श्रेष्ठ तत्त्वज्ञानाचा अंगीकार केलेले जैन व बौद्ध धर्म हे वैदिक धर्माचीच शाखा आहेत असे त्यांचे मत होते. हिंदू धर्माप्रमाणेच या दोन्ही धर्मांविषयी त्यांना कमालीचा आदर होता.

अशा प्रकारे हिंदू धर्मसुधारकांच्या तुलनेत हिंदू धर्माच्या दोषांवर लक्ष केंद्रित न करिता टिळकांनी धर्मरक्षकाची भूमिका बजावली. हिंदुंच्या वैदिक धर्माचे पुनरुज्जीवन म्हणजे हिंदू राष्ट्राचे पुनरुज्जीवन असा त्यांचा सिद्धान्त होता, यासाठीच त्यांनी समाजसुधारणा, ख्रिस्ती मिशनऱ्यांना केलेला विरोध, राष्ट्रवादाविषयी विचार, स्त्री सुधारणा, शिक्षण इ. चा पाया हा हिंदू धर्माशी अनुरूपच असला पाहिजे अशी भूमिका घेतली. टिळकांनी समाजसुधारकांना विरोध करताना धर्मशास्त्रांचे शस्त्र वापरले. याविषयी न. चिं. केळकर म्हणतात, 'टिळकांचा खाक्या तर असा की, ते सामाजिक विषयांवर लिहू लागले असता शास्त्र वचनात बसावयाचे व शास्त्र वचनात उठावयाचे!'[२४५] सुधारकांनी हिंदू धर्मशास्त्रांची प्रतारणा केलेली त्यांना अजिबात खपत नसे, यामुळेच ते शास्त्रवचनांचे पुरावे सादर करून सुधारक धर्माचे कसे उल्लंघन करीत आहेत व त्यांना देशाभिमान कसा नाही याचे विवेचन करीत.

प्रा. मॅक्समुलर, डॉ. ॲनी बेझंट, स्वामी विवेकानंद यासारख्या इंग्रजीशिक्षित पाश्चात्त्य व भारतीय हिंदू अभिमान्यांविषयी ते विशेष गौरवोद्‌गार काढीत. स्वामी विवेकानंदांनी अमेरिकेत जाऊन ख्रिस्ती धर्म व त्याचा प्रसार करणाऱ्या मिशनऱ्यांचा पराभव करून त्यांना चांगलाच धडा शिकविला आहे असे विचार त्यांनी व्यक्त केले. ते यासंबंधी म्हणतात, 'ख्रिस्ती धर्माचे वैभव सर्व जगाला दाखविण्याकरिता व इतर सर्व धर्मांकडून अजिंक्यपत्र येशूस मिळवून देण्याकरिता, अमेरिकेतील मिशनरींनी धर्मसभा केली, पण स्वामी विवेकानंदांनी हिंदू धर्माच्या केलेल्या विवेचनामुळे दुसऱ्यांना जाळून खाक करण्याकरिता पेटविलेल्या अग्नीत स्वतःच जळून मरावे अशासारखी ख्रिस्ती मिशनऱ्यांची स्थिती झाली.'[२४६] अशा प्रकारे संपत्ती व सत्ता यांचा पाठिंबा असलेल्या मिशनऱ्यांना स्वामीजींच्या कार्यामुळे चांगलीच चपराक बसली व त्यामुळे त्यांच्या उद्योगाला थोडा पायबंद बसला. अशी आशा त्यांनी व्यक्त केली.

हिंदू धर्मामध्येच राष्ट्रीय ऐक्य करण्याचे सामर्थ्य आहे असा त्यांचा ठाम विश्वास होता. ते म्हणत, आम्ही कितीही मूर्तिउपासक असलो, जातीच्या संबंधाने भेदाभेद आमच्या आचारात कितीही दिसून येत असला तरी नीतीचे व धर्माचे ऐक्य आहे. वेदान्तविचार हे सर्व धर्मांचे मूल आहे, म्हणून हिंदू धर्मात कितीही बरे-वाईट पंथ असले तरी सर्व नद्या सागरात ज्याप्रमाणे एकवट होतात त्याप्रमाणे हे सर्व पंथ ईश्वराकडेच नेणारे आहेत. जगातील दुसऱ्या कोणत्याही धर्मात इतकी उदार तत्त्वे नाहीत. याविषयीचा अभिमान त्यांनी हिंदूंमध्ये जागृत केला.

लोकहितवादी, म. फुले, न्या. रानडे, डॉ. भांडारकर, गो. ग. आगरकर व इतर सुधारकांनी हिंदू धर्म व समाज यातील दोषांवर बोट ठेवले. हिंदू धर्म मान्य असूनही तत्कालीन भ्रष्ट झालेल्या धार्मिक व सामाजिक आचारांवर त्यांनी कठोर शब्दांत टीका केली, यामुळेच सर्वच हिंदू प्रथा अंधपणाने पालन करणे आवश्यक नाही याची जाणीव झाली, परंतु काही इंग्रजीशिक्षित हिंदू धर्म व संस्कृतीची टवाळी करीत. अशा प्रकारचा दृष्टिकोन हा स्वधर्म व राष्ट्रोन्नतीच्या दृष्टीने योग्य नव्हता.

लो. टिळकांच्या आधीच्या पिढीने हिंदू धर्मातील दोष दाखवून त्यावर तीव्र टीका करून यशस्वी रीतीने धर्मसुधारणा केली होती. नंतरचा काळ मात्र राजकीय स्वातंत्र्य चळवळीच्या दिशेने पुढे जात होता, यासाठी राष्ट्राभिमान जागृत करणे आवश्यक होते व अशी जागृती धार्मिक पुनरुत्थानानेच होऊ शकते असा विश्वास लो. टिळकांना होता, म्हणूनच त्यांनी हिंदू धर्म, धर्मपरंपरा यांचे रक्षण करण्याची जबाबदारी पत्करली व शेवटपर्यंत पार पाडली.

समारोप

१९ व्या शतकातील सुधारकांनी आपल्या विचारांनी व कृतीने समाजात आपल्या धर्म व परंपरांविषयी जागृती निर्माण केली. समाजात असलेले काही भ्रष्ट आचार हे 'धर्मा'च्या नावाखाली अंधपणाने केले जात होते, यामुळे समाज अधोगतीस जात होता. असा अधोगतीस गेलेला समाज हा राष्ट्रउन्नतीच्या दृष्टीने हानिकारकच होता.

देशसेवा करावयाची म्हणजे लोकहितार्थ झटणे, असे समीकरण तत्कालीन विद्वान, नि:स्वार्थी देशभक्तांचे होते. इंग्रजी पाश्चात्त्य विद्येने त्यांना टीकात्मक परीक्षण करण्याचे, उपयुक्ततावादाचे व लोकशाही तत्त्वाचे शिक्षण दिले होते. यानुसार महाराष्ट्रातील इंग्रजीशिक्षितांच्या पहिल्या पिढीने आपल्या धर्म समाजातील दोष शोधून त्यावर तीव्र टीका करून लोकांना त्याबाबत विचारप्रवृत्त केले. या पहिल्या पिढीचे प्रतिनिधित्व बाळशास्त्री जांभेकर, लोकहितवादी, म. फुले व परमहंस सभेचे प्रवर्तक यांनी केले. लोकहितवादी व म. फुले यांनी हिंदू धर्मातील आचार-विचारांवर तीव्र हल्ला चढविला. लोकहितवादींनी कर्मठ समाज व त्यांचे निरर्थक, ढोंगी धार्मिक आचार जवळून पाहिले होते, यामुळे समाजातील दोष काढून, शुद्ध धर्माचे प्रतिपादन करून, आपले खरे कर्तव्य काय याची जाणीव करून देण्यासाठी त्यांनी आपल्या लेखणीने धर्म सुधारण्याचे काम आरंभिले, त्यासाठी त्यांनी धार्मिक आचारांवर जळजळीत टीका केली, यामुळे लवकरच इंग्रजीशिक्षित व सामान्य जनता आपल्या धार्मिक आचारांविषयी जागृत झाली व सुशिक्षितांनी आपले धर्मग्रंथ व इतर धर्मांचे पंथ व धर्मतत्त्वे यांची तुलना करण्यास सुरुवात केली. महात्मा फुलेंनी समाजातील अंध परंपरांना झुगारून प्रत्यक्ष कृतीनेच या धर्म व समाज परंपरा कशा अयोग्य आहेत याचे उदाहरणच प्रस्तुत केले. 'ब्राह्मणांचे कसब', 'गुलामगिरी'सारख्या आपल्या पुस्तकांमधून तर हिंदू धर्मावरच हल्ला चढवून हिंदू धर्माविरुद्ध बंड पुकारले व ख्रिस्ती मिशनऱ्यांच्या नि:स्वार्थी कार्याची प्रशंसाच केली. मिशनऱ्यांच्या कार्याशी हिंदू धर्मातील पुढाऱ्यांची कोणतीही बरोबरी नसल्याचे सांगितले. त्यांच्या हिंदू धर्मावरील कठोर टीकेमुळे हिंदू धर्मीयांमध्ये आपल्या अंधविचारांमध्ये जागृती झाल्याशिवाय राहिली नाही.

स्वामी दयानंदांनीही म. फुलेंप्रमाणेच तत्कालीन हिंदू धर्मावर जोरदार हल्ला चढवून त्यातील दोष दूर करण्याचा संदेश दिला. हिंदुंची मूर्तिपूजा, मंदिरे, साधू, ढोंगी, धार्मिक पुढारी, हिंदू धर्मातील अनेक धर्मपंथ, त्यांचे लोकांना फसविणारे आचार व कर्मकांडे, तत्कालीन धर्मपुस्तके, पुराणे इत्यादींवर त्यांनी तीव्र टीका करून अशा प्रकारचा धर्म व धर्मपुस्तके शुद्ध वैदिक धर्माच्या विरुद्ध असल्याचे प्रतिपादन त्यांनी केले. तत्कालीन हिंदू धर्म हा भ्रष्ट झाला असून, अशा प्रकारचे धर्मपंथ,

धार्मिक आचार, मूर्तिपूजा इत्यादींचा त्याग करून 'वेदांकडे परत चला' असा संदेश त्यांनी दिला. स्वामी दयानंद हे इंग्रजीशिक्षित नसूनही त्यांनी आपल्या विद्वान शिष्य परिवाराकडून ख्रिस्ती धर्मग्रंथ बायबल, मॅक्समुलरच्या टीका व इतर इंग्रजी ग्रंथांचे अध्ययन करून तुलनात्मकदृष्ट्या वैदिक धर्म कसा श्रेष्ठ आहे हे सिद्ध केले. यासाठी त्यांनी अनेक लहान-मोठ्या ग्रंथांची निर्मिती केली. मुस्लीम धर्मावर टीका करण्यासाठी त्यांनी अरबी माहीत असलेल्या मौलवींकडून त्या ग्रंथाचे अध्ययन केले व त्यावर टीका केली. त्याच प्रकारे वैदिक धर्माचे शुद्ध तत्त्वज्ञान प्रतिपादन करण्यासाठी त्यांनी 'वेदादी भाष्य भूमिका' सारखे अनेक ग्रंथ लिहिले. त्याचप्रकारे तत्कालीन हिंदू धर्मावर टीका करणारा 'सत्यार्थ प्रकाश' नावाचा त्यांचा प्रमुख ग्रंथ त्यांनी लिहून प्रकाशित केला, तसेच पुण्यासारख्या देशातील प्रमुख शहरांना भेटी देऊन तेथील पंडितांशी वादविवाद करून त्यांनी भ्रष्ट धर्माचे खंडन व वैदिक धर्माचे मंडन केले. 'वेदांचा अर्थ त्रिकाली शक्य नाही.' असा समज तत्कालीन समाजात रूढ होता, परंतु प्रथमच स्वामी दयानंदांनी वेदांवर भाष्य करून वैदिक धर्माचे प्रतिपादन केले व वैदिक धर्म, स्त्री शिक्षण, सती प्रथेला विरोध, विधवा पुनर्विवाहाला तसेच प्रौढ वयातील विवाहाला कसा अनुकूल आहे हे सिद्ध करून समाजसुधारणा ही वैदिक धर्माच्या आधारेच होऊ शकते असा विश्वास सुधारक व सामान्यांमध्ये निर्माण केला. अशा प्रकारे हिंदू धर्माचे पुनरुत्थान व राष्ट्र उदयास स्वामी दयानंदांचे विचार कारणीभूत ठरले असे म्हणता येईल.

त्याच प्रकारे न्या. रानडे, डॉ. भांडारकर यासारख्या इंग्रजी उच्च विद्याविभूषितांकडून प्रथम सर्वच धर्मांतील शुद्ध धर्मतत्त्वांचे स्वरूप काय, ईश्वराप्रत जाण्याचा मार्ग कोणता इत्यादी तत्त्वांचे विवेचन करून ख्रिस्ती धर्माकडे आकर्षित झालेल्या इंग्रजीशिक्षित तरुणांना त्यांनी ईश्वराप्रत जाण्याचा मार्ग शोधण्यासाठी ख्रिस्ती धर्मांतर करण्याची आवश्यकता नाही असे पटवून दिले. नंतरच्या काळात प्रार्थना समाजाने उपनिषदे, भगवद्‌गीता व महाराष्ट्रातील साधूसंत इत्यादींच्या तत्त्वज्ञानाच्या आधारे धर्मप्रसार करून हिंदू धर्म शुद्ध करून सुधारणा करण्याचा यशस्वी प्रयत्न केला.

गो. ग. आगरकरांसारख्या समाजसुधारकांनी धर्माचे जीवनातील महत्त्व मान्य करूनही धर्म व समाज यातील दोषांवर टीका करून लोकजागृती केली, परंतु विष्णूशास्त्री चिपळूणकर व लो. टिळक यांनी पारंपरिक धर्म परंपरांचीच बाजू उचलली.

लो. टिळकांच्या काळापर्यंत हिंदू धर्म सुधारकांच्या प्रयत्नामुळे व पाश्चात्त्य अभ्यासकांमुळे हिंदू धर्मातील दोषांपेक्षा त्यातील श्रेष्ठ तत्त्वज्ञानाचा ठेवा उघड झाला

होता, म्हणून हिंदू धर्मावर फक्त टीका करण्याचा काळ जाऊन त्यातील उच्च धर्मतत्त्वज्ञानाची सर्वत्र प्रशंसाच होऊ लागली होती.

तसेच लो. टिळकांचा काळ हा राजकीय चळवळ व पारतंत्र्याची जाणीव या संक्रमण अवस्थेतून जात होता, यामुळे आपला स्वाभिमान जागृत ठेवण्यासाठी आपला धर्म व परंपरा यांची श्रेष्ठता सिद्ध करणे आवश्यक होते, म्हणूनच लो. टिळकांसारख्या विद्वानांनी हिंदू धर्मरक्षकाची भूमिका निभावली.

परंतु या प्रकारची जाणीव करून देण्यास १९ व्या शतकातील धर्मसुधारकांचे नि:स्वार्थी कार्य व विचारच आधारभूत ठरले होते असे दिसून येते.

राष्ट्रनिर्मितीचे खरे कार्य या धर्म व समाजसुधारकांनीच प्रथम केले व राजकीय स्वातंत्र्याच्या चळवळीपर्यंत देशाला आणून सोडले असे म्हणता येते.

संदर्भ टीपा

१. जांभेकर ग. गं. (संशोधक व संपादक), 'आचार्य बाळ गंगाधर शास्त्री जांभेकर यांचे जीवनवृत्त व लेख संग्रह', खंड-१, पा. १२७.
२. 'कित्ता' खंड-२ रा, पा. १३१
३. 'कित्ता' खंड-२ रा, पा. १३३
४. 'कित्ता' खंड-२ रा, पा. १३५
५. 'कित्ता' खंड-२ रा, पा. १३०
६. 'कित्ता' खंड-२ रा, पा. ५६०
७. 'कित्ता' खंड-२ रा, पा. ७९
८. 'कित्ता' खंड-२ रा, पा. ४९५
९. 'कित्ता' खंड-२ रा, पा. ५४९
१०. 'कित्ता' खंड-२ रा, पा. ५६०
११. 'कित्ता' खंड-२ रा, पा. ५७१
१२. टिकेकर श्रीपाद रामचंद्र (संपा.), 'लोकहितवादींची शतपत्रे', औंध (सातारा) : उषा प्रकाशन, १९४०, पृ. ३१ पा. ३१
१३. विष्णूशास्त्री चिपळूणकर, 'निबंधमाला' खंड-२ रा, पा. १०४८
१४. 'शतपत्रे', पा. २१
१५. 'निबंधमाला' खंड २ रा, पा. १०४९
१६. 'शतपत्रे', पा.
१७. वैद्य द्वा. गो. (संपा.), 'रामकृष्ण गोपाळ भांडारकर यांचे धर्मपर लेख व व्याख्याने', पा. १३४
१८. 'शतपत्रे' पत्र क्र. ५९, लोकांची समजूत व पुराणादिकांचे सौरस्थ ६ मे १८४९, पृ. ३०२
१९. 'कित्ता' पत्र क्र.

२०. 'कित्ता' पत्र क्र. ५५ पुराणातील ज्ञान, ८ मे १८४९ पृ. ३०१
२१. 'कित्ता' पत्र क्र. पुनर्विवाह, पा. ३८५
२२. 'कित्ता' पत्र क्र. हिंदू लोकांचा आळशी स्वभाव, २ जुलै १८४८ पृ. ३३२
२३. 'कित्ता' पत्र क्र. 'हिंदू लोकांचा आळशी स्वभाव', २ जुलै, १८४८, पा. ३३२
२४. 'कित्ता' पत्र क्र. 'प्राचीन ग्रंथांचे महत्त्व', १८ नोव्हेंबर, १८४९, पा. १३६-१३७
२५. 'कित्ता' पत्र क्र. ८४, 'संस्कृत विद्या', १ डिसेंबर १८४९, पा. १४२
२६. 'कित्ता' पा. १४३
२७. 'कित्ता' पा. १४४
२८. 'कित्ता' पत्र क्र. लोकांची समजूत व पुराणिकांचे सौख्य ६ मे, १८४९, पा. ३०५
२९. डॉ. भांडारकर यांचे धर्मपर लेख व व्याख्याने, पा. १३७
३०. 'शतपत्रे', पत्र क्र. २२, 'जातिविषयी विचार', पा. ४१२
३१. डॉ. भांडारकर यांचे धर्मपर लेख आणि व्याख्याने, पा. १३४
३२. शतपत्रे पत्र क्र. ६४, 'धर्मसुधारणा' १७ जून, १८४९, पा. २१२
३३. 'कित्ता' पा. २१४
३४. 'कित्ता'
३५. 'कित्ता'-पत्र क्र. ८३, 'भक्ती, कर्म आणि ज्ञान', २५ नोव्हेंबर १८४९, पा. २१६
३६. कित्ता पत्र क्र. ५३, 'मन हेच ईश्वरी शास्त्र', २५ मार्च १८४९, पा. ४०९
३७. कित्ता पत्र क्र. २९, 'बुद्धीने ईश्वर किती कळती त्याविषयी', १० सप्टेंबर, १८४८ पा. २०३
३८. कित्ता पत्र क्र. ३७, 'देवपूजा' ३ डिसेंबर १८४८, पा. १८१
३९. कित्ता
४०. कित्ता पत्र क्र. 'स्नान संध्या', पा. १७७
४१. लाला लजपतराय 'युगप्रवर्तक स्वामी दयानन्द', पा. ११९
४२. कित्ता
४३. लोकहितवादी, 'पंडित स्वामी श्रीमद् दयानंद सरस्वती', पा. १३
४४. आर्य समाज काकडवाडी बम्बई स्थापना शताब्दी स्मृति ग्रंथ १८७५-१९७५, पा. ३२
४५. स्वामी दयानंद सरस्वती यांनी श्यामजी कृष्ण वर्मा यांना लिहिलेले पत्र श्री मंगुडकर संपादित, 'लोकहितवादीकृत' या पुस्तकावरून उद्धृत, पा. प्रस्तावना
४६. 'कित्ता' पा. ३१
४७. Report of the second Annual Examination on the Native Female Schools in Poona 'महात्मा फुले : समग्र वाङ्मय'वरून उद्धृत पा. ६६७-६६८
४८. Opinion from Jotterao Govindrao Phulay on Note II by Mr. B. M. Malban on Enforced widowhood 'कित्ता'वरून उद्धृत पा. ३५१-३५२
४९. 'कित्ता' पा. ३५२
५०. धनंजय कीर, 'महात्मा जोतीराव फुले', पा. ३०

५१. 'कित्ता'
५२. म. फुले, 'गुलामगिरी', (म. फुले समग्र वाङ्मयवरून उद्धृत), पा. १९०
५३. म. फुले, 'शेतकऱ्यांचा आसूड', ('कित्ता'वरून उद्धृत), पा. ३४०
५४. 'कित्ता' ३४१
५५. म. फुले, 'सार्वजनिक सत्यधर्म पुस्तक', ('कित्ता'वरून उद्घृत), पा. ४८८
५६. 'कित्ता' पा. ४९१
५७. 'कित्ता' पा. ४९२
५८. 'कित्ता' पा. ४९७
५९. म. फुले 'गुलामगिरी', ('कित्ता'वरून उद्धृत), पा. १७५
६०. म. फुले 'तृतीय रत्न', ('कित्ता'वरून उद्धृत), पा. २४
६१. म. फुले 'गुलामगिरी', ('कित्ता'वरून उद्धृत), पा. १६५
६२. म. फुले 'सार्वजनिक सत्य धर्म पुस्तक', पा. ४६१
६३. म. फुले 'गुलामगिरी', ('कित्ता'वरून उद्धृत), पा. १९१
६४. म. फुले 'सार्वजनिक सत्यधर्म पुस्तक', ('कित्ता'वरून उद्धृत), पा. ५०८
६५. म. फुले 'स्वामी बंधू यांची टीका', ('कित्ता'वरून उद्धृत), पा. ६२३
६६. 'कित्ता'
६७. अनुभव संग्रह, 'बाबा पद्मनजी' ('कित्ता'वरून उद्धृत)
६८. शेतकऱ्याचा आसूड, ('कित्ता')
६९. म. फुले, 'सत्सार', अंक-१, ('कित्ता'वरून उद्धृत), मुखपृष्ठ
७०. 'कित्ता', पा. ३६९
७१. म. फुले, 'शेतकऱ्यांचा आसूड'
७२. 'सत्सार अंक-१' ('कित्ता'वरून उद्धृत), पा. ३६५
७३. 'कित्ता', पा. ३६७
७४. 'कित्ता', पा. ३६६
७५. म. फुले, 'मानवाचा धर्म एक', पा. ५६७
७६. म. फुले, 'सार्वजनिक सत्यधर्म पुस्तक', ('कित्ता'वरून उद्धृत), पा. ५३३
७७. मोरे अरुणा, 'विष्णूबुवा ब्रह्मचारींची धर्मकल्पना' एम.फिल. प्रबंध, पुणे विद्यापीठ, डिसें. १८८८,
७८. विष्णूबुवा ब्रह्मचारी, 'वेदोक्त धर्म प्रकाश', पा. ४७९
७९. 'कित्ता', पा. ११५
८०. य. दि. फडके, 'एकोणिसाव्या शतकातील महाराष्ट्र', पा. ४८
८१. विष्णूबुवा ब्रह्मचारी, 'राजनीति', पा. २
८२. विष्णूबुवा ब्रह्मचारी, 'वेदोक्त धर्म प्रकाश', पा. २५४
८३. विष्णूबुवा ब्रह्मचारी, 'राजनीति', पा. ७
८४. य. दि. फडके, 'एकोणिसाव्या शतकातील महाराष्ट्र', पा. ४९

८५. विष्णूबुवा ब्रह्मचारी, 'सुखदायक राज्यप्रकरणी निबंध', पा. ९
८६. 'ज्ञानोदय' १५ मे १८६१ संपादित 'एकोणिसाव्या शतकातील महाराष्ट्र' वरून उद्‌धृत, पा. १८४
८७. Sunthankar 'Ninteenth Century History of Maharashtra', P. 236-237
८८. राजपाल सिंह शास्त्री (संपा.) 'उपदेश मंजरी' (पूना प्रवचन), पा. १४३
८९. स्वामी दयानंद सरस्वती, 'ऋग्वेदादिभाष्यभूमिका', पा. १०
९०. स्वामी दयानंद सरस्वती, 'यजुर्वेदभाष्यम्', पा. ५
९१. स्वामी दयानंद सरस्वती, 'ऋग्वेदादिभाष्य भूमिका', पा. २७
९२. स्वामी दयानंद सरस्वती, 'आर्योद्देश्यरत्नमाला', पा. ३
९३. स्वामी दयानंद सरस्वती, 'संस्कार विधी', पा. ४०
९४. 'कित्ता'
९५. स्वामी दयानंद, 'सत्यार्थ प्रकाश', (अनुवादक श्री श्रीपाद जोशी), पा. २३३
९६. स्वामी दयानंद, 'ऋग्वेदादी भाष्य भूमिका', पा. २३३
९७. 'सत्यार्थ प्रकाश', पा. ९०
९८. 'कित्ता', पा. ६८
९९. 'स्वामी दयानंद, 'ऋग्वेदादी भाष्य भूमिका', पा. २५८
१००. 'सत्यार्थ प्रकाश', पा. २७
१०१. 'सत्यार्थ प्रकाश'
१०२. 'कित्ता' पा. ५८
१०३. स्वामी दयानंद, 'स्वमन्त व्यामन्तव्यप्रकाश', पा. ७
१०४. 'सत्यार्थ प्रकाश', पा. २७३-२७४
१०५. Yadav K. C. (Editor), Swami Dayanand Sarswati, 'Auto biography of Swami Dayanand Sarswati', P. 60
१०६. 'सत्यार्थ प्रकाश', पा. २७७
१०७. 'कित्ता' पा. २९०
१०८. 'कित्ता' पा. २९१
१०९. लोकहितवादी 'पंडित श्रीमद् दयानंद सरस्वती', पा. १९-२०
११०. स्वामी दयानंद, 'आर्योददेश रत्नमाला', पा. ७
१११. 'सत्यार्थ प्रकाश', पा. ३०९
११२. 'कित्ता' पा. ३०६
११३. 'कित्ता' पा. २४३
११४. 'कित्ता' पा. २५९
११५. 'कित्ता' पा. २५९
११६. 'कित्ता' पा. ३३५
११७. 'कित्ता' पा. ३४०

११८. 'कित्ता' ४२१
११९. 'कित्ता' पा. ४२६ - ४२७
१२०. 'कित्ता' पा. ४२६
१२१. 'कित्ता' पा. ४२७
१२२. 'कित्ता' पा. ४४६
१२३. स्वामी दयानंद, 'सत्यार्थ प्रकाश' अनुवादक (श्री सातवळेकर), प्रकाशक - सार्वदेशिक आर्य प्रतिनिधी सभा, दिल्ली, पा. ३४४
१२४. स्वामी दयानंद, 'सत्यार्थ प्रकाश' (मूळ हिंदी), पा. ४९९
१२५. 'सत्यार्थ प्रकाश', पा. ४९५
१२६. कित्ता पा. लोकहितवादी पंडित स्वामी
१२७. लोकहितवादी, 'पंडित स्वामी श्रीमद् दयानंद सरस्वती', पा. ४
१२८. 'कित्ता'पा. ५
१२९. 'निबंधमाला' खंड १, पा. ३१६
१३०. लोकहितवादी 'पंडित स्वामी श्रीमद् दयानंद सरस्वती', पा. २९
१३१. भवानीलाल भारतीय, 'पुणे प्रवास', पा. ७
१३२. रमाबाई रानडे, 'आमच्या आयुष्यातील काही आठवणी' पा. ५४-५५
१३३. 'निबंधमाला' खंड-१, पा. ३१८
१३४. 'कित्ता' पा. ३२०
१३५. 'कित्ता' पा. ३१६
१३६. राजपाल सिंहशास्त्री (संपा.), उपदेशमंजरी (पूना प्रवचन), पा.३
१३७. 'कित्ता' पा. ३६
१३८. 'कित्ता'
१३९. सोमदेवशास्त्री 'पूना प्रवचनसार', पा. २०
१४०. उपदेश मंजरी (पूना प्रवचन), पा. ६४
१४१. 'निबंधमाला खंड-१', पा. ३१६-३१७
१४२. 'कित्ता' ३१४
१४३. 'पंडित स्वामी श्रीमद् दयानंद सरस्वती', पा. ३०
१४४. 'निबंधमाला' खंड-१, पा
१४५. रमाबाई रानडे 'आमच्या आयुष्यातील काही आठवणी', पा. ५४-५५
१४६. 'कित्ता' पा. ५६
१४७. निबंधमाला खंड-१, पा. ३१७
१४८. रमाबाई रानडे, 'आमच्या आयुष्यातील काही आठवणी', पा. ५६-५७
१४९. निबंधमाला खंड-१, पा. ३१७
१५०. लोकहितवादी, 'पंडित श्रीमद्स्वामी दयानंद सरस्वती', पा. १९

१५१. 'कित्ता' पा. १४
१५२. 'कित्ता' पा.
१५३. 'कित्ता' पा. २९
१५४. 'कित्ता' पा. ३१
१५५. 'निबंधमाला खंड-१', पा. ३१५
१५६. 'कित्ता' पा. ३२१
१५७. 'कित्ता' पा. ३३
१५८. 'कित्ता' पा.
१५९. 'निबंधमाला खंड-१', पा. ३१३-३१४
१६०. पाटिल पंढरीनाथ, 'महात्मा फुले यांचे चरित्र', पा. ८३
१६१. 'कित्ता' पा. ८४
१६२. Utgirkar N. B. (Editor), Collected works of Sir R. G. Bhandarkar, Vol.II, P. 504
१६३. Ibid, P. 505
१६४. Ibid, P. 504
१६५. डॉ. भांडारकर यांचे धर्मपर लेख व व्याख्याने, पा. ३४
१६६. वैद्य द्वा. गो., 'गुरूवर्य डॉ. भांडारकर यांचे चरित्र', पा. ३००
१६७. डॉ. भांडारकर यांचे धर्मपर लेख व व्याख्याने, पा. १५१
१६८. 'कित्ता' पा. ५
१६९. 'कित्ता' पा. २०
१७०. 'कित्ता' पा. २०६
१७१. 'कित्ता' पा. १६४
१७२. 'कित्ता' पा. १५१
१७३. 'Collected works of Sir R. G. Bhandarkar', Vol. II, P. 605
१७४. डॉ. भांडारकर यांचे धर्मपर लेख व व्याख्याने, पा. ५
१७५. न. र. फाटक, 'न्यायमूर्ति महादेव गोविंद रानडे यांचे चरित्र', पा. १०५
१७६. ठाकूर वा. वा. 'कै. ना. न्या. म. गो. रानडे यांचे चरित्र', पा. ६२
१७७. 'कित्ता' पा. ६३
१७८. न. र. फाटक, 'न्या. म. गो. रानडे यांचे चरित्र' पा. १६५-१६६
१७९. 'कित्ता' पा. १६७
१८०. Kolsaka A. B. (Collected and compiled by) 'A Collection of Essays and Speeches by Mahadev Govind Ranade, P. 262-263
१८१. Ibid. 262-263

१८२. Parvate T. V. Mahadev Govind Ranade A Biography London, Asia Publishing House, 1963
१८३. रानडे रमाबाई (संपा.), 'न्यायमूर्ति महादेव गोविंद रानडे यांची धर्मपर व्याख्याने', पा. २-३
१८४. 'कित्ता' पा. ४-५
१८५. 'कित्ता' पा. ८-९
१८६. 'कित्ता' पा. १२
१८७. 'कित्ता' पा. १३-१४
१८८. 'कित्ता' पा. ८५
१८९. 'कित्ता' पा. २४६
१९०. 'कित्ता' पा. १२९
१९१. 'कित्ता' पा. २३
१९२. 'कित्ता' पा. ८०
१९३. 'कित्ता' पा. ८
१९४. 'कित्ता' पा. २८७
१९५. 'कित्ता' पा. ३१०
१९६. 'कित्ता' पा. ८१-८२
१९७. 'कित्ता' पा. ४२३
१९८. 'कित्ता' पा. १९
१९९. 'कित्ता' पा. २२३
२००. 'कित्ता' पा. ३१७
२०१. 'कित्ता' पा. २७४
२०२. 'विविधज्ञानविस्तार', पुस्तक ३२, मार्च-एप्रिल १९०१, अंक ३-४, पा. १०६-१०७
२०३. 'कित्ता', पा. १०७
२०४. 'कित्ता'
२०५. 'कित्ता' १०७-१०८
२०६. न. र. फाटक, 'न्या. म. गो. रानडे यांचे चरित्र', पा. ५५४
२०७. समग्र टिळक खंड-५, पा. २९९
२०८. न. चिं. केळकर (प्रकाशक), 'लो. टिळक यांची धर्मविषयक मते', पा. ११५
२०९. 'समग्र टिळक खंड-५', पा. १०१
२१०. 'समग्र टिळक खंड-८', पा. १०९
२११. 'समग्र टिळक खंड-५', पा. ८५
२१२. 'कित्ता' पा. २२६
२१३. 'कित्ता' पा. २४५
२१४. 'कित्ता' पा. २९९

२१५. 'कित्ता' पा. १४९
२१६. 'कित्ता' पा. १५०
२१७. 'समग्र टिळक खंड-५', पा. ३९१
२१८. 'समग्र टिळक खंड-५', पा. ७९९
२१९. 'समग्र टिळक खंड-५', पा. १६०
२२०. 'समग्र टिळक खंड-५', पा. २९२
२२१. 'कित्ता' पा. २९४-२९५
२२२. टिळक ज.श्री. (प्रकाशक आणि मुद्रक) 'समग्र लो. टिळक' प्रथम आवृत्ती खंड - ६ (जीवन ध्येय) पुणे केसरी प्रकाशन, १९७६, पृ. ८१०
२२३. 'कित्ता' खंड-८, पा. ६३
२२४. 'कित्ता' खंड-८, पा. ६३
२२५. 'कित्ता' पा. ६३
२२६. 'कित्ता' पा. ७८
२२७. 'कित्ता' पा. १५९
२२८. 'कित्ता' पा. ३६३
२२९. 'केसरी प्रबोध', पा. ६५
२३०. लो. टिळकांची धर्मविषयक मते, पा. ९४
२३१. 'केसरी प्रबोध' केसरी महोत्सव मंडळ, पा. ६१-६२
२३२. 'समग्र टिळक खंड-६', पा. ७९२
२३३. 'कित्ता', पा. ७९२-७९३
२३४. 'कित्ता', पा. ३०४
२३५. 'समग्र टिळक खंड ५', पा. ३०९
२३६. 'कित्ता', पा. ३०७
२३७. लो. बा. गं. टिळक, 'श्रीमद्‌भगवद्‌गीता रहस्य' अथवा 'कर्मयोगशास्त्र', पा. १९
२३८. 'कित्ता' पा. १५
२३९. 'कित्ता' पा. ४२७
२४०. 'कित्ता' पा. १४
२४१. 'कित्ता' पा. ४००
२४२. 'कित्ता' पा. ४८०
२४३. 'समग्र टिळक खंड-६', पा. ७९५
२४४. न. चिं. केळकर, 'लोकमान्य टिळक यांचे चरित्र', पूर्वार्ध भाग-१, पा. १८४
२४५. 'समग्र टिळक खंड-१', पा. ३११

धर्मसुधारणा : संस्थात्मक कार्य

इंग्रज राज्यकर्त्यांच्या सामाजिक जीवनाशी व धार्मिक संस्थांशी तसेच त्यांच्या वाङ्मयाद्वारे पाश्चात्त्य विचारांशी संबंध स्थापन झाल्यामुळे १९ व्या शतकाच्या सुरुवातीपासूनच महाराष्ट्रातील इंग्रजीशिक्षित तरुण वर्गाला धर्मावर, धार्मिक परंपरांवर आधारित समाजजीवनाच्या समस्या व समाजाची झालेली अधोगती प्रकर्षाने जाणवू लागली, त्यासाठी त्यांनी आपल्या विचारांचा प्रसार करण्यासाठी वर्तमानपत्रे, साप्ताहिक, पाक्षिक व पुस्तकांचा आश्रय केला. सत्य धर्माचा प्रसार करण्यासाठी त्यांना आपल्या विचार व कार्याला स्थायी स्वरूप त्यांना आवश्यक वाटले. त्यांनी इंग्रजी शिक्षणाने विचारजागृत झालेल्या महाराष्ट्रातील महानगरांमध्ये १९ व्या शतकाच्या सुरुवातीपासूनच धार्मिक संस्थांची स्थापना केली.

परमहंस मंडळी

दांभिक व व्यर्थ पुराणमतवादी धार्मिक परंपरा मोडून धर्मसुधारणा चळवळीला प्रारंभ करणाऱ्या बाळशास्त्री जांभेकर (१८१२-१८४६) यांनी सर्वांगीण सुधारणेच्या हेतूने 'नेटिव्ह इंप्रूव्हमेंट सोसायटी' नावाची संस्था स्थापन केली होती. या सुधारणा मंडळाचे ते स्वत: अध्यक्ष होते. या मंडळात भरणाऱ्या सभांतून तत्कालीन तरुण सुशिक्षित मंडळी सार्वजनिक हिताच्या विविध प्रश्नांवर निबंध वाचून चर्चा करीत. त्यांचे चरित्रकार गं. ग. जांभेकर म्हणतात की, 'ह्यानंतर डॉ. भाऊ दाजी, दादाभाई नौरोजी व विश्वनाथ नारायण मंडलिक यांच्या तरुण पिढीने 'स्टुडण्ट्स लिटररी ॲण्ड सायंटिफिक सोसायटी' नावाचे जे प्रसिद्ध ज्ञानप्रसारक मंडळ स्थापून लोकसुधारणेचे कित्येक वर्षे उत्तम कार्य केले ते मंडळ म्हणजे बाळशास्त्र्यांच्या पूर्वोक्त संस्थेचे अपत्य होय.'[१]

बाळशास्त्रींनी स्थापन केलेली ही वैचारिक बैठकीसाठी पहिलीच संस्था असावी. या संस्थेचे नाव इतर सर्व संस्थांसारखे एखाद्या धर्मपंथाशी जुळणारे नव्हते, तरी

धार्मिक परंपरा मोडणाऱ्या बाळशास्त्रींच्या या संस्थेमध्ये अनेक विषयांपैकी व्यर्थ धार्मिक अवडंबरांवर चर्चा होत असावी, परंतु त्यांच्या अल्पवयीन मृत्यूमुळे त्यांचे धर्मसुधारणेचे कार्य व त्यांची 'संस्था' अस्तित्वात राहू शकली नाही.

परंतु त्यांच्या विचारांशी साधर्म्य असलेले 'प्रभाकर' पत्राचे संस्थापक भाऊ महाजन व इतर अनेक तरुणांनी धार्मिक सुधारणेसाठी व जातिभेदाचे उच्चाटन होऊन नैतिक मूल्यांवर आधारित निर्दोष समाजरचनेसाठी १८४० च्या सुमारास 'परमहंस मंडळी' नावाची धार्मिक मंडळी स्थापन केली. 'परमहंस' या शब्दाचा अर्थ त्यांच्या संबंधीच्या ग्रंथात आढळत नसला तरी 'परमहंस' या शब्दाचा अर्थ संन्यासी असा धार्मिक दृष्टीने होतो.

'परमहंस मंडळी'तील बरेच तरुण मिशनऱ्यांनी चालविलेल्या शाळांतून शिकलेले होते, तसेच ते मिशनऱ्यांच्या संपर्कातही आले होते. त्यांच्या कार्याचा, धर्म तत्त्वज्ञानांचा त्यांना चांगला परिचय होता, तथापि त्यांना ख्रिश्चन धर्म मान्य नसून धर्मांतराचे ध्येय त्यांच्यापुढे नव्हते. बाबा पद्मनजी हे या तरुण मंडळींपैकी एक होते. त्यांच्या मित्राने त्यांना लिहिलेल्या पत्रात तत्कालीन शिक्षित हिंदू तरुणांच्या या संदर्भातील भावना स्पष्ट केल्या. त्यात तो म्हणतो की, 'ज्या वेळेस त्यांना असे कळले की, आपल्या दोघांचा कल ख्रिश्चन धर्माकडे आहे. त्यावेळेस त्यांनी आपला तीव्र विरोध दर्शविला, कारण त्यांच्या मते आपण जर ख्रिश्चन धर्म स्वीकारला तर आपण आपल्या देशावर प्रेम करणार नाही, कारण ख्रिश्चन धर्म हा राज्यकर्त्यांचा धर्म आहे.'

बाबा पद्मनजी ख्रिश्चन धर्मांतरण करण्यापूर्वी परमहंस मंडळीत एक सभासद होते. वर उल्लेखिलेल्या पत्रात 'हिंदू मित्र' म्हणजे परमहंस मंडळीतील तरुणांनीच त्यांना त्यांच्या ख्रिश्चन धर्मांतराकडे ओढ असल्यावर विरोध दर्शविल्याचे दिसते. यावरून 'परमहंस मंडळी'चे सभासद जरी ख्रिश्चन राज्यकर्ते व धर्मप्रसारकांनी चालविलेल्या शाळेच्या सहवासात आले, तरी ख्रिश्चन धर्म त्यांना मान्य नव्हता व धर्मांतराच्या ते सक्त विरोधात होते, असे स्पष्ट दिसून येते.

परंतु ईश्वरावर श्रद्धा ठेवून आपली नैतिक जबाबदारी समजून समाजाच्या अवनतीस कारणीभूत ठरलेल्या मूर्तिपूजा व त्यासंबंधीचे अवडंबर, सोवळे, ओवळे, जातिभेद व त्यावरून ठरलेला उच्चनीच भाव, बालविवाह व त्यामुळे वाढलेली विधवांची संख्या, विधवा पुनर्विवाहाला असलेला विरोध इ. धार्मिक व सामाजिक रीतीरिवाज व अवस्थेचे त्यांना खंडन करावयाचे होते, परंतु त्यावेळेस फार मोठ्या प्रमाणात शिक्षणाचा प्रसार झाला नव्हता आणि 'श्रीपत शेषाद्री प्रकरणा'वरून तत्कालीन समाजावर धर्मप्रमुखांचे वर्चस्व होते असे दिसल्यामुळे या सर्वांना जाति-बहिष्कृत

होण्याचा भयंकर धोका वाटत होता, म्हणून या सुरुवातीच्या पिढीतील तरुणांना आपले विचार उघडपणे मांडणे शक्य नव्हते. तथापि, अशा प्रकारे जातिभेद मोडावेत व मूर्तिपूजा सोडावी अशा प्रकारचे अनेक विषय पुष्कळ तरुणांच्या मनात येऊन त्यांची एकजूट झाली. त्यांनी तिला 'परमहंस सभा किंवा मंडळी' असे नाव दिले. या मंडळीत अनेक प्रतिष्ठित व सुशिक्षित मंडळी होती. यांची संख्या ५०-६० च्या आसपास असावी व ही संख्या एक हजार झाल्यावर आपली मते उघडपणे प्रकट करावी असा या मंडळींचा उपक्रम होता व तोपर्यंत ही मंडळी व तिचे कार्य गुप्त ठेवावे अशी त्यांची योजना होती.

या मंडळीत प्रवेश करण्याची त्यांची एक ठरावीक पद्धत होती. जातिभेद व परंपरा मोडण्यासाठी ही मंडळी पोर्तुगीज इत्यादींनी बनविलेले पाव, बिस्किटे खात. ज्यावेळेस या मंडळींना असे समजत असे की, अमुक व्यक्ती जातिभेद, मूर्तिपूजा विरोधी आहे तर ते त्यांच्याशी वादविवाद करीत आणि सदर व्यक्ती त्यांच्या परीक्षेत उतरती म्हणजे ती जातिभेद, मूर्तिपूजा मानत नाही असे तिने शेवटी कबूल केले, तर त्यास तत्काळ पाव, बिस्किटे खाऊन आपले म्हणणे खरे आहे असे सिद्ध करून दाखविण्यास सांगत. त्याने पाव, बिस्किटे खाऊन आपले म्हणणे सिद्ध करून दाखविल्यानंतर या मंडळींच्या अध्यक्षास या व्यक्तीबद्दल कळविले जात असे की, तिने जात मोडली आहे व तिची परमहंस मंडळींचा सभासद होण्याची इच्छा आहे. अशा प्रकारची शिफारस गेल्यावर सदर व्यक्तीस पुढील सभेत प्रवेश दिला जात असे. त्यासमोर पुन्हा काही प्रश्न विचारले जात असत आणि त्या प्रश्नांना समाधानकारक उत्तरे दिल्यास तिच्या हातावर पाणी देऊन ते जमिनीवर सोडण्यास सांगत. असे केल्याने तिने जात आणि काही अनिष्ट धार्मिक प्रथा सोडल्याचे मान्य केले असे होत असे. नंतर सर्व सभासद पाव खात असत. त्यानंतर तिला आशीर्वाद दिला जात असे की, ईश्वर तिला परमहंस मंडळीस एकनिष्ठ राहण्याचे धैर्य देवो. अशा प्रकारचे वर्णन बाबा पद्मनजी यांनी आपल्या आत्मचरित्रात-'अरुणोदय'मध्ये केले आहे. या मंडळींचा सभासद असलेला त्यांचा 'मित्र नारायण रघुनाथ नवलकर या संदर्भात म्हणतो, 'स्वत:चा माझा हिंदुंची जातीव्यवस्था आणि हिंदू धर्म यावर विश्वास राहिला नव्हता म्हणून मी सहजच न अडखळता मंडळीत (परमहंस) सामील झालो.'[२]

या मंडळीत धार्मिक आचार-विचार कसे असले पाहिजेत यावर नेहमी चर्चा होत असे, तसेच कोणत्या तत्त्वांवर मंडळींची स्थापना झाली पाहिजे याची चर्चा होत असे, परंतु बहुतेक सभासदांचे असे मत होते की, प्रत्येकाने आपआपल्या मताप्रमाणे धर्म पाळावा, परंतु काहींच्या मते काही धार्मिक नियम आवश्यक असावेत असे होते.

ईश्वराचे स्वरूप काय, त्याची इच्छा काय, ईश्वराचा महिमा इ. विषयही त्यांच्या चर्चेचा भाग असे. काही सभासदांवर ख्रिश्चन धर्माचा प्रभाव असल्यामुळे त्यांनी बायबलमध्ये खरा धर्म आहे, त्याचे आपण अवलंबन करावे असेही सांगितले. ख्रिश्चन धर्मातील काही श्रेष्ठ तत्त्वे जरी या मंडळींच्या प्रमुख सभासदांना मान्य होती, तरी ख्रिश्चन धर्म हा ईश्वरप्रणित आहे व तोच सर्वमान्य आहे, हे मत मात्र त्यांना मान्य नव्हते, म्हणून त्यांनी या धर्मातील तत्त्वे अवलंबण्यास नकार दिला. या सभेचा एक सभासद लिहितो.– 'Mr. Moroba Vinoba agreed with us, so far as the importance of having some kind of religion for the basis of the Sabha was concerned. He also maintained that Christianity was superior to all the existing religion, but he failed to see that the Christian religion was the infallible record of God's revelation to Man.' [३] एवढेच नाही, तर या मंडळाचे सभासद भिकोबा लक्ष्मण व सखाराम लक्ष्मण यांसारखे व इतर जिथे, ख्रिश्चन मिशनऱ्यांची बाजू घेतली जाई तिथे जाऊन वादविवाद करीत व बायबल कशा प्रकारे सदोष व इतर अनेक अवगुणांनी युक्त आहे हे पटवून देण्याचा प्रयत्न करीत.

या मंडळीच्या सभासदांमध्ये अशा प्रकारे धार्मिक व सामाजिक बाबतीत चर्चा झाल्यानंतर सभेची सांगता प्रार्थना करून होत असे. या प्रार्थना मराठीत असत. ह्या प्रार्थना बहुत करून दादोबा पांडुरंग यांनी लिहिलेल्या असत. त्यांनी 'धर्मविवेचन' नावाचा छोटा निबंध लिहिलेला होता. हा ग्रंथ मंडळीला संमत होता व कोणी नवीन सभासद झाला म्हणजे त्यास ते वाचावयास देत. या 'धर्मविवेचन' निबंधातील उतारा पुढीलप्रमाणे आहे. 'या संसारात नीतिपूर्वक चालणे, काम, क्रोध, मोह, मद, मत्सर, आलस्य इत्यादी मानसिक मळ काढून आपले मन पवित्र राखण्याचा तसेच ज्ञान, दया, क्षमा, सत्य, न्याय, परोपकार, सद्युम, लीनता, इत्यादी सद्गुण आपल्या ठायी संपादन करण्याचा अभ्यास ठेवणे आणि इतके करून या नाशवंत प्रपंचाच्या ठायी आसक्त न होता अहर्निश सर्वांचा आदिमध्यावसान रूप जो एक परमेश्वर त्याने आपणावर दया करावी म्हणून त्यास अनन्यभावे शरण जाणे, हाच सर्व पृथ्वीतलातील पारमार्थिक धर्मांचा सिद्धांत होय. यात काही संशय नाही, परंतु बहुधा सर्व काही हे धर्माचे मुख्य तात्पर्य सोडून, सोंगासारख्या बाहेरील आचरणास भुलून अज्ञानेकरून आणि दुराग्रहे करून परंपरागत आलेल्या आपल्या वडिलांच्या चालीसच धर्म मानून व्यर्थ निराळे पडले आहेत.'[४]

या ग्रंथात असेही नमूद केले आहे की, कोणीही कोणाच्या धर्माचा आग्रह करू नये, कारण अविवेकी पुरुष असे मानतात की, हे ग्रंथ साक्षात ईश्वराने आम्हाकरिता

लिहून स्वर्गातून पाठविले, परंतु तसे नसून मनुष्याचे मनात जे सद्‌विचार व सद्‌भावना उत्पन्न होतात, ती मात्र ईश्वरी प्रेरणा होय.

यावरून 'परमहंस मंडळी'चे विचार कशा प्रकारचे असतील याची आपणास कल्पना येते, त्याचप्रमाणे दादोबांनी 'पारमहंसिक ब्राह्मधर्म' ह्या नावाचे एक ओवीबद्ध प्रकरणही तयार केले होते. यातील काही ओव्या खालीलप्रमाणे :

मन द्या देवाला। सोडा अभिमान। शुद्ध करा मन। ब्राह्मधर्मे।। करा किंवा टाका। बाह्य धर्मसोंग। ठेवा अंतरंग। शुद्ध तरी।। परि नका होऊ। स्पष्ट मी सांगतो। इतोभ्रष्टसाती। भ्रष्ट तुम्ही बोला अल्प किंवा। नका काही बोलू। सत्कर्मी द्या चालू। हातपाय।।[५] या पारमहंसिक ब्राह्मधर्मामधील ओवीवरून आपल्याला 'परमहंस मंडळी'चे तत्त्व हे सत्कार्य करणे ही आपली नैतिक जबाबदारी समजून या मंडळींचे कार्य चालविल्याचे दिसते.

दादोबाकृत ग्रंथ व ओव्या जरी सभासदांना मान्य होत्या व दादोबांनाही त्यांची मते मान्य होती, तरीसुद्धा ते व भाऊ महाजन सभेस येत नसत, कारण आपले नाव उघड होईल ह्या या भीतीने त्यांना ते धैर्य नसावे.

या सभेचे अध्यक्ष रावबहादूर रामचंद्र बाळकृष्ण, कस्टम खात्यातील दफ्तरदार होते. इतर सभासद रॉबर्ट मनी स्कूलमधील मराठी शिक्षक रा. रा. भिकोबा दादा व त्यांचे बंधू रा. रा. सखाराम लक्ष्मण हे दोन्ही बंधू या मंडळीच्या तत्त्वांचा प्रसार करण्यास विशेष आवेशी असत. तसेच लक्ष्मणशास्त्री हळबे, रा. रा. बाळभास्कर शिंगे, रा. रा. मदन श्रीकृष्ण, रा. रा. मोरोबा विनोबा, डॉ. आत्माराम पांडुरंग, तुकाराम तात्या इ. माननीय सभासद होते. या सभेचे अध्यक्ष रामचंद्र बाळकृष्ण यांच्यावर कलकत्त्याचे धर्मसुधारक प. ईश्वरचंद्र विद्यासागर यांचा प्रभाव होता.

या सभेच्या उद्देशाविषयी बाबा पद्‌मजींच्या मित्राने लिहिलेल्या पत्रातील मजकुरावरून या सभेचे उद्देश समजतात. 'The objects were the introduction of remarriages of widows amongst those classes of the Hindus who were not allowed to remarry, the abolition of the systems of caste and the worship of one God, the supreme Governer and Ruler of the Universe. The meeting always commence with prayers.'[६] विधवा पुनर्विवाह, मूर्तिपूजा सोडून निराकार परमेश्वराची प्रार्थना आणि जातिभेदाला विरोध हे या मंडळीचे उद्देश असले तरी तत्कालीन परंपरांना धर्म मानणाऱ्या सनातनी लोकांसमोर आपले उद्देश प्रकट करणे अशक्य होते, म्हणून आपले कार्य गुप्त ठेवण्याचा त्यांचा मानस असून ते आपली सभा गुप्त ठिकाणी भरवीत व एकाच जागी मंडळी जमत नसत. ही गुप्त मंडळी

मुंबईपुरतीच नव्हती. हिच्या शाखा पुणे, अहमदनगर, सातारा, बेळगाव, रत्नागिरी इ. ठिकाणीही होत्या.

ही मंडळी गुप्त असूनही नंतर या चळवळीसंबंधीची काही माहिती बाहेर पडली. त्या काळी ख्रिस्ती होण्याचा धोका अनेक पालकांना आपल्या इंग्रजीशिक्षित तरुण मुलांविषयी वाटत असावा, म्हणून ही सभाही ख्रिस्ती मिशनरींसारखीच असावी असा त्यांचा समज झाला व पुढे ही मंडळी मोडली. त्यासंबंधीचा वृत्तांत असा होता की, एके दिवशी ह्या मंडळीच्या सभेस नवीन तरुण गृहस्थ नेमाप्रमाणे शपथा वगैरे घेऊन तीत मिळाला आणि काही दिवसांनी त्याने सर्व सभासदांची नावे फोडून असे प्रसिद्ध केले की, ते सर्व ख्रिस्ती होणार असून अमुक दिवशी त्यांचा बाप्तिस्माही होणार आहे. ही बातमी शहरात पसरताच त्याचा मोठा गवगवा झाला. मिशन शाळेत जाणाऱ्या मोठमोठ्या हिंदू मुलांस त्यांच्या आई-बापांनी भराभरा शाळेतून काढले व कित्येकांना मुंबईच्या बाहेर पाठविले. सभेला सहानुभूती व समर्थन असणाऱ्या भाऊ महाजनांनी लोकांना सत्य परिस्थिती निवेदन केली. अशा प्रकारे सभेचे कामकाज अचानक बंद पडले.

तथापि, त्यांनी प्रसारित केलेले विचार काही सुजाण सुशिक्षित मनांवर रुजले गेले. या सभेचे अध्यक्ष राम बाळकृष्ण यांचा अकाली १८६५ मध्ये मृत्यू झाला, यामुळे ते नसले तरी इतर त्यांच्या विचारांनी भारलेल्या तरुणांनी पुढे प्रार्थना समाज स्थापन केला.

प्रार्थना समाज

१८४० मध्ये स्थापन झालेली परमहंस मंडळी जरी १८६० च्या सुमारास मोडली, तरी त्यांनी केलेली विचारजागृती व सामाजिक, धार्मिक अनिष्ट प्रथा याविषयी त्यांनी केलेले विचारमंथन थांबले नाही. याचसारख्या अनेक पाश्चात्त्य विचारांनी व मिशनऱ्यांच्या कार्याने प्रभावित झालेल्या तरुणांनी 'स्टुडंटस् ॲण्ड सायंटिफिक सोसायटी', 'ज्ञानप्रसारक सभा', 'बॉम्बे असोसिएशन', 'नेटिव्ह जनरल लायब्ररी, 'रॉयल एशियाटिक सोसायटी व तिचे ग्रंथालय', 'प्रभाकर', 'ज्ञानोदय', 'ज्ञानप्रकाश' यासारख्या विचारजागृती करणाऱ्या संस्था व वर्तमानपत्रे काढली, तसेच शाळा व महाविद्यालये यांच्याद्वारे शिक्षणप्रसारही वाढला. सरकारी ऑफिसमध्ये नोकरी मिळाल्यामुळे अनेकांचा सरकारी धोरणे, न्याय, लोकशाही, जातिविरहित समाजजीवन इ. तत्त्वांचा त्यांच्या विचारांवर सखोल परिणाम झाला. लोकहितवादी यांनी आपल्या 'शतपत्रां'मध्ये 'प्रभाकर' या वर्तमानपत्रातून (१८४८-१८५०) ब्राह्मण धर्मावर, रीतीरिवाजांवर जहाल व जिव्हारी टीका केली, यामुळे विचारवंतांना स्वजातीचे, स्वधर्माचे गुण-दोष प्रकर्षाने जाणवू लागले.

अशाप्रकारे विचारवंतांची एक पिढीच तयार झाल्याने आपले तत्त्वज्ञान उघडपणे प्रतिपादन करण्यासाठी त्यांना एक व्यासपीठ पाहिजे होते.

प्रार्थना समाज स्थापन होण्यास आर्थिक परिस्थितीही कारणीभूत ठरली असे 'प्रार्थना समाजाचा इतिहास' लिहिणारे द्वा. गो. वैद्य म्हणतात, ''त्यांच्या मते शेअर्स बाजारामुळे वरवर दिसणारी श्रीमंती निर्माण झाली. या पैशांचा उपयोग हा नाचगाणे, तमाशे सारख्या अनैतिक व्यवहारांसाठी होऊ लागला. म्हणून १८६४ साली ब्राह्म प्रचारक ब्रह्मानंद केशवचंद्र सेन हे मुंबईत येऊन ही त्यांच्या धार्मिक प्रवचनांचा काही सुज्ञ सोडल्यास फारसा परिणाम झाला नाही. परंतु ही आर्थिक परिस्थिती १८६५ मध्ये अचानक बदलली. कारण १८६५ मध्ये अमेरिकेत चाललेले यादवी युद्ध संपले. लढाई चालू असताना कापसाची किंमत फार वाढली होती व त्यामुळे भरभराट झाली होती. परंतु लढाई संपल्यावर सगळा प्रकार उलटला. मोठ्या हावरेपणाने घेतलेले शेअर्स एकदम गडगडले व व्यापारी दिवाळखोर झाले. यामुळे अनेक विपरीत परिणाम झाले. लोकांमध्ये अस्वस्थता पसरली व ती जाण्यास काही काळ लागला.' यामुळे त्यांना आता आत्मचिंतन करण्यास सवड मिळाली. विचारवंत व सुधारकांना आपली मते आता प्रसिद्धपणे मांडण्याची गरज भासू लागली.

अशा काळातच १८६७ मध्ये ब्रह्मानंद केशवचंद्र सेन पुन्हा मुंबईत आले. यावेळेस सर्व स्थिरस्थावर झालेले असल्यामुळे त्यांना टाऊन हॉलमध्ये एक व्याख्यान देण्यास आमंत्रित केले. या व्याख्यानाचा परिणाम होऊन प्रार्थना समाजाची स्थापना झाली असे मत न्या. चंदावरकर यांनी व्यक्त केले आहे.

अशाप्रकारे डॉ. आत्माराम पांडुरंग, रा. रा. शांताराम नारायण बोंडसे वकील, रा. रा. महादेव नारायण शिरगावकर, मोरोबा विनोबा संजगिरी, बाळ मंगेश वागळे, भास्कर हरि भागवत, नारायण महादेव परमानंद (मामा परमानंद), सर्वोत्तम सखाराम मानकर, तुकाराम तात्या पडवळ, विश्वनाथ गोविंद चाळेकर व वासुदेव बाबाजी नवरंगे इतके गृहस्थ होते. ते समविचारी असल्याने एकत्र आले. जातिभेद, विधवाविवाह सुरू करण्याविषयी, बालविवाहबंदी, तसेच विवाहाचे वय वाढविण्यासंबंधी इ. अनेक विषयांवर त्यांची चर्चा होऊन त्यांनी अनेक सभाही घेतल्या. परंतु या सुधारणांचा उगम हा धर्म मतांतूनच होण्यासारखा आहे असे त्यांना वाटले. कारण सर्व सामाजिक अनिष्ट व क्रूर रीतीरिवाजांना धर्माचा अंगरखा चढविण्यात आलेला होता. परंतु खरा धर्म म्हणजे 'ईश्वर हा निराकार व सर्वव्याप्त आहे आणि आपण त्याला प्रार्थना करूनच म्हणजे त्याचे मनोभावे गुणगाण गाऊनच त्यास संतुष्ट करू शकतो असे त्यांनी जाणले होते. द्वा. वैद्य लिहितात, ''ह्या संबंधाने कित्येक सभा भरून विशेष

विचार करिता मंडळीस असे दिसून आले की, ऐहिक कल्याणावर विशेष दृष्टी ठेवून ही कार्ये हाती घेण्यापेक्षा मनुष्याचे ह्या जन्मी मुख्य कर्तव्य जे परमार्थसाधन त्याकडे विशेष दृष्टी ठेवली पाहिजे. हा विचार कायम होऊन प्रार्थना समाजाच्या स्थापनेचा विचार कायम झाला.''[७]

या सर्व ईश्वरोपासकांनी ३१ मार्च, १८६७ रोजी ईश्वरोपासनेस प्रारंभ केला. अशाप्रकारे दर रविवारी एकत्र जमून साप्ताहिक उपासनांना प्रारंभ झाला.

सुरुवातीला केशवचंद्र बाबूंच्या ब्राह्म समाजाचाच प्रभाव त्यांच्यावर पडलेला होता. याबाबत माहिती देताना लोकहितवादी यांनी असे लिहिले आहे. ''मूळ राजाराम मोहन रॉय यांच्या समाजाचे दोन भाग झाले. एक आदिब्रह्म समाज व दुसरा केशवचंद्र सेन यांचा भारतवर्षी समाज म्हणून झाला आहे. मुंबई इलाख्यात त्याचे रूपांतर प्रार्थना समाज आहे.''[८] या समाजाचे उद्देश व तत्त्वे ही ब्रह्म समाजासारखीच होती. प्रारंभीच्या उपासना ह्या डॉ. आत्माराम पांडुरंग यांच्या घरातील दिवाणखान्यात होत. शंभराहून अधिक संख्या यात होती. त्यात काही सभासद नसलेले गृहस्थही असत. त्यात बहुत करून मुंबईतील प्रमुख, विद्वान, सुधारलेले एतद्देशीय तरुण व पोक्त गृहस्थांचा समावेश होता. प्रारंभी रा. भिकाजी लक्ष्मण हा भंडारी जातीचा मनुष्य प्रार्थना व ईश्वर यासंबंधी निबंध वाचून दाखवे. त्यानंतर तुकारामांचे अभंग गायले जात व या उपासनेच्या शेवटी प्रार्थना म्हटली जात असे. यानंतर 'तथास्तु' असे म्हटले जाई. 'परमहंस मंडळीचे', भिकोबादादा हे उत्साही प्रसारक होते, त्यांनी येथेही पुढाकार घेऊन सुरुवातीला प्रार्थना कशा म्हणाव्या व ईश्वराचे गुणगान गाऊन प्रार्थना समाजाच्या उपासनांना प्रारंभ केल्याचे दिसते. त्यांना या समाजाचे आद्य पुरस्कर्ते व प्रथम आचार्य म्हणून प्रार्थना समाजाचे मुखपत्र असलेल्या 'सुबोधपत्रिके'ने संबोधले. त्यांना इंग्रजी भाषा माहीत नव्हती. परंतु मराठी वाङ्मयात त्यांनी ज्ञान संपादन केलेले होते. म्हणून व्यासपीठावरून होणारे त्यांचे उपदेश प्रौढ विचारांनी परिपूर्ण, सुबोध व मनावर ठसण्यासारखे होते. त्यांनी केलेल्या उपदेशांचे स्वरूप पुढीलप्रमाणे थोडक्यात असे होते. ते म्हणत, आपण आपल्या सद्‌विवेकाने प्रतिसप्तकास सायंकाळी नेमलेल्या स्थानी एकत्र येऊन श्रीपरमेश्वराची प्रार्थना करून गाणे गातो व बोधपर विषय वाचितो हे आपल्या कर्तव्यांपैकी सत्कार्यच निवडले. आपण आपले दुर्गुण टाकून नम्रभावाने अंत:करणापासून श्री परमेश्वरापाशी प्रार्थना करावी. प्रार्थना करून योग्य अर्थाची मागणी परमेश्वराजवळ करावी. तथापि फक्त प्रार्थना केल्याने काही होत नाही, तर परमेश्वराचे नाव घेऊन प्रयत्न करावा. जेथे आपला उपायच नाही तेथे श्रीदयाळू परमेश्वराची मोठ्या आस्थेने व विनत भावाने नुसती प्रार्थना करणे योग्य आहे. परंतु

जेथे आपला उपाय चालण्याजोगा आहे, तेथेही नुसती प्रार्थना करणे ती प्रयत्नासहित केली पाहिजे. अशाप्रकारे प्रारंभीच्या उपासना म्हणजे प्रार्थना करावयाची व एक निबंध वाचावयाचा असा प्रघात असे.

परंतु नंतर डॉ. भांडारकर, न्या. रानडे व त्यांच्याइतकेच प्रगल्भ मामा परमानंद, इत्यादींनी या प्रार्थना पद्धतीत बदल केला. या उपासनांना व्यवस्थित स्वरूप देण्यात आले. यात उद्‌बोधन, स्तवन, प्रार्थना व उपदेश असा उपक्रम त्यांनी केला.

एकाच सर्वशक्तिमान परमेश्वराची ते स्तुती व प्रार्थना करीत असल्यामुळे त्यांना एकेश्वरी मंडळी असे सुरुवातीला म्हणत. याविषयी न्या. सर नारायण गणेश चंदावरकर यांनी याबद्दलची आठवण सांगताना लिहिले आहे, की मी लहान असताना माझ्या मामांनी मला प्रार्थना मंदिरात नेले. त्यावेळेस तेथे असलेल्या उपासकांबद्दल असे सांगितले. 'हे डॉ. आत्माराम पांडुरंग, नारायण महादेव परमानंद, प्रो. रामकृष्ण गोपाळ भांडारकर, बाळ मंगेश वागळे, महादेव गोविंद रानडे, मोरोबा विनोबा, भास्कर हरि भागवत व वासुदेव बाबाजी नवरंगे' असे म्हणून ते ते गृहस्थ मात्र माझ्या मामांनी दाखविले व म्हणाले, ही सर्व एकेश्वरी मंडळी आहेत.'[९]

प्रारंभीस समाजाचा उद्देश व मूलतत्त्वे पुढीलप्रमाणे होती. देव एकच व निराकार आहे. त्याचे मानसिक भजन, पूजन करणे योग्य व आपले कर्तव्य आहे. मूर्तिपूजा हा असन्मार्ग असून, देवास अपमानकारक आणि मनुष्यास नीचत्व आणणारा व दुराचरणाप्रत नेणारा आहे. तेव्हा हा असन्मार्ग सुटून सन्मार्गाची लोकांत प्रवृत्ती व्हावी व सर्व संसारातील धर्मसंबंधी कृत्ये या मतास अनुसरून व्हावी हा या समाजाचा उद्देश आहे.

धर्माची मूलतत्त्वे खाली लिहिल्याप्रमाणे होती. देव एकच आहे, त्याशिवाय दुसरा देव नाही असा मी दृढ भाव धरितो. सर्व उत्पन्न करणारा एकच देव आहे असे मी समजतो आणि मूर्तिपूजेवर माझी श्रद्धा नाही. समाजाचे सभासद होणाऱ्यास ही मूलतत्त्वे मान्य असावी लागत असून, शिवाय खाली लिहिल्याप्रमाणे प्रतिज्ञा करावी लागत असे : 'मी प्रत्यही परमेश्वराचे चिंतन करीत जाईन. सत्कर्मे आचरावयास व असत्कर्मापासून दूर राहण्यास मी यत्न करीन. स्वभावदोषाने काही वाईट कर्म मनापासून घडल्यास त्याविषयी पश्चात्ताप व्हावा एतदर्श मी परमेश्वरापाशी प्रार्थना करीन, हे परमेश्वर! ह्या प्रतिज्ञा पाळण्याचे मला सामर्थ्य दे.'

अशा प्रकारे प्रारंभीची समाजाची तत्त्वे व प्रार्थना होत्या, परंतु ही तत्त्वे व प्रार्थना यापेक्षाही व्यापक व उदार असली पाहिजेत असे समाजातील प्रमुख मंडळींना वाटू लागले.

डॉ. भांडारकर व इतर सर्व प्रमुख प्रार्थना समाजातील सभासदांनी नवीन तत्त्वे

तयार केली. डॉ. भांडारकरांवर त्यानंतर ह्या तत्त्वांना व्यवस्थित स्वरूप देण्याचे कार्य सोपविण्यात आले. त्यानुसार १८७३ मध्ये या समाजाची नवीन तत्त्वे, उपदेश व प्रार्थना अधिक उदार व व्यापक बनविण्यात आल्या.

धर्माची मूलतत्त्वे

१. परमेश्वराने हे सर्व ब्रह्मांड निर्माण केले. तोच एक खरा देव, त्याशिवाय दुसरा देव नाही. तो नित्य, ज्ञानस्वरूप, अनंत कल्याण निधान आनंदमय, निरवयव, निराकार, एकच, अद्वितीय, सर्वांचा नियंता, सर्वव्यापी, सर्वज्ञ, सर्वशक्ती कृपानिधी, परमपवित्र व पतितपावन असा आहे.

२. केवळ त्याच्याच उपासनेच्या योगे इहलोकी व परलोकी शुभ प्राप्त होते.

३. त्याच्याठायी प्रीति, पूज्यत्व बुद्धी व अनन्य भावही ठेवून तत्त्वपूर्वक त्याचे मानसिक भजनपूजन करणे व त्यास प्रिय अशी कृत्ये करणे हीच त्याची खरी उपासना

४. प्रतिमा इतर सृष्ट पदार्थ यांची पूजा-अर्चा किंवा आराधना करणे हा ईश्वरोपासनेचा खरा प्रकार नव्हे.

५. परमेश्वर सावयवरूपाने अवतार घेत नाही आणि कोणताही एक ग्रंथ साक्षात ईश्वरप्रणित किंवा सर्वांशी प्रमाण आहे असे नाही.

६. सर्व मनुष्ये एकाच परमेश्वराची लेकरे आहेत म्हणून भेद न राखीत परस्परांशी बंधुभावाने वागावे हे ईश्वरास प्रिय आहे आणि हे मनुष्याचे कर्तव्य आहे.

उद्देश : १. ज्या धर्माची मूलतत्त्वे वर लिहिली आहेत त्या धर्माची प्रवृत्ती होऊन प्रपंचातील सर्व कृत्ये त्यास अनुसरून घडावी हा या समाजाचा उद्देश आहे.

प्रतिज्ञा : 'वर लिहिलेल्या धर्माच्या मूलतत्त्वांवर माझी पूर्ण श्रद्धा आहे आणि त्यास अनुसरून आचरण करणे हे माझे कर्तव्य आहे, असे मी समजतो अशी परमेश्वराला स्मरून मी प्रतिज्ञा करतो.'[१०]

अशा प्रकारे न्या. रानडे १८६८ व डॉ. भांडारकर १८६९ मध्ये समाजाचे सभासद झाल्यानंतर प्रार्थना समाजाच्या तत्त्वांना त्यांच्या समविचारी अनेक प्रमुख सभासदांच्या विचारविनिमयाने अधिक उदार मूलतत्त्वे बनविण्यात आली.

प्रारंभीच्या या सर्वच पिढीतील सभासदांवर मिशनऱ्यांच्या शाळेत शिक्षण घेतल्याने किंवा त्यांच्या कार्याच्या स्वरूपाचा त्यांना परिचय झाल्याने ख्रिस्ती धर्माचा व त्यांच्या चर्चमधील प्रार्थना पद्धतीचा प्रभाव होता, कारण या प्रार्थना मंदिरात हिंदू मंदिराप्रमाणे बैठी व्यवस्था नसून चर्चप्रमाणे बाके ठेवलेली असत. ज्यांच्या व्याख्यानाचा

परिणाम होऊन प्रार्थना समाज तत्काळ स्थापन झाला असे सांगितले जाते, त्या खुद्द केशवचंद्र सेनांवर ख्रिस्ती धर्माचा किती प्रभाव होता हे सांगताना लोकहितवादी लिहितात. 'राजा राममोहन रॉय हे ही महासाधु आणि ईश्वरभक्त होऊन गेले. त्यांनी वेदांच्या आधारांनी एकेश्वरी मत स्थापन केले. त्यापुढे देवेंद्रनाथ हे त्यांचे आसनारूढ झाले. त्यानंतर केशवचंद्र सेन त्यापासून पृथक निघाले. त्यांच्या धर्मोपदेशाचा पाया व उपदेशाची इमारत केवळ ख्रिस्ती धर्मपुस्तक (बायबल) आणि स्वत:चे निर्मल बुद्धीच्या कर्तव्यावर असून यापेक्षा पलीकडे नव्हती व त्यांना आपल्या देशात व आपले पूर्वजांचे धर्मग्रंथात ग्रहणीय असे काहीच आढळले नाही अथवा त्यांनी तसे आढळून घेण्याचा प्रयत्नही केला नाही असे दिसते. त्यांना आपल्या देशात व आपल्या ब्राह्मोपदेशाचा पाया रचण्यास काय ती बायबलसंहिता आणि तिच्यावर अनेक साधूंनी लिहिलेली टीका व सर्मन्स (धर्मकथा) या पलीकडे काही मिळाले नाही. याविषयी यत्किंचितही वाद असण्याचे कारण नाही.'[११] अशा प्रकारे नावाला ब्राह्मोपासक असणारे केशवचंद्र मनोभावे ख्रिस्ताच्या भजनी लागले होते असे लोकहितवादींच्या या स्पष्टीकरणातून दिसून येते. लोकहितवादी प्रत्यक्ष दिल्ली येथे लॉर्ड रिपनने भरविलेल्या महाराणीच्या चक्रवर्ती होण्याच्या महोत्सवाच्यावेळी केशवचंद्र सेन यांना भेटलेही होते, त्यामुळे त्यांनी केलेल्या केशवचंद्रांवरील भाष्यात सर्वथा सत्यताच असावी. ते पुढे असेही म्हणतात की, केशवचंद्र सेन यांच्या प्रभावाखाली कलकत्त्यास असलेल्या ब्राह्मो समाजाचे रूपांतर इकडे (मुंबईत) प्रार्थना समाज असे झाले. डॉ. भांडारकरांनी प्रार्थना समाजासंबंधीचे केशवचंद्र सेन यांचे योगदान मान्य केले आहे. या सर्व कारणांमुळे प्रारंभीच्या प्रार्थना समाजातील प्रार्थना व धर्मकथांवर ख्रिस्ती धर्माचा प्रभाव होता असे स्पष्ट दिसते, तसेच प्रार्थना समाजाचे सभासदही उघडपणे ख्रिस्ती धर्मातील उत्तम तत्त्वांचे आम्ही समर्थन करतो असे प्रतिपादन करीत. न्या. चंदावरकर म्हणतात, 'आज समाजामध्ये धर्म व सामाजिक व्यवस्था ह्याविषयी जी काही जागृती दिसत आहे, ती ख्रिस्ती मिशनरींनी जो प्रकाश आणला त्याचा प्रत्यक्ष व अप्रत्यक्ष परिणाम आहे. त्यांनी जो प्रकाश दाखविला, त्याचे किरण सर्वत्र पसरले व त्यापासून पुष्कळ हित झाले आहे.'[१२]

प्रारंभीच्या या पिढीवर अशा प्रकारे ख्रिस्ती धर्माचा प्रभाव होता. त्यांना ख्रिस्त हा ईश्वराच्या एका भक्ताप्रमाणे व महाराष्ट्रातील एखाद्या भागवत संताप्रमाणे वाटत असे.

डॉ. भांडारकरही सर्व धर्मांत सत्यांश आहे असे मान्य करून त्याचे उघडपणे प्रतिपादनही करीत, तसेच न्यायमूर्ती रानडेही प्रारंभीच्या काळात बायबलचा आधार घेऊन धर्मतत्त्वांचे प्रतिपादन करीत.

यामुळे आधीच 'परमहंस मंडळी'च्या नावाने लोक धास्तावले होते. त्यात प्रार्थना समाजात मूर्तिपूजेला विरोध करून निर्विकार ईश्वराची प्रार्थना करण्यास व ईश्वराचे गुणगान गाण्यास ख्रिस्ती धर्मातील साधुसंतांचे संदर्भ दिल्याने प्रारंभीला लोकांमध्ये प्रार्थना समाजाविषयी गैरसमज पसरला. न्या. चंदावरकर यासंबंधी लिहितात, 'आमच्या या साप्ताहिक उपासनेस फारच थोडी मंडळी जमत व मंदिरातील बहुतेक बाक मोकळे पडत, पण सध्या या ठिकाणी निरनिराळ्या धर्मांचे व समाजाशी मुळीच संबंध नसणारे पुष्कळ लोक येत असतात. असा हा मोठा श्रोतृ समुदाय या ठिकाणी वारंवार जमतो.'[१३] एवढेच नाही, तर प्रार्थना समाजातील प्रार्थना प्रथम ऐकून व नंतर प्रत्यक्ष बघून 'ज्ञानोदय' कर्त्यांनाही हा समाज आज ना उद्या ख्रिस्ती धर्म उघडपणे मान्य करेल अशी आशा होती, कारण रविवारी ईश्वरभक्ती करण्याकरिता सुशिक्षित मंडळी एका ठिकाणी जमा होत अशी बातमी मिळाल्यावर 'ज्ञानोदयकर्ते' लिहितात, 'या गोष्टींची जास्त माहिती होईपर्यंत आमच्याने सदरील गृहस्थाचे नाव प्रसिद्ध करवत नाही. सध्या आम्ही इतकेच म्हणतो की, ही बातमी खरी असल्यास ही मंडळी जर धैर्य व विश्वास धरून हा भक्तीक्रम असाच सदोदित उघड रीतीने चालविला तर ईश्वर त्यास साहाय्य करून खरा मार्ग दाखवील यात संशय नाही.'[१४] यावर भाष्य करताना 'प्रार्थना समाजाचा इतिहास' लिहिणारे प्रार्थना समाजाचे सभासद द्वा. गो. वैद्य म्हणतात की, 'त्यांच्या दृष्टीने खरा मार्ग कोणता त्याचा येथे उल्लेख करण्याची आवश्यकता नाही.'[१५] अशा प्रकारे ख्रिस्ती धर्माचा प्रसार करणाऱ्या 'ज्ञानोदय' कर्त्यांची आशा पल्लवित झाली होती की, ह्या प्रकारचा मार्ग अखेर सत्याधर्मप्रत म्हणजे त्यांच्या ख्रिश्चन धर्माप्रत नेऊन सोडील. अर्थातच त्यांची ही आशा फोल ठरली.

अशा प्रकारे सर्वत्र या 'एकेश्वरी मंडळी'बाबत दुसरी 'परमहंस सभा' अशा प्रकारचा समज सनातनी व सामान्य लोकांमध्ये पसरला म्हणून ज्ञानप्रकाशासारख्या अनेक पत्रांकडून या समाजावर सर्वत्र टीका होऊ लागली.

या सर्वांचा परिणाम असेल किंवा डॉ. रामकृष्ण भांडारकर, न्या. रानडेंनंतर न्या. चंदावरकर ह्यासारखे सभासद हिंदू धर्मशास्त्रात व संस्कृत भाषेतही पारंगत असल्यामुळे त्यांनी आपल्या प्रार्थना समाजाच्या व्यासपीठावरून एकेश्वरी धर्माच्या पुरस्कार करणाऱ्या उपनिषदे, भगवद्गीतेसारख्या श्रेष्ठ धर्मग्रंथांचा आधार घेतला. तसेच नीति धैर्याने वागून सत्याचे आचरण करणाऱ्या नामदेव, तुकाराम यांच्या अभंगांचे, विचारांचे विश्लेषणही त्यांनी केले.

प्रार्थना समाजाने केलेल्या धर्मप्रसाराचे स्वरूप

सदाशिव पांडुरंग केळकर, डॉ. आत्माराम पांडुरंग, मामा परमानंद, न्या. रा.

महादेव गोविंद रानडे, डॉ. गो. रा. भांडारकर, न्या. ना. ग. चंदावरकर इ. प्रार्थना समाजाच्या सभासदांनी स्वत:च्या शील व पवित्र आचरणाने लोकांच्यात प्रथम आदर्श निर्माण केला. त्यांनी केलेले उपदेश त्यांनी प्रथम स्वत:च्या जीवनात अमलात आणले. या सभासदांपैकी जास्तीतजास्त सभासद हे इंग्रजीशिक्षित असून सरकारी नोकरदार होते, त्यामुळे त्यांना सर्व वेळ धर्मप्रसाराचे कार्य करणे शक्य नव्हते, म्हणून रविवारी सुट्टीच्या दिवशी ते प्रार्थना मंदिरात जात. प्रार्थना समाजाचे धर्मकार्य म्हणजे एकेश्वरी धर्माचा प्रसार, व्याख्याने, शिक्षण, कीर्तने, वर्तमानपत्रे, ग्रंथ, अनाथाश्रम गृह चालविणे इ. होती; यासाठी प्रत्येक सभासद दरमहा आपल्या मिळकतीचे शेकडा दोन एवढी रक्कम देत असे. आरंभीच्या काही वर्षांमध्ये समाजाच्या प्रार्थना या डॉ. आत्माराम पांडुरंग यांच्या दिवाणखान्यात होत. परंतु शेवटी २५००० रुपये वर्गणी गोळा करून गिरगाव, मुंबई येथे प्रार्थना समाजाचे भव्य प्रार्थना मंदिर बांधण्यात (१८७४) आले. ह्या मंदिरात उपदेशकास बसण्यास खुर्ची व पुस्तक वगैरे ठेवण्यास पुढे संगमरवरीचा चौरंग तसेच प्रार्थना करण्यास येणाऱ्या मंडळीला बसण्यासाठी बाके व खुर्च्या अशी व्यवस्था केली होती. जवळजवळ ७०० मंडळी येथे बसू शकतील अशी आसनव्यवस्था होती.

प्रार्थना मंदिरातील उपासना पद्धती

या मंदिरात प्रार्थना व उपासना प्रतिसप्ताही एकदा किंवा दोन-तीनदा करण्याचा प्रघात होता. आबाजी मोडक यांच्या मृत्युच्या दुसऱ्या दिवशी, ता. २८ ऑगस्ट, १८९७ रोजी प्रार्थना मंदिरात दिलेल्या धर्मपर व्याख्यानात डॉ. भांडारकर म्हणतात, 'सुमारे पंधरा वर्षांमागे प्रतिसप्ताही एकदा, कधी दोन-तीनदा, या मंदिरात प्रार्थना व उपासना करण्याचा ज्याचा प्रघात होता तोच आता वर्षातून एकदा किंवा दोनदा येथे येऊन या पीठावर बसला.'[१६] सर्व सभासद अनेक वेळा रविवारीच प्रार्थना मंदिरात जमत. ज्या सभासदाचे धर्म, नीती विषयांवर सखोल ज्ञान आहे, ज्यांच्या वाचनात कधीच खंड पडत नाही असे सभासद प्रार्थना मंदिराच्या वेदीवरून महाराष्ट्रीय कीर्तनकारांसारखे किंवा ख्रिस्ती धर्मगुरूंसारखे धर्मतत्त्वांचा उपदेश तेथे जमलेल्या साधकास करत.

मंदिरातील उपासनेचे साधारणत: सहा भाग होत. १. उद्‌बोधन २. स्तवन व कृतज्ञता दर्शन, ३. ध्यान व प्रार्थना ४. उपदेश ५. प्रार्थना ६. आरती

१. **उद्‌बोधन :** म्हणजे उपासनेस आलेल्या मंडळींची वृत्ती उपासनेस अनुकूल करणे. आपले धर्मसंबंधी, ईश्वरासंबंधी काय कर्तव्य आहे अशा प्रकारची प्रस्तावना करून प्रारंभ करणे.

२. **स्तवन :** ईश्वराची स्तुती ज्यात आहे असे एक पद्य म्हणणे व नंतर ईश्वराचे गुणगान करणे. यात ईश्वर कशा प्रकारे दयाळू परमात्म्याची, सर्वज्ञ, निराकार इ. ईश्वराच्या गुणांची स्तुती करणे. थोडक्यात, ईश्वर, सर्वज्ञ, सर्वव्यापी असल्याने तो एका मूर्तिमध्येच फक्त असू शकत नाही. अशा प्रकारचा ईश्वराचा महिमा कथन करून ईश्वराविषयी आपल्या हृदयी तसा भाव निर्माण करणे व ईश्वराला अशा प्रकारे स्मरून त्याचेही काही अंशतः गुण आपल्यात यावे असा त्यांचा उद्देश मनाशी बाळगणे, ईश्वरास मनुष्यमात्राकडून देण्यासारखे काही नाही म्हणून त्याच्या गुणांची स्तुती करून ईश्वराजवळ कृतज्ञता व्यक्त करणे याला स्तवन म्हटले जाते.

३. **ध्यान :** स्तवन झाल्यावर काही वेळ स्तब्ध राहून परमेश्वराचे ध्यान करावे. त्यानंतर प्रार्थना करीत, ही प्रार्थना बऱ्याच वेळा ध्यान झाल्यानंतर असे व उपदेश संपल्यानंतरही असे.

४. **उपदेश :** ईश्वरासंबंधीचे ज्ञान, नीति मूल्यांचे शिक्षण देणाऱ्या धर्मकथा, सामाजिक सुधारणेस अनुकूल असणारे धर्मशिक्षण ह्या प्रकारचे उपदेश प्रार्थना मंदिरात दिले जात असत. हे उपदेश उपनिषदे, भगवद्‌गीता, तुकाराम, नामदेव, रामदासस्वामी इ. महाराष्ट्रातील भागवत धर्माचा प्रसार करणाऱ्या साधुसंतांचे अभंग, ग्रंथ इ. वर आधारित असत.

५. **प्रार्थना :** ध्यान करण्याच्या आधी व उपदेश संपल्यावर प्रार्थना म्हणत. या ईश्वराला अर्पण केलेल्या प्रार्थना तालासुरात म्हणण्याचा प्रघात होता.

डॉ. भांडारकर अनेक संतांनी ईश्वराच्या केलेल्या प्रार्थनांचा संदर्भ देऊन म्हणतात की, त्यांनी केलेल्या प्रार्थना निष्फळ ठरल्या असत्या तर त्यांनी देवाच्या प्रार्थना पुन्हापुन्हा केल्या नसत्या. 'याप्रमाणे साधुसंतांनी देवाच्या अनेक प्रार्थना केल्या आहेत. तर देव मुळीच नाही आणि असला तरी त्यास केलेल्या प्रार्थना वायफळ होतात, असा पक्ष धरणारे जे कोणी आहेत त्यास या साधुसंतांनी केलेल्या प्रार्थना हास्यास्पद आहेत आणि प्रार्थना करणारे ते मूढ होते असे म्हणावे लागेल.'[१७] प्रार्थना मंदिरात प्रार्थना आणि उपदेशांना जास्त महत्त्व दिले होते.

६. **आरती :** निर्विकार ईश्वराचे गुण वर्णन करणारीच आरती मंदिरात म्हटली जात असावी. ईश्वराच्या स्तुतीसंबंधी कवने तालासुरात म्हटली जात असत. प्रार्थना मंदिरातील उपदेश व धर्मतत्त्वज्ञान डॉ. रामकृष्ण गोपाळ भांडारकर यांचे धर्मपर लेख व व्याख्याने, न्या. रानडे यांची धर्मपरव्याख्याने व मामा

परमानंद इ.ची प्रार्थना समाजाचे मुखपत्र 'सुबोधपत्रिका' यातून प्रकाशित झालेल्या लेखांवरून प्रार्थना समाजातील उपदेशांची व त्यातील धर्मतत्त्वज्ञानाची आपल्याला जाणीव होते.

डॉ. भांडारकर हे आपल्या व्याख्यानातून आत्मरूप ईश्वराचे ज्ञानभांडार असलेल्या उपनिषदांच्या तत्त्वज्ञानाचा प्रसार करीत. कठ उपनिषदातील संस्कृत वचनाचा ईश्वरविषयक बोध करून देताना ते म्हणतात, 'मनुष्याच्या अंत:करणात विवेक म्हणून जे तत्त्व आहे, त्याच्या योगे, कर्तव्य काय, अकर्तव्य काय याचे म्हणजे परमेश्वराच्या इच्छेचे आणि त्याच्या परिपूर्ण मंगल स्वरूपाचे ज्ञान होते आणि तो विवेक पाप मनाने कलंकित न होता शुद्ध राहील आणि तद्नुरूप आपली वृत्ती व आचरण झाले म्हणजे परमेश्वराचा साक्षात्कार होतो.'[१८]

अल्पज्ञ मनुष्य मूर्तिपूजेने किंवा कुठल्याही बाह्य अवडंबराने ईश्वराला जाणून घेऊ शकत नाही, तर सद्विवेकाने शुद्ध आचरणाने, नीति नियमांचे पालन करून आत्मरूप व सृष्टीरूप ईश्वराचे ज्ञान घेऊ शकेल असा त्यांच्या उपदेशाचा भावार्थ राहात असे.

विवेकास अनुसरून अभिमान आणि क्रोधादिक मनोविकार यांचे दमन अथवा नियमन केले म्हणजे सत्यास अनुसरून वागणे मनुष्यास साहजिक होऊन जाते, म्हणून सत्याचे रहस्य, सर्व वेदांचे म्हणजे धर्माचे रहस्य सत्य! सत्यास अनुसरून वागावे ही सर्व धर्मांची आज्ञा आहे असे ते प्रतिपादन करीत. सत्याचे अनुसरण करण्यास धर्माची आवश्यकता असते, म्हणून धर्मासंबंधी जागृती आवश्यक आहे. ह्या प्रकारची जागृती करण्याचेच कार्य प्रार्थना समाज करीत आहे. राष्ट्राची उन्नती व्यक्तीच्या शीलसंपन्नतेवर अवलंबून आहे आणि व्यक्तीचे शील हे धर्म, तत्त्वज्ञान, नैतिक धर्माच्या आचरणाने घडत असते, म्हणून राष्ट्र उन्नतीसाठी धर्माची आवश्यकता जरुरी आहे, असे त्यांचे म्हणणे असल्याने प्रार्थना समाज व्यक्तीच्या धार्मिक उन्नतीसाठी करणे हे अवश्य कर्तव्य मानत असे. असा प्रार्थना समाजाचा उद्देश डॉ. भांडारकरांनी सांगितला. ईश्वरावर विश्वास ठेवून सत्कृत्ये करणे हे या जन्माचे कर्तव्य मानणे. समाजाचे उपदेश व धर्मतत्त्वज्ञान न्या. रानडे यांनी लिहिलेल्या 'A Theist's Confession of Faith' 'एकेश्वरांची कैफियत' या निबंधावरून समजते. यात त्यांनी एकेश्वरी पंथाचा अवलंब केलेल्या प्रार्थना समाजाचे तत्त्व विशद केले आहे.

१. 'एकेश्वरांचा असा विश्वास आहे की, मानवी जीवनात निसर्गत: धर्मतत्त्व अस्तित्वात असते. मानवाच्या आत्म्याला अध्यात्माची गरज असते आणि ही गरज शेवटी मनुष्याला ईश्वराप्रत नेते. सर्वच देशांतील, जगातील सर्व वंशांतील

लोकांमध्ये धार्मिक पूजेला स्थान आहे. हे इतिहासाने सिद्ध झाले आहे. कारण मानव हा गूढ अशा शक्तीवर अवलंबून आहे.

२. धर्माचे प्रश्न सोडविण्यास माणसाच्या शक्तीला मर्यादा आहेत. तो फक्त व्यवहारात नैतिक आचरणावरच जोर देऊ शकतो.

३. मानवाच्या मनाला सतावणारे काही प्रश्न आहेत ते म्हणजे या विश्वाची उत्पत्ती, मानवाची उत्पत्ती, ईश्वर आणि विश्व यामधील नाते, मन आणि जगातील घडामोडी यासंबंधीचा व्यवहार इ. या प्रश्नांची उत्तरे मनुष्याकडे नाहीत.

   एकेश्वरी पंथ प्रामाणिकपणे ह्या प्रश्नांची उत्तरे मिळवण्यास असमर्थ असल्याचे मान्य करतो.

४. जगात अनेक धर्मपंथ असले तरी खरा धर्म एकच आहे तो म्हणजे ईश्वर व मनुष्यमात्रांवर प्रेम. 'एकेश्वरी पंथाचे प्रमुख तत्त्व म्हणजे एक ईश्वराचे अस्तित्व!'[१९] अद्वितीय अशा ईश्वरालाच फक्त मानणाऱ्या एकेश्वरी पंथाची भूमिका विशद करताना न्या. रानडे म्हणतात, मानवाने फक्त ईश्वरालाच प्रार्थनेस, विश्वास ठेवण्यास योग्य आणि प्रेम करण्यास पात्र समजले पाहिजे आणि ईश्वराच्या गुणांचे स्मरण करून ते गुण आत्मसात केले पाहिजेत. 'The Theist believes that the object and scope of religion is to teach man to regard God as the absolute object of reverence, faith and love, to inculcate voluntary and self conscious obedience to the law of God as discovered by our instinct, reason, conscience, and religious emotions to teach man partially to attain to God's goodness in his nature here, to realise his relation to God, to fit himself for a higher existence.'[२०]

न्या. रानडे एकेश्वरी पंथाच्या तत्त्वांबद्दल असेही म्हणतात की, आपण ईश्वरीज्ञान संपूर्ण प्राप्त करून घेण्यास असमर्थ आहोत, म्हणून ईश्वरावर आपण विश्वास ठेवला पाहिजे. विश्वातील अनेक उलाढालींवरून आपल्याला ईश्वराचे अस्तित्व लक्षात येते. सर्व जगाचा चालक एक ईश्वर आहे असे इतिहास, निसर्गाचा अभ्यास इ. वरून लक्षात येते, म्हणून एकेश्वराचे उपासक विश्वातील अनेक भव्य, दिव्य व सूक्ष्म इ. गोष्टींची निर्मिती कशी झाली याचा शोध घेण्यास असमर्थ असल्याचे मान्य करून, फक्त ईश्वरावरच विश्वास ठेवून या विश्वाचा चालक एकमेव ईश्वर आहे. असा त्याचा ठाम विश्वास आहे. ज्या ईश्वरानेच सदसद्‌विवेक बुद्धी मानवाला दिली अशा

ईश्वराची प्रार्थना करणे हेच एक ईश्वराला प्रसन्न ठेवण्याचे साधन आहे, कारण आत्मा हा अमर असून त्यामुळे या जगातून मृत्यूनंतर दुसऱ्या जगात प्रवेश करताना आपण सदसद्‌विवेकाने मिळालेले कर्म आपल्यासोबतच राहणार म्हणून या जन्मात नैतिक आचरण ठेवून ईश्वराची प्रार्थना करून आपण त्यांच्याविषयी कृतज्ञ भाव ठेवणे हे आपले या जन्माचे सार्थक आणि परलोकाचे साधन असे एकेश्वरी पंथ मानतो.

एकेश्वरी पंथ मूर्तिपूजा हे ईश्वराला जाणून घेण्याचे प्राथमिक साधन आहे, परंतु तो ईश्वराप्रत नेण्याचा मार्ग नाही असे मानतो. ईश्वर अवतार धारण करू शकत नाही, म्हणून ईश्वराच्या अवतार कल्पना मानत नाही. ईश्वराचे अस्तित्व मात्र अनेक साधू संत आणि मानवावर केलेल्या अनेक उपकारी कृत्यांवरून दिसून येते, तसेच स्वर्ग, नरक कल्पना मानत नाही, तसेच स्त्री आणि पुरुष दोन्ही ईश्वराची लेकरे असल्याने स्त्री-पुरुषांना समान मानतो.

'तसेच ईश्वराच्या प्रार्थनेसाठी मंदिरे किंवा प्रार्थनागृहांची आवश्यकता मानतो, तसेच धर्मप्रसारासाठी धर्मगुरूंची आवश्यकताही हा पंथ मानतो.'[२१] एकेश्वरी मंडळी असाही उपदेश देऊ इच्छितात की, 'प्रार्थनेमध्ये शक्ती असते. ईश्वराशी आपले नाते दृढ करण्याचे ते एकमेव साधन आहे आणि म्हणून प्रार्थना करणे हे मनुष्याचे कर्तव्य आहे. जीवनातील कठीण समस्यांवर मात करण्यासाठी ईश्वराने आम्हाला साहाय्य करून पवित्र आचरण करण्याचा मार्ग दाखवावा अशी ईश्वराला प्रार्थना करावी.' अशा प्रकारे प्रार्थनेचे आपल्या जीवनातील महत्त्व न्या. रानडे यांनी विशद केले.'[२२]

अशा प्रकारे न्या. रानडे यांनी प्रार्थना समाजाचे तत्त्वज्ञान विशद करताना प्रार्थना समाजाने अवलंबिलेल्या 'एकेश्वरी' म्हणजे परमेश्वर अद्वितीय, निर्विकार, निराकार, सर्व सृष्टीचा चालक आहे हे तत्त्वज्ञान आपल्या 'A Theist's Confession of Faith' या निबंधात व्यक्त केले. ईश्वराची जाणीव करून घेण्यासाठी मूर्तिपूजेत तथ्य नसून ते प्रार्थनेद्वारे साध्य करता येते असा त्यांचा विश्वास होता, कारण मानवाच्या हातात अगम्य, सर्वव्यापक अशा ईश्वराला जाणून घेण्यास कोणताही मार्ग सोयीस्कर नाही म्हणून त्याच्यावर फक्त विश्वास ठेवून प्रार्थनेद्वारे आपण त्याचे आभार मानून त्याच्याविषयी कृतज्ञ भाव ठेवू शकतो. न्या. रानडे यांनी प्रार्थना समाजाच्या मंदिरातून धर्मपर प्रवचने देताना महाराष्ट्रीय भागवत साधुसंतांच्या तत्त्वज्ञानाचा समावेश केला. ज्ञानदेव, तुकाराम, रामदास, एकनाथ इ. संतांच्या तत्त्वज्ञानाचा ते प्रसार करत. त्यांच्यावर त्यामुळे टीका होत असे की, प्रार्थना समाजासारख्या अद्वैतवादी मंडळीने त्यांच्या वचनांचा आदर करावा हे मोठे विपरीत आहे. या टीकेला उत्तर देताना न्या. रानडे म्हणतात की, आध्यात्मिक बाबतीत हे महापुरुष उच्च कोटीला पोहोचले होते.

त्यांच्या आचारात जी द्वैतवादाची झलक दिसत होती, ती त्यांची स्वत:ची नसून तत्कालीन परिस्थितीचा परिणाम त्यांच्या आचारावर झाला होता, यामुळे ईश्वरविषयक ज्ञानाविषयी त्यांची किंमत मुळीच कमी होत नाही. 'ह्या साधूपुरुषांच्या ग्रंथात त्या काळच्या आचारविचारांची पुष्कळ झाक असली, तरी त्या योगाने त्यातील आध्यात्मिक संबंधाच्या ज्या विशेष उक्ती असतात त्यांची किंमत मुळीच कमी होत नाही.'[२३]

१९ व्या शतकात भागवत साधुसंत होऊन अनेक शतके होऊन गेली. त्यांच्या विचारांच्या संप्रदायाचा या काळी काय उपयोग? अशी कोणी शंका घेतल्यास ते म्हणत की, १९ वे शतक हे शब्द पाश्चात्त्यांचे असून ते धार्मिक व सामाजिक बाबतीत या शतकात शोभण्यासारखे प्रगतीपथावर आहेत आणि आपली त्यांच्यासोबत तुलना केली असता आपण निदान पाच-सहा शतके तरी मागे आहे, म्हणूनच अवडंबराचा निषेध करणाऱ्या परंतु ईश्वर, समाज, व्यवहार या विषयांचे शुद्ध तत्त्वज्ञान प्रतिपादन करणाऱ्या तुकाराम, एकनाथ महाराजांसारख्या तत्त्वज्ञान्यांचे प्रार्थना समाज मंदिरातून ते धर्म तत्त्वज्ञान विशद करीत.

अशा प्रकारे प्रार्थना समाजाने १९ व्या शतकात केलेल्या धर्मतत्त्वज्ञानाचे स्वरूप अवलोकन केले असता असे दिसून येते की, पाश्चात्त्य शिक्षणाचा, ख्रिश्चन मिशनऱ्यांचा, ख्रिस्ती धर्माचा प्रभाव असल्याने प्रारंभीच्या उपदेशांमध्ये ख्रिस्ती धर्मउपदेशकांचा, ख्रिस्तांचा संदर्भ असे, परंतु नंतर या समाजावर ख्रिस्ती धर्माचे 'अनुकरण' अशी जोरदार टीका होऊ लागल्यामुळे नंतरच्या न्या. रानडे, डॉ. भांडारकर, न्या. चंदावरकर इ. धर्मोपदेशकांनी हिंदू धर्म तत्त्वज्ञानावर जास्त भर दिला. यात एकेश्वर पंथाचा किंवा सर्वव्यापक निराकार परमेश्वराचाच स्वीकार करणाऱ्या उपनिषदे, भगवद्‌गीता, भागवत धर्म, इ. मधील तत्त्वज्ञानांचा आपल्या धर्म तत्त्वज्ञानात त्यांनी समावेश केला व नवशिक्षित पाश्चात्त्य समाज, धर्म यांचा प्रभाव असणाऱ्या तरुणांना स्वदेशी हिंदू धर्मातच सरते करण्याचे कार्य प्रार्थना समाजाने महाराष्ट्रात केले.

मामा परमानंद हे प्रार्थना समाजाचे एकनिष्ठ कार्यकर्ते व प्रार्थना समाजाचे मुखपत्र असलेल्या सुबोध पत्रिकेचे संपादक होते, तसेच ते समाजाचे खजिनदारही होते. त्यांना प्रसिद्धी आवडत नसे. त्यांनी प्रार्थना समाजाच्या वेदीवरून कधी व्याख्यान दिले नाही, परंतु प्रार्थना समाजाने चालविलेल्या रात्रीच्या शाळा, नीतिशिक्षण वर्ग, संगीत सभा, आर्य महिला समाज, मिशन फंड व प्रार्थना समाज मंदिर बांधण्याचे वेळी वर्गणी गोळा करण्याचे कार्य या सर्वांकडे त्यांचे बारकाईने लक्ष असे व 'सुबोधपत्रिके'द्वारे ही ते प्रार्थना समाजाचे विचार प्रभावीपणे मांडत. त्यांनी सुबोधपत्रिकेत जीवनात 'प्रार्थने'चे महत्त्व पुढीलप्रमाणे व्यक्त केले आहे. 'प्रार्थना हा भक्तीमार्गातील एक

महत्त्वाचा भाग आहे. शरीराची वाढ उत्तम प्रकारे होण्यासाठी जशी नियमित आहाराची जरुरी असते, त्याचप्रमाणे आपल्यात धर्मभावनेचा विकास होण्यासाठी नियमित प्रार्थना करण्याची सवय लावून घेणे अत्यंत जरुरी आहे, परंतु प्रार्थना ही अंत:करणापासून झाली पाहिजे. प्रार्थना नियमित वेळी व ठरावीक शब्दांत म्हटली पाहिजे. धर्मजीवी माणसात ईश्वराची अनुभूति स्वत:च्यात व सभोवार दिसते. ईश्वराचे सर्वव्यापित्व त्याला पटले पाहिजे. त्याने आपल्यावर जो अपार करुणेचा वर्षाव केला आहे, त्याबद्दल त्याचे स्तवन करावयाचे, संसारात कधीकधी आपण गोंधळून जातो व नाना प्रकारच्या अडचणींत सापडतो, त्या-त्या वेळी त्याच्याकडून साहाय्याची व मार्गदर्शनाची अपेक्षा करावयाची, तसेच आपल्या हातून घडलेल्या दुष्कृत्यांबद्दल किंवा अपराधाबद्दल त्याच्याकडे क्षमेची याचना करावयाची. ज्या माणसांचे जीवन प्रार्थनामय झालेले असते व जो सतत नियमितपणे प्रार्थना करीत असतो, त्याला आपल्या बंधुभगिनींसंबंधी कर्तव्याचा कधीही विसर पडणार नाही, त्याचप्रमाणे कोणतेही प्रसंग येवोत, तो सत्यापासून व सदाचरणापासून तिळमात्रही ढळणार नाही. तो या जगात वावरत असला व या जगातील घडामोडींत गुरफटून गेलेला असला तरी तो सतत भगवंताच्या सान्निध्यात असतो, त्याचे मार्गदर्शन तो मिळवीत असतो व त्याच्या कृपाछत्राखाली तो वावरत असतो, जो आपल्या हृदय सिंहासनावर कायमचा आरूढ झालेला आहे. त्याच्याच प्रेरणेने माझे बोलणे, चालणे, वागणे, सवरणे चालले आहे. मी त्याच्या हातातील केवळ एक खेळणे आहे. या जाणिवेने त्याला अवर्णनीय आनंद वाटत असतो.'[२४] या मामा परमानंद यांनी दिलेल्या 'प्रार्थने'च्या महत्त्वावरून प्रार्थना समाजाचे धर्मज्ञान व हेतू स्पष्ट होतो.

प्रार्थना समाजावर झालेली टीका

प्रारंभी केशवचंद्रांच्या प्रभावामुळे तसेच मिशनऱ्यांच्या कार्याच्या परिणामामुळे व ख्रिश्चन धर्माच्या तत्त्वांचा परिचय झाल्यामुळे प्रार्थना समाज मंदिरात ख्रिस्त व ख्रिस्ती साधुसंतांचे संदर्भ देऊन धर्मोपदेश केला जात असे, परंतु नंतर एकेश्वरी धर्माचा पुरस्कार करणाऱ्या उपनिषद, भगवद्‌गीता, भागवत धर्मातील महाराष्ट्रीय साधुंनी केलेला उपदेश तसेच इतर अनेक हिंदू धर्मग्रंथांचा आधार घेऊन धर्मोपदेश प्रार्थना मंदिरातून होऊ लागला. सर्व धर्मांतील उत्तम तत्त्वांचे ग्रहण करणे व तसा लोकांना उपदेश करून त्यांची ऐहिक व पारलौकिक उन्नती करणे असाच त्यांचा उद्देश व उपक्रम होता.

तथापि अनेक सनातनी मतांच्या पुढाऱ्यांनी प्रार्थना समाजातील उपासना पद्धती, प्रार्थना पद्धती, चर्चमध्ये असते तशीच बाक ठेवून केलेली बैठक व्यवस्था, स्त्रियांनाही

समाज मंदिरात दिला जाणारा प्रवेश, तालासुरात गायिलेल्या प्रार्थना व हे ख्रिस्ती लोकांप्रमाणे वागतात इ. प्रकारच्या टीका प्रार्थना समाजावर सतत केल्या.

स्वामी दयानंद सरस्वती यांनी प्रार्थना समाजाने केलेल्या कार्याचा गौरव करून त्यांच्यातील दोषांवर टीका केली. ते म्हणतात की, या समाजाने लोकांना ख्रिस्ती मतापासून निवृत्त केले. मूर्तिपूजा व अन्य धार्मिक भ्रमजालापासून दूर केले. या गोष्टी चांगल्या केल्या, तथापि काही वाईट गोष्टीही यात आहेत. स्वामी दयानंदांनी ब्राह्मो समाज व प्रार्थना समाज दोन्हींना उद्देशून पुढीलप्रमाणे दोष सांगितले, कारण त्यांच्या मताप्रमाणे प्रार्थना समाज ब्राह्मो समाजाचेच (केशवचंद्र सेनकृत) अनुकरण करतो. स्वामी दयानंदांना वेदांपेक्षा इतर धर्म व हिंदू धर्मातील सर्व पंथ गौण वाटत होते म्हणून प्रार्थना समाज व ब्राह्मो समाज वेदांचे प्रतिपादन न करिता इतर धर्मतत्त्वं सांगतात. हा त्यांच्यावर मुख्य दोषारोप होता. स्वामी दयानंदांनी पुढीलप्रमाणे प्रार्थना समाजाचे इतर दोष सांगितले आहेत.

१. यांच्यात स्वदेशभक्ती कमी असते. हे ख्रिस्ती लोकांप्रमाणे वागतात. खाणे, पिणे, विवाहाचे नियम यांनी विदेशी लोकांप्रमाणे बनविले आहेत.
२. आपल्या देशाची व आपल्या पूर्वजांची प्रशंसा करणे तर दूरच राहिले पण हे त्यांची यथेच्छ निंदा मात्र करतात. ब्रह्मादी ऋषिंचे नावही घेत नाहीत, इतकेच नव्हे तर हे असे प्रतिपादन करतात की, सृष्टीमध्ये इंग्रजांप्रमाणे कोणी विद्वान झाले नाही. आर्यावर्तातील लोक अनादि काळापासून असेच मूर्ख आहेत.
३. हे लोक वेदांची प्रतिष्ठा तर करत नाहीतच, पण उलट त्यांची निंदा मात्र हवी तशी करतात.
४. यांनी एकाही महर्षिच्या नावाचा आपल्या पुस्तकांमधून गौरव केला नाही.
५. हे लोक आर्यावर्तातच उत्पन्न झालेले आहेत. याच देशाचे अन्न त्यांनी खाल्ले आहे. असे असता आपल्या मातापित्यांनी अवलंबिलेल्या वैदिक धर्माचा त्याग करून विदेशी मतांवरच ते अधिक विश्वास ठेवतात.
६. ब्राह्मो समाजी व प्रार्थना समाजी प्राय: संस्कृतअनभिज्ञ असतात, त्यामुळे त्यांना असे वाटते की, आपण जे काही इंग्रजी भाषेच्याद्वारा ज्ञान मिळविले आहे तेच अत्युत्तम आहे.
७. या लोकांनी वेदांचे ज्ञान ग्रहण केलेले नाही.

ते पुढे असेही म्हणतात, 'या देशातील लोक तुम्हास परमधर्म मतानुयायी समजतात. याप्रमाणे तुमचा धड या देशासही उपयोग नाही व परदेशासही नाही. असो आजपर्यंत जे झाले ते झाले. पण आता तरी वेदादि शास्त्रांना मान देऊन स्वदेशोन्नति

करण्यास लागा. तुम्ही मानता की, सर्व सत्य परमेश्वराच्या योगाने प्रसिद्ध होते, तर मग ऋषिंच्या आत्म्यामध्ये परमेश्वर स्फूर्तीने प्रकाशित झालेले वेद का बरे प्रमाणभूत मानत नाही? हे खरे की, तुम्ही वेदाध्ययन केले नाही व करण्याची इच्छा नाही, तेव्हा तुम्हाला वैदिक ज्ञानाची माहिती कशी होणार?'[२५] त्यांना स्वामी दयानंद असाही उपदेश करतात, ऋषि महर्षी लोकांचे उपकार न स्मरता येशूच्या पाया पडणे चांगले नव्हे. वेदांचे प्रमाण मानण्यावाचून तुमची मते खरी की खोटी आहेत हे तुम्हाला समजणार नाही व ते न समजल्यामुळे देशाची उन्नती होणार नाही. ब्रह्मापासून झालेल्या प्राचीन ऋषि व महर्षि लोकांची महती गावयाची सोडून युरोपियन लोकांची स्तुती करणे हे काम पक्षपातीपणाचे व हाजीहाजीपणाचे आहे.

अशा प्रकारे स्वामी दयानंद सरस्वतींनी प्रार्थना समाजाबरोबर ब्राह्मो समाजालाही त्याच्याबरोबर जोडून टीका केली. स्वामी दयानंद सरस्वती यांनी 'आपल्या सत्यार्थ प्रकाश' या श्रेष्ठ ग्रंथात वेदकाळानंतर निर्माण झालेल्या चार्वाक मत, बौद्ध मतापासून ते थेट आधुनिक काळातील प्रार्थना व ब्राह्मो समाजापर्यंत सर्वच धम-पंथांवर टीकेची झोड उठविली. त्यांनी प्राचीन ते आधुनिक प्रार्थना समाजासारख्या आर्यावर्तातील मतांचे खंडन केले. त्यांच्यामतानुसार बौद्धांपासून ते आधुनिक काळापर्यंत वेदांचे पुनरुज्जीवन झाले नाही म्हणून भारताची आधुनिक काळात धार्मिक व त्यामुळे सामाजिक अवनती झाली.

स्वामी दयानंदांचे प्रार्थना व ब्राह्मो समाजाविषयीचेच विचार एका 'सत्यार्थ प्रकाश' ग्रंथातूनच प्रकट झाले, परंतु लोकमान्य टिळक यांनी मात्र संधी मिळेल तेथे आपल्या 'केसरी' या वर्तमानपत्रातून प्रार्थना समाजावर टीका केली. न्या. चंदावरकर यासंबंधी म्हणतात, 'न्या. रानडे बायबलच्या आधारे आपले धर्मोपदेश करीत नाहीत म्हणून त्यांच्यावर ज्ञानोदय रागवतो! उलटपक्षी काही वर्षांपूर्वी त्यांनी बायबलातील वचनांच्या आधारे उपदेश केला, म्हणून जणू काय आपल्या धर्मग्रंथात यांना आधार घ्यावयास काही सापडतच नाही, असे म्हणून पुण्याच्या मराठा पत्राने त्यांची खूप निंदा केली.'[२६]

लो. टिळकांनी प्रार्थना समाज मिशनऱ्यांचे अनुकरण करून, हिंदू देवांना रजा देऊन निरीश्वर देवाच्या प्रार्थनेला भुलून या मंडळींनी हा नवीन पंथ काढला आहे असे म्हणून त्यांची हेटाळणी करत. त्यांनी पुढील शब्दांत प्रार्थना समाजाविषयी उद्‌गार काढले, 'पाश्चिमात्य विद्येची ज्या वेळेस सुरुवात झाली त्यावेळेस पाश्चिमात्यांचे शास्त्रीय ज्ञान व पद्धती पाहून काही मंडळी इतकी दिपून गेली होती की, द्वैताद्वैतादी काथ्याकूट त्यांना नीरस वाटू लागला. त्यांनी एकदम पाश्चिमात्य तत्त्वज्ञानाकडे धाव घेतली व

आमचा खरा धर्म कोणता, आपले ग्रंथ कोणते, त्यातील विचार काय यावर विचार न करता निरीश्वर देवाच्या आधुनिक प्रार्थनेस भुलून या मंडळींनी नाना पंथ काढले.'[२७]

वरील प्रकारची टीका प्रार्थना समाजाचे नाव न घेता त्यांनी केली. परंतु १८८१ मध्ये 'प्रार्थना समाज' नावाचा मथळा देऊन त्यांनी प्रार्थना समाजाविषयी आपले विचार व्यक्त केले. या लेखाची सुरुवात त्यांनी 'धर्मस्य तत्त्व निहित गुहायाम' या वाक्याने केली. म्हणजे धर्मतत्त्व कोणासच उमगले नाही, कारण ते गुहेत ठेवलेले आहे. यामुळे ते आपल्यास गवसले असा वृथा अभिमान धरून कोणी कोणाशी व्यर्थ कलह करू नये, तसेच धर्मनिष्ठ जे आहेत, त्यांना त्यांचा धर्म जीवित्वापेक्षाही अधिक प्रिय असतो. नि:सीम जे भक्त असतात त्यांना त्यांच्या धर्माला कोणी यत्किंचितही दोष दिला तर मोठा संताप उत्पन्न होतो. हे फार स्वाभाविक आहे असे लिहून त्यांनी स्वत:बद्दल व प्रार्थना समाजाने हिंदू धर्माबद्दल दाखविलेल्या अनादराबद्दल सांगितले, तसेच जुन्या हिंदू धर्माचा कंटाळा येऊन ब्राह्मो समाज, आर्य समाज व प्रार्थना समाज स्थापन झाले. ते पुढे म्हणतात, 'सगळाच हिंदू धर्म अगदी कवडीमोलाचा आहे अशी खात्री होऊन तो सोडावा व दुसऱ्या एखाद्या नवीन पंथाचा अंगीकार करावा, असे आम्हास वाटत नसल्यामुळे प्रार्थना समाजाच्या मतांची बारीकसारीक माहिती मिळविण्याच्या भरीस आम्ही अजून पडलो नाही.'[२८] अशा प्रकारचे नकारात्मक विचार प्रार्थना समाजाविषयी असूनही टिळकांनी आपल्या सदसद्विवेक बुद्धीला स्मरून प्रार्थना समाजाची आवश्यकता सध्याच्या परिस्थितीत आहे असेही त्यांनी कबूल केले. ते म्हणतात की, पुराण हिंदू धर्माचा बारीक शोध करून त्याला अधिक शुद्धी आणावी लागेल किंवा प्रार्थना समाजासारखे नवीन पंथ स्थापावे लागतील, यात काही संशय नाही, कारण अलीकडे जी सुधारणेची प्रवृत्ती पडत चालली आहे तिला अनुकूल असाच हा पंथ आहे. तसेच या धर्माचे कार्य म्हणजे ख्रिस्ती धर्मांतरापासून नवशिक्षित हिंदू तरुणांना प्रार्थना समाजाने परावृत्त केले आहे, म्हणून प्रार्थना समाजाने हिंदू धर्माच्या संरक्षणाचेच महान कार्य केले आहे, यात काही संशय नाही असेही सांगून त्यांनी स्पष्टपणे प्रार्थना समाजाची स्तुती केली.

जरी प्रार्थना समाजात त्यांच्या या कार्याबद्दल टिळकांनी शाबासकी दिली तरी इतर सनातनी लोकांप्रमाणेच टिळकांचा प्रार्थना समाजावर रोख होता, म्हणून प्रार्थना समाजाला उद्देशूनच त्यांनी 'प्रार्थना समाज' व 'अनुकरण' नावाचा लेख लिहून आपला विरोध दर्शविल्याचे दिसते. 'अनुकरण' हा लेख विष्णूशास्त्री चिपळूणकर यांनीही लिहिल्याचे म्हटले जाते. १८८१ साली दोन लेखांना उद्देशून डॉ. भांडारकर यांनी लो. टिळकांच्या प्रत्येक मुद्द्यावर सडेतोड टीका केली. त्यांनी 'सुबोधपत्रिके'तून

'केसरी आणि प्रार्थना समाज' (सप्टेंबर, १८८१) तसेच 'केसरीच्या उद्दाम उड्या' (नोव्हेंबर १८८१) या नावाचे लेख लिहून लो. टिळकांना पुढीलप्रमाणे प्रतिउत्तर दिले. या लेखाच्या सुरुवातीलाच ते म्हणतात, 'पुणे येथील केसरीपत्राच्या ता. २३ ऑगस्ट, १८८१ च्या अंकामध्ये 'अनुकरण' ह्या विषयासंबंधीने अलीकडे धर्मप्रकरणी जी चलबिचल होत आहे तिच्याविषयी आणि विशेषकरून प्रार्थना समाजाविषयी जो निबंध छापला होता तो वाचून आमच्या मनात अतिशय खेद उत्पन्न झाला.'[२९] डॉ. भांडारकर पुढे म्हणतात की, 'केसरीकर्ते हे नवीन सुशिक्षित गृहस्थांपैकी एक बुद्धिमान गृहस्थ आहेत. त्यांच्यासारख्या पुरुषांनी मनुष्यमात्रांच्या अंत:करणात अत्यंत उत्कंठा करणारा जो धर्मरूपविषय आहे, त्यासंबंधी गंभीरतेने विचार करून आपला अभिप्राय प्रकाशित करावा. परंतु तसे न करता त्यांनी आपला क्षुद्रभावच प्रदर्शित केला आहे. त्यांना गंभीरता असूनही एखाद्या तरुण मनुष्यात असते त्याप्रमाणे टर उडविण्याची भावनाच प्रस्तुत निबंधकर्त्यात दिसते. परंतु ज्या समाजावर टीका केली त्याची वारंवार जाऊन माहिती करून घेण्याचे केसरीकर्त्यांने श्रम घेतले नाहीत.'

टिळकांनी प्रार्थना मंदिरात श्रोत्यांची गर्दी का होते, याविषयी सांगितलेले कारण व त्यावर भांडारकरांनी दिलेली प्रतिक्रिया पाहिली असता समाजातील सनातन व सुधारक यातील प्रवृत्ती दिसते. टिळकांनी लिहिलेल्या या टीकेवर भांडारकर म्हणतात, 'स्त्रियांच्या संबंधाने एक घडलेला प्रकार' असे म्हणून ते लिहितात की, प्रार्थना मंदिरात पूर्वी श्रोत्यांची दाटी होत असे, ती का? तर स्त्रिया वरच्या दालनात येऊन बसत; त्याजकडे टेहळण्याकरिता मग ही गोष्ट समाजातील गृहस्थास समजली, तेव्हा ते स्त्रियांस आणीनासे झाले आणि तेव्हापासून मंदिरातील गर्दी मोडली. शाबास! उत्तम काव्य रचिले आणि हे केवळ काव्यच आहे. (मग ते कोणी रचिले असेल ते असो.) ह्यात तथ्यांश काही नाही, ही गोष्ट निर्विवाद आहे आणि ह्या काव्यामध्ये काव्यकर्त्यांने मात्र आपला स्वभाव कोणत्या प्रकारचा आहे, हे प्रदर्शित केले आहे.'[३०] या टिळकांच्या टीकेला दिलेल्या उत्तरावरून केसरीकर्ते आणि प्रार्थना समाज यांचा वाद कोणत्या टोकाला गेला होता हे सिद्ध होते.

लो. टिळकांनी समाजातील सनातनी, परंपरांना धक्का न लावणाऱ्या लोकसमूहाचे प्रतिनिधित्व करत प्रार्थना समाजावर खालीलप्रमाणे आक्षेप घेतले होते.

१. धर्मतत्त्वाचा उलगडा होऊ शकत नाही. धर्मतत्त्व गुहेत आहे असे प्राचीन वचन आहे म्हणून प्रार्थना समाजाने ईश्वराप्रत नेण्याचे एकमेव साधन ईश्वराचे गुणगान करणारी प्रार्थना हेच एक आहे. असा अभिमान व्यर्थ बाळगू नये व कलह वाढवू नये.

२. दुसऱ्याचा धर्म पाहून प्रार्थना समाजाचे प्रवर्तक आपल्या धर्माला कंटाळले म्हणून हा नवीन पंथ सुरू केला.

३. प्रार्थना मंदिरात उपासनेच्यासमयी तालसुरात बसविलेली पदे गवयाने प्रथमतः म्हणावी आणि नंतर इतरांनी 'त्याच्या मागून सूर ओढीत असावे.' असा प्रकार चालू असतो तो 'ख्रिस्ती देवळांतून जी तऱ्हा आढळते तिचेच अनुकरण होय.'

४. स्त्रिया समाजात जातात हे इंग्रजांच्याच सामाजिक पद्धतीचे अनुकरण आहे. 'प्रार्थना समाजात जे जावयाचे ते शानदार पोषाख करून लेडीला हाती धरून अशा थाटाने जावयाचे.'[३१] असे केसरीकार पहिल्या अंकात म्हणतात.

५. स्त्रियांना एकत्र आणल्यास 'मन हे ओढाळ गुरू' असते.

या प्रार्थना समाजावरील टिळकांच्या आक्षेपांना, प्रार्थना समाजाचे मुखपत्र 'सुबोधपत्रिके'तून भांडारकरांनी उत्तर दिले. त्यांनी घेतलेल्या आक्षेपांचे खालीलप्रमाणे स्पष्टीकरण दिले.

१. रा. टिळक म्हणतात, त्याप्रमाणे धर्मतत्त्व गुहेत नाही तर 'धर्मस्य तत्त्व निहितं गुहा याम्' याचा अर्थ असा की, धर्माचे तत्त्व मनुष्याच्या अंतःकरणात ठेविले आहे. त्या अंतःकरणाची जिकडे साहजिक प्रवृत्ती होते तो धर्म खरा.'[३२]

२. लोक दुसऱ्याचा धर्म पाहून आपल्या धर्मास कंटाळले. अशा प्रकारची उक्ती अश्लाघ्य आहे. प्रार्थना समाजाचे सभासद आपल्या धर्माला कंटाळले असा अर्थ करणे सर्वथा अनुचित आहे आणि एका राष्ट्रातील लोकांचा दुसऱ्या राष्ट्रातील लोकांशी समागम होऊ लागला म्हणजे तंतोतंत परस्परांचे अनुकरण झाले नाही. तथापि, उभयतांच्या कल्पना, विचार, चालीरीती यामध्ये काही ना काही तरी फरक अवश्यपणे पडणारच. असा परस्परांच्या संबंधाने फरक पडला नाही, तर ते मनुष्य किंवा ते लोक जडबुद्धी असेच म्हटले पाहिजे. प्राच्य लोकांमध्ये राहून युरोपियन लोकांच्या विचारात फरक पडत चालला त्यात आमच्याही पडला त्यात नवल नाही.

३. डॉ. भांडारकर केसरीकर्ते यांना प्रतिप्रश्न विचारतात, भजन करतेसमयी सर्वांनी एकदम गावे हा प्रकार आपल्या लोकांमध्ये उपलब्ध आहे ही गोष्ट केसरीकारांस अवगत नाही काय? आपल्या ग्रंथामध्येही गायन हा भजनाचा मुख्य प्रकार आहे म्हणून भक्त जे आहेत ते परमेश्वराचे गान करतात इत्यादी उक्ती पुष्कळ आहेत.

४. स्त्रियांस समाजमंदिरात नेणे हे इंग्रजांचे अनुकरण नसून ही देशातील चालीरीती आहे. कीर्तने, पुराणे आणि भजन ज्या ठिकाणी होतात, त्या ठिकाणी स्त्री-

पुरुषांचा मिश्र समाज असण्याचा प्रघात आपल्या देशात पूर्वापार पडला आहे, तर स्त्रिया ह्या प्राचीन धर्मानुसार समाज मंदिरात येतात, तर मग ही पुरातन रीती मोडून टाकून स्त्रियांस येण्याविषयी मनाई असावी अशी मुसलमानी करण्याचे प्रयोजन काय? असा प्रश्न डॉ. भांडारकर विचारतात.

५. 'मन हे ओढाळ गुरू' तर मग सर्व पुरुष पशुच काय? वैराग्यकाष्ठ बांधण्याचे सामर्थ्य आम्हा 'हिंदू पुरुषांच्या अंगी राहिले नाही काय?' केसरीकारांस काय वाटत असेल ते वाटो, पण आम्हास तर वाटते की, ते सामर्थ्य आहे आणि असंभावित छचोर आणि पशुतुल्य असे पुरुष फार नाहीत.'[३३]

डॉ. भांडारकरांनी आपल्या मताच्या समर्थनार्थ महाभारतातील व इतर अनेक संदर्भ देऊन स्त्रियांची आत्मउन्नती कशी आवश्यक आहे व पुरुषाने त्यासाठी कसे प्रयत्न करावे याचा प्राचीन ग्रंथाच्या आधाराने परामर्श घेतला, कारण स्त्री हे पुरुषाचे अर्धांग आहे म्हणून पुरुषाबरोबर स्त्रीचाही आध्यात्मिकदृष्ट्या विकास होणे म्हणजेच पुरुषार्थ साधण्यासारखे आहे.

अशा प्रकारे केसरीकारास प्रार्थना समाजावर केलेल्या टीकेचे सुबोधपत्रिकेतून मुद्देसूद व अनेक प्राचीन धर्मग्रंथ व परंपरा यांचा संदर्भ देऊन प्रार्थना समाजाने केलेला धर्म व उपासनापद्धती केवळ पाश्चात्त्यांचेच अनुकरण नाही, तर भारतीय धर्मपरंपरांवर देखील आधारित आहे असे स्पष्टीकरण 'सुबोधपत्रिके'तून केले. असे प्रतिउत्तर मिळाल्यावरही केसरीने 'सुबोधपत्रिकाकारांनी' आम्हाला लांबलचक व्याख्यान देण्याची गरज नव्हती व आम्ही आमची खात्री केल्याशिवाय प्रार्थना समाजाला हार जाणार नाही असे सांगितले. या दोन मतांच्या पक्षाविषयी माडखोलकर म्हणतात, 'एक पक्ष धर्मसंरक्षक होता, तर दुसरा धर्मसुधारक होता. धर्माकडे लक्ष दोघांचेही होते.'[३४]

लो. टिळकांचेच वैचारिक गुरू असलेले मालाकार विष्णूशास्त्री चिपळूणकर यांनीही निबंधमालेतून प्रार्थना समाजावर टीका केली. त्यांच्याही टीकेतील पहिला मुद्दा हा होता की, 'प्रार्थना समाज हा ख्रिस्ती धर्माच्या अनुकरणाचा एक प्रकार आहे.' चिपळूणकरांच्या सर्व धर्मसुधारकांवर केलेल्या टीकेचे समर्थन करणारे त्यांचे चरित्रकार ग. त्र्यं. माडखोलकर म्हणतात, 'सगुण परंतु निराकार असा एकच ईश्वर आहे हे तत्त्व, मूर्तिपूजेच्या निषेधाचे तत्त्व व सामाजिक प्रार्थनेची पद्धत या सर्व गोष्टी ख्रिस्ती धर्मावरून जर समाजाच्या संस्थापकास सुचल्या नाहीत, तर त्या त्यांनी कोठून उचलल्या हे अनुकरणाच्या आरोपाचा इन्कार करणाऱ्यांनी दाखवून द्यावे.'[३५] उताऱ्यावरून धर्मसंरक्षकांनी धर्मसुधारकांवर घेतलेले आक्षेपांचे स्वरूप लक्षात येते.

चिपळूणकरांचे चरित्रकार ग. त्र्यं. माडखोलकर यांच्या माहितीनुसार ख्रिस्ती धर्माचे अनुकरण करण्याचा आरोप ज्या केसरीमधून 'अनुकरण' या लेखातून केला तो लेख विष्णूशास्त्री चिपळूणकर यांनी लिहिला होता. 'डॉ. भांडारकर यांनी, केसरीत 'अनुकरण'नामक लेखात प्रार्थना समाजाविषयी विष्णूशास्त्री यांनी जी विधाने केली होती, त्यांना उत्तरादाखल सुबोधपत्रिकेत लेख लिहिला होता.'[३६]

चिपळूणकर पक्षाचे म्हणणे असे होते की, या सुधारणेच्छु मंडळींनी थोडा धीमेपणा पत्करून स्वत:च्याच धर्मात राहून आपल्याला पाहिजे त्या सुधारणा हळूहळू घडवून आणण्यास सुरुवात करावयास पाहिजे होती, परंतु न्या. रानडे, डॉ. भांडारकरप्रणित प्रार्थना समाजाने या मताचे खंडन केले व हे स्पष्ट केले की, प्रार्थना समाज हा हिंदुधर्मातून फुटून निघालेला एक नवा पंथ नाही, तर सध्याच्या परंपरागत धर्मात अर्थहीन विधीचे व कर्मकांडांचे जे स्तोम माजले आहे त्याचा दुरून आपल्या धर्माचे शुद्ध, उदात्त व उन्नत स्वरूप समाजाच्या डोळ्यांसमोर आदर्श रूपाने सतत धरणारा असा हा प्रगत विचारांचा व्यक्तींचा समूह आहे.

अशा प्रकारचे ईश्वराची जाणीव करून देणारे आणि आपले कर्तव्य सांगणारे उपदेश न्या. रानडे, डॉ. भांडारकर, न्या. चंदावरकर व अनेक उच्च विद्याविभूषित धर्मतत्त्वज्ञांनी दिले, परंतु अनेक सनातनी मंडळींना प्रार्थना समाजाची उपासना पद्धती, त्यांचा उद्देश इत्यादीबाबत गैरसमज निर्माण झाल्यामुळे प्रार्थना समाज अप्रिय आहे असे ते म्हणत. प्रार्थना समाजाचे सभासद व डिप्रेस्ड क्लास मिशनचे कार्यकर्ते विठ्ठल रामजी शिंदे यांनी 'प्रार्थना समाज अप्रिय असल्यास तो का?' या मथळ्याचा लेख (१९०६) मध्ये लिहिला व यात त्यांनी या प्रश्नांवर चर्चा केली. यात ते म्हणतात की, काही अप्रबुद्ध विद्यार्थी व अशिक्षित माणसे प्रसंगविशेषी समाजाचा त्यातील काही व्यक्तीविषयांचा द्वेष करतात, परंतु हा समाज अप्रिय असल्याची दोन कारणे ते सांगतात. 'आता ह्या अप्रियतेच्या कारणासंबंधी ज्या कोट्या नेहमी लढविण्यात येत आहेत त्या मला स्वत:ला अगदी व्यर्थ दिसत आहेत, त्यात दोन मुख्य आहेत. त्या ह्या, समाजाचे विचारविधी, अध्ययन, अध्यापन, उपदेशाचेवेळी असलेले वय ह्यामध्ये देखील परावलंबीपणा व परकीयानुकरण आहे, म्हणून समाजाकडे लोकांचे मन होत नाही.'[३७] विठ्ठल रामजी शिंदे यांनीही प्रार्थना समाजावर टीका होण्याचे कारण या समाजाने केलेले परकीय धर्मानुकरण असे सांगितले, परंतु पुढे ते असेही म्हणतात की, जरी सर्व साधू व सर्व धर्मग्रंथ समाजाला सारखेच मान्य असले तरी, सवय, परिस्थिती, शिक्षण, आनुवंशिक संस्कार इ. जोराने समाज ह्या बाह्य गोष्टीत अद्यापि केवळ हिंदुच आहे असे म्हणावे लागेल.

'विविध ज्ञानविस्तार'ने १९ व्या शतकातील धर्मसुधारणा चळवळीचा आढावा घेताना ही गोष्ट नमूद केली की, अनेक लोकांना प्रार्थना समाजातील उपदेशांची गंभीरता व उपयोगिता मान्य असली तरी ते सनातनी, जुन्या मताचे लोकांना घाबरून प्रार्थना समाजाला उघडपणे मिळाले नाहीत. 'लोकलज्जेमुळे किंवा बहिष्काराच्या भीतीस्तव किंवा कधी कधी केवळ नूतन मार्गाचे अवलंबन करण्यास लागणाऱ्या मानसिक धैर्याच्या अभावामुळे जरी पुष्कळ लोक उघडपणे रानड्यांचे अनुयायी बनून प्रार्थना समाजास मिळाले नाहीत,...'[३८] वरील संदर्भावरून अनेक लोकांना उघडपणे प्रार्थना समाजाचे सभासद होण्याचे मानसिक धैर्य नव्हते, कारण बहिष्काराची भीती त्यांना वाटत होती.

कारण हा समाज सर्वसामान्य जुन्या मताचा, मूर्तिपूजकांचा संस्कार असलेल्या लोकांना निराकार, निर्विकार, सर्वव्यापक, सर्वान्तर्यामी, अद्वितीय अशा ईश्वराचे स्वरूप समजून देण्याचा प्रयत्न करीत होता, परंतु अद्याप लोक या प्रकारचे एकेश्वरी तत्त्वज्ञान समजून घेण्यास समर्थ नव्हते. इंग्रजी उच्चशिक्षित लोकांना समजलेला ख्रिश्चन धर्म ग्रंथ, भागवतग्रंथ, गीता उपदेश यावरून समजलेला निर्विकार ईश्वर हा तेवढ्याच तोलाच्या उच्चशिक्षित तरुण पिढीला समजण्यासारखा होता.

लो. टिळकांनी तर 'आर्यसमाजा'खेरीज इतर धर्मपंथांना हिंदू धर्मपंथात समावेश करता येत नसल्याचे सांगितले, तसेच ह्या पंथाने धर्मसुधारणाही होणार नाही असेही मत प्रतिपादन केले. आपले रीतीरिवाज सोडून निर्विकार देवाची परकीय लोकांचा अवलंब करून प्रार्थना करण्यास आम्ही सुधारणा समजत नाही, तर आचरटपणा समजतो असे सांगून तीव्र टीका प्रार्थना समाजावर केली. अशा प्रकारे लो. टिळक, विष्णूशास्त्री चिपळूणकर, स्वामी दयानंद सरस्वती, तत्कालीन 'ज्ञानप्रकाश'सारखे पत्रकर्ते व इतर सनातनी व विचारवंत यांनी जरी प्रार्थना समाजावर टीका केली व या समाजाचे सभासद उघडपणे होण्यापासून अनेकांना परावृत्त केले, तरी न्या. रानडे, डॉ. भांडारकर, मामा परमानंद, न्या. चंदावरकर व इतर अनेक समाजसेवकांनी प्रार्थना समाजात दिल्या जाणाऱ्या उपदेशांमध्ये कधी खंड पडू दिला नाही. हे कार्य ते सतत ३०-४० वर्षे करीत राहिले, म्हणून विविध ज्ञानविस्तार यासंबंधी लिहिताना म्हणतात की, प्रार्थना समाजाच्याच उपदेशांमुळे तत्कालीन पिढीमध्ये पूर्वीप्रमाणे डोळे मिटून ख्रिस्ती न बनता ख्रिस्ती धर्मात आपले धर्मापेक्षा अधिक काय आहे ते पाहण्याविषयी जिज्ञासा उत्पन्न झाली, यामुळे आपला धर्म व ख्रिस्ती धर्माची तुलना तरुण पिढीने केली. अशा प्रकारे हिंदू धर्मातच राहून तरुणांमध्ये धर्मजागृती प्रार्थना समाजाने केली. 'प्रार्थना समाज किंवा ब्रह्म समाज यांच्या सभासदांची संख्या जरी बाह्यात्कारी फारशी वाढलेली दिसली नाही, तरी त्या

समाजाच्या खऱ्या तत्त्वांचा ठसा ज्यांचे मनावर पूर्णपणे ठसला असे शेकडो तरुण महाराष्ट्रात या काळी आढळून आले.'[३९]

अशा प्रकारे अनेक श्रेष्ठ व विद्वान स्वामी दयानंद सरस्वती, लो. टिळक, विष्णूशास्त्री चिपळूणकर व इतर यांनी प्रार्थना समाजावर अनेक प्रकारे टीका केली तरी प्रार्थना समाजाच्या कार्याचे महत्त्वही मान्य केले, यामुळेच प्रार्थना समाजाने आपल्या धर्मप्रसाराचे कार्य सतत करत देशसेवा केली.

प्रार्थना समाजाने केलेल्या कार्याचे महत्त्व

स्वामी दयानंदांसारख्या धर्मसुधारकाने व लो. टिळकांसारख्या सनातनी धर्माचे समर्थन करणाऱ्या सनातनी पंडिताने जरी प्रार्थना समाजावर पाश्चात्त्यांचे अनुकरण करण्याचा आरोप करून टीका केली, तरीसुद्धा प्रार्थना समाजाने केलेल्या कार्याचा गौरव केला. स्वामी दयानंद म्हणतात, हिंदू समाजाला मूर्तिपूजेपासून मागे हटविले, ख्रिस्ती धर्मांतरापासून रोखण्याचे मोठेच कार्य केले. 'या समाजानी लोकांना ख्रिस्ती मतापासून निवृत्त केले, मूर्तीपूजेपासून मागे हटविले व अन्य भ्रमजालापासून लोकांस दूर केले. या गोष्टी या समाजानी चांगल्या केल्या.'[४०]

उच्चशिक्षित पाश्चात्त्य ज्ञान असलेल्या व बालपण कर्मकांड सनातन धर्म, परंपरा यात घालवलेल्या तरुण व सुज्ञ पुरुषांनी प्रार्थना समाजाची स्थापना केली होती. इंग्रजी उच्चशिक्षितांची ही प्रारंभीची पिढी होती. या पिढीवर ख्रिस्ती धर्म व त्यांची प्रार्थना पद्धती, पाश्चात्त्य ज्ञान यांचा प्रभाव होता, कारण डॉ. आत्माराम पांडुरंगांसारखे समाजाचे प्रवर्तक 'श्रीपत शेषाद्री' प्रकरणी गाजलेल्या रे. नेसबिट यांच्या हाताखाली शिकलेले होते, त्यामुळे त्यांच्यावर ख्रिस्ती धर्माचा प्रभाव होता. न्या. रानडेंनीही धर्म शिक्षणाचे वर्ग घेतलेले होते. त्यांनी एल्फिन्स्टन विद्यालयातील धर्म वर्गात आपले नाव घातले असून त्याजवर बिशप बटरलच्या धर्मग्रंथाचा फार परिणाम झाला होता. अशा तऱ्हेने या पिढीवर ख्रिस्ती धर्माचा प्रभाव होता. इंग्रज हे जेते होते, त्यांच्यावर समाजजीवन व धर्म यांचा प्रभाव पडणे शक्य होते. अशावेळी मिशनऱ्यांना मोठ्या प्रमाणात तरुणांना आपल्या कळपात ओढण्याची चांगलीच संधी होती. त्यांच्या प्रचारकार्यामुळे काहींवर या धर्माची छाप पडत होती, तर काहींना ख्रिस्तीही नाही व हिंदूही नाही ।। न हिंदुर्न यवनः ।। अशी स्थिती तत्कालीन शिक्षित तरुणांची होत होती. या नव्या मंडळींचे वर्णन विविध ज्ञानविस्ताराने अशा प्रकारे केले आहे. 'रूढींच्या बंधनांनी समाज आखडला होता खरा, पण त्यामुळेच तो निर्भय होता. या नव्या पिढीला कशाचेच बंधन नसल्यामुळे त्याला अर्थातच कशाचाच आधार राहिला नाही. पूर्वीच्या पिढीने शूद्रादिकांना वेद पढू दिले नाहीत, पण स्वतः तरी त्यांचे रक्षण

केले. या नव्या पिढीतील लोकांना वेद, उपनिषदे-पुराणे वगैरे यच्चयावत् संस्कृत ग्रंथ समुद्रात बुडवून टाकावे आणि त्यांचेऐवजी ॲडीसन, पोप मेकॉले, बर्क वगैरे ग्रंथांची पारायणे करावी असे वाटू लागले. वेद वगैरे सगळे थोतांड आहे. संस्कृत भाषा गचाळ आहे, आपली सामाजिक व्यवस्था कुचकामी आहे. धर्म नादान आणि अनावश्यक आहे. मद्यपानाच्या निषेधाचे नियम वगैरे सगळे मूर्खपणाचे आहेत, देव नको, धर्म नको, काही नको. 'मन: पूत समाचारेत्' या वाक्याच्या लौकिकी अर्थाने वागावयाला सापडले म्हणजे त्यातच जीवित साफल्य आहे, अशा प्रकारची नव्या मंडळींची समजूत होती.'[४१]

ख्रिस्ती धर्मातील काही धर्मकथा, उपदेश यांचे संदर्भ देऊन प्रारंभीला भरकटलेल्या, नास्तिक व स्वाभिमानशून्य तरुणांना स्वधर्मातील दोषरहित धार्मिक आचारांचा त्याग करून, हिंदू धर्मालाच नवीन स्वरूप देऊन त्यांना देव, देश, धर्माचा अभिमान निर्माण करण्याचे कार्य प्रार्थना समाजाने केले. हे कार्य मामा परमानंद, डॉ. आत्माराम पांडुरंग, डॉ. भांडारकर, न्या. रानडे यांनी आपल्या हयातभर सतत सुरू ठेवले. जवळ-जवळ ३०-४० वर्षे प्रार्थना मंदिरातून उपदेश देण्याचे कार्य त्यांनी केले. या आचार विचारांचा स्वत:च्या जीवनात समावेश करून ते स्वत: धर्मप्रचारक बनले होते.

प्रार्थना समाजावर प्रत्यक्ष व अप्रत्यक्ष टीका करणाऱ्या लो. टिळकांनीही प्रार्थना समाजाने केलेल्या कार्याची कबुली दिली आहे. ते 'प्रार्थना समाज' या लेखात म्हणतात, 'हिंदू धर्माचा कंटाळा येऊन एकदम ख्रिस्ती धर्मात धाव घेणाऱ्या मध्यन्तरावर काही अंशी हिंदू धर्माच्या बाजूलाच हे एक चर्च आहे व याच्या योगाने आर्यत्वाचे संरक्षण होईल यात संशय नाही.'[४२] अशा प्रकारे ख्रिश्चन धर्माप्रमाणेच परंतु हिंदू धर्मातील एकेश्वरी पंथाचा स्वीकार करून हिंदू धर्माचे प्रार्थना समाजाने संरक्षणच केले आहे असे लो. टिळकांसारख्या लोकमताची बाजू घेणाऱ्या सनातनींनीही मान्य केले.

प्रार्थना समाजाने केलेले कार्य

१. **तत्कालीन तरुणांना केलेले मार्गदर्शन :** पारंपरिक कट्टर सामाजिक धार्मिक वातावरण, पाश्चात्त्य विचार व ख्रिस्ती मिशनऱ्यांनी केलेली हिंदू धर्माची निंदा व ख्रिस्ती धर्माचा केलेला प्रसार यामुळे तत्कालीन तरुणांची अवस्था ।।न हिंदू र्न यवन:।। अशी झाली होती. अशा वैचारिक दृष्ट्या भरकटलेल्या तरुणांना सर्व धर्मांतील उच्च तत्त्वांचा व विशेषत: भागवत धर्मातील तत्त्वांच्या साहाय्याने उपदेश देऊन त्यांना शांत चित्ताने मनन करण्याचे एक कायमस्वरूपी स्थान प्रार्थना समाजाने निर्माण केले. हिंदू धर्मातील तत्कालीन अवडंबराचा त्याग करून एकेश्वरी धर्माची शिकवण समाजाने दिली. अशा तऱ्हेने त्यांनी परराष्ट्रातील ख्रिश्चन धर्मात जाण्यापासून परावृत्त केले.

२. महिलांसाठी केलेले कार्य

१. आर्य महिला समाज : महिलांना पुरुषांबरोबरच धर्म, शिक्षण व समाज यांत बरोबरीचे स्थान आहे असा धर्मप्रवर्तकांनी आपल्या प्रार्थना मंदिरातील व्यासपीठावरून प्रचार केला, त्यामुळेच पंडिता रमाबाई यांनी पुणे येथे शारदासदन विधवा महिलांच्या शिक्षणासाठी स्थापन केले असता न्या. रानडे इ. प्रार्थना समाजाच्या पुढाऱ्यांनी साहाय्य केले.

समाजमंदिराच्या मुख्य शाळेत स्त्रियांच्या सभा भरवून त्यांना शास्त्रीय, सामान्य ज्ञान देण्याची व्यवस्था करण्यात आली. या सभा आठवड्यातून दोन ते तीन वेळा भरत. डॉ. सखाराम अर्जुन हे त्यांना विद्यादानाचे कार्य करीत. याच सभेतून स्त्रिया स्वत: निबंध वाचू लागल्या व वाचलेल्या निबंधावर चर्चाही घेऊ लागल्या. या चर्चा स्त्रियांच्या शिक्षणातील अडचणी, बालविवाह इ. विषयांवर असत. सौ. रमाबाई रानडे, डॉ. भांडारकर यांची कन्या शांताबाई इ. स्त्रियांनी यात विशेष पुढाकार घेतल्याचे दिसते.

याचबरोबर स्त्रियांना नीति, सन्मार्ग व धर्म यांचा बोध व्हावा अशीही व्यवस्था यात केली होती. असा क्रम चालून नंतर ३० नोव्हेंबर, १८८२ मध्ये आर्य महिला समाज मुंबई येथे स्थापन करण्यात आला.

२. बालहत्या प्रतिबंधक गृह : महाराष्ट्रात सामाजिक अनाचारामुळे मोठ्या प्रमाणात बालहत्या होत. याचे संदर्भ लोकहितवादींच्या शतपत्रांमध्ये आढळतात. अशा प्रकारची बालहत्या पुणे, मुंबईसारख्या ठिकाणी तर होतच असे, परंतु पंढरपूरसारख्या तीर्थक्षेत्री हे प्रमाण जास्त होते.

प्रार्थना समाजाचे समर्थक लालशंकर उमिया शंकर या सुधारकाने पंढरपूर येथे बालहत्या प्रतिबंधक गृह स्थापन केले. पुढे या गृहाची व्यवस्था प्रार्थना समाजानेच हाती घेतली, तसेच प्रार्थना समाजाने पंढरपूर येथेच अनाथ स्त्रियांसाठीही आश्रम सुरू केला.

३. अनाथ स्त्रीगृह : पंढरपूर येथेच बालहत्या प्रतिबंधक गृहाबरोबरच अनाथ स्त्रीगृहाची व्यवस्थाही प्रार्थना समाजाने चालविली. आप्तस्वकीयांनी, आई-बाप, बंधू यांनी बहिष्कार टाकलेल्या कित्येक स्त्रियांना पंढरपुरात आणून सोडले जात असे. अशा स्त्रियांची प्रसूती झाल्यानंतर त्यांना जावयास कोठे स्थान नसे. त्या कोठे गेल्यावर उघडपणे दुर्मार्गाला लागण्याचा, त्यांच्या अवस्थेमुळे जास्त संभव असे, म्हणून अशा स्त्रियांच्या व्यवस्थेची शक्य तेवढी खटपट करणे या अनाथ स्त्रीगृहाचे काम होते. ज्यांना लिहिता-वाचता येत

नसेल अशा स्त्रियांना लिहायला, वाचायला शिकविणे, देवाधर्माच्या गोष्टी कानावर पडू देण्याची व्यवस्था करणे- म्हणजे भजन, कीर्तनाची व्यवस्था केली जात असे. अशा प्रकारे निराश्रित झालेल्या स्त्रियांची व्यवस्था करणे हे कार्य प्रार्थना समाजाद्वारे केले गेले.

तसेच बालहत्येच्या गुन्ह्यामध्ये शिक्षा झालेल्या स्त्रियांना सुधारण्यास अवसर द्यावा म्हणून अशा स्त्रियांना आमच्या ताब्यात दिल्यास ह्या दिशेने आम्ही प्रयत्न करण्यास तयार आहोत असे मुंबईच्या प्रार्थना समाजाने कळविल्यावर सरकारने समाजाची ही विनंती मान्य केली. अशा स्त्रियांनाही सन्मार्गाला लावण्याचे कार्य प्रार्थना समाजाने केले.

४. **अनाथ बालकाश्रम : (पंढरपूर)** सन १८७६-७७ साली महाराष्ट्रात भयंकर दुष्कळ पडला होता. या काळात प्रार्थना समाजाने वर्गणी जमा करून दुष्काळाचा जास्त प्रभाव असणाऱ्या सोलापूर, कलादगी जिल्ह्यांमध्ये अन्न व कपडे वाटण्याची व्यवस्था केली.

याच दुष्काळात हजारो लोक मृत पावल्याने त्यांची बालके अनाथ बनली. सरकारने दुष्काळात अन्नसत्रे सुरू केली होती. पंढरपूर येथेही अन्नसत्र उघडले होते. ह्या सत्रात मुलेही पुष्कळ होती. दुष्काळाचा तडाखा कमी होताच सरकारने अन्नसत्रे बंद केली, यामुळे मुले निराश्रित होण्याची वेळ आली. अशा मुलांना सरकार, जो मुले मागेल त्यांना देऊ लागले; अर्थातच या मुलांवर गुलाम होण्याचीच वेळ आली. अशा वेळेस प्रार्थना समाजाचे सभासद रा. ब. लालशंकर उमियाशंकर यांनी पुढाकार घेऊन १८७८ पासून या मुलांच्या राहण्याची व्यवस्था केली. या अनाथ बालकाश्रमाची जबाबदारी पुढेही प्रार्थना समाजानेच सांभाळली. हे या दुष्काळातील लौकिक कार्यच होय.

सत्यशोधक समाज : (स्थापना १८७३)

पार्श्वभूमी : इंग्रज राज्यकर्त्यांच्या प्रवेशाबरोबर पाश्चात्त्य ज्ञान आणि त्यानंतर ख्रिश्चन मिशनरी यांच्या संपर्कात आल्यामुळे भारतीय विचारवंतांनी अंतर्मुख होऊन आपला समाज व धर्मव्यवस्थेचे शुद्धीकरण करण्याचे प्रयत्न हाती घेतले, यामुळे बंगालमध्ये वेदांचे शुद्ध धर्म तत्त्व व त्यावर आधारित समाजसुधारणा यावर भर देऊन धर्म समाजसुधारणेचे यशस्वी प्रयत्न केले गेले. यांचे वलय प्रभावाने मुंबईत १८६७ मध्ये प्रार्थना समाजाची स्थापना झाली. त्यांनीही वेद, उपनिषदे, भागवत धर्म, भगवद्‌गीता यांच्या तत्त्वज्ञानाचा प्रसार करून हिंदू धर्मालाच बळकटी आणण्याचा प्रयत्न केला.

परंतु पुण्यात १८७३ मध्ये जोतीराव गोविंदराव फुले यांनी स्थापन केलेल्या सत्यशोधक समाजाचे ध्येय या समाजांपेक्षा वेगळे होते. महात्मा फुले यांनी आपल्या लेखनाद्वारे व सत्यशोधक समाजाद्वारे स्त्री, शूद्रांवर अन्याय करणाऱ्या हिंदू धर्माविरुद्ध बंड केले. त्यांच्या मते, हिंदू धर्मशास्त्रकारांनी मोठ्या संख्येने असलेल्या महार, मांग व इतर दलित समाजावर अमानवीय असा अत्याचार धर्माच्या नावाने प्रतिपादन केला, म्हणून महात्मा फुलेंनी कोणत्याही हिंदू धर्मग्रंथाला, ग्रंथकाराला, अवतार कल्पनांना, कोणत्याही देवतेला चांगले म्हटले नाही. त्यांच्या मते, ह्या सगळ्या गप्पा हिंदू धर्म ग्रंथकारांनी आपल्या ब्राह्मण जातीचे वर्चस्व इतर शूद्र जातींवर बसावे म्हणून अशा पक्षपात करणाऱ्या धर्मग्रंथांची निर्मिती केली. शूद्र जातींना या हिंदू धर्माने सार्वजनिक ठिकाणी पाणी पिण्यासारखे मानवी अधिकार सुद्धा दिले नाहीत, म्हणूनच त्यांनी त्यांच्या प्रत्येक लिखाणात धर्मग्रंथांचा व धर्मसंस्थापकांचा निषेधच केला. धर्मासंबंधी लबाडी उघड करून शूद्रांना त्यांचा वास्तविक धर्म समजून द्यावा यासाठीच त्यांनी 'सत्यशोधक' समाजाची स्थापना केली. सत्यशोधक समाजाचा हेतू इतर धर्मसुधारकांच्या समाजासारख्या हिंदू धर्मग्रंथांवर आधारित हिंदू धर्माची सुधारणा करण्याचा नसून, ईश्वराविषयी 'सत्य शोधून' शूद्रांना मानवी अधिकार व त्यांचा धर्म समजून देण्याचा होता. असा त्यांचा समाजस्थापनेचा हेतू त्यांनी 'सत्यशोधक समाजाचा पहिला रिपोर्ट' मध्ये नमूद केले आहे.

त्यांच्यावर अमेरिकन बंडखोर विचारवंत टॉमस पेन यांच्या 'मानवाचे हक्क' (Rights of Man) या ग्रंथाचा मोठा प्रभाव होता, यामुळेच त्यांनी आपल्या जीवनाचे ध्येय 'भारतातील शूद्रांना मानवी अधिकारांची प्राप्ती करून देणे हे ठरविले.

त्यांच्या मते, ब्राह्मो समाज व प्रार्थना समाज यांनी शूद्रांसाठी काहीही कार्य केले नाही, म्हणून त्यांचा शूद्रांसाठी काहीही उपयोग नाही. प्रार्थना समाजाविषयी ते 'सत्सार' या अंकात म्हणतात, 'यावरून आपण समाजमंदिरात हमेशा गच्च डोळे झाकून परब्रह्म सनातन ब्रह्माची प्रार्थना करीत असून ते (ब्रह्म) तुम्हास मांगमहारांच्या पूर्वीच्या वास्तविक स्थितीविषयी बोध करून तुमचे डोळे का उघडत नाही?'[४३]

अशा प्रकारे त्यांच्या दृष्टीने शूद्रांचे प्रश्न हाती न घेणाऱ्या, त्यांच्या उन्नतीसाठी कोणतेही प्रयत्न न करणाऱ्या हिंदू धर्म अभिमान्यांवर किंवा इतर धर्म समाजांवर त्यांचा विश्वास नव्हता, म्हणून त्यांनी ईश्वर व व्यवहार, समाज नियम यांची सत्यता बोध करून देणाऱ्या 'सत्यशोधक समाजा'ची स्थापना केली.

सत्यशोधक समाज

महात्मा फुलेंनी त्यांच्या हयातीत धर्मासंबंधी मतलबी लोकांनी चालविलेला कृत्रिमपणा, लबाडी पाहिली, म्हणून धर्मासंबंधी सत्य शोधण्यासाठी व हे सत्य

आचरणात आणण्यासाठी त्यांनी २४ सप्टेंबर, १८७३ मध्ये सत्यशोधक समाजाची स्थापना केली.

पुणे सत्यशोधक समाजाच्या पहिल्या रिपोर्ट (अहवाल)मध्ये या समाजस्थापनेचे कारण स्पष्ट करताना ते म्हणतात, 'ब्राह्मण, भट, जोशी, उपाध्ये इत्यादिक लोकांच्या दास्यत्वापासून शूद्र लोकांस मुक्त करण्याकरिता व आपल्या मतलबी ग्रंथांच्या आधारे आज हजारो वर्षे ते शूद्र लोकांस नीच मानून गफलतीने लुटीत आले आहेत, यास्तव समुपदेश व विद्याद्वारे त्यांस त्यांचे वास्तविक अधिकार समजून देण्याकरिता म्हणजे धर्म व व्यवहारासंबंधी ब्राह्मणांचे बनावट व कार्यसाधक ग्रंथापासून त्यास मुक्त करण्याकरिता काही सुज्ञ शूद्र मंडळींनी हा समाज तारीख २४ सप्टेंबर, १८७३ रोजी स्थापन केला. या समाजात राजकीय विषयावर बोलणे अजिबात वर्ज्य आहे.'[४४]

म. फुलेंचे चरित्रकार पंढरीनाथ सीताराम पाटील समाज स्थापनेसंबंधी लिहितात, 'भिक्षुकशाहीच्या थोतांडी धर्मावर घाव घालून तिच्याशी लढणे काही एकट्याचे काम खास नव्हे असे आजपर्यंतच्या अनुभवावरून जोतीरावांच्या लक्षात आले होते. तेव्हा या कार्याकरिता सुशिक्षित ब्राह्मणेतरांची एक सामुदायिक स्वरूपाची संस्था स्थापन करून तीमार्फत ही चळवळ चालू करणे त्यांना अगत्याचे वाटू लागले.'[४५] त्यांनीच शूद्र तरुणांना २५ वर्षांपूर्वी शिक्षणाची संधी दिल्यामुळे हे सुशिक्षित तरुण त्यांच्या तत्त्वाच्या प्रसारासाठी उपयोगी येतील याची त्यांना खात्री झाली. या समाजाच्या स्थापनेसाठी त्यांनी एक विनंतीपत्र काढून ही पत्रके पुणे, मुंबई व इतर ठिकाणच्या सुशिक्षित मंडळीला आमंत्रणे पाठवीत ही सभा त्यांनी पुणे येथे २४ सप्टेंबर, १८७३ रोजी बोलविली. या सभेला ५०-६० मंडळी आली. जोतीरावांनी धर्म, व्यवहार समाजासंबंधी आपले विचार सांगून सत्यसमाज स्थापन करण्याचा आपला हेतू स्पष्ट केला. सत्यशोधक समाज हा मुख्यत: तीन तत्त्वांवर आधारित होता.

१. ईश्वर एक असून तो सर्वव्यापी, निर्विकार, निर्गुण व सत्यरूप आहे व सर्व मनुष्य प्राणी त्याची प्रिय लेकरे आहेत.
२. ईश्वराची भक्ती करण्याचा प्रत्येक मानवास पूर्ण अधिकार आहे. आईस संतुष्ट करण्यास अगर बापास विनविण्यास जशी त्रयस्थ दलालाची जरुरी नसते, त्याप्रमाणे सर्वसाक्षी परमेश्वराची भक्ती करण्यास भट-दलालाची आवश्यकता नाही.
३. मनुष्य, जातीने श्रेष्ठ ठरत नसून तो गुणाने श्रेष्ठ ठरतो.

महात्मा फुलेंना जरी मुस्लीम व ख्रिश्चन धर्म तत्त्वांविषयी आदर होता, तरीसुद्धा प्रत्येक धर्माने काही हेकटपणाचे तंत्र अवलंबल्यामुळे ते धर्म त्यांना पूर्णपणे स्वीकार

नव्हते, म्हणून त्यांनी सत्यशोधक समाजामार्फत कोणत्याही कर्मकांडाचा अवलंब न करता काही धर्मतत्त्वांचा अवलंब केला.

त्यांनी त्यांच्या सत्यशोधक धर्मतत्त्वांचे सविस्तर स्पष्टीकरण करण्यासाठी १८९० मध्ये लिहिलेल्या सार्वजनिक सत्यधर्म पुस्तकामध्ये 'सत्य' या प्रकरणात 'सत्य वर्तन करणारे कोणास म्हणावे?' या प्रश्नाचे उत्तर देण्यासाठी एकूण ३३ मुद्यांचे स्पष्टीकरण दिले आहे. त्यातील मुख्य तत्त्वे खालीलप्रमाणे :

१. आपल्या सर्वांच्या निर्माणकर्त्याने एकंदर सर्व प्राणिमात्रांस त्यापैकी स्त्री-पुरुष हे उभयता जन्मताच स्वतंत्र व एकंदर सर्व अधिकारांचा उपभोग घेण्यास पात्र केले आहे, असे कबूल करणारे त्यांस सत्य वर्तन करणारे म्हणावेत.
२. स्त्री असो अथवा पुरुष असो, ते आपल्या सर्वांच्या निर्माणकर्त्याने या विस्तीर्ण पोकळीतील निर्माण केलेलया अनंत सूर्यमंडळांसह त्यांचे ग्रहोपग्रहास अथवा एखाद्या विचित्र ताऱ्यास अथवा एखाद्या धातू दगडाच्या मूर्तीस निर्मिकांच्याऐवजी मान देत नसल्यास त्यास सत्य वर्तन करणारे म्हणावेत.
३. आपल्या सर्वांच्या निर्माणकर्त्याने निर्माण केलेल्या एकंदर सर्व वस्तूंचा यच्चयावत प्राणिमात्रांस उपभोग घेऊ न देता निरर्थक निर्मिकास अर्पण करून त्याचे पोकळ नामस्मरण जे करीत नाहीत, त्यास सत्य वर्तन करणारे म्हणावेत.
४. आपणा सर्वांच्या निर्माणकर्त्याने निर्माण केलेल्या एकंदर सर्व प्राणिमात्रांस समस्त वस्तुंचा येथेच्छ उपभोग घेऊन त्यास निर्मिकाचे आभार मानून त्याचा गौरव करू देतात, त्यास सत्यवर्तन करणारे म्हणावेत.
५. विश्वकर्त्याने निर्माण केलेल्या प्राणिमात्रास जे कोणी कोणत्याही प्रकारचा निरर्थक त्रास देत नाहीत, त्यास सत्य वर्तन करणारे म्हणावेत.
६. आपल्या सर्वांच्या निर्मिकाने एकंदर सर्व स्त्री-पुरुषांस, एकंदर सर्व मानवी अधिकारांचे मुख्य धनी केले आहे, त्यातून एखादा मानव अथवा काही मानवांची टोळी एखाद्या व्यक्तीवर जबरी करू शकत नाही व त्याप्रमाणे जबरी न करणारांस, सत्य वर्तन करणारे म्हणावेत.
७. आपल्या सर्वांच्या निर्माणकर्त्याने एकंदर सर्व प्राणिमात्रास निर्माण केले आहे. त्यापैकी हर एक स्त्रीने एका पुरुषास आपला भ्रतार करण्याकरिता वजा करून व तसेच हरएक पुरुषाने एका स्त्रीस मात्र आपली भार्या करण्याकरिता वजा करून, एकंदर जे सर्व स्त्री-पुरुष एकमेकांबरोबर मोठ्या आवडीने बहीण भावंडांप्रमाणे आचरण करतात, त्यास सत्यवर्तन करणारे म्हणावेत.
८. आपल्या सर्वांच्या निर्माणकर्त्याने एकंदर सर्व स्त्रियांस अथवा पुरुषांस एकंदर

सर्व मानवी हक्कांविषयी आपले पाहिजे तसे विचार, आपली पाहिजे तशी मते बोलून दाखविण्यास, लिहिण्यास आणि प्रसिद्ध करण्यास स्वतंत्रता दिली आहे.' परंतु ज्या विचारांपासून व मतांपासून कोणत्याही व्यक्तीचे कोणत्याच तऱ्हेने नुकसान मात्र होऊ नये म्हणून जे खबरदारी ठेवतात, त्यास सत्य वर्तन करणारे म्हणावेत.

९. आपल्या सर्वांच्या निर्माणकर्त्याच्या व्यवस्थेवरून एकंदर जे सर्व स्त्री-पुरुष दुसऱ्याच्या धर्मासंबंधी मतांवरून अथवा राजकीयसंबंधी मतांवरून त्यास कोणत्याही प्रकारचे मानून छळ करत नाहीत, त्यास सत्यवर्तन करणारे म्हणावेत.

अशा प्रकारे सर्व मानवांनी कोणलाही उच्च अथवा नीच न मानता विश्व निर्माणकर्त्याने सर्वांना समान अवयव व स्वतंत्रता दिली आहे, त्यामुळे धर्म, समाज व राजकीय बाबतीत कोणीही बळजबरी न करता समान मानवी अधिकार व स्वातंत्र्य यांचा आदर करणारा व दुसऱ्यांना पीडा न देणारा मानव हा सत्य वर्तन करणारा म्हणावा. अशा प्रकारे त्यांनी 'सत्य' या प्रकरणात मानवाने आपली वर्तणूक निर्माण कर्त्याला स्मरून कशी ठेवावी यासंबंधी आपले विचार प्रकट केले आहेत. वरीलप्रमाणे सत्य वर्तन करणाऱ्यांची अपेक्षा महात्मा फुलेंना आपल्या सत्यशोधक समाजाच्या प्रत्येक सभासदाकडून अपेक्षित असावी हे स्पष्टच आहे.

यासारखेच व्यवहारात नीती नियमास धरून वागणाऱ्या सत्यशोधक सदस्यांची त्यांना अपेक्षा होती. ते म्हणतात की, पुरुषांनी वृद्धापकाळी मातापित्यांचा परामर्श चालविला पाहिजे, तसेच सिंह, लांडगेसारखे हिंस्र प्राणी, ढेकूण यांसारखे कीटक याखेरीज दुसऱ्या मानव प्राण्याची हत्या न करणारे, तसेच आपल्या हितासाठी लबाड न बोलणारे, व्याभिचार न करणारे, चोरी न करणारे अथवा चोरीस मदत न करणारे, द्वेषाने दुसऱ्याच्या घरात आग न लावणारे, न्यायाने राज्य करणाऱ्या राज्यकर्त्यांविरुद्ध बंड न करणारे, धर्मपुस्तक सार्वजनिक न करणाऱ्या बढाईखोरांवर विश्वास न ठेवणारे, पिढीजाद स्वत:ला पवित्र न मानणारे, न्यायाधीश असून पक्षपात न करणारे, सर्व कलाकौशल्ये, शेतीकाम यांचा आदर करणारे, कोणत्याही कष्ट करणाऱ्या धंद्याला कमी न लेखणारे, निरर्थक धार्मिकपणाचा डौल न करणारे व महारोग्यास, पंगू मनुष्यास व पोरक्या मुलांस आपल्या शक्तीनुसार मदत करणारे, सत्य वर्तन करणारे अशा सभासदांची अपेक्षा महात्मा फुलेंनी केली होती. अशा प्रकारे व्यवहारात आचरण ठेवणाऱ्या व सत्यवर्तन करणाऱ्या मनुष्यासच 'सत्यशोधक समाजा'चे असे ते म्हणत असत.

अशा सद्‌वर्तन करणाऱ्या सत्यशोधक समाजाच्या सभासदांकडून वरील तत्त्वांचा

प्रसार सर्व समाजात करून त्यांना अस्पृश्योद्धार, मुली, विधवा स्त्री यांना मानवी हक्क प्राप्त करून देऊन समाजातील या दोन जातींवर स्त्री-शूद्रांवर धर्माने, समाजाने लादलेली गुलामगिरी नष्ट करावयाची होती.

या समाजाचा नित्यक्रम हा असा होता की, समाजाच्या सभासदांनी समाजाचे सत्य व स्तुत्य उपदेश समजून व त्याचा प्रसार करून इतर ठिकाणी शाखा स्थापणे. त्यात कविता, अभंग व दिंड्या याद्वारे उपदेश करणे. दर रविवारी संध्याकाळी ईश्वरोपासना करणे आणि पंधरा दिवसांनी उपयुक्त विषयांवर व्याख्यान देणे. या समाजाचे कार्य म्हणजे शूद्रांचे उन्नतीसाठी, त्यांचे सुधारणेसाठी झटणे. त्यासाठी त्यांच्यावरील ब्राह्मण धर्माचा पगडा दूर करणे व त्यांना शिक्षणासाठी संधी देणे यासाठी अनेक प्रकारे प्रयत्न केल्याचे दिसते.

जसे, हिंदू धर्माप्रमाणे पंडितांकडून लग्न केल्यास शूद्र लोकांना शक्ती नसतानाही केवळ धार्मिक जुलूम म्हणून त्यांचे विवाहातील अनेक विधींमुळे द्रव्य खर्च होत असे. या चालींतून त्यांची मुक्तता व्हावी म्हणून ब्राह्मण न बोलाविता समाज मताप्रमाणे समाजाच्या सभासदांच्या घरातील वैवाहिक कार्य पार पाडण्याचे कार्य समाजाने हाती घेतले होते. यापैकी पहिला विवाह सिताराम जबाजी आल्हाट, राहणार जुनी गंज पेठ, यांचा १८७३ मध्ये पार पाडला. उभय पक्षांना समाजातील ब्राह्मण व स्वजातीय लोकांकडून बराच त्रास सहन करावा लागला, परंतु जोतीराव व सावित्रीबाई यांच्या खंबीर पाठिंब्यामुळे इतर सभासदांनीही त्रास सहन केला.

दुसरा विवाह समाज मताप्रमाणे ग्यानोबा कृष्णाजी ससाणे, राहणार हडपसर यांचा १८७४ मध्ये झाला, परंतु हा विवाह सिद्धीस जाऊ नये म्हणून अनेक अडचणी स्वजातीयांनी उभ्या केल्यामुळे हा विवाह हडपसर येथे न होता तो पुणे येथेच करण्यात आला. अशा प्रकारे कोणतेही खर्चीक, व्यर्थ विधी करून सत्यशोधक समाजाच्या सभासदांनी ब्राह्मणांशिवाय वैवाहिक कार्याला सुरुवात करावी, यासाठी 'सत्यशोधक समाजोक्त विवाह विधी' लिहून त्याच्या हजारो प्रती छापून त्या सभासदांना देऊन व स्वत: पुढाकार घेऊन म. फुलेंनी अशा प्रकारे विवाहाचा पायंडा पाडण्याची सुरुवात केली. विवाहविधी त्यांनी स्पष्टपणे लिहिला आहे. त्यांनी वधू-वरांसाठी लिहिलेल्या मंगलाष्टकांमध्ये सुद्धा सत्याने चालण्याचा निर्धार व अज्ञान्यांना शिकविण्याची शपथ घ्यावी असे सांगितले.

वराने म्हणावयाचे मंगलाष्टक,

'देवाचे नियमांप्रमाणे धरूनी, चाली तुझे कुळ गे।।
सत्याने अवघ्यात श्रेष्ठ असशी, तैसेच हे त्वत्संगे।।

अज्ञान्या समदृष्टीने शिकविशी, तू ज्ञान त्या दाविशी ।।
प्रीतीने वरितो तुला आज तुझी, ऐकून कीर्ति अशी ।।'' [४६]

महात्मा फुलेंनी स्वरचित विवाह मंगलाष्टकांमध्ये देखील शूद्र व स्त्री यांच्या अधिकारासाठी झटण्याची शपथ घेण्यास सांगितली आहे. यावरून वधूवराने आपल्या जीवनाची सुरुवात करतानाच निर्मिकाचे भय मनी बाळगून एकपत्नीवचनी राहून स्त्री व शूद्र यांच्या उन्नतीसाठी शपथ घेण्याचे रचवून आपली त्यासंबंधीची कळकळ व्यक्त केलेली दिसते.

विवाहातील पूजाविधीत सर्व पृथ्वीवरील वस्तुंच्या निर्माणकर्त्याला नमन करण्याचा उपदेश त्यांनी वधूवरांना दिला आहे. 'आकाश निर्माण कर्ते नमः, तेज निर्माण कर्ते नमः, वायु निर्माण कर्ते नमः उदक निर्माण कर्ते नमः, पृथ्वी निर्माण कर्ते नमः, सूर्य निर्माण कर्ते नमः, चंद्र निर्माण कर्ते नमः, तारांगण निर्माण कर्ते नमः, मयूर निर्माण कर्ते नमः, मर्कट निर्माण कर्ते नमः...'[४७] याच प्रकारे त्यांनी वास्तुशांती, दशपिंड यांच्यासाठी स्वरचित सत्यसमाजोक्त गृहप्रवेश व उत्तरक्रिया विधी लिहिले आहेत.

त्यांनी लिहिलेल्या 'आरती'त 'सत्य' वर्तन करून उत्पन्नकर्त्याला शोधू अशी आशा बाळगली. त्यात त्यांनी असेही लिहिले आहे की, आता खोट्या धर्माला विटलो असून, त्यामुळे आता खोट्या धर्माला सोडून सत्याची कास धरण्याची प्रार्थना केली आहे. या आरतीत ते म्हणतात, 'शूद्र जन सेवून, आर्पी ईश्वराला भंड मत खोडूनी, जोती नमे ईशाला'[४८]

या सर्व पूजा विधींची समाप्ती करताना ते लिहितात की, सत्यशोधक समाजाकडून अशा प्रकारचे विवाह व इतर धार्मिक कार्य कोणत्याही जातीतील मनुष्यास पार पाडता येतील, कारण हे विधी पूर्वी लिहिलेल्या संस्कृत भाषेत कोणाला समजतही नसत, म्हणून ते प्राकृत व सोप्या भाषेत लिहिले आहेत. त्यामुळेच ते महाराष्ट्रातील कोणत्याही जातीतील लोकांस मोठे उपयुक्त आहेत. तरी सर्वांनी त्याचा लाभ घ्यावा. 'हल्ली धर्मविधी करताना नामधारी ब्राह्मण जे मंत्र किंवा मंगलाष्टके म्हणतात, त्याचा संबंध प्रस्तुतचे विवाहास किंवा वेळासही नसून त्या मंगलाष्टकांचा व मंत्रांचा काय अर्थ हेही आमचे लोकांस समजत नसल्यामुळे केवळ आंधळ्यांचे व बहिऱ्यांचे बाजाराप्रमाणे होत आहे, म्हणून सत्यशोधक समाजाकडून विवाह व इतर कार्यासंबंधाचे धर्मविधी चालविण्यास कोणासही अडचण पडू नये, म्हणून ते प्राकृत आणि सोपे असे तयार केले आहेत, यास्तव याचा लाभ सर्वांनी घ्यावा अशी आमची विनंतीपूर्वक सूचना आहे.'[४९]

अशा प्रकारे जोतीबांनी विवाहविधी, गृहपूजा, उत्तरक्रियासंबंधी विधी इ. प्राकृत भाषेत लिहून सर्वांना समजतील व वधूवराने घेतलेल्या शपथा या प्रत्यक्षात

आचरणात आणतील अशा लिहिल्या. या शपथांमध्ये गोरगरिबांना शिक्षण देण्याची शपथ त्यांनी घ्यावयास लावली, तसेच उत्तर क्रियेसंबंधीच्या दशपिंड विधीत दान देण्यास सांगितले आणि हे दान, गोरगरीब मुलामुलींस विद्या दान देण्याकरिता जमविलेल्या सत्यशोधक समाज फंडास देण्यास सांगितले. अशा प्रकारे सत्यशोधक समाजकृत पूजाविधी त्यांनी चालवून निरर्थक व खर्चीक धार्मिक रूढींना आळा घालण्याचा प्रयत्न करून तो पैसा शूद्र व स्त्रियांच्या उन्नतीसाठी वापरण्यावर भर देण्याचे समाजाला सुचविले व प्रत्यक्षात आणले, तसेच पुनर्विवाह देखील समाजामार्फत केल्याचा उल्लेख समाजाच्या अहवालात केला आहे, तसेच गोरगरीब मुलींना शिक्षणाला प्रोत्साहन देण्यासाठी चोळीचे खण यांसारखे बक्षीस देण्याचे उपक्रम समाजामार्फत चालविले.

सत्यशोधक समाजाने धार्मिक व्रत-वैकल्यासारख्या चालीरूढी बंद केल्या. जसे उपोषण हरतालिकेचे घेणे, गणेश चतुर्थीप्रीत्यर्थ उत्सव, भाद्रपद वद्य पक्षामध्ये तीप्रीत्यर्थ ब्राह्मणास शिधा देऊन पाठपूजन करून अंगुलांचे तीर्थ उद्धार होण्याकरिता घेणे इ. चाली आपल्या समाजातील सभासदांनी व त्यांच्या कुटुंबांनी बंद केल्या. काही श्रीमंत सभासद, समाजाचे सभासद होणेपूर्वी भाद्रपद महिन्यात गणेश चतुर्थीच्या किंवा कोणत्याही सणावारांना ब्राह्मण भोजन व दक्षिणा देत असत, परंतु हा खर्च हे सभासद झाल्यापासून बंद करून सर्व जातींचे पंगू, अंध व लुळे अशा हजारो लोकांना भोजन देण्याकडे व स्त्री व पुरुषांस वस्त्रे देण्याकडे खर्च करू लागले, त्याचप्रमाणे काही सभासद आपला पैसा समाजातील सभासदांची जी मुले मॅट्रिक्युलेशन परीक्षेत पास होतील त्यास सोन्याचे पदक अथवा बक्षीस देण्यात खर्च करू लागले. (तसेच काही मुंबईकर सभासद म. फुलेंची व्याख्याने समाज कार्यासाठी मुंबईत आयोजित करीत.) गरीब मुलांच्या शिक्षणासाठी काही श्रीमंत सदस्यांनी दरमहा शिष्यवृत्ती सुरू केल्या.

हरि रावजी चिपळूणकर हे सद्गृहस्थ ब्राह्मण असून पुण्यातील सर्वात श्रीमंत गृहस्थ होते. ते जोतीबांचे मित्र असून समाजाचे सभासद नसताना देखील समाजाचे स्तुत्य हेतू समजून ते गरीब विद्यार्थ्यांना समाजामार्फत सुरू केलेल्या उपक्रमाद्वारे शिष्यवृत्ती देत असत. गरीब विद्यार्थ्यांना शिक्षणाची संधी मिळून त्यांची प्रगती व्हावी यासाठी समाजाने विशेष लक्ष पुरविल्याचे सत्यशोधक समाजाच्या अहवालावरून समजते. समाज या विद्यार्थ्यांसाठी आपल्या सभासदांकडून तसेच बडोदे संस्थानचे सयाजीराव महाराज, तसेच गर्भश्रीमंत हरि रावजी चिपळूणकर यांसारख्या सद्गृहस्थांकडून वर्गणी गोळा करून विद्यार्थ्यांसाठी शिष्यवृत्त्या, कपडे, खाऊ, सुवर्णपदके इ. देणेचे उपक्रम राबवीत असत. 'विद्येचा लाभ सर्व लोकांस सारखा व्हावा म्हणून आपल्यापैकी गरीबगुरीब मुलांचे आईबापास फी देण्याचे सामर्थ्य नसल्यामुळे मुलांस शाळेत पाठवीत

नाहीत, याजकरिता त्या कामी दरमहा पाच रुपये खर्च करावे, असा समाजाने ठराव केला आहे.' या मुलांना केवळ शिष्यवृत्त्या देऊन थांबत नसत, तर दिलेल्या शिष्यवृत्तीद्वारे विद्यार्थ्यांची प्रगती कशी होत आहे याचा वेळोवेळी आढावा घेत असत. सदर विद्यार्थ्यास वर्तणुकीचा दाखला व अभ्यासाचा दाखला आपल्या शिक्षकाकडून आणला पाहिजे असाही ठराव त्यांच्या व्यवस्थापन समितीने केलेला असे. त्याच प्रकारे समाजाद्वारे समिती नेमून सदर विद्यार्थ्यांची परीक्षाही घेतली जात असे, तसेच शूद्र लोकांत विद्येची अभिरुची नसल्यामुळे व ती उत्पन्न व्हावी म्हणून त्यांच्या मुलांनी वाईट मुलांची संगत धरून रस्त्यात तमाशा वगैरे बघण्यात खेळण्यात आपला वेळ घालवू नये. त्यांनी वेळेत शाळेत व शाळा सुटल्यावर घरी पोहोचवावे म्हणून समाजात दरमहा पाच रुपये वेतनावर एक पट्टेवाला नोकरीवर ठेवला होता. शूद्रांच्या गरीब मुलांना फुकट शिक्षण मिळावे, म्हणून इंजिनिअरींग महाविद्यालय व प्राचार्यांना समाजाने अर्ज करून काही मुलांना कोणतीही फी न घेता प्रवेश मिळवून दिला. तसेच डायरेक्टर ऑफ पब्लिक इन्स्ट्रक्शन यांना गरीब लोकांची शेकडा पाच मुले फुकट घेण्याचा अर्ज केला व त्याचा विचार घेऊन डायरेक्टरांनी तसा हुकूम सर्व शाळा खात्यातील अधिकाऱ्यांस दिला. अशा प्रकारे आधुनिक काळात शूद्रांच्या मुलांना देण्यात आलेल्या आरक्षणाचा पाया सत्यशोधक समाजाने पाडल्याचे दिसते.

भाषण करण्यास तसेच या विद्यार्थ्यांनी व्यवहारात उपयोगी येणाऱ्या शिक्षणावर भर द्यावा म्हणून त्यांना विविध विषयांवर निबंध लिहिण्यास प्रोत्साहन देण्यात येत असे. यासाठी विलायतेतील व हिंदुस्थानातील शेतकीमधील फरक कोणता, हिंदुस्थानातील शेती उत्तम प्रकारे व्हावी म्हणून कोणकोणते उपाय योजले गेले पाहिजेत, जातिभेदांपासून व्यावहारिक नफे किंवा तोटे कोणते, मूर्तिपूजेपासून नफे व तोटे, तसेच दुष्काळ पडल्यास शूद्र लोकच प्रथम उपाशी पडून मृत्युमुखी पडतात. याची कारणे व त्यावर उपाय तसेच महाराणी व्हिक्टोरिया हिंदुस्थानात आली तर आपले महार, मांग, शूद्र बांधव तिच्या पुढे हिंदू धर्मासंबंधी कोणती तक्रार करतील या प्रकारचे विषय निबंध व वक्तृत्व स्पर्धा समाज आयोजित करत असे. पुणे सत्यशोधक समाजामार्फत आयोजित निबंध स्पर्धेचा विषय हिंदू धर्मात राहिल्यामुळे कोणत्या सामाजिक जुलमाला सामोरे जावे लागले याचे निवेदन महाराणीपुढे मांग, महार, शूद्र बांधव करीत आहे, असा दिला होता. 'आपले लोक हिंदू धर्मात राहिल्यामुळे, त्यास पूर्वी ब्राह्मण व शूद्र राज्यात कोणकोणते जुलूम, अडचणी व दुःखे सोसावी लागली व हल्ली सोसावी लागतात व पुढे त्याच धर्मात राहिल्यापासून त्यास कोणकोणती दुःखे सोसावी लागतील याविषयी कच्ची हकिकत ते राणी सरकारास कळवीत आहेत.''[५०]

अशा प्रकारे शूद्रांच्या उन्नतीशी निगडित विषयांवर निबंध व वक्तृत्त्व स्पर्धा आयोजित करून पहिले, दुसरे, तिसरे इ. चे बक्षीस जाहीर करून त्यांना अभ्यासास प्रवृत्त करण्याचे काम समाज कसोशीने करीत असे. शेती, गुरे चारणे इ. सारखे दिवसा काम करणाऱ्या अज्ञानी लोकांसाठी समाजामार्फत रात्रशाळा चालविण्याचाही प्रयत्न केला. जलप्रलयासारख्या नैसर्गिक आपत्तीत दुःखी, पीडितांना साहाय्य करण्यासाठी वर्गणी गोळा करून रिलीफ फंडात पुणे, मुंबई येथील सत्यशोधक समाज यांनी काम केले. ब्राह्मणांशिवाय लग्न लावणे कायदेशीर आहे काय? असे पत्राद्वारे समाजाच्या अध्यक्षांनी विचारल्यावरून ते कायदेशीर असल्याचे विचारांती हाय कोर्टातील सदस्यांना कळविले.

अशा प्रकारे शूद्र बांधवांची मानसिक, सामाजिक व धार्मिक गुलामगिरीतून सुटका करण्यासाठी, स्त्रियांना समान अधिकार देण्यासाठी समाजाने शिक्षण घेण्यास प्रोत्साहन देऊन भरीव कार्य केले. म. फुलेंचे चरित्रकार सत्यशोधक समाजाविषयी लिहितात, 'मनुष्य म्हटल्याबरोबर उच्चार न करताही जसा त्याचा हात पायादि अवयवांचा आपोआप बोध होतो, त्याचप्रमाणे सत्यशोधक समाज म्हटला म्हणजे तेथे गुलामगिरीचा नायनाट, शिक्षणाची चळवळ, स्त्री शिक्षणाचा प्रसार, अस्पृश्योद्धार, सधवा-विधवा स्त्री जातीच्या मानवी हक्कांचा पुरस्कार, दीन अर्भकावर व आंधळ्या-पांगळ्यावर भूतदया, सत्याचरण, ईश्वरभक्ती व सत्यनिष्ठा या गोष्टींचा आपोआप बोध होतो. म. फुलेंनी स्थापन केलेल्या सत्यशोधक समाजाची हीच तत्त्वे आहेत.'[५१]

समाजाच्या पुढाऱ्यांनी प्रार्थना समाजाच्या सदस्यांबरोबर आर्य समाजाचे संस्थापक स्वामी दयानंद सरस्वती यांचे स्वागत केले. स्वामीजी पुण्यात एक दीड महिना होते. त्यांनी त्यांच्या मताप्रमाणे भिक्षुकशाहीवर, समाजातील उच्चनीचतेवर प्रहार केला, त्यामुळे शहरातील धर्माभिमानी म्हणविणाऱ्या पुढाऱ्यांकडून स्वामींना विरोध होऊ लागला. अशा वेळी सत्यशोधक समाजाच्या पुढाऱ्यांनी त्यांना पाठिंबा दिला. स्वामीजींची पुण्यातून मिरवणूक काढतेवेळी दंगेखोरांनी दंगा करण्याचा प्रयत्न केला, परंतु सत्यशोधक मंडळीने या लोकांचा प्रतिकार केला व त्यांच्या मदतीने स्वामीजींची मिरवणूक पार पडली. अशा प्रकारे सत्यशोधक समाजाच्या व प्रार्थना समाजाच्या सुधारक मंडळींनी स्वामीजींना मोठ्या थाटाने पुण्यातून रवाना केले. अशा प्रकारे जातिभेदाविरुद्ध मोहीम उघडलेल्या सर्व कर्त्यांना, कार्यकर्त्यांना सत्यशोधक समाजाने सहकार्य व प्रोत्साहन दिले.

सत्यशोधक समाज दरवर्षी आपला वार्षिक महोत्सव साजरा करीत असे. या उत्सवात महात्मा फुलेंचे व इतर सुधारणावादी पुढाऱ्यांची व्याख्याने आयोजित करणे, समाजाच्या झेंड्याची मिरवणूक शहरातून काढणे व वार्षिक कार्यक्रमांचा आढावा घेणे इ. कार्यक्रम होत. प्रार्थना समाजाचे सभासद न्यायमूर्ती रानडे हे जोतीबांचे मित्र असून

समाजाच्या वार्षिक महोत्सवांना हजर राहात असत. अशाच एका उत्सवाची माहिती पं. पाटील यांनी दिली आहे. यानुसार सत्यशोधक समाजाच्या झेंड्याची मिरवणूक काढावी असा विचार सत्यशोधक समाजाच्या अनुयायांनी म. फुलेंपुढे व्यक्त केला. यानुसार ६ एप्रिल, १८८५ मध्ये गुढीपाडव्याच्या दिवशी पुणे शहरात मोठ्या थाटाने या झेंड्याची मिरवणूक काढली होती. यात मांगाचे डफ, महाराजांचा बाजा, ताशेवाले, बँडबाजा इतका मोठा बाजा या झेंड्यापुढे चालला होता. ब्राह्मणेतर पुढाऱ्यांबरोबर, सर्वांगीण सुधारणेचे प्रणेते व प्रार्थना समाजाचे सभासद न्या. रानडे हेही या मिरवणुकीत सामील असल्याचे पं. पाटील यांनी पुढीलप्रमाणे सांगितले आहे. 'झेंड्याच्या पाठीमागे सुमारे तीनशे ब्राह्मणेतर पायी चालले होते. म. फुले यांचेबरोबर रावबहादूर महादेव गोविंद रानडे हे चालत होते. त्याशिवाय या मिरवणुकीत रा. कृष्णराव भालेकर, रा. लक्ष्मणराव घोरपडे (शाईवाले), डॉ. श. ब. गोवंडे, रा. रामय्या व्यंकय्या अय्यावरू व इतर प्रमुख ब्राह्मणेतर पुढारीही होते. डॉ. गोवंडे यांचे घराजवळ झेंड्यापुढे रा. रामैय्या व्यंकय्या अय्यावरू, रा. कृष्णराव पांडुरंग भालेकर, रा. ब. रानडे व महात्मा फुले यांची सुमारे दोन-तीन तास फारच उत्कृष्ट व्याख्याने झाली. दारूपासून अनर्थ, ब्राह्मणी गुलामगिरीपासून मनुष्याचा होणारा अपमान, समाजातील हानिकारक रूढी, सत्यशोधक समाजाचे व विद्येचे महत्त्व वगैरे विषय लोकांना फारच उत्कृष्ट प्रकारे समजावून सांगण्यात आले. शेवटी पानसुपारी घेऊन हा झेंड्याचा समारंभ खलास झाला.'[५२]

अशा प्रकारे त्यांचे स्त्री शूद्रांच्या उद्धाराचे शुद्ध हेतू ओळखून हरि रावजी चिपळूणकर, डॉ. सदाशिवराव गोवंडे, न्या. रानडे इ. ब्राह्मण पुढारी व सुधारक हे सत्यशोधक समाजाचे सभासद नसतानाही म. फुलेंच्या कार्याला त्यांनी आपला पाठिंबा दिला.

महात्मा फुलेंचा उद्देश हा ईश्वर व त्याचे स्वरूप, आपले व समाजाचे कर्तव्य इ. विषयी शूद्रांमध्ये जागृती करणे हा होता. त्यांचेविषयी प्रबोधन करण्यासाठी सत्यशोधक समाजाची स्थापना केली. ईश्वराला आठवून, सत्य वर्तन करून न्यायाने, सर्वांना समान लेखून पृथ्वीवरील सर्व वस्तुंचा उपभोग घ्यावा असा संदेश या समाजाद्वारे त्यांनी दिला, तसेच सत्यशोधक समाजाद्वारे त्यांनी शूद्र अतिशूद्रांना शिक्षणासाठी प्रोत्साहन देऊन त्यांची सर्व प्रकारे उन्नती करण्याचा यशस्वी प्रयत्न केला. त्यांच्यापासून प्रेरणा घेऊनच दलित उद्धाराची चळवळ उदय पावून आधुनिक काळात समान अधिकार त्यांना प्राप्त झाले.

आर्य समाज (स्थापना १८७५)

१९ व्या शतकात प्रचलित असलेल्या नीतिभ्रष्ट धार्मिक प्रथांमुळे मुळात चार

वेद संहितांवर आधारित असलेल्या हिंदू धर्माचे स्वरूप कलुषित होऊन राष्ट्राच्या अवनतीस कारणीभूत झालेल्या हिंदू धर्माचे स्वामी दयानंद सरस्वती या धर्मसुधारकाने तीव्र शब्दांत खंडन केले.

मुंबईमध्ये सर्वप्रथम आर्य समाज स्थापन करण्याची पार्श्वभूमी

स्वामी दयानंद सरस्वती मूर्तिपूजा व इतर धार्मिक अवडंबरांच्याविरुद्ध देशातील सनातनी पंडितांशी वादविवाद करून वेदमत प्रचलित करीत होते. त्यांना त्याविषयी तीव्र विरोधही सहन करावा लागत होता, तथापि तत्कालीन ढोंगी धर्मपंथ, धार्मिक आचार–विचार यांचा निषेध करून व त्यांना पूर्णपणे मोडीत काढून वेदमत प्रस्थापित करणे हे त्यांनी आपल्या जीवनाचे ध्येय बाळगले होते.

त्यांची याविषयीची कीर्ती मुंबईतील गुजराथी व मराठी सुधारकांपर्यंत पोहोचली होती. त्यांनीही स्वामीजींना मुंबईत आमंत्रित करून येथील ढोंगी वल्लभ आर्यांच्या 'पुष्टीमार्गा'चा कायमचा बीमोड करावयाचे ठरविले.

या वल्लभाचार्यांच्या पुष्टीमार्गासंबंधी हकिकत थोडक्यात अशी होती– मुळात गुजराथमध्ये हा पंथ प्रचलित होता, परंतु गुजराथमधील लोक व्यापार व उद्योगानिमित्त मुंबईतही होते. विशेषत: भाटीया समाजावर श्रीमंत आणि संपन्न असल्यामुळे त्यांच्या दोषांवर कोणी बोट ठेवण्यास धजावत नव्हते. वास्तविक वल्लभ आचार्यांचा पंथ म्हणजे धर्माच्या नावाने थोतांड व व्यभिचाराचा अड्डा होता. या पंथाचे आचार्य स्वत:ला कृष्णाचा अवतार समजत व आपल्या अनुयायांच्या स्त्री परिवाराला गोपिका समजत. स्वामी दयानंदांनी आपल्या 'सत्यार्थप्रकाश' या ग्रंथात वल्लभआचार्यांचा नीतिभ्रष्टपणा इत्थंभूत वर्णन केला आहे. ते यात म्हणतात की, गोसाईजींना म्हणजे या आचार्यांना त्यांच्या अनुयायांना सर्वकाही समर्पित करावे लागते. असे सर्व समर्पण केले, तरच त्यांच्या जिवाच्या साऱ्या दोषाची निवृत्ती होते, तसेच त्यांच्या ग्रंथात असेही लिहिले आहे की, सर्वकाही आपल्या पंथांच्या गोसाईजींनाच अर्पण करावे व इतर पंथांच्या लोकांना काही देऊ नये. 'इतर कोणत्याही प्रकारच्या दोषांची निवृत्ती गोसावी पंथाखेरीज होऊ शकत नाही, म्हणून कोणताही पदार्थ गोसावी बुवांना अर्पण केल्याखेरीज त्यांच्या चेल्यांनी त्याचा उपभोग घेऊ नये. यासाठी हे चेले आपली पत्नी, मुलगी, सून, धनादी पदार्थ गोसाईजींना अर्पण करतात. या समर्पणाचा असा नियम आहे की, जोपर्यंत आपली पत्नी गोसाईजींच्या चरणसेवेत समर्पित होत नाही, तोपर्यंत तिच्या पतीने तिला स्पर्श करू नये.'[५३] स्वामी दयानंदांनी वर्णन केल्याप्रमाणे या पंथाच्या शिष्यांचा हा व्यवहार प्रसिद्ध होता. तत्कालीन धार्मिक समजल्या जाणाऱ्या सर्व ढोंगी पंथांवर स्वामीजींनी टीकेचे शस्त्र उगारले होते.

स्वामीजींना आमंत्रित करण्यापूर्वी या समाजातील सुधारक मूळजी यांनी १८६२ मध्ये मुंबईमधील एका गुजराथी समाचार पत्रामध्ये या आचार्यांच्या भ्रष्ट आचरणावर लेख लिहून या पंथाची भोंदूगिरी उघड केली होती, यामुळे पैशाचा कोठलाही अभाव नसलेल्या या संप्रदायाच्या आचार्याने न्यायालयात या सुधारकांविरुद्ध व समाचार पगाराविरुद्ध मानहानीचा दावा दाखल केला. त्या आचायर्याने न्यायालयात आमच्या पंथाला वेदांचा, पुराण आणि धर्मशास्त्रांचा आधार आहे असे सांगितले होते, परंतु न्यायालयात त्यांना त्यांचा हा दावा सिद्ध करता आला नाही. सरकारच्या वतीने अनेक प्रतिष्ठित लोकांचे साक्षी-पुरावे घेण्यात आले. यात शेवटी मानहानीचा दावा फेटाळला जाऊन 'सत्यप्रकाश' या समाचारपत्राचा व गुजराथी सुधारकांचा विजय झाला होता. या खटल्याविषयी आर्य समाज स्मृती ग्रंथात पुढीलप्रमाणे उद्गार काढले आहेत. 'या खटल्यात गोसावी आचार्यांचा पूर्णपणे पराभव झाला होता, यामुळे धर्माच्या नावाने चालणाऱ्या व्यभिचारामुळे असा भ्रष्ट धर्माविरुद्ध हिंदू जनतेमध्ये विद्रोह निर्माण झाला होता, यामुळे धर्मसुधारणेची पार्श्वभूमी तयार झाली होती. अशा वेळेस स्वामी दयानंदांचा उदय झाला होता.'[५४]

गुजराथी समाजातील सुधारक जीवनराम व्यास, लक्ष्मीदास खीमजी, धरमजी खीमजी या सुधारकांनी या संप्रदायाच्या कामाचा येथून बीमोड व्हावा व शुद्ध धर्माचे ज्ञान व्हावे या हेतूने स्वामीजींना आमंत्रित केले होते, तसेच या संप्रदायासंबंधीच्या या मानहानीच्या खटल्यामुळे धर्माच्या नावाने चालणारा दुराचार उघडकीस आला होता, त्यामुळे मुंबईस्थित ख्रिश्चन मिशनऱ्यांना आपल्या धर्माचा प्रसार व हिंदू धर्माची निंदा करण्याचे आयतेच भांडवल सापडले होते. या मिशनऱ्यांनाही विरोध करणे आवश्यक बनले होते.

वरील अनेक कारणांप्रमाणे मुंबई महानगराचे विशेष महत्त्व होते. मुंबई हे देशाचे आर्थिक, सांस्कृतिक, सामाजिक, तसेच धार्मिक चळवळीचे केंद्र व मिशनऱ्यांचेही केंद्र होते. पाश्चात्त्य शिक्षण, समाज व विचारांच्या संपर्कात आल्यामुळे येथे सुधारणेची पार्श्वभूमी तयार होती.

या पार्श्वभूमीवर स्वामी दयानंदांचे १८७४ मध्ये मुंबई येथे आगमन झाले. स्वामीजींच्या वर्तमानपत्रामध्ये सुधारकांनी केली.

स्वामीजींच्या सार्वजनिक व्याख्यानांची नियमित व्यवस्था धोबी तलावाजवळ फामजी कावसजी इन्स्टिट्यूट सभागृहात केली गेली. यात होणाऱ्या स्वामीजींच्या प्रवचनांचा गुजराथी समाजावर गंभीर प्रभाव पडला.

तसेच स्वामीजी वास्तव्यास असलेल्या गोशालेपासून जवळच असणाऱ्या प्रार्थना

समाजाच्या प्रवर्तकांवरही प्रभाव पडला. अशा प्रकारे धर्मचर्चा, व्याख्याने, लिखित कार्य करून झाल्यावर प्रार्थना समाजाचे अनुयायी व इतर गुजराथी सुधारकांनी त्यांना त्यांच्या वेद प्रसाराच्या कार्यासाठी एक संघटन असावे अशी शिफारस केली. दादोबा पांडुरंग तर्खडकर, लोकहितवादी न्या. रानडे, डॉ. रा. गो. भांडारकर, विष्णूशास्त्री पंडित या तत्कालीन सुधारकांवर त्यांच्या व्याख्यानांचा प्रभाव पडला. त्यांनीही त्यांच्याशी धर्म चर्चा केली, कारण स्वामीजींचे कार्य फक्त वेदोक्त धर्मप्रसाराचेच नसून त्या आधारावर समाज सुधारणेचा हेतू होता, यामुळेच महाराष्ट्रातील सुधारकांना ज्या समाज सुधारणा अपेक्षित होत्या व त्या सुधारणा व्हाव्यात यासाठी सुधारकांचे दीर्घ प्रयत्न चालू होते. त्याच सुधारणांचे प्रतिपादन स्वामीजी करीत होते, म्हणून आर्य समाजाची स्थापना करण्यामागे महाराष्ट्रातील या सुधारकांची प्रेरणा विशेष कारणीभूत ठरली असे आपणास म्हणता येईल. यावेळी सुधारकांच्याविरुद्ध सनातनी वर्गाचे प्रतिनिधित्व करणाऱ्या विष्णूशास्त्री चिपळूणकर यांनी यासंबंधी टीका केली की, प्रार्थना समाजाने आपल्या कार्यासाठी आर्य समाजाची स्थापना करण्यास स्वामीजींना उद्युक्त केले.

स्वामीजी वेदविरुद्ध मूर्तिपूजेचे तीव्र खंडन करीत, तसेच प्रार्थना समाज ही मूर्तिपूजा निषेध मानून एकेश्वर या तत्त्वाचे प्रतिपादन करीत. यामुळेच स्वामीजींना प्रार्थना समाजाच्या सभासदांनी प्रोत्साहन दिले असे चिपळूणकरांचे मत होते. 'मिशनरी लोक व त्यांच्याच मतांचे थोडेसे रूपांतर करून देशास नवा धर्म देऊ पाहणारे आमचे पंडित हे आज वर्षानुवर्षे करीत आले, पण त्यांचा इतक्या दिवसांच्या उपदेशाने, इतक्या व्याख्यानांनी, इतक्या मासिक पुस्तकांनी व इतक्या ग्रंथांनी तेहतीस कोटीतील एकही देव कमी झाला नाही किंवा एकही मूर्ति भंगली नाही! तेव्हा अशा संधीस प्रस्तुत परमहंसाचा जो उदय झाला तो त्यास किती अभिनंदनीय होय हे सर्वास सहज समजेल!'[५५] अशा प्रकारे प्रार्थना समाजाच्या प्रवर्तकांची विशेष प्रेरणा स्वामीजींना आर्य समाज स्थापनेसाठी मिळाली असे दिसून येते.

आर्य समाज स्थापण्याची पार्श्वभूमी सर्वप्रथम मुंबईत तयार झाली, तसेच स्वामी दयानंदांसमोर कलकत्त्यातील ब्राह्मो समाज व मुंबईतील प्रार्थना समाज डोळ्यासमोर होतेच. त्यांचे गुण व अवगुण त्यांनी अवलोकन केले होते, त्यामुळे त्यांनी आपण स्थापन केलेल्या समाजात कोणताही अवगुण निर्माण होऊ नये किंवा एखाद्या नवीन धर्मपंथाचे स्वरूप त्याला प्राप्त होऊ नये असे त्यांना वाटत होते, कारण त्यांना प्राचीन वेदोक्त धर्माचे पुनरुज्जीवन फक्त करावयाचे होते. त्यांना कुठलेही धार्मिक विचार वेदांव्यतिरिक्त प्रसारित करावयाचे नव्हते, यामुळे त्यांना ज्यावेळेस त्यांच्या विचारांनी प्रभावित झालेल्या अनुयायांनी समाज स्थापन करण्याची आवश्यकता प्रतिपादन केली

त्यावेळेस त्यांनी उत्तर दिले की, 'माझे कोणतेही स्वतंत्र मत नाही. मी फक्त वेदांनी सांगितलेल्या ज्ञानाचाच प्रचार करतो आणि माझे ध्येय फक्त भारतात जेवढे पंथभेद आहेत ते सर्व मिटून फक्त वेद धर्मांचे पालन करून सर्व भारतीयांची एकी होऊन आपोआपच वेदोक्त धर्म, समाज व व्यावहारिक सुधारणा होतील.'[५६] वरील विचारांवरून स्वामींच्या आर्य समाजस्थापनेचे उद्देश व विचार समजून येतात.

अशा प्रकारे 'आर्यसमाजा'चेही उद्दिष्ट ठरल्यावर आर्य समाजस्थापनेचा विचार दृढ झाला. यानुसार स्वत: स्वामी दयानंद, दादोबा पांडुरंग तर्खडकर, पानाचंद आनन्दजी पारेख, श्री सेवकलाल कृष्णदास या सर्वांची एक समिती या समाजाची घटना आणि संघटना तयार करण्यासाठी बनविण्यात आली. मुंबई उच्च न्यायालयातील प्रसिद्ध वकील गिरधरलाल दयालदास कोठारी यांना ते नियम दाखवून त्यांच्याकडून ते सुव्यवस्थित करवूनही घेण्यात आले होते. समाज स्थापण्यापूर्वीची व्यवस्था होत असतानाच स्वामी दयानंद यांना लोकहितवादी गोपाळराव हरि देशमुख यांच्या विनंतीवरून अहमदाबाद, गुजराथ येथे जावे लागले. लोकहितवादी हे अहमदाबाद येथे न्यायाधीश होते, तसेच अहमदाबाद येथील प्रार्थना समाजाचे संस्थापक रावसाहेब महिपत रामरूपराय आणि श्री भोलानाथ साराभाई यांनीही तेथे स्वामींना व्याख्यान देण्याची प्रार्थना केली, यामुळे स्वामी दयानंदांनी समाज स्थापनेविषयी चर्चा केल्यानंतर जवळजवळ दोन-तीन महिने ते गुजरातमध्ये धर्मकार्य करीत होते.

मुंबईत मात्र त्यांच्या अनुपस्थितीत ज्या सद्‌गृहस्थांनी भावी आर्य समाज निर्माण करून त्याचे सभासद होण्याचे कार्य हाती घेतले होते, त्या लोकांवर व त्यांच्या कुटुंबांवर वल्लभ मतअनुयायी व इतर स्वार्थी लोकांनी त्यांच्या कामात अडथळा उत्पन्न करण्याचा प्रयत्न करून ते कार्य बंद करण्याचा त्यांचा डाव होता, कारण वल्लभ मतापासून अलग होऊन अनेक प्रतिष्ठित लोक या वैदिक आंदोलनात सामील झाले होते. यामुळे स्वामी दयानंदांच्या अनुयायांनी आर्य समाजाच्या स्थापनेसाठी त्यांना पुन्हा मुंबईत बोलाविले. यानुसार स्वामीजी २६ जानेवारी, १८७५ रोजी मुंबईत आले.

दादोबा पांडुरंग तर्खडकर व इतर सुधारकांनी आर्य समाजाची नियमावली बनवून ठेवली होती. या नियम, उपनियमांना स्वामीजींसमोर प्रस्तुत केले गेले. यावर विचार-विनिमय करून व त्यात संशोधन करून स्वामीजींनी स्वीकृती दिली.

अशा प्रकारे समाजस्थापनेची तयारी झाल्यावर त्यांच्या अनेक अनुयायांच्या विनंतीवरून स्वामी दयानंदांनी ७ एप्रिल, १८७५ मध्ये सायंकाळी एक पारसी सद्‌गृहस्थ डॉ. मणिकजी यांच्या प्रार्थना समाजाजवळच असणाऱ्या गिरगाव स्थित गोशाळेत 'आर्य समाजा'ची विधिवत स्थापना केली.

श्री गिरधरलाल दयालदास कोठारी बी.ए., एल.एल.बी. यांच्या अध्यक्षतेखाली एक सभा झाली. यात आर्य समाजाचे २८ नियम वाचून दाखविण्यात आले. ते पुढीलप्रमाणे होते.

१. आर्य समाज सर्व मनुष्यांच्या हितासाठी आवश्यक आहे.

२. या आर्य समाजात मुख्य वेदांनाच प्रमाण मानले जाईल. याला साक्षीसाठी, वेदांच्या ज्ञानासाठी आणि आर्य इतिहासासाठी वेदांना अनुकूल असणारे शतपथ ब्राह्मण ४, वेदांगे ६, उपवेद ४, दर्शन ६ आणि ११२७ वेदांच्या शाखा या ग्रंथांना दुसरे प्रमाण ग्रंथ म्हणून स्थान

३. एकत्र येऊन स्थिर चित्त होऊन, पक्षपातरहित होऊन परमेश्वराची स्तुती असणारे सामवेद गायन, तालासुरात वाद्यांच्या गजरात करावे व सत्यधर्म, सत्यनीती यावर व्याख्यान व्हावे. व्याख्यानानंतर पुन्हा गायन, मंत्राचा अर्थ आणि व्याख्यान, गायन इ. करावे.

४. प्रत्येक सभासदाने आपण न्यायपूर्वक मिळविलेले धन आर्य समाज, आर्य विद्यालय आणि आर्य प्रकाश पत्राचे प्रचार आणि उन्नतीसाठी आपल्या कमाईचा १ टक्के एवढी राशी आर्य समाज धनकोषात जमा करावी. ज्याला अधिक देण्याची इच्छा असेल त्याने द्यावे. हे धन फक्त वर नमूद केलेल्या कार्यासाठीच व्यय व्हावे.

५. या समाजात वेदोक्त रीतीनेच एक अद्वितीय परमेश्वराची स्तुती, प्रार्थना आणि उपासना केली जाईल. अर्थात, निराकार, सर्वशक्तिमान, न्यायकारी, अजन्मा, अनन्त, निर्विकार, अनादि, अनुपम, दयालू, सर्व जगाचा पिता, सर्व जगत् माता, सर्वाधार, सर्वेश्वर, सच्चिदानन्दादि लक्षणयुक्त, सर्वव्यापक, सर्वान्तर्यामी, अजर, अमर, नित्य, शुद्ध-बुद्ध, मुक्त-स्वभाव, अनन्त, सुखप्रद आणि धर्मार्थ काम-मोक्षप्रद इत्यादी विशेषणांनी परमात्म्याची स्तुती, कीर्तन, त्याची प्रार्थना, त्याची सर्वश्रेष्ठ कार्यात साहाय्यता मागणे, उपासना, त्याच्या आनन्द स्वरूपात मग्न होणे अशा प्रकारे निराकारादि लक्षणे असणाऱ्याची भक्ती करणे व त्याच्याव्यतिरिक्त अन्य कोणाचीही नाही.

६. आर्य विद्यालयांमध्ये वेदादि सनातन आणि ग्रंथांचेच पठण-पाठन केले जाईल आणि वेदोक्त रीतीनेच सत्य शिक्षा सर्व स्त्री-पुरुषांना दिली जाईल.

७. स्त्री आणि पुरुषांसाठी विद्याभ्यासासाठी भिन्न भिन्न कार्यालये यथाशक्य प्रत्येक नगरात स्थापित केली जातील. स्त्रियांसाठी अध्यापिका स्त्री विद्यालये असतील आणि इतर व्यवस्था ही स्त्रियांद्वारे केली जाईल. पुरुष पाठशाळांमध्ये पुरुषच व्यवस्था करतील.

८. आर्य समाज, आर्य विद्यालय, आर्य प्रकाशपत्र आणि आर्य समाजाचे धन-कोष यांची रक्षा आणि उन्नती अध्यक्ष आणि इतर सभासदांनी तनमन धनाने प्रयत्न करावे.

अशा प्रकारे नियम प्रथम सभेत वाचून दाखविण्यात आले आणि विधिपूर्वक उत्सवही केला गेला. याच दिवशी अधिकाऱ्यांची निवड करून नियुक्तीही केली गेली. प्रतिसप्ताही शनिवार हा सभेचा दिवस निवडला गेला. यानुसार १० एप्रिल, १८७५ रोजी स्वामी दयानंद यांनी 'आर्य समाज की आवश्यकता' या विषयावर प्रथम भाषण दिले.

अशा प्रकारे वेदप्रणित सत्य धर्माच्या प्रसारासाठी स्वामी दयानंदांनी प्रथम मुंबई येथे आर्य समाजाची स्थापना केली. लोकहितवादी आपल्या 'पंडित स्वामी श्रीमद् दयानंद सरस्वती' या पुस्तकात स्वामी दयानंदांचे यथायोग्य गुणांचे वर्णन करून म्हणतात, 'स्वामीजींनी सत्य धर्माची स्थापना करून ठिकठिकाणी आर्य समाज नावाच्या मंडळी त्या धर्माचा प्रसार करण्यास त्यांना मदतगार म्हणून नेमून ठेवलेल्या आहेत.'[५७]

अशा प्रकारे आर्य समाजाची स्थापना झाल्यावर याचे विश्वस्तही स्वामींनी नेमून दिले. समाजासाठी ज्या जमिनीची खरेदी केली गेली, त्या दस्ताऐवजांमध्ये खालील पाच विश्वस्तांची (Trustee) नेमणूक केली होती.

१. रा. ब. गोपाल हरि देशमुख (लोकहितवादी)
२. श्री सेवकलाल करशनदास
३. श्री शेठ सुन्दरदास धर्मसी
४. श्री शेठ जीवनदास मूलजी
५. श्री प्राणजीवनदास कहानदास मास्टर

सदर विश्वस्त हे सुधारक आणि प्रतिष्ठित लोक होते. यापैकी लोकहितवादी हे महाराष्ट्राच्या आद्य समाजसुधारकांपैकीच प्रमुख होते. त्यांचे विचार आणि स्वामींचे विचार यात साम्य होते, म्हणूनच लोकहितवादी आर्य समाजाच्या स्थापनेसाठी व उन्नतीसाठी सक्रिय भाग घेत. यात ते स्वत: आर्य समाजात व्याख्यान देण्यास जात.

स्वामी दयानंदांनी अशा प्रकारे समाज स्थापन केल्यावर मुंबईला अनेक वेळा भेटी दिल्या. त्यांनी आपल्या विचारांच्या प्रसारासाठी जी संस्था उभी केली, त्याचे नाव त्यांनी 'आर्य समाज' ठेवले, कारण वेदांमध्ये आर्य म्हणजे श्रेष्ठ वंशांचे लोक आणि आपला देश म्हणजे आर्यावर्त. त्यांनी त्यांच्या लिखाणात 'हिंदू' हा शब्द कधीही वापरला नाही. त्याऐवजी ते आर्य व देशाला 'आर्यावर्त' हा शब्द वापरत. 'जे लोक धार्मिक विद्वान व आप्त पुरुष होते त्यांचे नाव आर्य होते.'[५८] स्वामी दयानंदांना

भारतात असलेल्या वेदप्रणित आर्य लोकांच्या उन्नतीसाठीच कार्य करावयाचे असून लोप झालेल्या वेदांतील ईश्वर व समाजविषयक ज्ञानाचे पुनरुज्जीवन करावयाचे असल्यामुळे त्यांनी आपण स्थापन केलेल्या समाजाला 'आर्य समाज' असे नाव दिले.

या समाजाची सभा दर रविवारी (सभासदांना सुट्टी असल्यामुळे) भरत असे. यात पुढील कार्यक्रमांचा समावेश होता.

१. होम २. ऋचांचे गायन ३. प्रार्थना आणि प्रवचन ४. व्याख्यान

१. होम : स्वामी दयानंदांच्या मते होम करणे आवश्यक कर्म आहे, कारण अनेक प्रकारच्या प्रदूषणांमुळे हवा दूषित झालेली असते, म्हणून दररोज होम करणे आवश्यक मानले.

२.,३. : अशा प्रकारे मूर्तिपूजेचा लवलेश नसलेल्या, एक निराकार, निर्विकार, सर्वान्तर्यामी ईश्वराला या प्रकारच्या प्रार्थनेने संतुष्ट करावे व उत्तम गुणांची वाढ करावी हा प्रार्थनेचा हेतू होता. प्रवचनही वेदोक्त धर्मास अनुसरूनच होत असे.

४. व्याख्यान : तत्कालीन हिंदू धर्मातील अंधश्रद्धांचा नाश व्हावा अशी व्याख्यानांची योजना असावी.

अशा प्रकारे प्रारंभी २८ नियमांवर आधारित लोकशाही तत्त्वानुसार वेदधर्माचा प्रसार करण्यासाठी महाराष्ट्राच्या सामाजिक सुधारणा चळवळीचे आद्य केंद्र असलेल्या व आर्थिक व्यापाराचे केंद्र असलेल्या पाश्चात्त्य संस्कृतीचा, ख्रिश्चन मिशनरींचा प्रभाव असलेल्या मुंबई शहरात आर्य समाजाची स्थापना स्वामी दयानंदांनी केली. परंतु स्वामीजी पंजाबमधील लाहोर येथे १८७७ मध्ये राहिले असता तेथील आर्य समाजात स्वामीजींच्या उपस्थितीत पूर्वीच्या २८ नियमांवर पुन्हा संशोधन करून त्यांच्यात बदल केला गेला व या नियमांची संख्या १० केली गेली. यानंतर स्वामीजी मुंबईच्या आर्य समाजाच्या उत्सवाच्या वेळी १८८२ मध्ये आले असता लाहोर येथील संशोधित नियम स्वीकार करण्याची विनंती केली, तथापि येथेही या नियम-उपनियमांवर स्वामीजींच्या मार्गदर्शनाखाली ८ एप्रिल, १८८२ रोजी आर्य समाजात बैठक बोलाविली गेली. त्यानंतर १५ एप्रिल, १८८२ रोजी स्वामीजींच्याच अध्यक्षतेखाली एक नैमित्तिक अधिवेशन भरले. यात असे ठरविले गेले की, देशकालानुरूप मुंबईच्या स्थानिक आर्य समाजाच्या सदस्यांनी यावर चर्चा करून ते पुनर्संशोधित करून तयार करावे. यासाठी खालील सदस्यांची उपसमिती बनविली गेली.

१. रावबहादूर गोपालराव हरि देशमुख (लोकहितवादी)
२. रा. रा. आत्माराम बापू दळवी
३. रा. रा. इच्छाराम भगवानदास

४. रा. रा. सेवकलाल करसनदास

५. रा. रा. प्राणजीवनदास कहानदास

उपयुक्त उपसमितीने मुंबई आणि लाहोरमध्ये बनविलेले नियमांचे गंभीरतापूर्वक संशोधन करून १० नियम बनविले. अशा प्रकारे अनेक दिवस या नियम-उपनियमांवर चर्चा होत राहिली. शेवटी स्वामी दयानंदांच्या इच्छा आणि आदेशानुसार विचारपूर्वक लाहोरमध्ये बनविलेल्या नियमांना स्वीकार केले.

अशा प्रकारे सर्व भारत वर्षासाठी एकसारखेच नियम बनविले गेले. फक्त स्थानिक व्यवस्थेसाठी काही बदल करू शकता अशी व्यवस्थेची शिफारस केली, परंतु ठरविलेले १० नियम मात्र कायमस्वरूपी असतील असा निर्णय झाला. हे नियम खालीलप्रमाणे होते.

आर्य समाजाचे नियम

१. सर्व विद्यांचे व जे पदार्थ विद्येच्या योगाने जाणले जातात, त्या सर्वांचे आदि मूळ परमेश्वर आहे.

२. ईश्वर सच्चिदानंद स्वरूप, निराकार, सर्वशक्तिमान, न्यायकारी, दयाळू, अजन्मा, अनंत, निर्विकार, अनादि, अनुपम, सर्वाधार, सर्वेश्वर, सर्वव्यापक, सर्वान्तर्यामी, अजर, अमर, अभय, नित्य पवित्र व सृष्टीकर्ता आहे, त्याचीच उपासना करणे योग्य आहे.

३. वेद सत्य ज्ञानाचे पुस्तक आहे. वेद शिकणे, शिकविणे, तसेच ऐकणे व ऐकविणे हा आर्यांचा परमधर्म आहे.

४. सत्याचा स्वीकार व असत्याचा त्याग करण्यासाठी सर्वदा तयार राहिले पाहिजे.

५. सर्व कार्य धर्मानुसार अर्थात सत्य व असत्य याचा विचार करून केले पाहिजे.

६. जगावर उपकार करणे हा या आर्य समाजाचा मुख्य उद्देश आहे. म्हणजे अर्थातच शारीरिक, मानसिक व सामाजिक उन्नती करणे.

७. सर्वांशी प्रीतिपूर्वक, धर्मानुसार व यथायोग्य वर्तन केले पाहिजे.

८. अविद्येचा नाश व विद्येची वृद्धी केली पाहिजे.

९. कोणीही आपल्या उन्नतीनेच संतुष्ट असू नये, तर सर्वांच्या उन्नतीमध्ये आपली उन्नती समजावी.

१०. सर्व मनुष्यांनी सामाजिक सर्वहितकारी नियम पाळण्यास परतंत्र व स्वहितकारी नियम पाळतेवेळी स्वतंत्र असावे.

अशा प्रकारे वरील नियम आर्य समाजाच्या आंदोलनाचा पाया ठरले.

आर्य समाजाने केलेले कार्य (मुंबई, महाराष्ट्र)

१. हजारो वर्षांपासून वेदार्थाविषयी जे अज्ञान पसरले होते, त्याचा अर्थही कोणाला कळत नव्हता. त्या वेदार्थाचे ज्ञान स्वामी दयानंदांनी आर्य समाजाद्वारे प्रसारित करण्याचे कार्य केले. वेदोक्त ईश्वरी ज्ञान, वेदोक्त संस्कार विधी, ज्याची आवश्यकता जीवनात प्रत्येक नैमित्तिक कर्मास आवश्यक असते- त्याचा स्वीकार व प्रसार आर्य समाजाने केला. मूर्तिपूजा व जन्मजात वर्णभेद हे वेदविरुद्ध आहेत असा स्पष्ट विचार स्वामीजींचा होता, म्हणून आर्य समाजाने संपूर्ण देशात या तत्त्वाचा प्रचार केला. 'विविध ज्ञानविस्तार' ने १९ व्या शतकातील धार्मिक सुधारणा चळवळीचा आढावा घेताना आर्य समाजाबद्दल पुढील स्पष्ट विचार व्यक्त केले आहेत. 'आर्य समाज हा अस्सल भारतवर्षीय समाज आहे, म्हणजे यात बाहेरील धर्मविचार व तत्त्वज्ञान यांची मुळीच भेसळ झालेली नाही. वेद ईश्वरप्रणित असून सर्व ज्ञानाचे आगर आहेत अशी या समाजाची समजूत आहे, ह्याचप्रमाणे आचारकांडातल्या पुष्कळ वाईट गोष्टींचा हा समाज उघड निषेध करीत आहे, ही संतोषाची गोष्ट आहे.'[५९]

विविध ज्ञानविस्ताराच्या उद्‌गारांवरून आर्य समाजाने आचारकाडांतील अनेक वाईट गोष्टींचा उघडपणे निषेध करून समाजसुधारणा करण्याचे कार्य केलेले दिसते.

लोकहितवादींनीही लोप झालेल्या वेदार्थाचा उद्धार केल्याबद्दल स्वामी दयानंदांची प्रशंसा केली आहे. लोकमान्य टिळकांनीही हिंदू धर्माच्या मूलभूत आद्य ग्रंथांना- वेदांनाच प्रमाण मानणाऱ्या आर्य समाजाला एकमेव हिंदू धर्मसुधारणा करणारा समाज असे गौरव उद्‌गार काढले आहेत. 'जोपर्यंत वेद हे आपल्या धर्माचे मूलभूत आणि प्रमाणभूत ग्रंथ आहेत असे एखादा मनुष्य कबूल करतो तोपर्यंत तो हिंदू आहे असे म्हटले पाहिजे. अलीकडे आपल्या लोकांनी जे काही धर्म समाज काढले आहेत, त्यास हे तत्त्व लाविले तर आर्य समाजाखेरीज इतर समाजांचा हिंदू धर्मात समावेश करता येत नाही.'[६०] अशा प्रकारे सनातनी असणाऱ्या परंतु वेदांचे महत्त्व लक्षात घेणाऱ्या व विद्वान पंडित असणाऱ्या लोकमान्य टिळकांनी आर्य समाजाची महतीच वरील शब्दात व्यक्त केली आहे. त्यांच्या उद्‌गारांवरूनही वेदांचे ज्ञान सर्व जगाला देण्याचे कार्य १९ व्या शतकात आर्य समाजाने केल्याचे सिद्ध होते.

१९ व्या शतकात आर्य समाजाच्या आधी अनेक वर्षांपूर्वी स्थापन झालेल्या ब्राह्मो समाज व प्रार्थना समाज यांच्यावर ख्रिस्ती मिशनरींचा व त्यांच्या धर्मग्रंथांचा प्रभाव होता. यादृष्टीने लोकमान्य टिळकांचे उद्‌गार 'आर्य समाजा'च्या कार्याबाबत महत्त्वपूर्ण ठरतात.

या समाजाने वेदांमध्ये निषिद्ध असलेले कर्मकांड, मूर्तिपूजा, जातिभेद याला

आर्य समाजाने निषेध केल्यामुळे हा समाज सनातनी वर्गामध्ये अप्रिय होता असे दिसते. विठ्ठल रामजी शिंदे यांच्या १९०६ मधील 'प्रार्थना समाज अप्रिय असल्यास तो का?' या लेखामध्ये आर्य समाजाविषयी पुढील माहिती दिली आहे. 'आर्य समाज पूर्वीप्रमाणे आताही अप्रिय आहे, पण त्याची वाढ पुष्कळ झाली आहे.'[६१] या माहितीवरून स्वामी दयानंदांनी स्थापन केलेला आर्य समाज समाजातील प्रस्थापित धार्मिक बनवेगिरी, अनेक प्रकारची निरर्थक कर्मकांडे जे शुद्ध आर्यांच्या धर्माला विरोधी आहेत, याचा उघड निषेध करीत होता, म्हणून तो सनातनी वर्गामध्ये अप्रिय होता.

स्वामीजींच्या मृत्यूनंतरही आर्य समाजाने वैदिक धर्माचा प्रसार करण्याचे यशस्वी कार्य केले. 'वैदिक धर्माचा जगभर प्रसार करावा आणि ख्रिश्चन व मुसलमान धर्म प्रचारकांना प्रतिकार करावा हा स्वामीजींचा कार्यक्रम पुढे चालविण्यास स्वामी श्रद्धानंद, लाला लजपतराय, लाला हंसराज इत्यादी श्रेष्ठ पुरुष पुढे आल्यामुळे आर्य समाज ही एक बलिष्ठ व प्रभावी संस्था म्हणून राहिली आहे.'[६२]

अशा प्रकारे स्वामी दयानंदांना वेदांतच सत्यज्ञान आहे असा त्यांच्या अभ्यासाने साक्षात्कार झाल्यामुळे त्यांनी इतर सर्व हिंदू पंथ, ख्रिश्चन, मुसलमान धर्माचे खंडन केले. त्यांनी प्रार्थना व ब्राह्मो समाजाने केलेल्या कार्याबद्दल गौरव करून पुढे असे म्हटले की, 'वेद विद्याविहीन लोकांची कल्पना पूर्णपणे सत्य कशी असू शकेल?'[६३] अशा शब्दांत त्यांच्या विचारांविषयी नापसंती व्यक्त केली.

प्रार्थना समाजाचे व ब्राह्मो समाजाचे धर्मग्रंथ म्हणजे जगातील सर्व धर्मांतील उच्च तत्त्वांचा समुदाय होता, यामुळेच त्यांनी प्रार्थना व ब्राह्मो समाजाच्या अनुयायांना वेदप्रणित धर्म मानण्याचा आग्रह केला. 'वेदांविषयी विवेचन करताना आम्ही (सातव्या अध्यायात) जे काही सांगितले आहे ते तुम्ही अवश्य मानले पाहिजे नाही तर 'यतो भ्रष्ट स्ततो भ्रष्टः' अशी तुमची स्थिती होऊन जाईल. सारे सत्य वेदांतून मिळते. त्यात काहीही असत्य नाही, म्हणून त्यांचे ग्रहण करण्याच्या बाबतीत शंका बाळगणे म्हणजे स्वतःचे व इतरांचे नुकसान करून घेणे होय. याच गोष्टींमुळे आर्यावर्तातील लोक तुम्हाला आपले समजत नाहीत आणि तुम्ही आर्यावर्ताच्या उन्नतीला कारणीभूत होऊ शकत नाही, कारण तुम्ही ख्रिश्चन, मुसलमान वगैरे परपंथीयांच्या दारात जाऊन भीक मागता. या मार्गाने आपण आपले व इतरांचे कल्याण करू असे तुम्हाला वाटते, पण ते शक्य नाही.'[६४] अशा प्रकारे स्वामी दयानंदांनी प्रार्थना व ब्राह्मो समाजावर ते वेदप्रणित सत्याला प्रमाण मानत नाहीत म्हणून टीका केली व आर्य समाजाचे अनुयायी व्हावे असाही आग्रह त्यांना केला.

अशा प्रकारे स्वामी दयानंदांनी त्यांच्या हयातभर वेद धर्माचा व त्यांच्या मृत्यूनंतर आर्य समाजाने या वेदार्थ ज्ञानाचा प्रसार करण्याचे कार्य केले.

२. श्रीमद्‌दयानन्द पुस्तकालय

सामान्य लोकांना वेद, वेदांगे, वैदिक साहित्य, धर्मशास्त्र, उपनिषदे व इतर आर्य समाजाचे सिद्धान्त इ. सिद्धान्तांसंबंधी ग्रंथ उपलब्ध व्हावे या हेतूने तत्कालीन आर्य समाजाच्या विचारवंतांनी आर्य समाजात ग्रंथालयाचा प्रस्ताव मांडला. ही शिफारस करण्यात आर्य समाजाचे तत्कालीन अध्यक्ष रा. ब. गोपाल हरि देशमुख (लोकहितवादी) हेच प्रमुख होते, तसेच या पुस्तकालयाद्वारेही महर्षि दयानंद सरस्वती यांचे नाव व कार्य चिरकाल राहावे हा ही त्यांचा हेतू होता. यानुसार ६ नोव्हेंबर, १८८५ मध्ये दिवाळीच्या दिवशी आर्य समाज, मुंबई येथे श्रीमद्‌दयानन्द पुस्तकालयाची स्थापना केली गेली.

हे ग्रंथालय अद्यापही कार्यरत असून येथे दयानंद सरस्वतींनी व्याख्या केलेले वेद ग्रंथ उपलब्ध होतात तसेच आर्य समाजाची स्वामी दयानंदकृत पुस्तकेही उपलब्ध आहेत. याचा विचारवंत, धार्मिक सद्‌गृहस्थांना लाभ होत आहे, तसेच येथे आर्य समाज पद्धतीने विवाह होतात व त्यांना सरकारी मान्यता प्राप्त आहे.

संदर्भ टीपा

१. आचार्य बाळशास्त्री जांभेकर, खंड-१, पृ. १३४
२. बाबा पद्मनजी, 'अरुणोदय', पृ. २२४
३. 'कित्ता', पृ. २२५
४. द्वा. गो. वैद्य, 'प्रार्थना समाजाचा इतिहास'वरून उद्‌धृत, पृ. १२
५. 'कित्ता'वरून उद्‌धृत
६. बाबा पद्मनजी, 'अरुणोदय', पृ. २२४
७. वैद्य, 'प्रार्थना समाजाचा इतिहास', पृ. ३५
८. लोकहितवादी, 'पंडित स्वामी श्रीमद् दयानंद सरस्वती', पृ. १३
९. द्वा. गो. वैद्य, रा. गो. भांडारकर यांचे धर्मपर लेख व व्याख्याने, पृ. ४
१०. कित्ता, पा. ५० वरून उद्‌धृत
११. लोकहितवादी, 'पंडित श्रीमद् स्वामी दयानंद सरस्वती' पृ. १२-१३
१२. सर नारायण गणेश चंदावरकर यांची व्याख्याने, पृ. ६८
१३. कित्ता, पृ. २४९
१४. 'प्रार्थना समाजाचा इतिहास', पृ. ३६
१५. 'कित्ता', पृ. ४६

१६. डॉ. रा. गो. भांडारकर यांचे धर्मपर लेख व व्याख्याने, पृ. १८१
१७. 'कित्ता', पृ. ५०३
१८. 'कित्ता', पृ. १५
१९. न्या. रानडे, 'A Theist's Confession of Faith' (A Collection of Essays), P. 262
२०. ibid, P. 262
२१. ibid, P. 274
२२. ibid, P. 269
२३. न्या. रानडे, 'धर्मपर व्याख्याने' पृ. ४
२४. बा. पु. कुलकर्णी, 'मामा परमानंद आणि त्यांचा कालखंड', पृ. १८२
२५. स्वामी दयानंद सरस्वती, 'सत्यार्थ प्रकाश', पृ. २५४
२६. सर नारायण गणेश चंदावरकर यांची व्याख्याने, पृ. ६९
२७. 'समग्र टिळक खंड-६', पृ. २७३
२८. 'समग्र टिळक खंड-८', पृ. २
२९. डॉ. रा. गो. भांडारकर यांचे धर्मपर लेख व व्याख्याने, पृ. ९०
३०. 'कित्ता', पृ. ९२
३१. 'कित्ता', पृ. ९८
३२. रा. गो. भांडारकर यांचे धर्मपर लेख व व्याख्याने, पृ. ९५-९६
३३. 'कित्ता', पृ. ९९
३४. ग. त्र्यं. माडखोलकर, 'विष्णू कृष्ण चिपळूणकर', पृ. २५०
३५. 'कित्ता', पृ. २९६
३६. 'कित्ता', पृ. १७७
३७. विठ्ठल रामजी शिंदे यांचे लेख, व्याख्याने आणि उपदेश, पृ. ८८
३८. 'विविध ज्ञानविस्तार', पुस्तक ३२, मार्च-एप्रिल १९०१, अंक ३-२, पृ. १०७
३९. 'विविध ज्ञानविस्तार', कित्ता १०७
४०. स्वामी दयानंद सरस्वती, 'सत्यार्थ प्रकाश', पृ. २५२
४१. 'विविध ज्ञानविस्तार', कित्ता, पृ. १०४-१०५
४२. 'समग्र टिळक खंड ८', पृ. २, १८८१
४३. महात्मा फुले, 'सत्सार', पृ. ३६७
४४. 'कित्ता', पुणे सत्यशोधक समाजाचा रिपोर्ट, पा. १९५ वरून (समग्र फुले)
४५. पाटील पं. सि. 'म. फुले यांचे चरित्र', पृ. ६२
४६. सत्यशोधक समाजाचा पूजाविधी (समग्र फुले) वरून उद्धृत, पृ. ४१६
४७. 'कित्ता', पृ. ४१८
४८. 'कित्ता', पृ. ४२३

४९. 'कित्ता', पृ. ४२३
५०. समग्र फुले, पृ. २२३
५१. पं. पाटील 'म. फुले यांचे चरित्र', पृ. ६७
५२. 'कित्ता', पृ. ११५-११६
५३. स्वामी दयानंद सरस्वती, 'सत्यार्थ प्रकाश', पृ. ३२६
५४. आर्य समाज स्मृती ग्रंथ, पृ. १५
५५. विष्णूशास्त्री चिपळूणकर, निबंधमाला, पृ. ३१६
५६. आर्य समाज स्मृती ग्रंथ, पृ. २१-२२
५७.५८. लोकहितवादी, 'पंडित स्वामी श्रीमद् दयानंद सरस्वती', पृ. ३४-३५
५९. 'विविध ज्ञानविस्तार १९०१', पृ. ११०
६०. 'समग्र लो. टिळक खंड ६', पृ. ७९०-७९१
६१. विठ्ठल रामजी शिंदे यांचे लेख, पृ. ८८
६२. 'समग्र लो. टिळक खंड ६', पृ. १२-५८
६३. स्वामी दयानंद सरस्वती, 'सत्यार्थ प्रकाश', पृ. ३३५
६४. 'कित्ता', पृ. ३३८

४ धर्मसुधारणा चळवळ आणि राष्ट्रवादाचा उदय

राष्ट्रवाद म्हणजे आपला देश, समाज, धर्म, परंपरा, संस्कृती त्यांचे आचार विचार यांच्याविषयी प्रेम, आदर व अभिमान असणे. तसेच इतर राष्ट्रांच्या तुलनेत आपले राष्ट्र प्रगतीच्या शिखरावर असले पाहिजे असेही मनस्वी विचार बाळगून त्यासाठी प्रयत्न करणे इ.

तत्कालीन उच्च शिक्षित तरुणांमध्ये इंग्रज हे राज्यकर्ते असल्यामुळे त्यांचा धर्म हिंदू धर्मापेक्षा श्रेष्ठ आहे. त्यांची संस्कृती, भाषा, आचार-विचार, शिक्षण, पाश्चात्त्य तत्त्वज्ञान हे सर्व हिंदुंची संस्कृती, शिक्षण, धर्मग्रंथ, तत्त्वज्ञान या सर्वच बाबतींत उच्च व श्रेष्ठ आहे अशी भावना निर्माण झाली होती, यामुळे आपण इंग्रजांच्या तुलनेत सर्वच बाबतींत हीन आहोत अशी भावना इंग्रजी शिक्षण व ख्रिस्ती मिशनऱ्यांच्या प्रसारामुळे त्यांच्यामध्ये निर्माण झाली होती. यामुळे त्यांचे सर्वच बाबतींत अनुकरण करणे व हिंदू धर्म समाज यांची निंदा करणे म्हणजेच सुशिक्षित अशी मानसिकता १९ व्या शतकाच्या मध्यापर्यंत रूढ होत होती असे आपणास दिसून येते.

परंतु अशा स्थितीत तरुण वर्गातूनच हिंदू धर्मसुधारकांचा उदय झाला. त्यांनी पाश्चात्त्य तत्त्वज्ञानाबरोबरच ख्रिस्ती व इस्लाम धर्माचाही अभ्यास केला होता, परंतु त्याचबरोबर ते हिंदू धर्मशास्त्रांमध्ये, हिंदू धर्म तत्त्वज्ञानामध्येही पारंगत होते. हिंदू धर्मामध्ये ज्या अनेक भ्रष्ट, दुष्ट व अनर्थ प्रथांचा शिरकाव झाला होता, त्या वेद, उपनिषदे, रामायण, महाभारत या श्रेष्ठ धर्मतत्त्व प्रतिपादन करणाऱ्या ग्रंथांमुळे नसून त्यात हजारो वर्षांमध्ये परकीय आक्रमणांसारखी अनेक कारणे आहेत असे त्यांना दिसून आले, याचबरोबर ख्रिस्ती किंवा इस्लाम धर्मतत्त्वज्ञानापेक्षा हिंदू धर्मग्रंथ व तत्त्वज्ञान हे निश्चितच श्रेष्ठ असून, त्या धर्मांना आपल्यापेक्षा श्रेष्ठ, उच्च मानण्याचे काही कारण नाही हे ही त्यांना दिसून आले.

यामुळेच हिंदू समाजाला जर उन्नत दशा प्राप्त करून द्यावयाची असेल तर

पाश्चात्त्य धर्माकडे न जाता स्वधर्मातील श्रेष्ठ, शुद्ध धर्मतत्त्वज्ञानाचा उलगडा करून धर्मसुधारणा करणे आवश्यक आहे, कारण धर्म हाच राष्ट्रीयत्वाचा पाया होय, याची जाणीव त्यांना झाली. राजा राममोहन रॉय यांचा ब्राह्मो समाजस्थापनेचा असाच हेतू होता असे प्रार्थना समाजाचे सभासद न्या. चंदावरकर यांनी पुढीलप्रमाणे नमूद केले आहे, 'हिंदू मनुष्याचा ईश्वरावर विश्वास असतो, ही गोष्ट ब्राह्मो समाज स्थापन करणाऱ्यांच्या मनामध्ये प्रधानत्वे करून होती असे दिसते. त्यांच्या मते, धर्म हा सर्व राष्ट्रीय जीवित्वाचा पाया होय आणि ईश्वरावर दृढ भाव असल्याशिवाय व अंत:करणात त्यांचे वास्तव पूर्ण बाणल्याशिवाय कोणतेही जीवित्व व्यर्थ होय, अशी त्यांची दृढ समजूत असे. त्यांना वाटे की, कोणत्या का कारणाने होईना, आमच्या मनातील ईश्वराविषयीचा भाव व आमची भूतदया नाहीशी होईल, तेव्हा आमच्या राष्ट्राचा ऱ्हास झाला असे समजावे.'[१]

राजा राममोहन रॉय यांनी आयुष्यभर धर्म सुधारण्यासाठी संघर्ष केला. तथापि, राजकीय बाबतीत त्यांचे दुर्लक्ष होते असे मात्र नव्हते. धर्मसुधारणा करून समाजास सुदृढ करून राजकीय हक्क प्राप्त केले पाहिजेत, असे त्यांचे मत होते, ते म्हणतात, 'It is I think, necessary that some change should take place in their religion at least for the sake of their political advantage.'[२] वेद, उपनिषदांवर आधारित एकेश्वरी धर्माचा प्रसार झाल्यास धार्मिक कर्मकांडे, दुष्ट प्रथा या नष्ट होऊन समाजास उन्नत दशा प्राप्त होईल असा त्यांचा विचार होता. राजा राममोहन रॉय यांच्यानंतर ब्राह्मो समाजाचे चालकत्व स्वीकारणाऱ्या केशवचंद्र सेन प्रभृतींनीही यामुळेच ब्राह्मो समाजाचे विचार पोहोचविण्यासाठी देशभर भ्रमण केले. धार्मिक ऐक्यातूनच राष्ट्रीय ऐक्य साधण्याचे त्यांचे ध्येय होते. आपल्या धर्म संस्कृतीवर विश्वास निर्माण करून राष्ट्रीय जागृती करणे हे राष्ट्र कार्य राजा राममोहन रॉय व त्यानंतरच्या सुधारकांनी निष्ठेने पार पाडले.

१९ व्या शतकातील महाराष्ट्रातील धर्म सुधारकांनी इंग्रजी राज्य म्हणजे हिंदूंवर झालेली ईश्वरी कृपाच आहे असे म्हटले होते, तथापि इंग्रज येथेच राहावेत आणि हिंदुंवर त्यांनी राज्य करावे अशी मात्र त्यांची इच्छा नव्हती. इंग्रज आज ना उदया जातीलच, परंतु त्यांचे राज्य समाजाच्या उन्नतीस अनुकूलच आहे, त्याचा लाभ आपण करून घ्यावा असा उपदेश लोकहितवादींपासून आगरकरांपर्यंत सर्वच सुधारकांनी केलेला दिसतो.

लोकहितवादींनी तत्कालीन ब्राह्मणांच्या धार्मिक आचारांवर, संस्कृत ग्रंथांच्या पठण करण्याच्या पद्धतीवर व इतर दोषांवर मोठे प्रहार केले. इंग्रजी राज्याचे अनेक फायदे त्यांनी विशद केले, परंतु इंग्रजी राज्याने नैतिक धर्माचे पालन करून राज्य करावे

व हिंदू ज्यावेळेस राज्य करण्यास योग्य होतील त्यावेळेस त्यांच्या हाती त्यांनी कारभार सोपवावा असे म्हटले आहे. 'इंग्रज सरकारचा या देशात मोठा धर्म हाच आहे की, त्यांनी विद्या वाढवून या लोकांस शहाणे करावे आणि जेव्हा स्वदेशाचे राज्य करण्याचे व्यावहारिक ज्ञान यांस येईल आणि या पृथ्वीवरील हकिकत सर्व जाणतील आणि दुर्गुण सोडतील तेव्हा हे राज्य त्यांचे हवाली करावे.'[३] परंतु हल्ली जर राज्य त्यांच्या हवाली केले तर पहिल्यापेक्षा अनर्थ फार होईल, कारण लोक भ्रष्ट व अज्ञानी असल्याचे त्यांनी म्हटले. ज्या गोष्टी घडतात त्या ईश्वर इच्छेने घडतात. ईश्वर सर्व गोष्टींचा नियंता आहे व पृथ्वीवर आणि सर्व ब्रह्माण्डात त्या गोष्टी घडतात, त्यावर ईश्वराची सत्ता आहे, तसेच ईश्वर सर्वज्ञ आहे. हिंदू लोकांचे राज्य पूर्वी मुसलमानांनी घेतले ते अनेक शतके त्यांचे अमलात होते, परंतु आता सर्व भारत खंड इंग्रजांचे अमलात गेले, यामुळे लोकांमध्ये जागृती निर्माण झाली. लोकांना आपले गुण-दोष कळून आले, कारण सरकार सुधारणेस अनुकूल आहे. यामुळेच इंग्रजी राज्य हे ईश्वराने चांगलेपणा करिताच योजले असे लोकहितवादींनी अनेक ठिकाणी नमूद केले आहे. परंतु ज्यावेळेस लोक शहाणे होतील व इंग्रज राज्यकर्त्यांकडून आपले हक्क मागतील त्यावेळेस अमेरिकन राज्यक्रांतीसारखी क्रांती होऊन हिंदू लोक आपले राज्य प्रस्थापित करतील असे भाकीत त्यांनी करून ठेवले, ते पुढीलप्रमाणे होते, 'असे हे लोक प्रबळ झाले, म्हणजे इंग्रजांस काही दिवसांपर्यंत आभार मानतील, कारण की त्यांचे योगाने हे ज्ञानी झाले, परंतु ज्याकाळी इंग्रज गडबड करू लागतील किंवा काही नवीन कानू बसवायचाच आग्रह करतील, त्या काळी अमेरिकेत झाले तसे होऊन हे लोक आपल्यास स्वतंत्र करून घेतील आणि इंग्रजांस सांगतील की, तुम्ही आपले देशांस जावे. आता आमचे देशाचे काम कारभार आम्हास चांगला करता येतो. तुमचे गुरुत्व नको, तुम्ही पाहिजे तर व्यापारापुरते इकडे येत जा. आमचे प्रजेचे जसे आम्ही रक्षण करितो, तद्वत तुमचेही करू, परंतु तुमचे वर्चस्व नको. याप्रमाणे या देशाची गति होईल आणि नवीन राज्यस्थिती चांगल्या रीतीची होईल. पहिले अज्ञान अगदी नाहीसे होईल. यास दोनशे वर्षे तरी पाहिजेत. परंतु असे होईल यात संशय नाही.'[४]

याप्रमाणे लोकहितवादींनी स्वराज्याचे भाकीत करून हिंदू लोकांमध्ये योग्य पद्धतीने राज्य करण्याची योग्यता आहे. परंतु हल्ली जे धर्माच्या नावाखाली समाजास दुर्गुण प्राप्त झाले आहेत ते सोडून आपण गुणसंपन्न झाल्यास, ज्ञान प्राप्त केल्यास आपले राज्य आपणच करू याबद्दल त्यांनी विश्वास व्यक्त केला. त्यांच्या लिखाणातून हिंदूंचे हे राष्ट्र आहे, ते स्वतंत्र होईल असा विश्वास व्यक्त केला होता. लोकहितवादी-प्रमाणेच महात्मा फुले, प्रि. गो. ग. आगरकर यांसारख्या सुधारकांनीही इंग्रजांचे राज्य

आहे तोपर्यंत आपल्या समाजातील दोष काढून, सुधारणा घडवून आणावी, कारण इंग्रजी राज्य सुधारणेस अनुकूल आहे असे आपले मत व्यक्त केले. यावरून या धर्म व समाजसुधारकांनी हिंदू धर्मपद्धती व समाजातील अवगुणांवर जरी हल्ले केले व ब्रिटिश राज्याची आवश्यकता प्रतिपादन केली, तरी इंग्रज कायमचेच हिंदुंवर राज्य करते अशी त्यांची इच्छा नव्हती, तर हिंदुंनी आपले धार्मिक व सामाजिक दोष दूर करून आपली उन्नती करावी. आपला समाज म्हणजेच राष्ट्र उन्नत दशेस न्यावे असाच त्यांनी उपदेश दिला व तसाच त्यांचा उद्देश होता.

आपला धर्म म्हणजे आपल्या लोकांचे जीवन असे धर्माचे महत्त्व तत्कालीन समाजात होते असे धर्म जीवन आदर्श व दोषरहित असले पाहिजे अशी अपेक्षा तत्कालीन विचारवंत हिंदुंची असणे स्वाभाविकच होते, यासाठी त्यांनी धर्मसुधारणेसाठी प्रयत्न सुरू केले. पुस्तके, धर्मग्रंथांचे प्रांतिक भाषेत भाषांतर करणे, धर्मग्रंथांचे विश्लेषण करणे, धर्मआज्ञा स्पष्ट करून सांगणे, वृत्तपत्राद्वारे, व्याख्यानांद्वारे व धार्मिक संस्थांची स्थापना करून यासाठी यशस्वी प्रयत्न केले. स्व-धर्मांवर जरी त्यांनी हल्ला केला, तरी परकीय ख्रिस्ती धर्माचे अनुयायी होऊन धार्मिक दोष दूर करावे असे त्यांना वाटले नाही.

राजा राममोहन रॉय परमहंस सभेचे प्रवर्तक बाळशास्त्री जांभेकर, लोकहितवादी, विष्णूबुवा ब्रह्मचारी, स्वामी दयानंद सरस्वती, विष्णूशास्त्री चिपळूणकर, लोकमान्य टिळक यांनी ख्रिस्ती मिशनऱ्यांचा व अतिशयोक्तीपूर्ण व काल्पनिक कथा असलेल्या 'बायबल'मधील तत्त्वज्ञानाचा निषेध केला, कारण स्वधर्माचा अभिमान व त्याचे संरक्षण म्हणजेच आपल्या राष्ट्राविषयी असलेला आदर व अभिमानच त्यातून व्यक्त होत होता. आपला धर्म व आपली परंपरा यांच्या अभिमानामुळेच त्यांनी काल्पनिक कथा असलेल्या व हेकटपणाची प्रवृत्ती बाळगणाऱ्या ख्रिस्ती तत्त्वाचा व 'बायबल'च सत्यधर्म पुस्तक असल्याच्या दाव्याचा तीव्र निषेध केला.

परमहंस सभेचा उद्देश जातिभेद मोडणे, एक ईश्वराची प्रार्थना करणे इ. धर्मसुधारणा करणे असा होता. या सभेचे सभासद इंग्रजी शिक्षितांच्या पहिल्या पिढीतील होते. अनेक सभासद ख्रिस्ती मिशनऱ्यांच्या शाळेत शिक्षण प्राप्त केलेले होते. ख्रिस्ती मिशनऱ्यांचा त्यांच्यावर प्रभाव असणे शक्य होते. तथापि त्यांनी ख्रिस्ती धर्मात प्रवेश करणे किंवा त्यांचे समर्थन करणे असा त्यांचा उद्देश नव्हता, उलट ख्रिस्ती धर्माच्याविरुद्ध बोलण्यात ते मोठे आवेशी असत असे बाबा पद्मनजी यांनी आपले आत्मचरित्र 'अरुणोदय'मध्ये म्हटले आहे. ख्रिस्ती धर्माचा स्वीकार केल्यास लोक स्वदेश, आपले राष्ट्र यावर प्रेम करणार नाहीत व त्यांच्या मनातील राष्ट्रीयत्वाची भावना नष्ट होईल

असे त्यांना वाटत होते, म्हणूनच ते ख्रिस्ती धर्मात प्रवेश करण्यापासून लोकांना परावृत्त करत असत असे बाबा पद्मजी यांच्या मित्राने म्हटले आहे, ते पुढीलप्रमाणे : 'तू विल्सन स्कूलमध्ये व मी रॉबर्ट मिनी स्कूलमध्ये शिकत असताना आपला कल ख्रिस्ती धर्माकडे झुकत चालला होता, यामुळे आपले आचार-विचार पाहून परमहंस सभेच्या मंडळींना असे वाटत होते की, आपण जर राज्यकर्त्यांचा ख्रिस्ती धर्म स्वीकारला तर आपले देशप्रेम संपुष्टात येईल व आपल्या देशातील उच्चतम अशा सर्वच बाबतींत तिरस्कार निर्माण होईल आणि आपण देशोन्नतीसाठी काही न करता त्याऐवजी जे काही इंग्लिश असेल त्याच्यावरच प्रेम करू व देशप्रेम पूर्णपणे विसरून जाऊ. (and instead of taking any interest in the welfare of our mother land we would be completely denationalized and love everything that is English.)'[५]

वरील पत्र बाबा पद्मनजींच्या मित्राने त्यांना लिहिले होते. यात त्याने ते दोघेही मिशनरींनी चालविलेल्या शाळेत शिकत होते व त्यामुळे त्यांचा कल ख्रिश्चन धर्माकडे जात होता. परंतु आपल्या राज्यकर्त्यांचा धर्म स्वीकारल्यास त्यांना आपल्या राष्ट्राविषयी प्रेम राहणार नाही व ते आपल्या देशाच्या उन्नतीविषयी कार्य न करता जे जे इंग्लिश असेल त्यांच्यावरच प्रेम करतील अशा प्रकारे ते राष्ट्रप्रेम विसरून (denationalized) जातील असे परमहंस सभेच्या सभासदांना वाटत असल्याचे नमूद केले आहे. यावरून परमहंस सभेसारख्या (ज्यांना तत्कालीन लोक ते ख्रिस्ती होणार असे समजत होते.) धर्म व समाजसुधारक सभांचा उद्देशही राष्ट्रकार्य करून लोकांमध्ये राष्ट्रवाद म्हणजे आपल्या धर्मातील व समाजातील दोष दूर करून राष्ट्रवाद निर्माण करण्याचाच होता असे स्पष्टपणे दिसून येते.

महात्मा फुलेंचा आदर्श ख्रिस्ती मिशनरी होते व ख्रिस्ती धर्माविषयी त्यांना सहानुभूती होती, परंतु गरिबीमुळे धर्मांतर करून ख्रिस्ती धर्म स्वीकारणे त्यांना मान्य नव्हते. त्यांच्या धर्मसुधारणेचा उद्देश दलित उद्धार तर होताच, परंतु ईश्वराचे सर्व मानव पुत्र आहेत या नात्याने सर्वांनी सर्व वस्तुंचा न्यायाने उपभोग घेऊन सत्याने वर्तावे व सर्वांनी सुखी व्हावे असाच होता. सत्यधर्म पुस्तकातील 'अखंड' या काव्यात सर्व मानवांसाठी एकच पृथ्वी निर्माण केली तरी मानवांनी धर्मभेद मानू नये असे म्हटले. त्यांनी हिंदू धर्मावर, धर्म पुस्तकांवर जोरदार हल्ला चढविला, परंतु ख्रिस्ती व महंमदी या परकीय धर्मांची प्रशंसा करूनही ते धर्म स्वीकारले नाहीत. हे त्यांनी आपल्या विचारांती सत्याने आचरण करणे व कोणावर अन्याय न करता न्यायाने सर्व वस्तुंचा उपभोग घेणे हाच ईश्वरप्राप्तीचा मार्ग सांगितला व देशउद्धाराचे कार्य केले. धर्माच्या नावाने भारतीय समाजात फूट न पडता त्यांनी एक ईश्वर व एकच सत्याचा धर्म असा उपदेश केला.

न्या. रानडे, डॉ. भांडारकर, न्या. चंदावरकर व इतर अनेक महत्त्वाच्या प्रार्थना समाजाच्या सभासदांनी उपनिषदे, भगवद्गीता इ. धर्मपुस्तकांचा स्वीकार करून हिंदू धर्माचीच महती गायली. वास्तविक परमहंस सभेतूनच प्रार्थना समाजाची निर्मिती झाली होती. या सभासदांवरही ख्रिस्ती धर्म व ख्रिस्ती मिशनरी यांच्या कार्याचा प्रभाव होता. सर्व धर्मांतील उच्च तत्त्वांचा प्रसार करून त्यांना ईश्वर व धर्म यांचा लोकांना बोध करून हिंदू धर्मातील दोष दूर करून समाजसुधारणा करावयाची होती. त्यांनी यासाठी ख्रिस्ती धर्म व हिंदू धर्म यांची तुलना करून शेवटी हिंदू धर्म तत्त्वे श्रेष्ठ असल्याचे प्रतिपादन केले. 'आमच्यामध्ये धर्माविषयी कधी हट्ट नव्हता व हल्लीही नाही. केव्हा केव्हा थोडे फार वादाचे प्रसंग घडले, तरी शेवटी ऐक्य होते. ख्रिस्ती लोक इतर लोकांस अनंत काळच्या नरकात लोटतात, पण हिंदू धर्म तसे करीत नाही.'[६] आपला देश फार पुरातन आहे. कोणाचा देश सातशे वर्षे, कोणाचा हजार वर्षे अशी गणती करता येईल तशी आपल्या पुरातन देशाची करता येणार नाही. आपला देश जेवढा पुरातन तेवढाच आपला धर्मही पुरातन आहे. अशा पुरातन धर्मरक्षणाचे कार्य ईश्वर आपल्याकडूनच करून घेईल असा आपण विश्वास ठेवावा, कारण राष्ट्रैक्य होण्यास धर्मैक्य भारतासाठी आवश्यक असल्याचे न्या. रानडेंनी म्हटले. 'देशाच्या कोणत्याही भागात गेलो, तरी धर्मसंबंधाने परकेपणा वाटत नाही, सहज ऐक्य होते. हा एक हिंदू धर्मात फार उत्तम गुण आहे. ज्या आमच्या लोकांस ह्या धर्माचे रहस्य कळले आहे ते कधी तरी धर्माचा त्याग करतील, असे कोणास वाटले, तर ती त्याची मोठी चूक होणार आहे.'[७]

या प्रकारे प्रार्थना समाजानेही स्वधर्माची श्रेष्ठता प्रतिपादन करून धर्माचे ऐक्य हेच राष्ट्रैक्य आहे व त्यासाठीच धर्मसुधारणेची आवश्यकता जाणून जवळजवळ चाळीस वर्षांपेक्षा जास्त काळ हिंदू धर्मउद्धाराचे कार्य करून परकीय धर्म व इतर अनुकरणाविषयीचा प्रभाव त्यांनी दूर करून स्वधर्म व संस्कृतीबद्दल लोकांमध्ये विश्वास निर्माण करून स्वदेशाविषयी प्रेमच जागृत केले.

प्रार्थना समाजाच्या प्रवर्तकांच्या धर्म कार्याचा प्रभाव राष्ट्रउदयास कशा प्रकारे प्रेरणादायी ठरला याविषयी न्या. चंदावरकर यांनी प्रथमच प्रार्थना समाजातील उपासना चालू असताना, डॉ. आत्माराम पांडुरंग, नारायण महादेव परमानंद, प्रो. रामकृष्ण गोपाळ भांडारकर, बाळ मंगेश वागळे, महादेव गोविंद रानडे, मोरोबा, भास्कर हरि भागवत व वासुदेव बाबाजी ह्या सर्वांना उपासना करताना पाहिले असता, त्यांच्या मनावर जो त्याचा परिणाम झाला तो त्यांनी पुढील शब्दांत व्यक्त केला आहे. 'त्या गृहस्थांशी माझा झालेला समागम, त्यांच्याशी झालेली संभाषणे, त्यांचे उपदेश, त्यांची

एकंदर चरित्रे यांपासून मला जो सर्वात मोठा धडा मिळाला, तो हा की, व्यक्तीची काय किंवा राष्ट्राची काय, उन्नती होण्यासाठी सत्य व न्याय ह्यांचा जणू काय प्रवाहच अंत:करणातून वाहू लागला पाहिजे.'[८] न्या. चंदावरकर यांच्या वरील वक्तव्यावरून प्रार्थना समाजातील धर्मपर व्याख्यानांचा तरुणांवर कशा प्रकारे परिणाम होत होता हे दिसून येते. प्रार्थना समाजातील धर्मउन्नतीच्या कार्यातून राष्ट्र उदयाची भावना निर्माण होण्यास कशा प्रकारे प्रारंभ झाला, हे यावरून स्पष्ट होते. डॉ. रा. गो. भांडारकर या प्रार्थना समाजाच्या ज्येष्ठ सभासदाचेही, 'स्वकीयोन्नतीचा पाया धर्म आहे आणि त्याद्वारा राष्ट्रोन्नतीचाही पाया तोच आहे.'[९] असे विचार होते. धर्माशिवाय राष्ट्र नाही. आपल्याही राष्ट्रात धर्माचे प्राबल्य आहे, परंतु विचार केला असता तो सध्या शोचनीय दशेमध्ये आहे, तरी तरुणांनी त्याचे पुनरुज्जीवन करण्याची जबाबदारी आपल्यावर घ्यावी असे तरुणांना उद्देशून त्यांनी म्हटले आहे. ते म्हणतात की भारतात, अनेक जाती आहेत, त्याच प्रकारे इतर देशांतील प्रांताप्रांतांमध्ये नसतील असे पंजाबी, गुजराथी, मराठा, हिंदुस्थानी, बंगाली, तमिळ, तेलगू, केरळी, मल्याळम् व इतर असे भेद आहेत. त्याच प्रकारे त्यांचे आचार, प्रथा, ध्येय, कला, वाङ्मय हे देखील भिन्न आहेत. तर याद्वारे देशाची एकता शक्य आहे काय? तर नाही. परंतु आपल्या देशात एकछत्री शासन आहे आणि त्या शासनाने या प्रांतांना एकत्र आणले आहे. त्याच प्रकारे भारतीय राष्ट्रीय काँग्रेस आणि इतर राष्ट्रीय सभा (सामाजिक सभा) (National Social Conference) यांनीही राष्ट्रीय ऐक्य होत आहे. 'त्याच प्रकारे सामाजिक सुधारणा करण्याचे ध्येय ही राष्ट्रीय ऐक्यच असले पाहिजे. यामुळेच प्रादेशिक पातळीवर समाजसुधारणा घडवून आणल्या पाहिजेत व अशा तऱ्हेने संपूर्ण देशातच सुधारणा घडवून आणल्या पाहिजेत.'[१०] भगवद्गीतेत सांगितल्याप्रमाणे फळाची आशा न करता निष्काम कर्म करीत राहिले पाहिजे. असा उपदेश त्यांनी राष्ट्रीय ऐक्यासाठी दिला.

'परदेशी लोकांच्या रूपाने जे लोखंड त्याचे तात्काळ सोने बनवितो आणि ते श्रीमंत बनतात.'[११] अशा शब्दात त्यांनी आर्यावर्त म्हणजे श्रेष्ठ, उत्तम गुणांनी संपन्न असलेल्या लोकांचा समुदाय व सुवर्णादी रत्नांची खाण असलेल्या देशाविषयी आपला स्वाभिमान प्रकट केला. स्वामी दयानंद सरस्वती यांनी 'वेदांकडे परत चला' असा संदेश देऊन आपल्या प्राचीन धर्माचे श्रेष्ठत्व विशद केले. जगातील सर्व धर्मांच्या तुलनेत वैदिक धर्म हा सर्वात प्राचीन असून तो ईश्वरोक्त आहे. त्यातील ज्ञान हेच सर्वस्व आहे. यात सर्व जगाला ज्ञान देण्याचे सामर्थ्य आहे. परधर्मात गेलेले हिंदूच नाहीत, तर सर्व धर्मीयांनी वैदिक धर्माचा स्वीकार करावा असा उपदेश त्यांनी केला. आर्य म्हणजे श्रेष्ठ लोक व असे लोक हे आर्यावर्तात राहतात. तो देश जगात सर्वश्रेष्ठ

व उत्तम गुणांनी व इतर सर्वच बाबतींत श्रेष्ठ असल्याचे त्यांनी प्रतिपादन केले. या आर्यावर्तासारखा दुसरा देश या भूमंडळावर कोणताही नाही, म्हणूनच या भूमीला सुवर्णभूमी असे म्हणतात, कारण ही भूमी सुवर्णादी रत्नांची खाण आहे, म्हणूनच सृष्टीच्या प्रारंभी आर्य लोक याच देशात येऊन राहिले. सृष्टीविषय नावाच्या प्रकरणात आम्ही सांगितलेच आहे की, आर्य हे उत्तम पुरुषांचे नाव असून आर्येतर मानवांचे नाव दस्यु आहे. जगाच्या पाठीवर जितके देश आहेत, ते सारे याच देशाची प्रशंसा करतात. वस्तुत: आर्यावर्त देश हाच खरा परीस आहे, ज्याच्या स्पर्शाने दरिद्री समाज परदेशी लोकांच्या रूपाने जे लोखंड त्याचे तात्काळ सोने बनवितो आणि ते श्रीमंत बनतात.

'वेदसंहिता हेच आर्यांचे (भारतीयांचे) धर्मग्रंथ आहेत, यामुळे वेदोक्त धर्म व वेदोक्त समााजिक आचरण याचेच आपण पालन केले पाहिजे व तेच आपल्या देशास उन्नत दशेस नेऊ शकतील. वैदिककालीन जीवनाचे पुनरुज्जीवन केल्यानेच धर्माची व समाजाची अवनती थांबेल. धर्माच्या नावाखाली बालविवाह, विधवा पुनर्विवाह प्रतिबंध, जातिभेद इत्यादी सामाजिक अवगुण हे वेदकालीन व वेदोक्त धर्माचे पालन केल्यानेच दूर होतील. त्याच प्रकारे राज्यकारभारही वैदिक धर्मानुसार झाला तर देश संपन्न होईल' असा संदेश त्यांनी दिला. 'ज्या देशात वैदिक धर्मानुसार उत्तम विद्वान ब्राह्मणांची विद्यासभा आणि शूरवीर क्षत्रियांची राज्यसभा असेल तेथे या सर्वांनी मिळून जिथे राजकार्य केले जाते तेथेच सुखप्राप्ती होते. ज्या देशात परमेश्वराचे आज्ञापालन, अग्निहोत्रादी कर्मे करणारे विद्वान असतात, तेथे उपद्रवरहित अखण्ड राज्याची प्राप्ती होऊन देश सुखी होतो.'[१२] स्वामी दयानंदांच्या मते परमेश्वराच्या आज्ञा पालन करणे म्हणजे वेदोक्त धर्माचे पालन करणे असे होते. स्वामींनी वेद म्हणजे साक्षात परमेश्वराच्या आज्ञाच असे सांगून, वेद हेच भारतीयांचे प्रेरणास्रोत आहे. या वैदिक धर्माच्या छत्राखाली एकत्र येऊनच देश गुलामगिरीतून मुक्त होऊ शकतो असे सांगितले. स्मृती, पुराणे, कथा, व्रत वैकल्ये, मूर्तिपूजा व कर्मकांडे यामुळे देशाची अवनती झाली असे इंग्रजी शिकलेल्या विचारवंतांचे मत बनले होते. स्वामी दयानंदांनीही त्यांच्या विचारांचे समर्थन करीत सांगितले की, प्रचलित असलेला हिंदू धर्म हा शुद्ध आर्यांचा वेदोक्त धर्म नाही व या वेदोक्त धर्माचे पालन केले नाही, म्हणूनच देशाची अवनती होऊन देश परकीयांच्या गुलामगिरीत गेला. तथापि, 'वेदांकडे परत चला' असा संदेश देऊन वेदांची श्रेष्ठता, त्यातील श्रेष्ठ धर्मतत्त्वज्ञान, दोषरहित समाजरचना, स्त्री स्वातंत्र्य, तरुण वयात होणारे विवाह, विधवांना पुनर्विवाह करण्याचे समर्थन, स्त्रियांना मुलांप्रमाणेच संपूर्ण शिक्षण देण्याची शिफारस करून स्वधर्माविषयीचा अभिमान लोकांमध्ये त्यांनी निर्माण केला. स्वधर्म, स्वजातीय लोक, संस्कृती, परंपरा ही मागासलेली नसून जगाच्या संस्कृतीच्या

उदयापूर्वीच येथे हजारो वर्षांपूर्वी वैदिक संस्कृती नांदत होती, असे सांगून त्यांनी स्वधर्म व स्वराष्ट्राविषयीचा अभिमान हिंदुंमध्ये जागृत केला, त्यालाच आक्रमक राष्ट्रवाद असेही संबोधले गेले. अशा प्रकारे वेदोक्त धर्माच्या श्रेष्ठतेचे प्रतिपादन करून स्वामी दयानंद सरस्वती यांनी राष्ट्रवादी विचारसरणीला जोरदार चालना दिली.

१८ व्या व १९ व्या शतकात विल्यम जोन्स, जेम्स प्रिन्सेप यासारख्या इंग्रज प्रशासकीय अधिकाऱ्यांनी, जर्मन संस्कृततज्ज्ञ प्रा. मॅक्सम्युलर व इतर पाश्चात्त्य विद्वानांनी संस्कृत भाषा व त्यातील संस्कृत धर्मग्रंथ व इतर ग्रंथ यांच्या अध्ययनास प्रारंभ केला होता. या काळात त्यांनी प्राच्यविद्या संशोधनास प्रारंभ करून हिंदुंच्या धर्मसंशोधनाला चालना देऊन त्याची श्रेष्ठताच प्रतिपादन केली. १९ व्या शतकात दिसून येणारी अवनत धर्माची व समाजाची व्यवस्था ही अनेक शतकांच्या संक्रमणातून निर्माण झाली आहे, परंतु हे राष्ट्र प्राचीन असून त्यांची स्वतःची संस्कृती होती, यामुळे भारत हे सुसंस्कृत राष्ट्र होते असे सिद्ध झाल्यामुळे भारतीय राष्ट्रवादाला त्यातून चालनाच मिळाली.

मॅक्समुलर यांच्या हिंदू धर्मग्रंथाच्या संशोधनामुळे हिंदू धर्म व समाज रानटी असल्याचा युरोपियन जगताचा समज दूर होण्यास मदत झाली. त्यांनी इंग्लंडमधील केंब्रिज विद्यापीठात १८८२ मध्ये व १८९९ मध्ये 'What can India Teach us' 'भारत आपल्यास काय ज्ञान देऊ शकतो' 'On the Truthful Character of the Hindus' 'सत्यवर्तन करण्याचे हिंदुंच्या वैशिष्ट्यांवर' 'The Human interest of Sanskrit Literature' मानवाची संस्कृत साहित्याविषयाची आवड 'The lessons of Vedas' 'वेदांची शिकवण' 'Vedic Deities' 'वैदिक देवता', 'Veda and Vedanta' 'वेद आणि वेदान्त' या विषयांवर त्यांनी व्याख्याने देऊन इंग्लंडच्या लोकांमध्ये हिंदुविषयी असलेला गैरसमज दूर करण्याचा प्रयत्न केला.

या व्याख्यानांचे मराठीत भाषांतर 'विविध ज्ञानविस्तार' व 'केसरी'नेही प्रकाशित केले. 'विविध ज्ञान विस्तारा'ने प्रो. मॅक्समुलर यांची 'वेदान्तशास्त्रावरील तीन प्रास्ताविक व्याख्याने' या मथळ्याखाली त्यांच्या वेदान्तशास्त्रावरील भाषांतर प्रसिद्ध केले. प्रा. मॅक्समुलर यांचेविषयी 'विविध ज्ञानविस्तारा'ने १९ व्या शतकातील धार्मिक चळवळींचे विश्लेषण करताना त्यांच्या कार्याचा विशेष गौरव केला आहे. त्यात म्हटले आहे की, ख्रिस्ती मिशनरी हे जे सांगतील ते गीता वाक्याप्रमाणे ऐकण्याची सवय तत्कालीन पिढीस लागली होती आणि हाच प्रकार चालत राहिला असता तर वेद, उपनिषदे, गीता, योगवसिष्ठ इ. ग्रंथ विलायतेतील ब्रिटिश म्युझियममध्ये काय ते पाहण्यास सापडले असते. परंतु ईश्वरी इच्छा अशी नव्हती, कारण 'याच सुमारास प्रोफेसर

मोक्षमुलर साहेबास पौर्वात्य धर्मग्रंथ इंग्रजीत भाषांतररूपाने प्रसिद्ध करण्याची प्रेरणा होऊन त्यांच्या हातून ऋग्वेदसंहिता, उपनिषदे व गीता हे ग्रंथ प्रकाशित झाले व त्यांचे पाठोपाठ आमच्या संस्कृत भाषेतल्या वाङ्मयावरची त्यांची व्याख्याने प्रसिद्ध झाली. प्रोफेसर साहेबांच्या ग्रंथांनी शिकलेल्या तरुण मंडळीत तर चळवळ उडवून दिलीच. पण त्यापेक्षाही विशेष गोष्ट म्हणजे ज्या पाश्चिमात्य विद्वानांचा कल पाहून ही शिकलेली मंडळी आपल्या विचारांचे सुकाणू फिरवीत होती, त्या पाश्चिमात्य विद्वानांचे ठायी हिंदू धर्माच्या ग्रंथांविषयी मोक्षमुलर साहेबांनी आदर उत्पन्न करून दिला.'[१३]

मॅक्समुल्लर यांच्यासारख्या पाश्चात्त्य महापंडितांचे वेद आणि वेदान्त यांचे श्रेष्ठत्व याविषयीचे मत वाचून ही मंडळी चपापली आणि आपल्या समजुतीत, दृष्टिकोनात चूक घडत आहे आणि त्यामुळे आपले धर्मग्रंथ आपल्यास तुच्छ वाटू लागले आहेत याची जाणीव त्यांना झाली. यामुळे जितक्या त्वरेने त्यांनी पूर्वी त्या ग्रंथांविषयी अनादर दाखविला तितक्याच त्वरेने ते या ग्रंथांप्रति आदर दाखवू लागले. अशा प्रकारे वेदांचा अर्थ करू नये हे मत खोडून काढत मॅक्समुलरसारख्या 'म्लेंच्छा'ने या ग्रंथांविषयी आदर निर्माण केला. पाश्चात्त्य विद्या व संस्कृत विद्या यांच्याविषयी होणारा संभ्रम त्यांनी दूर केला. अशा प्रकारे मॅक्समुलरसारख्या पाश्चात्त्य विद्वानानी हिंदू धर्म तत्त्वज्ञानाची श्रेष्ठता मान्य केल्यामुळे इंग्रजी सुशिक्षित तरुणांमध्ये स्वदेश, स्वधर्माविषयी आदर निर्माण होऊन राष्ट्रवादी भावना त्यांच्यामध्ये निर्माण झाली.

न्या. चंदावरकर त्यांच्या विचारावरून १९ व्या शतकाच्या शेवटी राष्ट्रवादाचा उदय कसा झाला होता हे स्पष्ट होते. त्यांच्या व्याख्यानांमधून त्यांनी आपला देश कसा श्रेष्ठ आहे हे दर्शविले आहे. त्यांच्या मते, आपला देश प्राचीन काळी सुधारणेच्या उच्चतम शिखरावर वास करीत होता. वाङ्मयात व कित्येक कलाकौशल्यांत पूर्णत्वाला पोहोचला होता, परंतु त्याची ही प्रगती बंद पडून तो त्यांच्याहून मागासलेल्या देशांच्या तडाख्यात सापडला, परंतु तो पुन्हा ईश्वराच्या कृपेने सुधारलेल्या व नियमित राज्यपद्धती असलेल्या इंग्लंड देशाशी आपला संबंध आला आहे व त्यानेच या देशाचा भाग्योदय होणार आहे. आपला अभ्युदय आपण केला पाहिजे. 'देशाचे सुख व अभ्युदय, नीति व वैभव ही त्याच्या शासनपद्धतीवर व धार्मिकतेवर अवलंबून असतात.'[१४] धर्माने शील व स्वभाव बनण्यास मदत होते. तसेच आपले कर्तव्य काय याचे निर्देशन धर्म करीत असतो. भारतासारखा धर्मशील देश संघटित होण्यास धर्मनीती व धार्मिक ऐक्य कारणीभूत ठरेल असे त्यांनी म्हटले होते. 'धार्मिक बाबींसबंधी विचार करता असे स्पष्ट दिसून येते की, धर्मावर विश्वास असल्याशिवाय राष्ट्राचे अस्तित्वच कायम रहावयाचे नाही. शुद्ध व पवित्र धर्मतत्त्वांच्या पायावर

सामाजिक व राजकीय संस्थारूपी इमारती उभाराव्या तेव्हाच त्यांना कायमपणा प्राप्त होतो. आपण एकाच परमेश्वराची बालके असून तो आपली सर्व कृत्ये पाहतो व आपली उन्नती करतो. ह्या तत्त्वाची साक्ष पटली म्हणजे आपण सर्व बंधू असून एकमेकांसाठी झटणे हे आपले कर्तव्य आहे, हे मनुष्याला समजू लागेल. धर्माशिवाय मनुष्याला संघटित करण्यास अन्य कोण समर्थ आहे?'[१५]

धर्माच्या छत्राखाली राष्ट्राचे संघटन होऊ शकते 'धर्म' या शक्तीमध्ये मनुष्यांना संघटित करण्याची ताकद आहे, असे धर्माचे महत्त्व लक्षात घेऊन राष्ट्राची सामाजिक व राजकीय इमारत ही धर्मोन्नतीवर अवलंबून आहे. यामुळेच 'आम्ही सर्वांनी हे लक्षात ठेविले पाहिजे की, धर्माच्या सुधारणेचा प्रश्न सर्व प्रकारच्या चळवळींना पायाभूत झाला पाहिजे.'[१६] असा संदेश त्यांनी प्रार्थना समाजाद्वारे दिला. हा देश धर्माचे आगर आहे. यामुळे देशोन्नतीच्या सर्व चळवळींचा पाया धर्मच असला पाहिजे या त्यांच्या विचारांवरून राष्ट्राची उभारणी करण्यास धर्मसुधारणा करून लोकांना सर्वांगाने सक्षम बनविणे हे प्रार्थना समाजाने १९ व्या शतकाच्या शेवटपर्यंत आपले ध्येय ठेवून आपले कर्तव्य चोख बजावले होते असे दिसून येते. देशाची प्रगती व सुधारणा व्हावयास प्रथम स्वत:ची सुधारणा केली पाहिजे असा संदेश त्यांनी दिला. 'तुम्ही आपली स्वत:ची सुधारणा करा, म्हणजे देशाचीही आपोआप होत आहे, असे तुमच्या नजरेस येईल.'[१७] या प्रकारे धर्मसुधारणेचे महत्त्व सांगून चोहोकडे जी सुधारणा चळवळ त्यांच्या नजरेस पडत होती, त्यावरून हिंदुस्थानचे भवितव्य उज्ज्वलच दिसत आहे. अशा या अनेक चळवळी ज्या देशात होत आहेत व याद्वारे देशाला उन्नत दशाच प्राप्त होणार आहे, याविषयी ईश्वराचे त्यांनी आभार मानले. त्याच प्रकारे उच्च धर्म तत्त्वज्ञान ज्या ऋषिंनी आपल्या देशात सांगितले त्या ऋषिंविषयी व अशा श्रेष्ठ, उत्तम धर्मज्ञानाने परिपूर्ण असलेल्या राष्ट्राविषयी कशा प्रकारे अभिमानाची ज्योत प्रार्थना समाजाच्या सभासदांनी १९ व्या शतकाच्या शेवटपर्यंत तेजस्वी रीतीने प्रज्वलित केली हे त्यांच्या पुढील शब्दांवरून दिसून येते. 'ज्या देशामध्ये अनेक प्रकारच्या चळवळी उत्पन्न झाल्या त्या देशामध्ये माझा जन्म झाला. त्याबद्दल मी ईश्वराचे अंत:करणपूर्वक आभार मानतो. जे आमचे पूर्वज नीतिमय वातावरणात वावरत असत, जे जनन-मरणाचे सिद्धान्त सोडविण्यामध्ये निमग्न असत, ज्यांनी गंगा, यमुना, नर्मदा इत्यादि विशाल नद्या व हिमालय यासारखे उंच उंच पर्वत इत्यादिकांचे वर्णन करून सृष्टीमधील सौंदर्याचा महिमा गाइला, त्या ऋषिंची आठवण झाली असता माझी मातृभूमि हिंदुस्थान आहे, म्हणून मी ईश्वराचे धन्यवाद गातो.'[१८]

प्रार्थना समाजाच्या मंदिरात वेदांवरून धर्मप्रवचन देत असताना न्या.चंदावरकरांसारख्या अनेक सभासदांनी ज्या देशात ऋषिमुनींनी, साधुसंतांनी शुद्ध धर्माचे तत्त्व प्रतिपादन केले, ज्या देशात गंगा, यमुनेसारख्या जीवनदायी नद्या, हिमालयासारखे उत्तुंग व सृष्टीसौंदर्याचा आविष्कार दर्शविणारे पवित्र पर्वत आहेत अशा देशाचा आपल्याला अभिमान वाटतो असे प्रतिपादन केले. या प्रकारे १८६७ मध्ये स्थापन झालेल्या प्रार्थना समाजाच्या प्रवर्तकांनी प्रार्थना समाजातील प्रवचनांद्वारे हिंदू धर्मसुधारणेसाठी इंग्रजी शिक्षित व सनातनी यांना विचारप्रवृत्त केले. या प्रवचनांमधूनच त्यांनी उपनिषदे, महाभारत, भगवद्‌गीता, महाराष्ट्रीय साधू संत इ. ग्रंथांवरून हिंदूंमध्ये धर्माभिमान निर्माण केला. परकीय ख्रिस्ती धर्म व इंग्रजी संस्कृतीच्या पूर्णपणे प्रभावाखाली जाण्याचा धोका असलेल्या नवीन सुशिक्षित पिढीला परावृत्त करून त्यांच्यामध्ये राष्ट्राभिमानाची ज्योत तेवत ठेवली.

१९ व्या शतकातील सुधारकांनी स्वधर्म, आपला समाज, संस्कृती याविषयी अभिमान निर्माण केल्यामुळे तसेच पाश्चात्त्य इतिहाससंशोधकांनीही भारतीय धर्म, तत्त्वज्ञान, इतिहास हे सर्वात प्राचीन व उच्चतम संस्कृतीचे असल्याचे निदर्शनास आणल्यामुळे भारतीय समाजात राष्ट्रवादाची भावना निर्माण झाली, यामुळेच या शतकाच्या शेवटच्या दशकामध्ये राष्ट्रवादी विचारसरणीचा उघड पुरस्कार केला गेला. एवढेच नाही, तर एक हिंदू राष्ट्र म्हणून आपल्या देशाचे भवितव्य घडविले पाहिजे असा आक्रमक पवित्रा घेतला गेला. स्वामी दयानंद सरस्वती यांनी वेदांचे श्रेष्ठत्व प्रतिपादन करून आर्य व त्यांचा देश आर्यावर्त हा श्रेष्ठ, उत्तम गुण असलेल्या लोकांचा देश आहे असे सांगून वैदिक धर्माच्या छत्राखाली एकत्र येण्याचे आवाहन करून त्यांनीही आक्रमक राष्ट्रवादाचा पवित्रा घेतला.

परंतु त्यांच्यानंतर १९ व्या शतकाच्या शेवटच्या दशकामध्ये १८८० नंतर आक्रमक हिंदू राष्ट्राचे प्रतिनिधित्व लोकमान्य टिळक यांनी केले. त्यांनी हिंदू धर्मातील व समाजातील अनर्थ चालीरीतींचा, धार्मिक परंपरेचा उपहास करणाऱ्या सुधारकांचा व ख्रिस्ती मिशनरींचा तीव्र विरोध केला. ज्या सुधारणा झाल्या पाहिजेत त्या हिंदुत्वाला धरूनच झाल्या पाहिजेत, कारण हिंदुत्व सोडले तर राष्ट्रीयत्वच नष्ट होईल, हे स्पष्ट करताना ते म्हणतात, 'हिंदुस्थानातील तीस कोटी प्रजेस एकत्र करण्यास हिंदुत्वाखेरीज दुसरीही काही साधने पाहिली पाहिजेत हे खरे आहे, पण त्याचबरोबर हे ही लक्षात ठेविले पाहिजे की, तीस कोटींपैकी वीस कोटी प्रजा हिंदुत्वाने एकत्र झालेली आहे व त्याचे बंधन कायम ठेवणे हेच राष्ट्रीयदृष्ट्या अधिक सोयीचे व शक्य आणि जरुरी आहे. सारांश, कोणतीही समाजसुधारणा करणे झाल्यास हे राष्ट्रीयत्वाचे धोरण लक्षात

ठेवूनच झाली पाहिजे.'[१९] असे ते सुधारकांना बजावत असत. सुधारकांना हिंदू धर्माचा अभिमान नाही, हिंदुत्व म्हणून काही विशिष्टपणा पाहिजेच असे त्यांचे म्हणणे नाही व हिंदू धर्मातील तत्त्वे समजून घेण्याचा त्यांनी कधी प्रयत्न केलेला नाही. अशी टीका त्यांनी सुधारकांवर यासाठी केली. केवळ समाजाच्या चालीरीतीत अमुक-अमुक फरक झाले म्हणजे सुधारणा होते असे नाही. कोणत्याही सुधारणेचा मुख्य उद्देश म्हणजे विशिष्ट राष्ट्रीयत्वाचा अभिमान जागृत करणे हे होय. तो अभिमान अर्थातच हिंदुत्वाचा होय. आम्हाला धर्माची काही एक परंपरा आहे, त्या परंपरेत जे ज्ञान आहे ते इतर धर्मांतील ज्ञानापेक्षा श्रेष्ठ आहे आणि ही परंपरा जर आम्ही सोडून दिली तर आमचे असे म्हणण्यासारखे आम्हास सामान्य बंधन काहीच नाही, यामुळे हिंदू धर्म व त्याअंतर्गत चालीरीती यावर टीका न करता हिंदू धर्माचे थोड्याफार फरकाने पुनरुत्थान कोणत्या प्रकारे करता येईल याचा विचार सुधारकांनी केला पाहिजे, कारण 'आपणास पुढे जी ऊर्जित अवस्था प्राप्त व्हावयाची आहे ती हिंदू राष्ट्र या नात्याने झाली पाहिजे.'[२०] असे त्यांनी हिंदू राष्ट्राचे ध्येय डोळ्यांसमोर ठेवून सुधारकांना उपदेशिले आहे. पुढे ते म्हणतात की, हिंदू धर्मातील तत्त्वे सुधारणेस प्रतिकूल आहेत असे नाही. तसे असते तर आजपर्यंत हिंदू धर्माने टिकाव धरला नसता व हिंदू राष्ट्रही कायम राहिले नसते. अद्यापपर्यंत मुसलमान व अनेक आक्रमकांच्या लाटेतून हिंदू धर्म सुरक्षित राहून हिंदू राष्ट्र त्यामुळेच कायम राहिले आहे. यावरून हिंदू धर्म व त्याच्या चालीरीती योग्यच आहेत असे त्यांचे म्हणणे होते. हिंदुस्थानात अनेक जाती व धर्म असल्यामुळे हिंदू धर्मास राष्ट्रीयत्व नाही अशी टीका करणाऱ्यांना उद्देशून ते म्हणतात, 'हिंदुस्थानात हल्लीच्या काळी तीन-चार धर्म प्रचलित आहेत, म्हणून हिंदू धर्मास राष्ट्रीयत्व नाही हे म्हणणे चुकीचे आहे. केवळ लोकसंख्येच्या मानाने पाहिले तरीही हिंदुंचाच समुदाय मोठा आहे व एवढा मोठा समुदाय ज्या बंधनाने एकत्र आला आहे ते हिंदुत्व हेच होय. हे बंधन मोडून टाकणे किंवा त्याची उपेक्षा करून दृढ न राखणे म्हणजे हिंदुस्थानातील दोन तृतीयांश प्रजा वाळूच्या कणांप्रमाणे सैरावैरा मोकळी सोडणे होय. अशा रीतीने हिंदुत्व मोडल्याने राष्ट्रीयदृष्ट्या पुढे चांगले परिणाम होतील असे जर कोणास वाटत असेल तर तो निव्वळ भ्रम आहे.'[२१] अशा प्रकारे हिंदू धर्मीयांचे हिंदू राष्ट्र त्यांना अपेक्षित असून, त्यासाठी त्यांनी धार्मिक व राजकीय बाबतीत जहाल भाषेचा प्रयोग केला. हिंदू धर्मग्रंथांमध्ये आध्यात्मिक तसेच या जीवनातील उन्नती करून घेण्याचेही ज्ञान आहे असे सांगून त्यांनी वेद, उपनिषदे, महाभारत व भगवद्गीता यावर आपले विचार व्यक्त करून ते राष्ट्रीय ग्रंथ असल्याचे म्हटले. भगवद्गीतेसारखे हिंदू धर्मातील तत्त्वज्ञान हे निवृत्तीपर नसून प्रवृत्तीपर आहे. पाश्चात्त्य तत्त्वज्ञ मिल, स्पेन्सर व इतर

तत्त्वज्ञ श्रेष्ठ आहेत असा समज तत्कालीन तरुणांचा होता, तो दूर करण्यासाठीच त्यांनी भगवद्गीतेवर 'गीता रहस्य' नावाचा ग्रंथ लिहून गीतेत सांगितलेला 'योग' या शब्दाचा अर्थ कर्मयोग आहे म्हणजे मनुष्याने निवृत्तीपर विचार न करता कर्म करीत राहिले पाहिजे, असा अर्थ त्यांनी स्पष्ट केला व पाश्चात्त्य तत्त्वज्ञान्यांनी सांगितलेले तत्त्वज्ञान फार पूर्वी गीतेत सांगितलेले आहे हे त्यांनी या ग्रंथाद्वारे सिद्ध केले. या ग्रंथात पाश्चात्त्य तत्त्वज्ञानाची भारतीय तत्त्वज्ञानाशी तुलना करून, हिंदू धर्म व तत्त्वज्ञान यांची श्रेष्ठता सिद्ध करणे हा त्यांचा हेतू होता.

याच प्रकारे त्यांनी हिंदू-मुसलमानांच्या दंग्याबद्दल मुसलमानांच्या कृतीवर तीव्र आक्षेप घेतला, त्याचप्रमाणे ख्रिस्ती मिशनऱ्यांच्या धर्मप्रसारावर व धर्मांतरांच्या मोहिमेवर त्यांनी जोरदार टीका चालविली. ख्रिस्ती मिशनऱ्यांचे हे उद्योग म्हणजे पूर्वी झालेल्या मुस्लीम आक्रमणापेक्षा भयंकर आहे असे त्यांनी म्हटले. मिशनऱ्यांना उद्देशून ते म्हणतात, 'आम्ही ख्रिस्ती होऊ इच्छित नाही. जोपर्यंत हिंदू धर्मातील विचार बायबलात शोधूनही सापडत नाही तोपर्यंत आम्हाला धर्मांतर करण्याची जरुरी नाही.'[२२] ते पुढे यासंबंधी असेही म्हणतात की, ज्याप्रमाणे जैन व बौद्ध धर्मांचा पराभव झाला, त्याचप्रमाणे या धर्मांपेक्षा कमी दर्जा असलेल्या ख्रिस्ती धर्माचा पराभव झाल्याशिवाय राहणार नाही. ख्रिस्ती राष्ट्रात जाऊन हिंदू धर्माची उज्ज्वल पताका मोठ्या दिमाखाने फडकाविणाऱ्या स्वामी विवेकानंदांबद्दल त्यांनी 'केसरी'मधून अनेक वेळा गौरवोद्‌गार काढले आहेत व ख्रिस्ती मिशनऱ्यांचा याप्रमाणे या परिषदेत पराभव झालेला पाहून त्यांना उद्देशून त्यांनी पुढीलप्रमाणे खोचक प्रतिक्रिया दिली आहे. 'ख्रिस्ती धर्माचे वैभव सर्व जगाला दाखविण्याकरिता व इतर सर्व धर्मांकडून अजिंक्यपत्र येशूस मिळवून देण्याकरिता, अमेरिकेतील मिशनरींनी धर्मसभा केली, पण स्वामी विवेकानंदांनी हिंदू धर्माच्या केलेल्या विवेचनामुळे दुसऱ्यांना जाळून खाक करण्याकरिता पेटविलेल्या अग्नीत स्वतःच जळून मरावे अशासारखी ख्रिस्ती मिशनऱ्यांची स्थिती झाली.'[२३] अशा प्रकारे लोकमान्य टिळकांनी परकीय धर्म, तत्त्वज्ञान व सरकार यांचा राष्ट्रवादाला चालना देण्यासाठी जोरदार निषेध केला.

त्याच प्रकारे धार्मिक कार्यासाठी हिंदुनी एकत्र येऊन आपला धर्म व राष्ट्र एक असल्याची जाणीव ठेवावी यासाठी त्यांनी १८९५ मध्ये सार्वजनिक गणेशोत्सवाची सुरुवात केली. 'जे राष्ट्र उत्सव साजरे करू शकत नाही ते जिवंत असून मेल्यासारखेच आहे' असे त्यांनी गणेशोत्सावर टीका करणाऱ्यांना उद्देशून म्हटले आहे. त्यांच्या हयातीतच दोन दशकांपेक्षा अधिक काळ गणेशोत्सव साजरा केला गेला. या गणेशोत्सवाच्या दिवसात ते ठिकठिकाणी प्रवचन देत व याद्वारे ते धर्म व देशकार्याची लोकांना जाणीव करून देत. त्यांनी प्रारंभ केलेल्या गणेशोत्सवाला मोठ्या प्रमाणात

यश मिळून तो पूर्वीपेक्षाही दुप्पट उत्सवाने चालू आहे. यावरून राष्ट्रीय भावना जागृत करण्यास गणेशोत्सवासारखे धार्मिक कार्य हिंदुंना एकत्र आणू शकते याची त्यांना जाणीव असून त्यांनी आपल्या वृत्तपत्राद्वारे व गणेशोत्सवाद्वारे हिंदू राष्ट्राची संकल्पना पुढे आणली. त्यांचाच वारसा २० व्या शतकात महाराष्ट्रातील वीर सावरकर यांनी पुढे चालविला.

अशा प्रकारे राजा राममोहन रॉयपासून ते लोकमान्य टिळकांपर्यंत सर्वच सुधारकांनी हिंदू धर्म सुधारणा म्हणजे हिंदू धर्माद्वारे हिंदू राष्ट्राचे पुनरुज्जीवन करणेच होय असे ध्येय मनाशी बाळगले. यासंबंधी न्या. चंदावरकर हे राजा राममोहन रॉय व स्वामी दयानंद सरस्वती यांचे समाजांनी केलेल्या कार्याविषयीचा संदर्भ देऊन त्यांच्या राष्ट्र कार्याविषयी म्हणतात, 'हे जे प्रचंड राष्ट्रकार्य त्याचा विचार मनात येऊनच ह्या शतकातील आमचे जे दोन मोठे धर्मसुधारक राजा राममोहन रॉय व पंडित दयानंद सरस्वती यांनी हे ध्येय आपल्यापुढे ठेवून लोकांस उपदेश केले व त्यास अनुरूप कृति करून दाखविल्या आणि राजा राममोहन रॉय यांचे दोन मोठे अनुयायी महर्षि देवेंद्रनाथ ठाकूर व ब्रह्मानंद केशवचंद्र सेन यांनी ब्राह्मो समाजास दृश्य स्वरूप दिले. राजाराम मोहनरॉय यांनी स्थापिलेला ब्राह्मो समाज व पंडित दयानंद सरस्वती यांनी उभारलेला आर्य समाज ह्यांच्या सिद्धांतात काही बाबतीत पुष्कळ भेद आहेत, ते विसरण्यासारखे नाहीत, हे खरे, तथापि आपले राष्ट्रीय ध्येय आपल्यापुढे ठेवून त्यांना जो मार्ग योग्य वाटत आहे त्याचे अवलंबन ते समाज करीत आहेत.'[२४]

अशा प्रकारे धर्माचा प्रभाव असणाऱ्या हिंदू समाजाची सुधारणा करण्यास धर्म सुधारणा आवश्यक मानून ते कार्य १९ व्या शतकातील राजा राममोहन रॉय व महाराष्ट्रातील सुधारकांनी हे आपले कर्तव्य असून ते राष्ट्रउद्धाराचेच कार्य आहे असे जाणून त्यांच्या हयातभर त्यांनी यासाठी कार्य केले.

भारतीय समाजात असलेल्या अनेक वैशिष्ट्यांमुळे राष्ट्रीय ऐक्य होऊ शकत नाही असे म्हणणारेही १९ व्या शतकात धार्मिक ऐक्य कबूल करीत होते. यासंबंधी न्या. रानडे म्हणतात, 'हिंदुस्थानाचा विस्तार पश्चिम युरोपपेक्षा कमी नसून, भाषा, राष्ट्रत्व वगैरेंनी प्रांताप्रांतांत जरी भेद असला, तथापि हिमालयाच्या पायथ्यापासून तो कन्याकुमारीच्या टोकापर्यंत बहुतेक सर्व लोकसमूहास एकच धर्मबंधन होते व आहे. आम्हास राष्ट्रैक्य नाही म्हणून नेहमी प्रतिपादन करणारे लोकही आम्हांतील धर्मैक्य कबूल करतात.'[२५] यावरून १९ व्या शतकातील विद्वानांनीही भारतीय समाजाचे धार्मिक ऐक्य मानले होते. याची जाणीव होऊनच सुधारकांनी धार्मिक दोष दूर करून निर्दोष समाजाच्या उभारणीसाठी धर्मसुधारणेवर मोठा भर दिला व त्यात त्यांना यश मिळाले.

यावरून १८८५ मध्ये राष्ट्रीय काँग्रेसची स्थापना होण्यापूर्वी धर्मसुधारणा चळवळींमधून सुधारकांनी स्वधर्म व स्वदेश याविषयी अभिमान जागृत करून राष्ट्रीय ऐक्याचे ध्येय साध्य केले होते. असे मत २१ व्या शतकातील बिपिनचंद्रांसारख्या आधुनिक इतिहासकारांनीही मान्य केले आहे. 'The cultural ideological struggle, represented by the socio-religious movements, was an integral part of the evolving national consciousness.'[२६] बिपिनचंद्र पाल म्हणतात की, धर्मसुधारणा करण्याचा सुधारकांचा उद्देश हा मोक्षप्राप्ती नसून समाजसुधारणेचा होता व या चळवळीतून स्वराष्ट्राची जाणीव लोकांना झाली.

अशा प्रकारे १९ व्या शतकातील महाराष्ट्रातील धर्मसुधारकांनी आपल्या स्वधर्मावर निष्ठा व्यक्त करून त्यापासून प्रेरित होऊन लोकांना प्राचीन धर्म व संस्कृती, समाजरचना यांना पुनरुज्जीवित करण्याचा संदेश देऊन त्यांच्यातील राष्ट्राभिमान जागृत केला. याचेच पुढे राष्ट्रीय चळवळीत रूपांतर झाले.

संदर्भ टीपा :

१. न्या. चंदावरकर यांची व्याख्याने, पृ. ३१३
२. Bipin Chandra, 'Indias Struggle for Independence – 1857 to 1947 Pub. : Penguin Book, First Print 1988, Sec. 1989, P. 82
३. लोकहितवादी, 'शतपत्रे', 'इंग्लिश राज्याची आवश्यकता' पत्र क्र. ४६, ४ फेब्रुवारी, १८४९, पा. ७५-७६
४. लोकहितवादी, 'शतपत्रे', 'इंग्लिश राज्यापासून फळ' पत्र क्र. ५४, १ एप्रिल, १८४९, पा. ७९-८०
५. बाबा पद्मनजी, 'अरुणोदय' पृ. २२३
६. न्या. रानडे, 'धर्मपर व्याख्याने', पा. ३१७
७. 'कित्ता'
८. 'न्या. चंदावरकर यांची व्याख्याने', पा. ४
९. डॉ. भांडारकर यांची धर्मपर व्याख्याने, पा. १८३-१८४
१०. Collected works of R. G. Bhandarkar Vol. II, P. 486
११. स्वामी दयानंद सरस्वती, 'सत्यार्थ प्रकाश' २३७
१२. स्वामी दयानंद सरस्वती, 'ऋग्वेदादी भाष्य भूमिका' २३९
१३. 'विविध ज्ञानविस्तार', पुस्तक ३२, मार्च-एप्रिल १९०१, अंक ३-४, पृ. १०५-१०६
१४. न्या. चंदावरकर यांची व्याख्याने, पा. १३७
१५. 'कित्ता' १३९

१६. 'कित्ता' ३५

१७. 'कित्ता' २२४

१८. 'कित्ता' २४७

१९. समग्र टिळक, खंड ५, पा. ३०४

२०. 'कित्ता' २२९

२१. 'कित्ता' ३०४

२२. समग्र टिळक खंड ८

२३. 'कित्ता' ३११

२४. न्या. चंदावरकर यांची व्याख्याने, पा. ६२

२५. न्या. रानडे यांची धर्मपर व्याख्याने पा. २९९

२६. Bipin Chandra, P. 90

परिशिष्ट १

PROCEEDINGS IN THE SUPREME COURT

(Friday, 3rd November, 1843)

सुप्रीम कोर्टातील वृत्तान्त (शुक्रवार, ता. ३ नोव्हेंबर, १८४३)

Mr. Howard moved, on this return, that the body of Shreeput Sheshadree, mentioned therein, be delivered to the custory of his father, Sheshadree Govinda.

Mr. Dickinson. Counsel on behalf of Rev. Robert Nesbit, questioned and showed cause; and the following affidavits were afterwards read :

1) Affidavit of Rev. Robert Nesbit, Missionary of the Church of Scotland, Bombay.
2) Affidavit of Henry Cassidy, Head Master of the General Assembly's School, in Bombay.
3) Affidavit of Narayan Sheshadree elder brother to Shreeput, recently baptised by Rev. R. Nesbit on 13th September 1843 in Bombay.

JUDGEMENT OF THE HON'BLE CHIEF JUSTICE

नामदार सरन्यायाधीशांचा निर्णय

After the case had been ably argued by the learned Counsel, the Chief Justice proceeded to pronounce judgement. His Lordship began by recapitulating the main facts of the case. 'It is contended' continued his Lordship, "that the father has no right to the possession of the child, that the boy is of sufficient intelligence to choose for himself, and that the Court accordingly ought to make no order but allow him to exercise his own discretion in choosing his place of residence. Now it is quite obvious that the boy is of very tender age;- but then it is contended that it is the duty of the Court to examine him and so be enabled to decide on his competency to form a judgment. It is farther argued that as the Court would receive his evidence on any question affecting the life or liberty of another, therefore we ought also to allow him to exercise his discretion in the mode contended for. This part of the argument I cannot but hold to be very absurd. Very possibly, and considering where the boy has been pursuing his education – very probably, he has all the knowledge that is asserted; and I am prepared to say I would at once give credit to the evidence of the boy in any question that comes before this Court; indeed I would much sooner credit his evidence than that of a great many of the natives who come before us to give evidence here. I am then quite prepared to believe all that has been urged in the reference to his intelligence; but even were he much farther advanced than he is, I could not interfere with the father's rights. As to the proposal that we should enter into an examination of the child, it is entirely out of the question. Very probably such an examination would end in a technological discussion between us and the boy, a thing that would be quite preposterous. The question of religion must be entirely set aside; it is one with which we can have nothing whatsoever to do. Were I to allow these considerations to come in, and allow my own views and feelings on these matters to influence me in the least, I would say that it were much better for the happiness and the interests of the boy that he remained where he is, under the care of the gentleman whose protection he has sought. But we must not forget that it is not competent for this Court now to enter into the consideration of religious questions and interest. Considering the circumstances of this country we are bound to exercise the greatest control over ourselves in regard to religious considerations. But it appears to me that a very great part of Mr. Dickinson's argument has gone entirely on a religious foundation, so as to be entirely baseless when that foundation is taken, as it must be taken away. Various cases have been referred to: Mr. Dickinson has laid great stress upon the case of Mr. Wellesley and others, where the parents or guardians were of an immoral character, or held doctrines dangerous to society. But we cannot in this country, look upon the Hindoo religion as dangerous to society. Lord Mansfield's opinion in the case of Sir Francis Delaval was that the Court was not bound to give the children to any particular person, nor to allow the children themselves the privilege of electing with whom they would go; but that it was in the discretion of the Court to decide the matter. In one of the cases cited by Mr. Dickinson where the child was not more than 9 or 10 years of age, the Court would appoint no guardian, but entrusted it to the father, as it was too young to take care of itself. In the other cases when the children were of 6 or 7 years of age the same doctrine was ruled.

The fact of the family's living in the territories of the Nizam has also been strongly urged. It is contended that the boy may be taken out of the reach of British law, and there be treated with harshness or cruelty.

But His Highness the Nizam is connected with the British Government; his Government can be influenced through the British. His father, being a subject of Nizam, is not our alien enemy, had he been so, the argument might with more plausibility have been urged; but friendly relations exist between our Government and the one under which he lives. If violence should be used towards the boy, surely the British Government, through its Resident at Hyderabad, could interfere so as to secure the offending parties being punished. But even if the father had been an alien enemy, still we should have been bound to deliver his child up to him. Suppose an English child were educated in France and wished to withdraw himself from his father's care, certainly that child would be delivered up when the father made application.

The poverty of the father, which has been or probably might be established, is surely not to be held as a reason sanctioning his being deprived of his parental rights.

The father has done nothing to warrant his being deprived of these. We cannot interfere with their exercise.

And here I must say that Mr. Cassidy's going to Narayan's house and bringing the boy away with him, was a very questionable proceeding. Of course there was no physical force; but there was something like moral force: the presence of a European overawed the eldest brother and he allowed Shreeput to escape.

I again say the father has done nothing to forfeit his rights over his child, and whatever our own feelings and predilections might be, his child must be restored to him.

Order of the Court

कोर्टाची आज्ञा

The Queen Vs. the Reverend Robert Nesbit

Upon Shreeput Sheshadree the son of Sheshadree Govinda being this day brought here into Court by virtue of a writ of Habeas Corpus issued out of this Honourable Court, returnable this day, and on reading the said writ and the return of the said Reverend Robert Nesbit thereto, and the Affidavit of the said Reverend Robert Nesbit, the Affidavit of Narayan Sheshadree, and the affidavit of Mr. Henry Cassidy, and on hearing Mr. Dickinson, being of Counsel on behalf of the said Reverend

Robert Nesbit, it is ordered that the said Shreeput Sheshadree be delivered up into the custody of his father the said Sheshadree Govinda. Witness Sir Henry Roper, Knight, Chief Justice at Bombay aforesaid, this 3rd day of November 1843.

By the Court
H. B. Herrick
Clerk of the Crown

The 9th day of November, 1843.

परिशिष्ट २

पुनर्विवाहासंबंधी कायदा

सन १८५६ चा ॲक्ट १५ वा

लेजिस्लेटिव्ह कौन्सिलाने ठरविला तो इंडियाचे गव्हर्नर जनरल यांनी सन १८५६ चे जुलै महिन्याचे २५ तारखेस मंजूर केला -

हिंदुजातीचे विधवा स्त्रियांचे विवाहसंबंधी कायद्याच्या सर्व हरकती दूर करण्याविषयी ॲक्ट-

ईस्ट इंडिया कंपनी सरकारचे कब्जांतील, व ताब्यातील मुलुखात स्थापलेले दिवाणी कोर्टात कायदा जसा चालवितात, त्या कायद्यावरून हिंदुजातीच्या किती एक विधवा स्त्रिया खेरीज करून बाकी विधवांस एक वेळ त्यांचा विवाह झाल्याचे सबबेने दुसरा कायदेशीर विवाह करिता येत नाही, आणि पुनर्विवाहापासून सदर्हू प्रकारचे विधवा स्त्रियांस झालेली संतती अनौरस होते, व तिचा मालमिळकतीवर वारसा चालत नाही असे जाहीर आहे यास्तव, आणि ही कायद्याची हरकत म्हणतात ती चालत आलेले चालीस अनुसरून आहे तथापि, ती हिंदुधर्मशास्त्राचे खरे अर्थाप्रमाणे नाही असे बहुत हिंदूलोकांचे मत आहे, आणि जे हिंदुलोक आपले बुद्धीप्रमाणे सदर्हूविषयी दुसरी चाल घालण्यास इच्छित असतील त्यांस, इनसाफाची कोर्टे जो दिवाणी कायदा चालवितात. त्यावरून यापुढे मनाई होऊ नये अशी बहुत हिंदुलोकांची इच्छा आहे यास्तव, आणि सदर्हू प्रकारचे सर्व हिंदू लोक कायद्याची सदर्हू हरकत आहे म्हणून सांगतात ती दूर करावी हे वाजवी आहे यास्तव, आणि हिंदुजातीचे विधवा स्त्रियांचे विवाहास कायद्याच्या हरकती आहेत त्या सर्व दूर केल्याने सुनीतीची वृद्धि होऊन लोकांचे कल्याण होईल यास्तव, खाली लिहिल्याप्रमाणे ठरविले आहे.

१. हिंदूहिंदूंत विवाह होतेसमयी कोणी मनुष्य मयत असेल त्याबरोबर स्त्रीचा पुनर्विवाह किंवा वाग्विवाह झाला होता अशा कारणावरून तो पुनर्विवाह कायद्याविरुद्ध होतो, आणि त्या विवाहापासून झालेली संतती अनौरस होते असे समजू नये, याविरुद्ध कोणतीही चाल, व हिंदुशास्त्राचा अर्थ असेल तथापि सदर्हूप्रमाणे समजू नये.

२. कोणत्याही विधवेच्या चरितार्थाबाबत आपले मयत भ्रताराचे मिळकतीवर हक्क व संबंध असेल तो, अथवा आपले भ्रताराचे, किंवा त्याचे अप्रतिबंध दायादांचे वारशाने तिचा त्या मालमिळकतीवर हक्क व संबंध असेल तो, अथवा ती मालमिळकत दुसऱ्यास देण्याचा अधिकार तिला न देता त्या मालमिळकतीचा नियमित उपयोग मात्र तिने करावा म्हणून मृत्युपत्र केले असेल, आणि त्यात पुनर्विवाह करण्याची तिस परवानगी आहे असे स्पष्ट लिहिले नसेल, त्या मृत्युपत्रावरून त्या मालमिळकतीवर तिचा हक्क व संबंध असेल तो सर्व ती मेली असती तर ज्याप्रमाणे बंद होता व संपता त्याप्रमाणे, तिचा पुनर्विवाह झाला म्हणजे तो बंद होईल, व संपेल. आणि तिचे मयत भ्रताराचे जवळचे वारस असतील ते, किंवा तिचे मरणानंतर त्या मालमिळकतीवर ज्या इतर मनुष्यांचा हक्क पोचतो ती मनुष्ये, त्या माल मिळकतीची मालक तिचा पुनर्विवाह झाल्यानंतर होतील.

३. मयत मनुष्याचे मृत्युपत्रात त्याचे विधवा स्त्रीस, किंवा इतर कोणी मनुष्यास त्याचे मुलांचे पाळग्रहण करण्याकरिता स्पष्ट रीतीने नेमला नसेल, आणि त्याची विधवा स्त्री पुनर्विवाह करील तर, मयत भ्रतार आपले मरणाचे वेळी ज्या ठिकाणी स्थायिकाप्रमाणे राहत असेल त्याठिकाणी दिवाणी अवल फिर्यादी घेण्याचा अधिकार असणारे वरिष्ठ कोर्टास सदर्हू मुलांचे पाळग्रहण करण्याविषयी योग्य मनुष्य नेमावा म्हणून अर्ज करण्याचा अधिकार मयत भ्रताराचे पित्यास, किंवा पितामहास, किंवा मातेस किंवा पितामहीस, किंवा मयत भ्रताराचे कोणतेही भावाबंदास आहे. सदर्हूप्रमाणे अर्ज झाल्यावर कोर्टास योग्य वाटेल तर, सदर्हूप्रमाणे पाळग्रहण करणारा नेमण्याचा अधिकार कोर्टास आहे. पाळग्रहण करणारा नेमला म्हणजे ती सर्व मुले, किंवा त्यांपैकी काही त्यांचे आईचे बदली आपले स्वाधीन घेऊन त्यांचा सांभाळ ती अल्पवयी असतील तोपर्यंत करण्याचा अधिकार पाळग्रहण करणारास आहे आणि ज्या मुलांस आई नसेल आणि बापही नसेल त्यांचे पाळग्रहण करण्याविषयी जे कायदे, कानू चालू असतील त्याप्रमाणे कोर्टाने सदर्हू नेमणूक करतेवेळी चालावे. आणि असे ठरविले आहे की, सदर्हू प्रकारची मुले अल्पवयी असता त्यांचे निर्वाहापुर्ती, त्यांची मालमिळकत नसेल तर त्यांचे आईचे अनुमतावाचून सदर्हू प्रकारची नेमणूक करू नये, परंतु पाळग्रहण करणारा ठरवावयाचा असेल त्याणे, मुले अल्पवयी आहेत तोपर्यंत त्यांचे निर्वाहाविषयी, व त्यांचे योग्य विद्याभ्यासाविषयी जामीन दिला तर, आईचे अनुमतावाचून नेमणूक करावी.

४. मालमिळकत ठेवून मरणारे कोणतेही मनुष्याचे मरणाचे वेळी कोणतीही विधवा स्त्री अनपत्य असेल, आणि अनपत्य विधवा असल्यामुळे त्या मालमिळकतीवर हा ॲक्ट ठरण्यापूर्वी तिचा वारशाचा दावा चालता तर, त्या सर्व मालमिळकतीवर, किंवा त्या मालमिळकतीचे कोणतेही हिश्शावर तिचा वारशाचा दावा, या ॲक्टांतील कोणतेही गोष्टींवरून चालेल असे समजू नये.

५. मागील तीन कलमांत ठराव केले आहेत ते खेरीजकरून, कोणतेही मालमिळकतीवरील दावा तिचा पुनर्विवाह झाल्याचे सबबेने बुडणार नाही, किंवा इतर रीतीने तिचा हक्क पोचत असेल तो बुडणार नाही. आणि विधवा स्त्रीने पुनर्विवाह केला असेल तिचा तो पहिला विवाह असता तर, वारशाविषयी तिचा जसा हक्क चालता तसाच पुनर्विवाह झाल्यानंतर चालेल.

६. हिंदुज्ञातीचे ज्या स्त्रीचा मुळीच विवाह झाला नसेल, तिचे विवाहसमयी ज्या शब्दांचा उच्चार केल्याने, किंवा ते संस्कार केल्याने, किंवा जे करार केल्याने तो विवाह कायदेशीर होतो त्या शब्दांचा उच्चार, किंवा ते संस्कार, किंवा ते करार हिंदुज्ञातीचे विधवेचे विवाहासमयी केल्याने तो पुनर्विवाह कायदेशीर होतो असे समजावे. सदर्हू प्रकारचे शब्द, किंवा संस्कार, किंवा करार विधवेस लागू नाहीत असे सबबेवरून तिचा विवाह कायद्याविरुद्ध होतो असे समजू नये.

७. पुनर्विवाह करणारी विधवा स्त्री अल्पवयी असून तिचा आपले पहिले नवऱ्याशी समागम झाला नसेल तर, त्या स्त्रीने आपले पित्याचे, किंवा पिता नसेल तर आपले पितामहाचे, किंवा पितामह नसेल तर आपले मातेचे, किंवा ही कोणीच नसतील तर आपले वडील भावांचे, किंवा भाऊही नसतील तर त्याचे जवळचे भाऊबंद असतील त्यांचे अनुमतावाचून पुनर्विवाह करू नये. या कलमांतील ठरावाविरुद्ध विवाह करण्याचे कामास जे बुद्‌ध्या मदत करतील ते सर्व पराकाष्ठ एक वर्षपर्यंत कैदेचे शिक्षेस, किंवा दंडास किंवा, या दोन्ही शिक्षांस पात्र होतील. आणि या कलमांतील ठरावाविरुद्ध झालेले विवाह रद्द आहेत असे ठरविण्याचा अधिकार इनसाफाचे कोर्टास आहे, परंतु असे ठरविले आहे की या कलमांतील ठरावाविरुद्ध झालेले विवाहाचे खरेपणाविषयी तकरार पडली असता, सदर्हू प्रकारचे अनुमत घेतले नाही असे शाबीत होईतोपर्यंत, सदर्हू प्रकारचे अनुमत घेतले आहे असे मानावे आणि सदर्हू प्रकारचा विवाह होऊन पतीशी समागम झाला म्हणजे, तो विवाह रद्द आहे असे ठरवू नये. विधवा स्त्री वयात आलेली असेल किंवा तिचा पतीशी समागम झाला असेल, तर तिचा पुनर्विवाह कायदेशीर व आधारयुक्त ठरण्याविषयी तिचा स्वतःचा अनुभव पुरे आहे असे समजावे.

(बाबा पदमनजी लिखित, 'यमुना पर्यटन' वरुन उपधृत)

लेखक परिचय

डॉ. माधुरी द. मंडलिक :

- ❖ लेखिकेने M. Phil पुणे विद्यापीठातून "लोकमान्य टिळक यांचे सामाजिक विचार" या विषयात २००२ला पूर्ण केले.

- ❖ लेखिकेने Ph.D पुणे विद्यापीठातून "१९व्या शतकातील महाराष्ट्रातील हिंदू धर्म सुधारणा चळवळ" हा विषय घेवून २०११ला पूर्ण केले.

- ❖ लेखिका मागील १३ वर्षांपासून फर्ग्युसन महाविद्यालयात इतिहास विभागात वरिष्ठ अध्यापक म्हणून काम करत आहेत.

- ❖ लेखिकेने अनेक राष्ट्रीय इतिहास परिषेदेत शोधनिबंध प्रस्तुत केले आहेत.

E-mail: historyhod.fcp@gmail.com

www.ingramcontent.com/pod-product-compliance
Ingram Content Group UK Ltd.
Pitfield, Milton Keynes, MK11 3LW, UK
UKHW021708190726
13853UKWH00001B/460

9 788184 835434